Drawing of Thiruvannamalai by: The great Artist :Silpi
And
Drawings of Sri Ramanar by :Jane Adams
http://janeadamsart.wordpress.com/

இந்தியப் புதையல்
- ஒரு தேடல்

பால் ப்ரன்டன்

தமிழில்
புவனா பாலு

கண்ணதாசன் பதிப்பகம்
23, கண்ணதாசன் சாலை,
தியாகராய நகர்,
சென்னை-600017.
தொலைபேசி: 24332682
மதுரை ❖ கோவை ❖ பாண்டி ❖ வேலூர்

முதற் பதிப்பு : பிப்ரவரி, 2014
இரண்டாம் பதிப்பு : டிசம்பர், 2014

First Published by Rider Books, an inprint of Ebury Publishing.
A Random House Group Company.

E-mail: sales@kannadasan.co.in
Our Web Site: www.kannadasan.co.in

பதிப்பாசிரியர்: காந்தி கண்ணதாசன்

Published in arrangement with The Random House Group U.S.A.

Price Rs: 300/-

INDIYA PUTHAIYAL ORU THEDAL-Tamil
The Search for a Guru by Paul Brunton.
Translated from the English Original
In Search of Secret India.

- Written By : **PAUL BRUNTON**
- Translated By : **BHUVANA BALU**
- Second Edition : December, 2014
- Publishing Editor : **Gandhi Kannadhasan**
- Published By : **Kannadhasan Pathippagam**
  23, Kannadhasan Salai,
  Thiyagaraya Nagar, Chennai - 600 017.
  Ph: 044-24332682 / 8712

ISBN: 978-81-8402-564-4

- Our Branches :
  - No: 1212, Range Gowder Street, **Coimbatore** - 641001 ☎: 0422 - 2479774
  - 1, Annai Complex, III Street, Vasantha Nagar, **Madurai**-625 003. ☎: 0452 - 2373793
  - 37, Bharathy Street, **Puducherry** - 605 001. ☎: 0413 - 2221241
  - No: 26, Old Bus Stand, Municipal New Shopping Complex, 1st Floor, **Vellore** - 632004. ☎: 0416 - 2223312
- Our Bankers : State Bank of India, T.Nagar, Chennai-17.

Laser : **Sivaa Graphics**, Chennai-94. : 8939475707
Printed at : **NOVENA OFFSET PRINTING CO.**, Chennai - 5 ✆ 28446166, 28446891

புதிய பதிப்பின் முன்னுரை

இருபதாம் நூற்றாண்டின் துவக்கத்திலிருந்தே, பால் ப்ரன்டன் அவர்கள் ஞானமார்க்கத்தில், ஆன்மீகத்தில் பெரும்பேறு பெற்ற, பூரணத்துவம் அடைந்த நபர்களை நாடி உலகின் பெருவாரியான கண்டங்களில் பயணம் மேற்கொண்டார். தனது இலக்கில் அவர் பாரம்பரியத்தைக் கருத்தில் கொள்ளவில்லை. இன்றைய காலகட்டத்தில் பயணம் செய்வது ஒரு அற்புதமான பொழுதுபோக்காக, சுகானுபவமாக உள்ளது அல்லவா? ஆனால் பால்ப்ரன்டன் அவர்கள் பயணித்த போது, தற்காலத்தைப் போன்று வசதியான தங்குமிடங்களோ, உணவு விடுதிகளோ அல்லது போக்குவரத்து மற்றும் தொடர்பு கொள்ளும் சாதனவசதிகளோ கிட்ட சாத்தியமில்லை. அவர் படகுகளிலும், குதிரை, ஒட்டகம் அல்லது கழுதை மீதும் சவாரி செய்தும், கால்நடையாகவும் மற்றும் பொதிவண்டிகளிலும் தன் பயணத்தை மேற்கொண்டார்.

தனக்கு முந்தைய காலத்தில் வாழ்ந்த பல புவியியல் வல்லுனர்களைப் போல, பால் ப்ரன்டன் அவர்களும் உலகின் மிகவும் முக்கியமானதொரு வரைபடத்திட்டத்தை உருவாக்கக் காரணமானார். புவியியல் வல்லுனர்கள் நிலக்கண்டங்களை ஆராய்ந்தறிந்ததைப் போல இவர் பல்வேறு பாரம்பரியங்கள் மற்றும் அவற்றை நிலைநாட்டிய ஆன்மீகத் தலைவர்களைப் பற்றிய விவரங்களைச் சேகரித்து ஏறத்தாழ ஒரு ஆன்மீக வரைபடத்தை உலகின் கண்முன் வரைந்து விட்டார். இன்று நாம் கர்னாக், தில்லி அல்லது தர்மசாலாவுக்கு பயணம் மேற்கொள்ள முற்பட்டால் இவ்வாறான ஆன்மீகச் சுற்றுலாக்களில் எதைக் காண வேண்டும், எதிர்நோக்க இயலும், அத்தலங்கள்

பாரம்பரியத்தைப் பற்றியும் நமக்கு முன்னரே பரிச்சயமாகி நமது இதயத்திற்கு மிக நெருக்கமானதொரு தலமாகவும் தோற்றமளிக்கக் கூடிய அளவிற்கு விவரங்களைச் சேகரித்து அளித்து சீரிய பணியாற்றியுள்ளார் பால்ப்ரன்டன்.

பால் ப்ரன்டன், (P.B.என்று நண்பர்களால் அழைக்கப் பட்டார்) சம்பிரதாயமான, வழக்கத்திற்கு மாறான ஆன்மீகப் பாரம்பரியத்துடன் தொடர்புடைய பலதரப்பட்ட மக்களைத் தனது பயணங்களில் சந்தித்தார். இதில் சிலர் கபடமின்றி மிக நேர்மையாகவும், சிலர் மிக நேர்த்தியாகவும், முறையாகவும், சிலர் போலியான ஏமாற்றுக்காரர்களாகவும், மற்றும் சிலர் சற்றும் போலித்தன்மை அல்லாது தமது சாதனையில் உண்மையாகவும் இருந்தனர். ஆனால், இவர்களைப் பிரித்து, நோக்கி அறிவது எவ்வாறு சாத்தியம்? அப்படியே, உண்மையான ஆன்மீக உள்நோக்கு உடையவரைக் கண்டறிந்தாலும், இவர் தான் தனக்கு ஆசானாகத் திகழக் கூடியவர் என்பதை உறுதி செய்வதும் கடினமல்லவா? இவ்வாறான கேள்விக்கணைகள் ஒவ்வொருவரது ஆன்மீகத் தேடலிலும், பயணத்திலும் எழும்பிக் கொண்டே தான் இருக்கும். இவ்வாறான வினாக்களுக்குச் சில நேரங்களில் விடை உடனடியாகக் கிட்டுவது போலவும் ஒரு திண்ணமான முடிவுக்கே வந்துவிட்டது போலவும் நம்பிக்கை ஊற்றெடுக்கும். பிறசமயங்களில் இவற்றிற்கு விடையே காணமுடியாது போலத் தோற்றமளிக்கும். இந்த இரு நிலைகளுக்கும் இடையில் தான் ''மெய்ப்பொருள்'' அதாவது உண்மை பொதிந்துள்ளது.

''இந்தியப் புதையல் -ஒரு தேடல்'' இப்புத்தகத்தில் P.B கடினமான இரு பணிகளை ஒரேயடியாகச் செய்து முடித்துள்ளார். முதற்கண், தனது ஆன்மீகப் பயணத்தின் பகுதிகளைக் காலக்கிரமமாக வரையறுத்துள்ளார். இரண்டாவதாக இப்புத்தகத்தில் விவரிக்கப்பட்டுள்ள சந்திப்புகளை மேற்கூறிய வினாக்களுக்கு விடையளிக்க உதவும் வகையில் உண்மையான மாதிரிகளாகத் தொகுத்து வழங்கியுள்ளார்.

ஞானத்தை நாடிச் செல்லும் உள்ளார்ந்த வழித்தேடலில் தனது இளம் பிராயத்திலேயே தனது பயணத்தைத் தொடங்கினார், பால்ப்ரன்டன் அவர்கள். இப்புத்தகத்தில் அவர் வடித்துள்ள

பயணக்கட்டுரைகளின் காலகட்டத்தைக் கொண்டு பார்க்கும் போது **1931**-ஆம் ஆண்டு, புத்தகம் வெளியாகும் முன்னரே அவர் யோகம் மற்றும் தியானத்தில் சாதனையாளராகவும், கிழக்கத்திய சீர்மிகு சிந்தனைகளின் சீரிய மாணவராகவும் திகழ்ந்துள்ளார் என்பதை அறிய முடிகிறது. கற்றுக்கொள்வதற்கு இன்னும் ஏராளமாக இருந்தாலும், தான் எதை நாடிச் செல்கிறோம் என்பதையும், தான் அதையே தான் நாடிப் பெறவேண்டும் என்பதையும் அவர் அறிந்திருந்தார். இவ்வாறு கடினமாக நாடிச் சென்று அவர் கண்டறிந்த உண்மை அவரது வாழ்க்கையை மாற்றி அமைத்ததோடு இந்தியாவின் ஆன்மீகப் பெருமையை மேலை நாடுகள் அறியும் வாய்ப்பையும் உருவாக்கியது. புத்தகம் வெளியாகிய **1934**-ஆம் ஆண்டில் மிகக் குறுகிய காலத்திலேயே, பல்லாயிரக்கணக்கான பிரதிகள் விற்பனையாகி ரமணமகரிஷி மற்றும் சங்கராச்சாரிய சுவாமிகளின் பெயரும், புகழும் உலகளாவிய ஆன்மீகச் சமூகத்தில் மிகவும் பிரபலமாகியது.

போர்க்காலத்து முந்தைய இந்தியாவின் மணம் பரப்பி பால்ப்ரண்டன் அவர்களின் பயணத்தைப் பற்றிய மிகையாக அல்லாத அளவான குறிப்பாக, ஒரு அற்புதமலராக மிளிர்கிறது **"இந்திய புதையல் - ஒரு தேடல்"** "புனித இந்தியா- இரகசியத் தேடல்" புத்தகம். படிக்கும் ஆவலைத் தூண்டும், தகவல்கள் நிறைந்த இப்புத்தகம், இவற்றையெல்லாம் தாண்டி மிகவும் முக்கியமான ஒரு விஷயத்தைக் கொண்டுள்ளது - தேடுதலைப் பற்றியே ஒரு நீதி நெறி விளக்கம். ஆன்மீக ஆசான்களை எவ்வாறு தேடிக் கண்டுகொள்ள வேண்டும் என்பதையும் அவர்களுக்குள்ளேயே காணப்படும் மதரீதியான ஆன்மீக மற்றும் மாய மந்திர ரீதியிலான வேறுபாடுகளையும் நமக்கு வெளிச்சம் போட்டுக்காட்டுகிறார் பால்ப்ரண்டன். இறுதியாக, ஒருவர் தனது மெய்யான ஆன்மீக குருவைத் தேடிக்கண்டு கொள்ளவும், மெய்ப்பொருளை உணர்த்தி, வழிகாட்டவல்ல ஒரு ஆசானால் அடையாளம் காணப்படுவதற்குமான இரகசிய வழிமுறைகளையும் உணர்த்துகிறார். இதுவே புனித இந்தியாவின் உண்மையான இரகசியம். பல வருடங்களுக்கு முன்பாக பால்ப்ரண்டன் அவர்கள் இப்புத்தகத்தை வெளியிட்ட போதிலும், காலத்தால் அழியாத சின்னமாய் அன்று போலவே இன்றும் உள்ளார்ந்த ஆன்மீகத் தேடலில் உதவி நல்குகிறது.

இப்புத்தகத்தின் வாசகர்கள் அனைவருமே புத்தகத்தைப் படித்து, மனமகிழ்ந்து பயன்பெறுவீர்கள் என்று நம்புகிறோம். ப்ரன்டன் அவர்களைப் போலவே எங்கள் இதயங்களைத் தாமரையாக்கி, இருபதாம் நூற்றாண்டில் இந்தியாவின் தலைசிறந்த ஆன்மீகப் பேரொளிகளான ரமணமகரிஷி மற்றும் காஞ்சி சங்கராச்சாரியார் அவர்களின் பொற்பாதங்களில் இந்த இதழைச் சமர்ப்பிக்கிறோம்.

டிமோதி ஸ்மித்

பால்ப்ரன்டன் தத்துவ-வேதாந்த ஸ்தாபனம்

மேலும் விபரங்களுக்கு

www.paul brunton.org.

முகவுரை

சர் ஃப்ரான்சிஸ் யங் ஹஸ்பண்ட்
K.C.I.E., K.C.S.I., C.I.E.

''புனித இந்தியா'' என்னும் தலைப்பே இப்புத்தகத்திற்கு மிகப் பொருத்தமானதாக இருக்கும். ஏனெனில், தனது புனிதத் தன்மையினால் மட்டுமே மறைபொருளாகத் (இரகசியமாக) திகழும் இந்தியப் பகுதியைப் பற்றிய தேடல்தான் இது. வாழ்வின் மிகவும் புனிதமான விஷயங்களை வெளிநாட்டில் பகிரங்கமாகப் பிரகடனப்படுத்துவதில்லை. மனித ஆன்மாவின் உள்ளுணர்வும், இப்புனிதத்தை எவருமே அறிய இயலாத அல்லது ஒருசிலரே அணுகக் கூடிய உள்ளார்ந்த உறைவிடத்தில் பதுக்கி வைத்துக் கொள்ளவே விழைகிறது. அதிலும் ஆன்மீக விஷயங்களில் அக்கறை கொண்டவர்களிடம் மட்டுமே பகிர்ந்து கொள்ள வேண்டும் என்று விரும்புகிறது.

இவ்விஷயத்தில் தனி மனிதனைப் போலத்தான் ஒரு தேசமும். தனது புனிதத்தன்மையை ஒரு தேசம், பரமரகசியமாக வைத்துக் கொள்கிறது. இங்கிலாந்து நாடு எதை மிகவும் புனிதமாகக் கருதுகிறது என்பதை ஒரு அந்நியனால் எளிதில் கண்டறிய இயலாது. அதே போல்தான் இந்தியாவும். இந்தியாவின் மிகப் புனிதமான பகுதி மிகவும் இரகசியமானது, அது ஒரு புதையல்.

இரகசியங்களை அதாவது புதையலைக் கண்டறிய தீவிரமான தேடல் தேவைதானே, ஆனால் நாடுபவர்களால் கண்டுகொள்ள

முடியும். முழு மனதோடு நிலையான உறுதிப்பாட்டுடன் நாடிச் செல்பவர். இறுதியில் இரகசியத்தை அறிந்து கொள்வர்.

மிஸ்டர் ப்ரன்டன் அவர்களிடம் இவ்வாறான உறுதிப்பாடு இருந்தமையால் தாங்கொணாத் துன்பங்களையும் தாண்டி இறுதியில் அவர் தனது இலக்கில் வெற்றி கண்டார். இரகசியத்தைக் கண்டுகொண்டார். ஏனெனில் பிற இடங்களைப் போல, இந்தியாவிலும் போலியான ஆன்மீகம் நிறைந்து காணப்படுகிறது. இதனுள்ளே ஊடுருவிச் சென்றுதான் உண்மையைக் காண இயலும்.

கழைக்கூத்தாடிகளைப் போலவும், செப்பிடுவித்தை மனோபாவமும், உண்மைக்குப் புறம்பாக விஷயங்களைத் திரித்துக்கூறும் கணக்கில் அடங்காத நபர்களுக்கு இடையில் உண்மையான ஆன்மீகத்தை நாடிச் செல்பவர்கள் உந்திக் கொண்டு தம் பாதையில் முன்னேறிச் செல்கின்றனர். இவர்கள் அபரிமிதமான ஆற்றலைப் பெறும் வகையில் தமது மனம் மற்றும் உடலைத் திறம்பட பயிற்சி செய்து வைத்துள்ளனர். தமது மனச் செயல்பாடுகளை முழுமையான கட்டுப்பாட்டில் வைக்கும் வகையில் மன ஒருமைப்பாட்டை உறுதியாக்கிக் கொண்டுள்ளனர். இதில் பலரும் பூடகமான, மாயசக்தியைப் பெற்றுள்ளனர்.

மேற்கூறிய தகவல்கள் ருசிகரமானவையே. மனவியல் ரீதியான ஆராய்வில் ஆர்வம் கொண்டுள்ள அறிவியல் ஆராய்ச்சியாளர்களுக்கு ஏற்றவையே. ஆனால் இவை ஆன்மீக ஊற்றுகளும் அல்ல; மெய்ப்பொருளும் அல்ல.

மிஸ்டர் ப்ரன்டன் அவர்களின் தேடலான இந்தியப் புனிதம், இரகசியம் அல்ல இவை. மெய்யில்லாத இவற்றையும் அவர் கண்டு குறிப்பெடுத்து வரைந்துள்ளார். இருப்பினும் இவற்றில் ஊடுருவி அகன்று, வெளியேறி, இறுதியில் தான் நாடிய புனிதமான கலப்படமில்லாத மெய்ப்பொருளை ஆன்மீகத்தைக் கண்டு கொள்வதில் வெற்றியடைந்தார். மிகக்குறைவான மனித நடமாட்டம் கொண்ட இமயப் பகுதிகளிலோ அல்லது அதன் அடர்ந்த வனப்பகுதியிலிருந்து தான் இந்தியாவின் மிகப்புனிதமான ஆன்மீகப் பெருமக்கள் புலப்படுகின்றனர். இவ்வாறு இந்தியா புனிதமாகக் கருதும் அனைத்தும் ஒருசேர இணைந்து

காணப்பட்ட ஒன்றை மிஸ்டர் ப்ரன்டன் கண்டு கொண்டார். பெருந்துறவி ''ரமண மகரிஷி'' தான் முதன்முதலாகப் ப்ரன்டன் அவர்களின் மனம் கவர்ந்தவர், மனம் இளகச் செய்தவர். இவர் மட்டுமல்லாது இன்னும் ஒரு சிலரை மட்டுமேனும் இந்திய மண்ணில்காண இயலும். இருப்பினும் இந்தக் குறிப்பிட்ட சிலர்தான் ஆன்மீக மெய்ப்பொருளின் சான்றாகத் திகழ்பவர்கள். இவர்களின் மூலமாகத்தான் பூவுலகின் நுட்பமான இயற்கைச் சக்தியும் பல்வேறு பரிமாணங்களில் தன்னை வெளிப்படுத்திக் கொள்கிறது. ஆதலால் பூவுலகில் நாம் நாடி, தேடிச்செல்லும் தகுதியான விஷயங்களில் இவர்களும் அடங்குவர். இவ்வாறான ஒரு தேடலின் பலன்தான் இப்புத்தகத்தில் தரப்பட்டுள்ளது.

பொருளடக்கம்

நன்றி

We thankfully acknowledge the following, for the excellent support in giving us permission to use their photos, pictures and drawings.

Sri Ramanasramam, Tiruvannamalai, http:// www.sriramanamaharshi.org.

Time Inc, LIFE Magazine

http:// www.oldindianphotos.in/

Mr.Frank Bond. Frank Bond Photo Library

Ms.Jane Adams. http:// www.janeadamsart.wordpress.com

Ms.Cathy Jones. http:// www.bringinghomethemountain.blogspot

Mr.P.C.Subramanian - www.mahaperiyavaamyguru.blogspot.com

http://www.radhasoami.faith.org/

அத்தியாயம்-ஒன்று

வாசகர்களுக்கு வணக்கம்!

இந்திய வாழ்க்கை வரலாற்றுக் குறிப்புக்களில் எவரும் அறியாத, இரகசியமான ஒரு பகுதி மறைந்துள்ளது. இதை மேற்கத்திய வாசகர்கள் படித்துப் பயனுற வேண்டும் என்பதற்காகவே, இவ்விஷயத்தை வெளிக்கொணர்ந்து விவரிக்கும் முயற்சியில் ஈடுபட்டுள்ளேன். இந்திய சந்நியாசிகளைப் பற்றிய அறிவுக்குப் புறம்பான அமானுஷ்யமான பல கட்டுக்கதைகளோடு ஐரோப்பாவிற்குத் திரும்பியுள்ளனர் பண்டைய யாத்ரிகர்கள். ஏன்? நவீனயுகத்துப் பிரயாணிகளும் இது போன்ற கட்டுக்கதைகளையே சேகரித்துத் திரும்புகின்றனர்.

யோகிகள், சாதுக்கள் என அழைக்கப்படும், பூடகமாகப் புரியாத புதிராய் விளங்கும் இம்மனிதர்களைப் பற்றி எப்போதும் கூறப்படும் கதைகளில் எத்துணையளவு உண்மை நிரம்பியுள்ளது? பண்டைய இந்திய ஆகமப்படி யோகம் மற்றும் ஞானத்தின் பயிற்சி ஒருவரது மனஆற்றலை அசாதாரணமான வகையில் விருத்தியடையச் செய்யும் என்னும் செய்திகள் நம்மை வந்தடைகின்றனவே! இவையும் மெய்யா? இந்த உண்மைகளைக் கண்டறியவே நான் ஒரு நெடிய பயணத்தை மேற்கொண்டேன். பின்வரும் பக்கங்களில் எனது குறிப்பைச் சுருக்கமான தொகுப்பாக வரைந்துள்ளேன்.

இணக்கமற்ற காலம் மற்றும் இடத்தின் சூழ்நிலையின் காரணமாக, நான் பெருவாரியாகச் சந்திக்க நேரிட்ட ஒரு

குறிப்பிட்ட யோகியைப் பற்றியே மிகையாக எழுத நேரிட்டதால், இங்கு "சுருக்கமான தொகுப்பு" என்று குறிப்பிட விழைகிறேன். மேலும் என் மனதில் தாக்கத்தை உருவாக்கிய, எனக்கும் மேற்கத்தியநாடு வாழ்மக்களுக்கும் ஆர்வமூட்டவல்ல ஒருசில யோகிகளைத் தேர்ந்தெடுத்துள்ளேன். ஆழ்ந்த ஞானமும் விநோதமான சக்திகளும் படைத்த சில ஞானிகளின் பெருமையைப் பற்றிக் கேள்வியுற்ற ஒருவர், அவர்களைக் காண தீவிரமான வெப்பத்தையும் பொருட்படுத்தாது, பல இரவுகள் உறக்கமின்றியும் கடினமான பயணம் மேற்கொண்டார். இறுதியில் அவர் சந்தித்தது வணக்கத்திற்குரிய அறிவிலிகளையும், வேதாகமப் புத்தகப் புழுக்களையும், பணத்தை நாடித் திரியும் மாயாஜாலக்காரர்களையும், ஆன்மீக வேடமிட்டு அலையும் கபடவேடதாரிகளையுமே. நானும் இப்படிச் சில மனிதர்களைக் கண்டேன். ஆனால் இந்த மனிதர்களின் குறிப்புகளைக் கொண்டு என் புத்தகத்தை நிரப்பி எனது வாசகர்களின் பொன்னான நேரத்தை வீணடிக்கவும், எனக்கு ஆர்வமில்லாத செயலைச் செய்யவும் நான் விரும்பவில்லை. ஆதலால் நான் அவர்களைக் கண்டு வீணாக்கிய காலகட்டத்தின் கதையைத் தவிர்க்கிறேன்.

பொதுவாக, சாமானிய யாத்ரிகர்களால் எளிதில் காண இயலாத மிகக் குறைவாக புரிந்துணரக்கூடிய ஒரு அரிய விஷயத்தைக் காணும் பேறு எனக்குக்கிட்டியதை எண்ணிப் பணிவடக்கத்துடன் பூரிப்படைகிறேன். ஏனெனில், பரந்து விரிந்து கிடக்கும் நிலப்பரப்பில் வாழும் ஆங்கிலேயர்களில் வெகு குறைவான சிலரே இவ்விஷயத்தைப் பற்றி ஆராய முயன்றுள்ளனர். அதிலும் மிகக்குறைவான சிலரே இந்த ஆராய்ச்சியில் ஆழமாக ஈடுபட்டுச் செயலாற்றினாலும், தமது பதவியின் கௌரவத்தின் காரணமாக விவரங்களை வெளியிடுவதில் மிகவும் கண்ணியமாகவும், விழிப்புணர்வுடனும் பணியாற்றுகின்றனர். ஆகையால் ஆங்கிலேய எழுத்தாளர்கள் இவ்விஷயத்தை விவரிக்கும்போது பெரும்பாலும் தொன்மையான நம்பிக்கையைத் தவிர்த்து நாத்திகத்தின் பக்கமே திரும்புகின்றனர். இதன் விளைவாக, இவ்விஷயத்தைப்பற்றி மேலெழுந்தவாரியாக அறிந்த இந்தியனும் இவர்களுடன் இதை விவாதிப்பதற்குத் தயங்கி நத்தையைப் போல் தன் கூட்டுக்குள் பதுங்கி, ஒதுங்கி விடுகிறான்.

வெள்ளைக்காரர்கள் யோகிகளைப் பற்றி அறிந்திருந்தாலும் சிறந்தவர்களைப்பற்றி அறிய வாய்ப்பில்லை. நம் நாட்டிலேயே அவதரித்த பல மெய்ஞானிகள் தற்போது உள்ளனர். இவர்களைக் காண்பது மிகவும் அரிது, தனது மெய்ஞானத்தைப் பொது மக்களிடமிருந்து மறைத்து வைத்து பேதைகளைப் போல் நடமாடுவதில் நாட்டம் கொண்டவர்களாகத் திகழ்கின்றனர். இந்தியா, சீனா மற்றும் திபெத் பகுதிகளில் யோகிகள் அற்பமான மூடமான தோற்றத்தில் உலாவி, மேலை நாட்டுப் பிரயாணிகள் தமது ஏகாந்தத்தில் இடையூறு விளைவிக்காது தம்மைப் பாதுகாத்துக்கொள்கின்றனர். இவ்விஷயத்தில் எமர்சனின் கூற்று மெய்யாகிறது:- "புரியாத புதிராய்த் திகழ்வதே மேன்மையானது" அல்லவா? எப்படியோ, இவர்கள் மனிதர்களுடன் சேர்ந்திருப் பதைத் தவிர்க்கும் தனிமையில் வாழும் மோனத்துறவிகளே! இவர்களைச் சந்திக்க நேரிடும்போதும் இவர்கள் மோனத் திரையை எளிதில் விலக்குவதில்லை. மிகவும் பரிச்சயமான பிறகே இவர்கள் பழகிப் பேசுவதால், மேலை நாடுகளில் இந்திய யோகிகளைப் பற்றியும், அவர்களது விந்தைமிகு வாழ்க்கையைப் பற்றியும் வெகு குறைவாகவே எழுதப்பட்டுள்ளன, அதுவும் தெளிவில்லாது.

இந்திய எழுத்தாளர்கள் யோகிகளைப் பற்றி எழுதியுள்ள புத்தகங்கள் எளிதில் கிட்டுபவையே. எனினும், இவர்கள் சரிவரப் பகுத்தாராயாது, கேள்வியுற்ற விஷயங்களையும் கலந்து தருவதால், இவற்றில் எத்துணை அளவு வாய்மை நிறைந்திருக்கும் என்பதைத் தெளிவுபடக் கூறவோ ஆவணக்குறிப்புகளாக ஏற்கவோ இயலாது. நம்பகத்தன்மையற்ற கண்மூடித்தனமான புன்மை கிழக்கு நாட்டவரின் பார்வையை மறைத்துள்ளதை உணர்ந்தபோது அறிவுபூர்வமான பகுத்துணரும் ஆற்றலை எனக்கு வரமாக்கித் தந்த மேலை நாட்டின் பொது அறிவாற்றலுக்கும் பத்திரிகை அனுபவத்திற்கும் என் மனதிற்குள் நன்றி கூறி மகிழ்ந்தேன். ஏனெனில், கிழக்கு நாடுகளில் மிகையான ஆர்வம் சிந்தனைக்கு வித்திடுவது மட்டுமின்றி உண்மையில் நிகழாத எண்ணிலடங்கா பல நிகழ்வுகளுக்கும் தானே மனமுவந்து பேணுவதற்கும் தயாராக இருப்பதைக் கண்டேன். ஆதலால் நான் எங்கு சென்றாலும் பகைமை உணர்வில்லாத பகுத்தறிவுப்

பார்வையுடன் இருக்கும் நெருக்கடிக்கு ஆளாகினேன். ஆன்மீகம் தத்துவம் மட்டுமல்லாது மாயம், தந்திரத்தைப் பற்றி அறியும் ஆவலும் எனக்கு இருந்ததை அறிந்து கொண்டவர்கள், தாம் அறிந்த சில விஷயங்களுக்கும், புன்மைக்கும் வர்ணம் பூசி, நம்ப முடியாத பலவற்றை மிகைப்படுத்தி என்னிடம் உரைத்தனர். இவர்களுக்கு உண்மையின் மகத்துவத்தைப் பற்றிப் புரியவைக்க நான் விரும்பினேன். ஆனால் எனது பொன்னான நேரத்தை வீணடிக்க விருப்பமில்லாமையாலும் பயனுள்ள வேறு செயல்களைப் புரிய விழைந்ததாலும் நான் அதைச் செய்ய முற்படவில்லை. மேலும் கிழக்கத்திய அற்புதங்களைப் பற்றி நம்பகமாக ஆதாரபூர்வமாக அறிந்து கொள்ள முயல்வதில் அகமகிழ்ந்து, மிதமிஞ்சிய மூடநம்பிக்கைச் சக்தி நம்பகத் தன்மையற்ற வஞ்சகம் மற்றும் மெய்ஞ்ஞானத்தின் பண்டைய போலித்தனத்திற்கும் இடையே ஊடுருவிப் பயணித்தேன். மேலும், இவை அனைத்தும் பூரணமான கடும்சோதனைக்கு உட்படுத்தும் அளவிற்குத் தரமானவையா என்பதையும் சோதித்து அறிந்தேன். இந்த முயற்சியில் நான் சாதனையாற்றக் காரணமாக இருந்தது எனது சுபாவத்தில் அமைந்திருந்த இரு மாறுபட்ட குணங்கள்தான் - தர்க்கரீதியான நாத்திகம் மற்றும் ஆன்மீக உணர்வு. பொதுவாக இவ்விரண்டு தன்மைகளும் நேர் எதிர்மறையானவை.

பல்லாண்டுகளாக ஆவலுடன் தேடும் கண்களுக்கு அகப்படாது, பிரத்தியேகமாகத் தனக்குள்ளேயே வைத்துக் கொண்டதால் இந்தியாவின் சில விஷயங்கள் வேகமாக மறைந்து சில பகுதிகளே எஞ்சியுள்ளன. எஞ்சியுள்ள மறைபொருளாகத் திகழும் இந்தியாவைப் பற்றி உரைப்பதால், இப்புத்தகத்திற்கு 'இரகசிய இந்தியா' என்னும் தலைப்பைக் கொடுத்துள்ளேன். யோகிகள் தமது மெய்ஞானத்தை மறைபொருளாக வைத்துக் கொண்டது, சுதந்திரம் மிக்க தற்காலத்திற்கு அற்பமான சுயநலமாகத் தென்பட்டாலும் வரலாற்றிலிருந்து இந்த ஆன்மீகப் பக்கங்கள் மெதுவாக மறைந்து போனதை நமக்குத் தெளிவுபடுத்துகின்றன. ஒவ்வொருவருடமும் ஆயிரக்கணக்கான ஆங்கிலேயர்கள் இந்தியாவில் பயணிக்கவும், தங்கியிருக்கவும் இங்கு வருகை தருகின்றனர். ஆனால் இந்தியக் கப்பல்கள் தங்கள் நாட்டிற்குக் கொணர்ந்து சேர்க்கும் விலைமதிப்புள்ள முத்துக்கள்,

நவரத்தினக் கற்களை விட உலகிலேயே மேன்மையாகத் திகழக் கூடிய இந்தியப் புதையலைப் பற்றி ஒரு சிலரே அறிந்து கொண்டுள்ளனர். இன்னும் சிலர் தமது கோட்பாடுகளையும் தாண்டி, யோக வல்லுநர்களைத் தேடும் பணியில் ஈடுபட்டுள்ளனர். எனினும் அரைகுறை ஆடை அணிந்து ஒரு குகையில் தனிமையிலோ அல்லது சீடர்கள் புடைசூழவோ இருக்கும் ஒரு கருமை நிறயோகியின் முன் சிரம் தாழ்த்தி வணங்கிட ஆயிரத்தில் ஒரு ஆங்கிலேயன் கூடத்தயாராக இல்லை. சாதி, மத, இன வேறுபாடு என்னும் தவிர்க்க இயலாத தடுப்புச்சுவர், பெரும்போக்கான அறிவாற்றல் மிக்கவர்களிடமும் கூடத் தனது தாக்கத்தை ஏற்படுத்தி விடுகிறது. ஐரோப்பியச் சூழலின் பழக்க வழக்கங்களிலிருந்து வருபவர்களுக்குத் திடீரென எதிர்நோக்கும் இந்திய யோகிகளின் நேசம் மனதிற்கு உகந்ததாக அல்லாமலும் அவரது கருத்துக்கள் தெளிவில்லாது, அர்த்தமற்றதாகவும் புலப்படும்.

இருப்பினும், இந்தியாவில் ஒரு போர் வீரனாக, அரசாங்க ஊழியனாக, வியாபாரியாக அல்லது யாத்திரிகனாக இருக்கும் எந்த ஒரு ஆங்கிலேயனையும் குறைகூற இயலாது. ஏனெனில் ஒரு யோகியோடு இணையாக அமர்ந்து கொள்ள அவரது செருக்கு அனுமதிப்பதில்லை. இவரது அகந்தையும், கௌரவமும் ஒரு புறமிருக்க, ஒருசில போலித்துறவிகளின் சந்திப்பு, அவர்களை விலகியிருக்கச் செய்துவிடுகிறது. இவர்களைப் போன்ற கபடவேடதாரிகளைத் தவிர்ப்பதனால் நஷ்டமில்லை என்றாலும், உண்மையான இந்திய யோகிகளிடம் புதைந்து கிடக்கும் ஞானப் புதையலைப் பற்றி அறிந்து கொள்ளாமலே, தமது நெடிய இந்திய வாசத்தை முடித்துக்கொண்டு திரும்பி விடுகின்றனர் ஐரோப்பியர்கள்.

இருபது வருடங்களுக்கும் மேலாக இந்திய இரயில்வேயில் பணிபுரிந்துவந்த லண்டன் நகரவாசி ஒருவரை பிரம்மாண்டமான திருச்சி மலைக்கோட்டைப் பகுதியில் சந்தித்து அளவளாவினேன். இந்த வெப்பபூமியில் அவரது வாழ்க்கையைப்பற்றி அறிந்து கொள்ள அவரிடம் பல கேள்விகளை எழுப்பினேன். இறுதியாக எனக்கு மிகவும் பிடித்தமான எனது கேள்வியை, ‘‘நீங்கள்

யோகிகளைச் சந்தித்தது உண்டா?'' என்று வினவ, அவர் வெறுமையாக என்னைப் பார்த்து,

''யோகிகளா? அப்படி என்றால் என்ன? ஒருவகை மிருகமா?'' என்று எதிர்க்கணை தொடுத்தார்.

ஒருவேளை அவர் லண்டன் நகரவாசியாகவே இருந்திருந்தால் இந்த அறியாமை மன்னிக்கப்படலாம். ஆனால் 26 வருடங்கள் இந்திய நாட்டுவாசியாக இருந்த பின்னர் அவருடைய ஆனந்தமான அறியாமைக்கு ஊறு விளைவிக்க விருப்பமின்றி அதை அப்படியே இருக்க அனுமதித்தேன்.

இந்தியாவில் வசிக்கும் பலதரப்பட்ட மனிதர்களுடன் அகந்தையை விட்டு இயல்பாகப் பழகியதாலும் அவர்களது அறியாமையை மன்னித்து கழிவிரக்கத்தோடு அவர்களைப் புரிந்து கொண்டதாலும், இனவேறுபாடின்றி அவர்களது குணாதிசயத்தை மதித்து அதிருப்தி அளிக்கும் தவறான கருத்துக்களை விடுத்து, உண்மையை மட்டுமே நாடிச்சென்று, உண்மையைத் தைரியத்துடன் எதிர்நோக்கும் ஆற்றல் படைத்ததாலுமே என்னால் இப்படிப்பட்ட ஒரு புத்தகப் பதிப்பை சாத்தியமாக்க முடிந்தது. உண்மையான மெய்ஞ்ஞானிகளின் பாதங்களைச் சரண்புகுந்து, ஆதாரபூர்வமான, முதல் தரமான இந்திய யோகக்கலையைப் பயில்வதற்கு முன்னர், போலித் துறவிகளையும் மூட நம்பிக்கையுள்ள அறிவிலிகளையும் எனது பயணத்தில் எதிர் கொள்ள நேரிட்டது. பல ஏகாந்தக் குடில்களில் பழுப்புநிற முகங்கள் சூழ, விநோதமான உச்சரிப்புக்களைச் செவியுற்றவாறு நான் தரையில் சம்மணமிட்டு அமர்ந்துள்ளேன். இவற்றிலிருந்து மீண்டு, ஏகாந்தமாய் அமைதியாக இருந்த சில உன்னதமான யோகிகளைச் சந்தித்து, அவர்களது வாய்மொழிந்த அறிவுரை களையும் தன்னடக்கத்தோடு கேட்டேன். ஆதிகாலத்தில், மனிதன் சிந்திக்கத் தொடங்கியதிலிருந்தே மனிதனின் மனதை இம்சித்து, இதயத்தை வாட்டிய புராதன மூடநம்பிக்கைகளையும், தத்துவ-ரீதியான கேள்விகளைப் பற்றியும் வாரணாசி நகரத்து பிராமண பண்டிதர்களோடு காலவரையின்றி விவாதித்தேன். சற்றே மனமாறுதலுக்காக எனது பயணத்தில் குறுக்கிட்ட மந்திரவாதிகள், செப்பிடுவித்தைக்காரர்கள் மற்றும் சில

விநோதமான மாயநிகழ்வுகளுக்காக அவ்வப்போது எனது உன்னதமான தேடலை நிறுத்தி வைத்தேன்.

தற்காலத்து யோகிகளைப் பற்றிய உண்மைகளைக் கண்டுணர்ந்து, இவர்களைப் பற்றிய ஆதார பூர்வமான விஷயங்களைச் சேகரித்து ஆராயும் பணியில் ஈடுபட்டேன். இப்பணியில் காலம் கடத்தாமல், நான் விரும்பி நாடிச்சென்ற விஷயங்களைச் சேகரிக்க, 'பத்திரிகையாளராகப் பணியாற்றிய அனுபவம் எனக்குப் பெருமளவில் கைகொடுத்ததை எண்ணிப் பெருமிதம் கொள்கிறேன்; கோதுமையிலிருந்து தவிட்டை நீக்குவது போல, மெய்யான விஷயங்களைப் பகுத்தறிய பதிப்பாசிரியராக இருந்த அனுபவம் எனக்குத் தகுதியான தேர்ச்சியளித்தது. பொதுவாக, பத்திரிகைத்துறையில் ஆண்-பெண் பாகுபாடின்றியும் ஆண்டி முதல் அரசன் வரை அனைத்துத்தர மக்களுடன் மனமொத்துப் பழகும் ஆரோக்கியமான வழக்கமும், இந்தியாவின் பல விதமான மனிதர்களிடம் எளிதில் பழகவும் ஏதுவானது. நான் சந்தித்த பல்வேறு மனிதர்களிடையே, தனித்தன்மை கொண்ட சிறந்த யோகிகளை நான் தேடிக்கண்டு கொண்டேன்.

மறுபுறம் நோக்கினால் எனது புறச்சூழலை விடுத்து, பற்றற்று முற்றிலும் தனிமையான ஒரு உள்ளார்ந்த வாழ்க்கையை வாழ்ந்துள்ளேன். எனது ஓய்வு நேரங்களில் புரிந்து கொள்ளக் கடினமாக இருக்கக் கூடிய புத்தகங்களையும் மனவியல் ரீதியான அனுபவங்களின் பாதைகளை விளக்கும் புத்தகங்களையும் படித்தேன். நான் எப்போதுமே, பூடகமான விஷயங்களைப் பற்றி அறியவே முயன்றேன். இவற்றுடன் கிழக்கில் உள்ள விஷயங்களின் மீது ஒரு உள்ளார்ந்த ஆர்வமும் எனக்கிருந்தது. முதன்முதலாக நான் கிழக்குப் பகுதியைக் காண வரும் முன்னரே, அதன் நுட்பமான பிடியில் நான் சிக்கிக் கொண்டேன்; இறுதியில் இது என் ஆன்மாவிலும் பாதிப்பை ஏற்படுத்த, நான் ஆசியக் கண்டத்தின் புனிதமான ஆன்மீகப் புத்தகங்களையும், துறவிகளால் வடிக்கப்பட்ட கருத்துக்களையும் ஞானபண்டிதர்களின் உரை நூல்களையும் (ஆங்கில மொழிபெயர்ப்புகள்) படிக்கத் துவங்கினேன்.

மேற்கூறிய இரு விதமான அனுபவங்களும் எனக்கு மிகவும் பயனுள்ளதாக அமைந்தன. வாழ்வின் இரகசியங்களை ஆராயும் கிழக்கத்திய வழிமுறைகளின் மீது கருணை காட்டவோ அல்லது பாரபட்சமின்றியும், பகுத்தறிந்தும் உண்மைகளைக் கண்டறியும் எனது அறிவு பூர்வமான விருப்பை அழித்து விடாமல் இருக்க எனக்குக் கற்றுக்கொடுத்தன. அந்தக் கருணையான மனப்பாங்கு இல்லாவிடில் ஒரு சராசரி ஆங்கிலேயனால், இந்தியப் பகுதிகளில் ஊடுருவிச் சென்று மக்களிடம் பழகியிருக்க இயலாது. அறிவு பூர்வமான தர்க்க ரீதியாகப் பகுத்தறியும் மனோபாவம் இல்லாவிடில் பல இந்தியர்களைப் போல நானும் மூடநம்பிக்கைகளின் வியர்த்தமான பாதையில் இழுத்துச் செல்லப்பட்டிருப்பேன். இவ்வாறு முரண்பட்டிருக்கக் கூடிய இரு இயல்புகளை இணைத்துக்கொண்டு செயல்படுவது எளிதல்ல. ஆனாலும், நான் தீவிரமாக முயற்சித்து இருதுருவங்களையும் சமன் தூக்கிச் சீராகச் செயல்பட்டேன்.

☯ ☯ ☯

தற்கால இந்தியாவிடமிருந்து மேலையநாடுகள் கற்றுக் கொள்வதற்கு ஏறக்குறைய எதுவுமேயில்லை என்பதை நான் மறுக்கவில்லை. ஆனால், பண்டைய காலத்து யோகிகள் மற்றும் தற்போதும் வாழும் ஒரு சில துறவிகளிடமிருந்து உலகமே அறியப் பல அரிய விஷயங்கள் உள்ளன என்பதில் சற்றும் ஐயப்பாடில்லை. முக்கியமான சில நகரங்களையும், வரலாற்றுச் சிறப்பு மிக்க தலங்களையும் பார்வையிடும் சில மேல்நாட்டுப் பயணிகள், தாம் காணும் நாகரிகம் மற்றும் சமூகரீதியிலான குறைபாட்டைக் கண்டு மனம் வெதும்பித் திரும்புகின்றனர். எனினும், மாண்டு போன அரசர்களின் சிதிலமடைந்த சலவைக்கல் அரண்மனைகளையும், சிதிலமடைந்த ஆலயங்களையும் நாடிச் செல்வதை விட்டு, நமது பல்கலைக்கழகங்கள் கற்றுத் தராத, புகட்ட இயலாத ஞானத்தை அளிக்கவல்ல இன்றும் வாழும் ஆசான்களை நாடி வரும் அறிவாற்றல் மிக்க யாத்ரிகர்களும் தோன்றுவார்கள்.

சுட்டெரிக்கும் வெப்பத்தில் அலங்கோலமாகப் படுத்து, சோம்பித்திரிபவர்களா இந்தியர்கள்? உலகிற்குப் பயனளிக்கக் கூடிய எதையும் அவர்கள் சிந்திக்கவில்லையா, செய்யவில்லையா?

லோகாயதமாக இவர்களின் பொருள் ரீதியான சீர்கேட்டையும் மன உறுதியற்ற தன்மையையும் மட்டுமே காணும் பயணிகளிடம் தொலைநோக்கு தீர்க்கதரிசனமில்லை. நிந்தனையை விடுத்து பரிவன்போடு, மரியாதையோடு சிந்தித்துச் செயல்பட்டால் அடைக்கப்பட்ட கதவுகளையும், மறைவாக இருக்கும் பாதைகளையும் மூடப்பட்டிருக்கும் உதடுகளையும் கூடத் திறந்துவிடலாம்.

பல யுகங்களாக இந்தியா உறங்கிக்கொண்டும், வெறும் தலையாட்டிப் பதுமையாகவுமே இருந்து வந்துள்ளது என்றும், பதினான்காம் நூற்றாண்டில் ஆங்கிலேயக் குடியானவர்கள் இருந்ததைப்போல, இன்றளவிலும் இந்திய விவசாயிகள் படிப்பறிவில்லாமலும், அற்பமான மூடநம்பிக்கையும், துவக்க நிலையிலுள்ள மதநம்பிக்கையும் இணைந்த மனப்போக்குடன் உள்ளனர் என்றும் நிலவும் கருத்தை ஏற்றுக்கொள்வதாகவே வைத்துக் கொள்ளலாம். மேலும் நாட்டிலுள்ள பிராமணப் பண்டிதர்களும், வேதவிற்பன்னர்களும் தாம் பிறந்து வளர்ந்த இடத்திலேயே படித்து, அங்கேயே தங்கி தமது புரோகித வழக்கப்படி முடியைக் கோதியவாறும் இடைக்கால தத்துவ ஞானிகள் மற்றும் ஆச்சாரியர்களைப் போலத் தம்மை நெருங்க இயலாத ஒரு வட்டத்தை அமைத்துக் கொண்டுள்ளனர் என்றும் கருத்தில் கொள்ளலாம். இருப்பினும், இவற்றையெல்லாம் தாண்டிய, யோகம் என்னும் இனச்சிறப்பும், பாரம்பரியமும்மிக்க ஒரு கலாசாரத்தின் விலைமதிப்பற்ற சாரம் படிந்துள்ளது. இது மேற்கத்திய விஞ்ஞானத்தைப் போன்றே தனது பாணியில் மக்கட்சமுதாயத்திற்கு நற்பலன்களை அள்ளித் தருகிறது. இயற்கை நமக்கு வரமாக்கித் தந்துள்ள வளமான நிலைக்கு நம் உடலைத் தயாராக்கித் தருகிறது; நவீன சமுதாய நாகரிகத்தின் அவசரத் தேவையான மாசற்ற, தெளிவான அமைதியான மனநிலையை நமக்கு வழங்குகிறது, மேலும் ஆன்மீக ரீதியான நிலையாக இருக்கக் கூடிய மெய்ஞான பொக்கிஷங்களையும் அதைநாடி முயல்பவர்களுக்கு வரமாக அளிக்கிறது. இந்த ஆன்மீகப் பேராற்றல் நல்கும் யோகக்கலையைத் தற்கால இந்தியாவில் காண்பது அரிது, பண்டைய இந்தியாவின் செல்வமான யோகா ஒரு காலத்தில் திறமை மிக்க ஆசான்களால் பயிற்றுவிக்கப்பட்டு

விசுவாசமான மாணாக்கர் பாரம்பரியம் கொண்டிருந்தது. ஒருவேளை, புராதனமான இந்த யோகக் கலை மிகவும் கவனத்தோடு மறைத்து வைக்கப்பட்டதால் அதிகமாகப் பரவாமல் நசித்துப் போயிருக்கலாம் அல்லவா? நானும் அறியேன்!

ஒருவேளை, மேற்கத்தியர்கள், தனது நாட்டவர்களை ஒரு புது ஆன்மீக நம்பிக்கையைப் பெறுவதற்காக எதிர்நோக்காது தங்களது நாட்டின் அறிவாற்றலின் குவியலுக்கு மேலும் சில ஞானக்கற்களைச் சேகரிக்குமாறு பணிப்பதில் தவறில்லை எனக் கூறலாம். கிழக்குவாதிகளான பெர்னாஃப், கோல் ப்ரூக் மற்றும் மேக்ஸ் முல்லர் போன்றோர் ஞானம் பெறும் இச்செயலில் ஈடுபட்டு இந்தியாவிலிருந்து சில இலக்கியப் பொக்கிஷங்களை மேலைநாட்டுக்குக் கொண்டு வந்தனர். அச்சமயத்தில்தான் ஐரோப்பிய அறிவியல் நிபுணர்கள், அறிவாற்றல் மிக்க ஆசிய சிந்தனைகள் மேலைநாட்டிற்கு உதவாது என்று முன்மொழிய வந்த சில வேற்றுமதவாதிகளின் கருத்து வியர்த்தம் என்பதைப் புரிந்து கொண்டனர். ஆன்மீக நம்பிக்கையற்ற இந்த நபர்கள் கிழக்குச் சிந்தனைக்கு ''மூடத்தனம்'' என்னும் அடைமொழியை அளித்தாலும் அவர்களால் அதில் வெற்றி காண முடியாது, அது அவர்களது குறுகிய மனப்பான்மையைத் தாக்கவல்லது. ஒரு வேளை நமது வாழ்க்கையைப் பற்றிய நமது எண்ணங்கள் வெறும் காலம், இடம் மற்றும் அதிர்ஷ்டத்தால் மட்டுமே நிர்ணயிக்கப் படுமானால் அதாவது மும்பைக்குப் பதிலாக நாம் ப்ரிஸ்டலில் பிறப்பதால் நாம் அதிர்ஷ்டசாலியாக வெற்றியாளராக இருப்போம் எனில், நாம் நாகரிகமிக்க மனிதன் என்னும் தகுதியையே இழந்து விடுவோம். கிழக்கத்திய சிந்தனைகளுக்குச் செவிசாய்க்காது, தன் மனக்கதவைத் திறவாமல் மூடுபவர்கள், பண்பான சிந்தனைகள், ஆழ்ந்த மெய்ஞ்ஞானம் மற்றும் மனோத்துவரீதியான அறிவாற்றலுக்கும் தடைவிதிக்கிறார்கள். கிழக்குப் பகுதியின் பண்டைய (புளித்துப்போன) அறிவாற்றலைப் பற்றி ஊடுருவி ஆராய்ந்து அவற்றிலிருந்து விநோதமான உண்மைகள் என்னும் பெறற்கரிய விலையுயர்ந்த இரத்தினங்களையும், நன்முத்துக் களையும் பெறவிரும்புபவர்களின் தேடல் ஒரு போதும் பயனற்றுப் போகாது.

யோகிகளையும் அவர்களது துறவற ஞானத்தையும் தேடி நான் கிழக்கு நோக்கிப் பயணித்தேன். எனது பிரதான குறிக்கோளாக இல்லாதிருப்பினும் ஆன்மீகப் பேரொளியைக்கண்டு கொண்டு, இறையருள் நிறைந்த வாழ்வையும் பெறவேண்டும் என்னும் எனது எண்ணமும் மகிழ்வுற ஈடேறியது. இந்தத் தேடலில் இந்தியாவின் புனிதநதிகள்-அமைதியான கருமையும், பச்சை நிறமும் கொண்டு பாயும் கங்கை, அகண்ட யமுனை மற்றும் கவினுறு இயற்கை வனப்புமிகு கோதாவரியின் கரைகளில் அலைந்து திரிந்து நாடு முழுவதும் சுற்றி வந்தேன். இந்திய அன்னை அன்போடு என்னை இதயத்தில் ஏற்றுக்கொண்டதோடு அல்லாது கொஞ்சம் கொஞ்சமாக மறைந்து, நலிந்து போன துறவிகளின் சுவடுகள், முற்றிலும் அறிமுகமில்லாத, புதியவனாகிய மேற்கத்தியனுக்குப் பல வாசல்களையும் திறந்துவிட்டது.

இந்தியாவில்தான் எனது நம்பிக்கை புதுப்பிக்கப்பட்டது என்று மட்டுமே என்னால் கூற இயலும். சமீபகாலத்தில் கூட இறைவனை மானுடர்களின் கற்பனையில் உதித்த வெறும் பிரமையான மனத்தோற்றமாகவும், மெய்ஞ்ஞானத்தை தெளிவற்ற ஒரு பிரகாசமான தோற்றமாகவும், இறையருள் பொருந்திய நியாயமான கோட்பாட்டினை குழந்தைத்தனமான, முதிர்ச்சியற்ற சிந்தனாவாதிகளுக்கான இனிப்புப்பதார்த்தமாகவும் கருதுபவர் களில் ஒருவனாக நான் இருந்துள்ளேன். மத ரீதியான கோட்டைகளை எழுப்பி, கடவுளின் பண்ணையை உரிமை கொண்டாடும் தகுதியுள்ளவன் என்று பெருமிதத்துடன் பிதற்றுவர்களைக் கண்டால் நானும் பொறுமை இழந்து விடுவேன். மேலும் பகுத்தறிவில்லாத கொள்கைவாதிகளின் பயனற்ற, மதவெறிமிக்க முயற்சிகளை நான் இகழ்ந்து பேசி அவமதிக்கிறேன்.

ஆதலால், இவ்வாறான கருத்துக்களிலிருந்து மாறுபட்டு சற்றே வித்தியாசமாகச் சிந்திக்கத் துவங்கியுள்ளேன் என்றால், அதற்கு எனக்கு வழங்கப்பட்டுள்ள நற்காரியமே காரணம். இருப்பினும் எந்த ஒரு கிழக்கத்திய மதக்கோட்பாட்டின்பாலும் நான் நம்பிக்கை கொள்ளவில்லை. விசுவாசிக்கத் தகுந்தவற்றை நான் முன்னரே அறிவுபூர்வமாக ஆராய்ந்துவிட்டேன். புதியதாக இறையருளை முழுமையாக நான் ஏற்றுக்கொள்ளத் தயாராகி

விட்டேன். இது மிகவும் தனிப்பட்ட ஒரு விஷயமாகவும், அத்துணை முக்கியமானதாகவும் தோன்றாது. ஆனாலும் உண்மைகளை மட்டுமே கருத்தில் கொண்டு, பகுத்தறியும் நவீனகாலத் தலைமுறையில் இது பெருஞ்சாதனையே. தற்போது ஆன்மீக விஷயங்களிலான ஈடுபாடும், உற்சாகமும் குறைவாகவே காணப்படுகின்றனவே. எனது இறைவிசுவாசமும் மிகையான அனுபவத்தால் மட்டுமே புத்துணர்வு பெற்றது, விவாதத்தினால் அல்ல. ஆறுவருடங்கள் மலைக்குகையில் வாசம் செய்து விட்டுப் பின்னர் காட்டில் வாழ்ந்த ஒரு யோகிதான் எனது சிந்தனையில் மிகவும் முக்கியமானதொரு மாற்றத்தை ஏற்படுத்தினார். ஒரு வேளை அந்த யோகி கல்வியறிவில் சிறந்தவராக இல்லாதிருக்கலாம். ஆனாலும், எனக்குள் இந்த அதிசயத்தக்க மாற்றத்தை உருவாக்கிய அவருக்கு நான் மிகவும் நன்றிக்கடன் பட்டுள்ளேன். இப்புத்தகத்தின் நிறைவுப் பகுதியில் இவ்விஷயத்தை நான் சற்றும் தயக்கமின்றிக் குறிப்பிட்டுள்ளேன். இவரைப் போன்ற யோகிகள், தெய்வமகன்கள் அவதரித்ததால், இந்திய தேசம் புண்ணிய பூமி என்னும் நற்சான்றிதழ் பெற்று, அறிவாற்றல் மிக்க மேற்கத்தியர்களின் கவனத்தை ஈர்த்துக் கொள்கிறது. தற்போது வீசும் அரசியல் புயலிலும், எழுச்சியிலும் நசுக்கப்பட்டு, மறைக்கப் பட்டாலும் இரகசிய இந்தியாவின் புனிதமான ஆன்மீகம் ஜீவ ஊற்றாக பெருக்கெடுத்துக்கொண்டுதான் இருக்கிறது. ஒன்றுக்கு மேற்பட்ட சான்றுகளையும் நான் அளித்துள்ளேன். மேலும் சாதாரண மானுடர்களாகிய நாம் தணியாத ஆவல் கொண்டு அடைய விரும்பும் ஆன்மீக பலத்தையும் அமைதியையும் பூரணமாகக் கொண்ட ஒரு யோகியைப் பற்றியும் நான் ஆதாரபூர்வமான, உண்மையான குறிப்புகளையும் அளித்துள்ளேன்.

அதிசயமான, இயற்கைக்குப் புறம்பான மாயாஜால விஷயங்களைக்கூட இப்புத்தகத்தில் குறிப்பிட்டு, அதற்குச் சாட்சியாகி நின்றுள்ளேன். ஆனால், ஐரோப்பிய புறநகர்ப் பகுதியில் அமர்ந்து அவற்றை விவரித்து எழுத்து வடிவத்தில் அச்சகப்படுத்துகையில் அவை அனைத்தும் நம்புதற்கரிய, ஆச்சரியங்களாகத் தோன்றுகின்றன, இன்னும் சொல்லப் போனால், தெய்வ நம்பிக்கையற்ற நாத்திகவாதிகளின் உலகில் இதைப்பற்றி எழுதும் எனது அசட்டுத்தனத்தை எண்ணி வியப்பில்

ஆழ்கிறேன்/வியக்கிறேன். ஆனால், தற்போதைய லோகாயதமான பணத்தை மட்டுமே இலக்காகக் கொண்டுள்ள எண்ணங்கள் வியனுலகை நிரந்தரமாக ஆட்டிப்படைக்க முடியாது என்றே நம்புகிறேன், ஏனெனில் சிந்தனைகளில் மாற்றத்தின் விடியலை இப்போதே நம்மால் காணமுடிகிறது. எனினும் நானோ எனது சந்ததியைச் சார்ந்தவர்களோ அற்புதங்களின் நிகழ்வில் நம்பிக்கை கொண்டவர்கள் இல்லை. ஆனால் இயற்கையின் விதிகளை நாம் முற்றிலுமாக இன்னும் அறிந்து கொள்ளவில்லை என்பதை உறுதிபடக் கூறுவேன். இன்னமும் அறியப்படாத பிரதேசத்தில் ஆராய்ச்சி செய்து இயற்கை நியதிகளைப் பற்றி அறிய முன்னேறி வருகிறார்கள் விஞ்ஞானிகள், இவர்கள் தங்களது முயற்சியில் வெற்றிகண்டால், ஒருவேளை, நம்மாலும் அற்புதங்களுக்கு நிகரான செயல்களைச் செய்து சாதனை படைக்க இயலும் என்று நம்புகிறேன்.

அத்தியாயம் -இரண்டு

தேடலுக்கு ஒரு முன்னோடி

பூகோள ஆசிரியர், பளபளப்பான வர்ணம் பூசப்பட்ட நார்த்துணியால் ஆன வரைபடத்தில் கூர்மையான நுனியுள்ள சுட்டிக்காட்டும் கோலை இங்குமங்கும் நகர்த்திக் கொண்டிருக்கிறார். ஆர்வமில்லாது அமர்ந்திருக்கும் மாணவர் களின் கவனத்தை ஈர்க்க, பூமத்தியரேகையை நோக்கி நீட்டிக் கொண்டிருக்கும் முக்கோணவடிவமான ஒரு செந்நிறப் பகுதியைச் சுட்டிக்காட்டி விவரிக்கத் துவங்கினார். முதலில் சன்னமான குரலில், நிதானமான இழுத்துப் பேசத் துவங்கிப் பின்னர் திடீரென கம்பீரமான தொனியில்

''பிரிட்டிஷ் சாம்ராஜ்ய மணிமுடியில், பிரகாசமாக ஜொலிக்கும் அணிகலனாகத் திகழ்வது இந்தியா, என்று கூறப்படுகிறது'' என்று கூறினார்.

உடனடியாக, வேறு கனவுலகில், கற்பனையில் சஞ்சரித்துக் கொண்டிருந்த ஒரு மாணவன், அதிலிருந்து விலகி, மறுபடியும் தன் நிலைக்குத் திரும்பி திடீரெனக் கவனிக்கத் துவங்கினான். ''இந்தியா'' என்னும் சொல் அவனது கர்ணபேரிகையை எட்டியதாலோ, அல்லது அந்த எழுத்து அவன் கண்களில் பட்டதாலோ, ஏதோவொரு இனம்புரியாத உத்வேகமளிக்க வல்ல, உள்ளார்ந்த ஒரு விஷயம் அவனுக்குள் சிலிர்ப்பூட்டியது. தெளிவாகக் கூற இயலாத ஒரு மாய உணர்வு அவனது சிந்தனையைத் திரும்பத் திரும்பத் தட்டி எழுப்பியது.

கணித ஆசிரியர், இந்த மாணவன், குனிந்து தனது மேசையில் வேலை செய்வதைப் பார்த்து ஏதோ அல்ஜீப்ரா, அக்ஷர கணிதத்தைப் போட்டுப் பார்க்கிறான் என்று நம்பிக் கொண்டிருந்தார். ஆனால், சுட்டியான இந்த மாணவனோ மேசைக்கடியில் அந்தரங்கமானதொரு விஷயத்தில் ஈடுபட்டிருந்தான். வரிசையாக அடுக்கி வைத்த புத்தகங்களுக்கிடையில் அவன் தலைப்பாகை அணிந்த மனிதத் தலைகளையும் அரையிருட்டில் இருப்பதைப் போன்ற மங்கலான முகங்களையும் மூட்டை-மூட்டையாக வாசனைத் திரவியங்கள் (மசாலா) ஏற்றப்பட்ட கப்பல்களின் சித்திரங்களைத் தீட்டிக் கொண்டிருந்தான்.

அந்த இளவயதுப் பருவம் கடந்து போன பின்னரும், ''இந்துஸ்தான்'' எனப்பட்ட இந்தியாவின் மீதான ஆர்வம் குறையவில்லை, அது குறையாது. மாறாக, அந்த ஆவல் பரவி, ஆசியக் கண்டம் முழுவதையுமே தனது இறுக்கமான பிடிக்குள் வைத்துக்கொண்டது.

அவ்வப்போது- எப்பொழுதுமே அங்கு செல்வதற்கான துணிகரமான திட்டங்களைத் தீட்டத் துவங்கினான். ஒருவேளை இந்தியாவின் ஒரு கண்ணோட்டத்தையாவது காண முடியுமோ என்னும் உத்வேகத்தினால் அடிக்கடி கடலுக்கு ஓடிச் சென்று விடுவான். இவ்வாறான திட்டங்கள் சாத்தியமில்லை என்று உணர்ந்தபிறகும், சகமாணவர்களிடம் இதைத் திரும்பத்திரும்ப மொழிந்து பார்ப்பான். தனது அர்த்தமற்ற உற்சாகத்திற்கு எவரேனும் மசியமாட்டார்களா?

அப்படி ஒருவன் கிட்டியபின் அவர்கள் இரகசியமாகத் திட்டமிட்டுச் செயல்படத்துவங்கினர். ஐரோப்பாவைக் குறுக்கே கடந்து, ஆசியாமைனர், அரேபியா வழியாக ஏடன் துறை முகத்தை அடைவதற்கான துணிகர திட்டமிட்டனர். ஒன்றுமறியாத பருவத்தில், சாத்தியமில்லாத இந்த நெடிய பயணத்திட்டத்தைப் பற்றிப் படிக்கும் வாசகர்கள் அலட்சியமாக நகைப்பது நிச்சயமே. ஆனால் அந்த மாணவர்கள் மனதில், ஏடென் துறைமுகத்தில் ஏதாவதொரு கப்பல் தலைவனோ மாலுமியோ கருணையுடன் இவர்களைத் தனது கப்பலில் அல்லது தோணியிலேற்றிக் கரை சேர்த்து விடுவார்கள் என்கிற நம்பிக்கை

நிலவியது. அதன்பின் அவர்கள் இந்தியாவை அடைந்து தங்களது ஆராய்ச்சியைத் துவங்கலாம் என்று எண்ணினர்.

இந்த நெடிய பயணத்திற்கான ஏற்பாடுகள் என்னவோ துரிதகதியில் நடந்தவண்ணம் இருந்தன. பணம் சேகரிக்கப் பட்டது, குழந்தைத்தனமாக அவர்களின் கணிப்பின்படியான ஆராய்ச்சியாளரின் உடையும் இரகசியமாகத் தயாராகியது. வரைபடங்களும், வழிகாட்ட உதவும் புத்தகங்களையும் கவனத்தோடு ஆலோசித்து அறிந்தனர். அதில் அவர்கள் கண்ட கண்கவர் வண்ணப்படங்களும், பக்கங்களும், மனதைக் கொள்ளை கொள்ளும் புகைப்படங்களும் அவர்களது சுற்றுப்பிரயாண வேட்கையை மிகைப்படுத்தியது. இறுதியில், நாட்டிலிருந்து கிளம்பி சுறுசுறுப்பாகப் பயணிக்க வேண்டிய நாளை ஒருவாறு தீர்மானித்தனர். அங்கே அடுத்து என்ன நிகழவிருக்கிறது என்பதை யார் அறிவார்?

இவர்களுக்கே உரித்தான இளைய தலைமுறையினரின் உத்வேகத்தையும், முந்திச் செல்லும் எண்ணங்களையும் சற்று கட்டுக்குள் வைத்துக் கொண்டிருக்கலாமோ? பிரயாணத்தில் கூட்டுச் சேர்ந்த மற்றொரு பையனின் பெற்றோர் சாகச விஷயமறிந்து மிகவும் கண்டிப்புடன் மறுத்து விட, இவர்களது வீர-தீரச் செயல் தடுக்கப்பட்டது. இதன் விளைவாக இவர்கள் அனுபவித்த துன்பத்தை விவரிக்க இயலுமா?

ஆனால் வெற்றிகாணாத துரதிர்ஷ்டவசமான அந்தப் பயணத் திட்டத்தை வகுத்தவனால் இந்தியாவைக் காணும் ஆவலை விட்டுவிட முடியவில்லை. காலம் உருண்டோட பெரியவனாகிய அவனை மானுடப் பிணைப்பின் சங்கிலிகள் இறுகப்பிடிக்க, அவன் தனது ஓயாத பணிகளில் மூழ்கினான். இருப்பினும் மனதைவிட்டு அகலாத அந்த ஆவலை, மிகுதியான வருத்தத்துடன் பின்னணியில் வைத்தான்.

காலம் தன் இதழ்களைத் திருப்ப, நாட்களும், வருடங்களும் கடந்தன. அவனது பொதிந்துகிடந்த ஆவலுக்குத் தற்காலிகமாக, புது உத்வேகம் அளிக்கவல்ல ஒரு நபரைச் சந்திக்க நேரிட்டது. அவன் சந்தித்தது யாரை... தெரியுமா? முன்பின் அறிமுகமில்லாத ஒரு நபர்... ஆனால் அவர் மங்கலான முகத்துடன்,

தலைப்பாகையுடன் காணப்பட்டார்... அவர் சூரிய வெப்பத்தின் தாக்குதலுக்கு உள்ளாகும் இந்துஸ்தானத்தைச் சேர்ந்தவர்!

☯ ☯ ☯

எனது நினைவாற்றலின் வலையை வீசி எனது கடந்த காலத்தைப் பிடித்து வைத்துக்கொண்டேன். எனது வாழ்வில் அந்த இந்துஸ்தான நபரைச் சந்தித்த அந்த நாளின் நினைவலை எனது கண்முன்னே நிழற்படமாய் விரிந்தது- இலையுதிர்காலம் முடிவடையும் தறுவாயில், பனிக்காற்று வீச என் உடைகளையும் தாண்டிக்குளிர் என் உடலைப் பற்றியது. ஈரத்தால் பிசுபிசுத்த என் விரல்கள் சோகத்துடன் போராடிச் சோர்வடைந்த என் இதயத்தை இறுக்கமாகப் பற்ற எண்ணியது.

இதமான சுகமளிக்கவல்ல சூடான இடத்தை நாடி அருகிலுள்ள மிகவும் பிரகாசமான ஒரு தேநீர் கடைக்குச் சென்றேன். சாதாரண நாட்களில், அதிக சக்தி தரக்கூடிய ஒரு கோப்பை தேநீர் அன்று எனக்கு மனமகிழ்வையோ புத்துணர்வையோ அளிக்கவில்லை. என்னைச் சூழ்ந்திருந்த வருத்தமான, மன அழுத்தம் தரும் புறவெளியை என்னால் ஒதுக்கிவிட முடியவில்லை. விசனம் தன் கோரப்பிடியால் என்னை இறுகப்பற்றிக் கொண்டிருந்தது. என் இதயத்தின் நுழைவாயிலும் கருவண்ணத் திரையால் மூடப்பட்டிருந்தது.

அமைதியற்ற இந்நிலையைத் தாளாது தேநீர் கடையிலிருந்து வீதியைத் தஞ்சமடைந்தேன். இலக்கின்றி மனம்போன போக்கில், நான் நடந்து வந்த பாதையைக் கடந்து எனக்கு மிகவும் பரிச்சயமான புத்தகக் கடைக்குச் சென்றேன். புராதனமான ஒரு கட்டிடத்தில் இருந்த அந்தக் கடையில் மிகவும் பழைய புத்தகங்களே வைக்கப்பட்டிருந்தன. கடையின் சொந்தக்காரரும் முந்தைய நூற்றாண்டைச் சேர்ந்த பழம் பெரும் மனிதர், விந்தையானவரும் கூட. உந்திக்கொண்டு சென்ற அவரது இந்தக் காலகட்டமும், குறைவான நன்மையைத் தந்தாலும் இதுவும் அவருக்கு ஒரு சகாப்தமே. இவர் பருத்த தடிமனான மற்றும் பழமையான பதிப்புகளை மட்டுமே வைத்திருந்தார். குறிப்பாக, ஆவலூட்டவல்ல புரியாத மர்மமான விஷயங்களைக் கொண்ட புத்தகங்களையே அதிகமாக வைத்திருந்தார். புத்தகங்களிலிருந்து அறிந்தவற்றைக் கொண்டு அனாவசியமான விஷயங்களைப் பற்றியும் மிகையாகவே தெரிந்துவைத்திருந்தார். அவ்வப்போது

கடைக்குச் சென்று பூடகமான சில விஷயங்களைப் பற்றிப் பேசுவதில் எனக்கு மிகையான நாட்டம்.

கடைக்குள் சென்று அவருக்கு வணக்கத்தைத் தெரிவித்து விட்டு, தோலினால் மூடப்பட்டிருந்த புத்தகங்களின் பழுப்பேறிய பக்கங்களையும், மங்கிப்போன தடிமனான புத்தகங்களையும் விரலால் தடவிப் பார்த்தேன். மிகவும் பழைய புத்தகம் ஒன்று என் கவனத்தை ஈர்க்க, அதில் ஆவலூட்டக்கூடிய விஷயங்கள் இருக்குமோ என்றெண்ணி அதை அதீதமான கவனத்துடன் ஆராயத் துவங்கினேன். முக்குக்கண்ணாடி அணிந்திருந்த கடைக்காரர் எனது ஆர்வத்தைக் கவனித்து வழக்கம்போல் அப்புத்தகத்திலுள்ள விஷயத்தைத் தான் அறிந்ததைப் போலவும், தனக்கேற்பவும் கற்பனை செய்து கொண்டு விவாதிக்கத் தொடங்கினார். புத்தகம் புனர்ஜென்மத்தைப் பற்றியது. அதாவது இறப்பிற்குப் பின் ஒரு ஆன்மா மற்றொரு உடலைச் சென்றடையும் வித்தை.

முதியவர், வழக்கம் போலவே பேசிக்கொண்டே போனார். ஏதோ புத்தக ஆசிரியரைவிட அந்த வித்தையைப் பற்றி முழுமையாகத் தனக்குத்தான் தெரியும் என்பதைப் போலவும், இதைப்பற்றி எழுதியுள்ள பிற எழுத்தாளர்களைப் பற்றியும் ஆதிமுதல் அந்தம் வரை மிக நன்றாகத் தெரியும் என்பது போலவும் நெடிய பிரசங்கம் செய்தார். ஆனால், இவ்வாறு அவரிடம் பேசியே ருசிகரமான தகவல்களை நான் சேகரிப்பது வழக்கம்.

திடீரென கடையின் மற்றொரு புறத்திலிருந்து விலையுயர்ந்த புத்தகங்கள் வைக்கப்பட்ட பகுதியிலிருந்து ஒரு நெடிய உருவம் வெளிப்படுவதைக் கண்டேன்.

உயரமான அம்மனிதர் ஒரு இந்தியர். அவர் செல்வாக்கு மிக்கவராக, கம்பீர நடையிட்டு எங்களை நோக்கி வந்து புத்தகக் கடைக்காரரைப் பார்த்தவாறு நின்றார்.

''நான் குறுக்கிடுவதற்கு மன்னிப்புக் கோருகிறேன், நண்பரே!'' என்று என்னிடம் கூறி விட்டுத் தொடர்ந்தார். நீங்கள் விவாதித்துக் கொண்டிருந்த விஷயத்தில் எனக்கும் தீவிரமான ஆவல் உள்ளமையால் என்னால் விவாதத்தைச் செவிமடுக்

காதிருக்க இயலவில்லை. பூமியில் மனிதனின் தொடர் நிகழ்வான மறுபிறப்பைப் பற்றி விளக்கும் சிறந்த பண்டைய கால எழுத்தாளர்களின் கருத்தைக் கவனியுங்கள். அறிவாற்றல் மிக்க கிரேக்க, ஆபிரிக்க தத்துவஞானிகளும், ஆதிகால கிறித்துவப் பாதிரியார்களும் இந்தச் சித்தாந்தத்தைப் பற்றி நன்கு அறிந்திருந்தனர் என்பதை நான் ஒப்புக்கொள்கிறேன். ஆனால், இது உண்மையில் எங்கிருந்து துவங்கியது. இதன் மூலாதாரம் எங்கே என்று நீங்கள் எண்ணுகிறீர்கள்? என்று கேட்டுச் க்ஷணநேரம் மௌனமாகி, பதிலளிக்க அவகாசம் தராது தொடர்ந்தார்.

''இதைச் சொல்ல என்னை அனுமதியுங்கள்'' என்று சிரித்தவாறே ''பண்டையகால உலகில் ''புனர்ஜென்மம்'' என்னும் சித்தாந்தத்தை முதல் முதலாக ஏற்றுக்கொண்டது இந்திய நாட்டில்தான். எனது நாட்டின் மூலை, முடுக்கில் பழைமையில் ஊறிய மக்களிடையே கூட ''புனர்ஜென்மம்'' என்னும் இந்தச் சித்தாந்தம் அடிப்படையான கொள்கையாக அறியப்பட்டிருந்தது'' என்று ஆணித்தரமாக உரைத்தார்.

பேசுபவரின் முகவசீகரம் என்னை வெகுவாகக் கவர்ந்தது. நூறு இந்தியர்களுக்கிடையே இருப்பினும், அசாதாரணமான, தனித்து விளங்கும் முகம். பூரணமான சக்தியைத் தன்னுள்ளே பொதித்து வைத்துள்ளவர் என்று அவரைப்பற்றி நான் கருத்துக் கொண்டேன். சக்தி வாய்ந்த ஒளிவீசும் தீர்க்கமான கண்கள், வலுவான தாடை மற்றும் அகன்ற நெற்றியுடன் திருத்தமான முகம். சாதாரண இந்தியர்களை விடக் கருமை நிறமான மனிதர் அற்புதமான தலைப்பாகை அணிந்திருந்தார். அதற்கு மேலும் மெருகூட்டும் வகையில் ஒளிபொருந்திய ஆபரணமும் அதில் பொருத்தப்பட்டிருந்தது. மற்றபடி ஐரோப்பிய முறையிலேயே நேர்த்தியாகத் தைக்கப்பட்ட உடை அணிந்திருந்தார்.

போதனையைப் போன்ற தோரணையில் இருந்த அவரது கூற்றை கடைக்காரரால் ஏற்றுக்கொள்ள முடியாததால், அதை அவர் மிகத் தீவிரமாக, ஆவேசமாக எதிர்த்து வாதிட்டார். பழைமையிலும், இறைமையிலும், நம்பிக்கையற்ற அவர் ''கிறிஸ்த்து வின் காலத்திற்கு முன்பே கிழக்கு மத்தியநாடுகள் நாகரிகம் மற்றும் கலாச்சாரமையங்களாகத் திகழ்ந்த போது, நீங்கள்

சொல்வது எப்படிச் சாத்தியமாகும்? ஏதென்ஸ், அலெக்ஸான்ட்ரியா நகரங்களில் பண்டைய காலத்து அறிவாற்றல் நிறைந்தவர்கள் வாழவில்லையா? ஆதலால், புத்திநுட்பமிக்க அவர்களது கருத்துக்களும், கொள்கைகளும் தானே தெற்கு மற்றும் மத்திய கிழக்கு நாடுகளுக்கு எடுத்துச்செல்லப்பட்டு, அதன் பின்னர் தானே இந்தியாவை அடைந்திருக்க முடியும்?'' என்று ஆவேசத்துடன் வாதித்தார்.

இந்திய நண்பர் அபாரமான சகிப்புத்தன்மையோடு புன்முறுவல் பூத்தவாறே உடனடியாக மறுத்துக்கூறி, ''உண்மையில் உங்களது கருத்துக்கு நேர்மாறாகத் தான் நடந்துள்ளது'' என்றார்.

''அப்படியா? சுறுசுறுப்பாக முன்னேறி வீறுநடை போட்டுக் கொண்டிருந்த மேற்குநாடுகள் சோம்பிப் பின்தங்கிய கிழக்கு நாடுகளிடமிருந்து சித்தாந்தங்களைப் பெற்றுக் கொண்டதா? இருக்கவே முடியாது. சாத்தியமேயில்லை!'' என்று எதிர்த்து வாதிட்டார் புத்தகவியாபாரி.

''ஏன் முடியாது? உங்களது ''அபூலியஸ்'' ஐத் திரும்பிப் புரட்டிப் பாருங்களேன், நண்பரே! எவ்வாறு ''பிதகோரஸ்'' இந்தியாவிற்கு வந்தார், எவ்வாறு பிராமணப்பண்டிதர்களிடம் பாடம் பயின்றார் என்று. இதன் பின்னர் ஐரோப்பாவிற்குத் திரும்பி மறுஜென்மத்தின் சித்தாந்தத்தை எவ்வாறு போதித்தார் என்பதைக் கவனியுங்கள். இது ஒரு உதாரணமே. இதைப் போன்ற பல உதாரணங்கள் உள்ளன. ''சோம்பிப் பின்தங்கிய கிழக்குப் பகுதி என்று நீங்கள் குறிப்பிடுவது எனக்கு நகைப்பூட்டுகிறது. பல்லாயிரம் ஆண்டுகளுக்கு முன்னர் எங்கள் நாட்டு யோகிகள் தீவிரமான சில பிரச்சினைகளைத் தீர்க்க ஆழ்ந்த சிந்தனையில் ஈடுபட்டுக் கொண்டிருந்த காலகட்டத்தில், உங்கள் நாட்டவர் அப்படிப்பட்ட பிரச்சினைகள் இருந்ததைப் பற்றிய விழிப்புணர்வின்றியே வாழ்ந்திருந்தனர்'' என்றார்.

அவர் காருண்யத்துடன், கண்ணியமாக நிறுத்திவிட்டுத் தனது கூற்று எங்கள் மனதில் பதியட்டும் என்று காத்திருந்தார். முதியவர் கூட சற்றே குழப்பத்தில் ஆழ்ந்து விட்டார் போலும்! ஏனெனில் இதுவரையிலும் அவர் பிறரது அறிவாற்றல் மிக்க ஆளுமையை

ஏற்றுக்கொண்டதுமில்லை, பிறரது கூற்றைச் செவிமடுத்து அமைதியில் உறைந்துபோனதை நான் கண்டதுமில்லை.

நானோ இந்திய வாடிக்கையாளரின் மொழியை அமைதியாகச் செவிமடுத்து, எதையும் குறிப்பிட்டுப் பதில் மொழியாதிருந்தேன். இப்பொழுது திடீரென சம்பாஷணையில் ஒரு சுணக்கம் வந்து விட்டதை நாம் உணர்ந்து கொள்கிறோம். இந்தச் சூழலை மதித்து, அந்த இந்திய மனிதரும் உள்ளறைக்குச் சென்று விலையுயர்ந்த ஒரு புத்தகத்தைக் கையில் ஏந்தியவாறு வெளியேவந்தார். புத்தகத்திற்கான விலையைக் கொடுத்துவிட்டு கடையை விட்டு வெளியேறத் தயார்நிலையில், கதவை அணுகினார். நானும் வெளியேறிச் செல்லும் அவரது உருவத்தை வெறித்தவாறு நின்று கொண்டிருந்தேன்.

அப்போது அவர் திடீரெனத் திரும்பி என்னை நெருங்கி வந்தார். தனது பாக்கெட்டிலிருந்து ஒரு சிறு கைப்பையை எடுத்து, அதிலிருந்து ஒரு விலாச அட்டையை வெளியே எடுத்தார்.

‘‘இந்தச் சம்பாஷணையை நீங்கள் என்னோடு தொடர விரும்புகிறீர்களா?’’ என்று புன்னகையுடன் கேட்டதில் நான் ஆச்சரியத்தில் ஆழ்ந்த வண்ணம், அவரது அழைப்பை மகிழ்வுடன் ஏற்றுக்கொண்டேன். விலாச அட்டையைக் கொடுத்து விட்டு என்னை விருந்துண்ணவும் அழைத்தார்.

☯ ☯ ☯

மோசமான பனிப்பொழிவையும், அதனால் உருவான துன்பத்தையும் பொருட்படுத்தாது, அந்த மாலை வேளையில் அறிமுகமில்லாத புதியநபரின் வீட்டைத் தேடிக்கிளம்பினேன். பனிக்கட்டிகள் வீதியில் நிரம்பி, நகரத்தின் மேல் மிதந்து வெளிச்சத்தை மறைப்பதை ஒரு கலைஞன் பரவசத்துடன் ரசிக்கக் கூடும். ஆனால், எதிர்நோக்கியுள்ள சந்திப்பைப் பற்றியே ஆழ்ந்து சிந்தித்து, அதிலேயே முனைப்புடன் இருந்ததால் என் மனம் சுற்றுப்புற இயற்கை அழகை ரசிப்பதில் லயிக்கவில்லை, சுற்றுப்புறப் பனியின் தாக்கத்தாலும் பாதிக்கப்படவில்லை.

திடீரென என்முன் எதிர்ப்பட்ட பிரம்மாண்டமான வாயிற் கதவுகள் எனது பயணத்தை ஒரு முடிவுக்குக் கொண்டுவந்தன. இரும்புக் கம்புகளில் மாட்டப்பட்டிருந்த இருவிளக்குகள் வரவேற்பதைப் போலிருந்தன. இல்லத்தில் நுழைந்தவுடனேயே

எனக்கு ஒரு ஆனந்தமான ஆச்சரியம் ஏற்பட்டது. ஏனெனில், அந்த பரிச்சயமில்லாத இந்தியரின் இல்லத்தின் உட்புற அமைப்பும், அலங்காரங்களும் மிக ஆடம்பரமாகவும், ரசிப்புத்தன்மையுடனும் தாராளமாகச் செலவழித்தும் உருவாக்கப்பட்டிருந்தன. ஆனால், இதைப்பற்றிக் குறிப்பாகக் கூட அவர் ஏதும் உணர்த்தவில்லை.

பலவண்ணங்களால் ஆன பிரமிக்கத்தக்க அலங்காரங்கள் கவர்ச்சிகரமான மரவேலைப்பாடுகளுடன் கூடிய பண்டைய கால அரண்மனையின் ஒரு பகுதியோ என்று தோற்றமளிக்கவல்ல ஒரு பிரம்மாண்டமான அறையில் நான் இருந்தேன் என்று சொன்னாலே போதுமானது. வாயிற்கதவை மூடிவிட்டு உள்ளே சென்ற உடனேயே இருண்ட வெற்றிடமான மேற்கத்திய உலகை மனதிலிருந்து அகற்றிவிட்டேன். அந்த அறை சீன மற்றும் இந்தியப் பாணியின் கலவையாக, விநோதமாக அலங்கரிக்கப் பட்டிருந்தது. செந்நிறம், கறுப்பு மற்றும் தங்கநிறமும் அறை யெங்கும் மின்னிட சுவர்களின் குறுக்கே சீனதேச பறக்கும் நாகம், இறக்கையுடன் கூடிய முதலையின் உருவங்கள் வரையப்பட்ட அலங்காரத் திரைச்சீலைகள் தொங்கிக் கொண்டிருந்தன. விலையுயர்ந்த கைவண்ணப்பொருட்களைத் தாங்கும் இரும்புக் கம்பிகள் அறையின் மூலைகளில் தொங்கிட அவற்றைத் தாங்கியவாறு பச்சை வர்ணத் தலையுடன் கூடிய நாகங்களின் உருவங்கள் பயங்கரமாகப் பார்த்தன. நுழைவாயிலின் இருபுறங்களையும் இரு பட்டினாலான அங்கிகள் அலங்கரித்தன. காலணிகள் சுலபமான, சுகமாகப் பதியும் வண்ணம் அழகிய வேலைப்பாட்டுடன் கூடிய இந்தியக் கம்பளங்கள் மரத்தளம் கொண்ட தரையில் விரிக்கப்பட்டிருந்தன. கணப்பின் எதிரே மிகப்பெரிய புலியின் தோல் முழுநீளத்திற்கு இழுத்து விடப்பட்டிருந்தது.

எனது கண்கள் அந்த அறையின் மூலையில் ஒருவகையான மஞ்சள்நிற மெருகெண்ணெய் பூசப்பட்ட அழகிய வேலைப் பாடுகள் அமைந்த மேசையின் மீதே இருந்தன. அதன்மீது முலாம்பூசப்பட்ட பிரித்து, மடக்கக் கூடிய கதவுகளும், அதனுள்ளே கருநிற மரத்தாலாகிய புனிதக் கோவிலும் இருந்தது. கதவுகளின் இடையில் ஒரு இந்தியக் கடவுளின் திருவுருவைக் கண்டேன். உருவத்தின் அமைதி தவழும் வதனமும், இமைக்காத

இரு கண்களும் நாசியை உற்று நோக்கியவாறு இருப்பதைக் கண்டு அது புத்தரின் உருவச் சிலையாக இருக்கக் கூடும் என்று யூகித்தேன்.

விருந்துக்கு அழைத்த அந்த இந்தியர் என்னை உள்ளன்போடு வரவேற்று உபசரித்தார். அவர் கறுப்புநிற இரவு உடையணிந்து மிகத் தூய்மையாகக் காட்சியளித்தார். இப்படிப்பட்ட ஒரு மனிதர் உலகில் எந்தக் கூட்டத்தில் இருந்தாலும் கௌரவமாக அடையாளம் காணப்படுவார். சிறிது நேரம் கடந்த பின் இருவரும் உணவருந்த அமர்ந்தோம். அற்புதமான ருசியான பல உணவுவகைகள் பரிமாறப்பட்டதில் "கறிபதார்த்தம்" என்னும் உணவு வகையின் ருசியைக் கண்டுகொண்டேன். அதன் பின் நான் அதை என்றும் விடவேயில்லை. உணவு பரிமாறிய சேவகனும், மிகவும் நேர்த்தியாக வெண்ணிறமேலங்கியும், கால்சராயும், தங்கநிற இடைக்கச்சையும், தூய்மையான தலைப்பாகையும் அணிந்திருந்தான்.

உணவருந்தும் வேளையில் எங்கள் சம்பாஷணை பொதுவாகவும் மேலெழுந்தவாரியாகவும் இருந்தன. இருப்பினும் விருந்தளித்தவர் எதைச் சொன்னாலும் எந்த விஷயத்தைப் பற்றிப் பேசினாலும் அவரது வார்த்தைகள் அதற்கு முற்றுப்புள்ளி வைத்தது போலாகின. அவரது கூற்றுகளும், எதிராளிக்கு விவாதிக்க வாய்ப்பளிக்காத வகையிலேயே இருந்தன; அவர் பேசும் மொழியின் அசைவும், ஒலிப்பும், நிறைந்த தன்னம்பிக்கையின் வெளிப்பாடும், அவர் பேசும் விஷயத்தின் இறுதியான வார்த்தையாக முடிவுரையாக அமைந்து விடுகிறது. அவரது நிதானமான, நிச்சயமான உறுதிப்பாட்டைக் கண்டு தன்வயப்படாதிருக்க என்னால் இயலவில்லை.

காஃபி அருந்துகையில் அவர் தன்னைப் பற்றியும் சிறிது சொன்னார். அவர் வெகுவாகப் பயணம் செய்தவர் மற்றும் போதுமான பணவசதி படைத்தவர் என்றும் அறிந்து கொண்டேன். சீனாவில் ஒரு வருடகாலத்தைக் கழித்திருந்த அவர். அந்நாட்டைப் பற்றிய தெளிவான ஆர்வமளிக்கக் கூடிய விஷயங்களைப் பற்றியும், ஜப்பான் நாட்டைப் பொறுத்தமட்டில் அந்நாட்டின் ஒளிமயமான எதிர்காலத்தைப் பற்றித் தெளிவாக முன்மொழிந்தார். அமெரிக்க, ஐரோப்பிய நாடுகளைப் பற்றிய

புதிய விஷயங்களையும், தனது ஓய்வுகாலத்தில் ஒரு காலகட்டத்தை சிரியாவில் உள்ள கிறிஸ்த்துவ மடாலயத்தில் கழித்த ருசிகரமான தகவலையும் கூறினார்.

சிகரெட்டைப்பற்ற வைத்துக் கொண்டே, புத்தகக்கடையில் விவாதித்த விஷயத்தைப் பற்றிய பேச்சைத் துவக்கினார். ஆனால் பெரிய விஷயங்களுக்கு அவர் தாவிடும் போது வேறு சம்பாஷணையின் திசையை மாற்றி அதை விட வேறு விஷயங்களைப் பற்றி அவர் பேச விழைகிறார் என்பது தெள்ளத்தெளிவாகிறது. இந்தியாவின் பண்டைய மெய்ஞ்ஞானத்தைப் பற்றியும் பிரஸ்தாபித்தார்.

''எங்களது துறவிகள் சிலரது கொள்கைகள், ஏற்கனவே மேலைநாட்டை அடைந்துள்ளன; ஆனால் உண்மையான போதனைகள் பெருவாரியாகத் தவறாகவே புரிந்துகொள்ளப் பட்டுள்ளன, இவை பொய்யாக்கப்பட்ட உதாரணங்களும் உள்ளன. ஆனால், இதற்காக நான் யாரையும் குறைகாணவோ குற்றம் சாட்டவோ விரும்பவில்லை. ஏனெனில், இன்று இந்தியா என்னவாக உள்ளது? தனது பெருமிதமான பண்டைய கலாச்சாரம், பண்பாட்டின் பிரதிநிதியாக இல்லையே. தனது மேன்மையையும், பெருமையையும் இழந்துவிட்டு நிற்பது வருந்தத்தக்கது அல்லவா? மக்கள் ஒருசில கொள்கைகளை மட்டும் விடாது பற்றிக்கொண்டுள்ளனர். அதிலும் இதற்கு விலையாகத் தேவையற்ற அநாகரிகமான பழக்க வழக்கங்களைப் பின்பற்றி, போலியான மதச்சடங்குகளின் ஆர்ப்பாட்டமான சிக்கலான வலையில் சிக்கிக்கொண்டு அவதிப்படுகின்றனர்'' என்றார்.

''இந்தச் சீர்கேட்டிற்கு என்ன காரணம்'' என்று நான் வினவ, அவர் மௌனமாக இருந்தார். ஒருநிமிடம் வரையிலும் அவர் கண்களைப் பாதி மூடியபடி ஏதோ சிந்தனையில் ஆழ்ந்தது போலிருந்து விட்டுப் பின் மௌனத்திரையை விலக்கினார்.

''அந்தோ! பரிதாபம்! நண்பரே ஒரு காலத்தில் எங்கள் நாட்டில் வாழ்க்கையின் மர்மங்களை ஊடுருவி அறிந்து முன்மொழியக் கூடிய தீர்க்கதரிசிகள் இருந்தனர். பாராளும்மன்னர்களும் பாமரர்களும் அவர்களது அறிவுரைக்குப் பணிய, அவர்களின்

ஆன்மஞானப் பாதையில் பயணித்த இந்திய நாகரிகமும் உச்சத்தை எட்டியது. அவர்களைப் போன்ற ஞானிகளை இன்று எங்கே சென்று தேடுவது? ஒருவேளை இரண்டு அல்லது மூன்று பேர் இருக்கலாம். அதுவும் நவீன கால வாழ்க்கையின் பரபரப்பான ஓட்டத்திலிருந்து வெகுதூரம் விலகிச்சென்று எவரும் அறியாதபடி காண இயலாதபடி இருக்கலாம். இப்படிப்பட்ட மகத்தான ரிஷி- முனிவர்கள் சமுதாயத்திலிருந்து தங்களை விலக்கிக் கொண்டதிலிருந்தே எங்களது வீழ்ச்சியும் தொடங்கியது'' என்றார் துக்கத்துடன்.

மனம் வருந்தி, குரல் நெகிழ இதைச் சொல்லிவிட்டுச் சிறிது நேரம் தலைகுனிந்திருந்தார். மனவிசனத்துடன் சற்றுநேரம் ஆழ்ந்து ஆலோசித்த அவர் என்னைவிட்டுச் சிறிது நேரம் விலகி மோனத்தில் ஆழ்ந்தார்.

அவரது வசீகரமான தோற்றமும், ஆர்வமூட்டும் குணாதிசயமும் என்னை அவர்பால் வெகுவாக ஈர்த்தன. ஒளிவீசும், பிரகாசமான கருநிறக் கண்கள் அவரது புத்திகூர்மையான மனோபாவத்தையும், மென்மையான கருணையான குரல் அவரது அன்பான இதயத்தையும் வெளிப்படுத்த புதிதாக மீண்டும் அவர் என் மனம் கவர்ந்தார்.

சேவகன் மீண்டும் அறைக்குள் நுழைந்து, சத்தமின்றி மூலையில் இருந்த மேசையின்மீது ஒரு ஊதுபத்தியை ஏற்றி வைத்தான். நீலநிறமான மங்கலமான புகை மேலெழும்பி அறையெங்கும் கிழக்கத்திய நறுமணம் கமழ்ந்தது, மனதிற்கு இதமாகவே இருந்தது.

விருந்தளித்தவர் திடீரென என்னைப் பார்த்து மறுபடியும் பேசத் துவங்கினார்.

''இன்னும் இரண்டு அல்லது மூன்று ஞானிகள் உள்ளனர் என்று சொன்னேன் அல்லவா? ஆம், சொன்னேன், மெய்தான். ஒரு சமயம் ஒரு மகாஞானி எனக்குப் பரிச்சயமானார். எனது தந்தையாய் நண்பனாய், ஆசானாக அவர் இருந்தது எனது பாக்கியமே. பொதுவாக நான் எவரிடமும் இதைப்பற்றி அதிகம் பேசுவதில்லை. கடவுளின் பூரண அருளையும், பேராற்றலும் பெற்ற அவர் மீது ஒருமகனைப் போன்ற பாசத்தைப் பொழிந்தேன்.

அவரை என் தந்தையாகவே மதித்தேன். அவருடன், தங்க நேரிட்ட பொழுதிலெல்லாம் அவரது நல்லியத்தையும், தூய்மையான உணர்வுகளையும் புரிந்துணர்ந்து, அந்த அற்புதமான சூழலை ஆனந்தமாக அனுபவித்தேன். கலையை எனது பொழுது போக்காகவும், அழகை எனது குறிக்கோளாகவும் கொண்டிருந்த நான் அவரிடம் குஷ்டரோகிகள், மற்றும் அவலட்சணமானவர் களிடமும் நிரம்பியிருந்த தெய்வீக அழகைக் காணக் கற்றுக் கொண்டேன். இதற்கு முன்பாக, இந்த மனிதர்களைக் கண்டாலே அருவருப்புடன் பயந்து ஒதுங்கி விடுவேன். இந்த மகான் நகரத்திலிருந்து வெகு தொலைவில் காட்டில் ஒரு குடிலில் வசித்து வந்தார். எதிர்பாராத வகையில் அவரது ஏகாந்தவாசத்தில் நான் இடறி, எதிர்ப்பட்டேன். அன்றிலிருந்து இயன்றவரையிலும் அவரைத் தரிசித்து, அவருடன் தங்கி, அவரிடமிருந்து பலவிஷயங்களைக் கற்றுத் தெளிந்தேன். அவரைப்போன்ற மகான்கள் எந்த நாட்டிற்கும் பெருமையைத் தேடித்தந்து விடுவர்'' என்றார்.

''பின் அந்த மகான் பொதுவாழ்வில் ஈடுபட்டு இந்திய நாட்டிற்கு ஏன் சேவை புரியவில்லை'' என்று நான் கேட்டதற்கு இந்தியர் தலையசைத்தார்; பின்

''அவரைப் போன்ற அசாதாரணமான மனிதர்களின் இலட்சியங்களைப் பற்றி அறிந்து கொள்வது கடினம். அதிலும், அந்நிய நாட்டுக்காரரான உங்களைப் போன்றவர்க்கு இது இருமடங்கு கடினமானது. ஒருவேளை ஞானியைக் கேட்டாலும் மனச்சக்தியின் மூலமாக வெளியே தெரியாமல் இரகசியமாகவே சேவை புரியலாம் என்றும், சற்றும் கூட ஆற்றல் குறையாது எவரும் காணாத வகையில் தூரத்திலிருந்தே வசீகரச் சக்தியும் பிரயோகிக்கப்படலாம் என்பதுமே அவரது பதிலாக இருக்கலாம். மேலும் சீர்குலைந்து போகத் தயாராகும் ஒரு சமுதாயம் தனது விதிப்பயனை அனுபவித்தே ஆகவேண்டும் என்றும், விதிக்கப் பட்ட தருணத்தில் துன்பத்திலிருந்து நிவாரணம் பெறட்டும் என்பதும் கூட அவரது சித்தமாக இருக்கக்கூடும்'' என்று கூறி முடித்தார். உண்மையில், இந்தப் பதிலைக் கேட்டு மிகவும் குழப்பமடைந்தேன் என்பதை ஒப்புக்கொண்டேன்.

''அப்படித்தான் இருக்கும் இதைநான் எதிர்பார்த்தேன்'' என்றார் அவர் விடையாக.

☯ ☯ ☯

நினைவில் நீங்கா அந்த இனிய மாலைப் பொழுதிற்குப் பின் அவரது வசீகரிக்கும் தோற்றத்தில் வயப்பட்டும் தூண்டியிழுக்கும் அவரது அசாதாரண அறிவாற்றலில் மனம் மயங்கியும் நான் இந்தியரது வீட்டிற்குப் பலமுறை சென்று வந்தேன். அவர் எனது இலக்குகளின், சுணக்கமுற்ற சில பகுதிகளை அறிந்து, அவற்றை வாழ்க்கையின் தத்துவத்தை அறியமுற்படும் வேட்கை உணர்வாகத் துரிதப்படுத்தினார். எனது அறிவுப்பசியைத் தீர்த்துக் கொள்வதை விட, ஞானப் பாதையில் தகுதியானதோர் ஆனந்தத்தைப் பெறுவதற்கு என்னை ஊக்குவித்தார்.

ஒரு இனிய மாலைப்பொழுதில் எங்களது சம்பாஷணையில் ஒரு திருப்பம் ஏற்பட்டது. விதிவசமாக, இது எனது வாழ்க்கையில் முக்கியமான விளைவுகளை உருவாக்கியது. அவர் அவ்வப்போது தனது நாட்டு மக்களின் விநோதமான பாரம்பரியத்தையும் பழக்க வழக்கங்களைப் பற்றியும், சில சமயங்களில் அற்புதமான தனது நாட்டுவாசிகளைப் பற்றியும் விவரமாகக் கூறுவார். நான் குறிப்பிட்டுள்ள இந்த இனிய மாலை நேரத்தில் அவர் வினோதமான ஒரு புதிய யோகி சம்பந்தமாக விசேஷமாகக் குறிப்பிட்டுச் சொன்னார். அந்தப் பதத்தின் அர்த்தம் எனக்குச் சரியாக விளங்கவில்லை. நான் அதைப்பற்றி முரணான நன்கு புலப்படாத கருத்துக் கொண்டேன். நான் படிக்கும் போதே அந்தப் பதம் பலமுறை என் கவனத்துக்கு வந்தது. ஆயினும் அது ஒவ்வொரு முறையும் ஒவ்வொன்றைக் குறிப்பிடுவதால் பொருள் மாறுபட்டு இறுதியில் குழப்பத்தில் ஆழ்த்திவிடுகிறது. ஆதலால், என் நண்பர் அந்தப் பதத்தை உபயோகப்படுத்தும் போதெல்லாம் அவரைத் தடுத்து நிறுத்திக்குறுக்கிட்டு இன்னமும் தேவையான தகவலைத் தருமாறு இறைஞ்சுவேன்.

''ஆம்! நான் அதை மிகுதியான மகிழ்ச்சியோடு செய்வேன்'' என்று பதிலுரைத்தார். ஆனால், ''யோகி'' என்றால் என்ன என்பதின் பொருளை ஒரு விவரிப்பில் கூற இயலாது. எனது நாட்டவர் பன்னிரெண்டு பேரைக் கேட்டால் பன்னிரெண்டு

விதமான பொருளை விவரணையாகக் கூறுவர் என்பதில் ஐயமில்லை. உதாரணமாக, ஆயிரக்கணக்கான பிச்சைக்காரர்கள் இப்பெயரில் உலவி வருகின்றனர். இவர்கள் கூட்டம் கூட்டமாக கிராமங்களில் நுழைந்து, அங்கு குறிப்பிட்ட காலங்களில் நிகழும் மதரீதியான உற்சவங்களில் கலந்து கொள்கின்றனர். இதில் பலர் சோம்பித் திரியும் நாடோடிகள். சிலர் துன்மார்க்கர்கள்; மற்றும் இவர்களில் பெரும்பாலோர் கல்வி அறிவில்லாதவர்கள்; யோகம், மெய்ஞ்ஞானக்கலையின் வரலாற்றையோ, கொள்கைகளையோ பற்றி அறிந்திராதவர்கள்; ஆனால் அந்த ஞானப் போர்வையில் தஞ்சம் புகுந்து கபடநாடகம் நடத்தும் வேடதாரிகள்'' என்று கூறிவிட்டுத் தனது சிகரெட்டின் சாம்பலைத் தட்டியவாறே சற்று தாமதித்து விட்டுத் தொடர்ந்தார்.

''எனினும் பரந்த இமயமலை என்றும் காவலாய் நிற்கும் ''ரிஷிகேஷ்'' போன்ற புண்ணியதலங்களுக்குச் சென்றால் அங்கே முற்றிலும் மாறுபட்ட ரகமான நபர்களைச் சந்திப்பீர்கள். அவர்கள் எப்பொழுதும் இரவும், பகலும் இறைவனையே சிந்தையில் நிறுத்தி, இறைநினைவையே சுவாசித்து உயிர் வாழ்பவர்கள். எளிய குடிசையிலோ, குகையிலோ வாசம் செய்து, மிகச்சிறிதளவே உண்டு இறைவனையே வணங்குபவர்கள். புனித நூல்களைப் படித்து, இறைநாமம் ஓதிக்கொண்டு வாழும் இந்த நல்ல மனிதர்களும் ''யோகிகள்'' என்றே அழைக்கப்படுகின்றனர். பேதைகளாகிய பாமரமக்களை ஏமாற்றி உயிர்வாழும் பிச்சைக்காரர்களுக்கும் இந்த நல்லமனிதர்களுக்கும் இடையே பொதுவாக என்ன உள்ளது? ஒப்புதற்கரிய ''யோகி'' என்னும் பெயருக்கு அவர்கள் தகுதியானவர்களா? இல்லையே, ஆனால் இந்தப் பதத்தின் ''மீள்சக்தி'' யைக் கவனியுங்கள். இதுமட்டுமல்ல, இந்த இரு பிரிவினருக்கிடையில், இருரகத்தாரின் குணாதிசயங் களையும் இணையப் பெற்ற மற்றுமொரு வகை மனிதர்களும் உள்ளனர்.

''ஆனாலும், யோகிகளின் அபாரமான, அதிசய சக்திகளைப் பற்றி மிகையாகக் கூறப்படுகின்றவே'' என்று நான் குறிப்பிட்டேன்.

அதற்கு, சிரித்துக் கொண்டே, ''ஆ! இதைப்பற்றிய மற்றுமோர் விளக்கத்தையும் நீங்கள் கேட்கவேண்டும்'' என்று பதிலளித்தார்.

நகரத்து ஆரவாரங்களிலிருந்து விலகித் தனிமையில் ஒரு குடிலிலோ மலைக்குகைகளிலோ அடர்ந்த வனப்பகுதிகளிலோ தங்கி தங்களுக்கு அற்புதசக்திகளை அளிக்கவல்ல சில ஆன்மீகப் பயிற்சிகளில் தங்கள் வாழ்நாள் முழுவதையும் கழிக்கும் சில மனிதர்களும் உள்ளனர். இதில் சிலர் மதத்தை வெறுத்து, ஒதுக்குபவர்கள், மற்றும் சிலர் தீவிரமான ஆன்மீகவாதிகள், மதநம்பிக்கை உள்ளவர்கள். ஆனால், இவர்கள் அனைவரும் இயற்கையை எதிர்த்துப் போராடி கண்ணுக்குப் புலப்படாத, புரிந்துணரமுடியாத சக்திகளை வென்றுவிட வேண்டும் என்னும் நோக்கத்தில் இணைந்து ஒன்றாகி விடுகின்றனர். இந்தியா எப்போதுமே மறைபொருளான, இரகசியமான பாரம் பரியங்களுக்குப் புகழ்பெற்றது; வியக்கத்தக்க, மாயவித்தைகளைச் செய்து காட்டும் யோகிகளின் கதைகளும் பிரபலமே! இவர்களும் ''யோகிகள்'' என்றே அழைக்கப்படுகின்றனர்.

''நீங்கள் இந்த மனிதர்களைச் சந்தித்துள்ளீர்களா? இந்தப் பாரம்பரியப் பழக்கங்களில் உங்களுக்கு நம்பிக்கை இருக்கிறதா?'' என்று களங்கமில்லாது வினவினேன்.

இந்தியர் மௌனமாகினார். ஒருவேளை, எவ்வாறு எவ்வகையில் பதிலிறுப்பது என்பதை மனதிற்குள்ளாகவே அசைபோட்டுக் கொண்டிருந்தார் போலும்!

மஞ்சள் மேசையின் மேற்பகுதியிலிருந்த சிறிய கோவிலைப் போன்ற அமைப்பை நோக்கி என் பார்வையைத் திருப்பினேன். அறையில் நிலவிய மங்கலான ஒளியில் தங்கமயமான தாமரை அரியாசனத்திலிருந்து புத்தர் என்னைப் பார்த்து அன்போடு சிரிப்பதுபோல் எனக்குத் தோன்றியது. அரைநிமிட அவகாசத்தில் இந்தச் சூழ்நிலையில் அமானுஷ்யமாக தெய்வீகமாக ஏதோ இருப்பது போலத் தோன்றியது; அதற்குள்ளாக இந்தியர் குறுக்கிட்டு அலைபாயும் எனது சிந்தனைகளுக்கும், கற்பனைக் குதிரைக்கும் முற்றுப்புள்ளியிட்டார்.

''இதைப் பாருங்கள்!'' என்று ஏதோ ஒன்றை எடுத்து என் கண் முன்னே நீட்டினார். தனது சட்டைக்குள்ளிருந்து வெளியே எடுத்துக்காட்டி, ''நான் ஒரு பிராமணன். இது எனது பூணூல் புனிதமான கயிறு. ஆயிரக்கணக்கான வருடங்களாகத் தீவிரமாக

இருந்து எனது மதத்திலேயே சில குணங்கள் இயல்பிலேயே ஊறிவிட்டன. மேலை நாட்டுக்கல்வியோ, பயணமோ இவற்றை அகற்றி எவ்விதமான பாதிப்பையும் ஏற்படுத்தி விடமுடியாது. கண்ணுக்குப் புலப்படாத ஒரு உயரிய சக்தியின் மீது நம்பிக்கை, அமானுஷ்யமான சக்திகளின் மீது நம்பிக்கை மற்றும் மானுடர்களிடம் ஆன்மீக தெய்வீகமான பரிணாமம் இருப்பதாக உணர்தல் போன்ற விஷயங்கள் பிறவியிலேயே எனக்குள் தோன்றி விட்டன, ஒரு பிராமணனாகப் பிறந்ததால். ஆதலால், உங்களது விஞ்ஞான அறிவாற்றல் மீதும் உங்களது அறிவியல் பூர்வமான கொள்கைகள் மற்றும் முறைகள் மீது ஒத்துணர்வு இருந்தாலும், உங்கள் கேள்விக்கு, ''நான் நம்புகிறேன்'' என்பதைத் தவிர வேறு விடையளிக்க இயலாது.

சிறிது நேரம் என்னை உற்று நோக்கிய பின் மறுபடியும் தொடர்ந்தார். ''ஆம், அதைப்போன்ற யோகிகளை நான் இரண்டு அல்லது மூன்று முறை சந்தித்துள்ளேன். அவர்களைக் கண்டுபிடிப்பது மிகவும் கடினம். முன்காலத்தில், அவர்களைச் சுலபமாகக் காண முடிந்தது என்று கூறுகிறார்கள். ஆனால், தற்போது அவர்கள் ஏறக்குறைய மறைந்து விட்டார்கள் என்றே கூறலாம்.''

''ஆனால், அவர்கள் இன்னமும் ஜீவித்திருக்கிறார்கள் என்றே நான் எண்ணிக் கொண்டிருக்கிறேன்.''

''இருக்கக்கூடும், நண்பனே! அவர்களைத் தேடுதல் என்பது பெரிய விஷயம் ஒரு நீண்ட நெடிய தேடல்'' என்றார்.

''உங்களது ஆசான் அவர்களில் ஒருவரா?'' என்று வினவ,

''இல்லை, அவர் இன்னும் உயரிய நிலையைச் சேர்ந்தவர். அவர் ஒரு ரிஷி. மாபெரும் மகான் என்று நான் உங்களிடம் கூறவில்லையா?'' என்றார்.

இதைப் புரிந்து கொண்டு உள்வாங்கிக் கொள்வதற்கு இதற்கான தெளிவான விளக்கம் அளிக்குமாறு இந்தியரிடம் கேட்டுக் கொண்டேன்.

''ரிஷிகள், யோகிகளைவிட மேன்மையானவர்கள், உயர்நிலையைச் சார்ந்தவர்கள்'' என்று விடையளித்தார்.

''டார்வின் கொள்கையை மனித குணாதிசயத்தின் பிரதேசத்திற்கு மாற்றிப் பாருங்கள்; மனித உடல் வளர்ச்சியுடன் ஆன்மீகப் பரிமாண வளர்ச்சியும் இருக்கிறது என்னும் இந்துக்களின் போதனையைச் செவிமடுத்து ஏற்றுக் கொள்ளுங்கள். அப்போது தான் இந்த வளர்ச்சியினால் அவர்கள் அடையும் மேன்மையையும், உயர்நிலை ஞானத்தையும் பற்றி அறிந்து கொண்டு, அவர்களது பெருமையையும் உணர்ந்துகொள்வீர்கள்.''

''ஒரு ரிஷியும், நாம் கேள்விப்படும் அற்புதங்களையெல்லாம் நிகழ்த்துவாரா?'' என்றதற்கு

''ஆம்! நிச்சயமாக. ஆனால் யோகிகளைப்போல ரிஷிகள் இவற்றையெல்லாம் சுயநலம் கருதியோ புகழைப்பெறவோ வேண்டிச் செய்யமாட்டார்கள். அவர்களது மனச்சக்தி மற்றும் மன ஒருமைப்பாடு விருத்தி அடைவதன் காரணமாக, இயற்கையாகவே அவர்களிடம் அற்புதசக்திகள் தோன்றுகின்றன. ஆனால், இதெல்லாம் அவர்களுக்கு ஒரு பொருட்டல்ல; அவர்கள் இவற்றையெல்லாம் ஒதுக்கி விட்டுச் சிறிதளவே உபயோகப்படுத்துவர். ஏனெனில், உள்ளார்ந்த ஞானத்தை வளர்த்து இறைச்சக்தியோடு ஒன்றி, ஆன்மஞானம் பெறுவதே அவர்களது முக்கியமான குறிக்கோள். இவ்வாறு ஞானம் பெற்றவர்களில் கிழக்கில் புத்தரும், மேற்கில் ஏசுகிறிஸ்துவும் குறிப்பிட்டுச் சொல்லிக் கூடியவர்கள்.

''ஆனால் ஏசுகிறிஸ்து அற்புதங்கள் நிகழ்த்தினாரே!''

''ஆம்! ஆனால், அவரும் அதைச் சுயமகிமைக்காகச் செய்தார் என்றா கருதுகிறீர்கள்?'' இல்லையே, சாமானிய மக்களின் ஆன்மாவை அமைதிப்படுத்தி, அவர்களுக்கு உதவி புரிந்து, அவர்களது நம்பிக்கையைக் கைப்பற்றவும் தானே அவர் விரும்பினார்.''

''ஆம்! உறுதியாக! ஆனால் இப்படிப்பட்ட ரிஷிகள் இந்தியாவில் இருந்திருந்தால், மக்கட்கூட்டம் அவர்களைப் பின்பற்றிச் சென்றிருக்கும் அல்லவா?'' என்று நான் ஊகித்ததைக் கூறினேன்.

"உறுதியாகக் கூறலாம்- ஆனால் அதற்கு அவர்கள் பொதுமக்களிடையே வந்து தம்மை வெளிப்படுத்திக் கொண்டு தாங்கள் யார் என்பதையும், தம்மைப்பற்றியும் பிரகடனப் படுத்திக்கொள்ள வேண்டும். மிக அபூர்வமாகத்தான் ரிஷிகள் இவ்வாறு செய்துள்ளனர். அவர்கள் லோகாயதமான உலகிலிருந்து விலகி வாழத்தானே விரும்புகிறார்கள். பொதுச் சேவையில் ஈடுபட விரும்பும் சிலரும் குறிப்பிட்ட காலத்திற்கு தம்மை வெளிப்படுத்திக் கொண்டு திரும்பவும் புலப்படாது மறைந்து விடுகின்றனர்.

இவ்வாறு தங்களை அணுகமுடியாதபடி அடைய இயலா இடங்களில் ஒளிந்து வாழ்ந்தால், அவர்களால், இன்னலுறும் மக்களுக்குச்சேவை செய்ய இயலாதே என்று நான் எதிர்வாதம் செய்தேன்.

இந்தியர், புன்முறுவலோடு பொறுமையாகப் பதிலளித்தார். "இதே விஷயம் தான் உங்கள் நாட்டு முதுமொழியிலும் சரியாகக் கூறப்பட்டுள்ளது. "நம் கண்ணே நம்மை ஏமாற்றி விடும்" காண்பதெல்லாம் உண்மையல்ல"

இவர்களைப் பற்றிய உள்ளார்ந்த பரிச்சயமின்றி இவர்களைப் பற்றி அனுமானிக்கவோ, கருத்துக்கொள்ளவோ உலகிற்கு தகுதியில்லை. இவ்வாறு சொல்வதற்கு என்னை மன்னிக்க வேண்டும். ரிஷிகள் அவ்வப்போது தேசாந்திரமாகப் பிரயாணம் மேற்கொள்வார்கள் என்று முன்பே கூறினேன் அல்லவா? இவ்வாறு நக்ரங்களுக்குச் சென்று பொதுமக்களைச் சந்திக்கும் போது இவர்களது ஞானம், சக்தி, ஆற்றல் இவற்றை மக்களும் உணர்ந்து வெளிப்படையாக ஏற்றுக்கொள்வார்கள். நாட்டை ஆளும் மாமன்னர்களும், ரிஷிகளுக்கு உரிய மரியாதை அளித்து, முக்கியமான அரசியல் முடிவுகளுக்கும் இவர்களிடம் ஆலோசனை கேட்டு அதன்படி நடந்தனர். ஆசான்களாகத் திகழ்ந்தாலும், ரிஷிகள் மௌனமாகவும், எவரும் அறியாதபடி மறைவாகவுமே தனது செல்வாக்கைப் பிரயோகித்தனர்."

"இப்படிப்பட்ட ரிஷிகளை, இவர்களில் சில உண்மையான மெய்ஞ்ஞானிகளை நான் நேரில் சந்திக்க விழைகிறேன்" என நான் கூற, நீங்கள் அவர்களைச் சந்திப்பது, திண்ணம். இதில் எள்ளளவும் சந்தேகமில்லை" என்று உறுதிமொழி கூறினார்.

''உங்களுக்கு எப்படித் தெரியும்?'' என்றேன் பதைத்தவாறே.

''உங்களைச் சந்தித்த முதல் தினத்திலேயே நான் இதை அறிந்து கொண்டேன்'' அவரது பதில் என்னை ஆச்சரியத்தில் வீழ்த்தியது. ''ஏதோ உள்ளுணர்வு உணர்த்தியது நீங்கள் அதை எப்படி வேண்டுமானாலும் சொல்லிக்கொள்ளுங்கள். இது வெளியில் விவரிக்க இயலாத புற விஷயங்களால் நிரூபிக்க இயலாத ஒரு உணர்வாக என் மனதில் தோன்றியது, ஒரு செய்தியாகத் தோன்றியது. இதைப்போன்ற உணர்வுகளை விருத்தி செய்து கொள்ள என் குருநாதர் எனக்குக் கற்றுத்தந்தார். தற்போது நான் பயிற்சி செய்து அதை மறுக்காது ஏற்றுக்கொண்டேன்.''

''துர்தேவதையால் வழிநடத்தப்பட்ட நவீனயுக சாக்ரடிஸ்'' என்றேன் நகைச்சுவையாக. ''ஆனால், உங்களது தீர்க்கதரிசனம் எப்போது மெய்ப்படும்?'' என்று கூறுங்கள்.

தோள்களைக் குலுக்கிவிட்டு, ''நான் தீர்க்கதரிசியில்லை. அதனால் ஒரு ஆரூடனைப்போல் என்னால் நாளைக் குறிப்பிட்டுச் சொல்ல இயலாது'' என்றார்.

அவரால் இன்னும் பலவிஷயங்களைச் சொல்ல முடியும் என்று எண்ணினாலும், நான் அவரை வற்புறுத்தவில்லை. சற்று நேரம் ஆழ்ந்து சிந்தித்து விட்டுப் பின் ஒரு யோசனை கூறினேன்.

''நீங்கள் இறுதியில் எப்படியும் உங்கள் நாட்டிற்குத் திரும்பிச் செல்வீர்கள் அல்லவா? நான் தயாராக இருந்தால், நாமிருவரும் சேர்ந்து பயணிப்போமா? நாம் விவாதித்துக் கொண்டிருந்த வர்களில் சிலரையாவது கண்டுபிடிக்க உதவ மாட்டீர்களா?'' என்றதற்கு

''இல்லை நண்பரே! தனித்துச் சென்று உங்கள் தேடலில் நீங்களே ஈடுபடுவதே நலம்! தனியாகவே செல்லுங்கள்'' என்றார்.

''ஒரு புதியவனுக்கு இது மிகவும் கடினமானது'' என்றேன்.

''ஆம்... கடினம் தான். ஆனால் தனியாகச் செல்லுங்கள். நான் சரியாகத்தான் மொழிந்தேன் என்பதைப் பின்னாளில் உணர்வீர்கள்'' என்றார்.

அக்கணத்திலிருந்து சூரியஒளியும், வெப்பமும் தாக்கும் கிழக்கு நோக்கிப் பயணமாகும் பொழுது உதயமாகும் என்னும் உறுதியான சிந்தனையிலேயே எனது நாட்கள் கழிந்தன. எனது நண்பர் எண்ணுவது போன்று, ஒருவேளை இந்தியா, இதைப்போன்ற மகான்களுக்குப் புகலிடமாக இருந்திருந்தால் அவர்களில் சிலரேனும் இன்னமும் ஜீவித்திருப்பார்கள். அவ்வாறு இருப்பின், அவர்களிடமிருந்து சிறிதளவே ஆயினும் ஞானத்தைப் பெறுவதற்கு அவர்களைத் தேடிச் செல்லும் சிரமத்தைப் பாக்கியமாகக் கொள்ளத் தயாராகினேன். அப்படியே எனது தேடலில் நான் தோல்வியுற்றாலும், எனது பயணம் வீணாகிப் போகாது. ஏனெனில் புரியாத புதிராக விளங்கும் இந்த யோகிகளின் வாழ்க்கை முறை, அவர்களது அற்புதச் செயல்களையும் பற்றி அறியும் எனது தணியாத ஆவலும், சிரத்தையும் எனக்குள் கொழுந்து விட்டெரியத்துவங்கின. ஒரு பத்திரிகையாளனாக ஓயாது செயல்படும் எனது அனுபவம், அமானுஷ்யமான விஷயங்களைப் பற்றி அறிந்து கொள்ளும் எனது ஆவலை வழக்கத்தை விட மிகையாகத் தூண்டியது. வெகு குறைவாகவே அறியப்பட்ட அந்தச் சுவடுகளை ஆராய்ந்து, தேடலில் ஈடுபடும் பணியில் நான் கவர்ந்திழுக்கப்பட்டேன். தேடலில் கிட்டவல்ல முழுமையான ஆனந்தத்தை அடைய இந்தியாவுக்குச் செல்லக்கூடிய பொன்னான தருணத்தை மனப்பூரிப்புடன் எதிர்நோக்கிக் காத்திருந்தேன்.

கதிரவன் உதயமாகும் எழில்மிகு தேசத்திற்குப் பயணம் மேற்கொள்ள வேண்டும் என்கிற மனஉறுதியை எனக்குள் உறுதிபடவைத்த எனது கருநிறமேனி நண்பரின் இல்லத்திற்குப் பல மாதங்கள் வரை அடிக்கடிசென்று வந்தேன். என் முன்னே பரந்து, விரிந்து நிற்கும், வரைபடமில்லாத நீர்ப்பரப்பில் என்னை வழிநடத்திச் செல்லாவிடினும், வாழ்க்கை என்னும் நீர்ச்சுழலில் சிக்கி விடாது எனக்கு உதவிக்கரம் நீட்டினார். இளவயதினனான எனக்கு, எனது தகுதியையும், எனக்குள் பொதிந்திருக்கும் சாத்தியக் கூறுகளையும் கண்டு விளக்கி, புலனுக்கு அப்பாற்பட்ட விஷயங்களைத் தெளிவுபடச் செய்தது மிகவும் முக்கியமானது அல்லவா! எனக்கு நன்மை பயக்கும், சாதகமான உதவியை துவக்கத்திலேயே நல்கிய அவருக்கு எனது அகங்கனிந்த

நன்றியைப் புகழ்மாலையாக்கிச் சூட்டுவதில் சிறிதும் தயக்க மில்லை. ஆனால் காலம் காத்திருப்பதில்லையே காலச் சுழற்சியால் விதியின்படி, அந்த நல்லிதயம் கொண்ட மனிதர் இறைவனடி சேர்ந்துவிட்டார் என்னும் செய்தி தற்செயலாக எனது செவியை எட்டியது.

காலமும், சூழ்நிலையும் எனது பயணத்திற்குச் சாதகமாக அமையவில்லை. வாழ்க்கையில் மேன்மையும், புகழும் அடையும் பேராவல் மனிதனை வசியம் செய்து, பல பொறுப்புகளை ஏற்கத் தூண்டிவிடுகிறது. இதிலிருந்து ஒருவரால் எளிதில் தன்னை விடுவித்துக்கொள்ள இயலாது. என்னை இழுத்துப் பிடித்து வைத்துக்கொள்ளும் வாழ்க்கைக்குக் கீழ்ப்படிந்திருப்பதை விட்டு ஏதேனும் செய்ய முயற்சித்துப் பொறுமையுடன் காத்திருந்தேன்.

இந்தியரின் கூற்றில் (ஜோசியம்) திண்ணமான நம்பிக்கை கொண்டிருந்த எனக்கு, அதை வலுப்படுத்தும் வகையில் எதிர்பாராத ஒன்று நிகழ்ந்தது.

எனது அலுவலகப் பணியின் நிமித்தம் பலமாதங்களுக்கு பின் ஒரு மனிதரை அடிக்கடிச் சந்திக்க நேர்ந்தது. அவரிடம் மிகுந்த மதிப்பு மரியாதையும் நேசமான நட்பும் கொண்டிருந்தேன். புத்திநுட்பமிக்க அவர் ஆதியோடு அந்தம் மனிதசுபாவங்களைப் பற்றி அறிந்து வைத்திருந்தார். பல வருடங்களுக்கு முன்பு எங்கள் நாட்டில் ஒரு பல்கலைக்கழகத்தில் மனோதத்துவ சாஸ்திரத்தைப் போதிக்கும் பேராசிரியராக இருந்தார். ஆனால், செயல்முறையற்ற கொள்கைகளைப் போதிக்கும் இயந்திரத்தனமான வாழ்வியலில் ஆர்வமில்லாததால் அப்பணியிலிருந்து விலகி, தனது அறிவுத்திறனை முற்றிலுமாகச் செயலாக்கும் பணிகளை நாடிச் சென்றார். சிலகாலம் வியாபார உலகின் பெரும்புள்ளிகளுக்கு ஆலோசகராக விளங்கினார். புகழ்பெற்ற சிறந்த நிறுவனங்களின் பெரும்புள்ளிகளிடமிருந்து நிரந்தர ஆலோசகராகச் சிறப்பூதியத்தைப் பெற்றதை அவர் பெருமிதத்துடன் பறைசாற்றுவார்.

பிறரை அவர்களது பணியில் கடினமாக முயற்சிக்கச் செய்யும் அபரிமிதமான ஆற்றலை அவர் வரமாகப் பெற்றிருந்தார். ஒரு சாதாரண அலுவலகப் பணியாளரிலிருந்து, கோடீஸ்வரரான பணமுதலைகள் வரை, இவரது தொடர்பால் நட்பால் பேருதவியும்

உற்சாகமும் பெறுகின்றனர். சிலநேரங்களில் சிறந்த, மிகுதியான நற்பலனளிக்கும் ஆலோசனைகளையும் அளிப்பார் அவர் எனக்கு அளிக்கும் ஆலோசனைகளையும் அறிவுரைகளையும் கவனத்துடன் குறித்து வைத்துக் கொள்வதை நான் பழக்கமாகக் கொண்டிருந்தேன். ஏனெனில், வியாபாரத் திலும், சொந்த வாழ்க்கையிலும் அவரது உள்நோக்கும், வருமுன் அறியும் விவேகமும் அற்புதமாக நிரூபணமாகின்றன. இயற்கை யிலேயே அவர் ஆத்மசோதனை மற்றும் புற ஆராய்வையும் இணைப்பதில் வெற்றி கண்டுள்ளார். இதன் விளைவாக தத்துவ சாஸ்திரத்தைப்பற்றி ஆழ்ந்த அறிவாற்றலோடு பேசும் அவர், மறுகணமே வியாபார ரீதியான குறிப்பைப் பற்றியும் பேசுகிறார். இதன் காரணமாகவே, நான் அவருடன் பழகுவதில் ஆனந்தம் அடைகிறேன். மேலும் மந்தமாக இல்லாது எப்போதுமே நகைச்சுவைபடப்பேசி உற்சாகமூட்டுகிறார்.

அவரது நெருங்கிய நட்பு வட்டத்திற்குள் நான் இருப்பதால் சில சமயங்களில் காலவரையரையின்றி பணியின் காரணமாகவும் உல்லாசமாகவும், மணிக்கணக்கில் அவருடன் நேரத்தைச் செலவிடுகிறேன். அவர் பரந்த அறிவாற்றலுடன் விவாதிக்கும் விஷயங்கள் ஆர்வமளிப்பதால் அவர் பேச்சைக் கேட்பதில் சோர்வே அடைவதில்லை. இந்தச் சிறிய தலைக்குள் (மூளை) அவர் அறிந்த இத்தனை விஷயஞானம் அடங்கியிருப்பது வியப்பூட்டுகிறது!

ஒரு சமயம் அறுசுவை உண்டியோடு கண்ணுக்கு இதமான விளக்குகள் ஒளிரும், மனதுக்கு ரம்மியமான பொகிமியர் உணவு விடுதிக்கு இரவு விருந்துண்ணச் சென்றோம். உணவருந்திய பின்னர், விண்ணில் தவழும், முழுமதியின் கண்ணைப் பறிக்கும் ஒளியில் மோகம் கொண்டு நடைப்பயணமாகவே வீடு திரும்ப எத்தனித்தோம்.

துவக்கத்தில் முக்கியத்துவமில்லாத சாதாரண விஷயங்களைப் பற்றிய விவாதம் அமைதியான நெருக்களைக் கடந்து சென்றபோது திடீரென ஆழமான தத்துவ சம்பந்தமாக மாறியது. எங்களது நடைப்பயணத்தின் இறுதியில், இரவு நேரத்தில், நாங்கள் எளிதில் புரிந்துகொள்ள முடியாத விஷயங்களைப் பற்றி விவாதித்தோம்.

சம்பாஷணையில் இடைப்பட்ட சில விஷயங்களின் பெயரைக் கேட்ட மாத்திரத்திலேயே, எனது நண்பரின் வாடிக்கையாளர்கள் அச்சப்படுவர். நண்பரது வீட்டு வாயிலை அடைந்தவுடனே, கைகுலுக்கி என்னிடமிருந்து விடைபெறத் தயாராகினார். அதற்காக, என் கைகளை இறுகப் பற்றிய அவர் திடீரெனக் கடுமையாக, ஆழமான தொனியில் பேசினார்.

“நீங்கள் இந்த பணியைத் தேர்ந்தெடுத்திருக்கவே கூடாது. ஒரு சிறந்த தத்துவஞானியாகிய நீங்கள் தேவையில்லாது மை போட்ட பேனாவை உருட்டிக்கொண்டு அமர்ந்திருக்கிறீர்கள். ஒரு பல்கலைக்கழகத்தில் சென்று தனிப்பட்ட ஆராய்ச்சியில் ஈடுபட்டு, நீங்கள் உங்கள் வாழ்க்கையைக் கழித்திருக்கலாமே? ஏனெனில் நீங்கள் உங்கள் கால்கள் தரையில் படாவண்ணம், காலணிகள் அணிந்து, வீட்டுக்குள்ளேயே அமர்ந்து உங்கள் மூளைக் குள்ளாகவே பிரயாணிக்க விரும்புகிறீர்கள். உங்கள் உள்மனதின் ஆதாரஸ்தானத்தை அடையவே நீங்கள் விரும்புகிறீர்கள். இந்திய யோகிகள், திபெத்திய லாமாக்கள் மற்றும் ஜப்பானியத் துறவிகளைச் சந்தித்து, அவர்களைப் பற்றிய விநோதமான எவரும் அறியாத புதிய விஷயங்களைப் பற்றி ஒருநாள் நீங்கள் எழுதுவீர்கள் என்பது உறுதி என்று கூறி வாழ்த்திவிட்டுச் சென்றார்.

நான் அவரைவிடாது, “இந்த யோகிகளைப் பற்றி நீங்கள் என்ன எண்ணுகிறீர்கள்?” என்றதற்கு.

“நண்பரே! அவர்கள் அறிவார்கள், அவர்களுக்குத் தெரியும்!” என்றார்.

ஒன்றும் புரிபடாது, பெருங்குழப்பத்துடன் நான் நடக்கத் துவங்கினேன். நான் எண்ணியவாறு கிழக்குத்திசைப் பயணம், விரைவில் அல்லாது, நெடுநாள் தாமதிக்கப்படும் என்று மனதில் தோன்றியது. இன்னமும் விந்தையான அற்புத அதிசயச் செயல் களைப் பற்றிய சிந்தனையில் ஆழமாக மூழ்கி அவற்றிலிருந்து மீளமுடியாது அல்லலுற்றேன். சில நாழிகைப் பொழுது நம்பிக்கையற்ற தன்மையில் மூழ்கி, தீமையே விளையும் என்னும் பிற்போக்குச் சிந்தனையால் பீடிக்கப்பட்டேன். பிரத்தியேகமான எனது தனிப்பட்ட வாழ்க்கையின் தளைகள் மற்றும்

குறிக்கோளினால் கட்டுப்பட்டு மாயச் சுழலில் உழல்வதற்காக நான் விதிக்கப்பட்டுள்ளேனா?

இருப்பினும் கண்ணுக்குப் புலப்படாத சாஸனத்தை (விதி)ப் பற்றிய எனது கணிப்பு தவறாகிப்போனது. நாள்தோறும் ஆணைகளைப்பிறப்பித்து, விதி தன் கடமையைத் தவறாது செய்து வருகிறது. விதியைப் படித்து அறியும் அளவிற்கு நாம் ஞானம் பெறாவிடினும், நாம் அறியாமலேயே அதற்கு கீழ்ப்பணிந்து நடக்கிறோம், அல்லவா? சோர்ந்து போயிருந்த எனது எண்ணங்களுக்கு மாறாக பன்னிரெண்டு மாத காலத்திற்குள்ளாக

மும்பை துறைமுகம் - 1931

நான் மும்பை, ''அலெக்ஸாண்ட்ரியா டாக்'' பகுதியில் என் தடம் பதித்தேன்; கிழக்குப் பகுதிக்கே உரித்தான சீருக்குட்படாத ஒரு கலவையான இரைச்சல் மிகுந்த நகரத்து வாழ்க்கையோடு ஒன்றிக் கொண்டேன்!

அத்தியாயம் மூன்று

எகிப்திய மாயாஜாலவித்தைக்காரர்

மிக முக்கியமானதொரு விஷயத்தை இங்கே குறிப்பிட விழைகிறேன்-இந்த அற்புதமான தேடலில் எனது அதிர்ஷ்டத்தை முயற்சித்துப் பார்க்கும் முன்பாக, அதிர்ஷ்டமே என்னைத் தேடி வந்து விட்டது. மும்பை நகரத்தைப்பற்றி வெகு குறைவாகவே அறிந்திருந்த நான் மும்பையின் முக்கியமான இடங்களைக் காண, ஒரு சாதாரணப் பிரயாணியைப் போன்று கூட முயற்சிக்கவில்லை. எனது உடமைகள் அடங்கிய இரும்புப் பெட்டி கூட, பிரிக்கப்படாது, வைத்தபடியே உள்ளது. கப்பல்

இடதுபுறம்: ஹோட்டல் மெஜஸ்டிக்

பிரயாணத்தில் அறிமுகமான ஒரு நபரின் அறிவுரையின்படி நகரத்திலேயே வசதி மிக்க "ஹோட்டல் மெஜஸ்டிக்" ல் தங்கி, அதன் சுற்றுவட்டாரப் பகுதிகளை நன்கு பரிச்சயமாக்கிக் கொண்டேன். எனது இந்த முயற்சியில்தான் ஹோட்டலில் தங்கியுள்ள ஒரு சக விருந்தாளியைப் பற்றி அறிந்து, ஆச்சரியத்தில் ஆழ்ந்தேன். அவர் மாயாஜாலவித்தைக்காரர்களின் பரம் பரையைச் சார்ந்த மாய மந்திர, தந்திர வித்தைகள் நிகழ்த்துபவர், சுருங்கச் சொன்னால், தனது மாயவித்தையால் மக்களை நடுங்கச் செய்பவர்!

அவர் சாதாரண மாயங்கள் செய்துகாட்டி, ஒரு கலைக் கூடத்தில் மக்கட்கூட்டம் வாய்திறந்து அதிசயித்து நோக்கத் தனக்கும், கூடத்திற்கும் நல்ல வருவாய் ஈட்டித் தரும் மாயாஜாலக்காரன் அல்ல. புகழ்பெற்ற பிற நாட்டுமாயாஜாலக் காரர்களைப் போலத் திறம்பட வித்தைகளை நிகழ்த்தும் திறமை சாலியும் அல்ல. இந்த நபர் இடைக்கால நூற்றாண்டின் சூனியக் காரர்களின் வரிசையைச் சேர்ந்தவர். சாதாரண மானுடக் கண்களுக்குப் புலப்படாதிருக்கும், மனித அறிவுக்கெட்டாத, மாய சக்திகளைக் கொண்டு பொருள் ஈட்டுபவர்! இவரைப்பற்றி வெகுவாகப் பேசப்படுவது இதுவே. விடுதிச் சிப்பந்திகள் கூட இவரைக் கண்டு பயந்து அச்சத்தால் மூச்சுவிடக்கூட மறந்து பேசுகின்றனர். விடுதியில் தங்கியுள்ளவர்களும் உரையாடிக் கொண்டிருக்கும் போது, இந்த நபர் கடந்து போவதைக் கண்டால், பேச்சை நிறுத்திவிட்டு, பதறித் திகைத்துப் போகின்றனர். மந்திரவாதியும் இவர்களிடம் எதையும் பிரஸ்தாபிக்காமல், உணவருந்தும் தருணத்திலும் தனிமையிலேயே இருக்க விரும்புகிறார்.

இவரது தோற்றம் ஒரு இந்தியனைப் போலவோ அல்லது ஐரோப்பியனைப் போலவோ அல்லாதிருப்பதால் பிறர் கண்களுக்குச் சதிகாரரைப் போன்றே தோற்றமளிக்கிறார். அவர் நைல் நகரத்திலிருந்து வந்துள்ள ஒரு பிரயாணி, மெய்பட உரைத்தால் எகிப்திலிருந்து வந்துள்ள ஒரு மந்திரவாதி!

"முகம்மது பே" (மந்திரவாதி) யின் தோற்றத்தோடு ஒப்பிடு கையில் பிறர் அவரிடம் இருப்பதாகச் சொல்லும் வஞ்சகமோ,

உள்ளார்ந்த கபடத்தன்மையோ இருப்பதை என்னால் ஏற்க முடியவில்லை நான் எதிர்பார்த்தபடி, இரக்கமற்ற முகபாவமோ தேஜசான தேகமோ இன்றி, மலர்ந்த முகத்துடன், கட்டுமஸ்தான ஆரோக்கியமான உடல்வாகும் அகன்ற தோளும் கொண்டு துரிதமாகச் செயல்படும் சுறுசுறுப்பு மிக்கவராகத் தோற்ற மளித்தார். உடலுக்குப் பொருந்தாத பெரிய அளவிலான உடையோ அல்லது வெண்ணிற ஆடையோ அணியாது நாகரீக மான கச்சிதமான உடையணிந்திருந்தார். மாலை வேளைகளில் பாரிஸ் நகரத்தின் உயர்தர விடுதிகளில் காணப்படும் நேர்த்தியாக உடையணிந்த வசீகரமான தோற்றத்துடன் கூடிய ப்ரெஞ்சுக் காரரைப் போன்றிருந்தார்.

அன்றைய பொழுது முற்றிலும் இந்த நினைவுகளை அசை போட்டவாறே கழித்துவிட்டு அடுத்த நாள் விடியலில் ''முகம்மதுபே'' யைச் சந்தித்து பிற பத்திரிகை அன்பர்களைப் போல இவரது வரலாற்றை அறிய ஒரு 'நேர்காணல்' நிகழ்ச்சியை அரங்கேற்றி விட வேண்டும் என்று தெளிவாகத் தீர்மானித்தேன்.

உடனடியாக எனது விலாசச் சீட்டின் பின்புறத்தில் எனது விருப்பத்தை இரு வரிகளில் கிறுக்கி, வலது மூலையில், எனக்கும் மாயாஜாலத்தைப் பற்றித் தெரியும் என்பதை வெளிப்படுத்தும் வகையில் சில குறிகளை வரைந்தேன். பின், அந்த அட்டையை ஒரு சிப்பந்தியிடம் கொடுத்து, ஒருவெள்ளி நாணயத்தையும் அவன் கைகளில் அழுத்தி எகிப்திய மந்திரவாதியின் அறைக்குத் தூது அனுப்பினேன். நான் வரைந்து அனுப்பிய குறிகள் எனக்கு அவரிடம் பேசும் வாய்ப்பைப் பெற்றுத் தரும் என்னும் அதீதமான நம்பிக்கையோடு காத்திருந்தேன்.

என் நம்பிக்கை மெய்யாகியது. ''முகம்முது பே உங்களைச் சந்திப்பதற்குச் சம்மதித்து உங்களைத் தன்னோடு காலை உணவு உண்ண அழைத்தார்'' என்று கூறியபடியே வந்தான் ஹோட்டல் சிப்பந்தி.

எனது முதல் வெற்றி எனக்கு உற்சாகமூட்டியது. சிப்பந்தி வழிகாட்ட, மேற்புறம் சென்றேன். அங்கே காலைச் சிற்றுண்டியுடன் முகம்மதுபே அமர்ந்திருந்தார். அவர் எழுந்து என்னை வரவேற்கவோ வணங்கவோ அல்லாது தனக்கு

எதிரிலிருந்த இருக்கையைக் காட்டி உறுதியான கம்பீரமான எதிரொலிக்கும் குரலில் ''அமருங்கள்! மன்னியுங்கள், நான் எப்போதுமே எவருடனும் கைகுலுக்குவதில்லை!'' என்றார்.

தளர்வான பழுப்புநிற மேலங்கி அணிந்திருந்த அவரது தலையில் சிங்கத்தின் பிடரி முடியைப் போன்ற, பழுப்பு நிற மயிர்க்கற்றை தென்பட்டது. முன்நெற்றியில், ஒரு சுருண்ட முடிக்கற்றை புரள, பளீரென்ற வெண்முத்துப்போன்ற பற்கள் தெரிய என்னைப் பார்த்து அழகாகச் சிரித்துவிட்டு என்னுடன் உணவு அருந்துகிறீர்களா?'' என்று நேசத்துடன் கேட்டார்.

அவரது அழைப்புக்கு நன்றி கூறி விடுதியில் அவருக்குக் கிட்டியுள்ள நற்பெயரைப்பற்றியும், நீண்டநேர ஆழ்ந்த சிந்தனைக்குப் பின்னரே அவரை அணுக மனோதைரியத்தை உருவாக்கிக் கொண்டதையும் பற்றி விவரித்தேன். இதற்கு ஒன்றும் செய்யமுடியாது என்னும் பாவனையில் அலட்சியமாகக் கைகளை விரித்து, மனமுவந்து நகைத்தார்.

சிறிது நேரம் மௌனம் காத்து, ''நீங்கள் ஏதேனும் பத்திரிகை நிருபரா?'' என்று வினவ

''இல்லை இலக்கியப் பணிக்காக அதிசயமான விஷயங்களைப் பற்றி ஆராய தனிப்பட்ட முறையில் இந்தியாவுக்கு வந்துள்ளேன்'' என்று பதிலளித்தேன்.

''நீங்கள் இங்கு நீண்டநாட்களுக்குத் தங்குவீர்களா?'' அடுத்த கேள்வியை எழுப்பினார்.

''எவ்வளவு நாட்கள் என்று திட்டமிடவில்லை, அது எனது சூழ்நிலையைப் பொறுத்தது'' என்று பதிலிறுத்தேன். பேட்டிகாண வந்தவரிடமே கேள்விக் கணைகள் தொடுக்கப்படுவதைக் கண்டு மனதிற்குள்ளாகவே ஆச்சரியப்பட்டுக்கொண்டிருந்தேன். ஆனால் அவரது அடுத்த பேச்சு எனக்குத் தைரியமூட்டியது. அவர் தன்னைப் பற்றிய பேச்சைத் துவக்கினார்.

''நானும் எனது பயண காலத்தை நீட்டித்துக்கொண்டு தான் இங்குத் தங்கியுள்ளேன். ஒருவேளை இன்னும் ஒன்று அல்லது இரண்டு வருடகாலம் வரை தங்கலாம். அதன் பின் கிழக்கு

நாடுகளுக்குச் சென்று விடுவேன். இறைவனின் அருளிருந்தால் உலகைச் சுற்றிப் பார்த்துவிட்டுப் பின் எகிப்து திரும்புவேன்'' என்றார்.

நாங்கள் சிற்றுண்டியை முடித்தவுடன் பணியாளர் வந்து மேசையைச் சுத்தம் செய்துவிட்டுத் திரும்பினான். இத்தருணத்தைப் பயன்படுத்தி அவரைப்பற்றி இன்னும் விவரமாக அறிய முற்பட்டேன்.

''உங்களிடம், மெய்யாகவே இந்த மாய சக்திகள் உள்ளனவா?'' என்று நேரிடையாகவே கேட்டேன்.

''ஆம்! எல்லாம் வல்ல அல்லா எனக்கு மாயசக்திகளை வரமாக அளித்துள்ளார்.''

நான் சிறிது தயங்க அவரது கருமையான விழிகள் என்னை உற்று நோக்கியவாறு இருந்தன. ''நான் அதைச் செயல்முறையில் நிரூபித்துக் காட்ட வேண்டும் என்று விரும்புகிறீர்களா?'' என்று திடீரென்று வினவினார்.

அவர் எனது ஆவலைத் துல்லியமாகக் கணக்கிட்டதை எண்ணியவாறே, தலையசைத்து ஆமோதித்தேன்.

''சரி, உங்களிடம் எழுதுகோலும் காகிதமும் உள்ளதா?''

நான் மெதுவாக எனது பைக்குள் துழாவி, எனது நோட்டுப் புத்தகத்திலிருந்து ஒரு பக்கத்தை எடுத்துக் கிழித்து, ஒரு பென்சிலையும் எடுத்துக் கொடுத்தேன்.

''சரி, இப்போது அந்தக் காகிதத்தில் ஏதோவொரு கேள்வியை எழுதுங்கள்'' என்று கூறி விட்டு சன்னலின் அருகிலுள்ள ஒரு மேசையில், எனக்கு முதுகைக்காட்டியவாறும், வீதியைப்பார்த்த வாறும் அமர்ந்து கொண்டார். எங்கள் இருவருக்கும் இடையில் சில அடிதூரம் இடைவெளி இருந்தது.

''எந்த மாதிரியான வினாவை எழுத வேண்டும்?'' என்று கேட்க,

''உங்கள் விருப்பம்போல் எழுதுங்கள்'' என்று பதிலளித்தார்.

எனக்குள் எழுந்த சில எண்ணங்களை விடுத்து இறுதியில் ''நான்கு வருடங்களுக்கு முன்னர் நான் எங்கு வாழ்ந்தேன்?'' என்கிற சாதாரணக்கேள்வியை எழுதினேன்.

''இப்பொழுது இயன்ற அளவில் மிகவும் சிறிய அளவில் சதுரவடிவில் காகிதத்தை மடியுங்கள்'' என்று அவர் கட்டளையிட நான் அதன்படியே செய்தேன். அதன்பின் நாற்காலியை என் அருகில் திருப்பி, என்னைப் பார்த்தவாறு அமர்ந்தார்.

''காகிதத்தைப் பென்சிலோடு சேர்த்து உங்கள் வலது உள்ளங்கையில் வைத்துக் கொள்ளுங்கள்'' என்றார்.

நானும் அவற்றை இறுகப்பிடித்துக் கொண்டேன். எகிப்தியர் கண்களை மூடியபடி, ஆழ்ந்த தியானத்தில் ஈடுபட்டது போலத் தெரிந்தது. பின் கண்களைத் திறந்து, என்னை நேராகப் பார்த்து, அமைதியாகச் சன்னமான குரலில், ''நான் நான்கு வருடங்களுக்கு முன்னர் எங்கு வாழ்ந்தேன்?'' என்பது தானே உங்கள் கேள்வி என்று கேட்க.

''சரியாகச் சொன்னீர்கள்'' என்றேன் வியப்புடன். இது நிச்சயமாக அசாதாரணமான மனதை அறிந்து கொள்ளும் மனோவசியச் சக்தியே!''

''இப்போது உங்கள் கையிலுள்ள காகிதமடிப்பைப் பிரித்து விடுங்கள்'' என்றார் உடைந்த குரலில்.

நானும் காகிதத்தை மேசையின் மீது வைத்து மெதுவாகப் பிரித்து, அதன் பழைய வடிவத்தில் வைத்தேன்.

''அதை எடுத்துச் சோதித்துப் பாருங்கள்'' என்று அவர் கூற, நான் அவ்வாறே செய்தேன், விந்தையில் ஆழ்ந்தேன். ஏனெனில் நான் வாழ்ந்த அந்த நகரத்தின் பெயர், பென்சிலால் எழுதப் பட்டிருந்தது. கண்ணுக்குப் புலப்படாத கைகளால் எழுதப்பட்ட பதிலும், கேள்விக்கு விடையளிப்பது போலவே, கேள்வியின் கீழேயே எழுதப்பட்டிருந்ததும் என்னை மிகுதியான ஆச்சரியத்தில் ஆழ்த்தியது.

முகம்மதுபே வெற்றிக் களிப்பில் புன்முறுவல் பூத்தார்.

"பதில் இதோ அது சரிதானே?" என்று கேள்விகேட்டார்.

பிரமிப்படைந்துபோன நான் ஆச்சரியத்துடன் "ஆம்" என்று ஆமோதித்தேன். இந்த மாயச்செயல், வித்தை நம்புவதற்கரிய ஒன்று. சோதித்தறிய நான் அவரைத் திரும்பவும் செய்யச் சொன்னேன். அவர் உடனடியாகச் சம்மதித்து முன்பு போலவே தூரத்தில் அமர்ந்து என்னை முன்பு போன்றே கேள்வியை எழுதச் சொன்னார். ஒருவேளை நான் எழுதியதைப் படிக்கும் அளவிற்கு அண்மையில் இருந்ததாகப் பழி ஏற்படுவதையும் தவிர்க்கவே அவர் தூரத்தில் அமர்ந்து, சாளரத்தின் வழியே கீழே தெரியும் தெருவைப் பார்த்தவாறு இருந்தார். நான் அதையும் கவனத்துடன் கண்காணித்தேன்.

மறுபடியும் முன்புபோலவே காகிதத்தையும் பென்சிலையும் கையில் பிடித்திருக்க, அவர் மேசைக்கருகில் வந்தமர்ந்து கண்களை இறுக மூடித் தியானித்தார்; அதன்பின்னர்

"இரு வருடங்களுக்கு முன்னர் நான் எந்தப் பத்திரிகையைப் பதிப்பித்தேன்? என்பது தானே உங்களது இரண்டாவது கேள்வி" என்று சரியாகச் சொன்னார் - மனதை அறியும் சக்தி!

திரும்பவும் பேப்பரை விரித்துப் போட, அதில் எனது பத்திரிகையின் பெயரைப் பார்த்து அதிசயித்து நின்றேன், பென்சிலில் அவலட்சணமாக எழுதப்பட்டிருந்தது!

மாயமா? மந்திர-தந்திரமா? இது அபத்தமாக இழிவாகத் தோன்றியதால் அந்த எண்ணத்தை வெளியேற்றினேன். காகிதமும், எழுதுகோலும் எனது பையிலிருந்து தரப்பட்டன. கேள்விகளும் முன்னரே யோசிக்கப்படாதவை, முகம்மது பேயும் ஒவ்வொரு முறை கேள்வி எழுதப்படும்போதும் நேர்மையாக, குற்றம் கூற இயலாதவாறு வெகுதொலைவில் சென்றுவிட்டார்.

மனோவசியமா? நான் இதைப் பற்றி நன்கு படித்துள்ளேன். அனாவசியமாக முறையற்ற வகையில் சக்தியைப் பிரயோகம் செய்தால் அதை உணர்ந்து, தற்காத்துக் கொள்ள என்னால் இயலும். மேலும், இரகசியமாக எழுதப்பட்ட வார்த்தைகள் இன்னமும் காகிதத்திலேயே உள்ளன. பல மாதங்கள் வரையிலும்

அந்தக் காகிதங்கள் என்னிடமே இருந்தன. அதிலிருந்த எழுத்துக்களும் மறையவேயில்லை. நான் சிலரிடம் அதைக் காட்ட, அவர்களும் அதில் பதில்கள் இணைக்கப்பட்டிருப்பதைக் கண்டு கொண்டனர். ஆகையால், இந்த அனுபவம் வெறும் மனத்தோற்றம் அல்ல என்பது நிரூபணமானது.

நான் இன்னமும் குழப்பத்தில் இருந்தேன். மூன்றாவது முறை இந்தச் சோதனையைச் செய்து காட்டி நிரூபிக்குமாறு அந்த எகிப்தியரைக் கேட்க இறுதிச் சோதனைக்கு மறுக்காது ஒப்புக் கொண்டுவிட்டார். இம்முறையும் சோதனையில் அவருக்கே வெற்றி.

இச்செய்கையில் உண்மைகள் பெறப்பட்டன என்று கூற இயலாது. அவர் என் மனதில் உள்ளதை அறிந்துள்ளார் என்றே நான் நம்புகிறேன். எப்படியோ வெளியில் புலப்படாத, விவரிக்க இயலாத ஒரு மாய சக்தியால், கண்ணுக்குத் தெரியாத கைகளைக் கொண்டு காகிதத்தில் எழுத வைத்துள்ளார். அந்த வார்த்தைகளே எனது கேள்விகளுக்குத் துல்லியமான விடையாகிப் போகின.

அப்படியானால் அவர் பிரயோகிக்கும் அற்புதமான வழிமுறை தான் என்ன?

இந்த விஷயத்தைப்பற்றி ஆலோசித்துக் கொண்டிருக்கையில் அமானுஷ்யமான அதாவது உலக இயல்பிற்குப் புறம்பான சக்திகளின் தோற்றத்தை உணர்கிறேன். சாமானியனுக்கு இது நம்பத்தகாதது. இது சாதாரண ஜீவிதத்திற்கு அப்பாற்பட்டது. இயற்கைக்கு மாறான நூதனமானது. ஒருவிதமான பயஉணர்வில் எனது இதயமே செயலற்றது போலிருந்தது.

''இங்கிலாந்தில் இதைப் போன்று செய்பவர்கள் இருக்கிறார்களா?'' என்று அவர் பெருமையாகக் கேட்க,

எனக்கு எவரையும் தெரியாது என்று ஒப்புக்கொள்ளும் கட்டாயத்திற்குத் தள்ளப்பட்டேன். ஏனெனில் தனக்கே உரியதான உபகரணங்களைக் கொண்டு, வித்தைகளைச் செய்து காட்டும் மாயஜாலக்காரர்கள் இருக்கலாமே தவிர, இவ்வாறு சோதனைக்காக மாயவித்தையை நிகழ்த்திக் காட்டுபவர்களைப் பற்றி நான் அறிந்தில்லை.

''உங்கள் செய்முறையை விளக்கிக்காட்ட முடியுமா?'' என்றேன். அவரது இரகசியங்களைப் பற்றிக் கேட்க பயந்து கொண்டே.

''பலர் எனது இரகசியங்களை வெளியே சொன்னால், ஏராளமாகப் பணம் தருவதாகச் சொல்லியும், இது வரையிலும் நான் அவ்வாறு செய்ய விரும்பவில்லை'' என்றார்.

''மனவியல் ரீதியான விஷயங்களில் ஒன்றுமே அறியாதவன் அல்ல நான் என்பதை நீங்கள் அறிவீர்கள் இல்லையா?''

''நிச்சயமாக, நான் எப்போதாவது ஐரோப்பாவிற்கு வரநேரிட்டால், நீங்கள் எனக்கு உதவமுடியும். அவ்வாறு நேரிடும் போது, எனது செய்முறைகளை உங்களுக்குப் பயிற்றுவிக்கிறேன். நீங்கள் விரும்பினால், பின்னர் இந்த வித்தைகளைத் தொடர்ந்து நிகழ்த்தலாம்.''

''பயிற்சி எத்தனை காலம் நீடிக்கும்?'' நான்.

''தனிப்பட்ட மனிதர்களுக்கேற்ப இது மாறுபடும். நீங்கள் உங்கள் முழுமையான நேரத்தையும் செலவிட்டு, கடினமாகப் பாடுபட்டால் மூன்றே மாதங்களில் இந்த வித்தையின் செயல் முறைகளைப் பயின்று விடலாம். ஆனால், அதற்குப் பின்னர் பல வருடங்களுக்குப் பயிற்சி மேற்கொள்ளவேண்டும்'' எகிப்தியர்.

''சரி, உங்களது வித்தைகளின் செயல்முறைகள் அல்லாது வெறும் அடிப்படை ரீதியான கோட்பாடுகளை விரிவாக எடுத்துரைக்க முடியுமா?'' என்று நான் விடாப்பிடியாக வினவ, முகம்மது சிறிது நேர சிந்தனைக்குப் பின்,

''சரி, நான் அதை உங்களுக்கு விவரிக்கிறேன்'' என்று மிகவும் தன்மையாகப் பதிலளித்தார்.

உடனடியாக எனது சுருக்கெழுத்துக் குறிப்பேட்டை வெளியில் எடுத்து, குறிப்புகளை எழுதிக் கொள்ளும் தோரணையில் பென்சிலைத் தயார் நிலையில் வைத்துக் கொண்டேன்.

''இல்லை, இந்த காலைப் பொழுதில் வேண்டாமே'' என்று புன்சிரிப்புடன் மறுத்தார். பின், ''இப்போது எனக்கு அதிகமான வேலை இருப்பதால், என்னை மன்னித்து விடுங்கள். நாளை

மதியவேளைக்கு ஒரு மணி நேரம் முன்பாக இங்கே வந்துவிடுங்கள். நமது சம்பாஷணையை நாளை தொடர்வோம்'' என்று கூறி விடைபெற்றார்.

☯ ☯ ☯

மறுதினம், குறிப்பிட்ட நேரத்தில், ''முகம்மதுபே'' வின் அறைக்குச் சென்றேன். எகிப்திய நாட்டு சிகரெட்டை எனக்கு முன் மேசையில் வைத்து, எடுத்துக் கொள்ளச் சொல்லிவிட்டு,

''இவை நல்ல தரமானவை. எங்கள் நாட்டிலிருந்து கொண்டு வரப்பட்டது'' என்று கூறினார்.

சிறிது நேரம் சிகரெட்டைப் புகைத்தவாறு இருந்தோம். சிகரெட்டின் மணம் அறையைச் சூழ, உண்மையில் அவை நல்ல தரமானவை என்பதைப் புரிந்து கொண்டேன்.

''உங்களது ஆங்கிலேய அன்பர்கள் குறிப்பிடுவதைப் போலச் சொன்னால், எனது வித்தையின் கோட்பாடுகளை உங்களுக்கு விவரிக்க வேண்டும், அல்லவா? ஆனால், என்னைப் பொறுத்த வரையிலும் அவை வெறும் ஏட்டுச் சித்தாந்தங்கள் இல்லை, உண்மையில் நிகழக் கூடியவை. நான் அறிவியல் ரீதியான, நவீன விவசாயத்தில் பட்டம் பெற்றவன், நிபுணன் என்பதை உங்களால் நம்ப முடியுமா?'' என்றார் சிரித்தவாறே.

நான் குறிப்பெடுக்கத் துவங்கினேன்.

''இதற்கும், எனது மாயவித்தையின் மீதான ஆர்வத்துக்கும் தொடர்பில்லை, எனக்குத் தெரியும்'' என்றார் சிரித்துக் கொண்டே. என்னைச் சிறிது நேரம் உற்றுப் பார்த்து விட்டு மௌனமாக இருந்தார். இந்த மனிதரின் பின்னணியில் ஆர்வமூட்டவல்ல கதை உள்ளதை நான் உணர்ந்தேன்.

''நீங்கள் ஒரு பத்திரிகையாளராக இருப்பதால், எவ்வாறு நான் ஒரு மந்திரவாதியாக உருவாகினேன் என்பதை அறிய விரும்புவீர்கள் அல்லவா?'' என்று அவர் கேட்டவுடன், நான் ஆவலோடு ஆமோதித்தேன்.

''நல்லது! எகிப்தின் உள்ளடங்கிய ஒரு பகுதியில் பிறந்த நான் கெய்ரோவில் வளர்க்கப்பட்டேன். பொதுவாகப் பள்ளிப்பருவ

மாணாக்கர்களிடம், சாதாரணமாக நிலவும் சராசரி ஆர்வங்களைக் கொண்ட ஒரு சராசரி பாலகனாகவே இருந்தேன். விவசாயத்தை எனது தொழிலாகக் கொள்வதில் ஆர்வம் கொண்டதால், அரசு விவசாயக்கல்லூரியில் பயின்றேன். படிப்பில், அதுவும் அந்தத் துறையின் மீதிருந்த ஈடுபாட்டினால் மிகுதியான ஆர்வத்துடன் கடினமாகப் பாடுபட்டும் படித்தேன்.''

''ஒருநாள், நான் வசித்த வீட்டில், ஒரு பகுதியில் யூத முதியவர் ஒருவர் வந்து தங்கினார். தடிமனான புருவங்களுடன் நீண்டதாடி வைத்துக்கொண்டு, ஆழமான சிந்தனை வயப்பட்ட, கடுமையான முகபாவத்துடன் காணப்பட்டார். பழங்காலப் பாணியில் உடை அணிந்திருந்ததால், முந்தைய நூற்றாண்டைச் சார்ந்தவராக இருந்திருக்கலாம். எவரிடமும் அதிகமாகப் பேசாதிருந்ததால், வீட்டில் குடியிருந்தவர்கள் இவரிடமிருந்து சற்று விலகியே இருந்தனர். ஆனால், பிறவீட்டாரைப் போல் அல்லாது, அவரது விநோதமான மௌனமே எனக்கு அவர்மீது ஆர்வம் ஏற்படக் காரணமானது. சிறு வயதினனாக இருந்ததால், எனக்கே உரிய பிடிவாத குணத்துடன், அச்சமோ, நாணமோ சிறிதளவுமின்றி அவரிடம் அறிமுகப்படுத்திக் கொண்டு, பழக, விடாது முயற்சித்தேன். முதன்முதலில் அந்த யூதர் என்னை உதாசீனப்படுத்தியது எனது ஆர்வத்தை மிகைப்படுத்தியது. எரிகின்ற நெருப்பில் எண்ணெய் ஊற்றியது போல், கொழுந்து விட்டெரிந்தது. மெதுவான, எனது இடைவிடாத முயற்சியால், அவர் என்னிடம் பேசுவதற்குச் சம்மதித்து, தன் மனக்கதவுகளைத் திறந்துவிட்டார். பின் அவர் தனது வாழ்வின் பெரும்பகுதியை அதிசயமான விஷயங்களைப் பற்றிப் படிப்பதிலும், விநோத பயிற்சிகள் மேற்கொள்வதிலும் கழித்தார் என்பதை அறிந்து கொண்டேன். சுருங்கச் சொன்னால் அவர் அமானுஷ்யமான, இயற்கைக்குப் புறம்பான விஷயங்களின் ஆராய்ச்சியில் ஈடுபட்டுள்ளார் என்பதை என்னிடம் ஒத்துக்கொண்டார்.

''கற்பனை செய்து பாருங்கள்! இதுவரையிலும் தெளிந்த நீரோடையைப் போல, இளம்பருவத்திற்கேற்ற கல்வி மற்றும் விளையாட்டில் கழிந்த என் வாழ்க்கை தடம் புரண்டு முற்றிலும் மாறுபட்ட வாழ்க்கை முறையை நான் எதிர்கொள்ள நேரிட்டது.

இது என் மனதைக் கவர்ந்ததாகவும் அமைந்தது. அமானுஷ்யமான விஷயம் என்னும் சிந்தனை என்னை அச்சுறுத்தவில்லை. ஆனால், என் வயதிலுள்ள பிறர் இதைக் கண்டு அச்சப்பட்டிருப்பர் என்பதில் ஐயமில்லை. இதில் கிட்டவல்ல துணிகரச்செயல்களின் அனுபவம் எனக்குள் உத்வேகத்தைக் கிளர்ந்தெழச் செய்தது. ஆவலின் மேலீட்டில், முதியவரான யூதரிடம் இந்த வித்தையைக் கற்றுத் தருமாறு வேண்ட, அவரும் எனது விருப்பத்திற்கு இணங்கினார். இதன் மூலமாக எனக்குப் புதிய ஆர்வமுள்ள, புதியநட்பு வட்டாரம் கிட்டியது. மாயமந்திரம், ஆன்மீகம், பூடகமான அதிசய விஷயங்கள் மற்றும் பிரம்மஞானம் பற்றி செயல்முறை ஆராய்வுகள் நடத்தி வரும் கெய்ரோவில் உள்ள ஒரு கழகத்திற்கு என்னை அழைத்துச் சென்றார். முதியவர், கழகத்தில் அடிக்கடி சொற்பொழிவாற்றினார். சமூகத்தைச் சார்ந்த மக்கள், படித்த பண்டிதர்கள் அரசாங்க அதிகாரிகள். மற்றும் மேன்மையான நிலையில் உள்ளவர்களும் இந்த கழகத்தில் குழுமியிருந்தனர்.

''அத்தருணத்தில் இளம்வயதினனாகிய எனக்கும் கழகத்தின் அனைத்துக் கூட்டங்களிலும், முதியவரோடு பங்கேற்க அனுமதி அளிக்கப்பட்டது. ஒவ்வொரு கூட்டத்திலும், பேசப்பட்ட ஒவ்வொரு விஷயத்தையும் கூர்ந்து கவனித்தேன், ஆர்வத்தோடு கேட்டுக் கொண்டேன், அவ்வப்போது செயல்முறையில் நிகழ்த்திக் காட்டப்பட்ட அமானுஷ்யமான சோதனைகளையும் கவனத்துடன் பார்த்து மனதில் இருந்திக் கொண்டேன். விவசாயத்தில் தொழில்நுட்ப ரீதியான படிப்பை அலட்சியமாக விடத்தான் நேர்ந்தது. அப்போதுதான் அமானுஷ்யமான விஷயங்களைப் பற்றிய ஆராய்ச்சியில் என்னால் அதிக நேரத்தைச் செலவிட முடிந்தது. எனினும், எனது இயற்கையான அறிவாற்றலினால் எனது விவசாயப்படிப்புத் தேர்வில் சுலபமாகத் தேர்ச்சி பெற்றேன்.

''யூதர் இரவலாக எனக்களித்த புத்தகங்களைப்படித்து, அவர் பயிற்றுவித்த மாயாஜாலச் சடங்குகளையும், பிற பயிற்சிகளையும் அப்பியாசித்தேன். முதியவரே அறியாத சில விஷயங்களைக் கண்டறியும் அளவிற்கு இவ்விஷயத்தில் துரிதமாக முன்னேறினேன். இறுதியில் இக்கலையில் நிபுணன் என்று பிறர் போற்றும்

அளவிற்கு வந்துவிட்டேன். கெய்ரோ கழகத்தின் தலைவராக நியமிக்கப்பட்ட பிறகு, அங்கும் சில பிரசங்கங்களையும், செயல் முறை விளக்கங்களையும் செய்தேன். பன்னிரெண்டு வருடகாலம் தலைமைப் பதவியில் இருந்து விட்டுப் பின் ராஜிநாமா செய்தேன். பல தேசங்களுக்குப் பிரயாணம் செய்ய வேண்டும் என்பதால், எகிப்து நாட்டை விட்டுக் கிளம்பினேன். மேலும், பொருளை ஈட்டவும் விரும்பினேன்.

முகம்மது பே சம்பாஷணையை நிறுத்திவிட்டு, திருத்தமாக அழகாக இருந்த தனது கைவிரல்களால் சிகரெட்டிலிருந்து சாம்பலைத் தட்டினார்.

''கடினமான பணி'' என்று நான் திரும்பவும் துவக்கினேன். புன்னகையுடன் ''எனக்கு அது மிகவும் எளிது. எனது மாயசக்திகளைப் பயன்படுத்த எண்ணும் செல்வந்தர்களான சிலர் இருந்தால் போதும். ஏற்கனவே கொழுத்த செல்வந்தர்களான சில பாரசீகர்கள் மற்றும் இந்துக்கள் என்னை அறிந்து கொண்டுள்ளனர். அவர்கள் தங்களது பிரச்சினைகளைப்பற்றி என்னோடு கலந்தாலோசிக்கவும், அவர்களுக்குப் புலப்படாத விஷயங்களைக் கண்டுபிடிக்கவும் அல்லது மறைவியல் (மாந்திரீகம்) மூலமாக மட்டுமே பெறக்கூடிய தகவல்களை அறிந்து கொள்ளவும் என்னை நாடி வருகின்றனர். நானும் அவர்களிடம் அதிகமான தொகையையே சம்பளமாகப் பெறுகிறேன். நிறைய பணம் சம்பாதித்துவிட்டுப் பின் அனைத்தையும் விட்டொழித்து எகிப்தின் அமைதியான ஒரு உட்புறப் பகுதியில் சென்று ஓய்வெடுக்க முடிவு செய்துள்ளேன். பெரிய ஆரஞ்சு தோட்டத்தை, வாங்கி எனது விவசாயப்பணியை மறுபடியும் துவக்குவேன்'' என்று வெளிப்படையாகக் கூறினார்.

''நீங்கள் நேராக எகிப்திலிருந்து இங்கு வந்தீர்களா?'' - நான்.

''இல்லை கெய்ரோவிலிருந்து கிளம்பிய பிறகு சிரியா மற்றும் பாலஸ்தீனத்தில் சிறிது காலம் தங்கியிருந்தேன். சிரியா நாட்டு காவல் அதிகாரிகள் எனது சக்திகளைப் பற்றிக் கேள்வியுற்று அவ்வப்போது என்னிடம் உதவி நாடி வந்தனர். ஏதாவது குற்றத்தில் குழப்பம் ஏற்பட்டுப் புரியாதிருக்கும் போது இறுதி முயற்சியாக அவர்கள் எனது சேவையைப் பயன்படுத்திக்

கொள்வார்கள். பெரும்பாலும், குற்றவாளியைக் கண்டு பிடிப்பதில் நான் எப்போதுமே வெற்றி அடைந்துள்ளேன்.

''உங்களால் எப்படி அதைச் செய்ய முடிந்தது?''

''குற்றங்களின் பின்னணி, உள்ளார்ந்த இரகசியங்களை நான் எனது ஏவல் ஆவிகளின் மூலம் அறிந்து கொண்டேன். அவை நிகழ்வுகளை நிழற்படமாக என் கண் முன்னே நிறுத்திக் காட்டின, என்று கூறிவிட்டு முகம்மது பே மீண்டும் தனது பழைய நினைவுகளில் மூழ்கினார். அவர் மீண்டும் பேச்சைத் தொடரும் வரை நான் பொறுமையுடன் காத்திருந்தேன்.

''இவ்வாறு நான் ஆவிகளை உதவிக்கு அழைப்பதால் என்னை நீங்கள் முழுமையானதொரு மந்திரவாதி என்றே அழைக்கலாம். ஆனால் நானும் மாயவித்தைகள் செய்யும் மாயாஜாலவித்தைக் காரன் தான், சூன்யக்காரன் அல்ல. மக்களின் மனதில் உள்ளதை அறியக்கூடிய மனோவசியக்காரனும் அல்ல.''

அவர் தன்னைப் பற்றி இத்துணை விரிவாக, விளக்கிய பிறகு அவரிடம் கேட்டு அறிய வேண்டியவை இதற்கு மேல் இல்லை என்று எண்ணி, ''கண்ணுக்குப் புலப்படாதிருக்கும் உங்களது சேவகர்களைப் பற்றிக் கூற முடியுமா?'' என்று பணிவாகக் கேட்டேன்.

''ஆவிகளா? மூன்று வருடங்கள் கடினமாகப் பயிற்சி மேற் கொண்ட பிறகுதான், அவர்களைத் தற்போதைய நிலைக்கு எனது கட்டுப்பாட்டிற்குள் கொண்டு வரமுடிந்தது. நமது சாதாரண புலன்களுக்கு அப்பாற்பட்ட புற உலகில் நன்மையும் தீமையும் செய்யக்கூடிய ஆவிகள் உள்ளன. நான் நன்மை செய்யக்கூடிய நல்ல ஆவிகளையே உபயோகிக்க முயற்சி செய்கிறேன். இதில் சில உலகரீதியாக மரணம் அடைந்திருந்தாலும், மானுடரூபத்தில் அலையும் ஆவிகள், ஆனால் எனது பெருவாரியான ஏவல்கள் பேய்களே - ஆவி உலகிலேயே வாழும், ஒரு போதும் மானுட உடலில் புகுந்திராத ஆவிகள். இதில் சில மிருகங்களைப் போலும், மற்றவை மானுடர்களைப் போன்று புத்தி நுட்பத்துடனும் இருக்கின்றன. இதில் சில தீய ஆவிகளும் உள்ளன. எகிப்திய மொழியில் ''ஜின்'' என்று அழைக்கப்படும்

இந்த ஆவிகள், ஆபிரிக்க சூனியக்காரர்கள் மற்றும் கீழ்த்தரமான மந்திரவாதிகளால் உபயோகிக்கப்படுகின்றன. நான் ''ஜின்'' ஆவிகளோடு தொடர்பு கொள்வதேயில்லை. இவை மிகவும் ஆபத்தானவை. சில நேரங்களில், தங்களைப் பிரயோகிக்கும் மாந்திரிகனையே வஞ்சகத்துடன் தாக்கி உயிரைக் குடித்து விடும்.''

''நீங்கள் ஏவல் செய்ய உபயோகிக்கும் மானுட ஆவிகள் யார்?''

''சில வருடங்களுக்கு முன்பு மாண்டுபோன எனது சகோதரரும் எனது ஏவல்களில் ஒருவர். ஆனால் ஒன்றை கவனத்தில் கொள்ள வேண்டும். நான் ஆவிகளின் ஊடகமல்ல, ஏனெனில் எந்த ஆவியும் என் உடலுக்குள் புகுவதுமில்லை அல்லது என்னை எந்தவகையிலும் கட்டுப்படுத்துவதுமில்லை. எனது சகோதரரும் தான் விரும்பும் விஷயங்களை என் மனதில் பதியச் செய்தும் அல்லது என் மனக்கண்முன்னே அவற்றைக் காட்சியாக்கிக் காட்டுவதன் மூலமும் என்னோடு தொடர்பு கொள்கிறார். இப்படித்தான் நீங்கள் நேற்று எழுதிய கேள்விகளையும் நான் அறிந்து கொண்டேன்.''

''ஆவிகள்?''

''ஏறத்தாழ 30 ஆவிகளை நான் எனது அதிகாரத்திற்குள் அடக்கி வைத்துள்ளேன். அவற்றின் மீது நான் முழுமையாக ஆளுமை செலுத்திய பிறகும் எனது கட்டளைகளை எவ்வாறு நிறைவேற்ற வேண்டும் என்பதை (குழந்தைகளுக்கு நடனப்பயிற்சி அளிப்பதைப் போல) பயிற்றுவிக்க வேண்டும். மேலும் இவர்களின் பெயர் அறியாது இவற்றைப் பிரயோகிக்க முடியாது என்பதால் இவை ஒவ்வொன்றின் பெயரையும் நான் அறிய வேண்டும். இதில் சில பெயர்களை யூத மனிதர் எனக்கு இரவலாக அளித்த பழைய புத்தகங்களிலிருந்து தெரிந்து கொண்டேன்.''

மறுபடியும் சிகரெட் பெட்டியை என் பக்கம் நகர்த்திக் கொண்டே தொடர்ந்தார்.

''நான் ஒவ்வொரு ஆவிக்கும் ஒரு குறிப்பிட்ட கடமையை அளித்துள்ளேன். ஒவ்வொன்றுக்கும் அதற்குத் தகுதியான

மாறுபட்ட பயிற்சி அளிக்கப்படுகிறது. ஆக, நேற்று உங்கள் காகிதத்தில் பென்சிலால் எழுத்து வடிவங்களை உருவாக்கிய ஆவிகளால் உங்களது கேள்வியின் விவரத்தையோ அல்லது அதன் தன்மையைப் பற்றியோ கண்டறிய முடியாது.''

''சரி, இந்த ஆவிகளோடு நீங்கள் எவ்வாறு தொடர்பு கொள்கிறீர்கள்?'' என்னும் அடுத்த கேள்விக் கணையைத் தொடுத்தேன்.

''மனதை ஒருமுகப்படுத்தி, சிந்தனையைச் சிதறவிடாது அவற்றின் மீதே கொண்டு அழைத்து, அவர்களை விரைவிலேயே என்னிடம் வரவழைக்க முடியும், ஆனால் பொதுவாக எனக்குப் பணி செய்யத் தேவையான ஆவியின் பெயரை அரேபிய மொழியில் எழுதுவது வழக்கம். ஆவிகளை உடனடியாக வரவழைக்க அதுவே போதுமானது.''

எகிப்தியர் தனது கைக்கடிகாரத்தைப் பார்த்தவாறே எழுந்து கொண்டே, ''இதற்குமேல் எனது வித்தைகளின் செயல் முறைகளைப் பற்றி என்னால் விளக்க முடியாதிருப்பதற்கு வருந்துகிறேன். ஒருவேளை நான் அதை இரகசியமாக வைத்திருப்பதன் காரணத்தையும் நீங்கள் இப்போது புரிந்து கொண்டிருப்பீர்கள். கடவுள் அருளிருந்தால் நாம் மீண்டும் சந்திப்போம்'' என்று கூறிவிட்டு வணங்கி, புன்னகையோடு விடைபெற்றார். நேர்காணல் முற்றுப்பெற்றது.

இரவு தாமதமாகப் படுக்கச் சென்ற எனக்கு உறக்கம் வரவில்லை. மும்பையில் சூடான காற்று வீச, அதில் பிராணவாயுவும் மிகக் குறைவாயிருக்க, எனக்கு மூச்சுத்திணறி, தாளாமல் போனது. மின்விசிறியின் சுழற்சியில் வீசும் காற்று சிறிதளவு நிவாரணமளித்தாலும், எனது தளர்ச்சியடைந்த கண்கள் உறக்கத்தில் ஆழுமளவிற்கில்லை. சூடான காற்றின் வெப்பத்தால் நுரையீரல்களின் இயக்கமும் கடினமாகிச் சாதாரணமாக சுவாசிப்பதே சுமையான பணியாகிப்போனது. எனது உடலும் தளர்ந்து, சோர்வுற்று, வியர்வை ஊற்றில் எனது பைஜாமா நனைந்து விட்டது. மன அழுத்தத்தினால் பாதிக்கப்பட்ட எனது மூளையும் சோர்வுற்று, அன்று உறக்கமற்ற நீண்ட இரவாகிப்

போனது. வெப்பமண்டல பிரதேசத்தில் தங்க வந்த எனக்கு இனி இது போன்ற உறக்கமற்ற இரவுகள்தான் விதிக்கப்பட்டுள்ளது. ஆதலால், இதைப் பழகிக் கொள்ளத்தான் வேண்டும்!

எனது கட்டிலைச் சுற்றி கொசுவலை வெள்ளைத் திரையைப் போல் தொங்கிக் கொண்டிருக்கிறது. உயரமான சன்னலின் வழியே அழகிய விண்மதியின் ஒளி வெள்ளமாகப் பாய்ந்து, அறையின் மேற்கூரைமீது விநோதமான அச்சமூட்டும் நிழல் உருவங்களைப் பதித்துக் கொண்டிருக்கிறது.

காலையில் முகம்மதுபேயுடன் நிகழ்ந்த சம்பாஷணையையும், முந்தைய நாளின் பிரமிப்பூட்டும் அற்புதங்களையும் பற்றிய ஆழ்ந்த சிந்தனையில் மூழ்கினேன். அவர் அளித்த விவரங்களைத் தவிர பிறவற்றைப் பற்றி ஆராய்ந்தேன். ஆனால் எனக்கு வேறு ஒன்றும் கிடைக்கவில்லை. அவர் கூறியதைப் போல அந்த முப்பது அல்லது அதற்கு மேற்பட்ட ஏவல்கள் இருப்பதும் வரலாற்று நூல்களும் மெய்யானால், பின் ஐரோப்பாவின் ஒவ்வொரு நகரத்திலும் மாந்திரீகர்கள் வாழ்ந்த இடைக்கால வரலாற்றின் வாழ்க்கையின் ஏட்டையே நாம் மீண்டும் புரட்டிப் பார்க்க வேண்டியது தான். ஆனாலும், இடைக்காலத்திய மாந்திரீகர்களின் தீயசெயலில் அரசாங்கமும், மாதா கோயிலும் குறுக்கிட்டன.

இந்த விளக்கங்களைப் பற்றி மேலும் ஆராய்ந்தறிய முற்பட்டதில் மிகையான குழப்பத்தில் ஆழ்ந்தேன்.

முகம்மது பே காகிதத்தோடு பென்சிலையும் சேர்த்துப் பிடித்துக் கொள்ளுமாறு சொன்னதற்குக் காரணம் என்ன? இருப்பதாகக் கூறப்படும். (இன்னமும் நிரூபிக்கப்படாத) அவரது ஏவல்கள், பென்சிலின் முனையிலிருந்து ஈயத் துகள்களை எடுத்துக் கொண்டனவா? அப்படியானால், பென்சில் எனது கைகளில் தானே இருந்தது? இது எப்படிச் சாத்தியமாகும்?

இது போன்ற சித்துவேலைகளின் உதாரணங்களை என் நினைவேட்டிலிருந்து புரட்டிப் பார்த்தேன். புகழ் வாய்ந்த வெனீஷிய நாட்டுக் கடற் பிரயாணி மார்கோபோலோ தனது பயணக் கட்டுரையில் சீனா, திபெத் பகுதிகளில் இதைப் போன்ற மாந்திரீகர்களைச் சந்தித்த அனுபவங்களைப் பற்றி எழுதியுள்ளார்.

அவர்கள் எந்தவிதத் தொடர்புமின்றி இவ்வகையிலான பென்சில் எழுத்தைச் செய்து காட்டியதாகக் குறிப்புகள் உள்ளனவே! மேலும் அந்த மாயவித்தைக்காரர்கள் இந்த அதிசயமான கலை தனது நாட்டில் பல நூற்றாண்டுகளுக்கு முன்பே மக்களிடையே பயிற்சி செய்யப்பட்டுப் பிரபலமாக இருந்ததைப் பற்றி விளக்க வில்லையா?

தியோசாஃபிகல் சொஸைட்டியின் நிறுவனர் மாது ஹெலனா பெட்ரோவ்னாப்ளாவாட்ஸ்கி இதற்கு இணையான இதே போன்றதொரு அற்புதத்தை ஐம்பது வருடங்களுக்கு முன்பே நிகழ்த்திக் காட்டவில்லையா? அவரது கழகத்தின் சிலமுக்கியமான அங்கத்தினருக்கு அவரது காரியாலயத்திலிருந்து நெடிய செய்திகள் அனுப்பப்பட்டன. அவற்றில் தத்துவ சம்பந்தமான கேள்விகளும் அவற்றிற்குரிய பதில்களும் கிறுக்கப்பட்டிருந்தன. இதில் விடைகள் அவர்களது அலுவலக அச்சடிக்கப்பட்டதாளிலேயே, கேள்விகளின் கீழேயே இருந்தன! இதில் மற்றுமோர் விந்தையான விஷயம் மார்கோபோலோவிற்குப் பரிச்சயமான திபெத் மற்றும் தார்தாரே நாட்டின் அதே அற்புத விஷயங்களை மாது ஹெலனாவும் அறிந்துள்ளார் என்பதே! இருப்பினும் ஹெலனா அவர்கள் ''முகம்மது பே''யைப் போல், ஆவிகளைக் கட்டுக்குள் அடக்கியதாகக் கூறவில்லை. அவரது காகிதங்களில் தோன்றிய எழுத்துக்கள் புலப்படாது ஆவிகளாகத் திரிந்த தனது திபெத்திய ஆசான்களால் வரையப்பட்டது என்றே சொன்னார். மெய்யாக, எகிப்தியரைவிட இவை மிகையான அற்புதச் சக்தி வாய்ந்தவை. ஏனெனில் இந்த அதிசயப்பணியை அவர்கள் பல்லாயிரக் கணக்கான மைல் தொலைவிலிருந்து நிகழ்த்திக் காட்டினர். ஆனால், ஹெலனாவின் காலத்தில், இந்த ரஷியாவைச் சேர்ந்த பெண்மணியின் அதிசய நிகழ்வுகள் உண்மையா மற்றும் அவர் கூறியதைப் போல திபெத்திய ஆசான்கள் இருந்தது உண்மையா என்பதைப் பற்றிய கருத்து வேறுபாடுகளும், தர்க்கவாதங்களும் வெகுவாக நிலவின. ஆனால், இதைப் பற்றியெல்லாம் எனக்கு அக்கறையோ, ஆர்வமோ இல்லை. ஏனெனில், அற்புதச்சக்தி வாய்ந்த விவேகமான அப்பெண்மணி இவ்வுலகில் இருந்த வண்ணமே, அந்த விந்தை உலகின் வெளியில் சர்வசாதாரணமாக, மிகவும் இயல்பாக இருந்து வந்துள்ளார் என்பது மெய்யே. எனது

கண்களால் நான் நேரில் கண்ட வற்றையும், எனது சொந்த அனுபவத்தைப் பற்றியும் நானறிவேன். இவ்விஷயத்தில் சரியான விளக்கமோ, சமாதானமோ பெறாவிடினும், அற்புத நிகழ்வின் செயல்பாட்டின் நிருபணத்தை, மெய்பாட்டை நான் ஏற்றுக் கொண்டே ஆகவேண்டும்.

ஆம், ''முகம்மது பே'' இருபதாம் நூற்றாண்டைச் சேர்ந்த ஒரு மந்திரவாதி, அற்புதங்களை நிகழ்த்தும் மாயாஜால வித்தைக்காரர். இந்திய மண்ணில் காலூன்றிய உடனேயே அவரை நான் கண்டு கொள்ள முடிந்தது, இன்னமும் என்னை எதிர் நோக்கியிருந்த அற்புதமான கண்டுபிடிப்புகளுக்குச் சரியான முன்னோடியாகப் பறைசாற்றியது. இந்திய அனுபவம் என்னும் எனது சகாப்தத்தின் முதல் பகுதியை நான் துவக்கி வைத்தேன்.

இதுவரையிலும் எதுவுமே வரையப்படாத தூய்மையான வெண்ணிறத் தாள்களில் எனது முதல் குறிப்பை நான் வடித்துள்ளேன்.

அத்தியாயம் -நான்கு

இறைத்தூதருடன் எனது சந்திப்பு

“உங்களைக் காண்பதில் மட்டற்ற ஆனந்தம்” என்னும் சம்பிரதாயமான, அன்பான வார்த்தைகளால் என்னை வரவேற்றார், மெஹர் பாபா. கண்ணைப் பறிக்கும் ஒளியுடன், வானில் அற்பகாலமே பிரகாசித்துப் பின் மண்ணில் விழுந்து சாம்பலாகிடும் விண்மீன்களைப் போல, மெஹர்பாபாவும் அமெரிக்க, ஐரோப்பிய மனிதர்களின் மனங்களில் நிரந்தரமில்லாத தற்காலிகமான இடத்தைப் பிடித்தார். அவரைப் பேட்டி கண்ட முதல் மேற்கத்திய பத்திரிகையாளன் நான்தான். ஏனெனில், உள்ளூர்வாசிகளிடம் மட்டுமே பிரபலமாக இருந்த அவரை நான் அவர் தங்கியிருந்த இடத்திற்கே தேடிச் சென்றேன்.

பாபாவின் பிரதான சீடர்களில் ஒருவரோடு அறிமுகமாகி அவருடன் தொடர்பு கொண்டேன். அவருடன் பழகிப் பார்த்ததில், எப்படிப்பட்ட மனிதர்கள் தாமாகவே மானுடர்களின் இறைத்தூதுவர்கள் என்று தம்மைப் பணித்துக் கொண்டுள்ளனர் என்று வியந்தேன். எனது பிரயாணத்திற்குத் துணையாக இரு பாரசீகச் சீடர்கள் மும்பைக்கு வந்து என்னை அழைத்துச் சென்றனர். மும்பை நகரத்தை விட்டுக்கிளம்பும் முன்னரே, தங்கள் ஆசானுக்குக் குறிப்பிட்ட வகைமலர்கள் மற்றும் பழங்களைச் சமர்ப்பிக்க வேண்டும் என்பதை எனக்குத் தெரிவித்தனர். ஆதலால், செல்லும் வழியில் கடைவீதியில் பெரிய கூடை நிரம்பப் பொருட்களை வாங்கிச் சென்றேன்.

மறுநாள் காலையில் நாங்கள் அகமத்நகர் வந்தடைந்தோம். வரலாற்றுப் புகழ்மிக்க கொடுங்கோலனான, பேரரசர் 'ஔரங்கசீப்'பை ஞாபகப்படுத்தியது அந்நகரம். முகலாய சாம்ராஜ்யத்தைப் போற்றிக் காப்பாற்றிய மன்னர் ஔரங்கசீப், இங்கு தான் ஒரு குடிலில் தன்னுயிரை நீத்தார்.

போர்க்காலத்து பண்டைய ஃபோர்டு காரில், இரயில் நிலையத்திலிருந்து அழைத்துச் செல்லப்பட்டோம். மெஹர் பாபாவின் பயணங்களில் உதவிய வாகனத்தில் ஏழுமைல் தூரம் பிரயாணித்தோம். வேப்பமரங்களால் சூழப்பட்ட பாதையில் ஒரு இயற்கை அழகு நிரம்பிய கிராமத்தைக் கடந்து சென்றோம். நெருக்கமாய் இருந்த கிராமத்து வீடுகளின் கூரைகள், அப்பகுதியின் சிறிய ஆலயத்தின் சிகரத்தைவிட உயரமாகத் தென்பட்டன. அதனருகில் ஒரு அழகிய நீரோடை தென்பட்டது. அழகிய சிவப்பு மற்றும் மஞ்சள் வண்ணப்பூக்கள் அதன் கரைகளை அலங்கரிக்க, கலங்கிய அந்தச் சேற்றுநீரில் எருமைமாடுகள் ஆனந்தமாய் மிதந்துகொண்டிருந்தன.

பரவலாக அமைந்திருந்த வீடுகளைக் கொண்ட மெஹர் பாபாவின் குடியிருப்பை அடைந்தோம். வயல் வெளியில் தகர்த்தெறியப்பட்ட மூன்று பண்டைய போர்க்கால மண்டபங்களும் அண்டையில் மூன்று மரத்தினாலாகிய பெரிய வீடுகளும் இருந்தன. இங்கிருந்து சற்றுத் தொலைவில் வெறுமையான பாலைவனமாகிய "அரன்கான்" (Arangaon) என்னும் கிராமம் உள்ளது. எனக்குத் துணையாக வந்த இரு பாரசீகர்களும் இந்த இடம் பாபாவின் கிராமப்புற தலைமையிடம் தான் என்றும் பிரதானமையம் நாசிக் நகரத்தின் அருகிலுள்ளது என்றும் மனத்தயக்கத்துடன் தெரிவித்தனர். அங்குதான் அவரது அந்தரங்கமான சீடர்கள் வசிக்கின்றனர் மற்றும் அங்குதான் விருந்தினர்களையும், பார்வையாளர்களையும் வரவேற்கின்றனர். என்றும் அறிந்தேன்.

நாங்கள் பாதையைக் கடந்தபோது அருகிலிருந்த பங்களாக்களிலிருந்து (மரவீடுகள்) சிலர் வெளியே வந்தனர். தாழ்வாரத்தில் அமர்ந்து எங்களைப் பார்த்து சிரித்தவாறே இருந்த அவர்களது முகபாவத்தில் ஒரு ஐரோப்பியனின் வரவால் ஏற்பட்ட

மகிழ்ச்சி நிலவியது. வயல்வெளியைக் கடந்து வித்தியாசமாகத் தென்பட்ட ஒரு அமைப்பை, செயற்கையான குகையை அடைந்தோம். இது பொளியப்படாத கருங்கற்கள் மற்றும் இடித்த குவியல் கற்களையும் சேர்த்துக் கட்டப்பட்டுள்ளது. எட்டடி நீளமானது. தெற்கு நோக்கிய இக்குகையின் உட்புறம், காலைக் கதிரவன் ஒளியை உள்வாங்கும் வகையில் அமைந்துள்ளது. சுற்றுப்புறத்திலிருந்த பரந்த பச்சை வயல் வெளியும், கிழக்குப் பகுதியைச் சுற்றிலுமுள்ள மலைக்குன்றுகளும் பள்ளமான கீழ்ப்பகுதியில் காணப்படும் மரங்கள் சூழ்ந்த கிராமத்தையும் கண்டு மனம் மகிழ்ந்தேன். இயற்கை அழகில் நாட்டம் மிக்க இப்பாரசீக புனிதமனிதர் இயற்கை எழில்மிக்க அமைதியான இடத்தில் தனது இருப்பிடத்தைத் தேர்ந்தெடுத்துள்ளார். எனக்கும் மும்பை நகரின் இரைச்சலான வாசத்திற்குப் பின் அமைதிப் பூங்காவாகத் திகழும் இந்தத் தெய்வீகமான இடம் மனமகிழ்வூட்டியது.

குகை வாயிலில், இரு மனிதர்கள், வாயிற்காப்போர் போல் நின்று கொண்டிருந்தனர். நாங்கள் குகையை நெருங்கியவுடன், அவர்கள் தங்கள் ஆசானிடம் அனுமதி கேட்க, உள்ளே விரைந்தனர். ‘‘பாபாவுக்குப் புகைப்பது பிடிக்காது, சிகரெட்டைத் தூக்கி எறியுங்கள்’’ என்று எனக்குத் துணையாக வந்தவர் சொல்ல அவ்வாறே செய்தேன். அடுத்த சில நொடிகளில், ‘‘புதிய தூதுவர்’’ என்று அழைக்கப்பெறும் மெஹர்பாபாவின் வணக்கத்திற்குரிய சமூகத்தின் முன்னிலையில் நிறுத்தப்பட்டேன்.

குகையின் தரை முழுவதையும் மறைத்தாற் போல் அழகிய வேலைப்பாடுகள் செய்யப்பட்ட பாரசீகக் கம்பளம் விரிக்கப் பட்டிருந்தது. குகையின் ஒரு மூலையில் சம்மணமிட்டு அமர்ந்திருந்தார். அவர் பார்வை எனக்குள் ஊடுருவிச் செல்ல வில்லை. அவரது முகபாவமும் வலுவற்றதாக இருந்தது. இருப்பினும், அவர் முன்னிலையில் ஏதோவொரு அமைதியான, தெய்வீகமான பரலோகத்தின் சூழலை உணர்ந்தேன், ஆனால், லட்சக்கணக்கான மக்களின் விசுவாசத்தைப் பெறமுற்படும் ஒருவரது முன்னிலையில் இருக்கிறோம் என்னும் சிலிர்க்கும் உணர்வே எனக்குள் பிரதிபலிக்காததைக் கண்டு நான் வியக்கிறேன்.

பாபா நீளமான துல்லியமானதொரு வெண்ணிற ஆடை அணிந்திருந்தார். அது பார்ப்பதற்கு வேடிக்கையாக, பண்டைய கால ஆங்கிலேயரின் இரவு உடையைப் போல இருந்தது. இனிய இயல்புடன் கூடிய அவரது அன்பான முகம், சுற்றிலும் மங்கிய சிவப்பு நிறத்தில், சுருண்ட கேசம் புரள, கழுத்து வரை தொங்கிய நீண்ட கூந்தல், மிகவும் மிருதுவாய் பட்டுப்போன்று ஒரு பெண்மணியின் முடியைப் போன்று இருந்தது. அலகு போல் நீண்ட நாசியும் தெளிவான, கருமைநிறக் கண்களும் (வசீகரிக்காத) உதட்டின் மேல் தடிமனான பழுப்பு நிற மீசையும், சற்றே வெளிறிய ஆலிவ் நிறத்தோலும் அவர் பாரசீக வம்சத்தினர் என்பதை உணர்த்தியது. ஆம், அவரது தந்தை பாரசீக மன்னர் பாரம்பரியத்தைச் சார்ந்தவர். அவரது நெற்றியும் மிகவும் சரிந்து, சிறியதாகத் தோற்றமளித்தது. ஆனாலும், அவர் மிகவும் இளமையானவர் ஏறத்தாழ முப்பது வயதானவர். மறுபடியும் வியந்தேன், மனிதனது நெற்றி அவனது எண்ணங்களின் சக்தியை வெளிக்காட்டக்கூடியதா? எனினும், ஒரு தூதுவர் இவ்வாறான உடல் ரீதியான குறைபாட்டிற்கு அப்பாற்பட்டவர் தானே!

“உங்களைக் காண்பதில் மகிழ்ச்சி” என்று கூறுவதும் சாதாரண, மானுட ரீதியான பேசும் முறையில் அல்ல. அவர் தனது மடியில் அரிச்சுவடிகளைக் கொண்ட ஒரு பலகையை வைத்துக்கொண்டு, சுட்டுவிரலால் ஒவ்வொரு எழுத்தையும், ஒன்றன் பின் ஒன்றாகச் சுட்டிக்காட்டுகிறார். வார்த்தைகள் இவ்வாறு ஊமைநாடகமாக எழுத்துக்கூட்டி மொழியப்படும்போது, அவரது உதவியாளர் பிறருக்காக அதை விளக்கிக் கூறுகிறார்.

1925-ஆம் ஆண்டு ஜுலை-25 ஆம் தேதி முதல் இந்தத் தெய்வீக மனிதர் ஒரு வார்த்தை கூட பேசவில்லை. இப்புதிய தூதுவர் மௌனத்தைத் துறந்து வாய்மொழியும் போது, அவரது செய்தி உலகையே திடுக்கிடச் செய்யும், பிரமிக்கச் செய்யும் என்று அவரது இளைய சகோதரர் கூறினார். அதற்குள்ளாக அவர் இன்னமும் தீவிரமான மோனத்தோரணையில் அமர்கிறார்.

பலகையில் விரல்களைக் கொண்டு சுட்டிக் காட்டியவாறே மெஹர்பாபா என் சொந்த சுக நலன்களைப் பற்றியும், எனது வாழ்க்கையைப் பற்றியும் அன்போடும், அக்கறையோடும்

விசாரித்து, நான் இந்தியா மீது ஆர்வம் கொண்டதற்காக நன்றி தெரிவித்தார். அவருக்கு அற்புதமான ஆங்கில ஞானம் இருந்தமையால், எனது பேச்சை மொழிபெயர்த்துக் கூற வேண்டிய அவசியமில்லாது போயிற்று. என் வேண்டு கோளுக்கிணங்க எனக்கு பேட்டி கொடுக்கச் சம்மதம் அளித்தார். ஆனால், உங்களுக்கு முதலில் தற்போது உடனடியாக உணவும் ஓய்வும் தேவை. அதன் பின்னர் பிற்பகலில் பேட்டியை வைத்துக் கொள்ளலாம் என்றார்.

கல்லினாலாகிய ஒரு கட்டிடத்திற்குள் நுழைந்தேன். மங்கலான வெளிச்சம் கொண்ட அறையில், ஒரு பழைய கட்டிலும், நேர்த்தியாகச் செய்யப்படாத ஒரு மேசையும் நாற்காலியும் இருந்தன. இவை அனைத்துமே மிகவும் பழமையானவையாகத் தோன்றின. இங்கு தான் நான் ஒருவாரம் வரை பொழுதைக் கழிக்க வேண்டும் என்ற சிந்தனையில் கண்ணாடியற்ற சாளரத்தின் வழியே வெளியில் பார்த்தேன். கண்ணுக்கெட்டிய தூரம் வரையிலும் உழப்படாத, மிகவும் அடர்த்தியாக இல்லாத நிலங்கள் தென்பட்டன. இங்கும்- அங்குமாக, இடையில் புதர்களும், சப்பாத்திக்கள்ளிச் செடிகளும் காணப்பட்டன.

இவ்வாறு வேடிக்கை பார்த்தவாறே சோம்பேறித்தனமாக நான்கு மணி நேரத்தைக் கழித்தேன். மறுபடியும், உலகம் முழுமையிலுமான மானுட வர்க்கத்தையே தனது ஆன்மீக ஒளியால் வழிநடத்திச் செல்லவே தனக்கு விதிக்கப்பட்டுள்ள தாகப் பறைசாற்றி வரும் மெஹர்பாபவைச் சந்திக்க மறுபடியும் பாரசீகக் கம்பளம் விரிக்கப்பட்டுள்ள குகையில் வந்து அமர்ந்தேன். அவர் அளித்து வரும் உறுதிமொழியை நன்கு ஆராய்ந்து அறிய வேண்டும் என்னும் சிந்தனையுடன் நான் அமர்ந்திருக்கையில், அவர் தனது அரிச்சுவடிப் பலகையில்,

"நான் இப்பூவுலகின் வரலாற்றையே மாற்றிக் காட்டுவேன்!" என்னும் வாக்கியத்தை அமைத்துக் காட்டினார். நான் குறிப்பெடுக்கத் துவங்கினேன். அது அவருக்கு இடையூறாக இருந்தது போலும்!

"என்னைப் பார்த்து வெளியேறிச் சென்ற பிறகு குறிப்புகளை எழுதக் கூடாதா?" என்று அவர் சுட்டிக்காட்ட, நான்

உடனடியாக அதை ஏற்றுக்கொண்டு அவரது வாய்மொழியை எனது நினைவேட்டில் பதிவு செய்யத் துவங்கினேன்.

''லோகாயதமான காலத்தில் ஏசுகிறிஸ்து ஆன்மீகத்தைப் போதிக்க வந்ததைப் போலவே இன்றைய மானுட சமூகத்திற்கு ஆன்மீக உந்துதலை அளிக்க வந்துள்ளேன். இவ்வாறான ஆன்மீகப் பணிகளின் செயல்முறைக்கு ஒரு நிர்ணயிக்கப்பட்ட காலம் உள்ளது. அத்தருணம் கனிந்து வரும்போது, எனது உண்மையான வடிவை உலகிற்கு வெளிப்படுத்துவேன், ஏசுகிறிஸ்து புத்தர், முகம்மது நபிகள், பார்ஸி மத ஸ்தாபகர் போன்ற தலைசிறந்த குருமார்கள் தங்களது அடிப்படைக் கொள்கைகளில் வேறுபட்டிருக்கவில்லை. இந்த தீர்க்கதரிசிகள் அனைவருமே கடவுளிடமிருந்து வந்தவர்கள். முக்கியமான கோட்பாடுகள் இவர்கள் அனைவரது போதனைகளிலும் தங்க நூல் போன்று இழைந்தோடுகிறது. லோகாயதமான போகங்களின் மீது பற்றுக்கொண்டு, அவற்றை அடைவதில் வெற்றி கண்டு, ஆன்மீகம் மிகவும் தாழ்ந்த நிலையில் இருக்கும் தருணத்தில், இத்தெய்வீகப் புருஷர்களின் உதவி தேவைப்பட்ட தருணத்தில் அவர்கள் பகிரங்கமாக வெளிப்பட்டனர். தற்போதும் அப்படிப்பட்ட ஒரு தருணத்தை நாம் விரைவில் எதிர்நோக்கியுள்ளோம். உலகம் முழுவதுமே புலன் இன்ப நாட்களிலும் இன உணர்வு சுயநலம் மற்றும் பணத்தை ஆராதிப்பதிலும் சிக்கித் தவிக்கிறது. கடவுள் நிராகரிக்கப்பட்டுவிட்டார். உண்மையான மதங்கள் இழிவு படுத்தப்படுகின்றன. மதங்களையும், தன்னையும் வாழ வைக்க மனிதன் நாடிவரும்போது, மத குருக்கள் இரக்கமில்லாது நடந்து கொள்கின்றனர். லோகாயதமான விஷயத்தின் மோகத்தில் மயங்கிக் கிடக்கும் மனிதர்களை மீட்டு, விழிப்புணர்வு பெறச் செய்து, உண்மையான இறைவழிபாட்டை ஸ்தாபிக்க இறைவன் மெய்ஞானிகளை, தீர்க்கதரிசிகளை மனிதர்களிடையே தோற்று விக்க வேண்டும். முந்தைய தீர்க்கதரிசிகளின் பாதையில் நடப்பதையே எனது குறிக்கோளாகக் கொண்டுள்ளேன். இறைவன் எனக்குக் கட்டளை பிறப்பித்துள்ளார்.''

இம்மாதிரியான பிரமிப்பூட்டும் உறுதிச்சொற்களை உதவியாளர் வாய்மொழியும்போது நான் அமைதியாகச் செவிமடுத்தேன். குறைகாணாது, விமர்சனம் செய்யாமல், மனரீதியாகவும்

எதிர்ப்புத் தெரிவிக்காமலும் திறந்த மனதோடு இருந்தேன். இதற்காக அவர் கூறியதை ஏற்றுக்கொண்டேன் என்பதல்ல, ஆனால் கிழக்கத்தியரின் போதனைகளை எவ்வாறு செவியுற வேண்டும் என்பதை அறிந்து கொண்டேன். இல்லை யெனில் மேலை நாட்டவன் ஏற்றுக்கொள்ளத் தகுதியான விஷயங்கள் இருந்தாலும், அவன் பட்ட இன்னல்களுக்கு ஏற்ற பலன்கிட்டாது. உண்மை, கடுமையான புலனாய்வையும் தாங்கும் தன்மை உடையது. ஆனால் மேற்கு நாடுகளின் பகுத்தறியும் வழிமுறைகள், கிழக்கு நாட்டவரின் மனநிலைக்கேற்ப மாற்றியமைக்கப்பட வேண்டும்.

மெஹர் பாபா என்னைப் பார்த்து உவகையுடன் சிரித்து விட்டுப் பின் தொடர்ந்தார்.

"மக்களை நல்வாழ்வு பெறச் செய்யவும், கடவுளை நாடும் மனப்பாங்கைப் பெற உதவிபுரியும் வகையில் தீர்க்கதரிசிகள் சில நியதிகளையும், கட்டுப்பாடுகளையும் வகுக்கிறார்கள். மெதுவாக, இந்த நியதிகள் ஒரு முறையான மதத்தின் கோட்பாடுகளாக

உருப்பெறுகின்றன. ஆனால், நிறுவனரின் வாழ்நாளில் நிலவும் உத்வேகமும், குறிக்கோளும் அவரது காலத்திற்குப் பின் மறைந்து விடும். இதனால்தான் நிறுவனங்களால் ஆன்மீக மெய்ப் பொருளை நிலைபெறச் செய்ய முடிவதில்லை; உண்மையான மதமும் எப்போதும் ஒரு தனி நபரின் விசாரமாய், இலக்காகி விடுகிறது. மதநிறுவனங்களும் தொல்லியல் ஆராய்ச்சிவாரியங் களைப் போன்று, புராதன விஷயங்களை, பழைமையை உயிர்ப்பிக்கும் முயற்சியில் இறங்கி விடுகின்றனர். ஆதலால் நான் ஒரு புதிய மதத்தையோ, மத அனுசரணை முறையையோ அல்லது ஒரு நிறுவனத்தையோ நிர்மாணிக்க முயலமாட்டேன். ஆனால், அனைத்து மக்களின் மதரீதியான சிந்தனைகளையும் புத்துயிர் பெறச் செய்து, வாழ்க்கையைப் பற்றிய அவர்களது புரிந்துணர்வை மேம்படச் செய்வேன். ஒரு நிறுவனரின் மரணத்திற்குப் பல நூற்றாண்டுகளுக்குப் பின்னதாகக் கண்டுபிடிக்கப்பட்ட கொள்கைகள், அவ்வப்போது மாறுபட்டாலும், அனைத்து மதங்களும் ஓரே மூலாதாரமான இறைவன் கடவுளிடமிருந்து தோன்றுவதால் அனைத்து மதங்களின் அடிப்படைக் கொள்கையும் உண்மையில் ஒன்றே. ஆகையால், நான் பகிரங்கமாக வெளியில் தோற்றமளிக்கும்போது தற்போது இருக்கக்கூடிய எந்த மதத்தையும் தாழ்த்தியோ அல்லது எந்த ஒரு மதத்திற்கும் விசேஷமான முக்கியத்துவம் அளித்தோ எதுவும் செய்ய மாட்டேன். மனித மனங்களிலிருந்து இனவேறுபாடுகளைக் களைந்து, அவர்களை உண்மையான மெய்ஞ்ஞானத்தை ஏற்றுக் கொள்ளச் செய்வதே எனது விருப்பம். ஒவ்வொரு தீர்க்கதரிசியும் காலம், சூழ்நிலை மற்றும் மனிதர்களின் அப்போதைய மனநிலையைக் கருத்தில் கொண்டுதான் தன்னைப் பகிரங்கமாக வெளிப்படுத்திக் கொள்கிறார்கள். அப்போதுதான் அவர்களால் சூழ்நிலைகளுக்கேற்ற, நன்கு புரிந்துணரக் கூடிய கோட்பாடு களைப் போதிக்க இயலும்.

இந்த உயரிய கருத்துக்கள் எனது மனதில் பதியும்வரை சிறிது நேர இடைவெளிக்குப் பின் தொடர்ந்தார். அதன்பின் அவரது பேச்சு திசை மாறியது.

"இந்த நவீன யுகத்தில் உலகத்திலுள்ள அனைத்து நாடுகளும் எவ்வாறு ஒன்றுக்கொன்று விரைவாகத் தொடர்பு கொள்ளும்

வசதி செய்யப்பட்டு விட்டது என்பதைக் கவனித்தீர்களா? இரயில்வே, தொலைபேசி, கம்பித்தந்திகள், கம்பியில்லாத் தந்திகள் மற்றும் செய்தித்தாள்களின் மூலம் உலகம் முழுவதுமே நெருக்கமாக இணைக்கப்பட்டுள்ளதை நீங்கள் காணவில்லையா? ஒரு தேசத்தின் நிகழ்வுகள் பத்தாயிரம் மைல்களுக்கு அப்பாலுள்ள நாட்டில் வாழும் மக்களுக்கும் உடனடியாகத் தெரிவிக்கப்படுகிறது. ஆகையால், ஒரு முக்கியமான விஷயத்தைத் தெரிவிக்க விரும்புபவர், முயற்சித்தால் மனித சமூகத்தையே, தனக்கு முன்பாகப் பார்வையாளராக ஆக்கிவிட முடியும். இதற்கு மற்றொரு வலுவான காரணமும் உள்ளது. அனைத்து இனமக்களுக்கும், அனைத்துலகிற்கும் பயனளிக்கக் கூடிய உலகளாவிய ஆன்மீக நம்பிக்கை மானுடத்திற்கு அளிக்கக் கூடிய காலம் வெகு தொலைவில் இல்லை. வேறுவிதமாகச் சொன்னால், உலகம் தழுவிய ஒரு செய்தியைத் தருவதற்கான பாதை எனக்காக வகுக்கப்பட்டுவருகிறது எனலாம்!''

மெஹர்பாபாவின் இந்த அதிரடி அறிவிப்பு, தனது எதிர்காலத்தின் மீது அவர் கொண்டுள்ள அசைக்க முடியாத நம்பிக்கையை உணர்த்துகிறது. அவரது நடத்தையும் இதை உறுதிப்படுத்துகிறது. அவரது பாரம்பரியம் ஒரு தருணத்தில் எல்லையற்ற அசாதாரண நிலையை எட்டிவிடும் என்பது அவரது கணிப்பு!

''ஆனால் எப்பொழுது நீங்கள் உங்களது கொள்கையை உலகிற்குத் தெரிவிப்பீர்கள்?'' என்று நான் கேட்டதற்கு,

''அனைத்து இடங்களிலும் குழப்பமும், துன்பமும் நிலவும் போது தான் நான் அத்தியாவசியத் தேவையாகி விடுவேன், நான் எனது மௌனத்தைக் கைவிட்டு எனது செய்தியை உலகிற்குத் தெரிவிப்பேன். உலகம் கிளர்ச்சிகளால் தடுமாறி அதாவது பூகம்பம், வெள்ளம், எரிமலை வெடிப்பு போன்ற இயற்கைச் சீற்றங்களால் கிளர்ந்தெழுந்து நிலைதடுமாறும் போதும், கிழக்கும், மேற்கும் போரிட்டு மாளும்போதும் (நான்...) உண்மையில் உலகம் முழுவதுமே துன்பத்தில் துடித்தால் தான், உலகம் தூய்மைப் படும், மீட்கப்படும்.

''இந்தப் போரின் நாள் என்று, தெரியுமா?''

''ஆம். அறிவேன், ஆனால் அதை வெளியிட எனக்கு விரும்பமில்லை. ஆனால் அந்த நாள் வெகு தூரத்தில் இல்லை.''

''இது ஒரு பயங்கரமான தீர்க்கதரிசனம் முன் அறிவிப்பு!'' என்று நான் ஆச்சரியமேலீட்டில் கூவ மெஹர்பாபா இந்நிலையைத் தவிர்க்க இயலாது என்னும் வகையில் தன் மெல்லிய கைவிரல்களை விரித்தார்.

''ஆம், பயங்கரமே! அறிவியல் திறமையினால் முந்தைய போரை விட இது மிகவும் பயங்கரமானதாக இருக்கும். ஆனால், அது வெகுகுறுகிய காலத்திற்கே நடைபெறும். சில மாதங்களுக்குப் பிறகு நிலை மிகவும் மோசமாகிய பின்னர் நான் என்னை வெளிப் படுத்தி, என் மௌனத்தைக் கலைத்து எனது சித்தாந்தத்தைப் பற்றி உலகிற்கு அறிவிப்பேன். எனது லோகாயதமான முயற்சி மற்றும் ஆன்மீகச் சக்தியாலும், போரைத் துரிதமாக முடிவு பெறச் செய்து, அனைத்து நாடுகளும் அமைதி பெற வழிகோலுவேன். இருப்பினும், இதற்கு இணையாக, இதே நேரத்தில், பூமியில் உயரிய இயற்கை மாற்றங்கள் உருவாக வேண்டும். உலகிலுள்ள உயிரினங்களும், இயற்கை வளங்களும் இன்னல்பட நேரிடும். இவ்வாறு உலகத்தின் நிலைக்கு அவசியமாக இருக்கும்போது தான் நான் இறைத்தூதுவனாக எனது பணியைச் செய்வேன். ஆனால், இதற்காக நான் எனது ஆன்மீகப் பணியைச் செய்யாது விட்டுவிடமாட்டேன் என்பது உறுதி.''

மங்கலான முகத்தோடு, மராத்தியரின் கறுப்புநிற வட்டமான குல்லாவை அணிந்த குள்ளமான அவரது உதவியாளர், பாபாவின் உரையின் இறுதிச் சொல்லைப் பேசி முடித்தவுடன், உணர்ச்சிகளால் என்னைத் தன் வயப்படுத்தும் ஒரு பார்வை பார்த்தார். பார்த்தீர்களா, இதோ! எப்படி இருந்தது உங்களுக்கு? இங்கு நாங்கள் எவ்வளவு முக்கியமான விஷயங்களை அறிந்து வைத்துள்ளோம் அறிந்து கொண்டீர்களா?'' என்று பெருமிதத்துடன் கூடிய முகபாவத்துடன் என்னைப் பார்வையிட்டார்.

திரும்பவும் அவர்களது ஆசானின் கைவிரல்கள் பலகையில் நகரத் துவங்க, உதவியாளர் அடுத்த விஷயத்தை அறிந்து சொல்ல விரைந்தார்.

''போருக்குப் பிறகு இணையற்ற, தனித்துவம் வாய்ந்த அமைதியான நெடிய யுகம் தொடரும் உலக அமைதிக்கான உன்னதகாலம். இதன் பிறகு இத்துணை நாளும் வெறும் பேச்சாக இருந்த ஆயுதப்பரிஹரணம் (குறைப்பு) உண்மையாகிவிடும். இனவெறியும், மத-ஜாதிச் சண்டைகளும் நலிந்து மத சார்பான ஸ்தாபனங்களிடையே நிலவிய காழ்ப்புணர்ச்சியும், முற்றுப் பெறும். நான் உலகம் முழுவதும் பிரயாணம் செய்வேன், நாடுகளில் என்னைக் காண ஆவலோடிருப்பர். ஒவ்வொரு கிராமம், நகரம் மற்றும் ஒவ்வொரு நாட்டிலும் எனது ஆன்மீகச் செய்தி சென்றடையும். உலகளாவிய சகோதரத்துவம் மக்களிடையே அமைதி, வறியோர் மற்றும் வாழ்க்கையில் நலிந்த பிரிவினரிடம் கருணை, இறைவனிடம் அன்பு - இந்த நல்ல இயல்புகளை நான் ஊக்கமளித்து விருத்தி அடையச் செய்வேன்.''

''உங்களது தாய்நாடு, சொந்தநாடு இந்தியாவைப்பற்றி என்ன?'' என்று நான் வினவிட,

''இந்தியாவை வருத்தி நாசம் விளைவிக்கும் சாதி முறையை வேரோடு களைந்து, அழிக்கும் வரை ஓயமாட்டேன். சாதிகள் அமைக்கப்பட்டதால்தான் இந்தியா, பிறநாடுகளின் அளவு கோலில் தாழ்ந்துவிட்டது. கீழ்ச்சாதி மக்களும், ஒதுக்கப்பட்ட மக்களும் உயர்த்தப்பட்டால், உலக நாடுகளில் இந்தியாவும் செல்வாக்கான நாடாகத் திகழும்'' என்றார்.

''சரி, இந்தியாவின் எதிர்காலம் என்ன?''

இத்துணை குறைபாடுகளுக்குப் பின்னரும் உலகிலேயே இந்தியா தான் சிறந்த ஆன்மீக நாடாகும். எதிர்காலத்தில் பிற நாடுகளுக்கெல்லாம் நன்னெறியில் தலைசிறந்த ஆசானாகத் திகழும். அனைத்து மதங்களின் தலைவர்களும் கிழக்கில் தான் அவதரித்தனர். ஆதலால், உலகமக்கள் அனைவரும் ஆன்மீக மெய்ஞானத்தைப் பெற, ஆன்மீக ஒளியை நாடி கிழக்கு நோக்கித் தான் வரவேண்டும்.''

மேற்குப் பகுதியின் பெரும் புகழ்மிக்க தேசங்கள் மிக்க சாதுவான, அற்பமான பழுப்பு நிற மனிதர்கள் முன் மண்டியிட்டு அமர்வதைப் போல் கற்பனை செய்து பார்க்க முயன்றேன், இயலவில்லை. எனது சிரமத்தை உணர்ந்தது போல பாபா.

"இன்று இந்தியா கீழ்ப்பணிவது போலிருப்பது உண்மையானது அல்ல. இது உடல்ரீதியானது, ஆதலால் தற்காலிகமானது. ஒரு தேசம் புறரீதியாக தனது சக்தியை இழந்த போதிலும், அந்த தேசத்தின் அகம், ஆன்மா அழிவில்லாதது, பெருமை, புகழ்மிக்கது.

நுட்பமான இந்த விளக்கம் எனது புரிதலுக்கு அப்பாற் பட்டதாகத் தோன்றியதால், முந்தைய கருத்திற்குத் திரும்பத் தாவினேன்.

"உங்களது செய்தியிலிருந்த பல விஷயங்களை மேற்கத்தியர்கள் பல்வேறு ஆதாரங்களிலிருந்து பெற்றுள்ளோம். பின் உங்களிடம் புதியதாகச் சொல்வதற்கு என்ன உள்ளது?"

"எனது சொற்கள் வேண்டுமானால் பண்டைய ஆன்மீக ஞானத்தின் மெய்ப்பொருளை எதிரொலிக்காமல் இருக்கக்கூடும் ஆனால் எனது அற்புத சக்தி உலகின் வாழ்வில் ஒருபுதிய மூலப்பொருளைக் கொணர்ந்து விடும்."

இந்த விவாதத்திற்குப் பின், என் மூளைக்கும் சற்று ஓய்வளிக்க மேலும் கேள்விகளைத் தொடராது குகையின் வெளியே எனது பார்வையை ஓடவிட்டேன். ஆரவாரமற்ற வயல் வெளிகளைத் தாண்டி, தொலைவில் மலைக்குன்றுகள் அணிவகுத்து நிற்க, வானில் கதிரவன், பூமியையும், அதிலுள்ள ஜீவராசிகளையும் மனிதன், விலங்கு என்னும் பேதமின்றி சுட்டெரித்துக் கொண்டிருந்தான். நிமிடங்கள் கடந்தன. இப்படியொரு தனிமையான குகையில், சுட்டெரிக்கும் வெய்யிலின், உள்வாங்கிக் கொள்ளும்தன்மை கொண்ட மனங்கள் சூழ்ந்திருக்க, உலகத்தைச் சீர்திருத்த பிரமிப்பூட்டும் திட்டங்களைத் தீட்டுவதும், மிகையான ஆன்மீக மற்றும் மத ரீதியான கருத்துக்களைப் பெறுவதும் சுலபம். ஆனால், புறவாழ்வின், லோகாயதமான வாழ்வியலில் எதிர் கொள்ள நேரிடும் அனைத்து விதமான பிரச்சினைகளுக் கிடையே வாழ்க்கையின் நிஜத்தைச் சந்திக்கும் போது மேற்கூறியவை வெப்பத்தின் முன் பனியைப் போல் உருகிக் காணாமல் போய்விடும்.

"ஐரோப்பா கடவுள் மற்றும் பழைமை மீது நம்பிக்கையற்ற ஒரு தேசம்" என்று தூதுவரைப் பார்த்துச் சொன்னேன். "நீங்கள்

ஆதார பூர்வமாக ஆன்மீகத்தைப்பற்றித் தான் கூறுகிறீர்கள் என்று எவ்வாறு எங்களை நம்பவைக்க முடியும்? முகமறியாத, பரிச்சயமில்லாதவர்களை உங்கள் மத நம்பிக்கையைப் பின்பற்ற எவ்வாறு மாறச் செய்ய முடியும்? ஒரு சராசரி மேற்கு நாட்டவர் கூட இதை ஏற்க மறுத்து, உங்களது வீணான முயற்சியைக் கண்டு எள்ளி நகையாடக் கூடும்.''

''ஆ, காலம் எப்படி மாறிவிடும் என்பதை நீ உணரவில்லை?'' என்று மெஹர்பாபா மறுபடியும் தொடர்கிறார். இவரது பிரமிக்கத்தக்க சாகசமொழிகள் மேற்கத்திய உலகிற்கு வேடிக்கையாக இருக்கும். மேலும், அவர் அதைச் சொல்லும் விதமும் மிகவும் இயல்பாகவே இருந்தது.

''நான் என்னை ஒரு தூதுவராக வெளிப்படுத்திக் கொண்டு விட்டால், எனது சக்தியை எவராலும் எதிர்க்க முடியாது. அதே நேரத்தில், எனது இலட்சியத்தை நிரூபிக்கும் வகையில், கண் பார்வையற்றோர்க்கு, பார்வையைத் திருப்பி அளிப்பது, உடல் நலம் குன்றியவரின் உடல் நலத்தைச் சீராக்குதல், உடற்குறைபாடுள்ள மாற்றுத் திறனாளிகளைக் குணப்படுத்தி இயல்பு நிலைக்குக் கொணர்தல் மற்றும் மரணமடைந்தவரை உயிர்ப்பித்தல் போன்ற அற்புதங்களை வெளிப்படையாகவே நிகழ்த்திக் காட்டுவேன். இந்த அதிசய நிகழ்வுகளின் மூலமாக, அனைத்துலக மக்களும் என்மீது நம்பிக்கை கொண்டு, காலப் போக்கில் எனது ஆன்மீகச் செய்தியிலும் நம்பிக்கை கொள்ளத் துவங்குவார்கள். மேலும், செயலற்ற ஆர்வம் மிக்கவர்களுக்காக அல்லாது நாத்திகவாதிகளை நம் வசப்படுத்தி, நம்பிக்கையூட்டி அறிவுறுத்தவே இந்த அற்புதங்கள் நிகழ்த்தப்படும்.''

வியப்பினால் ஒருநொடி மூச்சை இழுத்துப் பிடித்துக் கொண்டேன். நேர்காணல், பொது அறிவுக்கு எட்டக்கூடிய எல்லையின் வரம்பை அடைந்துவிட்டதைக் கண்டு என் மனம் நிலைகொள்ளாது தவித்தது. நாம் கிழக்கத்திய கற்பனையான பகுதிக்குள் நுழைகிறோம் என்பதை உணர்ந்தேன்.

பாரசீகத்தூதுவர் மேலும் தொடர்ந்தார். ''இந்த அதிசயங்களை அவர்களுக்காக அல்லாது, பொது மக்களின் நலன் கருதியே மட்டும் நிகழ்த்த வேண்டும் என்று எனது சீடர்களிடம் கூறுவேன்.

இவ்வாறு சித்துவேலைகளைச் செய்வதில் எனக்கு அக்கறையில்லை. ஆனால், இது பாமர மக்களின் மனதை என்பால் ஈர்த்து எனது போதனைகளை அவர்கள் கருத்தில் கொள்வார்கள். உலக மக்களை ஆன்மீக நெறியில் ஈடுபட வைக்கவே, நான் எனது அதிசயச் செயல்களால் அவர்களைத் தன் வயப்படுத்த விரும்புகிறேன்.''

''பாபா, ஏற்கனவே பல அற்புதங்களை நிகழ்த்தியுள்ளார்'' என்று அவரது உதவியாளர் தெரிவித்தார்.

நான் உடனடியாக கவனத்துடன் கேட்டேன், ''எப்படிப் பட்டவை?'' என்று பாரசீக ஆசான் சிரித்தவாறே மறுத்துப் பேசினார். ''மற்றொரு சமயத்தில் சொல்லிக் கொள்ளலாம் விஷ்ணு! என்னைப் போன்று இறைநிலையை அடைந்தவர்க்கு எப்போது வேண்டுமானாலும் அதிசயங்களை மிகச்சுலபமாக நிகழ்த்த முடியும்'' என்று.

எப்படியாவது மறுநாள் காலையில் அந்தச் சீடரைப் (உதவியாளரை) பிடித்து வைத்து, இந்த அற்புத நிகழ்வுகளைப் பற்றி அறிந்து கொள்ள வேண்டும் என்று தீர்மானித்தேன். இது எனது புலனாய்வின் மிகவும் ருசிகரமான பகுதியாக இருக்கக்கூடும். நான் மிகவும் உன்னிப்பான கூர்ந்த புலன்விசாரணையில் ஈடுபட்டிருப்பதால், ஒவ்வொரு சிறிய உண்மையான விஷயமும் எனது இயந்திரத்திற்குத் தீனியை இடுவதாக இருக்கும்.

மறுபடியும் மௌனத்திரைவிழ, அப்புனித மனிதரின் முந்தைய வாழ்க்கையைப் பற்றிய தகவலைத் தருமாறு கேட்டுக் கொண்டேன்.

''அதைப் பற்றிய விவரத்தையும் அவருக்குக் கூறிவிடு, விஷ்ணு!'' என்று தனது உதவியாளரைப்பணித்தார். ''நீங்கள் இங்கேயே சிறிது காலம் தங்கியிருக்கப் போவதால், என் சீடர்களிடம் அளவளாவக் கூடிய வாய்ப்பு அதிகமாகவே கிட்டும். அவர்கள் எனது கடந்த காலத்தைப் பற்றித் தெரிவிப்பார்கள்.''

சம்பாஷணை பொதுவான விஷயங்களுக்குத் தாவுகிறது. உடனே சில மணித்துளிகளில் எங்கள் சந்திப்பு முற்றுப் பெற்றது. எனது அறைக்குத் திரும்பியவுடனேயே முன்னர் தடை

விதிக்கப்பட்டதற்கு ஈடுசெய்யும் வகையில் ஒரு சிகரெட்டைப் பற்ற வைத்து மனச் சமாதானம் அடைந்தேன்.

☯ ☯ ☯

மாலை நேரத்தின் ஆவலைத் தூண்டும், புதுமையான ஒரு காட்சியைக் கண்டேன். பகல் இன்னமும் விடைபெறாத நிலையில், விண்மீன்கள் மங்கலாகக் கண்சிமிட்ட, இங்கும் அங்குமாக எண்ணெய்த் திரியிட்ட விளக்குகள் மங்கலான ஒளியைத் தந்து கொண்டிருந்தன. மெஹர்பாபா குகைக்குள் அமர்ந்திருந்தார். குகையின் வாயிலைச் சுற்றிப் பார்வையாளர்கள் சீடர்கள், அருகிலிருந்த அரன்கான் கிராமமக்கள் ஆகிய பலதரப் பட்ட மக்கள் அடங்கிய ஒரு சிறு கூட்டம் குழுமியிருந்தது.

மெஹர்பாபா இருக்கும் இடங்களில், மாலை வேளைகளில் தினமும் நடைபெறும் ஒரு சடங்கு நடக்கவிருந்தது. வாசனை மிகுந்த சந்தன எண்ணெயில் முக்கி எடுக்கப்பட்ட, ஒரு கிண்ணத்தைக் கையில் ஏந்தி அதை ஏழு முறை தனது ஆசானின் தலையைச் சுற்றினார் ஒரு பக்தர். அங்கு கூடியிருந்தோர் அனைவரும் ஒன்றாகச் சேர்ந்து கோஷ்டியாக மிகுந்த சிரத்தையோடு மந்திரங்களை ஓதி, பிரார்த்தனை செய்தனர். அவர்களது சொற்களின் ஒலிப்பைக் கொண்டு அவர்கள் பலமுறை ''பாபா'' என்று மராத்திய மொழியில் கூறியதையும், தங்களது ஆசானை மிகைப்படுத்திப்புகழ்ந்து பாடி ஆராதித்தனர் என்று புரிந்தது. அனைவரும் அவரைப் பக்திப் பரவசத்தோடு நோக்குகின்றனர். மெஹருடைய இளையசகோதரர், ஹார்மோனியத்தில் மனமுருகும் இசையைப் பின்னணியாக இசைத்தார்.

சடங்கின் ஒரு அங்கமாக, பக்தர்கள் வரிசையில் ஒவ்வொருவராக வந்து மெஹரை மண்டியிட்டு வணங்கி அவரது பாதங்களை முத்தமிட்டுச் சென்றனர். சில பக்தர்கள் பக்தி மேலீட்டால் உணர்ச்சிவசப்பட்டு, பாதங்களை முத்தமிடும் செயலில் ஒரு நிமிடத்திற்கு மேலாகவும் ஈடுபடுகின்றனர். இச்செயல் ஆன்மீக ரீதியான நற்பலன்களை அளிக்கும் என்றும் பாபாவின் அருளைப் பெறுவதால் அவரது ஸ்பரிசம் பாவங்களைக் களைந்து விடும் என்றும் எனக்குத் தெரிவிக்கப்பட்டது.

அடுத்தநாள் என்னை எதிர்நோக்கியிருப்பதைப் பற்றி ஆவலோடு சிந்தித்தபடியே எனது இருப்பிடத்திற்குத் திரும்பினேன். எங்கோ தூரத்தில், வயல் வெளியில் நரி ஊளையிடும் அரவம், இரவுநேர அமைதியைக் குலைத்தது.

அடுத்தநாள் பாபாவின் உதவியாளர் மற்றும் ஆங்கிலமொழி பேசும் சில சீடர்களோடு, மரவீட்டின் முன் அமர்ந்தேன். நாங்கள் அரைவட்டம் அமைத்து அமர்ந்திருக்க, ஆங்கிலம் அறியாத சிலர் ஆர்வம் மிக்க கண்களுடன், சிரித்த முகத்துடன் எங்களை நோக்கியவாறு, சிறிது தொலைவில் நின்று கொண்டனர். குழுமியிருந்த அனைவரிடமிருந்தும் அவர்களது நினைவுப் பெட்டகத்திலிருந்து, அவர்களது அற்புத ஆசானைப் பற்றிய ருசிகரமான தகவல்களையும், அவரது முந்தைய வாழ்க்கையைப் பற்றியும் தெரிந்து கொண்டேன்.

அவரது இயற்பெயர் ''மெஹர்'' அவர் தன்னை ''சத்குருமெஹர்பாபா'' என்று கூறிக்கொள்கிறார். ''சத்குரு'' என்றால் பூரணமான ஆசான் (குற்றமற்ற) என்று பொருள்படும். ''பாபா'' என்பது இந்திய மக்கள் பெரும்பாலும் அன்போடு விளிக்கும் ஒருசொல். பொதுவாக, மெஹரை அன்போடு, ''பாபா'' என்றே சீடர்களும் பிறமக்களும் அழைக்கின்றனர்.

மெஹர்பாபாவின் தந்தை பாரசீகர் பெர்ஷிய நாட்டைச் சேர்ந்தவர். பாரசீக பாரம்பரியத்தைப் பின்பற்றும் இவர், ஏழை இளைஞனாக இந்தியாவுக்குக் குடிபெயர்ந்தார். 1894 ஆம் ஆண்டு பூனே நகரத்தில் அவதரித்த மெஹர் இவரது முதல் குழந்தை. ஐந்து வயதில் பள்ளியில் சேர்க்கப்பட்ட மெஹர், படிப்பில் ஆர்வம் கொண்டு சிறந்த புத்திசாலியாகத் திகழ்ந்தார். தனது 17 வயதில் மெட்ரிகுலேஷன் தேர்வில் தேர்ச்சிபெற்று பூனே நகரின் டெக்கன் கல்லூரியில் சேர்ந்து, இரு வருடகாலம் நல்ல தரமான நவீனகல்வி பயின்றார்.

இதன் பிறகு தான் மிகவும் கடினமான, சொல்லில் விவரிக்க இயலாத புரியாத புதிரான இவரது வாழ்க்கையின் ஒரு பகுதி துவங்கியது. ஒருநாள் அவர் வீடு திரும்பிக்கொண்டிருந்த போது, மிகவும் பிரபலமான ''ஹஸ்ரத் பப்பாஜான்'' என்னும் முந்தைய நூற்றாண்டைச் சேர்ந்த இஸ்லாமிய பெண் துறவி ஒருவரின்

இருப்பிடத்தைக் கடந்து செல்ல வேண்டியிருந்தது. அப்பெண்மணி தனது சிறிய ஒரு அறை கொண்ட மரவீட்டின் முன்பகுதியில், பெரிய இருக்கையில் சாய்ந்து கொண்டிருந்தார். மெஹர் ஓட்டி வந்த மிதிவண்டி அப்பெண்மணியை உரசிக்கொண்டே கடந்த போது, அவள் உடனே எழுந்து, அப்பையனை அருகில் வருமாறு அழைத்தாள். மெஹரும் வண்டியிலிருந்து இறங்கி அவளை நோக்கி வந்தார். அவள் அப்பையனின் (மெஹர்) கைகளைப் பற்றி இழுத்து, அவனைக் கட்டித் தழுவி, உச்சி முகர்ந்து முத்தமிட்டாள்.

அதன் பிறகு என்ன நிகழ்ந்தது என்பது தெளிவாக இல்லை. அதன் பின்னர் அந்த இளைஞன் (மெஹர்) தெளிவற்ற மனநிலையில் வீடு திரும்பியதாகவும், தொடர்ந்த எட்டு மாதங்களில் அவனது மன ஆற்றல் விரைவாகக் குறைந்து, அவனால் சரிவரப் படிக்க முடியாமல் போனதாகவும் அறிந்து கொண்டேன். இறுதியில் தனது பாடங்களைச் சரிவரக் கவனிக்க இயலாமல் போனதால், கல்லூரியை விட்டே விலகி விட்டான்.

இதன் பின்னர், மெஹர் ஏறக்குறைய மூடனாகித் தன்னையே கவனித்துக்கொள்ள இயலாத நிலைக்குத் தள்ளப்பட்டான். அவனது கண்கள் ஒளியிழந்து, மங்கிப் போயின. மனிதனின் அடிப்படைப் பணிகளான உணவருந்துதல், குளித்து உடலைத் தூய்மையாக வைத்தல் மற்றும் இயற்கையான காலைக் கடன்களைக் கழித்தல் போன்றவற்றைக் கூட செய்ய முடியாத அளவிற்கு அவன் அறிவிழந்து, செயலற்றுப் போனான். சாப்பாடு அவன் முன் பரிமாறப்பட்ட போதிலும், எதற்காகத் தன் முன் வைக்கப்பட்டுள்ளது என்றும், அதைத்தான் எடுத்து உண்ண வேண்டும் என்பது கூட அறியாது, ''சாப்பிடு'' என்று அவரது தந்தை கூறியபின்னரே இயந்திரகதியில் இயங்கி உணவு அருந்துவான். சுருங்கச் சொன்னால் அவன் ஒரு மனித இயந்திரம் போலாகினான்.

ஆக, இருபது வயது இளைஞனை மூன்று வயதுக் குழந்தையைப் போல் பேணுவதைக் குறித்து அவனது பெற்றோர் மனமுடைந்தனர். ஒருவேளை, தேர்விற்காகக் கடினமாக உழைத்ததில், மன உளைச்சலினால், மூளைக் குறைபாடு ஏற்பட்டிருக்கக் கூடும் என்று தந்தையார் முடிவு செய்து அவரை

வைத்தியரிடம் கூட்டிச் சென்றனர். பல்வேறு மருத்துவர்கள் மெஹரைப் பரிசோதித்து விட்டு மனச்சீர் குலைவு ஏற்பட்டுள்ள தாகச் சொல்லி ஊசி மூலம் மருந்துகள் அளித்தனர். எட்டு மாத காலத்தில், அவனது வருந்தத்தக்க, பரிதாபகரமான நிலையில் மாற்றம் ஏற்பட்டு, மனநிலைதேறி, அவனைச் சுற்றி நிகழ்பவற்றைப் புரிந்துகொண்டு அவனால் சாதாரணமாகச் செயல்பட முடிந்தது.

மெஹர் பூரணமாகக் குணமடைந்தவுடன், அவனது குணாதிசயமே முற்றிலும் மாறுபட்டிருந்தது அறியப்பட்டது. மெஹரது கல்வி ரீதியான இலட்சியங்கள் மறைந்து, உலக ரீதியாக தொழில் சார்ந்த மற்றும் முன்னேறும் எண்ணம் மறைந்து, விளையாட்டிலும் ஆர்வம் குறைந்து காணப்பட்டான். இவற்றிற்குப் பதிலாக, ஆன்மீக வாழ்வில் தீவிர வேட்கையும், ஆன்மீகத்தில் ஏற்பட்ட நாட்டத்தினால் தானும் ஞானியாகி விட வேண்டும் என்னும் எண்ணமும் வலுப்பெற்றது.

இந்த அனைத்து மாற்றங்களுக்கும் முகம்மதிய பெண் துறவியின் அருள்தான் காரணம் என்று மெஹர் நம்பிக்கை கொண்டதால், தனது எதிர்காலத்தைப் பற்றிய அறிவுரை வழங்குமாறு அந்த மூதாட்டியிடமே கேட்டுக் கொண்டான். துறவி ஒரு நல்ல ஆன்மீக ஆசானை நாடிச் செல்லுமாறு மெஹருக்கு அறிவுறுத்தி அதை நாடிச் செல்லும் பாதையை அறிய விண்வெளியை நோக்கிச் சுட்டிக்காட்டினார்.

அந்தப் பகுதியிலிருந்த பல ஆன்மீக மனிதர்களை நாடிச் சென்றார் மெஹர். பிறகு தனது சொந்த ஊரான பூனாவின் அருகில் சகோரி என்னும் கிராமத்தில் உள்ள கல்லால் ஆகிய ஒரு ஆலயத்திற்குச் சென்றார். அது மிகவும் சிறிய, எளிமையான ஆலயம் என்றாலும், மிகவும் புனிதமான, இறை நிறையான "உபாசனா மகராஜ்" என்னும் ஆன்மீக மனிதரின் உறைவிடம் என்று அப்பகுதி மக்கள் உரைத்தனர். ஆகையால், மெஹர் "உபாசனா மகராஜா" நேருக்குநேர் சந்திக்க நேரிட்டபோது, அவரே தனது ஆன்மீக ஆசான் என்று கருதினார்.

ஆன்மீகத்தில் நாட்டம் கொண்ட இளவயது மெஹர் அடிக்கடி "சகோரி" சென்று வந்தார். சில சமயங்களில் சில நாட்கள் தனது

ஆசானோடு கழித்த அவர் ஒருமுறை நான்கு மாதகாலம் தங்கினார். இந்தக் காலகட்டத்தில் தான் பூரணத்துவம் அடைந்து தனது குறிக்கோளுக்குத் தயாரானதாகக் கூறுகிறார். ஒரு நாள், தனது பழைய பள்ளி நண்பர்கள் முப்பது பேரை அழைத்துக் கொண்டு சகோரி சென்று மாலையில் முக்கியமான கூட்டம் நடக்கவிருப்பதாக அறிவித்தார். ஆலயத்தில் நுழைந்தவுடன் ஆலயக் கதவுகள் அடைக்கப்பட்டு, அங்கேயே வாசம் செய்த ''உபாசனா மகராஜ்'' அவர்கள் முன் வந்து, அக்கூட்டத்தில் உரையாற்றினார். அவர் மதத்தைப் பற்றியும், பரிசுத்தமான புண்ணியங்களை நாடுமாறும் கூறிவிட்டு, மெஹரைத் தனது ஆன்மீக ஞானம் மற்றும் அற்புதச் சக்திகளின் வாரிசாக உருவாக்கி விட்டதாகவும், இறுதியாக மெஹர் ஆன்மீகப் பூரணத்துவம் அடைந்து விட்டதாகவும் அறிவித்து அந்த இளம்பிள்ளைகளை வியப்பில் ஆழச் செய்தார். மேலும், அவர்களைத் தங்களது பாரசீக நண்பரைப் பின்பற்ற வேண்டும் என்றும் அப்போது தான் அவர்களால் இகலோகம் மட்டுமின்றிப் பரலோகத்திலும் ஆன்மீக ரீதியான உன்னதமான பலனைப் பெற இயலும் என்றும் ஆணித்தரமாக உபதேசித்தார்.

சிலர் அவரது உபதேசத்தை ஏற்றனர், மற்றும் சிலர் நம்பிக்கையற்றுத் திகழ்ந்தனர். ஒருவருடகாலத்திற்குப் பிறகு இருபத்தியேழு வயது நிரம்பிய மெஹர், தன்னைச் சுற்றியுள்ள சிறு குழுவிடம் ஒரு ஆன்மீகப் பேரொளி தன்னை ஆட்கொண்டு, தனக்கு ஆன்மீக இலக்கை நிர்ணயித்துள்ளதாகவும், அப்பணியைத் தான் நிறைவேற்றப் போவதாகவும் பிரகடனம் செய்தார். மேலும், இறைவன் மானுட சமூகத்திற்கே மிகவும் முக்கியத்துவம் வாய்ந்த, நற்பலனளிக்கவல்லதொரு பணியைத் தனக்கு அளித்துள்ளதாகவும் தெரிவித்தார். முதலில் தனது குறிக்கோளின் நுட்பமான தன்மையை நேரடியாக வெளிப்படுத்தவில்லை; பின்னர் சிறிது காலம் சென்றவுடன், அவர் அந்த இரகசியத்தைப் பகிரங்கப் படுத்தினார். தான் ஒரு இறைத்தூதுவனாக வேண்டும் என்று விதிக்கப்பட்டதை அறிவித்தார்.

1924-ஆம் ஆண்டில் மெஹர் முதன்முதலாக இந்தியாவை விட்டு வெளியேறினார். ஆறு சீடர்கள் கொண்ட ஒரு குழுவுடன் தனது மூதாதையரின் நாட்டைக் காணச் செல்வதாகக் கூறி

பெர்ஷியாவிற்குப் பயணம் மேற்கொண்டார். ஆனால், அவர்களது பிரயாணக்கப்பல், புஷையர் துறைமுகத்தை அடைந்த வுடனேயே திடீரெனத் தனது மனதை மாற்றிக்கொண்டு, அடுத்த கப்பலிலே தாயகம் திரும்பினார். இந்நிகழ்ச்சிக்கு மூன்று மாதங்களுக்குப் பின் போராளிப்படையினர், முந்தைய ஆட்சியைப் பதவி விலகச் செய்து விட்டு டெஹ்ரான் (பாரசீகத்தலைநகரம்) நகரைக் கைப்பற்றினர். புதிய மன்னர் அரியாசனத்தில் அமர்ந்தார்.

உடனடியாக, மெஹர் தனது சீடர்களிடம், ''இப்போது பெர்ஷிய பிரயாணத்தில் எனது திடீர் முடிவுக்கான இரகசியத்தை அறிந்து கொண்டீர்களா?'' என்று கேட்டாராம்.

இந்நிகழ்வுக்குப் பின்னர், புதியமன்னரின் ஆட்சியில் பெர்ஷிய நாடு மிகவும் வளமாகவும் மகிழ்ச்சியாகவும் இருந்ததாக அவரது சீடர்கள் தெரிவித்தனர். இதற்கு முந்தைய ஆட்சியில் இடையறாத போர் மூள கொடூரமான விளைவுகளைச் சந்தித்து வந்த முகம்மதியர்கள், பாரசீக மதத்தவர் யூதர்கள் மற்றும் கிறித்துவ மக்களும், புதிய ஆட்சியில் மனமொத்து மகிழ்வுடன் இருப்பதாகவும் கூறினர்.

மனித சக்திக்குப் புலப்படாத இந்தப் பயணத்திற்குப்பின், மெஹர்பாபா புதுமையானதொரு கல்வி ஸ்தாபனத்தை ஆரம்பித்தார். அவரது அறிவுரையின்படி, ''அரன்கான்'' அருகிலுள்ள தற்போதைய நிலத்தைச் சீடர் ஒருவர் விலைக்கு வாங்கினார். மூங்கில் கம்பும், கூரையும் வேய்ந்த பல குடில்களும், சில பங்களாக்களும் கட்டப்பட்டன. இலவச உணவு வழங்கும் திட்டத்துடன் பள்ளி துவங்கப்பட்டது. பாரசீக சீடர்களின் குடும்பத்தில் கல்வியறிவு மிக்கவர்களைப் பாடம் போதிக்கும் ஆசிரியர்களாகவும், மாணாக்கர்களும் அவர்களது, அல்லது அவர்களின் நண்பர்களின் குடும்பத்திலிருந்தே தேர்ந்தெடுக்கப் பட்டனர். கல்வி அளிக்கவோ, உணவு மற்றும் தங்கும் வசதிக்கோ எவ்விதக் கட்டணமும் வசூலிக்கப்படாது இலவசமாகவே அளிக்கப்பட்டன. முறையான பொதுப் பாடங்களோடு, மெஹர் பாபாவால் பாகுபாடற்ற மதங்களைப் பற்றிய விசேஷ போதனையும் இருந்தது.

இப்படிப்பட்ட கவர்ச்சிகரமான சலுகைகளின் மூலம், ஏறத்தாழ நூறு மாணவர்கள் வரையிலும் சேர்ந்துவிட்டனர். அதில் ஏறக்குறைய பன்னிரண்டு பேர் தூரத்து தேசமான பாரசீக நாட்டிலிருந்து வந்திருந்தனர். அனைத்து மதங்களுக்கும் பொதுவான நன்னெறிகளும், அறநெறியின் குறிக்கோள்களும் மற்றும் தீர்க்க தரிசிகளின் வாழ்க்கை வரலாறுகளும் அவர்களுக்கு விவரிக்கப் பட்டன. மதபோதனை வகுப்புகள், கொஞ்சம் கொஞ்சமாக பாடத்திட்டத்தின் முக்கியமான அம்சமானது. மெஹர்பாபா, சற்று வயது முதிர்ந்த மாணவர்களைத் தியானத்தின் மூலம் பரம்பொருளை அடைந்து விடலாம் என்னும் ஆன்மீக நம்பிக்கையை நோக்கி அழைத்துச் சென்றார். ஆனால், இது அத்துணை ஆர்வமூட்டியதாகத் தெரியவில்லை. பாபாவை ஒரு புனித மனிதராகவும் மேலும் இறைவனாகவும் ஆராதிக்கவும் அவர்கள் பயிற்று விக்கப்பட்டனர். இந்நிலையில் சில மாணவர்கள் ஆன்மீக ரீதியாகத் தன்னிச்சையான மூர்ச்சையில் வீழ்ந்தனர். சில தினங்களில் அவர்களிடையே பல விநோதமான நிகழ்வுகள் நடந்தேறின.

வித்தியாசமான இப்பள்ளியில் பல்வேறு இனங்களை, சாதியைச் சேர்ந்த மாணாக்கர்கள் இருந்தனர் என்பது குறிப்பிடத் தக்கதொரு அம்சம். இந்துக்கள், முகம்மதியர், இந்திய-கிறிஸ்த்துவர்கள் மற்றும் பாரசீகர்கள், எவ்விதமான தடைகளுமின்றி ஒன்றறக்கலந்து மனமொத்திருந்தனர். ஆனால், மெஹர்பாபா, இன்னமும் பரவலான மாணவர் சேர்க்கையை விரும்பினார். சில ஆங்கிலேயர்களைப் பட்டியலில் சேர்க்கும் எண்ணத்துடன் தனது சீடனை இங்கிலாந்து அனுப்பி வைத்தார். தூதுவர், இப்பணியில் மிகையான சிரமத்தை எதிர்கொள்ள நேரிட்டது. ஏனெனில், ஆங்கிலேயப் பெற்றோருக்கு முன்பின் அறிமுகமில்லாத ஒரு நபரை நம்பி தொலைதூரத்தில் ஆசியக் கண்டத்திலுள்ள ஒரு பள்ளிக்குத் தங்கள் குழந்தைகளை அனுப்பி வைக்க விருப்பமில்லை. மேலும் பள்ளியில் அனைத்து மதங்களையும் இணைக்கும் கருத்தும் அவர்களுக்கு ஏற்புடையதாக இல்லை. ஏனெனில் பல்வேறு இன மதப் பிரிவுகளைச் சார்ந்த மாணாக்கர்கள் ஒருங்கிணைந்து இயல்பாகப் பழகிப் பயிலும் பல கல்விச் சாலைகள் இங்கிலாந்தில் உள்ளன. அதிலும் இனவெறி தலைவிரித்தாடும்

இந்தியாவைப் போன்ற நாட்டைப் போல் அல்லாது, இவ்விஷயத்தைப் பெரிதாக மதித்துப் பேசப்படுவதுமில்லை.

ஒருநாள் இந்தியாவிலிருந்து சென்ற தூதுவர் ஒரு ஆங்கிலேயரைச் சந்தித்தார். ஒரிரு சந்திப்புகளுக்குப் பிறகு பாரசீக தூதுவரின் கொள்கைகளை ஏற்றுக்கொள்ளச் சம்மதித்தார். உத்வேகத்துடன் பணியாற்றக் கூடிய உற்சாகமான மனிதரான அவர் லண்டன் மாநகரம் மற்றும் அதன் சுற்றுப்புறத்திலும் தீவிரமாகப் பயணித்துள்ளார். லண்டனைச் சுற்றிலும் நிரம்பியுள்ள பல்வேறு மதச்சார்புகளைப் பற்றிய தெளிவான அறிவாற்றல் கொண்டிருந்த இவர், உன்னதமாகத் தோன்றிய மெஹர்பாபாவின் கருத்துக்களை உடனடியாக ஏற்றுக் கொண்டார். ஆதலால், வெள்ளையர் குழந்தைகளைத் தேடும் பணியில் இந்தியத் தூதுவருக்கு உதவி புரிந்தார். வறுமையில் வாடிய சில பெற்றோர் தங்கள் ஏழ்மையின் சுமையைக் குறைப்பதற்காகத் தங்கள் குழந்தையை அனுப்பிவைக்கச் சம்மதித்தனர். வறுமையின் கொடுமைக்கு பாசம் விலையாகி மூன்று ஆங்கிலேயக் குழந்தைகள் இந்தியப் பயணத்திற்குத் தயாராகினர். ஆனால், அரசாங்கம் திடீரெனச் சுறுசுறுப்பாகச் செயல்பட்டு இந்த விஷயத்தில் புலன் விசாரணையில் ஈடுபட்டு இவர்களது திட்டத்தைத் தடைபோட்டு நிறுத்த, குழந்தைகளின் பிரயாணம் நின்று போனது. பாரசீக இறைத்தூதரின், பிரதிநிதி ஆங்கிலேயர் அவரது துணைவியார் மற்றும் அவரது மைத்துனியோடு இந்தியா திரும்பினார். ஐந்தாறு மாதகாலத்திற்குப் பிறகு தனது பிரதான சீடரின் செலவில் இவர்களைத் திரும்பவும் இங்கிலாந்து அனுப்பி வைத்தார்.

முக்கியமான இரு குறிக்கோளுடன் இப்பள்ளியைத் துவங்கியதாக மெஹர் என்னிடம் தெரிவித்தார். முதற்கண், மாணவர்களிடையே நிலவிய இன மதவேறுபாடுகளைக் களையவும், இரண்டாவதாக, இதிலிருந்து சிலரைத் தேர்வு செய்து பயிற்சியளித்து தனது ஆன்மீகப் பணியில் தூதுவராக உருவாக்க நாட்டம் கொண்டிருந்தார். அவர்கள் பக்குவநிலையை எட்டி, பூரணத்துவம் அடைந்ததும், தனது ஆன்மீகக் குறிக்கோளைப்பற்றி உலகிற்கு பகிரங்கப்படுத்தும் காலம் கனியும் வரை காத்திருந்து பின் அவர்களை ஐந்து கண்டங்களுக்கும்

அனுப்பி வைப்பார். மக்களை ஆன்மீக நல்வழிப்பாதையில் நடத்திட விதிக்கப்பட்டிருக்கும் அவரது நற்பணியில் தூதுவர் களாகவும், மத குருவின் உதவியாளர்களாகவும் அவர்கள் பங்கேற்பர்.

பள்ளியோடு சேர்ந்து, ஒரு ஆரம்ப நிலையிலான வைத்தியசாலை திறக்கப்பட்டது. ஆர்வம்மிக்க விசுவாசமான சீடர்கள் வெளியில் சென்று கண்பார்வையற்றோர். உடல்நலம் குன்றியவர் மற்றும் ஊனமுற்றோரை வைத்தியத்திற்கு அழைத்து வந்தனர். நோயாளிகளுக்கு உணவு, தங்குமிடமும், மருத்துவ சிகிச்சையும், இலவசமாக அளிக்கப்பட்டது. பாரசீக மகான் அவர்களுக்கு ஆன்ம-ரீதியான சமாதானமளித்தார். ஐந்து குஷ்டரோகிகள் இவரது ஸ்பரிசத்தால் பூரண குணமடைந்ததாகச் சீடர்கள் தெரிவித்தனர். ஆஹா! நான் ஒரு எளிய அற்பமான நாத்திகன்! இதை என்னால் நம்ப இயலவில்லை. இது வெறும், கற்பனை, கிழக்கத்தியர்க்கே உரித்தான அதீதமான கற்பனை ஓட்டம். ஏனெனில் இந்த ரோகிகள் யார் தற்போது எங்கிருக் கிறார்கள், அல்லது எவ்வாறு அவர்களைக் கண்டுபிடிப்பது என்பதை எவரும் அறியவில்லை. ஒருவேளை, ரோகிகளில் ஒருவர், நன்றி பாராட்டும் வகையில் பாபாவின் சீடர்களின் அணிவரிசையில் இணைந்திருக்கக் கூடும். இந்த விஷயம் காட்டுத்தீயைப் போல் பரவி, நோயினால் பீடிக்கப்பட்ட அனைத்து மக்களும் நம்பிக்கையோடும், ஆர்வத்தோடும் வைத்தியசாலைக்கு வந்திருக்கலாம்.

முகாமிட்டுத் தங்கும் பக்தர்களும், பார்வையாளர்களும் அருகிலிருந்த கிராமங்களிலிருந்து ஆதரவு நாடி வரும் மக்கள் கூட்டமும் நாளடைவில் பெருகின. இக்குடியிருப்பின் மக்கள் தொகை மிகையாகி இடம் முழுவதும் தீவிரமான மதரீதியான தாபம் நிறைந்தது; மெஹர்பாபாதான் இக்காட்சியின் மையமாகினார்.

பதினெட்டு மாத காலத்திற்குப் பின்னர் இக்குடியிருப்பு மூடப்பட்டு, அனைத்துச் செயல்பாடுகளும் கைவிடப்பட்டன. மாணவர்கள் அவரவர் பெற்றோரிடம் ஒப்படைக்கப்பட்டு, நோயாளிகள் அவர்களது இல்லங்களுக்கே திருப்பி அனுப்பப்

பட்டனர். பாபாவும், அவரது இந்தத் திடீர் முடிவுக்கான எவ்விதமான காரணத்தையும், மற்றும் தன் பங்கிலிருந்து எந்த வகையான சமாதானமோ, விளக்கமோ அளிக்கவில்லை. இவ்வாறு திடீரென விவரித்துச் சொல்ல இயலாது உணர்ச்சி வயப்படுவது அவரது இயற்கையான சுபாவமே என்று அறிந்து கொண்டேன்.

1929-ஆம் ஆண்டில் இளவேனிற்காலத்தில், ''சாது லீயிக்'' என்னும் சீடரை முதன் முதலாகத் தனது ஆன்மீகப் பிரசாரத்திற்காக இந்தியாவுக்கு அனுப்பி வைத்தார். அவர் பயணம் மேற்கொள்ள விடை பெற்ற போது.

''உன்னுடன் பணிசெய்ய ஒரு தூதுவர் உன்னுடன் இருக்கும் அனுகூலமான சூழ்நிலையைப் பெற்றுள்ளாய். எந்த மதத்தையும் இழிவாக எண்ணாது, பரந்த நோக்குடன் இரு. உன்னைப் பற்றிய அனைத்தையும் நான் நன்கு அறிவேன் என்னும் உறுதியோடு, பிறரது விமர்சனத்தால் மனமுடைந்து போகாதிரு. நான் உன்னை வழிநடத்திச் செல்வேன், என்னைத் தவிர வேறு எவரையும் பின்பற்றாதே'' என்று பாபா அவருக்கு உபதேசித்தார்.

ஆனால், பாவம்! அந்த மனிதரால், நாடோடி போல் திரிந்து அலைந்து பணி செய்ய உடல் ரீதியாக இயலவில்லை என்பதைப் பின்னர் அறிந்து கொண்டேன். சென்னையில், ஒரு சிறிய கூட்டத்தைச் சேகரிக்க அவரால் இயன்றபோதும், பயணத்தின் இடையே உடல் நலம் குன்றி, நாடு திரும்பி உயிர்நீத்தார்.

இதுவே இப்பாரசீக ஆன்மீக மனிதரின் பூர்வீகத்தின் சுருக்கமான வரலாறு!

☯ ☯ ☯

நான் மெஹர் பாபாவுடன் பல முறை உபயோகமற்ற, வீணான பேச்சுக்களை (பொழுது போக்காக) பேசியுள்ளேன். ஆனால், இவ்வுலகில் தானே உருவாக்கிய மதப் பிரசாரத்தைக் குறித்த அதிகமான தீர்மானமான விஷயங்களைக் கேட்டறிய விரும்புகிறேன். ஆகவே, அவரை நேரில் கண்டு தெரிந்து கொள்ள இறுதியான நேர்காணலுக்கான அவகாசத்தைப் பெறுகிறேன்.

இன்று அவர் மிருதுவான நீலநிற கழுத்துப் பட்டை அணிந்துள்ளார். எங்களது சம்பாஷணைக்காக தயாராக தனது முழங்கால்களில் எழுத்துக்கள் கொண்ட ஒரு பலகை வைத்துள்ளார். கூடியிருந்த சீடர்கள் அவரைப்பாராட்டுகின்றது போல இருக்க, தேவையான சூழலை உருவாக்குகின்றனர். அங்கு நிலவிய அமைதிச் சூழலினிடையே, நான் திடீரென ஒரு கேள்வி கேட்கும் வரை, ஒவ்வொருவரும் மற்றவரை நோக்கி புன்னகைத்தவாறு உள்ளனர்.

''நீங்கள் ஒரு தேவதூதர் என எப்படி அறிவீர்கள்?''

சீடர்கள் எனது குறும்புத்தனமான கேள்வியால் விதிர்த்துப் போயினர். தனது அடர்த்தியான புருவங்களை நகர்த்துகிறார் குரு. அவர் பதற்றப்படவில்லை, ஏனெனில் அவர் மேலை நாட்டவரை நோக்கி புன்னகைத்தவாறு வேகமாக பதிலளிக்கிறார்:

''நானறிவேன்! எனக்கு நன்கு தெரியும். நீ ஒரு மானிடன் என்பது உனக்குத் தெரியும். அது போலவே நான் ஒரு தேவதூதன் என்பதை அறிவேன்! அது தான் பூரண வாழ்வுப் எனது பேரானந்தம் தடைப்படாது. நீ உன்னை வேறு ஒருவராகக் கருதாதே, ஆதலால் நான் யாரென்பதைத் தவறாகக் கொள்ள முடியாது. எனக்கு ஒரு இறைப்பணி உள்ளது, அதை நான் செய்வேன்.''

''இஸ்லாமியப் பெண்மணி உங்களை முத்தமிட்ட போது உண்மையில் என்ன நடந்தது. உங்களால் நினைவுகூர முடியுமா?''

''ஆம், அது வரை மற்ற இளைஞர்களைப் போலவே, நானும் இவ்வுலகத்தாரைப் போலிருந்தேன். ஹஸ்ரத் பாபா அவர்கள் எனக்காக கதவைத் திறந்தார். அப்பெண்மணியின் முத்தம் ஒரு திருப்பு முனையாக இருந்தது. இவ்வுலகமே சூன்யமானதாக நான் உணர்ந்தேன்; நான் முழுமையாகத் தனியனாக இருந்தேன். ஆம்-நான் கடவுளுடன் தனித்திருந்தேன். மாதக்கணக்கில் என்னால் தூங்க இயலவில்லை. இருந்த போதும், நான் பலவீன மாகவில்லை. ஆனால் முன்பிருந்தது போல, பலமுள்ளவனாக இருந்தேன். ஆனால் நான் மனநிலை சரியில்லாதவன் என்று என் தந்தை தவறாகக் கருதினார். அவர் ஒரு மருத்துவரை வரவழைத்தார்

மற்றும் ஒரு வைத்தியரையும் அழைத்தார். அவர்கள் எனக்கு மருத்துகள் கொடுத்தும் மற்றும் ஊசி மருந்துகளை அளித்தும் முயற்சித்தனர். ஆனால், அவையனைத்தும் பயனற்றுப் போயின நான் இறைவனுடன் ஒன்றியிருந்தேன். குணப்படுத்த ஏதுமில்லை. நான் சாதாரண வாழ்க்கையை இழந்தேனே தவிர, வெகு நாட்களுக்குப் பின் நான் எனது இயல்பு வாழ்க்கைக்குத் திரும்பி விட்டேன். புரிந்து கொண்டீர்களா?''

ஆம், நன்றாகவே! தற்போது இயல்பு வாழ்க்கைக்குத் திரும்பிய நீங்கள் எப்போது மக்களுக்குத் தெரியப்படுத்துவீர்கள்?'' என்றேன்.

''விரைவிலேயே எனது அவதாரம் நிகழும்! ஆனால், அந்த நாளை என்னால் உனக்குத் தெரிவிக்க இயலாது.''

''அப்போது, அதற்குப் பின்னர்...?''

இந்தப் பூமியில் எனது பணி முப்பத்துமூன்று ஆண்டுகள் நீடிக்கும். அதன்பின் நான் வருந்தத்தக்க வகையில் மரணமடைவேன். எனது கொடூரமான முடிவிற்கு எனது பாரசீக இனத்தவரே பொறுப்பேற்க வேண்டும். ஆனால், ஏனையோர் எனது பணியைத் தொடர்வார்கள்.''

''அவர்கள் உங்களது சீடர்கள் என்று நான் யூகிக்கிறேன்?''

''தேர்ந்தெடுக்கப்பட்ட எனது பன்னிரெண்டு சீடர்களில் ஒருவர் குறிப்பிட்ட நேரத்தில் குருவாக உருவாக்கப்படுவார். அவர்களின் பொருட்டுத்தான் நான் அடிக்கடி உபவாசமிருந்து மௌனவிரதம் அனுஷ்டித்து வருகிறேன். ஏனெனில், இதுதான் அவர்களது பாவங்களைப் போக்கி முழுமையான ஆன்மீக வாதியாக்க இயலும். அவர்கள் அனைவருமே முந்தைய பிறவிகளில் என்னுடன் இருந்தவர்கள். ஆகவே அவர்களுக்கு உதவுவது என் கடமை. இவர்களைச் சுற்றி நாற்பத்து நான்கு அங்கத்தினர் கொண்ட ஒரு வெளிவட்டம் இருக்கும். ஆண்-பெண் அடங்கிய இவர்கள் சற்றே தாழ்நிலை ஆன்மீகவாதிகள். பூரணத்துவம் பெற்ற பன்னிரெண்டு முக்கியச் சீடர்களுக்கு மேற்கூறிய குழு, அவரது பணியில் உதவி புரிவர்.

''குரு நிலைக்குப் போட்டியாளர்கள் உண்டா?''

''ஆம், திருமதி.பெசன்டின் ஆன்மீகவாரிசான கிருஷ்ணமூர்த்தி. பிரம்மஞான சபையினர் (தியொசாஃபிகல் சொஸைட்டி) தங்களையே ஏமாற்றிக் கொள்கின்றனர். அவர்களை ஆட்டு விப்பவர்களில் முக்கியமானவர் திபெத்தில், இமாலயத்தில் எங்கேயோ இருக்கலாம். நீ அவர்களது வசிப்பிடத்தில் கற்களையும் தூசுகளையும் தவிர வேறு எதையும் காணமுடியாது. தவிர, எந்த ஒரு உண்மையான ஆன்மீக குருவிற்கும் தனது உபயோகத்திற்கு என வேறு ஒருவரது உடலைத் தயார் செய்து பயிற்சி செய்விப்பது தேவையில்லை, இது.

இந்த இறுதிச் சம்பாஷணையிலிருந்து மற்றும் புதுமையான தகவல்கள் வெளிப்படுகின்றன. மெலிந்த விரல்களின் மூலம் வார்த்தைக்கு வார்த்தை பளிச்சிடும் புதுமையான தகவல்கள் வெளியாகின... ''அமெரிக்காவிற்கு நல்லதொரு எதிர்காலம் உள்ளது. அந்த நாடு ஆன்மீக நாடாக உருவாகும்... என்னிடம் நம்பிக்கை கொண்டவர்கள் ஒவ்வொருவரையும் நானறிவேன். அவர் எப்போதும் உதவி பெறுகிறார்... எனது செயல்களைக் கண்டு கொள்ளாதே, அவற்றின் ஆழத்தை அளவிட முடியாது... நான் ஒரு இடத்தைத் தேர்ந்தெடுத்து அங்கு தங்கினால், எவ்வளவு குறுகிய காலமாக இருப்பினும், அவ்விடத்தின் ஆன்மீகச் சூழ்நிலை மிகவும் மேம்படுகிறது. உலகிற்கு நான் வழங்கும் ஆன்மீக உந்துதல் விரைவிலேயே பொருளாதாரம், அரசியல், பாலியல், சமுதாயம் போன்ற அனைத்துச் சிக்கல்களையும் சீர்செய்து விடும். ஏனெனில், தன்னலம் அழிக்கப்பட்டு சகோதரத்துவம் அவ்விடத்தில் தழைத்தோங்கும்.... பதினேழாம் நூற்றாண்டில், மராத்திய சாம்ராஜ்யத்தை உருவாக்கிய தலைவன் சிவாஜி இங்குதான் இருக்கிறான். (தன்னைத்தானே சுட்டிக் காட்டியபடி... சிவாஜியின் மறு அவதாரம் தான் மெஹர் என்று பொருள்பட உரைக்கிறார்) சில கிரகங்கள் வசிப்பிடமாகியுள்ளன. அவை கலாச்சாரத்திலும், பொருளாதார முன்னேற்றத்திலும் இவ்வுலகைப் போலிருந்தாலும் ஆன்மீகத்தில் நமது பூவுலகம் மிகவும் முன்னேற்ற மடைந்துள்ளது...

தனது கொள்கைகளை வெளிப்படுத்தும் போது, மெஹர் தயக்கம் காட்டுவதில்லை எனக்கண்டு கொள்ளலாம். நேர்காணல்

முடியும் போது அவர் எனக்கு இட்ட கட்டளையைச் செவியுற்று நான் சற்று துணுக்குற்றேன்.

"எனது பிரதிநிதியாக மேலை நாடு செல்! வரப்போகும் தெய்வீகத் தூதுவனாக எனது பெயரை பரப்பு. எனக்காகவும், எனது மகிமையைப் பரப்பவும், நீ பணி செய்! அப்போதுதான் மனித சமுதாயத்திற்காக நீ நல்லது செய்வாய்."

இது போன்றதொரு பணி என் கற்பனையைச் சிதைத்து விடுமோ என்றஞ்சி நான் தயக்கத்துடன் பதிலளித்தேன். "இவ்வுலகம் ஒருவேளை என்னை பைத்தியக்காரன் எனலாம்."

மெஹர் ஏற்கவில்லை என்றறிந்து தொடர்ந்தேன்.

"தேவ தூதனாகவே இருக்கட்டும் அவன் அசாதாரண ஆன்மீக மனிதனானாலும், அவன் தொடர்ந்து அதிசயங்கள் நிகழ்த்தினால் ஒழிய மேலை நாட்டவர் அவனை ஏற்க மாட்டார்கள், மேலும் நான் அதிசயங்கள் நிகழ்த்த இயலாததால், நான் இது போல செய்ய இயலாது."

"அதனால் நீ இவற்றைச் செய்வாய்!" என ஆறுதலாக உறுதியளித்தார்.

நான் அமைதியாக இருந்ததை மெஹர் தவறாகக் கொள்கிறார்.

"என்னுடன் தங்கு, உனக்கு அபார சக்தியை அளிக்கிறேன்."

"நீ மகா பாக்யசாலி. மேலை நாட்டில் சேவை செய்யும் வகையில் உயர்ந்த சக்திகளைப் பெற நான் உனக்கு உதவுவேன்" எனக் கூறுகிறார் அவர்.

இந்த நம்ப முடியாத நேர்காணலின் மீதமுள்ளவற்றை விவரிக்கத் தேவையில்லை. பிறக்கும் போதே மகான்களாகச் சிலரும், மேன்மை அடைபவர்களாகச் சிலரும், ஏனையோர் தங்களுக்கென பத்திரிகை முகவர்களை நியமித்துக் கொள்பவர் களாகவும் உள்ளனர். மெஹர் இறுதி வழியை ஆதரிப்பது போலத்தோன்றுகிறது.

நான் மறுநாள் எனது பிரயாணப்பையுடன் புறப்படத் தயாராகினேன். அத்தருணத்திற்குப் பக்தி மிகுந்த ஞானத்தையும்,

வருவதை உணர்த்தும் வழிகளையும் கற்றுணர்ந்துள்ளேன். ஜோதிமயமான ஆன்மீகச் சொற்பொழிவுகளைக் கேட்டறிய மட்டும் உலகின் தூரப் பிரதேசங்களில் திரியவில்லை. உண்மைகள் முன்பின் தெரியாதவைகளாக இருப்பினும், வித்தியாசமாக இருப்பினும் நான் அவற்றை விரும்புகிறேன். நம்பத்தக்க சாட்சியைத் தேடுகிறேன். இதைவிட மேலாக, எனக்கே சொந்தமாக எனது திருப்திக்காக உறுதி செய்து கொள்ளக் கூடியதை நான் வேண்டுகிறேன்.

பிரயாண ஏற்பாடுகள் நிறைவேற மெஹரை அணுகி அவரிடம் விடை பெறுகிறேன். நாசிக் நகரின் அருகிலுள்ள அவரது தலைமைக் காரியாலயத்தில் உள்ள தனது இருப்பிடத்திற்குச் சில மாதங்களில் சென்றுவிடப் போவதாகவும், நான் அங்கு வந்து அவரைச் சந்தித்து ஒருமாதம் தங்க வேண்டுமெனவும் கேட்டுக் கொண்டார்.

''இதைச் செய்! முடிந்தபோது வா! உனக்கு வியக்கத்தக்க ஆன்மீக அனுபவத்தை அளித்து என்னைப் பற்றிய நிதர்சனமான உண்மையை அறியச் செய்வேன். எனது உள்ளார்ந்த ஆன்மீகச் சக்திகளை வெளிப்படுத்துவேன். அதன்பின் உனக்கு ஐயப்பாடுகளே எழாது, நான் சொல்லுகின்ற அனைத்தையும் உன்னால் உனது சொந்த அனுபவத்தின் மூலம் நிரூபிக்க முடியும். பிறகு மேலை நாட்டிற்குச் சென்று எனக்காக அனேக மக்களை வெற்றி கொள்வாய்.''

எனது ஓய்வு நேரத்தில் திரும்ப வந்து நான் அவருடன் ஒரு மாதம் தங்க நிச்சயித்தேன். பாரசீகப் புனிதரின் வெளிப் படையான நடத்தை மற்றும் அவரது ஆன்மீகக் குறிக்கோளை மீறி, நான் திறந்த மனத்துடன் அவையனைத்தையும் தீவிர விசாரணை செய்யத் தீர்மானிக்கிறேன்.

மும்பாயின் வேகமான வாழ்க்கைக்கு சிறிது காலம் திரும்பிய பின் புனே நகரத்திற்கு பயணமானேன். இப்பழமை வாய்ந்த பூமியைச் சுற்றிய எனது பயணம் இனிதே துவங்கியது.

மெஹர் பாபாவின் புதுமையான வழியில் செல்ல குறுக்கிட்ட இஸ்லாமிய புனித பெண்மணியின் மீது எனது கவனம்

திரும்பியது. அவளுடன் சிறிய சந்திப்பு கேடு ஒன்றையும் விளைவிக்காது. மும்பாயில் அவரைப் பற்றி ஆரம்ப கட்ட விசாரணைகள் செய்திருக்கிறேன். அப்பெண்மணி சுமார் 95 வயது நிரம்பியவர் என அவரை ஐம்பது ஆண்டுகளாக தெரிந்திருந்த முன்னாள் நீதிபதி கண்டாலவாலாவிடம் கேட்டுத் தெரிந்து கொண்டுள்ளேன். மெஹரின் சீடர்கள் அப்பெண்மணியின் வயது நூற்றிமுப்பது எனக்கூறினர். ஆனால் இதை நான் சீடர்களின் ஆர்வத்தின் காரணத்தினால் மிகைப்படுத்திய கூற்றாக தாராள மனப்பான்மையினால் ஏற்றுக் கொண்டுள்ளேன்.

அப்பெண்மணியின் கதையை நீதிபதி அவர்கள் சுருக்கமாக எனக்குச் சொல்கிறார். அப்பெண்மணி இந்தியாவிற்கும் ஆப்கனிஸ்தானுக்கும் இடையே குறிப்பிடப்படாத இடமான பலூசிஸ்தான் நாட்டவர். இளவயதிலேயே வீட்டை விட்டு ஓடிவந்தவர். கால் நடையாகவே துணிச்சலுடன் ஆபத்துகள் நிறைந்த வெகு தொலைதூரத்தைக் கடந்து இந்த நூற்றாண்டின் ஆரம்பத்தில் பூனாவை அடைந்து அது முதல் வேறெங்கும் செல்லவில்லை. முதலில் வேப்ப மரத்தடியில் தங்கி, அங்கேயே எல்லா பருவகாலங்களிலும் வசித்து வந்தாள். அவளது தூயதன்மை மற்றும் அதிசய சக்திகள் அருகிலிருந்த முகமதிய மக்களிடம் பரவ, இந்துக்களும் அவளை மரியாதையுடன் நடத்த முன் வந்தனர். அவள் சரியான இல்லத்தில் தங்க மறுக்கவே, முகமதியர்களில் சிலர் அந்த வேப்ப மரத்தினடியில் மரத்தாலான ஒரு பாதுகாப்பான இடத்தை அமைத்தனர். இது அவளுக்கு ஒரு வீடு போல தோன்றி, மழைக்காலத்தின் பாதிப்பிலிருந்து அவளைச் சற்றே காப்பாற்றியது.

நீதிபதியிடம் அவரது சொந்தக்கருத்து பற்றி கேட்கிறேன். ஹஸ்ரத் பாபா ஜான் என்ற அப்பெண்மணி உண்மையான பக்கீர் என்பதில் சந்தேகமில்லை என்கிறார். நீதியரசர் ஒரு பாரசீகர் ஆவார், ஆகவே நான் அவருக்கு நன்கு பரிச்சயமான மெஹர் பாபாவைக் குறித்து விவேகமான சில விவரங்களைக் கேட்கிறேன். நான் அறிந்தவை பாரசீகத் தேவதூத பெண் மணியிடம் மேலும் ஈடுபாடு கொள்ளச் செய்யாது. கடைசி தடவையாக நான் மெஹர் பாபாவை ஊக்குவித்த உபாசனி மஹாராஜைக் குறித்து கேட்கிறேன். சூட்சுமபுத்தியுள்ள,

தாரதம்யத்துடன் அறியக்கூடிய இது போன்ற விஷயங்களில், மற்றும் உலகாயத விபரங்களிலும் ஆழ்ந்த அனுபவம் கொண்ட வயதான நீதியரசர் உபாசனி மஹாராராஜாவுடன் தனக்கு ஏற்பட்ட துரதிர்ஷ்டமான அனுபவங்களை உரைத்தார். அவற்றில் இரு எடுத்துக்காட்டுகளை இங்கே தர விழைகிறேன்.

“உபாசனி பெரும் பிழைகளை இழைத்துள்ளார். ஒரு முறை தான் தங்கியிருந்த பனாரஸுக்கு செல்ல ஊக்குவித்தார். சற்று நேரத்திற்குப் பின், இறந்து விடுவேன் என எச்சரிக்கை கிடைக்க, எனது குடும்பம் வசித்து வந்த பூனாவிற்கே திரும்ப விரும்பினேன். எல்லாமே நல்லபடியாகும் எனத்திரும்பத் திரும்ப குறி சொல்லி உபாசனி என்னைத் தடுத்தார். இருந்த போதிலும், இரண்டு நாட்கள் கழித்து எனது மகனுக்கு மகன் பிறந்து சில நிமிடங்களிலேயே இறந்து விட்டதாக எனக்கு ஒரு தந்தி வந்தது. மற்றோர் விஷயத்தில், பம்பாய் பங்குச் சந்தையில் நுழைய எண்ணிய எனது மருமகனிடம் அவ்வித முயற்சி அவருக்கு மிக்க அதிர்ஷ்டம் அளிக்கும் எனக்கூறினார். அவரது அறிவுரையை ஏற்று, மருமகனும் பம்பாய் பங்குச்சந்தையில் ஈடுபட மிக்க மோசமான அழிவை அடைந்தார்.

நீதியரசர் கண்டாலாவாலா தனது சுயேச்சையான மனோபாவத்தினால் என்னைக் கவர்ந்தார். அவர் மட்டமாகக் கருதிய உபாசனி மகாராஜை, மெஹர் பாபா இக்காலத்தில் தலை சிறந்த ஆன்மீக வாதிகளில் ஒருவராக” வர்ணித்தார். இருந்த போதும், மெஹர் பாபா நேர்மையானவர் என்றும் அவரது ஆன்மீக சாதனைகள் நிரூபிக்கப்படாவிட்டாலும் அவற்றை உண்மையிலேயே நம்புவதாகவும் கூறுகிறார்.

பூனாவை அடைந்த நான் ராணுவ முகாம் பகுதியில் ஒருஅறை எடுத்துப் பின்னர் ஹஸ்ரத் பாபாஜான் இருப்பிடம் சென்றேன். பாபாஜானை நன்கறிந்த வழிகாட்டி எனக்குத் தெரிந்த அறைகுறை இந்துஸ்தானியை மொழி பெயர்ப்பவராக என்னைத் தொடர்ந்தார்.

பகட்டான எண்ணெய் விளக்குகள் மற்றும் மின்சார பல்புகளும் கலந்து ஒளி ததும்பும் குறுகிய தெருவில் பாபாஜானைக் காண்கிறோம். தாழ்மையான கட்டிலில் வருவோர் போவோரின்

முழுப்பார்வையில் படுமாறு அவர் படுத்துள்ளார். அவ்விடம் தெருவிலிருந்து வேலிபோடப்பட்ட வெராண்டா மூலம் பிரிக்கப்பட்டுள்ளது. மரப்பாதுகாப்பிடத்தின் மேல் ஒரு வேப்ப மரம் தனது வெண்ணிறப் பூக்களால் சுற்றுப்புறக் காற்றை சற்றே மணம் வீசச்செய்தவாறு இருந்தது.

“நீங்கள் நுழையும்போது உங்களது காலணிகளை அணிந்து செல்வது மரியாதையைக் குறிக்காது என்பதால், அவற்றைக் கழற்றி விடுங்கள்'' என எனது வழிகாட்டி கூறியதை ஏற்று நடந்து ஒரே நிமிடத்தில், பாபாஜானின் படுக்கை அருகே நின்றேன்.''

பழங்கால பெருமாட்டியான பாபாஜான் முதுகைக் கிடத்தி படுத்துள்ளார். அவரது தலை தலையணைகளை ஆதாரமாகக் கொண்டுள்ளது. வெள்ளையான ஒளிவீசும் அவரது பட்டு போன்ற தலைமுடி சுருக்கங்கள் நிறைந்த அவரது முகம் மற்றும் தையல் போடப்பட்டது போல கண் புருவம் இவற்றிற்கு எதிர்மறையாக இருந்தது.

புதியதாகக் கற்றுக்கொண்ட இந்துஸ்தானி வார்த்தைகளில் சிலவற்றைக் கொண்டு வயதான அந்தப் பெண்மணியிடம் என்னைப்பற்றி நானே அறிமுகப்படுத்திக்கொண்டேன். அப்பெண்மணி தனது தளர்ந்த தலையைத் திருப்பி, எலும்பு போன்ற தனது முன்னங்கையை நீட்டி தனது கையில் எனது ஒரு கையை எடுத்துக்கொள்கிறார். உலகில் பற்றில்லாத கண்களால் என்னை உற்று நோக்கியவாறு எனது கையை இறுகப் பற்றுகிறார்.

அந்தக் கண்கள் என்னைக் குழப்புகின்றன. அவை முழுவதும் வெறுமையாகவும் அறிந்து கொள்ள முடியாதவையாகவும் தோன்றுகின்றன எனது கையை அப்பெண்மணி மூன்று அல்லது நான்கு நிமிடங்கள் பற்றிக்கொண்டு எனது கண்களை வெறுமை யாகப் பார்த்துக் கொண்டிருக்கிறார். அவரது பார்வை என்னை ஊடுருவிச் செல்வது போல உணர்கிறேன். அது ஒரு அதிசயமான உணர்வு. என்ன செய்வது என எனக்குத்தெரியவில்லை.

கடைசியாக, அவர் தனது கையை விடுவித்துக் கொண்டு தனது நெற்றியைப் பல தடவை துடைத்துக் கொள்கிறார். பிறகு அவர் எனது வழிகாட்டியிடம் ஏதோ சொல்கிறார், ஆனால் அது அவரது

சுதேசமொழியில் இருந்தால், எனக்கு அதன் பொருள் விளங்கவில்லை.

எனது வழிகாட்டி அவர் கூறியதன் மொழி பெயர்ப்பை என்னிடம் இரகசியமாகக் கூறுகிறார்.

''அவன் இந்தியாவிற்கு வரவழைக்கப்பட்டுள்ளான். விரைவிலேயே அவன் புரிந்து கொள்வான்.''

சற்றே மௌனம் நிலவ, அம்மூதாட்டி மற்றுமோர் வாக்கியத்தை உதிர்க்க, அதன் அர்த்தத்தை அச்சில் வெளியிடுவதை விட எனது நினைவில் நிறுத்துவதே சாலச்சிறந்தது.

அம்மையாரின் குரல் மிகவும் மெல்லியதாக உள்ளது, அவரது சொற்கள் மிக்க மெதுவாக ஆனால் மிகுந்த பிரயாசையுடன் வெளிவருகின்றன. வயோதிக மற்றும் மெலிந்த தோற்றமுடைய இப்பெண்மணி அதிசயிக்கத்தக்க சக்தி கொண்ட உண்மையான சாது என்பது சாத்தியமே. யார் இதைக் கூற இயலும்? உடலின் அமைப்பை வைத்து அதன் ஆன்மாவின் பக்கங்களைக் கூறுவது அவ்வளவு சுலபமல்ல.

ஆனால் அம்மையார் நூற்றாண்டை நெருங்கி வருகிறார். அவரது பலவீனமான உடல் நிலையைக் கொண்டு அவருடன் தொடர் சம்பாஷணை அனுமதிக்கத் தக்கதல்ல என நான் எச்சரிக்கப்பட்டுள்ளேன். ஒரேஒரு சிந்தனையின் கடுமையான பாதிப்பை மனதில் கொண்டு அமைதியாக அங்கிருந்து புறப்படத் தயாராகினேன். அவர் மரணத்தறுவாயில் இருப்பதை அவரது ஒளியிழந்த கண்கள் தெரிவித்தன. சிதிலமான உடலிலிருந்து அவரது மனம் புறப்பட்டுக் கொண்டிருக்கிறது. ஆனால் தனது அதிசயமான நயனங்களின் மூலம் இவ்வுலகைக் காண மனம் பலவீனமாக அடிக்கடி விழைகிறது. (சில மாதங்கள் கழித்து நான் அம்மையாரைச் சந்தித்தேன். அவரைத்தாக்கும் நோயின் தீவிரம் உறுதியானது. அதன்பின் விரைவிலேயே அவர் மரணமெய்தினார்)

விடுதியை அடைந்து எனது உணர்வுகளைச் சுருக்கமாக நினைவு கூர்ந்தேன். அவரது ஆழ்மனதில் சில ஆழ்ந்த மனோதத்துவ ஆற்றல்கள் நிறைந்துள்ளதை நான் உறுதியாக்கிக்

கொண்டேன். என்னுள் இந்தப் பெண்மணிக்கான மரியாதை உதயமாகியது. இந்தத் தொடர்பு இயல்பான சிந்தனையின் ஓட்டத்தைத் திசை திருப்பியுள்ளது என்பதையும் பகுத்தறி வாளர்கள் மற்றும் விஞ்ஞானிகளின் கண்டுபிடிப்புகளையும் மிஞ்சிய, விவரிக்க இயலாததொரு மாயத்திரை நமது பூவுலகின் வாழ்க்கையைச் சூழ்ந்துள்ளதையும் உணர்ந்தேன். உலகின் அடிப்படைக் கொள்கையைப் பற்றிக் கண்டறிந்து விட்டதாகப் பறைசாற்றும் வல்லுனர்கள், மேலோட்டமான கருத்துக்களை மட்டுமே எடுத்துரைக்கின்றனர் என்பதையும் தெள்ளத்தெளிய அறிந்து கொண்டேன். ஆனால் ஒன்று மட்டும் புரியாத புதிரானது! ஒரு பெண்துறவியிடம் கொண்ட அற்பநேரத் தொடர்பு என் மன உறுதிப்பாட்டின் அஸ்திவாரத்தையே முற்றிலுமாகத் தகர்த்தெறிந்து விட்டதை என்னால் ஏற்றுக்கொள்ள முடியவில்லை.

அம்மையாரின் பூடகமான தீர்க்கதரிசன மொழி எனது மனதில் தோன்றுகிறது. என்னால் அதன் பொருளைப்புரிந்து கொள்ள இயலவில்லை. என்னை எவரும் இந்தியாவிற்கு அழைக்க வில்லை. எனது இச்சைப்படி நான்... இயங்கவில்லையா?... இப்போது சம்பவத்திற்கு வெகுநாட்களுக்குப் பின்னரே இந்த வாக்கியங்களை எழுதுகையில் நான் புரிந்து கொள்ளத் துவங்கியதாக நான் நம்புகிறேன். "இது ஓர் வியனுலகம், எனது ஆசான்களே!"

அத்தியாயம்- ஐந்து

அடையாறு ஆற்றின் துறவி

கடிகாரத்தின் முட்கள், கடமை தவறாது, நில்லாமல் ஓடும் காலத்தைக் காட்ட, பணியைப் பிழையின்றிச் செய்யும் நாட்காட்டியும் நாட்கள் நகர்வதைக்காட்ட, காலத்தின் இடையறாச் சுழற்சியோடு இயைந்து நானும் என் பணியைத் தொடர தக்கண பீடபூமியைக் கடந்து தெற்கு நோக்கிப் பயணித்தேன். குறிப்பிட்டுச் சொல்லக்கூடிய பிரசித்தமான பல இடங்களைக் கண்டபோதிலும் குறிப்பிட்டுச் சொல்லக்கூடிய வெகு குறைவான மனிதர்களையே சந்தித்தேன். என்னால் தெளிவுபடப் புரிந்து கொள்ள இயலாத, புலனுக்கு எட்டாத, உந்தும் சக்தி, என்னைத் துரிதமாகச் செயல்படத் தூண்டுகிறது. சிந்தனையின்றிக் கண்மூடித்தனமாக நான் அதை ஏற்றுக் கொள்வதால், சில நேரங்களில் நான் ஒரு உல்லாசப் பிரயாணியைப் போல அதிவிரைவாகப் பயணிக்கிறேன்.

சென்னையில் (மதராஸ்) சிறிது காலம் தங்கி, என்னை நிலைப்படுத்திக் கொள்ளும் நோக்குடன், மதராஸ் செல்லும் வண்டியில் ஏறினேன். எனது இரவு நேரத்து, நெடிய பயணத்தில் உறக்கம் என் கண்களைத் தழுவாமல் போக இந்தியாவின் மேற்குப் பகுதியில் பிரயாணம் செய்தபோது கண்ணுக்குப் புலனாகாது நான் அடைந்தபயனை - அல்ல வெற்றியைக் கணக்கிட்டுப் பார்த்தேன்.

இதுவரையிலும், கண்டதுமே எல்லையற்ற குதூகலமடையும் அளவிற்கு, எந்த ஒலி யோகியையும் நான் தேடிக்காணவில்லை என்பதை மனமுவந்து ஒப்புக்கொள்ளத்தான் வேண்டும். ஒரு ரிஷியைத் தேடிக் கண்டுகொள்ளும் ஆவல் இன்னமும் என் மனதின் அடித்தளத்தில் ஏதோ ஒரு மூலையில் ஒளிந்து கொண்டு தான் இருக்கிறது. மறுபுறம் நோக்கின், விழிப்புணர்வின்றி உறங்கிக்கொண்டிருக்கும் இந்தியாவின் அர்த்தமற்ற மூடநம்பிக்கைகளையும், திக்குமுக்காடச் செய்யும் பழக்க வழக்கங்களையும் நிறையவே கண்டுவிட்டேன். இவை மும்பையில் எனது அறிமுகங்கள் எனக்கு அளித்த எச்சரிக்கை களையும், நாத்திகவாதத்தையும் நிரூபணம் செய்ததை உணர்ந்தேன். மேலும், நானாகவே அமைத்துக்கொண்ட எனது பணியை நிறைவேற்றுவதும் எனக்கு மிகவும் கடினமானதாகும் என்பதையும் புரிந்து கொண்டேன். பக்தியுள்ளம் கொண்ட ரகவாரியான மனிதர்களை இங்கே காணமுடியும். ஆனால், இவர்களை நாடிச்செல்லும் அளவிற்கு இவர்களிடம் ஈர்ப்புச் சக்தியில்லை. ஆலயங்களின், இறைவசமான உட்புறத் தோற்றத்தால் ஈர்க்கப்பட்டு ஆலயத்தின் புனிதமான எல்லையைத் தாண்டி, தலைவாயிலில் நுழைந்து உள்ளே சென்று பார்த்தேன். அங்கு பக்தர்கள் மணியை அடித்து விட்டுச் சென்று இறைவனை

அக்ரஹாரம்

வணங்கினர், ஏதோ தனது வேண்டுதல் தனது இஷ்டதெய்வத்தின் செவிகளில் எட்டாது போகக்கூடாது என்பது போல, விந்தையான பக்தர்கள்!

பரந்து விரிந்து, மனதிற்கு உற்சாகமூட்டும் வண்ணம், அழகுறத் தோற்றமளிக்கும் மதராஸை அடைந்ததில் மனம் குதூகலித்தேன். இந்தியர்களோடு எளிதில் பழகிட, நகர்ப்புறத்தை விட்டு இரு மைல் தொலைவில் தென்பட்ட மனதிற்கு இதமான, ரம்மியமான சூழலைக் கொண்ட ஒரு புறநகர்ப்பகுதியில் குடியேறினேன். பிராமணர்கள் வசித்த தெருவில் என் வீடு இருந்தது. இருபதாம் நூற்றாண்டின், நவீன வசதிகளை அடையாத பகுதியில் மண்ரோட்டில் கால் வைத்தவுடனேயே, எனது காலணிகள் பதிந்துவிட நான் தொடர்ந்தேன். வெள்ளைச் சுண்ணாம்பினால் வர்ணம் பூசப்பட்ட வீடுகள் திறந்தவெளி தாழ்வாரங்களையும் தூண்கள் அமைந்த முன்வாயிலையும் கொண்டிருந்தன. எனது வீட்டின் உட்புறத்தில் ஓடுகள் வேய்ந்த முற்றமும் அதைச் சுற்றி மேற்கூரையிடப்பட்ட ஆளோடியும் இருந்தன, தண்ணீர் கிணற்றிலிருந்து வாளியின் மூலம் இறைத்தெடுக்க வேண்டியிருந்தது.

இப்புறநகர்ப் பகுதியில் வீடுகளைக் கொண்ட ஓரிரு வீதிகளைக் கடந்தவுடன் கண்கவரும் இயற்கை வனப்பு, மனதையும் கொள்கை கொள்ள, நிலையான ஆனந்தத்தை அள்ளித் தந்தது. அங்கிருந்து அரைமணிநேர நடைப்பயணத்தில் அடையாறு ஆறு ஓடுவதைத் தெரிந்து கொண்டேன். அகன்ற, விரிந்த ஆற்றங்கரையின் அருகில் நிழல்தரும் மரங்கள் சூழ்ந்திருக்க, என் மனம் கவர்ந்த அச்சூழலில் திரிந்து, மெதுவாக ஓடிக் கொண்டிருக்கும், தெள்ளிய ஆற்றின் கரையில் நடைபயின்றவாறும் நான் எனது ஓய்வு நேரங்களைக் கழித்தேன்.

மதராசில் நகரத்தின் தென்பகுதியின் எல்லைக் கோடு போலப் பாய்ந்தோடும் அடையாறு நதி கொரமண்டலத்தின் இடையறாத அலை எழுச்சியைத் தாண்டிக் கடலுடன் இணைகிறது. ஒரு இனிய காலை இந்த அழகிய நதிக்கரையில் எனக்குப் பரிச்சயமான எனது ஆர்வம் மற்றும் ஈடுபாடுகளை அறிந்த ஒரு பிராமணரோடு நிதானமாக உலாவிக்கொண்டிருந்தேன். திடீரென அவர் என் கரத்தைப் பற்றி,

1930ஆம் ஆண்டில் அடையார் ஆறு.

''அங்கு பாருங்கள்!'' என்று ஆச்சரியம் மேலிட உரைத்தார்.

''நம்மை நோக்கி வரும் அந்த இளவயதினரைப் பார்த்தீர்களா? அவரை ''யோகி'' என்கின்றனர். உங்களுக்கு அவர் மீது ஆர்வம் உண்டாகக் கூடும், ஆனால், அந்தோ பரிதாபம்! அவர் எவரிடமும் ஒருபோதும் பேசுவதில்லையே'' என்றார்.

''ஏன்?'' என்று நான் கேட்க ''எனக்கு அவரது உறைவிடம் தெரியும், ஆனால் இந்தச் சுற்றுப்புறப் பகுதியிலேயே மிகையான மௌனம் காக்கும் மனிதர் இவர் தான்'' என்றார்.

இதற்குள்ளே அறிமுகமில்லாத, அப்புதிய நபர் எங்களை மிக நெருங்கி வந்துவிட்டார். ஏறத்தாழ 35 வயதாக இருக்கக் கூடிய அவர் சராசரி உயரமானவர், விளையாட்டுவீரரைப் போன்ற பலமான உடல்வாகும் உடையவர். நீக்ரோக்களைப் போலத் தோற்றமளித்த அவரது முகபாவம்தான் எனது கவனத்தை ஈர்த்தது. ஏறத்தாழ கருநிறமான தோலும் அகன்ற தட்டையான நாசியும், தடிமனான அதரங்களும், வாளிப்பான உடற்கட்டும் இவர் ஆரியனல்ல என்பதை உணர்த்தின. அழகாகப் பின்னப் பட்ட

அவரது நீண்ட முடி, அவரது உச்சந்தலையில் சுற்றப்பட்டு, வளைத்து முடியிடப்பட்டிருந்தது. காதில், வித்தியாசமான பெரிய காதணி அணிந்து கொண்டிருந்தார். உடலை மறைத்துச் சுற்றியிருந்த வெண்ணிற சால்வை இடது தோளின் குறுக்கே சுழற்றிப் போடப்பட்டிருந்தது. காலணி இல்லாது, வெறுங்காலோடு இருந்தார்.

மெதுவாக அடியெடுத்து வைத்து எங்களைக் கடந்து சென்ற துறவி, முற்றிலுமாக எங்களை நிராகரித்தார். தரையில் எதையோ தேடுவதைப் போன்ற தோரணையில் அவரது கண்கள் கீழ்நோக்கியே இருந்தன. இந்தப் பார்வையின் பின்னணியில், மனம் வேறு ஏதோவொரு விஷயத்தைப் பற்றிய ஆழ்ந்த சிந்தனையில் இருப்பது போலத் தோன்றியது. இப்படிப்பட்ட நடைமுறை தியானம், நடந்து கொண்டே தியானத்தில் ஆழ்வது, அதாவது பணியில் ஈடுபட்டபடியே தியானத்தில் ஆழ்வதைப் பற்றி அதிசயித்துப் போனேன்.

இவ்வாறு அவர் சுவாரஸ்யப்படுத்தியதில், எனது ஆவல் இன்னும் தீவிர வேட்கையாகிக் கிளர்ந்தெழுந்தது. எங்களுக்கிடையில் பிரிவை உருவாக்கும் தடைகளை உடைத்தெறியும் தீவிர ஆவல் திடீரென என்னைக் கவ்வியது.

''நாம் திரும்பிச் சென்று விடலாம், எனக்கு அவரிடம் பேச வேண்டும்'' என்று நான் கூறியதை பிராமணர் தீவிரமாக மறுத்தார்.

''அது வீண் முயற்சி, வியர்த்தமானது'' என்றார்.

''முயன்றாவது பார்க்கலாமே'' என்றதற்கு பிராமணர் மறுமுறையும் எதிர்த்து எனது மனஉறுதியைக் குலைக்க முயன்றார்.

''இந்த மனிதரை நெருங்க முடியாமல் இருப்பதால், எங்களுக்கு இவரைப்பற்றி எதுவுமே தெரியாது. தனது அண்டையில் வசிப்பவர்களிடமிருந்து அவர் தன்னை தனிமைப்படுத்தியே வைத்துக்கொள்கிறார். அவரது ஏகாந்தத்தில் தலையிட்டு அவரை இன்னலுக்கு ஆளாக்கக் கூடாது'' என்றார்.

ஆனால், இதற்குள்ளாகவே நான் கீர்த்தி வாய்ந்த அந்த யோகியை நோக்கிச் செல்ல ஆரம்பித்துவிட்டதால், என்னுடன் வந்தவர் பலவந்தமாக என்னைப் பின்பற்றி வரநேரிட்டது.

நாங்கள் இருவரும் அந்த யோகியின் பின்னர் விரைந்து செல்ல, அவரோ எங்களது வருகையை அறிந்தாற்போலவே வெளிக் காட்டாது, தனது மந்தகதியிலேயே நடந்து முன்னேறிச் சென்று கொண்டிருந்தார். நாங்களும் அவருக்கு இணையாகவே நடந்து, அவரைப் பின்தொடர்ந்து சென்றோம்.

''தயை செய்து, நான் அவரோடு அளவளாவலாமா என்று கேட்டுச் சொல்லுங்களேன்'' என்று எனது நண்பரிடம் கேட்டதற்கு, அவர் சிறிது தயக்கத்துடன் நோக்கி விட்டுப் பின் மறுப்பு தெரிவிக்கும் வகையில் தலையை அசைத்தார்.

''இல்லை என்னால் இயலாது, எனக்குத்துணிவில்லை'' என்றார் மெதுவாக.

ஒருவேளை முக்கியத்துவம் வாய்ந்த அரியதொரு தொடர்பை இழந்து விடக்கூடுமோ என்னும் சாத்தியக்கூறு மனதை வருத்தி, என்னை முயற்சிக்கத் தூண்டிவிட்டது. ஆனால், யோகியிடம் நேரடியாகப் பேசுவதைத் தவிர வேறு வழியறியாது திகைத்தேன். நான் இந்து, ஐரோப்பியன் என்னும் அனைத்து மரபுகளையும் களைந்தெறிந்து விட்டு, நான் அறிந்த இந்தி மொழியில் ஒரு சிறிய வாக்கியத்தைப் பேசினேன்.

அரைகுறைப் புன்னகையுடன் என்னை ஏறிட்டுப் பார்த்து, எதிர்மறைப் பாவனையில் தலையை அசைத்தார்.

இத்தருணத்தில் தமிழ்மொழியில், ஒரே ஒரு சொல்லை மட்டும் கற்று வைத்திருந்தேன். கண்டிப்பாக யோகி ஆங்கிலம் அறியமாட்டார் என்பதில் சந்தேகமில்லை. ஆனால், மதராசில் இந்திமொழி அறிந்த சிலர் இருந்ததை நான் அறியவில்லை. அதிர்ஷ்டவசமாக, இந்த இக்கட்டான சூழ்நிலையில் என்னைத் தனிமையில் தவிக்க விடாமல், எனது நண்பரான பிராமணர் என்னைக் காப்பாற்ற உதவிக்கரம் நீட்டினார்.

தயக்கத்துடன், மன்னிப்புக் கோரும் பாவனையில் யோகியிடம் தமிழில் ஏதோ சொன்னார்.

யோகி விடையளிக்காது கண்களில் விரோதபாவம் கொப்புளிக்க, இறுகிய முகத்துடன் காணப்பட்டார்.

பிராமணர் சங்கடத்துடன் பார்வையை என்புறம் திருப்ப, நெடிய மௌனம் தொடர்ந்தது. இருவருமே செய்வதறியாது திகைப்புற்றோம். எனது செய்கைக்கு மனம் வருந்தி, துறவிகளை அவர்களது மோனத்திரையிலிருந்து வெளிக்கொணர்ந்து பேச வைப்பது எத்துணை கடினமான பணி என்பதைப் புரிந்து கொண்டேன். அவர்கள் தாங்கள் பேட்டி காணப்படுவதையோ மற்றும் தனது அந்தரங்கமான அனுபவங்களைப் பிறருடன் பகிர்ந்து கொள்ளவோ விரும்புவதில்லை. அதிலும் குறிப்பாக இரக்கமோ அல்லது யோகாவின் சூட்சுமத்தைப் புரிந்து கொள்ள இயலாத (இது அவர்களது கருத்து) தொப்பியணிந்த ஆங்கிலேயருக்காகத் தனது மௌனத்தைக் கலைத்து எதையும் பகிர்ந்துகொள்ள அவர்கள் விரும்புவதில்லை.

இந்த உணர்வோடு மற்றொன்றும் உள்ளது. யோகி என்னைச் சோதித்தறியும் வகையில் துளைக்கும் பார்வையை என்மீது படர விடுவதை நான் உணர்கிறேன். எனது மனதின் அடித்தளத்தில் உள்ள எண்ணங்களை அவர் தனது மனச்சக்தியால் ஊடுருவி ஆராய்வதும் எனது புலனறிவிற்கு எட்டியது. ஆனாலும், அவரது புறத்தோற்றம் ஒதுங்கியும், அலட்சியப்படுத்துவதைப் போலவும் தோன்றியது. ஒருவேளை, எனது எண்ணம் தவறாகிப் போனதோ?

ஆனாலும், நான் ஒரு வகையான மாதிரிப்பொருள், அதாவது பூதக்கண்ணாடியின் மூலம் ஆராயும் பொருளாகிப்போய் விட்டேனோ என்று உதயமாகும் எண்ணத்தை என்னால் தவிர்க்க இயலவில்லை.

பிராமணர் நடுக்கமுற்று, அவ்விடத்தை விட்டு சென்று விடலாம் என்று தனது முழங்கையால் இடித்து எனக்குச் சூசகமாகத் தெரிவித்தார். அவரது கெஞ்சிக் கேட்கும் தன்மைக்கு இணங்கி நான் கிளம்ப எத்தனிக்கையில் யோகி, சமிக்ஞை காட்டினார். இன்னும் ஒரு நிமிடம் அவர் தாமதித்திருந்தாலும் கூட நான் எனது முயற்சியில் தோல்வியுற்றுத் திரும்பியிருப்பேன்.

யோகி, தன் பின்னால் வருமாறு சைகை காட்டி அருகிலிருந்த ஒரு உயரமான பனைமரத்தின் கீழே அமருமாறு மௌனமாகக் கட்டளையிட்டார். தானும் தரையில் அமர்ந்தார்.

பின் பிராமணரிடம் தமிழ்மொழியில் ஏதோ உரையாடினார். இனிய இசைபோல் ஒலித்த அவரது குரலில் எதிரொலிக்கும் தன்மையும் இருந்தது.

''யோகி உங்களோடு அளவளாவ மனம் இசைந்துள்ளார்'' என்று எனது நண்பர் மொழிபெயர்த்தார். அந்த யோகி சில வருடகாலம் ஜனநடமாட்டமில்லாத நதியின் ஏகாந்தமான பகுதியில் யாத்திரை செய்துள்ளார் என்பதையும் தானாகவே தெரிவித்தார்.

அவரது பெயரைத்தான் முதன்முதலில் அந்த நபரிடம் கேட்டேன். அவர் பட்டப்பெயருடன் இணைத்து அவர் தனது நீண்ட பெயரை மொழிய நான் உடனடியாக அவருக்குப் புதிய பெயரைச் சூட்டிக்கொண்டேன். அவரது பெயரின் முதற்பகுதியான ''பிரம்மசுகானந்தா'' என்னும் பெயரோடு நான்கு பட்டப்பெயர்கள் தொடர ஒவ்வொரு முறை அவர் பெயரைக் குறிப்பிடும்போதும் அந்த நெடிய பெயரை எழுதுவது பக்கங்களை நிரப்பி விடுவதோடு மட்டுமின்றி அக்கூட்டு வார்த்தைகளை மொழிவதில் அந்த இளவயது யோகியின் மிகையான ஆர்வத்தைக் கண்டு அதிசயித்து, பிரமிப்பில் ஆழ்ந்தேன். ஆகையால், இவற்றைப் பற்றியெல்லாம் இங்கு பிரஸ்தாபிக்காது அமைதி காத்து, முன்பின் அறியாத வாசகர்களுக்கு எளிதாகத் தெளிவாகப் புரியும் விதத்தில் ''பிரம்மா'' என்னும் சுருக்கப்பட்ட பெயராலேயே யோகியை இனி வரும் பகுதிகளில் குறிப்பிட்டுச் சொல்வேன்.

''நான் யோகாவில் அதிக ஆர்வம் கொண்டுள்ளதால் அதைப் பற்றி அறிய விரும்புகிறேன் என்று அவரிடம் தயைசெய்து கூறுங்கள்'' என்று நான் கூறியதற்கு, யோகி தலையசைத்தார், மொழிபெயர்ப்பைக் கேட்டு.

''ஆம், நான் அறிந்துகொண்டேன், ஐயா அவர்கள் கேள்விகளைக் கேட்கட்டும்!'' என்று பதிலளித்தார், சிரித்தபடியே.

''நீங்கள் எந்தவகையான யோகப் பயிற்சி செய்கிறீர்கள்?''

''எனது யோக வழிமுறை உடல் கட்டுப்பாட்டைச் சார்ந்தது. இது அனைத்து யோக முறைகளை விடவும் மிகக் கடினமானது. உடலையும், சுவாசத்தையும், பிடிவாதமான மிருகங்களைப் போல எதிர்த்துப் போரிட்டு வெல்ல வேண்டும். இதன்பின்னர், நரம்பு மண்டலங்களையும் மனதையும் வெகு எளிதில் கட்டுப்படுத்தி அடக்கிவிடலாம்.''

''இதனால், உங்களுக்கு என்ன பலன்?''

பிரம்மா நதியின் ஓட்டத்தை வெறித்துப் பார்த்தவாறே தொடர்ந்தார்'' உடல் ஆரோக்கியம், மனஉறுதி, நீண்ட ஆயுள், இவை சிலநற்பலன்கள். நான் ஈடுபடும் பயிற்சியைப் பின்பற்றும் ஆசான்களாகத் திகழும் யோகிகளுக்குத் தங்களது தசைகளை எதையும் தாங்கும் சக்தி கொண்டு இரும்பு போன்று வலுவாக்கி விடமுடியும். எவ்விதமான வலியோ, உபாதையோ அவர்களை அசைக்க முடியாது. நானறிந்த ஒரு நபர் அறுவை சிகிச்சை செய்து கொண்டார். எவ்விதமான தூக்கமருந்தோ, மயக்கமருந்தோ பயன்பாட்டில் இல்லாத காலம் அது. ஆனால், ஒருசிறு முணுமுணுப்பு கூட இல்லாது அவர் அதைத் தாங்கிக்கொண்டார். இப்படிப்பட்ட ஒருவரால், கடும் குளிரிலும் திறந்த உடம்போடு இருக்கவும் முடியும், அவரை எதுவும் பாதிக்கவும் செய்யாது.''

நான் எதிர்பார்த்ததைவிட எங்களது சம்பாஷணை இன்னும் மிகையான ருசிகரமாக இருக்கும் என்று எண்ணியதால், நான் எனது குறிப்பேட்டினை வெளியே எடுத்தேன். பிரம்மா எனது சுருக்கெழுத்துக் கலையைக் கண்டு புன்முறுவல் பூத்தார்; ஆட்சேபிக்கவில்லை.

''உங்களது யோகமுறையைப்பற்றி இன்னும் சற்று விரிவாகக் கூறுங்களேன்'' என்று அவரிடம் மன்றாடினேன்.

''இமயப்பனிமலையின் பரந்தவெளியில் வாழ்ந்தார் எனது ஆசான். தனது அற்பமான செளகரியத்திற்காகக் காவிநிற உடையணிந்து அப்பனிச்சிகரங்களில் பொழியும் பனியைப் பொருட்படுத்தாது பல மணி நேரங்கள் வெறும் தரையில் அமர்ந்திருப்பார். நீரே உறைந்து போகும் அந்நிலையிலும் சிறிதும்

மனக்கிலேசமின்றி அவர் இருக்கக் காரணம் எங்கள் யோகசக்தி தான். "பின், நீங்கள் ஒரு சீடரா?"

"ஆம். சாதனை படைக்க நான் இன்னும் பல மலைகளைக் கடக்க வேண்டியுள்ளது. அதாவது அதீதமான உழைப்பும், முயற்சியும் தேவை. நான் எங்களது அன்றாடப் பயிற்சிகளை மேற்கொள்ள பன்னிரெண்டு வருடம் இடையறாது கடினமுயற்சி மேற்கொண்டுள்ளேன்.

"நீங்கள் ஏதேனும் அசாதாரண, அமானுஷ்யமான சக்திகளைப் பெற்றுள்ளீர்களா?"

பிரம்மா தலையை அசைத்தாலும், மந்தமான, செயலற்ற மோனத்தில் ஆழ்ந்தார்.

வித்தியாசமான இந்த இளம் துறவியால், அவரது இரகசியங்களைப் பற்றி அறிய வேண்டும் என்னும் ஆவல் உந்தப்பட்டு நான் தீவிரமாகச் சிந்திக்கத் துவங்கிவிட்டேன்.

"நீங்கள் ஒரு யோகியானது எப்படி என்பதை நான் அறிய அனுமதிப்பீர்களா?" என்று சற்றே தயக்கத்துடன் கேட்டேன்.

முதலில், பதிலேதும் சொல்லாமல் மௌனம்காத்தார். மூவரும் பனை ஓலைகளின் மேல் சம்மணமிட்டு அமர்ந்தவாறு இருந்தோம். நதியின் எதிர்ப்புறக் கரையிலிருந்து தென்னை மரங்களிடையே காகம் கூட்டமாகக் கரையும் ஒலி கேட்டேன். இதனோடு இணைந்து மரங்களின் உச்சியில் அமர்ந்திருக்கும் குரங்குகளின் "சளசள" வென்ற சப்தமும் நீரலை கரையைத் தொடும் சப்தமும் காதில் விழுகிறது.

"தாராளமாக! மனமுவந்து சொல்வேன்!" என்றார் யோகி திடீரென்று. எனது கேள்விகள், கல்வி சார்ந்த செயல்பாட்டின் தூண்டுதலையும் தாண்டிய கருத்தாழமிக்கவை என்பதை அவர் புரிந்து கொண்டு விட்டார் என்று கருதினேன். தனது கைகளைத் தான் போர்த்தியிருந்த சால்வைக்குள் மறைத்தாற் போல் வைத்து, பார்வை ஆற்றின் அக்கரையிலுள்ள ஏதோ ஒரு பொருளின் மீது வெறித்திருக்க மறுபடியும் பேச்சைத் துவக்கினார்.

"குழந்தைகளுக்கே உரித்தான, சிறுபிராயத்திற்கேற்ற, இயல்பான பழக்கங்கள் உற்சாகம் எதுவுமில்லாது, நான் ஒரு

அமைதியான, ஏகாந்தத்தில் நாட்டமுள்ள சிறு பிள்ளையாக இருந்தேன். பிற குழந்தைகளோடு விளையாடுவதில் அக்கறையின்றி, வயல்வெளியிலும், தோட்டத்திலும் தனிமையில் உழன்றேன். தீவிர சிந்தனையில் ஆழ்ந்திருக்கும் ஒரு குழந்தையை ஒருசிலரே புரிந்து கொண்டாலும், நான் வாழ்க்கையில் மகிழ்ச்சியாக இருந்தேன் என்று கூறிவிடமுடியாது. எனது பன்னிரெண்டாவது வயதில், தங்களால் தான் நான் முதன்முதலாக யோகாவைப் பற்றி அறிந்து கொள்ள நேர்ந்தது என்பதைச் சில மூத்தோரின் சம்பாஷணையின் மூலம் அறிந்தேன். இந்நிகழ்வு இவ்விஷயத்தைப்பற்றி இன்னும் மிகையாக அறிந்து கொள்ளும் ஆவலைத்தூண்டியது. பலரிடமும் யோகக்கலையைப் பற்றிக் கேட்டுத் தெரிந்து கொண்டதன் மூலம் சில தமிழ்ப் புத்தகங்களையும் பெற்று, அவற்றிலிருந்து யோகிகளைப் பற்றிய ருசிகரமான தகவல்களையும் அறிந்தேன். பாலைவனத்தில் ஓடும் குதிரை தண்ணீருக்கு அலைவதைப் போல, இந்த யோகிகளைப் பற்றி அறியும் ஆவல், எனக்குள் தணியாத தாகமாய் ஆனது. ஆனால், இதற்குமேல் முன்னேற முடியாது என்னும் நிலைக்குத் தள்ளப்பட்ட நான். அதிர்ஷ்டவசமாக ஒரு புத்தகத்திலுள்ள ஒருவரியைத் திரும்பத் திரும்பப் படித்தேன் ''யோகப் பாதையில் முன்னேற்றம் அடைய ஒருவர், தனக்கென்று பிரத்யேகமான ஆசானைக் கொள்ள வேண்டும்'' இந்த வரி என்மீது அபாரமான தாக்கத்தை உண்டாக்கியது. நான் வீட்டிலிருந்து வெளியேறிச் சென்று, பல இடங்களுக்குப் பயணம் செய்வது மூலமே, எனக்கு ஏற்ற் ஒரு நல்ல ஆசானைத்தேடிக் கண்டுகொள்ள ம்டியும் என்று தீர்மானித்தேன். ஆனால், இதற்கு எனது பெற்றோர் சம்மதிக்க வில்லை. ஆதலால், செய்வதறியாது நானாகவே சேகரித்து அறிந்த தகவல்களை வைத்துக்கொண்டு சுயமாகப் பயிற்சிகளை மேற்கொள்ளத் துவங்கினேன். ஆனால், இப்பயிற்சிகள் எனக்கு நற்பலனின்றி, ஊறு விளைவித்தன. ஒரு சரியான திறமையான ஆசானின் வழிகாட்டல் இன்றி இப்பயிற்சிகளை மேற்கொள்ளக் கூடாது என்பதை நான் அப்போது அறிந்திருக்கவில்லை. ஆனாலும், எனது ஆவலின் மேலீட்டால் நான் செய்த செயல் சில வருடங்களில் தனது வேலையைக் காட்டியது. எனது தலையில் சிறிய பிளவு ஏற்பட்டு, அதிலிருந்து குருதி நிற்காமல் பெருகியோட எனது உடல் சில்லிட்டு, மரத்துப் போனது. நான் மடிந்து

விட்டதாகவே எண்ணியபோது, இரண்டு மணி நேரம் கழித்து, விநோதமான ஒரு தோற்றம் எனது மனக்கண்ணில் தோன்றியது. வணக்கத்திற்குரிய ஒரு யோகியின் உருவத்தைக் கண்டது போலும் அவர் என்னிடம், ''பார்த்தாய் அல்லவா? செய்யக்கூடாத வீணான பயிற்சிகளை மேற்கொண்டதன் மூலம் நீ எத்துணை ஆபத்தான நிலைக்கு உன்னையே தள்ளிக்கொண்டாய் என்று! இது உனக்கு அறிவு புகட்டவல்ல, கடுமையான பாடமாக இருக்கட்டும் என்று கூறியது போலும் உணர்ந்தேன். அந்த மாயத்தோற்றம் மறைந்து, அந்த நொடியிலிருந்து எனது நிலை சற்றுத்தேறி, வியக்கத்தக்க வகையில் பூரண குணமடைந்தேன். ஆனால் அந்தத் தழும்பு இன்னமும் இருக்கிறது.''

பிரம்மா சிரத்தைத் தாழ்த்தி, உச்சியில் உள்ள தழும்பைக் காட்டினார். சிறிய வட்ட வடிவமான தழும்பு தெளிவாகத் தென்பட்டது.

''இந்த துரதிர்ஷ்டமான சம்பவத்திற்குப் பிறகு நான் எனது மூச்சுப்பயிற்சிகளை விடுத்து, எனது கடமைத்தளையிலிருந்து விடுபடும் வரை காத்திருந்தேன். எனக்கு விடுதலை கிட்டியபின், ஒரு ஆசானை நாடிச்சென்றேன். ஒரு ஆசானைச் சோதித்தறிய அவருடன் சில மாதங்கள் தங்கியிருந்தால் தான் முடியும் என்பதை நானறிவேன். சிலரைச் சந்தித்து, அவர்களுடன் தனித்தனியே எனது நேரத்தைச் செலவழித்தேன். ஆனால் இதில் சிலர் மடாதிபதிகள் மற்றும் சிலர் ஆன்மீகப்பாடசாலையின் தலைவர்க்ளாகவும் இருந்தனர். ஆனால், இதில் எவருமே எனக்கு மனத்திருப்தி அளிக்காததால் நான் மன ஏமாற்றத்தோடு வீடு திரும்பினேன். இவர்கள் தமது அனுபவத்திலிருந்து அல்லாது தாம் கற்றறிந்த ஏட்டுச்சுவடிகளிலிருந்து தான் தத்துவஞானத்தைப் போதித்தனர். ஆக, அவர்கள் புத்தகத்தில் காணப்பட்டதை வழிமொழிந்தனரே தவிர, நடைமுறையிலான வழிகாட்டுதலை அளிக்கத் தவறினர். ஆனால் நடைமுறை யோகப்பயிற்சியைத் தான் நான் அடைய விரும்பினேன், ஏட்டுக் கொள்கைகளை அல்ல. இப்படியாக ஏறக்குறைய பத்து ஆசான்களுக்கு மேலாகவும் நான் சந்தித்தும் இதில் எவரும் உண்மையான ஆசான்களாகத் தோன்றவில்லை. ஆனாலும், நான் எனது மனோதிடத்தை இழந்து விடவில்லை. எதிர்ப்புகள், நிராகரிப்புகள் மற்றும் ஏமாற்றங்களும்

வெற்றிபெறவேண்டும் என்னும் எனது உறுதிப்பாட்டை இன்னும் தீவிரமாக்கியது. எனது இளவயதின் வேகமும் சேர்ந்து எனது ஆவல் என்னும் வேட்கை கொழுந்துவிட்டெரிந்தது.

“தற்போது நான் நடுத்தரவயதின் புகுமுகத்தில் இருந்தேன். எனது பெற்றோர் மற்றும் உலகவாழ்க்கையும் துறந்து, உயிர்பிரியும் வரையிலும் உண்மையானதொரு ஆசானைத்தேடிக் கண்டு கொள்ளும் உறுதியோடு வீட்டைவிட்டு வெளியேறத் திண்ணமான முடிவெடுத்து, எனது பதினோராவது பயணத்தை மேற்கொண்டேன். தஞ்சாவூர் ஜில்லாவில், ஒரு பெரிய கிராமத்தை அடைந்து, நதியில் நீராடி முடித்துப்பின் நதிக்கரையோரமாக நடந்து கொண்டிருந்தபோது செங்கற்களால் எழுப்பப்பட்ட ஒரு சிறிய ஆலயத்தைக் கண்டேன் ஆர்வத்தோடு, அதனுள்ளே தலையை நீட்டிப் பார்த்தபோது, உள்ளே முக்கால் நிர்வாணமாக சிறிய கோவணமே கட்டியிருந்த ஒரு மனிதரைச் சுற்றிப் பலர் அமர்ந்திருந்ததைக் கண்டு வியந்தேன். அவரைச் சுற்றிலும், வட்ட வடிவமாக அமர்ந்திருந்தவர்கள் அவரை மிகுந்த மரியாதையுடன் பார்த்துக் கொண்டிருந்தனர். நடுவில் அமர்ந்திருந்த மனிதரின் முகத்திலும் மரியாதையும், போற்றுதலுக்குரிய மற்றும் மனித அறிவிற்குப் புலப்படாத இறைத்தன்மையும் நிறைந்திருந்தது. இதனால் வசீகரிக்கப்பட்டாலும் அச்சத்தின் காரணமாக ஆலயத்தின் புகுமுகத்திலேயே நின்றேன். நடுவில் அமர்ந்திருந்த யோகி, அக்கூட்டத்திற்கு அறிவுரைகளை வழங்கிக் கொண்டிருந்தது போலவும், யோகியும் பிறரைப் போலப் புத்தகப் புழுவாக இல்லாது உண்மையான மெய்ஞானியாக இருப்பதைப் போலவும் எனக்குள் இனம் புரியாததொரு உணர்வு உருவாகியது. அதன் காரணம் எனக்கு புலப்படவில்லை.

“திடீரென யோகியின் கண்கள் வாயில் நிலையில் பதிய எங்கள் இருவரின் கண்களும் சந்தித்தன. அதன்பின், எனது உள்ளார்ந்த உந்துதல் என்னை உள்ளே இழுத்துச் சென்றது. ஆசான் என்னை அன்போடு வரவேற்று, அமரச் சொல்லி, “உன்னைச் சீடனாக ஏற்றுக்கொள்ளும்படி ஆறுமாதங்களுக்கு முன்பே எனக்கு உத்தரவிடப்பட்டிருந்தது. நீ இப்போது வந்துள்ளாய்” என்று கூறினார். எனது பதினோராவது பயணத்தைத் துவங்கிச் சரியாக ஆறுமாத காலம் நிறைந்து விட்டதைப்

பூரிப்புடன் நினைவு கூர்ந்தேன். இவ்வாறுதான் நான் எனது ஆசானைச் சந்தித்தேன். கண்டுகொண்டேன். அதன் பின்னர், அவர் நகரமோ, ஏகாந்தமாகக் கழிக்க விரும்பும் வனமோ எங்கு சென்றாலும் நானும் அவருடனேயே அலைந்தேன். அவரது உதவியால், என்னால் யோகாசனத்தில் கணிசமான முன்னேற்றம் அடைய முடிந்ததை எண்ணி மனமகிழ்ந்தேன். எனது ஆசான் அபரிமிதமான அனுபவம் மிக்க சிறந்த யோகி என்றாலும் அவர் உடற்கூறு உடற்கட்டுப்பாட்டின் பாதையைத்தான் பின்பற்றினார். யோகாவில் பல்வேறு வழிமுறைகள் உள்ளன. பல்வேறு செய்முறைகளும், பயிற்சி முறைகளும் உள்ளன; எனக்குப் பயிற்றுவிக்கப்பட்ட யோகப்பயிற்சி ஒன்றில் மட்டுமே மனதிற்குப் பதிலாக, உடலைப் பிரதானமாகக் கொண்டு துவங்குகிறது. சுவாசத்தைக் கட்டுப்படுத்தும் வழிமுறையும் எனக்குக்கற்றுத் தரப்பட்டது. ஒருமுறை, குறிப்பிட்ட ஒரு யோகசக்தியைப்பெற, நான் நாற்பது நாட்கள் உண்ணா நோன்பிருந்து என்னைத் தயார்படுத்திக்கொள்ள வேண்டியிருந்தது.

‘‘ஒருநாள் எனது ஆசான் என்னை வரவழைத்தது எனக்கு எத்துணை அளவிலா ஆனந்தத்தையும், வியப்பையும் அளித்தது என்பதைச் சற்று கற்பனை செய்து பாருங்கள். ‘‘உலக வாழ்க்கையிலிருந்து முற்றிலுமாக விடுபடும் தருணம் உனக்கு இன்னும் வரவில்லை. உன் உறவினரிடம் திரும்பிச் சென்று, உனது இயல்பான வாழ்க்கையில் ஈடுபடு. உனக்கு மணமாகி, ஒரு குழந்தைக்குத் தகப்பனாவாய். உனது 39-வது வயதில் சில அறிகுறிகள் தென்படும். அதன்பிறகு, இவ்வுலக வாழ்விலிருந்து விடுபட்டுப் பூரண சுதந்திரம் பெற்று காட்டிற்குச் சென்று, ஏகாந்த தியானத்தில் அமர்வாய். ஒவ்வொரு யோகியும் அடைய விரும்பும் மெய்ஞானத்தை அடையும் வரையிலும் அங்கேயே தங்கியிருந்து விட்டு, உனக்காகக் காத்திருக்கும் என்னிடம் வந்து சேர்வாய்’’ என்றார்.

‘‘அவரது கட்டளையைச் சிரமேற்கொண்டு எனது பூர்வீக ஊருக்குச் சென்றேன். விசுவாசமிக்க, அன்பான ஒரு பெண்மணியை மணந்து, எனது ஆசான் முன் மொழிந்ததைப் போலவே அவள் ஒரு மகவை ஈன்றெடுத்தாள். ஆனால் அவள் விரைவிலேயே மரணமெய்தி விட எனது பெற்றோரும்

உயிரோடில்லாததால், நான் எனது பூர்வீக ஊரை விட்டு, இந்த விதவை மூதாட்டியின் வீட்டில் தங்கியுள்ளேன். எங்கள் ஊரைச் சேர்ந்த இவள் இளம்பிராயத்தில் இருந்தே என்னை நன்கு அறிந்தவள். அவள் எனது வீட்டுத் தேவைகள் அனைத்தையும் பூர்த்தி செய்து விடுகிறாள். இருப்பினும் கால இடைவெளி அவளைப் பக்குவப்படுத்தியுள்ளதால், எங்கள் யோகப் பள்ளியின் கட்டளையின்படி, எவரிடமும் தாராளமாகப் பழகாது நான் தனித்து மௌனமாக இருப்பதை அவள் அனுமதித்து விடுகிறாள்.

பிரம்மா தனது சம்பாஷணையை நிறுத்தினார். அவரது வெகு இயல்பான வெளிப்படையான பேச்சினால் வசீகரிக்கப்பட்டு, வினாக்களின் கணைதொடுக்கும் எனது நாக்கு ஸ்தம்பித்துச் செயலிழந்து நின்றது. இரண்டு, மூன்று நிமிட மௌனத்திற்குப் பின் யோகி தனது இல்லம் நோக்கி நடக்கத் துவங்க, நானும் எனது பிராமண நபரும் அவரைப் பின்தொடர்ந்தோம்.

அழகிய பனந்தோப்பும், ஆடி அசைந்து வரவேற்கும் தோரணையில் வரிசையில் நிற்கும் சவுக்கு மரமும் எங்கள் பாதையை அலங்கரித்தன. கதிரவன் ஒளியில் மின்னும் ஆற்றின் கரை ஓரத்திலேயே நாங்கள் ஏறத்தாழ ஒரு மணிநேரம் நடந்து சென்றோம். சீக்கிரத்திலேயே, மனிதர் வாசம் செய்யும் பகுதிக்குள் நுழைந்து விட்டோம். மீனவர்களும் பழைய முறையில் இடுப்பளவு நீருக்குள் மூழ்கி, வலைவீசி மீன் பிடிக்கக் கூடையுடன் நின்று கொண்டிருந்தனர். நவீனகாலத்தைப் போன்று அவர்கள் படகுகளிலோ அல்லது கரையில் நின்ற வண்ணமோ மீன் பிடிக்கவில்லை.

வண்ண-வண்ண இறக்கைகளைக் கொண்ட பறவைகள் ஆற்றை நோக்கிக்கீழிறங்கி சிறகடித்துப் பறப்பது, இந்த இயற்கைக் காட்சியின் அழகை மிகைப்படுத்திக் காட்டியது. மாலைப் பொழுதின் கடற்காற்று சில்லென்று இதமாக முகத்தில் வீசியது. நதியைத் தாண்டி மற்றொரு வீதியை அடைந்தோம். நான் சற்றே மன வருத்தத்துடன் தொடர கிறீச்சென்ற சப்தத்துடன் பன்றிக் கூட்டம் எங்களைக் கடந்து சென்றது. இவற்றை மேய்த்துக் கொண்டிருந்த நரைத்தமுடியுடன் கூடிய ஒரு தாழ்ந்த சாதிப் பெண்மணி நேர்ப் பாதையை விட்டு விலகிச் செல்பவற்றை மூங்கில் குச்சியால் அடித்துக் கூட்டத்தோடு இணைக்கிறார்.

பிரம்மா எங்களை வழியனுப்பத் திரும்பிப் பார்த்தபோது, நான் அவரை மறுபடியும் தரிசனம் செய்ய அனுமதி அளிக்குமாறு வேண்டினேன். அவர் சம்மதித்தார். இதன் பிறகு, பிரம்மா எனது இல்லத்திற்கு எழுந்தருளி எனக்குப் பெருமை சேர்க்க முடியுமா என்று துணிவுடன் கேட்டேன். யோகி, உடனடியாக மாலையில் வருவதாக ஒத்துக்கொண்டது. எனது பிராமணத் தோழரை வியப்பில் ஆழ்த்தியது.

அந்தி மயங்கும் மாலைப் பொழுதில் பிரம்மாவின் வரவை எதிர்நோக்கிய சிறிய ஆவலுடன் காத்திருந்தேன். என் மனதில் பற்பல கேள்விக்கணைகள் அலைஅலையாக எழும்பலாயின. அவரது இனம்புரியாத புலப்படாத குணாதிசயம் என்னைக் குழப்பத்தில் வீழ்த்த, அவருடைய சுயசரிதையின் சுருக்கமான விவரம் எனது சிந்தனையைத் தூண்டியது.

எனது பணியாள் அவரது வருகையை அறிவித்தவுடன் நான் தாழ்வாரத்திலிருந்த படிக்கட்டுகளின் வழியே இறங்கி, அவரைக் கரம் கூப்பி வரவேற்றேன். இந்துக்களின் பொதுவான இத்தகைய வரவேற்கும் வழிமுறையை சீக்கிரமாகவே அறிந்து கொண்டேன். இது மேல்நாட்டவருக்குப் புதுமையாக இருக்கும். ஏனெனில், இச் செய்கை “எனது ஆன்மாவும், உன்னுடையதும் ஒன்றே!” என்பதைத் தெரிவிக்கிறது. கைகுலுக்குவதற்குப் பதிலாக ஒரு ஐரோப்பியர் இவ்வாறு கரம் குவிப்பது மிகவும் அரிது; இந்துக்களை மகிழ்விக்க வல்லது. நான் அவர்களுடன் நட்புடன் இருக்க விரும்பியதால் நான் அறிந்த இந்திய பழக்க வழக்கங்களை மதித்துக் கடைப்பிடித்தேன். இதனால் நான் ஒரு இந்தியனாகவே மாறி விடுவேன் என்றாகாது. அம்மாதிரியான எண்ணமும் எனக்கில்லை. ஆனால் என்னை மற்றவர்கள் எவ்வாறு நடத்தவேண்டும் என்று விரும்புகிறேனோ, அவ்வாறே நானும் அவர்களிடம் நடக்க விருப்பம் கொண்டேன்.

அந்தப்பெரிய அறைக்குள் என்னைத் தொடர்ந்து வந்த பிரம்மா உடனே சப்பணமிட்டுத் தரையில் அமர்ந்தார்.

“நீங்கள் திவானில் (சாய்மானமில்லாத தாழ்வானபடுக்கை) அமரமாட்டீர்களா?” என்று வினவி, “அது நல்ல மிருதுவாகவும், மிகவும் சௌகரியமானதும் கூட” என்றேன். ஆனால், அவர் கட்டாந்தரையில் அமர்வதையே பெரிதும் விரும்பினார்! இந்திய

நாட்டின் தரைகள் களிமண் ஓட்டினால் ஆனது, மரப்பலகையால் அல்ல.

அவருடைய வருகைக்கு நன்றி தெரிவித்து, சில உணவுப் பதார்த்தங்களை அவருக்கு அளிக்க, அவர் அதை ஏற்றுக்கொண்டு அமைதியாக உண்டார்.

உணவிற்குப்பின், நான் என்னைப்பற்றியும், திடீரென நான் அவரது பாதையில் குறுக்கிட்டதற்கான விளக்கத்தை அளிக்க வேண்டும் என்று நான் எண்ணினேன். என்னை இந்தியாவின் பால் இழுத்த சக்திகளைப் பற்றியும் சுருக்கமாகக் கூறி என்னுரையை முடித்தபோது, பிரம்மா இதுவரையிலும் அவரை மறைத்துக்கொண்டிருந்த தனிமைத் திரையைச் கிழித்தெறிந்து விட்டு சிநேக பாவத்துடன் என் தோள் மீது கை வைத்தார்.

''இப்படிப்பட்ட ஒரு மனிதர் மேலைநாட்டிலிருப்பதைச் செவியுறவே மனதிற்கு நிறைவாக உள்ளது. உங்களது பயணத்தை நீங்கள் வீணடிக்கவில்லை, ஏனெனில் நீங்கள் நிறைய அறிந்து கொள்வீர்கள். விதி நம்மிருவரையும் ஒன்று சேர்த்து, ஒரே இடத்தில் சந்திக்க வைத்த இந்நாள் மிகவும் பொன்னான நாள், எனக்கும் மகிழ்ச்சியான நாள். நீங்கள் அறிந்துகொள்ள விருப்பப்படும் அனைத்து விஷயங்களை பற்றிக் கேளுங்கள், எனது உறுதிமொழியின் வரையறைக்குட்படும் வகையில் நான் மகிழ்வுடன் பதிலுரைப்பேன் என்றார்.

நிச்சயமாக இது நற்பாக்கியமே! நான் அவரிடம் அவருடைய யோக முறை, அவரது வரலாறு மற்றும் குறிக்கோளைப் பற்றிக் கேள்விகளை எழுப்பினேன்.

''நான் பயின்ற உடற்கூறு - கட்டுப்பாட்டின் வழிமுறை எவ்வளவு பழமையானது என்று எவரால் கூறமுடியும்? எங்களுடைய வேத நூல்கள், இதைச் சிவபெருமான் கிரண்த முனிவர்க்குத் தெரியப்படுத்தினார் என்றுரைக்கின்றன. வாய் மொழியாக அது மார்த்தேயாந்தா முனிவர்க்கும், பின்னர் அவர் மூலம் பிறருக்கும் வழிவழியாக கற்றுக் கொடுக்கப்பட்டு, ஆயிரக்கணக்கான வருடங்களாக தொடர்ந்து வருகிறது. இது எத்தனை ஆயிரம் வருடங்கள் என்று நாங்கள் அறியவோ, அதில் அக்கறை கொள்ளவோ விரும்பவில்லை. ஆனால் யோக

சாஸ்திரத்தின் இறுதியான வழிமுறையாக மிகத்தொன்மையாகத் தோன்றியது என்று நம்புகிறோம். ஆதிகாலத்திலேயே மனிதனின் வீழ்ச்சியுற்ற நிலையிலிருந்து மேம்படுத்தி அவனுக்கு முக்தியளிக்க, உடல் ரீதியான ஆன்மீக வழிமுறையைக் கடவுளரே போதிக்க வந்தனர். மிகவும் தேர்ச்சி பெற்ற ஆசான்களால் மட்டுமே இதைப்புரிந்து கொள்ள முடிந்தது. சாமானியர்கள் இந்தப் பண்டைய சாஸ்திரத்தைப் பற்றி தவறான கருத்துக்களையே கொண்டுள்ளனர். இவ்வாறு முதிர்ந்த யோகிகள், இக்காலத்தில் மிகவும் அரிதாகத் தென்படுவதால், முட்டாள்தனமான மற்றும் தெளிவற்ற பயிற்சி முறைகள் தடையின்றி மக்களிடையே பரவியுள்ளது. காசிக்குச் சென்றால், ஈட்டிபோன்றதொரு கூர்முனையான கம்பிப்படுக்கையில் பகலில் அமர்ந்தும், இரவில் படுத்துறங்கும் ஒரு விநோத மனிதனைப் பார்க்கலாம். மற்றோர் இடத்தில் பல அங்குல நீளம் வளர்க்கப்பட்ட நகங்களுடன், உபயோகிக்காது காய்த்துப்போன ஒருகையை மேலே உயர்த்தியபடி இருப்பதைக் காணலாம். அவர்கள் எங்களுடைய யோகமுறையைப் பயிற்சி செய்வதாகக் கூறுவார்கள், ஆனால் அவர்கள் அப்படிப்பட்டவர்கள் அல்ல. மாறாக, அவர்கள் அதைக் கேவலப்படுத்துகிறார்கள். மக்களை வியக்க வைப்பதற்காக முட்டாள்தனமாக உடலை வருத்திக்கொள்வது எங்கள் நோக்கமல்ல. இவர்கள் செவிவழியாகக் கேட்டோ அல்லது நண்பர்களின் மூலமாகவோ உடலைப் பலவந்தமாக வளைத்து, நெளிக்கும் ஒருசில பயிற்சிகளை மேற்கொண்டு தன்னைத்தானே வருத்திக்கொள்ளும் மூடசாதுக்களே. ஆனால், அவர்களுக்கு எங்களுடைய நோக்கம் என்னவென்று தெரியாததால் அவர்கள் இப்பயிற்சிகளைத் தெளிவில்லாமல் செயற்கையாகப் பலமணி நேரமே நீட்டிக்கிறார்கள். இருப்பினும், சாமானிய மக்கள் இத்தகைய மூடர்களை மதித்து அவர்களுக்கு உணவும், பணமும் அளித்துப் போற்றித் துதிக்கின்றனர்.

''ஆனால், இதில் அவர்களிடம் குறை காண முடியுமா? மெய்ஞ்ஞானிகள் தங்களது செயல்முறைகளைப் பூடகமாக வைத்துக் கொண்டு, தங்களையும் அரிதாக்கிக் கொள்வதால், தவறான விஷயங்களும், கணிப்புகளும் தலைதூக்கும், அல்லவா?'' என்று நான் இடைமறித்தேன்.

பிரம்மா தன் தோள்களைக் குலுக்கியவாறே, வெறுப்பான இகழ்ச்சியான பார்வையோடு தொடர்ந்தார்-

"ஒரு அரசன் தனது ஆபரணங்களைப் பொதுமக்களின் பார்வைக்கு வீதியில் வைப்பாரா?" எனக் கேட்டு விட்டுத் தொடர்ந்தார். "இல்லையே தனது அரண்மனையின் பூட்டியிருக்கும் பொக்கிஷ அறையில் அல்லவா மறைத்து வைத்திருப்பார். எங்களது யோகசாத்திரம் பற்றிய அறிவு மனிதனுக்குக் கிடைக்கும் மிகப் பெரிய புதையலாகும். அதைக் கடைத்தெருவில் அனைவருக்கும் கிடைக்கும்படிச் செய்வானா? இந்தப் புதையலை அடைய ஆசை கொள்பவர் அதை நாடிச் செல்லட்டும். அதுவே முறையான வழியாகும். எங்களது உரைகள் திரும்பத் திரும்ப ரகசியமாக வைக்கப்பட வேண்டும் என்பதால் எங்களுடைய ஆசான்கள் அவர்களிடம் சில வருட காலங்களாவது விசுவாசமாக இருந்த மற்றும் சோதித்தறிந்த மாணாக்கர்களுக்கு மட்டும் முக்கியமான போதனைகளைப் பயிற்றுவித்தனர். எங்களது யோகமுறை அனைத்து யோகக் கலையிலும் மிகவும் இரகசியமானது. கொடிய ஆபத்து நிறைந்தது, இது சீடனுக்கு மட்டுமல்ல, பிறருக்கும் ஆபத்தை விளைவிக்கக் கூடியது. எதை வேண்டுமானாலும் வெளிப்படையாகச் சொல்வதற்கு நான் அனுமதிக்கப்பட்டுள்ளேன் என்று நீங்கள் எண்ணுகிறீர்கள். எவ்விதப் பாகுபாடுமின்றி அனைத்தையுமோ அல்லது எங்கள் அடிப்படைச் சித்தாந்தங்களையும் என்னால் வெளிப்படையாகக் கூற முடியும் என்று எண்ணுகிறீர்களா?"

"ஓஹோ! அப்படியா!"

"ஆனால் எங்களது சாத்திரத்தில் உள்ள ஒரு பிரிவைப் பற்றி நான் உனக்குச் சுதந்திரமாகச் சொல்லலாம். அதன் மூலமாகத்தான் தொடக்க நிலை மாணாக்கர்களின் உடல்நிலையை மேம்படுத்தி மனதைத் திடப்படுத்த இயலும். ஏனென்றால் அவர்களால் மட்டுமே யோகாவின் கடினமான பயிற்சிகளை மேற்கொள்ள இயலும்."

"ஆஹா! இது மேலை நாட்டவரின் ஆர்வத்தைத் தூண்டவல்லது"

"எங்களது முறையில் சில வியாதிகளைக் குணப்படுத்த அல்லது வராமல் காக்க மற்றும் உடலின் பல பாகங்களையும், உறுப்புக்களையும் பலப்படுத்துவதற்காக உடல்ரீதியான பல பயிற்சிகள் உள்ளன. அவற்றுள் சில முக்கிய நரம்பு மண்டலத்தின் மையப்பகுதியில் அழுத்தத்தைத் தரக்கூடிய நிலைகள் அல்லது தோரணைகள் இவை சரிவரச் செயல்படாத சில உறுப்புக்களைச் சீராக்க உதவுகிறது."

"நீங்கள் மருந்துகளைப் பயன்படுத்துகிறீர்களா?"

"அவசியமானால், வளர்பிறையின் காலத்தில் பறிக்கப்படும் சில மூலிகைகள் பயன்படுத்தப்படுகின்றன. உடல்நிலையைச் சீராக்கித் தரக்கூடிய நான்கு வகையான ஆரம்பநிலைப் பயிற்சிகள் அல்லது வழிமுறைகள் உள்ளன. முதலில் நரம்புகளை அமைதி பெறச் செய்யும் நான்கு விதமான ஓய்வு முறைகளும் (சவாசனம்) பின்னர் ஆரோக்கியமாக இருக்கக் கூடிய விலங்குகள் இயற்கையாகச் செய்யும் பயிற்சிகளைப் பார்த்து அதே முறையில் செய்யப்படும் நீட்டு முறை அல்லது விரிவடையச் செய்யும் பயிற்சிகள். மூன்றாவதாக உண்மையாகவே சிறப்பான பலன் அளிக்கும் உங்களது ஆவலைத் தூண்டவல்ல, உடலைத் தூய்மைப்படுத்தும் பல வழிமுறைகள். இறுதியாக, நாம் சுவாசக் கட்டுப்பாட்டையும் சுவாசப் பயிற்சிகளையும் பயில்கிறோம்.

ஒருசில பயிற்சிகளைத் தாங்களே செயல் முறை விளக்கமாக நேரிடையாகவே செய்து காட்டலாமே என்ற எனது விருப்பத்தை அவரிடம் வெளிப்படுத்தினேன்.

அதற்குச் சிரித்தவாறே பிரம்மா கூறினார். "இவற்றில் மறைப்பதற்கு ஒன்றுமில்லை; ஆதலால் நான் செய்து காட்டுகிறேன்" முதலில் ஓய்வு பெறும் கலையிலிருந்து துவங்குவோம். இக்கலையை நாம் பூனையிடமிருந்து கற்றுக் கொள்ளலாம். எங்களது ஆசான் மாணாக்கரின் நடுவே ஒரு பூனையை இருக்கச் செய்து உச்சிவெய்யில் உஷ்ணம் தாங்காமல் அது ஓய்வெடுக்கும் போது எத்துணை நளினமான தோரணையில் இருக்கிறது என்பதைக் கூர்ந்து கவனிக்கச் செய்தார். மேலும் ஒரு எலிப்பொந்தின் முன்னால் அது குனிந்து பாயத்தயாராகுவதையும் கூர்ந்து கவனிக்கும்படி கூறினார். உண்மையான ஓய்வுக்குப்

பூனையே சரியான முன் உதாரணம் என்றும் தனது சிறிதளவு சக்தியைக் கூட விரயம் செய்யாது, எவ்வாறு சேமித்துப் பாதுகாத்துக் கொள்கிறது என்பதையும் தெளிவுபட உரைத்தார். உங்களுக்குச் சரியாக ஓய்வெடுக்க முடியும் என்று எண்ணுகிறீர்கள், ஆனால் உண்மையில் அவ்வாறில்லை. நீங்கள் ஒரு நாற்காலியில் அமர்ந்து கொண்டாலும் கூட, பக்கவாட்டில் நகர்ந்து, பின் ஒரு நிலையில் இல்லாது கால்களை விகாரமாகப் பரப்புகிறீர்கள். நாற்காலியை விட்டு எழாமல், பார்ப்பதற்கு ஓய்வெடுப்பது போல் தோன்றினாலும், உங்கள் மனதில் ஒன்றன் பின் ஒன்றாக எண்ண அலைகள் எழும்பிக்கொண்டேதான் இருக்கின்றன. இதை ஓய்வு என்று கூறமுடியுமா? பணிசெய்யாமல் இருப்பினும், ஒருவகையில் இயங்கிக் கொண்டிருப்பது போலத்தானே?''

''இதுவரையிலும் என் மனதில் உதயமாகாத ஒரு கருத்து நோக்கு'' என்றேன் நான்.

ஓய்வெடுக்கும் முறையைப்பற்றி விலங்குகள் அறிவதைப் போல, பல மனிதர்களுக்குத் தெரிவதில்லை. ஏனெனில், மனிதர்கள் தங்களது எண்ணங்களால் உந்தப்படுகிறார்கள். விலங்குகள் இயற்கை உள்ளுணர்வால் உந்தப்பட்டுச் செயல்படுகின்றன. மனிதர்களுக்கு அவர்களது எண்ணங்களைக் கட்டுப்படுத்துவது பெரிதும் முடியாத காரணத்தால் அவர்களது நாடி நரம்புகளும், உடல் நலமும் மிகையான பாதிப்பிற்குள்ளாகின்றன. ஆதலால், அவர்களுக்கு உண்மையான பூரண ஓய்வு கிட்டுவதில்லை.''

அப்படியானால் நாம் என்ன செய்ய வேண்டும்?''

''முதலில் நீங்கள் அறிந்துகொள்ள வேண்டியது. கிழக்கு நாட்டவரின் சப்பணமிட்டு அமரும் முறை. வடக்குக் குளிர்பிரதேசங்களில் குளிர்ச்சியான அறைகளில் நாற்காலிகளில் அமர்வது நன்மை பயக்கக் கூடியதாக இருக்கலாம். ஆனால் பயிற்சி நேரங்களில் அவ்வாறின்றி, தரையில் அமரக்கற்றுக் கொள்வது உங்களை யோகப் பயிற்சிக்குத் தயார் செய்துவிடும். எங்களது அமரும் முறை உண்மையில் பூரணமான ஓய்வளிக்க வல்லது. பணி முடிந்த பிறகோ அல்லது நடைப்பயிற்சிக்குப் பின்னரோ, இது முழு உடலுக்கும் அமைதியைத் தரவல்லது. உங்களது அறையின் சுவற்றை ஒட்டினாற் போல், ஒரு

கம்பளமோ அல்லது பாயோ விரித்து, சுவர்ப்பகுதி உங்களது முதுகிற்கு முட்டுக் கொடுத்து தாங்கும் வகையில் செளகரியமாக அமர்ந்து கொள்ளுங்கள், அல்லது அறையின் நடுவில் பாயைவிரித்து, ஒரு மஞ்சம் அல்லது நாற்காலியில் சாய்ந்து கொள்ளலாம். அதன்பின் முழங்கால்களை உட்புறமாக மடித்துப் பாதங்களைக் குறுக்காக வைக்க வேண்டும். தசைகளைத் தளர்த்தி அழுத்தாமல் இறுக்கம் இல்லாது பார்த்துக்கொள்ள வேண்டும். ஆதலால், மென்மையாகச் சுவாசிப்பதைத் தவிர வேறு எவ்விதச் சலனமும் இல்லாது உடல் அசையாது வைத்துக்கொண்டு அமரும் முறைதான் நீங்கள் கற்க வேண்டிய முதற் பயிற்சி. அந்த நிலையை அடைந்த பின்னர், அனைத்து லோகாயதமான விஷயங்கள் மற்றும் பொறுப்புக்களிலிருந்து உங்கள் சிந்தனையை விலக்கும் மனஉறுதிப்பாட்டைக் கொள்ள வேண்டும். உங்கள் மனதை அழகு-மிக்க ஒருபொருள் மீதோ, படம் அல்லது அழகிய வண்ணமலர்கள் மீதோ நிலை பெறச் செய்ய வேண்டும்.''

நான் உடனடியாக எனது சாய்வு நாற்காலியிலிருந்து எழுந்து வந்து, பிரம்மாவின் முன்னே, சற்று முன்னர் அவர் விவரித்த மனநிலையை அநுமானித்துத் தரையில் அமர்ந்தேன். இது பண்டையகாலத்தையற்காரர் வேலை செய்யும் போது கால்களைக் குறுக்கே போட்டு அமர்வதைப் போன்ற தோரணை.

''ஆம், நீங்கள் இதை வெகு சுலபமாகச் செய்கிறீர்கள், பிற ஐரோப்பியர்களுக்கு இது பழக்கமானதாக அல்லாததால், அவர்கள் இதை இவ்வளவு செளகரியமாகக் கருதமாட்டார்கள். நீங்களும் ஒரு தவறு செய்கிறீர்கள் உங்களுடைய முதுகை வளைக்காமல், நேராக நிமிர்த்தி வைத்துக்கொள்ளுங்கள். இப்போது எங்களது மற்றுமொரு பயிற்சியைச் செய்து காண்பிக்கிறேன்'' என்று கூறித் தொடர்ந்தார்.

பிரம்மா தனது பாதங்களைக் குறுக்கே வைத்தபடி, அதே நிலையிலேயே முழங்கால்களைத் தனது முகவாய்கட்டையே நோக்கி உயர்த்தத் துவங்கினார். இந்தத் தோரணையில் அவரது கால்கள் உடம்பைவிட்டுச் சற்றே விலகுகிறது. அவர் தனது முழங்கால்களைக் கைகளால் கட்டிக் கொண்டார்.

''நீங்கள் நீண்ட நேரம் நின்று கொண்டிருந்த பிறகு இந்த ஆசனத்தைச் செய்தால் அது உங்களுக்கு நல்ல ஓய்வளிக்கும். நீங்கள் அமரும் பீடத்தின் பகுதியில் உங்களது உடலின் முழு எடையும் விழுமாறு கவனித்துக்கொள்ளவும். நீங்கள் களைத்துப் போகும் போதெல்லாம் இந்தப் பயிற்சியை மேற்கொள்ளலாம். உடலின் முக்கியமான நரம்பு மண்டலங்களை இது அமைதிப்படுத்தி, ஓய்வு பெறச் செய்யும்.

''எவ்வாறாகினும், இது மிகவும் எளிமையானது.''

ஓய்வு பெறும் பயிற்சியைப் பயில நமக்கு சிக்கலான முறைகள் தேவையில்லை. உண்மையில் நமது எளிய பயிற்சிகள் மிகுதியான நற்பலன்களை வாரிவழங்கக் கூடியவை. கால்களை விரித்து, முதுகைத் தரையில் பதித்து மல்லாந்து படுக்கவும். (உறங்கும் தோரணை) கால்விரல்களை வெளிப்பக்கமாக இருக்குமாறு திருப்பி கைகளை உடலின் பக்கவாட்டில் நீட்டி உடலின் ஒவ்வொரு உறுப்பிற்கும் ஓய்வு கொடுக்கவும். கண்களை மூடி உங்களது உடலின் முழு எடையும் தரையில் இருக்குமாறு பார்த்துக்கொள்ள வேண்டும். இதைப் படுக்கையில் படுத்துக் கொண்டு செய்ய இயலாது. முதுகுத்தண்டை வளைக்காமல் ஒரே சீரான நேர்க்கோட்டில் சமமாக வைத்திருத்தல் மிகவும் அவசியமானதால், ஒரு கம்பளத்தைத் தரையில் விரித்து, அதன் மீது இந்தப்பயிற்சியை மேற்கொள்ளலாம். இந்த நிலையில் இயற்கையின் குணமாக்கும் சக்திகள் உங்களை ஓய்வடையச் செய்யும். இதுவே ''சவாசனம்'' என்பது. பயிற்சியின் மூலம் இந்தப் பயிற்சிகளை ஒரு மணி நேரகால அவகாசம் வரையிலும் கூட மேற்கொண்டு உங்கள் விருப்பம் போல ஓய்வெடுத்துக் கொள்ளலாம் இவை தசைகளின் இறுக்கத்தைக் குறைத்து, நரம்புகளுக்கு ஓய்வளிக்கும். உங்கள் மனம் ஓய்வுபெற்று அமைதி பெறும் முன்பே, உங்கள் நரம்புகளில் இறுக்கம் குறைந்து, அமைதி பெற்றுவிடும்.

''உங்களது பயிற்சிகளில் ஏதோ ஒரு வகையில் அசையாது சிலைபோல் அமர்ந்திருக்கும் ஆசனங்களைத் தவிர வேறு எதுவும் இருப்பதாகத் தெரியவில்லையே!''

"என்ன, அது ஒன்றுமே இல்லையா? மேற்கு நாட்டவராகிய உங்களுக்கெல்லாம் எப்போதும் விரைவிலும், விழிப்பிலுமே நாட்டம் அதிகம். அதற்காக ஓய்வு என்பதையே வெறுத்து ஒதுக்கி விட முடியுமா? சலனமற்ற, அமைதியான நரம்புகளை அடைவது அர்த்தமற்றதா? ஓய்வு, சயனநிலை (சவாசனம்) என்பது அனைத்து யோகமுறைகளின் துவக்கநிலையே. ஆனால், இது எங்களது தேவை மட்டுமே என்பதல்ல, இது உங்களது உலகிற்கும் மிகவும் அத்தியாவசியமானது."

பிரம்மாவின் கூற்று நியாயமானதே!

"சரி, இன்றைய மாலைப் பொழுதிற்கு இந்தப் பயிற்சிகள் போதும், நான் வீடு திரும்ப வேண்டும்" என்றார்.

இதுவரையிலும் அவர் என்னிடம் உரைத்தவற்றிற்கு நன்றி கூறி, இன்னமும் அறிவுரைகளைத் தொடர்ந்து வழங்குமாறு கேட்டுக் கொண்டேன்.

"நாளைக் காலை வேளையில் நதிக்கரையோரத்தில் என்னைக் காணலாம்" என்று பதிலளித்துவிட்டு, தனது வெண்ணிற சால்வையைத் தோள்களைச் சுற்றிப் போர்த்திக்கொண்டு, விடைபெறும் தோரணையில் கரங்களைக் கூப்பி விட்டுச் சென்றார். திடீரென, அவசரமாக முற்றுப் பெற்ற ருசிகரமான சம்பாஷணையைப் பற்றிய நினைவுகளை அசைபோட்டுக் கொண்டு நான் தனிமையில் விடப்பட்டேன்.

நானும் மறுபடியும் பல சந்தர்ப்பங்களில் அந்த யோகியைச் சந்தித்தேன். அவரது விருப்பத்திற்கிணங்க, நான் காலை வேளைகளில் அவரது உலாவும் வேளையில் அவரைச் சந்தித்தாலும் அவரிடம் இச்சகமாகப் பேசி இணங்க வைத்து இயன்ற பொழுதெல்லாம் அவரை எனது இல்லம் வரவழைத்து, என்னுடன் மாலைப் பொழுதைக் கழிக்கும்படி செய்தேன். அந்த இனிய மாலைப்பொழுதுகளில் அவர் புலப்படாத உயரிய விஷய ஞானத்தை வெளிப்படுத்துவதால், அவை எனது அறிவுப்பசிக்கும், தேடலுக்கும் அபரிமிதமான பலன் தருவதாக அமைந்தன.

என்னைத் திகைப்பில் ஆழ்த்தி புரியாத புதிராக இருந்த ஒரு விஷயத்தை, அவரிடம் கேட்டுத் தெளிந்தேன். நான், இந்துக்கள்

பழுப்பு நிறமாக இருப்பார்கள் என்றுதான் எண்ணிக்கொண்டிருந்தேன். ஆனால், பிரம்மா மட்டும் நீக்ரோக்களின் கருநிற மேனியைக் கொள்ளக் காரணம் என்ன?

இதற்கு விடையாக அவர் தான் இந்தியாவின் ஆதிவாசிகளான, சுதேசிய ஜனக்கூட்டத்தைச் சார்ந்தவர் என்று கூறினார். ஆயிரக் கணக்கான வருடங்களுக்கு முன்னர் வடமேற்கு மலைப்பகுதியை உடைத்தெறிந்து வழியமைத்து இந்தியச் சமவெளிப்பகுதிகளில் இந்திய நாட்டின் மீது முதன் முதலாகப் படையெடுத்து வந்த ஆரியர்கள், ஆதிவாசிகளான திராவிடர்களை தெற்குத் திசைக்கு விரட்டியடித்தனர். இந்தத் திராவிடமக்கள் இன்று வரையிலும் தனிப்பட்டதோர் இனமாகத்தான் இருக்கின்றனர். தங்கள் மீது படையெடுத்தவர்களின் மத நம்பிக்கையை மட்டும் கிரகித்துக் கொண்டுள்ளனர். வெப்ப மண்டலத்தின் தீவிரமான வெப்பம் அவர்கள் மேனியைக் கருநிற வண்ணமாகவே மாற்றிவிட்டது. மனித இன ஆய்வாளர்கள் தங்களுக்குக் கிட்டிய சில சான்றுகளைக் கொண்டு இவர்கள் ஆபிரிக்க இனத்திலிருந்து தோன்றியவர்களே என்று கருதுகின்றனர். தேசம் முழுவதும் ஆக்கிரமித்து, ஆட்சேபமற்ற அதிகாரம் செலுத்திய திராவிடர்கள் அன்று போலவே இன்றும் உலவுகின்றனர். இன்றளவிலும், தங்களது நீண்ட கூந்தலைத் தலையைச் சுற்றி முடித்துப் போட்டு, தங்களது பண்டைய மொழிகளையே, அதிலும் முக்கிய இடம் வகிக்கும் ''தமிழ்'' மொழியையே பேசி வருகின்றனர்.

படையெடுத்து வந்த பழுப்பு நிறத்தவர்கள்தான் பிறவிஷயங்களைப்போல, யோக ஞானத்தையும் தங்கள் இனத்தவரிடமிருந்து எடுத்துச் சென்று விட்டதாக உறுதிபட உரைக்கிறார் பிரம்மா. ஆனால் இந்துப் பண்டிதர்கள் எவரும் இதை ஏற்க மறுக்கின்றனர். ஆதலால், மிக முக்கியமானதாக இல்லாத தோன்றலின் ஆதாரத்தைப் பற்றிய சிந்தனையை விடுத்தேன்.

ஏனெனில் யோகா என்னும் கலாசாரத்தைப்பற்றிய ஒரு ஆய்வுக் கட்டுரையை நான் வரையவில்லை. உடற்கூற்றுக் கட்டுப்பாட்டின் யோகக் கலையைப் பற்றியோ அல்லது யோகப் பயிற்சிகளைப் பற்றிய விவரணையை அளிப்பதோ எனது

நோக்கமல்ல. பிரம்மா அவர்கள் செயல்முறை விளக்கமாக அளிக்கும் இருபதுக்கும் மேற்பட்ட யோகாசனங்களும், வித்தியாசமான வளைந்த, முறுக்கிய உடல் நிலைகளைக் கொண்ட இது மேற்கத்தியர்களின் பார்வைக்கு அசாத்தியமாகவோ அல்லது விநோதமாக, பரிகசிக்கக் கூடியதாகவோ தோன்றும். இதில் சிலவற்றில் பாதங்களைத் திருப்பி, முழங்கால்களில் தேகத்தைச் சமநிலைப் படுத்தியும் அல்லது உடலின் முழு எடையையும் கைவிரல் நுனியில் தாங்குவதாகவும், கைகளைப் பின்புறம் எடுத்துச் சென்று விட்டுப் பின் எவ்வாறோ எதிர் நிலையில் கொணர்வதாகவும், இன்னும் சிலவற்றில் அனைத்து அங்கங்களையும் (கை, கால்) மிகவும் சிக்கலாக முறுக்கியும், கால்களைத் தோள் அல்லது கழுத்தைச் சுற்றி வளைத்தோ அல்லது மற்றுமோர் முழு உடலின் ஆதாரப் பகுதியையே மிகவும் விநோத முறையில் கற்பனை செய்து கூட பார்க்க முடியாத அளவிற்கு வளைத்து, முறுக்கித் திருப்புவதாகவும் உள்ள பயிற்சிகள் செய்யப்படுகின்றன. இதைப் போன்ற வித்தைகளை பிரம்மா செய்து காட்டும்போதுதான் யோகக்கலை எத்துணை கடினமானது என்பதை உணரத் துவங்குகிறேன்.

‘‘உங்கள் யோகமுறையில் எத்தனை ஆசனங்கள் உள்ளன?’’

உடற்கட்டுப்பாட்டின் யோகக் கலையில் எங்களது முறைப்படி எண்பத்திநான்கு ஆசனங்கள் உள்ளன. இருப்பினும் எனக்கு, தற்போது அறுபத்திநான்கு ஆசனங்கள் தான் பாடமாகியுள்ளன என்று கூறினார் பிரம்மா. இவ்வாறு பதிலளித்தவாறே இருக்கையில் அமர்வது போல் ஒரு ஆசனப்பயிற்சியைச் செய்து வசதியாக அமர்ந்து கொண்டார். அவரது இடது பாதம் கவட்டுப் பகுதியில் மடித்து வைக்கப்பட்டுள்ளது. மற்றொரு பாதத்தின் குதிகால் பகுதி உடலின் ஆதாரப்பகுதியின் அடிப்பாகத்தில் வைக்கப்பட்டுள்ளது. வலது காலை மடித்து வைத்துக் கொண்டு தான் இதைச் செய்கிறார். இது கடினமானதாக இல்லாவிடினும் மிகவும் அசௌகரியமாகத் தான் தோன்றியது. ஆனால், அவரோ இதுவே எனக்கு மிகவும் சௌகரியமான நிலை என்கிறார்.

‘‘இதைப்போன்ற உடல் தோரணையால் (ஆசனம்) என்ன பயன்?’’ என்று நான் மறுபடியும் வினவ,

“ஒரு யோகி இதைப் போன்ற ஆசனங்களில் அமர்ந்து ஒருசில சுவாசப் பயிற்சிகளையும் மேற்கொண்டால், அவர் மிகையான இளமைத் தோற்றத்துடன் திகழ்வார்.”

“அந்த... சுவாசப் பயிற்சி....?”

“இல்லை, அதை உங்களிடம் வெளிப்படுத்த எனக்கு அனுமதி இல்லை.”

“அப்போது இந்த ஆசனங்களின் குறிக்கோள் தான் என்ன?”

முறையாக குறித்த கால அளவில் சில குறிப்பிட்ட ஆசனங்களில் அமர்வதும், நிற்பதும் உங்கள் பார்வைக்கு அற்பமாகப் படலாம். ஆனால், தேர்ந்தெடுக்கப்பட்ட அந்தக் குறிப்பிட்ட ஆசனங்களில் ஆழ்நிலைக் கவனமும் மன உறுதிப்பாடும் தீவிரமாக இருப்பதால், அதில் வெற்றி காண்பதற்கு, யோகியின் அகத்தினுள்ளே உறங்கிக்கொண்டிருக்கும் உறங்கும் சக்திகள் விழிப்புணர்வு பெற வேண்டும். இச்சக்திகள் இயற்கையின் ஆதிக்கத்திற்குட்பட்டவை. ஆதலால், எங்களது சுவாசப்பயிற்சிகளும் முழுமையாக அப்பியாசிக்கப் பட்டால்தான் இவை முழுமையாக எழுச்சி பெறும். ஏனெனில், சுவாசத்திற்கு மிகவும் தீவிரமான சக்தியுண்டு. இப்படிப்பட்ட உணர்வுகளை விழித்தெழச் செய்வதுதான் நமது குறிக்கோள் என்றாலும் எங்களது பயிற்சிகளில் பெரும்பான்மையானவை சில குறிப்பிட்ட வியாதிகளைக் குணமாக்கவும், உடல்நலனைப் பேணவும் உதவுகின்றன. மற்றும் சில ஆசனங்கள் உடலைத் தூய்மைப் படுத்துகின்றன. இது அற்புதமான ப்யனளிப்பதல்லவா? இன்னும் சில ஆசனங்கள் நமது மனம் மற்றும் ஆன்மாவைக் கட்டுப்படுத்தும் முயற்சிகளில் நமக்கு உதவுகின்றன. ஏனெனில் மனிதனது சிந்தனைகள் உடலை வருத்திப் பாதிப்பை ஏற்படுத்து வதைப் போல, உடலும் எண்ணங்களின் மீது தாக்கத்தை உண்டாக்குகிறது. யோகாவின் உயரிய நிலையில் காலவரையறை யின்றி தியானத்தில் அமரும் போது, சரியான உடல்நிலை, ஆசனம் மனதைச் சலனமின்றி இருக்கச் செய்வதோடு மட்டு மின்றி, செயலின் குறிக்கோளிலும் உதவுகிறது. இந்த அனைத்து நற்பலன்களோடு இணைந்து இப்படிப்பட்ட கடினமான பயிற்சிகளில் குறையாத ஊக்கத்தோடு விடாமுயற்சியுடன் ஈடுபடும் நபருக்கு அபாரமான மனஉறுதி வரமாய்க்கிட்டும்.

மேலும் எங்களது வழிமுறைகளில் தூய்மையும், நற்பண்புகளும் நிறைந்துள்ளதை நீங்களும் காணலாம்.''

''ஆனால், இந்த வளைவு, நீட்டல், முறுக்கல் இவை எதற்கு?'' என்றேன் நான் எதிரிடையாக.

''ஏனெனில் நம் உடலெங்கும் பல நரம்புமண்டலங்கள் பரவலாக வியாபித்துள்ளன. ஒவ்வொரு ஆசனமும் ஒவ்வொரு மையத்திலும் பாதிப்பை ஏற்படுத்துகிறது. நரம்புகளின் மூலமாக நம்மால் உடல் உறுப்புக்களின் மீதோ அல்லது மூளையின் எண்ண ஓட்டத்தின் மீதோ பாதிப்பை உருவாக்க முடியும். இந்த முறுக்கும், வளைக்கும் பயிற்சிகள் நமது நரம்பு மண்டலங்களை அடைய நமக்கு உதவி புரிகின்றன. இல்லாவிடில் அவை எந்தவிதமான தூண்டுதலும் இன்றி இருக்க நேரிடும்.''

''அப்படியா!'' யோகக்கலையின் உடற்கூறு கலாசாரத்தின் அடிப்படைக்கொள்கை எனது மனதில் தெளிவாகப் பதிவு பெறத் தொடங்கியது. எங்கள் ஐரோப்பிய மற்றும் அமெரிக்க வழிமுறைகளின் அடிப்படைக் கொள்கைகளோடு இவற்றை ஒப்பிட்டு நோக்கி, இவை சரிநிகராக இருப்பதை உறுதிப் படுத்திக்கொள்ள ஆவலாக இருந்தது. இருகொள்கைகளின் ஒரு மித்ததன்மையைப் பற்றிப் பிரம்மாவிடம் பின்னர் உரைத்தேன்.

''எனக்கு உங்களது மேலைநாட்டு முறைகளைப் பற்றித் தெரியாது. ஆனால், ஐரோப்பிய வீரர்கள் உடற்பயிற்சி மேற்கொள்வதை மதராஸ் அருகிலுள்ள பெரியதொரு இராணுவ முகாமில் கண்டுள்ளேன். அவர்களது பயிற்சியாளர்கள் என்ன விரும்புகிறார்கள் என்பதை அவர்களைப் பார்வையிட்டே புரிந்து கொண்டுள்ளேன். தசைகளை வலுப்படுத்துவது தான் அவர்களது முதன்மையான குறிக்கோளாகத் தெரிந்தது. ஏனெனில் உடல் ரீதியாகச் சுறுசுறுப்பாக இருத்தலையே புனிதமாக, நற்பண்பாகக் கொள்கிறீர்கள். ஆதலால், உடல் உறுப்புக்களை கை-கால்களை மிகையாகப் பயன்படுத்தி அந்த அசைவுகளையே திரும்பத் திரும்பச் செய்கிறீர்கள். மிகத் தீவிரமாகச் சக்தியை விரயம் செய்தால்தான், தசைகளைப்பலப்படுத்தி கட்டமைப்புடன் திகழச்செய்து பலனாக, உயரிய பலத்தைப் பெற முடியும் என்பதால் நீங்கள் அப்படிச் செய்கிறீர்கள். மேற்குக்கண்டத்தைப்

போலக் குளிர்ப் பிரதேசங்களில் இதுதான் நன்மை பயக்கவல்லது என்பது திண்ணம்.

''இந்த இருமுறைகளிலும் மிக முக்கியமான வேறுபாடு என்ன?''

''எங்களது யோகமுறையில் அனைத்துப் பயிற்சிகளுமே ஆசனங்கள் தான். ஆசனத்தில் நிலைத்துவிட்ட பின்னர், அதற்கு மேலாக எவ்வித அங்க அசைவுகளும் தேவையில்லை. சுறுசுறுப்புடன் திகழச் சக்தியைச் சேமிப்பதைவிட, நாங்கள் பொறுமை அதாவது சகிப்புத்தன்மையை அதிகரித்துக் கொள்ள முயல்கிறோம். தசைகளின் சக்தியை விருத்தி அடையச் செய்வது மிகவும் பயனுள்ளது என்று எண்ணினாலும், இதன் விளைவாகக் கிடைக்கும் சக்தியைத்தான் மிக்க பயனுள்ளதாகக் கருதுகிறோம். ஒருவேளை, ஒரு குறிப்பிட்ட வழியில் உங்களது தோள்களை ஆதாரமாகக் கொண்டு நிற்பதால் உங்கள் மூளைப்பகுதிக்குக் குருதி பெருக்கெடுத்துப் பாயும் என்று சொன்னால் ஒரு மேலை நாட்டவர் ஒரு நிமிடம் அந்த பயிற்சியைச் செய்துவிட்டுப் பின் துரிதகதியில், பலமுறை விரைந்து செய்துவிடுவார். இதன் மூலம் உங்களது தசைகள் வலுப்பெற்று, கட்டுமானம் பெற்றாலும், ஒரு யோகியின் செயல்முறையில் கிட்டும் நற்பலனைப் பெறுவது கடினம்.''

''அந்த வழிமுறைதான் என்ன?''

''அவர் அதை நிதானமாக, சாவதானமாகச் சிந்தித்து, அந்த ஆசனநிலையில் இயன்றவரையிலும் சில நிமிடங்களுக்காவது நிலைத்திருப்பார். ''சர்வாங்க ஆசனம்'' என்று நாங்கள் குறிப்பிடுவதை உங்களுக்குச் செய்து காட்டுகிறேன்.

பிரம்மா, தனது முதுகைத் தரையில் நேராக வைத்து கைகளைப் பக்கவாட்டிலும் கால்களைச் சேர்த்தும் வைத்து சயன நிலைக்குச் சென்றார். பின் முழங்கால்களை நேராக (வளையாது) வைத்தபடியே கால்களை மேலே உயர்த்தினார். பின் முழங்கை களைத் தரையில் ஊன்றியவாறே, கைகளால் இடுப்பைத் தாங்கிப் பிடித்தார். அவரது பின்புறமும், இடுப்புப் பகுதியும் ஒரே நேர்க் கோட்டில் நிற்க, உடல் முற்றிலுமாக மேலே தூக்கப்பட்டது. மார்புப்பகுதி மோவாயைத் தொட, கைகள் ஆதாரப்பகுதியைத்

தாங்கியவாறே இருந்தன. ஆக, உடலின் எடை முழுவதும் தோள் மற்றும் தலை, கழுத்தின் பின்புறத்தால் தாங்கப்பட்டிருந்தது.

இவ்வாறாகிய தலைகீழான தோரணையில் ஐந்து நிமிடம் வரை இருந்த பிறகு, யோகி எழும்பி அதன் நற்பலன்களை விளக்குகிறார்.

''இந்த ஆசனத்தினால், இரத்த ஓட்டம், தனது சுயமான அழுத்தத்தைக் கொண்டே, மூளையை நோக்கிப் பாய்கிறது. சாதாரண நிலையில், இதயத்தின் அழுத்தும் பணியால்தான் இரத்தம் மேல் நோக்கிச் செலுத்தப்படுகிறது. இந்த ஆசன நிலையினால் மூளை மற்றும் நரம்புகள் சீராக இயங்குவதை வைத்துக்கொண்டே, இந்த இரு நிலைகளுக்கும் இடையில் உள்ள மாறுபாட்டை அறிந்து கொள்ளலாம். மனம், மூளையைப் பயன்படுத்தி பணிசெய்பவர்கள், சிந்தனையாளர்கள் மற்றும் மாணாக்கர்களுக்கு இந்த ''சர்வாங்காசனம்'' மிகுதியான நற்பலனை நல்குகிறது. இது அவர்களது மூளை சோர்வடையும் போது விரைவான நிவாரணம் அளிப்பதோடு மட்டுமின்றி, இன உறுப்புக்களையும் வலுப்படுத்துகிறது. ஆனால் உங்களது துரிதமான மேலைநாட்டு அவசரகதியில் பயிற்சிப்பதை விட, எங்கள் முறையில் சாவதானமாகச் செய்தால்தான் நற்பலன்கள் கிடைக்கும்.''

''என்னைத் தவறாக எண்ணவில்லையானால் யோக தோரணைகள் மட்டுமே உடலை அமைதியாக்கி சலனமின்றி இருக்க வைக்கும் என்றும் எங்கள் மேலைநாட்டுப் பயிற்சிகள் தீவிரமாக எழுச்சி பெறச் செய்கின்றன என்கிறீர்களா?'' என்றேன்.

''அப்படியும் இருக்கலாம்'' என்றார் பிரம்மா.

பிரம்மாவின் யோகக் களஞ்சியத்திலிருந்து மற்றுமோர் பயிற்சியை, ஆசனத்தைத்தேர்ந்தெடுத்தேன். இது மேலை நாட்டவரின் கை-கால் அசைவின் எல்லைக்குட்பட்டதாகவும், பயிற்சிக்கு வெகு எளிதாகவும், பொறுமையோடு நிதானமாகச் செய்யக்கூடியதாகவும் இருந்தது. இந்த ஆசனத்தில், யோகி தனது கால்களை விரித்து தன் தலைக்கு நேராக இரு கைகளையும் உயர்த்தி முதல் விரல்களை வளைக்கிறார். முன்பக்கமாகக் குனிந்து, மூச்சை வெளியிலிழுத்து விட்டபடியே, கால் பெரு விரல்களை

வளைக்கப்பட்டவிரல்களால் பிடித்துக் கொள்கிறார். (வலது கையால் வலது கால்விரல் மற்றும் இடக்கையால் இடதுகால் விரலை) விரிக்கப்பட்ட கைகளின் மீது தலைப் பகுதி விழுமாறு குனிந்து, நெற்றி தொடைகளின் மீது படியும்படி வைத்துக் கொள்கிறார். இந்த ஆசனநிலையில் சற்றுநேரம் இருந்த பின்பு, மெதுவாக இயல்பு நிலைக்குத் திரும்புகிறார்.

“இந்த ஆசனநிலைகளை ஒரேயடியாக, ஒரே முறையில் செய்து பார்க்க முயற்சிக்காதீர்கள்” என்று எனக்கு எச்சரிக்கை விடுத்தார். “முதலில் தலைப்பகுதியை மெள்ள-மெள்ள முழங்கால்களுக் கருகில் கொண்டு வரப்பாருங்கள்; முதலில் இந்த நிலையைப் பயிற்சிக்க சில வாரங்கள் ஆனாலும், இதில் தேர்ந்த பிறகு காலத்திற்கும் இது உங்களுடையதாகிவிடும்.”

இந்த யோகாசனப் பயிற்சி முதுகுத் தண்டை வலுவாக்கி, முதுகெலும்பு பலம் குன்றியிருப்பதால் ஏற்படும் நரம்புத்தளர் வையும், அது சார்ந்த பிரச்சினைகளையும் நீக்கி, அற்புதமான வகையில் இரத்த ஓட்டத்தைச் சீர்படுத்திவிடும்.

அடுத்த ஆசனத்தில், பிரம்மா தரையில் அமர்ந்து தனது கால்களை இரண்டாக மடித்து தனக்குக்கீழே வைத்துக்கொள் கிறார், அவரது குதிகால் பகுதி உடலின் அடிப்பாகத்தின் கீழே இருக்கின்றன. உடலைப் பின்புறமாக வளைத்து, தோள்கள் தரையைத் தொடுமாறும், இரு கைகளையும் குறுக்காக வைத்துப் பின் தலைக்கடியில், தலையணை போல் வைத்துக்கொண்டார். ஒவ்வொரு கையும் எதிராக இருக்கும் தோள்பட்டை மூட்டைப் பிடித்தவாறு இருக்கின்றன. இந்நிலையில் சற்றுநேரம் இருந்து விட்டுப் பின் சாதாரண நிலைக்குத் திரும்புகிறார். நரம்புகளின் மையப்பகுதி கழுத்து, தோள்பட்டை மற்றும் கால்களில் இருப்பதாகவும் இப்பயிற்சியினால் அவை நல்ல பலன் பெறும் என்றும் 'மற்றும் மார்புப் பகுதியும் இதனால் பயனுறும் என்றும் தெரிவித்தார்.

சாதாரண ஆங்கிலேயன் கூட ஒரு சாமானியனாகிய இந்தியனை வலுவற்றவனாக, சுட்டெரிக்கும் சூரிய வெப்ப மண்டலத்துப் பலவீனமான ஒரு வினைபொருளாக போஷாக்குக் குறைந்தவனாகத் தான் மதிப்பிடுகிறான். இந்தக் கருத்துக் கணிப்பு

சரியானதாகவே தோன்றுகிறது. ஏனெனில், இதைப் போன்ற தொரு பூர்வீகமான, தேசத்திற்கே உரித்தான இயற்கையிலேயே அமையப் பெற்ற, உருவாகியுள்ள ஒரு அற்புதக்கலை தொன்று தொட்டு இந்தியாவில் இருந்து வந்துள்ளது. இருப்பினும் மக்கள் பலவீனமடைந்துள்ளனர். ஒருவேளை, மேலைநாட்டில் இவ்வழி முறைகள் இருந்திருந்தால், தங்களது மதிப்பை ஏலம்விட எவரும் கனவில்கூட சம்மதித்திருக்க மாட்டார்கள். இதனால், மேலை நாட்டவர் பூரணமடைந்தவர்கள் என்றோ உடல் வலிமை, ஆரோக்கியத்தைப் பாதுகாத்தல் மற்றும் வியாதிகளை ஒழித்தல் போன்ற விஷயங்களில் முடிவு கண்டு விட்டனர் என்றோ நான் கூறமுற்படவில்லை. ஒருவேளை மேற்கத்தியர்கள் தங்களது அறிவு-பூர்வமாக நிரூபணமாகியுள்ள வழிமுறைகளோடு, யோகக்கலையின் தூசி-படர்ந்த பண்டைய வழிமுறைகளையும் ஏற்றுக்கொண்டால், நாம் நமது உடலைப் பற்றி முழுமையான விவரத்தையும் அறிந்துகொண்டு, பூரணமான ஆரோக்கியமான நல்வாழ்வு வாழலாம்.

இருப்பினும், யோகாசனங்களில் நம் முழு நேரத்தைச் செலவிட்டு கடினமாக ஈடுபடும் அளவிற்கு அவை எளியவையல்ல. நான் பார்த்த சிலவற்றைத் தவிர, எஞ்சிய எழுபது கடினமான ஆசனங்களும் மிகவும் ஆர்வம் கொண்டவர்களுக்கே பலன் தருவதாக இருக்கக் கூடும். அவர்களும் இளவயதினராக இருந்து வளையக்கூடிய, இணக்கமாக உள்ள உடலைக் கொண்டிருந்தால் தான் தகுதியான நற்பலனைப் பெறமுடியும்.

பிரம்மாவே இதை ஒப்புக்கொண்டு,

‘‘பன்னிரெண்டு வருடகாலம், ஒவ்வொரு நாளும் நான் கடினமான பயிற்சி மேற்கொண்டுள்ளேன், இம்முறையில் தான் என்னால் 64 யோகாசனப் பயிற்சிகளை அறிய முடிந்தது. அதிலும் நான் மிகச் சிறிய வயதில், இளம்பிராயத்திலேயே இந்த யோகப் பயிற்சியைத் துவங்கும் பேறு பெற்றேன். ஏனெனில், சற்றே வயதான ஒரு மனிதனால் வலியின் துன்பத்தை அனுபவிக்காது இந்த ஆசனங்களை முயற்சி செய்வது இயலாது. வளர்ந்து, பெரியவர்களாகிய பிறகு எலும்பு, தசை மற்றும் சதைகள் இறுக்கமான நிலையை அடைந்து விடுவதால், அவற்றை மாற்றம்

பெறச் செய்வது சாத்தியமல்ல. இருப்பினும் விடாமுயற்சியினால் ஆசனங்களைப் பயில்வதில் வெற்றி காண இயலும் என்னும் சாத்தியக்கூறு அபரிமிதமானதே!

இடையறாத பயிற்சி மற்றும் விடாமுயற்சியுடன் செயல் பட்டால் எவராலும் இந்த யோகாசனங்களில் தேர்ச்சி பெறமுடியும் என்று பிரம்மா உறுதிப்பாட்டுடன் கூறுவதில் நான் ஐயம் கொள்ளவில்லை. சில விநோதமான நிலைகளினால் கை, கால், மூட்டுகளிலும் தசைகளிலும் ஏற்படக் கூடிய முறிவுகளைச் சரிப்படுத்தும் செயலில் ஏற்படும் கால தாமதம், வருடங்களையும் தழுவியதாகக் கூட இருக்கலாம். பிரம்மா தனது விடலைப் பருவத்திலேயே இந்த ஆசனங்களைப் பயிலத் துவங்கியதால், அவரது இளவயதுத் துவக்கப்பயிற்சியை மிகையாக மதிப்பிட முடியாது. குழந்தைப் பருவத்திலிருந்தே பயிற்றுவிக்கப்படும் கழைக்கூத்தாடிகள் வித்தையில் தேர்ச்சி பெறுவதைப் போல உடற்கட்டுப்பாடு யோகாசனப் பள்ளியில் பயில்பவர்கள் உடல்வளர்ச்சி பெறும் காலம் முடியும் முன்னர், 25 வயதை நெருங்கும் முன்னரே யோகப் பயிற்சியைத் துவங்க வேண்டும். அப்போதுதான் அவர்களால் தேர்ச்சி பெற்ற யோகிகளாக முடியும். இந்த யோகாசன முறையில் உள்ள உடலை வருத்தக்கூடிய கடினமாக பயிற்சிகளை மேற்கொள்ள, எலும்பு முறிவு ஏற்படாமல் ஒரு ஐரோப்பியரால் எவ்வாறு சாத்தியம் என்று எனக்குத் திண்ணமாகப் புலப்படவில்லை. இவ்விஷயத்தில் நான் பிரம்மாவுடன் வாதாடிய போது அவர் இதைச் சிறிதளவே ஏற்றுக் கொண்டார். அனைவரும் இல்லாது போயினும், ஒரு சிலராவது இடையறாது முயற்சித்தால் வெற்றி பெறுவது சாத்தியம் என்று அறுதியிட்டு உரைத்தார். ஆனால், ஐரோப்பியர்களுக்கு இது மிகவும் கடினமாகத் தான் இருக்கும் என்றும் கூறினார்.

‘‘கிழக்கு நாட்டவர்கள் சிறுபிராயத்திலிருந்தே தரையில் சப்பணமிட்டு அமர்ந்து பழகியுள்ளதால், அது அவர்களுக்குச் சாதகமாக அமைகிறது. இவ்வாறு கால்களை மடித்துத் தரையில் இரண்டு மணி நேரம் வலியின் வேதனையின்றி சலனமின்றி ஒரு ஐரோப்பியனால் அமர முடியுமா? கால்களைக் குறுக்காக வைத்து, கணுக்கால்கள் பிணைந்திருக்குமாறு அமரும் முறைதான் எங்களது அனைத்து ஆசனங்களின் முதற்படியாகும். இதைத்தான் நாங்கள்

மிகவும் மேன்மையானதாகக் கருதுகிறோம். இதை நான் செய்து காட்டவா?''

உடனடியாக பிரம்மா அந்தத் தோரணையை மேற்கொண்டார். புத்தரின் பல படங்களிலும், உருவச் சிலைகளிலும் இந்நிலையைப் பார்த்துள்ளமையால், இது மேலை நாட்டவர்க்கு மிகவும் பரிச்சயமானது. நேராக, நிமிர்ந்து அமர்ந்து கொண்டு வலதுகாலை மடித்து இடது பக்கக் கவட்டுப் பகுதியில் வைத்து, மற்றொருகாலை, வலது காலை மடித்து இடது தொடையின் மீது, குதிகால் அடிவயிற்றுப் பகுதியில் படுமாறு வைத்துக்கொண்டார். பாதங்கள், குதிகால் பகுதிகளை வெளிப்படுத்தும் வகையில் திருப்பி வைத்துக் கொள்ளப்படுகின்றன. கலையழகுடன் கூடிய நேர்த்தியான, சமநிலையான தோரணை, இதைப் போன்றதொரு வசீகரிக்கக் கூடிய ஆசனத்தை முயற்சித்தல் நன்மை தானே என்று சிந்தித்தேன்.

நான் அவரைப் பின்பற்றி அது போலவே செய்ய முயற்சித்ததில், கணுக்கால் பகுதியில் மிகையான துன்பத்துடன் கூடிய வலியைப் பரிசாகப் பெற்றேன். என்னால் ஒரு கணம் கூட இந்த நிலையில் அமர்ந்திருக்க முடியாது என்று புலம்பினேன். கலைப்பொருட்கள் நிறைந்த ஒரு கடையில் மாதிரிக்கு வைக்கப்பட்டிருந்த கவர்ச்சிகரமான வெண்கலத்தினால் ஆன புத்தர்சிலையைப் பார்த்தது கவனத்திற்கு வந்தது. அப்போது, புத்தருடைய அமரும் நிலை, எத்துணை அழகாக கண்ணைக் கவரும் விதத்தில், இயல்புக்குப் புறம்பாகத் தோற்றமளித்தது என்பதை எண்ணி வியந்தேன்! ஆனால் இதை இன்று நானே சுயமாக ஒரு மாதிரிக்காகச் செய்துகாட்ட முற்படும்போது கால்களைப் பிணைப்பது எத்துணை அசாதாரணமாக உள்ளது! பிரம்மா சிரித்தவாறே என்னை ஊக்குவித்ததும் எனக்கு நம்பிக்கை அளிக்கவில்லை. நான் சிறிது தாமதித்துப் பின்னர் முயற்சிப்பதாக அவரிடம் தெரிவித்தேன்.

''உங்களது மூட்டுகள், இணக்கமற்று, விரைப்பாக உள்ளன. மறுபடியும் அப்பியாசிக்கும் முன்பு முழங்கால் மற்றும் கணுக்கால்களில் சிறிது எண்ணெய் தடவித் தேய்த்து விடுங்கள். உங்களுக்கு நாற்காலியில் அமர்ந்து கொள்வதே பழகிவிட்டதால், இந்த ஆசனம் உங்கள் கால்களில் தசை இழுபட்டு அழுத்தமும்,

வலியும் உண்டாகிறது. அன்றாடம் சிறிதளவு பயிற்சியை விடாது மேற்கொண்டால், அது மெதுவாக சிரமத்தை நீக்கிவிடும்.''

''என்னால், என்றாவது செய்ய முடியுமா என்பது சந்தேகமே''

''சாத்தியமில்லை என்று ஒருபோதும் கூறாதீர்கள். நீண்ட காலமானாலும் உங்களால் அதில் உறுதியாகத் தேர்ச்சி பெறமுடியும். வெற்றி உங்களைத் தழுவுவது திண்ணம்; பார்த்துக் கொண்டே இருங்கள், திடீரென இப்பயிற்சி உங்களுக்குக் கைகூடி உங்களை அதிசயத்தில் ஆழ்த்திவிடும்'' என்றார்.

''வலியின் துன்பம், புதுமையான கொடுமையாக என்னை வாட்டி வதைக்கிறது.''

''ஆனால், இப்பயிற்சியில் பூரணமான வெற்றி பெற நெடுநாள் ஆனாலும், வலி நாளடைவில் குறையும். இந்த ஆசனத்தைச் செய்தாலும், வயிலில்லாமல் இருப்பதை நீங்கள் உணர்வீர்கள்.''

''ஆனால், நான் இந்த முயற்சியில் இறங்குவது, பயனளிக்குமா?''

''நிச்சயமாக, ''பத்மாசனம்'' என்னும் இந்த ஆசனத்தை எங்களது ஆரம்பநிலை மாணவர்கள் எவரையும் தவறவிடாது பார்த்துக் கொள்வோம். ஏனெனில் இது அடிப்படையான பயிற்சி. முதிர்நிலை யோகிகள் இந்த ஆசனத்தில் அமர்ந்துதான் தியானத்தை மேற்கொள்கின்றனர். இந்த ஆசனம் உறுதியான ஆதாரத்தைத் தருவதால், யோகிகள் பரவசமடைந்து, சமாதி நிலையை அடையும் போது நிலைதவறி விழாமல் இருக்கவும் ஏதுவாகிறது. இதுபோல் நிகழ்வது மிகவும் அரிதானதே. பத்மாசனம் கால்களை இறுக இணைத்து, உடலை நிலையாகவும், அமைதியாகவும் வைக்க உதவும். அமைதியற்ற எரிச்சலையூட்டி வருத்தும் உடல்நிலையும், மனதைச் சலனப்படுத்தி, மன அமைதியைக் குலைத்துவிடும். ஆனால் பத்மாசனம் ஒருவருக்கு மன அமைதியையும், சுயகட்டுப்பாட்டையும் நல்கும். இந்த மனோநிலையில், மன ஒருமைப்பாட்டின் சக்தியைப் பெறுவது சுலபமாகிறது. இறுதியாக, நாங்கள் எங்களது அனைத்து சுவாசப் பயிற்சிகளையும் பத்மாசனத்தில் அமர்ந்த வண்ணமே மேற்கொள்கிறோம். அப்போதுதான் உறங்கிக்கொண்டிருக்கும் ஆன்மசக்தி எழுச்சி பெறும். கண்ணுக்குப் புலப்படாத இச்சக்தி

விழிப்புணர்வடையும்போது, இரத்தம் சுத்திகரிக்கப்பட்டு புதிய இரத்தம் உடலெங்கும் பாய்ந்தோட நரம்புச் சக்தியும் புத்துணர்வுடன் முக்கியமான இடங்களைச் சென்றடையும்.

இந்த வியாக்கியானத்துடன் நான் திருப்தியடைந்து ஆசனத்தைப் பற்றிய எங்களது சம்பாஷணைக்கு முற்றுப்புள்ளிவைத்தேன். ஏனெனில், பிரம்மா எனக்கு நற்பலனளிக்கும், தெளிவான முறையில் பலவகையான பயங்கரமான முறுக்கி, வளைந்து, நெளிந்து மேற்கொள்ளும் ஆசனங்களை ஏற்கனவே செய்து காட்டித் தனது முழு ஆற்றலையும் அதன்மூலம் வெளிப் படுத்தியுள்ளார். எந்த மேலைநாட்டவருக்கு இந்த ஆசனங்களைச் செய்யும் அளவிற்கு கால அவகாசம் உள்ளது? அல்லது இப்படிப்பட்ட சிக்கலான, மிகக்கடினமான பயிற்சிகளை மேற்கொள்ளும் பொறுமையும், சகிப்புத்தன்மையும் எவரிடம் உள்ளது?

அத்தியாயம்-ஆறு

மரணத்தை வெல்லும் யோகக்கலை

பிரம்மா தன் இருப்பிடத்திற்கு வருமாறு என்னை அன்புடன் அழைத்தார். தான் உண்மையில் அந்த வீட்டில் தங்குவதில்லை என்றும், வீட்டின் பின்புறத்தில் உள்ள தோட்டத்தில், அறையைப் போன்றதொரு குடிலை அமைத்துக் கொண்டுள்ளதாகவும் தெரிவித்தார். அப்போதுதான் அவரால் பிறரது இடையூறின்றித் தனது சுதந்திரத்தை இழக்காமல் தனிமையில் இருக்க முடியும் என்றும் கூறினார்.

அவரது அன்பான அழைப்பை ஏற்பது மட்டுமின்றி சிறிதளவு ஆவலினாலும் உந்தப்பட்டு ஒருநண்பகலில் அவர் இல்லம் சென்றேன். வீடு, கவனிப்பாரற்றுப் பராமரிப்பில்லாது, புழுதி படிந்த தெருவில் காணப்பட்டது. ஒரு கணம், சுண்ணாம்பு அடிக்கப்பட்ட அந்தப்பழைய வீட்டின் முன்பு நின்று பார்த்தேன். அழுனுடைய மரத்தாலாகிய மாடிப்பகுதியும், நீட்டிக் கொண்டிருந்த சன்னல்களும், எங்களது இடைக்காலத்து ஐரோப்பிய வீடுகளை நினைவுபடுத்தியது. கனமான அந்தப் பழங்காலக் கதவைத் தள்ள அது எதிர்த்து என்னை நோக்கித் திரும்பியதால் ஏற்பட்ட கடகடவென்ற சத்தம், அறைகளிலும், வழிப்பாதையிலும் எதிரொலித்தது.

தாய்ப்பாசத்தைப் பொழியும், கருணையுடன் சிரிக்கும் அதரங்களோடு ஒரு மூதாட்டி உடனடியாக எதிர்ப்பட்டு

பலமுறை என்னைப் பார்த்து வணங்கினாள். நெடிய இருட்டான பாதையைக் கடந்து, ஒரு சமையலறை வழியே, பின்புறத் தோட்டத்திற்கு என்னை அழைத்துச் சென்றாள்.

தோட்டத்தில் பரந்து, விரிந்த ஒரு அரசமரமும், அதன் அழகிய பாதுகாப்பான நிழலில், பழங்காலக் கேணியும் இருந்தன. மூதாட்டி கேணியின் பின்புறமுள்ள ஒரு குடிலுக்கு என்னை வழிநடத்திச் சென்றாள். கேணியின் வெகுசமீபத்தில் இருந்ததால், மரத்தின் நிழல் வீட்டின் மீதும் படிந்தது. மூங்கில் கம்புகளால் கட்டப்பட்ட அந்த வீட்டின் மேற்கூரை மர உருளைகளால் ஆகிய குறுக்குச் சட்டங்களால் மூடப்பட்டுப் புல்லினால் வேயப்பட்ட கூரையைக் கொண்டிருந்தது.

பிரம்மாவைப் போன்றே கருநிறமேனிகொண்ட, அந்த மூதாட்டி எங்களைக் கண்டதில் குதூகலித்து, நடுங்கிய குரலில் தமிழில் ஏதோ கூறி விளித்தவாறே குடிசையை நோக்கிக் கூவினாள். உட்புறத்திலிருந்து பதிலிறுத்த குரல் இனிய சங்கீதமாய் ஒலித்தது. கதவு மெள்ளத் திறக்கப்பட்டதும் யோகி வெளியே வந்து அன்போடு என் கைகளைப் பற்றி தனது ஆசிரமம் போன்ற குடிலுக்குள் அழைத்துச் சென்றார். அவர் கதவை மூடவில்லை. அடுத்த சில நிமிடங்களுக்கு கண்கள் என்மீதே பதிந்திருக்க, முகத்தில் விவரிக்க இயலாத மகிழ்ச்சியின் வெளிப்பாட்டுடன், அந்த விதவையான மூதாட்டி நுழைவாயிலின் அருகிலேயே நின்றிருந்தாள்.

அறை மிகச் சாதாரணமாக இருந்தது. சொகுசு மஞ்சம் இல்லாத திவான் அறையின் எதிர்ப்புற சுவற்றின் அருகே இருக்க, காகிதங்கள் இறைக்கப்பட்ட மிகச் சாதாரணமாகச் செய்யப் பட்ட மரப் பெஞ்சு ஒன்று ஒரு மூலையை ஆக்கிரமித்திருந்தது. மேற்கூரையின் உத்திரத்திலிருந்து தொங்கிக்கொண்டிருந்த கயிற்றிலிருந்து வெண்கலத்தாலான ஒரு தண்ணீர்ப் பானை தொங்கிக் கொண்டிருந்தது. தரையில் பெரிய கோரைப்பாய் ஒன்று விரிக்கப்பட்டிருந்தது.

“அமருங்கள்!” என்றார் பிரம்மா, தரையைச் சுட்டிக்காட்டிய படியே “எங்களிடம் நாற்காலி போன்ற ஆசனங்கள் இல்லை, என்றார் வருத்தம் தொனிக்கும் குரலில்.

பிரம்மா, நான் என்னுடன் தன்னைப் பிணைத்துக் கொண்ட ஒரு இளம் மாணவ-ஆசான் மூவரும் தரையில் சப்பணமிட்டு அமர்ந்து கொண்டோம். இந்த மாணவன் தான் எனக்குத் தற்போது மொழிபெயர்ப்பாளனாக இருப்பவன். சில நிமிடங்கள் கழித்து அந்த மூதாட்டி அவ்விடத்தை விட்டு அகன்று விட்டாள். சிறிது நேரத்திலேயே முதலில் ஒரு பானையில் தேநீரும், சற்று நேரம் கழித்து ஆரஞ்சுப்பழங்கள், வாழைப்பழம் மற்றும் பிஸ்கோத்துக்களை வெண்கலக் கிண்ணங்களில் குவித்தாற் போல் கொணர்ந்து வைத்தாள்.

அருமையான சிற்றுண்டியைக் கையில் எடுக்கும் முன்பாக மஞ்சள் நிறப்பூமாலை ஒன்றை பிரம்மா என் கழுத்தில் அணிவித்தார். திகைப்புற்ற நான் இதைத் தீவிரமாக எதிர்த்து வாதாடினேன். மேன்மை பொருந்திய கௌரவமான நபர்களுக்கு மட்டுமே இவ்வாறு மாலை அணிவிப்பது இந்தியர்களின் பழக்கம். மேலும், நான் என்னை ஒருபோதும், அந்த மாட்சிமை மிக்க பிரிவில் இருப்பதாகக் கருதியதில்லை.

''ஆனால், சகோதரரே! எனது வசிப்பிடத்திற்கு வருகை தந்துள்ள முதல் ஐரோப்பியர் நீங்கள் தாம் மற்றும் முதன் முதலில் எனக்கு நண்பனாகியதும் நீங்கள்தான். ஆதலால் எனது மகிழ்ச்சியை மட்டுமின்றி இங்குள்ள பெண்மணியின் உள்ளப்பூரிப்பையும் இவ்வாறு கௌரவித்து வெளிப்படுத்துகிறேன்'' என்றார் பிரம்மா.

எனது எதிர்ப்புகள் பலனின்றிப் போனதால், மஞ்சள் வண்ணப் பூக்கள் எனது மேலங்கியை அலங்கரித்தவாறு தொங்க, மாலை அணிந்தவாறே தரையில் அமரும் கட்டாயத்திற்கு அடிபணிந்தேன். நல்லவேளை, ஐரோப்பா தொலைதூரமான தேசமானதால், இந்த விந்தையான காட்சியைப் பார்த்து எள்ளி நகையாட, எனது நண்பர்கள் எவரும் அருகில் இல்லை.

சிற்றுண்டியை முடித்து, தேநீர் அருந்திய பின் சற்று நேரம் ஆனந்தமாக உரையாடிக்கொண்டிருந்தோம். தானே தனது கைகளால் இந்தக் குடிலைக் கட்டி, நேர்த்தியாக அல்லாத மரச் சாமான்களையும் செய்ததாக பிரம்மா தெரிவித்தார். மூலையில் பெஞ்சில் கிடந்த காகிதத்துண்டுகள் எனது கவனத்தை ஈர்க்க, அவற்றைப் பற்றிக்கூறும்படி பிரம்மாவிடம் பணிவுடன் கேட்டேன்.

ஏனெனில் காகிதங்கள் வெளிர்சிவப்பு நிறத்திலும், அவற்றின் மீது பச்சை மையினால் எழுதப்பட்டிருந்ததையும் கவனித்தேன். பிரம்மா கைகள் கொள்ளுமளவு எடுத்துக் காண்பித்தார். தமிழைப் போலத் தோன்றிய அந்த எழுத்துக்கள் பண்டைய இலக்கிய காலத்தமிழ் வடிவில் இருந்ததாகக் குறிப்பிட்டான் அந்த இளைஞன். இதைப் படித்துப்புரிந்து கொள்ளவும் கடினமாக இருந்ததாகவும் தெரிவித்தான். தமிழ் சித்தாந்தக் கொள்கைகளின் சிறந்த இலக்கியங்களும், காப்பியங்களும் தற்போதைய வழக்கில் இல்லாத பண்டைய முறைச் செந்தமிழில் இருப்பதால், நவீன காலத்து மொழியை மட்டுமே அறிந்தவர்களால், இதைப் படித்துப் புரிந்துகொள்வது மிகவும் கடினமாக உள்ளது.

''நான் பெரும்பாலும் இக்காகிதங்களில் இரவு நேரத்தில் தான் எழுதுவேன். இதில் சில எனது யோகா பற்றிய அனுபவங்களின் செய்யுள் வடிவமும் மற்றும் இன்னும் சில என் இதயம் எடுத்தியம்பும் தனது மரபைப்பற்றிய நீண்ட கவிதைகளும் கொண்ட குறிப்புகள் உள்ளன. தம்மை எனது சீடர்கள் என்று கூறிக்கொள்ளும் சில இளவயதினர் இந்த எழுத்துக்களைப் படிப்பதற்காக இங்கே அடிக்கடி வருகை தருகின்றனர். அவர்கள் இதை வாய்விட்டுச் சத்தமாகப் படிப்பார்கள்.

இதிலிருந்து கலைநயத்தோடு தயாரிக்கப்பட்ட ஒரு பத்திரத்தைக் கையிலெடுத்தார். இதில் வெளிர் செந்நிறத் தாள்களின் மீது சிகப்பு மற்றும் பச்சை வண்ண மையால் எழுதப்பட்ட சில பக்கங்கள் இருந்தன. பச்சைநிற நாடாவால் (ரிப்பன்) கட்டப்பட்டிருந்த இப்பத்திரத்தைப் புன்முறுவலோடு என்னிடம் கொடுத்தார்.

''இது உங்களுக்கெனப் பிரத்தியேகமாக எழுதப்பட்டது'' என்றுரைத்தார்.

இளைஞன் அதைப் பிரித்துப் படித்துவிட்டு, அதில் 84 வரிகளைக் கொண்ட ஒரு செய்யுள் (கவிதை) இருப்பதாகவும், இதன் துவக்கத்திலும், நிறைவுப் பகுதியிலும் என் பெயர் குறிப்பிடப் பட்டுள்ளது. என்பதைத் தவிர தன்னால் வேறு எதையும் புரிந்துகொள்ள முடியவில்லை என்றுரைத்தான். இந்த உயரிய பாஷையில் ஆங்காங்கே புரிந்தவற்றை வைத்து இக்கவிதை வரிகளில் ஒருவருக்கென தனிப்பட்ட முறையில் வடிக்கப்பட்ட

செய்திகள் உள்ளன என்றும், செந்தமிழ் நடையிலுள்ள இவற்றை முற்றிலுமாக மொழிபெயர்த்து முறையாகச் சொல்லும் அளவிற்கு தனக்குத் திறனில்லை என்றும் கூறினான். எவ்வாறாயினும் எதிர்பாராதவிதமாகத் திடீரெனக் கிடைத்த இப்பரிசைப் பெறுவதில் நான் அளப்பரிய ஆனந்தம் அடைந்தேன். அதிலும், முக்கியமாக யோகியின் நன்மதிப்பின் அடையாளமாக இதைப் பெறுவதில் எனக்கு மட்டற்ற மகிழ்ச்சி.

எனது வருகையை முன்னிட்டு நிகழ்ந்த ஆரவாரத்தின் பிறகு மூதாட்டி விடைபெற, நாங்கள் முக்கியமான விஷயங்களை ஆராய முற்பட்டோம். யோகக்கலையில் முக்கிய பங்காற்றும், பூடகமாகவே வைக்கப்பட்டிருக்கும் சுவாசப் பயிற்சியைப் பற்றிய பேச்சை மீண்டும் துவக்கினேன். தற்போது, தன்னால் வேறு எந்த ஆசனங்களையும் செய்து காட்ட முடியாது என்று கூறிய பிரம்மா, தனது சித்தாந்தங்களைப் பற்றிக்கூற விழைந்தார்.

''இயற்கை ஒவ்வொரு மனிதனுக்கும், ஒவ்வொருநாளும், அதாவது இன்றைய பொழுதின் விடியலில் இருந்து மறுநாள் பொழுது புலரும் வரையிலும் 21,600 முறை சீர்ப்பிரமாணமாகச் சுவாசிக்க வேண்டும் என்று விதித்துள்ளது. துரிதமான, இரைச்சலுடன் கூடிய, ஒழுங்கீனமான, சீரற்ற சுவாசம் இந்த விதிக்கப்பட்ட அளவை மீறுவதால் பிராணசக்தி குறைந்து அவர்களது ஆயுட்காலமும் குறைந்து விடுகிறது. சாவதானமான, ஆழ்ந்த சீரான அமைதியான சுவாசம் விதிக்கப்பட்ட அளவைச் சிக்கனமாகச் செலவழிப்பதால் வாழ்நாள் நீட்டிக்கப்படுகிறது. சேமிக்கப்படும் ஒவ்வொரு சுவாசமும் உயிரின் அடிப்படை ஆற்றல்களைச் சேமித்து, உடல்நலத்தைச் சீராக்கவும் நீண்ட ஆயுளைப் பெறவும் உதவுகிறது. யோகிகள், மனிதர்களைப் போல பலமுறை சுவாசிப்பதில்லை, அது அவர்களுக்கு அவசியமுமில்லை. ஆனால், இதை நான் வெளிப்படையாகத் தெரிவித்தால், அது எனது பிரமாணங்களின் அத்துமீறலாகும் அல்லவா?

யோகியின் இந்தத் திடீர் மௌனம் எனக்கு மனவேதனையை அளித்தது. இத்துணை மனக்கிலேசத்துடன் பொதித்து வைக்கப் பட்டுள்ள ஒரு ஆன்மீக ஞானம், உண்மையில் மெய்யானதாக தகுதியானதாக இல்லாதிருக்குமோ? இது உண்மையானால், இந்த

அதிசய மனிதர்கள் தங்களது வழிமுறைகளையும், தங்களது போதனையின் பொக்கிஷங்களையும் மேலெழுந்தவாரியான ஆர்வலர்கள், மனப்பக்குவம் அடையாதவர்கள் மற்றும் ஆன்மீக-ரீதியான தகுதி பெறாதவர்களிட மிருந்தும் ஏன் ஒதுக்கி வைத்துப் பதுக்கி வைத்துக் கொள்கிறார்கள் என்று புரிகிறது. ஒருவேளை, நானும் இந்தப் பிரிவினரில் ஒருவகையைச் சார்ந்தவனாக இருக்கக் கூடுமோ? அப்படியானால் எனது கடின உழைப்பிற்கு உரிய பலனைப்பெறாது நான் இந்நாட்டை நீங்க நேரிடுமோ?

ஆனால், பிரம்மா மீண்டும் தொடர்கிறார்-

''சுவாசச் சக்தியின் திறவுகோல் எங்களது ஆசான்களிடம் இல்லையா, என்ன? இரத்த ஓட்டத்திற்கும், சுவாசத்திற்கும் இடையிலுள்ள நெருக்கமான தொடர்பைப்பற்றி எங்களது ஆசான்கள் நன்கு அறிவார்கள், மனதின் எண்ண ஓட்டமும், சுவாசப் பாதையோடு தொடர்புடையதே; இசைலயத்தைப் போன்ற சீரான சுவாசம் மற்றும் சீரான மனச் செயல்பாட்டின் மூலம் ஆன்மசக்தியை விழித்தெழச் செய்யும் இரகசியமான ஆற்றலைக் கண்டறிந்தவர்கள் யோகிகள். சுவாசம்தான் உயிரோட்டம் நமக்குள் பாய்ந்து வியாபித்து நம்மைத் தாங்கி நிற்கவும் மற்றும் ஒரு நுட்பமான ஜீவசக்தியின் வெளிப் பாடாகவும் உள்ளது. ஜீவ உறுப்புக்களில் புலப்படாது பொதிந்து வைக்கப்பட்டிருக்கும் சக்தியும் இதுவே. இந்த சக்தி உடலை விட்டு நீங்கும் போது, சுவாசத்தின் இயக்கமும் நின்று மரணம் சம்பவிக்கிறது. ஆனால் சுவாசத்தின் சீரான கட்டுப்பாட்டினால், கண்ணுக்குப் புலப்படாத இந்த ஜீவ சக்தியைக் கட்டுப் பாட்டிற்குள் கொண்டு வருவது சாத்தியமாகும். ஒருவேளை, நாம் நமது உடலை எல்லையற்ற கட்டுப்பாட்டிற்குள் கொண்டு வந்தாலும், அதாவது நமது இதயத் துடிப்பையும் நம்மால் கட்டுப்படுத்த முடியும் என்றே வைத்துக்கொள்வோம். ஆனால், எங்களது சித்தாந்தங்களைப் போதிக்கும்போது, எங்களது ஆசான்கள் உடலையும், அதன் சக்தியை மட்டுமே கருத்தில் கொண்டிருந்தார்கள் என்றா எண்ணுகிறீர்கள்?''

பண்டைக்கால யோகிகளைப் பற்றியும் அவர்களது நோக்கத்தைப் பற்றியும் நான் என்ன சிந்தித்தாலும் திடீரென என் மனத்தளத்தில் உதயமான அதீதமான ஆவல் அதை வீழச் செய்தது.

''உங்களது இதயத் துடிப்பை உங்களால் கட்டுப்படுத்த முடியுமா?'' என்று வியப்பில் கூக்குரலிட்டேன்.

''சுயமாகச் செயலாற்றும் எனது இதயம், வயிறு, சிறுநீரகம் போன்ற உறுப்புக்கள் ஓரளவிற்கு எனது அடிமைகளாகிவிட்டன'' என்கிறார் சிறிதும் ஐம்பமில்லாது.

''நீங்கள் இதை எவ்வாறு செய்வீர்கள்?''

ஆசனங்கள், சுவாசப்பயிற்சி மற்றும் மனஉறுதிப்பாட்டின் சில ஒருங்கிணைந்த பயிற்சிகளின் மூலம் ஒருவரால் இச்சக்தியைப் பெறமுடியும். எனினும், இவை யோகக்கலையின் உயரிய நிலையைச் சார்ந்தது. இவை மிகவும் கடினமாக இருப்பதால், ஒரு சிலரால் மட்டுமே இதைச் சாதிக்க இயலும். இப்பயிற்சிகளின் மூலம் இதயத்தின் இயக்கத்திற்கு உதவும் சில தசைகளைக் கட்டுப்படுத்தி, இதன் வாயிலாக மெதுவாகப் பிற உறுப்புக்களின் கட்டுப்பாட்டையும் சாத்தியமாக்கினேன்.

''உண்மையிலே, இது அசாதாரணச் சாதனை!''

''அப்படிக் கருதுகிறீர்களா? எனது மார்பின் மீது உங்கள் கைகளை வைத்துக்கொள்ளுங்கள்'' என்று எனக்குக் கட்டளை யிட்டுப் பின் பிரம்மா தனது நிலையை மாற்றி விநோதமான ஒரு ஆசனத்தை மேற்கொண்டு கண்களை மூடிக்கொண்டுவிட்டார்.

அவரது கட்டளைக்கு அடிபணிந்து, நடக்கவிருக்கும் அற்புத நிகழ்வைக் காணப் பொறுமையுடன் காத்திருந்தேன். சில மணித்துளிகள், அவர் ஆடாமல், அசையாமல் பாறையைப் போல் இருக்கிறார். மெள்ள, மெள்ள அவரது இதயத்துடிப்பு குறையத் தொடங்கி, மிகவும் மந்த கதி அடைவதைக் கண்டு நான் திகிலடைந்தேன். முடிவில், இதயத்தின் லயமான துடிப்பு முற்றிலுமாக நிற்பதை உணர்ந்தவுடன் எனது உடலின் ஒவ்வொரு நாடியும் அச்சத்தால் ஆட்கொள்ளப்பட்டது. இந்த இடைவெளி ஏறக்குறைய ஏழுநொடிகளுக்கு நிலைத்தது; கவலையும் ஆவலும் என்னை ஆக்கிரமித்தன.

நான் மனப்பிரமை பிடித்தாற்போல் பாசாங்கு செய்ய முயற்சித்தேன். ஆனால் கலவரத்தால் எனது முயற்சிகள் பலனற்றுப் போகும் என்று நானறிவேன். உயிர் பிரிவதைப் போலத் தோன்றிய நிலையிலிருந்து உறுப்புகள் இயல்பு நிலைக்குத் திரும்ப, இதயத் துடிப்பு வேகமாகி, அவர் ஆபத்து நிலையைத் தாண்டி விட்டார் என்று மன ஆறுதலடைந்தேன்.

யோகி இன்னும் சில நிமிடங்கள் வரையிலும், தானாக ஏற்றுக் கொண்ட அசைவற்ற நிலையிலிருந்து வெளிவரவில்லை. அவர் மெதுவாகக் கண்களைத் திறந்து,

"இதயத்தின் இயக்கம் நின்றுவிட்டதை நீங்கள் உணர்ந்தீர்களா? என்று கேட்டார்.

"ஆம். தெள்ளத்தெளிவாக" இந்த அற்புதச் சாகசத்தைப் பற்றி எவ்விதமான மனப்பிரமையும் இல்லை. இதைவிட வேறு எந்த யோகியால் தனது உட்புற உறுப்புக்களைக் கொண்டு பிரம்மாவைப் போன்று அதிசயங்களை நிகழ்த்த முடியும் என்று நான் வியந்தேன்!

வாய்மொழியப்படாத எனது எண்ணங்களின் பிரதிபலிப்பாய், "எனது ஆசானின் சாதனையோடு ஒப்பிட்டு நோக்கினால், இது ஒன்றுமே அல்ல. அவரது தமனியைத் (உடல்உறுப்புக்களுக்கு இரத்தத்தை எடுத்துச் செல்லும் நரம்புகள்) துண்டித்தாலும் கூட, அவரால் உதிரப் போக்கைக் கட்டுப்படுத்த முடியும். ஏன் நிறுத்தி விடவே முடியும்! நானும் எனது உதிரப்போக்கைக் கட்டுப்படுத்தி யுள்ளேன், ஆனால் இது என்னால் சாத்தியமில்லை."

"அதை எனக்குச் செய்து காட்ட முடியுமா?"

உடனடியாகச் சம்மதித்து, தனது மணிக்கட்டை இறுக்கிப் பிடிக்கச் சொன்னார். குருதியின் ஓட்டத்தை உணர முடிந்த தமனிப் பகுதியில் நான் இறுகப் பற்றினேன்.

நான் கொடுத்த அழுத்தத்தினால், மூன்று நிமிடகால அவகாசத்தில் எனது பெருவிரலுக்கடிப் பகுதியில் குருதியின் ஓட்டம் மெதுவாகக் குறைந்து, திட்டவட்டமாக நின்று போனது. பிரம்மா தனது நாடித் துடிப்பையே நிறுத்தி விட்டார், என்னே அதிசயம்!

அவரது தமனியில் மீண்டும் இரத்த ஓட்டம் நிகழ நான் ஆர்வத்துடன் விசனத்துடன் காத்திருந்தேன். நிமிடங்கள் நகர்ந்தன. ஒன்றுமே நிகழவில்லை! கடிகாரமுள் ஒவ்வொரு நொடிக்கும் ''டிக் டிக்'' ஓசையை ஒலிப்பதைப்போல, என் இதயமும் ஒவ்வொரு நொடியும் துடித்துக்கொண்டிருந்தது. நான்காவது நிமிடம் கழியும் போது, தமனியின் செயல்பாடு மீண்டும் மிதமாகத் துவக்கப்பட்டதை என்னால் உணர முடிந்தது. மனஉளைச்சலில் இருந்து நான் விடுபட்டேன். இதற்குள்ளாக, நாடித்துடிப்பும் இயல்புநிலையை அடைந்தது.

''என்ன அதிசயம்!'' தன்னிச்சையாக வியப்பை வெளியிட்டேன்.

''இது ஒன்றுமில்லை, மிகச் சாதாரணம்'' என்றார் தன்னடக்கத்துடன்.

''இன்று அதிசய நிகழ்வுகளின் நாளாகத் தோன்றுகிறது. மற்றுமோர் அதிசயத்தை நிகழ்த்திக் காட்டமுடியுமா?''

சற்றே தயக்கத்துடன், ''இன்னும் ஒன்றே ஒன்று. அதனுடன் நீங்கள் திருப்தி அடைய வேண்டும்'' என்றார்.

சிந்தனையில் ஆழ்ந்தவாறே, தரையில் வெறித்தபார்வையுடன் ''நான் சுவாசத்தை நிறுத்திவிடுவேன்!'' என்றார்.

''ஆனால், நீங்கள் இறந்து விடுவீர்களே!'' என்று பயத்துடன் அலறினேன்.

அவர் அதை அசட்டை செய்து என்னைப் பார்த்து முறுவலித்தார்.

''உங்கள் கைகளை எனது நாசியின் கீழே வைத்துக் கொள்ளுங்கள்'' நான் உடனடியாக அப்படியே செய்தேன். அவரது வெளிவரும் சுவாசத்தில் இதமான உஷ்ணம் என் கைகளில் படிந்த வண்ணம் இருந்தது. பிரம்மா கண்களை இறுகமூடிக்கொள்ள, முன்புபோலவே அவரது உடல் அசைவற்ற, உறுதியான நிலையை அடைந்தது. அவர் ஒருவிதமான பரவசமான மெய்ஞ்ஞானநிலைக்குச் சென்றுவிட்டார். நான், இன்னமும் அவரது நாசித்துவாரத்திலேயே எனது கைகளை அழுத்தமாக வைத்துக் கொண்டுள்ளேன். அவரும் அசையாத,

கற்சிலையைப் போலிருந்தார். வெகு குறைவான, மந்த கதியில் அவரது மூச்சுக்காற்றின் ஸ்பரிச உணர்வு குறையத் தொடங்கி, இறுதியில் அது முற்றிலுமாக இல்லாமலே போனது.

நான் அவரது அதரங்களையும், நாசியையும் அவரது மார்புப் பகுதி மற்றும் தோள்களையும் பரிசோதித்துப் பார்த்தேன். எங்கும் அவர் சுவாசிப்பதற்கான அறிகுறிகளே தென்படவில்லை, என்னால் கண்டுபிடிக்கவும் முடியவில்லை. ஆனால், இந்தச் சோதனைகள் அனைத்தும் இறுதியானவையல்ல. நான் இதைவிடத் தீவிரமான, பூரணமான பரிசோதனையைச் செய்து பார்க்க விரும்பினேன், ஆனால் எப்படி? எனது மூளை உடனேயே துரிதமாகச் செயல் பட்டது.

அறையைச் சுற்றிலும் பார்த்தால், கைக் கண்ணாடி எங்கும் இல்லை, ஆனால் அதற்கு இணையான அருமையாக பளபளக்கும் ஒரு சிறிய பித்தளைக் கிண்ணத்தை கண்டெடுத்தேன். அக்கிண்ணத்தை அவரது நாசித்துவாரம் மற்றும் அவரது உதடுகளின் முன்பாகவும் சற்று நேரம் பிடித்திருந்தேன். பளபளத்த அந்தக் கிண்ணத்தின் மேற்பரப்பு சுவாசத்தின் ஈரப்பசையற்று, சற்றும் மங்கலாகவும் இல்லாமலிருந்தது. ஆக, அவரது சுவாசம் முற்றிலுமாக நிறுத்தப்பட்டதை ஊர்ஜிதமாக்கினேன்.

இந்தப் பண்டைய மரபு ரீதியிலானதோர் எளிய குடிலில் ஒரு அமைதியான மரபு-மீறாத ஒரு நகரத்தின் அருகில் மிகவும் முக்கியமானதொரு விஷயத்தோடு நான் தொடர்பு கொண்டுள்ளேன் என்பதையும், தனது விருப்பத்திற்கு மாறாகத் தனது கருத்துக்கு எதிரிடையாக உள்ள ஒன்றை மேலை நாட்டு அறிவியல் ஒருநாள் ஏற்றுக்கொள்ளும் கட்டாய நிலை ஏற்படும் என்பது எனது நம்பிக்கைக்கு அப்பாற்பட்டதாகவும், அசாத்திய மாகவும் தோன்றியது. ஆனால், தெள்ளத் தெளிவானதோர் சாட்சியம் கண்முன்னே கட்டியங்கூறி நிற்க, இதில் எவ்விதமான ஐயப்பாடுமின்றி, உறுதிபடுத்தப்பட்டது. யோகா வெறும் கட்டுக்கதையல்ல, மேன்மையானதோர் கலையாகும்.

நிறைவில் பிரம்மா தனது மெய்மறந்த நிலையிலிருந்து வெளிவந்தவுடன், சற்று சோர்வாகத் தென்பட்டார்.

''உங்களுக்குத் திருப்தி தானே?'' என்றார் சோர்வாகப் புன்னகையுடன்.

''நான் எல்லையற்ற மனதிருப்தியடைந்தேன். ஆனால், நீங்கள் இதை எப்படி நிகழ்த்துகிறீர்கள் என்பது எனக்குத் தெளிவாக வில்லை''

''சுவாசக் கட்டுப்பாட்டின் பயிற்சி, யோகக் கலையின் உயரிய நிலையைச் சேர்ந்தது. ஆதலால், இதை வெளிப்படையாக விளக்கத் தடை விதிக்கப்பட்டுள்ளது. இதை முயற்சிப்பது வெள்ளையர்களுக்கு மூடத்தனமான செயலாகத் தோன்றலாம், எனினும் எங்களுக்கு மிகவும் முக்கியத்துவமான ஒன்று.''

''ஆனால், சுவாசிக்காது மனிதனால் ஜீவித்திருக்க முடியாது என்றுதான் எங்களுக்குக் கற்பிக்கப்பட்டுள்ளது. இந்தக் கருத்து மூடத்தனமானதாக இருக்க முடியாதல்லவா?''

''கண்டிப்பாக முட்டாள்தனமானதும் அல்ல; அதே போல மெய்யுமல்ல. நான் நினைத்தால் இரண்டுமணிநேரம் கூட எனது சுவாசத்தை என்னால் கட்டுப்படுத்த முடியும். இதைப்போல் பலமுறை நான் செய்துள்ளேன், ஆனால் நான் மரணமெய்திட வில்லையே!'' என்று பிரம்மா சிரித்தவாறே கூறினார்.

எனக்குக் குழப்பமாக உள்ளது. உங்களுக்கு இதை விளக்கிச் சொல்ல அனுமதி இல்லையெனில் உங்கள் பயிற்சிகளின் அடிப்படைச் சித்தாந்தங்களைப் பற்றிச் சிறிதாவது தெளிவுபட உரைக்கலாமே?''

சரி. சில மிருகங்களைக் கூர்ந்து கவனிப்பதன் மூலம் சிலவற்றை நம்மால் பயிலமுடியும். எனது ஆசானுக்கு இது மிகவும் விருப்பமான பயிற்றுமுறை. ஒரு யானை, குரங்கை விட மிகக் குறைவாக, சாவதானமாகச் சுவாசிக்கிறது. ஆனாலும் நீண்ட காலம் உயிரோடிருக்கிறது. இதுபோல ஒரு நாயைவிட மிகக் குறைவாக, மெதுவாகச் சுவாசிக்கும் சில பெரிய சர்ப்பங்கள், நீண்ட ஆயுளைப் பெறுகின்றன. இவ்வாறு, சாவதானமான சீரான சுவாசம் ஆயுளை நீட்டிக்கும் என்பதைச் சில விலங்குகள் நிரூபித்துக் காட்டுகின்றன. இதுவரையிலும் எனது விளக்கத்தை நீங்கள் சரிவரப் புரிந்து கொண்டுவிட்டால், நான் கூறப்போகும்

அடுத்த நிலையை நீங்கள் எளிதில் கிரகித்துக் கொள்ளலாம். இமயமலைப் பகுதியில், குளிர்காலத்தில் முழுவதுமாகத் தூங்கி ஓய்வெடுக்கும் வெளவால்கள் உள்ளன. இவை மலைக்குகைகளில் தொங்கியவாறு பல வாரங்களைக் கழித்தாலும், திரும்பவும் விழித்தெழும் காலம் வரையில் ஒருமுறை கூட சுவாசிப்பதில்லை. இமயத்தில் வாழும் பனிக்கரடிகளும், உயிரோடிருப்பதற்கான எந்த அறிகுறியும் இன்றி குளிர் காலம் முழுவதும் பிரக்ஞையற்ற, சமாதி நிலையில் மூழ்கி விடுகின்றன. இதுபோலவே, உணவு கிட்டாத பனிக்காலத்தில் இமயத்தின் உட்பகுதியிலுள்ள வளைக்குள் புகுந்து கொண்டு சுவாசிக்காமலே இருக்கும் முள்ளம்பன்றிகளும் உள்ளன. இவ்வாறு ஒரு குறிப்பிட்ட காலகட்டத்தில் சுவாசிக் காமலேயே ஜீவித்திருக்க இந்த மிருகங்களுக்குச் சாத்தியமானால் மனிதர்களாகிய நம்மால் ஏன் இதைச் சாதிக்க முடியாது?''

ருசிகரமான தகவல்களைக் கொண்ட அவரது கூற்று, ஆவலைத் தூண்டினாலும் அவரது செயல்முறை விளக்கங்களைப் போல நம்பிக்கையூட்டுவதாகவோ, திருப்திகரமாகவோ இல்லை. வாழ்க்கையின் ஒவ்வொரு நிலையிலும் சுவாசம் என்பது இன்றியமையாததொரு செயல்பாடு என்னும் கருத்தைச் சில விநாடிகள் நிகழும் ஒன்றைக் கவனத்தில் கொண்டு, ஒரேயடியாக ஒதுக்கி விடமுடியாது.

''மேலை நாட்டவர்க்கு சுவாசத்தின் இயக்கமின்றி ஒரு உடலில் உயிரோட்டம் நிலைத்திருப்பதைப் புரிந்து கொண்டு, ஏற்றுக் கொள்வது கடினம்ானது.''

''இல்லை, உயிரோட்டம் தொடரும். மரணம் என்பது உடலின் ஒரு வழக்கமான செயல்பாடு தான்'' என்று உட்பொருளோடு, பூடகமாக உரைத்தார்.

''ஆனால், அதற்காக மரணத்தை வென்று விடுவதும் சாத்தியம் என்று நீங்கள் கூற முடியாதல்லவா?'' என்று நான் கேட்டதற்கு பிரம்மா என்னை விந்தையான வகையில் பார்த்து விட்டு, ''ஏன் முடியாது'' என்று கூறினார். சற்று நேரம் இறுக்கமான இடைவெளி ஏற்பட்டது. அவர் கண்கள் என்னை ஆராய்வது போலத் தோன்றினாலும், அந்தப் பார்வை கருணையின் பொழிவாக இருந்தது.

''உங்களுக்குள், உள்ளார்ந்த சாத்தியக் கூறுகள் இருப்பதால், எங்களது ஆதிகால இரகசியத்தைக் கூறுகிறேன். ஆனால், நான் விதிக்கும் ஒரு நிபந்தனைக்குக் கட்டுப்பட நீங்கள் சம்மதிப்பதாக இருந்தால் தான் என்னால் அதை வெளியிட முடியும்.''

''அது...?''

''நான் உங்களுக்குப் பின்னர் பயிற்றுவிக்கக் கூடியவற்றைத் தவிர, நீங்கள் சுயமாக எந்த சுவாசப் பயிற்சியையும் முயற்சிக்கக் கூடாது.''

''நான் சம்மதிக்கிறேன்.''

''சரி, அப்படியானால் உங்கள் வாக்கை மீறக்கூடாது. சுவாசத்தின் இயக்கம் முற்றிலுமாக நின்று போனால், மரணம் சம்பவிக்கும் என்னும் கருத்தைத் தான் நீங்கள் இதுவரையிலும் நம்பி வந்துள்ளீர்கள் அல்லவா?''

''ஆமாம்''

''அப்படியானால் ஒருவர் தனது உடலுக்குள்ளேயே சுவாசத்தை இழுத்துப் பிடித்து நிறுத்தி வைத்துக்கொண்டால் அதுவரையிலும் உயிர் நம்மை விட்டுப் பிரியாதிருக்கும் என்பதில் நம்பிக்கை கொள்வதும், நியாயமானது தானே?''

''ஆம்...சரி...''

''நாங்கள் இதைத் தவிர வேறு ஒன்றும் சொல்லவில்லை. சுவாசத்தைக் கட்டுப்படுத்த இயலும் ஒரு முதிர்ந்த யோகியால், தனது விருப்பத்திற்கேற்ப முற்றிலுமாக சுவாசத்தைத் தக்க வைத்துக்கொள்ள முடிந்தவரால் உயிரோட்டத்தையும் தக்க வைத்துக்கொள்ள முடியும். இதை உங்களால் கிரகித்துக் கொள்ள முடிகிறதா?''

''முடியும் என்று எண்ணுகிறேன்.''

யோகாவில் மிகவும் தேர்ச்சிபெற்ற ஒரு யோகியால், கட்டுப்படுத்தப்பட்ட சுவாசத்தைச் சில நிமிடங்களுக்கு மட்டுமின்றி, வாரங்கள், மாதங்கள் ஏன் ஆர்வத்தில் ஒரு வருடம் கூட சுவாசத்தை இழுத்துப் பிடித்து வைத்துக்கொள்ள முடியும்

என்று எண்ணிக்கொள்ளுங்கள். உங்களது கருத்துக்கேற்ப சுவாசம் இருக்கும் இடத்தில்தான் உயிர் இருக்கும் என்பதால், அப்போது மனிதனுக்கு நீண்ட ஆயுளைப் பெறுவதற்கான சாத்தியக்கூறுகள் மிகையாகத் தானே உள்ளன.

நான் வாயடைத்துப் போய் நின்றேன். இக்கருத்தை, இயற்கைக்குப் புறம்பானதாகக் கருதி என்னால் ஏற்காமல் விட முடியுமா? என்னால் இதை எப்படி ஏற்றுக் கொள்ள முடியும்? இது எங்கள் நாட்டின் இடைக்கால இரசவாத நிபுணர்களின் பயனற்ற, வீணான, பொழுதுபோக்கான கனவுகளை நினைவு படுத்தவில்லையா? கனவுலகில் வாழ்ந்த இந்த மேதைகள் சர்வரோக நிவாரணமருந்து, காயகல்பத்தை நாடிச்சென்று பின் ஒருவர் பின் ஒருவராக மரணத்தைத் தழுவவில்லையா? ஆனால், ஒருவேளை பிரம்மா ஏமாறாதிருந்தால், அவர் என்னை எதற்காக ஏமாற்ற எண்ண வேண்டும்? அவர் எனது துணையை நாடவில்லை மற்றும் சீடர்களைப் பெறுவதற்காகவும் முயற்சிக்கவில்லை.

விபரீதமான அச்சம் என்னைக்கவ்வியது. ஒருவேளை, இவர் பித்தனாக இருப்பாரோ? இல்லையே - அப்படி இருக்க முடியாது பிறவிஷயங்களில் விவேகமாகவும், பகுத்துணர்வுடன் கூடியவராகவும் இருக்கிறாரே. தவறாக கணிப்பவராகவோ அல்லது தவறாகப் புரிந்து கொண்டவராகவும் அவரைக் கருத முடியுமா? இருப்பினும், எனக்குள் இருக்கும் ஒன்று அந்த முடிவையும் திண்ணமாக ஏற்கவிடாது, ஐயப்பாட்டுடன் திகைத்துக் குழப்பமடைந்தேன்.

"என் வார்த்தை, உங்களுக்கு நம்பிக்கையூட்டவில்லையா?" மகாராஜா ரஞ்சித் சிங்கினால் நிலவறைக்குள் அடைக்கப்பட்ட ஒரு இஸ்லாமியத் துறவியின் கதையை நீங்கள் அறிவீர்களா? இந்தச் சடங்கு ஆங்கிலேய இராணுவ அதிகாரிகளின் முன்னிலையில் ராஜாவின் மேற்பார்வையில் நடந்தேறியது. ஆறு வாரங்களுக்கு இந்த ஜீவ சமாதி படைவீரர்களால் காவல்காக்கப்பட்டது. ஆனால், இஸ்லாமியத் துறவி பூரண ஆரோக்யத்துடன் உயிரோடு வெளிவந்தார். இந்தக் கதையைப் பற்றிக் கேட்டறிந்து கொள்ளுங்கள். ஏனெனில் உங்களது அரசாங்கக் கோப்புகளில், இதைப்பற்றிய குறிப்புகள் வரையப்பட்டுள்ளதாக நான் கேள்வியுற்றேன். இந்த இஸ்லாமியத் துறவி சுவாசக் கட்டுப்

பாட்டில் முழுமையாகத் தேர்ச்சி பெற்றிருந்ததால், தன் இச்சைக் கேற்ப அதை நிறுத்தி வைத்தும், உயிரிழக்காமல் இருந்துள்ளார். ஆனால், இவர் யோகாவில் முதிர்ந்த ஞானம் பெற்றவருமில்லை. இவரைப்பற்றி நன்கறிந்த ஒரு முதியவரிடம் நான் இத்துறவியைப் பற்றிக் கேட்டறிந்து கொண்டேன். வடபகுதியில் வாழ்ந்த ஹரிதாஸ் என்னும் இந்த நபர் நற்குணம் பெற்றவரும் இல்லையாம். இவ்வாறு சாமானியனாகவும், நல்லகுணாதிசயமும் இல்லாத ஒரு நபரால் காற்றுப்புகாத ஒரு நிலவறைக்குள் சுவாசிக்காமல் அத்துணை நீண்ட நேரம் இருக்க முடியுமானால் பூடகமான சக்திமிக்க, பயிற்சி செய்தாலும், பொருளுக்காக ஆசைப்பட்டு அற்புதங்களை நிகழ்த்தாத உண்மையான யோகிகளால் எவ்வளவு மிகையாகச் செய்ய முடியும்?''

கருத்தாழமிக்கதொரு அமைதி நிலவியது.

''எங்கள் யோகாவின் மூலம் பெறக்கூடிய இன்னும் பிற அற்புதச் சக்திகளும் உள்ளன. ஆனால், தரம் தாழ்ந்து, சீர் கெட்டிருக்கும் இக்காலத்தில் இந்த அற்புதச் சக்திகளைப் பெற உயரிய சன்மானத்தைக் கொடுக்க எவரேனும் தயாரா?''

மீண்டும்... ஒரு... இடைவெளி...

அன்றாட உலகில் பணிசெய்து வாழும் எங்களைப் போன்றவர்க்கு இச்சக்திகளைப் பெறுவதைத் தவிர, மிகையான பணிகள் காத்துக்கிடக்கின்றன'' என்றேன் நான்.

''ஆம்! உடற்கட்டுப்பாட்டின் இந்தப்பாதை ஒரு சிலருக்குத் தான். ஆதலால்தான், யோக அறிவியலின் ஆசான்கள், பல நூற்றாண்டுகளாக இதைப் பூடகமாகவே வைத்திருந்தனர். இவர்கள் எப்போதும் சீடர்களை நாடிச் செல்வதில்லை, சீடர்கள் தான் குருவை நாடிச் செல்லவேண்டும்; என்றுரைத்தார் பிரம்மா.

☯ ☯ ☯

அடுத்த முறை எங்களது சந்திப்பு எனது தங்குமிடத்தில் நடந்தது. மாலை நேரமானதால் நாங்கள் சீக்கிரமே இரவு உணவிற்காக எங்கள் சம்பாஷணையை ஒத்தி வைத்தோம். உணவை முடித்துச் சிறிது நேரம் ஓய்விற்குப்பின், நிலவொளி வீசும் தாழ்வாரத்திற்குச் சென்று யோகி தரையின்மீது பாயை விரித்து அமர, நான்

அருகிலிருந்த ஒரு கூடை நாற்காலியில் அமர்ந்து கொண்டேன். சில நிமிடங்கள் பூரணநிலவின் பளீரிடும் புத்தொளியில் நனைந்து மௌனத்தில் கரைந்தன.

எங்களது முந்தைய சந்திப்பின் பிரமிப்பூட்டும் நிகழ்ச்சிகளை மறக்காததால் மரணத்தைத் தனது கட்டுக்குள் வைத்திருக்கும் மனிதர்களின் நம்பிக்கைக்கு அப்பாற்பட்ட விஷயங்களைப்பற்றி மறுபடியும் புதிதாகப் பிரஸ்தாபிக்கத் துவங்கினேன்.

''ஏன் இயலாது? என்றார் பிரம்மாவும் மீண்டும். ''உடற் கட்டுப்பாட்டு யோக முறையில் முதிர்ந்த யோகி ஒருவர் இங்கு தென்பகுதியில் உள்ள நீலகிரி மலைப்பகுதியில் மறைந்து வாழ்கிறார். தனது மறைவிடத்தைவிட்டு அவர் வெளிவருவதேயில்லை. இமயத்தின் பனிமலைப்பகுதியிலும் குகையில் வாழும் மற்றொரு யோகி உள்ளார். இந்த யோகிகள், முற்றும் துறந்த ஞானிகளாக, உலகைப் புறக்கணிப்பதால் இவர்களை உங்களால் சந்திக்கவே முடியாது. இருப்பினும், அவர்கள் ஜீவித்திருப்பதே எங்களது பாரம்பரியம். அவர்கள் நூறு வருடங்களுக்கு மேலாகவும் தங்கள் ஆயுளை நீட்டிப்பதாக நாங்கள் அறிந்து கொண்டோம்.''

நீங்கள் இதை மெய்யென்று கருதுகிறீர்களா?'' என்றேன் மிகுதியான ஐயப்பாட்டுடன்.

''சிறிதளவு ஐயமுமின்றி! நான் எனது கண்ணால் பார்த்த எனது ஆசான், நிதர்சனமான உதாரணமாக நிலைப்படவில்லையா?''

பல நாட்களாக என் உள்மனதைக் குடைந்து கொண்டிருந்த ஒரு கேள்வி அவ்வப்போது முன்னிலைப்படும். முதலில் நான் அதைக் கேட்கத் தயங்கினாலும், அவரிடம் நெருங்கிப் பழகி விட்டதால் நான் தைரியமாக அந்தக் கேள்விக்கு விடுதலையளித்து, ''பிரம்மா, உங்களது ஆசான் யார்?'' என்று வினவ, சற்று நேரம் என்னை உற்றுப் பார்த்து விட்டுப் பின்னரும் பதிலிறுக்காமலிருந்தார். தயக்கத்துடன் என்னைப் பார்த்தார்.

பின், ''தென்னாட்டுச் சீடர்கள் அவரை'' எறும்பு சுவாமி'' என்னும் பெயரில் அறிவர், என்று மிகவும் சன்னமான, தாழ்ந்த குரலில் தெரிவித்தார்.

''புதுமையான பெயராக உள்ளதே!'' என்றேன் ஆச்சரியத்துடன்.

''எனது ஆசான் எங்கிருந்தாலும், தன்னுடன் அரிசிமாவு கொண்ட ஒரு பையை எடுத்துச் சென்று எறும்புகளுக்கு உணவளித்துக் கொண்டே செல்வது வழக்கம். ஆனால் இந்தியாவின் வடபகுதியில் இமயமலை கிராமங்களில் அவர் சில நேரங்களில் தங்குவார். அங்கு அவர் மற்றொரு பெயரால் அறியப்பட்டார்.

''பின், அவர் உங்களது உடற்கட்டுப்பாட்டு யோகக் கலையில் பூரணத்துவம் அடைந்தவரா?

''ஆமாம், அப்படித்தான்!''

''அவர் எத்தனை வருடம் வாழ்ந்ததாக...?''

''அவர் நானூறு வயதிற்கும் மேற்பட்டவர்!''

''அழுத்தமான மௌனம் நிலவியது.''

''திகைப்பும், அச்சமும் பரவ அவரை வெறித்துப் பார்த்தேன்.

''பலமுறை அவர் எனக்கு முகலாயப் பேரரசர்களின் காலத்தில் நிகழ்ந்தவற்றையும், உங்கள் நாட்டு கிழக்கிந்தியக் கம்பெனி முதன் முதலாக மதராசபட்டினம் வந்த வரலாற்றுக் கதைகளையும் விவரித்துள்ளார்'' என்றார் யோகி.

இறைநம்பிக்கையற்ற, பகுத்தறிவுமிக்க மேற்கத்திய உணர்வோடு பிரம்மாவின் கூற்றுகளை என்னால் ஏற்க முடியவில்லை.

''சரித்திர நூலைப் படிக்கும் ஒரு சிறுகுழந்தை கூட இந்த விஷயங்களைச் சொல்லி விடுமே'' என்றேன் நான் எதிர்த்தபடி.

''பிரம்மா எனது கூற்றை ஒதுக்கிவிட்டுத் தொடர்ந்தார்''

''எனது ஆசான் பானிபட் யுத்தம் மற்றும் பிளாசே யுத்தம் நிகழ்ந்த நாட்களையும் மறக்காது, தெளிவாகத் தனது நினைவேட்டில் பதித்து வைத்துள்ளார். ஒருமுறை அவர் தனது சக சீடர், பேஷுதானந்தா என்பவரை, எண்பது வயது மிக்கதொரு சாதாரணக் குழந்தையாகக் குறிப்பிட்டார் என்பதை நான் நினைவு கூர்கிறேன்!''

பிரம்மா இந்த விந்தையான அதிசயிக்கத்தக்க விஷயங்களைப் பற்றிக் கூறும் போது, அவரது கருத்த, இருள்போன்ற, அகன்ற, நாசியுடன் கூடிய முகக்குறி, விசித்திரமாக அசையாதிருப்பதை வெள்ளி நிலவின் ஒளியில் தெள்ளத் தெளிவாகக் கண்டேன். நவீன அறிவியல் பூர்வமான தீவிரமான சோதித்தறியும் முறைகளில் போஷிக்கப்பட்ட எனது அறிவும் இதுபோன்ற கருத்துக்களை எப்படி அனுமதித்தது? பார்க்கப் போனால், பிரம்மாவும் ஒரு இந்துதானே. அவருக்கும் தனது இனத்தவரின் பழங்காலக் கட்டுக்கதைகளையும், மகான்களின் வரலாற்றையும் படித்துப் புரட்டாகச் சொல்லும் திறனும் இருக்கத் தானே செய்யும். ஆகையால் இவரிடம் வாதிடுவதில் பயனில்லை; நான் மௌனமாகவே இருந்து விடலாம் என்று தீர்மானித்தேன்.

யோகி தொடர்ந்தார்.

''பதினொரு ஆண்டுகளுக்கு மேலாகவும் எனது ஆசான் நேபாள மாமன்னர்களின் ஆன்மீகக் குருவாகத் திகழ்ந்தார். இமயமலைப் பகுதியின் கிராமவாசிகளுக்கு அவர் மிகவும் பரிச்சயமானவராகவும் அனைவரது அன்பையும், நன்மதிப்பையும் பெற்றவராகவும் இருந்தார். மக்கள் அவரைக் கடவுளாக மதித்தாலும், அவர் அங்குசெல்லும் போதெல்லாம் குழந்தைகளிடம் பாசமிக்கதொரு தந்தையைப் போல் அவர்களிடம் பரிவுகாட்டிச் சாதாரணமாக நடந்துகொள்கிறார். ஜாதி-மதபேதத்தில் அக்கறை காட்டாத இவர் ஒருபோதும் மாமிசம் உண்பதில்லை.

"ஒரு மனிதன் இத்துணை நெடியகாலம் உயிர்வாழ்வதெப்படிச் சாத்தியமாகும்? எனது எண்ணங்கள் தன்னிச்சையாகக் குரலெடுத்து எழும்பின.

"மூன்று வழிகளில் இது சாத்தியமானது. எங்களது உடற்கட்டுப்பாட்டு முறையில் உள்ள அனைத்து ஆசனங்களையும், சுவாசப் பயிற்சிகளையும் மற்றும் மறைபொருளாக இருக்கக்கூடிய அனைத்து இரகசியமான பயிற்சிகளையும் முதற்கண் அப்பியாசிக்க வேண்டும். ஒருவர் பூரணத்துவம் அடையும் வரை இந்தப் பயிற்சிகளை மேற்கொள்ள வேண்டும். தான் பயிற்றுவிக்கும் முறைகளைத் தனது செயல்முறையின் மூலம் தனது உடலிலேயே நிகழ்த்திக்காட்டவல்ல ஒரு திறமையான ஆசானிடம் பயின்றால்

தான் இதுசாத்தியம். இரண்டாவதாக, மூலிகைகளைப் பற்றி நன்கறிந்த மெய்ஞானிகளிடமிருந்து மூலிகை இரகசியத்தில் பங்கேற்க வேண்டும். இந்த ஞானிகள் மூலிகைகளைத் தங்கள் ஆடையில் ஒளித்து வைத்தும், எவரும் அறியாது இரகசியமாகவும் எடுத்துச் செல்கின்றனர். இவர்கள் மறைவதற்கான காலம் நெருங்கும்போது, விசுவாசமிக்க நம்பிக்கைக்குரிய தகுதியான ஒரு சீடனைத் தேர்ந்தெடுத்து அவனுக்கு மூலிகை இரகசியத்தையும் தெரிவித்து, மூலிகைகளையும் அளித்துவிடுவார். வேறு எவரிடமும் இவை தரப்படுவதில்லை. மூன்றாவது பாதையை விளக்குவது எளியதல்ல'' என்று கூறிவிட்டு, பிரம்மா அவசரமாகத் திடீரென்று நிறுத்திவிட்டார்.

''நீங்கள் முயற்சித்துப் பார்க்கக் கூடாதா?''

''அப்படியே நான் சொன்னாலும், நீங்கள் என்னைப் பார்த்து எள்ளி நகையாடக் கூடும்.''

இதற்கு மாறாக, அவரது விளக்கத்தைத் தக்க மரியாதையுடன் ஏற்பதாக நான் உறுதியளித்த பிறகு,

''மிக்க நன்று. மனித மூளைக்குள் ஒருசிறிய துவாரம் உள்ளது. (பிரம்மா, ஒருவேளை, மூளையின் நான்கு அறைகள் ஒன்றுக் கொன்று குறுக்கிடும் போது, நடுவில் ஏற்படும் ஒரு குழிவைக் குறிப்பிடலாம், ஆனால், என்னால் உறுதிபட உரைக்க முடியாது.) ஒருவிதமான வால்வினால் (Valve) பாதுகாக்கப்படும் இந்தத் துவாரத்திற்குள் ஆன்மா உறைகிறது. முதுகுத்தண்டு வடத்தின் கீழ்ப்பகுதியில் தான், நான் முன்பு உங்களிடம் பலமுறை குறிப்பிட்டுள்ள கண்ணுக்குப் புலப்படாத ஜீவ-சக்தி உள்ளது. இந்த சக்தி இடையறாது, எப்போதும் குறைந்து கொண்டே வந்தால், அது உடலை விரைவில் வயோதிக நிலையை அடையச் செய்துவிடும்; ஆனால் இந்த ஜீவ சக்தியின் கட்டுப்பாடு உடலுக்குப் புத்துயிரூட்டி அழியாது நிலைத்திருக்கச் செய்யும். ஒரு மனிதன் தன்னுணர்வு பெற்று, தன்னையே வெற்றி கண்டபிறகு அவனால் சில பயிற்சிகளின் மூலம் இந்தக் கட்டுப்பாட்டைப் பெறத் துவங்க முடியும். ஆனால், இவை எங்கள் பிரிவைச்சார்ந்த உயரிய நிலையில் உள்ள யோகிகளால் மட்டுமே முடியும். ஒருவரால் இந்த ஜீவ சக்தியைத் தனது தண்டுவடத்தின் வழியே

மேலே கொண்டு செல்ல முடிந்தால், பின் மூளைக்குள் இருக்கக்கூடிய துவாரப் பகுதியில் தனது தியானத்தை ஒருமிக்கச் செய்துவிட முடியும். ஆனால் ஒரு ஆசானது துணையின்றி இந்த முயற்சியில் வெற்றி காண இயலாது. இதைக் கற்றுத்தர விருப்பமுள்ள ஒரு ஆசானைக் கண்டுகொண்டுவிட்டால், பின் கண்ணுக்குப் புலப்படாத இச்சக்தி இந்தத் துவாரத்தில் உட்புகுந்து சிரஞ்சீவியான நீண்ட ஆயுளைத்தரும் அமுதமாக மாறிவிடும். இது சுலபமான பணியல்ல; ஏனெனில் இது தனிமையில் தானே முயற்சி மேற்கொள்ளும் மனிதனை அழிக்கக்காத்திருக்கிறது. ஆனால், இதில் வெற்றி காணும் மனிதனால் தனது மனவிருப்பம் போல், மரணத்துக்கு நிகரான ஒரு சூழலை உருவாக்கிக் கொள்ள முடியும். மேலும், உண்மையான மரணம் அவனை எதிர் கொள்ளும்போது, மரணத்தையே வெல்லுமளவு சக்தி படைத்தவனாகி விடுகிறான். உண்மையிலேயே, அவன் தனக்கு விருப்பமான போது, எப்போது வேண்டுமானாலும், தனது மரணம் சம்பவிக்க கூடிய, சரியான கணத்தைக் கூடத் தேர்ந்தெடுத்துக் கொள்ளமுடியும், மிகத் தீவிரமாகச் சோதித்து அறிந்தால், அவன் இயற்கையான மரணமே எய்தியிருக்கக்கூடும். இம்மூன்று வழிமுறைகளையும் தனது அதிகாரத்திற்குள் வைத்திருப்பவன் பல நூற்றாண்டுகள் உயிர்வாழலாம். இவ்வாறு தான் எனக்குப் பயிற்றுவிக்கப்பட்டுள்ளது. இவன் மரணமடைந் தாலும், புழு-பூச்சிகள் இவனது உடலைத் தாக்குவதைத் தவிர்க்கும். ஒரு நூற்றாண்டுக்குப் பின்னரும் இவனது உடல் அழுகாதிருக்கும்.''

பிரம்மா அளித்த விளக்கங்களுக்கு நன்றி கூறியபோதும், நான் பிரமித்து நின்றேன். எனக்குள் தீவிரமான ஆவல் இருப்பினும், எனக்குத் திருப்தி ஏற்படவில்லை. உடற்கூறு சாஸ்திரம் பிரம்மாவின் கூற்றுப்படி அவர் உரைத்த ஜீவசக்தி மற்றும் அமிழ்தத்தைப் பற்றியும் ஒன்றும் அறியாதது என்பது உறுதி. உடற்கூற்றின் அதிசயங்களைப் பற்றிய இந்த அதிசயங்க ளெல்லாம் மூடநம்பிக்கைகளா, தவறான கருத்துக் கணிப்புகளா? இதைக் கருத்தில் கொண்டு, கட்டுக்கதைகளின் காலத்திற்கும் - தன்வசம் கொண்டிருந்த பண்டைய காலத்து மந்திரவாதிகள் மற்றும் நீண்ட ஆயுளோடு இருந்த சூனியக் காரர்களின் காலத்திற்கும்

ஒருவர் மீண்டும் சென்று விடலாம். இருப்பினும் இரத்த ஓட்டம் மற்றும் சுவாசக்கட்டுப்பாட்டின் செயல்முறை விளக்கங்களை பிரம்மா நிகழ்த்திக் காட்டியது, யோக சக்திகள் பயங்கரமான மனத்தோற்றங்கள் இல்லை என்பதையும், இதுவரையிலும் பயில ஆரம்பிக்காதவர்களுக்கு (தீஷைபெறாதவர்கள்) நம்பமுடியாத அதிசயமாகத் தோற்றமளிக்கக்கூடிய அளவில், அற்புதங்களை நிகழ்த்திக் காட்டவல்ல சக்தி பெற்றவை என்பதையும் எனக்கு உறுதிப்படுத்தியுள்ளன. இதற்கு மேல் அவரது கருத்துக்களை ஏற்று, ஒத்துப்போக என்னால் இயலவில்லை.

நான் பண்போடு மௌனம் காத்தேன்; எனக்குள்ளே நிகழ்ந்து கொண்டிருந்த அறிவு பூர்வமான போராட்டங்கள் எனது முகத்தில் வெளிப்பட்டு என்னைக் காட்டிக்கொடுக்காதிருக்க மிகுதியான கவனத்துடன் இருந்தேன்.

பிரம்மா மீண்டும் தொடர்ந்தார். ''முடிவை நெருங்கிக் கொண்டிருப்பவர்கள் தான் இச்சக்திகளைப் பெறப்பெரிதும் விரும்புவார்கள். ஆனால், அவர்கள் கடந்து செல்லும் பாதை முழுமையுமே ஆபத்தானது என்பதை நினைவில் கொள்ள மறவாதீர்கள். எங்களது ஆசான்கள் விலையுயர்ந்த வைரங்கள் அல்லது நவரத்தினக்கற்கள் நிரம்பிய பெட்டியைப்போல இந்தப் பயிற்சிகளை இரகசியமாகப் பாதுகாக்க எங்களுக்கு அறிவுறுத்தியுள்ளனர்.''

''ஆக, நீங்கள் என்னிடம் அதை ஒருபோதும் வெளிப்படுத்த மாட்டீர்கள், அப்படித்தானே?''

''ஒரு விஷயத்தில் நிபுணத்துவம் பெறவிரும்பும் எவரும் ஓட முயற்சிக்கும் முன்னர் நடைபயிலக் கற்றுக்கொள்ள வேண்டும், அல்லவா?'' என்றார் குறுநகையுடன்.

''நிறைவாக, ஒரு கேள்வி'' என்றேன் பிரம்மாவிடம்.

ஆமோதிக்கும் வகையில் தலையசைக்க,

''தற்போது உங்களது ஆசான் எங்கு வாசம் செய்கிறார்?'' என்றேன்.

"டெராய் காடுகளின் தொலைதூரப் பகுதியின் அருகிலுள்ள, நேபாள மலைகளின் ஏகாந்தமானதொரு ஆலயத்தைப் புகலிடமாகக் கொண்டுள்ளார்."

"அவர் மீண்டும் சமவெளிப்பகுதிகளுக்குத் திரும்பி வர வாய்ப்பு உள்ளதா?"

"அவரது நடவடிக்கைகளைப் பற்றி எவராலும் கூறமுடியாது. நேபாளத்திலேயே நீண்டகாலம் தங்கியுமிருக்கலாம் அல்லது மீண்டும் யாத்திரை மேற்கொள்ளலாம். இந்தியாவை விட நேபாள நாட்டில் எங்கள் யோகமுறை நன்கு தழைத்திருப்பதால் அவருக்கு நேபாளப் பகுதி மிகவும் பிடித்தமானது. உடற்கட்டுப் பாட்டுக் கலையின் பயிற்றுவிக்கும் முறையும், பாரம்பரியங்களுக் கேற்ப மாறுபடுகிறது. எங்களது தாந்திரீக வழிமுறை, இந்தியாவை விட நேபாளத்தில் நன்கு புரிந்து கொள்ளப்படுகிறது."

பிரம்மா மீண்டும் அமைதியாகினார். ஒருவேளை, புரியாத புதிராக விளங்கும் தனது ஆசானைப் பற்றிய நினைவுகளில் மூழ்கிவிட்டாரோ என்று நான் அனுமானித்தேன். ஆ! ஒருவேளை இன்று இரவில் நான் கேள்வியுற்ற அனைத்தும் மெய்யாகினால், அப்போது எனது தேடலின் இரகசியத்தைப் பற்றிய ஒரு கண்ணோட்டத்தைப் பெறுவது சாத்தியமே!... மனிதன் முதுமை அடையாத, அழிவில்லாதவன், சிரஞ்சீவி!

☯ ☯ ☯

நான் எனது எழுதுகோலைத் துரிதப்படுத்தவில்லையானால் இந்த அத்தியாயம் நிறைவுபெறாது. ஐந்து பெயர்களைக் கொண்ட இந்த யோகியுடனான என் நினைவை விட்டு அகலாத, இந்த இறுதிச் சந்திப்பை இங்கே நிலையாகப் பதிவு செய்ய முயற்சிக்கிறேன்.

ஐரோப்பாவைப் போலக் கொஞ்சம் கொஞ்சமாகக் கதிரவன் மறைவதில்லை, இந்தியாவின் மாலைப் பொழுதுகள் விரைந்து இரவு மலரத் தொடங்குகிறது. இந்த இனிய துரிதமான மாலை விடைபெறும் நேரத்தில், வெளிச்சம் மங்கலாக பிரம்மா தனது குடிலில் எண்ணெய் ஊற்றிய விளக்கை ஏற்றிவைத்தார். நாங்கள் மீண்டும் அமர்ந்து கொண்டோம்.

வயோதிகப் பெண்மணியும் எனது மொழிபெயர்ப்பாள நண்பர் மற்றும் யோகியுடன் தனித்திருக்க என்னை விடுத்துச் சென்றாள், ஊதுபத்தியின் மணம், அறையெங்கும் பரவி அமானுஷ்யமான சூழலை உருவாக்கியது.

பிரிவைப் பற்றிய சோகமான சிந்தனைகள், இந்த இனிய மாலை வேளையில் என் மனதை வாட்டின. இவற்றை முற்றிலுமாக ஒதுக்கிவிட முனைந்து, தோல்வியுற்றேன். என் மனதில் உள்ளதை மூன்றாவது நபர் வழியாகத் தெரிவிக்க வேண்டியுள்ளதால், என்னால் அவரிடம் தெளிவாக எடுத்துரைக்க முடிவதில்லை. அவர் மொழிந்த புதிய உண்மைகளும், நூதனமான கொள்கைகளும் எத்துணை தூரம் உண்மையாக இருக்கும் என்று என்னால் கூற இயலவில்லை. ஆனால் அவரது ஏகாந்தமான அனுபவங்களை என்னுடன் அவர் மனமுவந்து பகிர்ந்து கொண்டதை நான் பெரிதும் மதித்துப் பாராட்டுகிறேன். எங்களது இதயங்கள் ஒட்டுணர்வுடன் ஈர்க்கப்பட்டு இணங்கி விட்டதை என்னால் உணரமுடிந்தது. தனது பழக்கப்பட்ட தனிமையிலிருந்து வெளிவருவது அவருக்கு எவ்வாறு இருந்திருக்கும் என்பதை நான் இப்போது அறிந்து கொண்டேன்.

சம்பவிக்கவிருக்கும் பிரிவு என்னும் போர்வையில், அவருடைய ஆழ்மனதின் பொதிந்துள்ள இரகசியங்களையும் வெளிக்கொணர, அவரைத் தூண்டும் இறுதி முயற்சியை மேற்கொண்டேன்.

''நகர வாழ்கையைத் துறந்து சில வருடகாலங்கள் காடு மற்றும் மலைப்பகுதிகளில் ஏகாந்தத்தில் கழிப்பதற்கு நீங்கள் தயாராக உள்ளீர்களா?'' என்று என் மன ஓட்டத்தை ஆராயும் வகையில் கேட்டார்.

''முதலில் நான் இதுபற்றி சிந்திக்க வேண்டும், பிரம்மா!''

''உங்களது மற்ற செயல்கள், அனைத்துப் பணிகளை விட்டு, உலக இன்பங்களைத் துறந்து, சில மாதங்கள்... அல்ல, சில வருடகாலம், உங்களது முழு நேரத்தையும் எங்கள் யோகவழிப் பயிற்சிகளில் ஈடுபட நீங்கள் தயாரா?''

''நான் அவ்வாறு சிந்திக்கவில்லை... இல்லை... நான் இன்னும் அதற்குத் தயாராகவில்லை... ஒருவேளை... என்றாவது...?''

''சரி... அப்படியானால்... உங்களை இதற்கு மேல் இதில் இழுத்துச் செல்ல முடியாது. உடலைக் கட்டுப்படுத்தும் இந்த யோகக்கலை வெறும் பொழுதுபோக்கு விளையாட்டல்ல... ஆழ்ந்த சிந்தனைக்குட்பட்டது, அவமதிக்கக்கூடாது.

ஒரு யோகியாகக் கூடிய எனது நல்வாய்ப்பு சடுதியில் என்னை விட்டு நழுவிச் செல்வதை நான் காண்கிறேன். பலவருட காலக் கடின பயிற்சியும், மிகத் தீவிரமாக அனுசரிக்கப்படும் கட்டுப் பாடுகளும் கொண்ட இந்த யோகமுறை எனக்கு உகந்ததல்ல என்பதை மனவருத்தத்துடன் உணர்கிறேன். ஆனால், உடல் ரீதியான அற்புதச் சக்திகளை விட, இதயத்தைத் தொடவல்ல, இனம் புரியாத ஏதோவொன்று இருப்பது எனக்குத் தெளிவானது. அந்தத் துறவியின் மீது நான் நம்பிக்கை கொண்டேன்.

''பிரம்மா, இச்சக்திகள்... இவை அற்புதமான மனதை வசீகரிக்கும் தன்மை கொண்டவை. ஒருநாள் நான் உங்களது பயிற்சியை மிக ஆழமாக அறிந்து கொள்ள உண்மையில் விழைகிறேன். இருந்த போதிலும், இவை எத்துணையளவு நிலையான ஆனந்தத்தைத் தரக்கூடும்? யோகமுறையில் இதை விட நுட்பமானது ஏதுமில்லையா? ஒருவேளை என்னைத் தெளிவாக வெளிப்படுத்திக்கொள்ள நான் தவறிவிட்டேனா?''

பிரம்மா ''எனக்குப் புரிகிறது'' என்று கூறி தலையசைத்தார். இருவரும் சிரித்தோம்.

புத்திசாலியான சாதகர்கள், உடற்கட்டுப்பாட்டு யோக முறையோடு, மனக்கட்டுப்பாடு முறையையும் இணைத்துப் பயிற்சி செய்வார்கள் என்று எங்களது சூத்திரங்கள் உரைக் கின்றன. இதில் முதலாமவது இரண்டாவதற்கு வழி வகுப்ப தாகவும் கூறப்படுகிறது. எங்கள் பண்டைய ஆசான்கள் எம்பெருமான் சிவபிரானிடமிருந்து இந்த முறையின் சித்தாந்தங்களைப் பயின்ற போது, இறுதி இலக்கு வெறும் லோகாயதமாக இருந்துவிடக் கூடாது என்று உபதேசிக்கப்பட்டதாம். உடலை வென்று அடக்குவதன் மூலம், மனதையும் எளிதில் வெற்றி கண்டுவிட முடியும் என்பதையும், இதுவே ஆன்மீக-ரீதியான பூரணத்துவத்தைப் பெறும் வழியாகும் என்பதையும் அவர்கள் புரிந்து கொண்டனர். ஆதலால், எங்களது சித்தாந்தம் நெருக்கமாக, அருகாமையிலுள்ள

விஷயங்களையும் இணைத்துச் செயலாற்றுகிறது. ஆக, உடலைக் கொண்டு பயிற்சி செய்வதன் மூலம் மறைமுகமாக அதனையே, ஆன்மாவை ஊடுருவும் சாதனமாகக்கொள்கிறது. ஆதலால், எனது ஆசானே எனக்கு ''முதலில் உடற்கட்டுப்பாட்டுப் பாடத்தைப் பயிற்சித்துப் பின் மகாசக்தி வாய்ந்த ''மனக்கட்டுப் பாட்டு''ப் பயிற்சியில் ஈடுபடு ''என்று எனக்கு அறிவுறுத்தியுள்ளார். நேர்த்தியான பயிற்சியில் ஈடுபடுத்தி, வென்று அடக்கப்பட்ட உடல் மனச் சலனத்தை உருவாக்காது ஒரு சிலரால் மட்டுமே சிந்தனைகளைத் தன்வயப்படுத்தி மனதை அடக்குவதை நேரடியாகச் செய்ய முடியும். ஆனால், ஒரு மனிதன் மனக்கட்டுப்பாடு முறையே சாலச் சிறந்தது என்று கருதி அதன் பாதையிலேயே வசீகரிக்கப்பட்டு இழுத்துச் செல்லப்பட்டால், நாங்கள் அதில் குறுக்கிடமாட்டோம் ஏனெனில், அதுதான் அவரது பாதையாகும்.

''அப்போது, அதுதான் பூரணமான மனக்கட்டுப்பாட்டு யோக முறையா?'' இருக்கலாம். அது மனதை ஆடாது அசையாதிருக்கும் ஒளியைப் போலாக்கப் பயிற்சியளிக்கிறது. பின்னர், அந்த ஒளியே ஆன்மாவின் இருப்பிடத்தை அடைய வழிகாட்டப்படுகிறது.''

''இவ்வாறான பயிற்சியை எப்படி ஒருவர் துவக்க வேண்டும்?''

''இதற்கு மீண்டும் ஒரு ஆசானை நாடிச்செல்ல வேண்டும்''

''எங்கு?''

பிரம்மா தோள்களைக் குலுக்கியவாறு, ''சகோதரரே, பசியால் வாடும் மக்கள் உணவை ஆவலுடன் எதிர்நோக்கியுள்ளனர், அதிலும், பட்டினியில் துடிக்கும் மக்கள் பித்துப்பிடித்தாற்போல் உணவைத் தேடிச் செல்வர். பசித்த மனிதன் உணவை நாடுவதைப் போலவே, ஆசானை நாடிச் செல்பவர்களும் தீவிரத் தேடலை மேற்கொள்ள வேண்டும்; தீவிரமாக கர்ம- சிரத்தையோடு ஆசானை நாடிச் செல்பவர்கள் குறித்த நேரத்தில், ஆசானிடம் ஈர்க்கப்படுவர் என்பதில் ஐயமில்லை. நீங்களும் ஒருநாள் உங்களது குருவை அடைவீர்கள்'' என்றார்.

''இந்த விஷயத்தில் உறுதியாகத் தீர்ப்பெழுதப்பட்ட விதி, நிர்ணயம் என்று ஒன்று உள்ளதா?''

''ஆம், மெய்யாகச் சொன்னீர்கள்!''

''நான் சில புத்தகங்களில் படித்துள்ளேன்...''

யோகி மறுதலித்துத் தலையை ஆட்டினார்...'' உங்கள் காகிதங்கள் ஒரு ஆசானின் உதவியில்லாது வெறும் வெற்றுக் காகிதங்களே. எங்கள் மொழியில் ஆசானைக் 'குரு' என்கிறோம். அதாவது ''இருளை அகற்றுபவர்'' என்று பொருள்படும். ஒரு மனிதனின் முயற்சிகளும், விதியும் உறுதுணையாகி நின்று, அவனுக்கு ஒரு உண்மையான ஆசானைக் கண்டுகொள்ள உதவுமானால், அதுவே அவனை விரைவில் ஒரு பிரகாசத்தைப் பெறச் செய்துவிடும். ஏனெனில், ஆசானே தனது சீடனின் நற்பலன் கருதித் தனது உன்னதமானவற்றைப் பயன்படுத்தி உதவுகிறார்.''

பிரம்மா சிதறிக்கிடந்த காகிதங்கள் உள்ள பெஞ்சிற்குச் சென்று அதிலிருந்து ஒரு பெரிய பத்திரத்தை எடுத்து வந்து, உடனடியாக என்னிடம் ஒப்படைத்தார். இதில் சீராக முறையாக வரையப்பட்ட அமானுஷ்யமான, இரகசியக்குறிகளும், விநோதமான சின்னங்களும் மற்றும் சிகப்பு, பச்சை மற்றும் கறுப்பு மையினால் வரையப்பட்ட தமிழ் லிபியும் காணப் பட்டன. தாளின் மேற்புறத்தில் பண்டைய எகிப்திய சித்திர எழுத்துக்களால் சின்னங்கள் ஒரு சுருள் வடிவில் அமைக்கப்பட்டிருந்தன. இதில் சூரியன், சந்திரன் மற்றும் மானுடக் கண்களின் உருவவடிவங்கள் அமைக்கப்பட்டிருப்பதை நான் அடையாளம் கண்டு கொண்டேன். அனைத்து எழுத்துக்களும், சித்திரங்களும் மையப்பகுதியில் உள்ள ஒரு வெற்றிடத்தைச் சுற்றியே இருந்தன.

''நேற்றிரவு பலமணிநேரம் செலவழித்து இதைத் தயாரித்தேன். நீங்கள் போய்ச் சேர்ந்தவுடன், நடுவில் உள்ள வெற்றிடத்தில் எனது புகைப்படத்தை ஒட்டி விடுங்கள்'' என்றார்.

இந்த விந்தைமிகு, கலையழகுடன் கூடிய பத்திரத்தில் எனது முழுமையான கவனத்தையும் செலுத்தி மனதை ஒருமுகப்படுத்திய பின் உறங்கச் சென்றால், நான் அவரைப் பற்றித் தெளிவாகவும், விரிவாகவும் கனவு காண இயலும் என்றும் தெரிவித்தார்.

"இந்தத் தாளின்மீது உங்களது மனதை ஒருமுகப்படுத்தி விட்டால், நாம் ஐயாயிரம் மைல் தொலைவில் இருந்தாலும் கூட உடல் பிரிவுற்றாலும் நமது ஆன்மாக்கள் இரவில் சந்தித்துக் கொள்ளும்" என்று திட்டவட்டமாகக் கூறினார். மேலும், கனவில் நிகழும் இந்தச் சந்திப்புகளும், இதுவரையிலும் நமது நேர்முகச் சந்திப்புகளைப் போல உண்மையான நிகழ்வுகளாகத் தான் இருக்கும் என்றும் விவரமாக எடுத்துரைத்தார்.

சொல்ல மறந்த விஷயம்! நான் முன்பே தீர்மானித்ததைப் போல எனது இரும்புப் பெட்டிகள் சாமான்களுடன் தயார் நிலையில் உள்ளன. நான் விரைவிலேயே இங்கிருந்து புறப்படவிருக்கிறேன். இவரை நான் எங்கே, எப்பொழுது மீண்டும் சந்திப்பேன் என்பது பெருத்த சந்தேகத்திற்குரியது.

நமது விதிக்குட்பட்டு நிர்ணயித்துள்ளவற்றை நாம் நிறைவேற்றத்தான் வேண்டும் என்பதில் ஐயமில்லை என்று பதிலளித்தார். பிறகு என் மீதுள்ள அசைக்க முடியாத நம்பிக்கையினால், கூறினார். "இளவேனிற்காலத்தில் இவ்விடத்தை விட்டு அகன்று, தஞ்சாவூர் ஜில்லாவிற்குச் சென்று விடுவேன். அங்கு என்னை எதிர்நோக்கி இரு சீடர்கள் காத்துக் கொண்டிருக்கின்றனர் அதன் பிறகு என்ன நிகழும் என்பதை எவராலும் அறியமுடியாது. உங்களுக்குத் தெரியுமல்லவா? நான் எனது ஆசான் என்னைத் தன்னிடம் வருமாறு அழைப்புவிடுக்கும் நாளுக்காகக் காத்திருக்கிறேன் என்று!"

நீண்ட நேர மௌனத்திற்குப் பிறகு, பிரம்மா என்னிடம் மிக சன்னமான, தாழ்ந்த குரலில், இரகசியமாகப் பேசத்துவங்கினார். நான் உடனடியாக எனது மாணவ-ஆசானை நோக்கித் திரும்பி, ஒரு புதிய இரகசிய விஷயத்தின் வெளிப்பாட்டிற்காக ஆவலுடன் காத்திருந்தேன்.

"நேற்றிரவு எனது ஆசான் எனக்குக் காட்சி கொடுத்து, உங்களைப் பற்றி என்னிடம் உரைத்தார். உனது நண்பன் ஞானத்தைப் பெற ஆவலாக உள்ளார். அவரது முந்தைய பிறவியில் அவர் நம்மிடையே தோன்றியிருந்தார். நமது வழிமுறை அல்லாத பிற யோகப் பயிற்சிகளை அவர் மேற்கொண்டிருந்தார். இன்று இப்பொழுது அவர் இந்திய பூமிக்கு வருகை தந்துள்ளார்.

ஒரு வெள்ளையனாக. அவர் அப்போது அறிந்திருந்த அனைத்தும் தற்போது அவரது நினைவுப்படுகையில் இல்லை; இருப்பினும் அவரால் சிறிது நேரத்திற்குத்தான் மறக்க முடியும். ஒரு மகான் தனது அருளாசியை அவர்மீது பொழிந்தாலொழிய, அவரால் தனது முந்தைய ஞானத்தைப் பற்றிய விழிப்புணர்வைப் பெற இயலாது. இந்த மெய்யுடம்பில், அந்தப் பிறவியின் ஞானத்தைத் திரும்பப் பெறுவதற்கு, ஒரு ஆசானின் ஸ்பரிசம் தான் உதவ வேண்டும். விரைவிலேயே அவர் ஒரு ஆசானைச் சந்திப்பார் என்று அவரிடம் தெரிவி. அதன்பின்னர், தானாகவே ஆன்மீகப் பேரொளி அவரைத் தொடரும். இது உறுதி. மனவிசாரத்தை விட்டுவிடும்படி அவரிடம் சொல்லிவிடு. இது நிகழும் வரையிலும் அவரால் நம் நாட்டை விட்டு அகல முடியாது. நம்நாட்டிலிருந்து அவர் வெறும் கையுடன் திரும்பிச் செல்லமாட்டார் என்பது விதியின் லிபி.''

நம்புதற்கரிய இப்பேரதிசயத்தைக் கேள்வியுற்று மலைப்புற்றேன்.

எங்களது சிறிய கூட்டத்தில் விளக்கின் ஒளிவீச, எனது மொழி பெயர்ப்பாளரின் இளவதனம் ஆச்சரியத்தாலும் திகிலினாலும் பீடிக்கப்பட்டிருப்பதைக் காணமுடிந்தது.

''உங்களது ஆசான் தொலைதூரதேசமான நேபாளத்தில் இருப்பதாக நீங்கள் கூறவில்லையா?'' என்றேன் கண்டனம் தொனிக்கும் குரலில்.

''ஆம், இப்போதும் அவர் அங்குதான் உள்ளார்!''

''பின் ஒரே இரவில் 12,000 மைல் தூரத்தைக் கடந்து வருவது எப்படிச் சாத்தியமாகும்?''

பூடகமாகச் சிரித்தபடியே பிரம்மா பதிலிறுத்தார். ''இந்தியாவின் இடைப்பட்ட பரப்பளவு எங்கள் உடலுக்கிருந்தாலும், எனது ஆசான் எப்போதும் என்னுடன் இருக்கிறார். அவரது சிந்தனைகள் காற்றைத் துளைத்து எம்மை வந்தடையும், நானும் அதைப் பெற்றுத் தெளிவடைவேன்''

''டெலிபதியா?'' (அதாவது, பேச்சு, சமிக்ஞையின்றி மனதால் விஷயங்களைப் பரிமாறிக் கொள்ளுதல்)

''நீங்கள் விரும்பினால்!''

காலம் கருதி, நான் எழும்பினேன். (வெண்ணிலவு பொழியும் இனிய மாலையில்) எங்களது இறுதி இரவு நேர உலாவை இணைந்து தொடங்கினோம். பிரம்மாவின் இல்லத்திலிருந்து அருகாமையில் இருந்த ஒரு ஆலயத்தின் பழமையான சுவற்றைக் கடந்தோம். வெள்ளியை உருக்கி ஊற்றியது போன்ற நிலவொளி மரக்கிளைகளிடையே பாய்ந்து அழகிய வடிவங்களைத் தரையில் மின்னச் செய்தது. நாங்கள் எங்களது வழக்கமான பனை மரத்தோப்பிற்கு வந்து, பிரம்மாவின் இல்லம் வந்தடைந்தோம்.

எனக்கு விடை கொடுக்கும் தருணத்தில், பிரம்மா ''எனக்கென்று சில உடமைகளே என்னிடம் உள்ளன. நான் மிகவும் மதித்துப் போற்றும் இதை எடுத்துக் கொள்ளுங்கள்'' என்று முணுமுணுத்தார்.

தனது இடது கை மோதிரவிரலில் அணிந்திருந்த தங்க மோதிரத்தைத் தனது வலது கையில் எடுத்தார். பச்சை நிறக்கல்லை எட்டு மெல்லிய வளைவுகள் உறுதியாகப் பற்றிக்கொண்டிருக்க வெள்ளி நிலவொளியில், தங்க மோதிரம் பளபளத்தது. விடைபெறக் கைகுலுக்கும் போது பிரம்மா அதை என் கைகளில் திணித்தார். எதிர்பாராத அப்பரிசை நான் திருப்பிக் கொடுத்து விட முயற்சித்தேன். ஆனால், அத்தனை எதிர்ப்புகளையும் மீறி, அதை உறுதியாகத் தீர்மானித்தபடி, என்னை வற்புறுத்திப் பெற்றுக் கொள்ளச் செய்தார்.

''யோக ஞானத்தில் மிகச்சிறந்த, உயரிய ஞானி ஒருவர் இதை எனக்குக் கொடுத்தார். அக்காலத்தில் ஞானத்தைப் பெற அங்குமிங்கும் அலைந்து கொண்டிருந்தேன். தயவு செய்து இதை அணிந்து கொள்ளுங்கள்'' என்று மன்றாடினார்.

அவருக்கு நன்றி கூறி விட்டு, ''இது எனக்கு நல்ல அதிர்ஷ்டத்தைப் பெற்றுத் தருமா?'' என்று கேலியாகக் கேட்டேன்.

''இல்லை, அது சாத்தியமில்லை. ஆனால் இந்தக் கல்லிற்குள் ஒரு அற்புதமான, வசீகரிக்கும் சக்தி உள்ளது. இது உங்களை எவரும் அறியாது இரகசியமாக இருக்கும் மர்மயோகிகளைச் சந்திக்கவும், உங்களிடமே பொதிந்துள்ள அற்புதமான அமானுஷ்ய

சக்திகளை அறியவும் உதவிபுரியும். இதை அனுபவத்தின் மூலம் நீங்கள் புரிந்து கொள்ளலாம். இந்த விஷயங்கள் உங்களுக்குத் தேவைப்படும்போது இதை அணிந்து கொள்ளவும்'' என்றார்.

இவ்வாறு எங்களது நட்புக்கு ஏதுவாகிய இனிய சந்திப்பு முற்றுப்பெற, நாங்கள் பிரிந்து அவரவர் பாதையில் சென்றோம்.

பல விநோதமான, குழப்பமான சிந்தனைகள் என்னை அலைக் கழிக்க, நான் அன்னநடை பயின்றேன். தொலை தூரத்திலிருந்த பிரம்மாவின் ஆசானது அசாதாரணமான செய்தியைப் பற்றிய ஆழ்ந்த சிந்தனையில் மூழ்கிப்போனேன். இது எனது தர்க்க ரீதியான விவாதத்திற்கு அப்பாற்பட்டதாக இருந்தது. நம்பிக்கையும், நாத்திகவாதமும் என் மனதில் ஒரு போராட்டத்தையே நிகழ்த்திக் கொண்டிருக்க நான் மௌனமாக இருந்தேன்.

அந்தத் தங்கமோதிரத்தை உற்றுப் பார்த்தவாறே எனக்குள்ளேயே ''வெறும் ஒரு மோதிரம் இம்மாதிரியான விஷயங்களில் பலன் தருவது எவ்வாறு சாத்தியமாகும்?'' என்று கேட்டுக்கொண்டேன். என்னையோ அல்லது பிறர் மீதோ, எவ்வாறு அல்லது ஏன் இது ஆன்மீக மற்றும் மனரீதியான தாக்கத்தை ஏற்படுத்த வேண்டும் என்பது எனக்கு மர்மமாக இருந்தது. மூடபக்தியின் நம்பிக்கையை போஷிக்கும் சக்திகள்! இருப்பினும் பிரம்மா மோதிரத்தினுடைய அற்புதத் தன்மையின் உண்மையைப் பற்றித் தீவிரமாக நம்பிக்கை கொண்டுள்ளார். இது சாத்தியமா? விந்தை மிகுந்த இந்த அதிசயமான பூமியில் அனைத்தும் சாத்தியமே! என்று பதிலளிக்க எனக்குள் ஒரு உந்துதல் எழும்பியது. ஆனால் பகுத்தறிவும், புத்தி நுட்பமும் இக்கேள்விகளுக்குத் தடையெழுப்பி என்னைக் காப்பாற்றியது.

இனம் புரியாது ஆழ்ந்து சிந்தித்தவாறே சென்றதில், கவனமின்றி எதன்மீதோ கால் இடறி முன்நெற்றியில் இடித்துக் கொண்டேன். நிமிர்ந்து மேலே பார்த்த போது, பனைமரத்தின் நிழல் அழகாகத் தென்பட, மின்மினிப் பூச்சிகள் மரக்கிளைகளின் ஊடே புகுந்து நடனமாடிக் கொண்டிருந்தன.

இரவு நேரத்து ஆழமான நீலவானம். தெள்ளிய வான்வெளியில் சுக்கிரக்கிரகம் வீனஸ் அதீதமான ஒளியோடு மின்னியது. தெரு

வெங்கும் அமைதி நிலவிய சூழலில் நான் நடந்து செல்லுகையில் அமானுஷ்யமான அமைதி என்னை வசியப்படுத்தியது. அவ்வப்போது தலையைச் சுற்றிப்பறக்கும் வெளவால்களும் அரவமின்றித்தமது இறக்கைகளை விரித்தன. இரவு நேரத்து அழகிய காட்சியில் தன்வயப்பட்டு ஒரு நொடி தாமதித்தேன். நிலவொளியில் என்னை நோக்கி வரும் ஒரு மனித உருவம், ஆவிபோல் தென்பட்டது.

எனது தங்குமிடத்தை அடைந்தேன். உறங்காது வெகுநேரம் விழித்திருந்தேன். ஒருவழியாக என் சிந்தனைச் சுழலிலிருந்து நான் விடுபட, உறக்கம் என்னைத் தழுவியது.

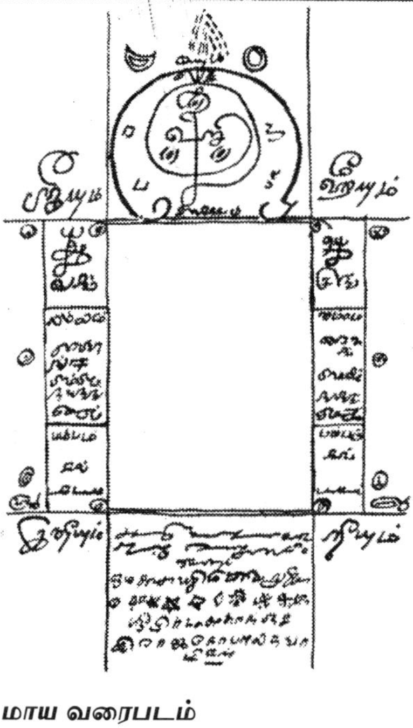

யோகியின் மாய வரைபடம்

"எனது புகைப்படத்தை மையப்பகுதியில் ஒட்டிவிடுங்கள். ஐயாயிரம் மைல் தொலைவிலிருந்தாலும், இத்தாளின் மீது உங்கள் மனதை ஒரு முகப்படுத்தி விட்டால், நமது ஆன்மாக்கள் இரவில் சந்தித்துக் கொள்ளலாம்"

அத்தியாயம் ஏழு

மௌனத் துறவி

சுவாரஸ்யமான, ருசிகரமான ஒரு சந்திப்பைப்பற்றிய ஒரு குறிப்பைக் கண்டெடுக்க தேதிவாரியாக இருக்கும் இந்தக் குறிப்புகளில் ஒருவாரகாலமோ அல்லது அதற்குச் சற்று முன்னரோ புரட்டிப் பார்க்க வேண்டும்.

நான் சென்னையின் புறநகர்ப் பகுதியில் தங்கியிருந்த போது, எனக்கு ஆர்வமூட்டவல்ல உயரிய மனிதர்களைப் பற்றி நகரத்திலுள்ள பலதரப்பட்டவர்களிடம் சிரத்தைடன் விசாரிக்கத் தவறியதில்லை. நீதிபதிகள், வக்கீல்கள், ஆசிரியர்கள், வியாபாரிகள் மற்றும் ஒருசில மதப்பிரமுகர்கள் அனைவருடனும் பேசினேன். பேட்டிகாண்பவர்களையும் பேட்டிகண்டு, பிற பத்திரிகையாளர் களோடும் ஒரு சில மணிநேரம் செலவழித்தேன். தனது இளம்பருவத்தில் தீவிர யோகப்பயிற்சி செய்யும் மாணவனாக இருந்த ஒரு துணைப்பதிப்பாசிரியரைக் கண்டுபிடித்தேன். மனக்கட்டுப்பாட்டு யோக சாஸ்திரத்தில் தன்னிகரற்றுச் சிறந்து விளங்கிய ஒருவருடைய காலடியில் இருந்ததாகவும், இப்போது அவர் காலமாகிப் பத்து வருடங்கள் கழிந்து விட்டதாகவும் அவர் கூறினார்.

அப்பழைய மாணவர், வசீகரமான, மிகவும் புத்திநுட்பமிக்க தோர் இந்து. ஆனால்... இப்பொழுது அவ்வாறான உயரிய நிலை யோகிகளை எங்கு காணலாம் என்பது அவருக்குத் தெரியவில்லை.

இவற்றைத் தவிர தெளிவில்லாத கூற்றுக்கள், முட்டாள் தனமான கட்டுக்கதைகள் நேரிடையான கண்டனங்களையும் எதிர்கொள்ள நேரிட்டது. இயேசுநாதரைப் போன்ற தோற்றமும் ஆடைகளும் அணிந்த ஒரு புனிதமான மனிதரைச் சந்தித்தேன் என்பது உண்மை. ஆனால், அவரும் ஒரு உயர்வான வாழ்க்கையைத் தேடி அலைந்து கொண்டிருப்பதாகக் கூறினார். அவர் தனது விவசாய நிலங்களைத் துறந்து, ஒரு நாடோடியாக சந்நியாசியாக மாறிவிட்டார். அறியாமை என்னும் இருட்டில் துன்பப்படும் இந்தியர்களை ஆதரிக்க இங்கேயே தங்கினால் தன்னுடைய சொத்துக்கள் முழுவதையும் அளிப்பதாகக் கூறினார். ஆனால் நானும் அறியாமையில் சிக்கித் தவிக்கும் ஒரு மனிதன் தானே. அதனால், அவரது கொடையுள்ளம் வேறு திசை நோக்கிப் பயணித்தது.

மிகவும் புகழ்பெற்ற, யோகி ஒருவரைப் பற்றி நான் ஒருநாள் கேள்விப்பட்டேன். சென்னையிலிருந்து சுமார் அரைமைல் தொலைவில் வசித்த அவர், யாரிடமும் தொடர்பு கொள்ள விரும்பாததால் வெகு குறைவான சிலரே அவரைப்பற்றி அறிந்திருந்தனர். எனது மிகையான ஆர்வம் அவரை நேரில் சந்திக்க என்னைத் தூண்டியது.

உயரமான மூங்கில் கம்பங்கள் வேலி போல் சுற்றிலும் மறைத்திருக்க அவருடைய வீடு ஒரு வயல் வெளியின் மத்தியில் தனித்து நின்றது. எனது தோழர் மதிற்சுவரைச் சுட்டிக்காட்டினார்.

''அந்த யோகி ஒருநாளின் பெரும்பகுதியிலும் மோன நிலையிலேயே மூழ்கியிருப்பார் என்று கூறப்பட்டது. வாயிற்கதவின் அசைவினால் ஏற்படும் ஒசையையோ அல்லது அவரது பெயரைச் சொல்லி உரக்கக் கூவினாலும் அவர் செவிமடுப்பது உறுதியில்லை. நாம் அவ்வாறு செய்வதும் அநாகரீகமாகக் கருதப்படும்.

நுழைவாயிலில் இருந்த ஒரு கனத்த கதவும் உறுதியாகப் பூட்டப்பட்டிருந்ததால். வீட்டினுள் எவ்வாறு நுழைவது என்று நான் சிந்தித்தேன். அந்த இடம் முழுவதுமே அமைதி சூழ்ந்திருந்தது. நாங்கள் அந்த வயல் வெளியில் அலைந்து அருகிலிருந்த தரிசு நிலத்தின் வழியாகத் திரும்பியபோது, அதிர்ஷ்டவசமாக யோகியின்

பணியாளன் இருப்பிடத்தை அறிந்த ஒரு சிறுவன் எதிர்ப்பட, அவனது உதவியுடன் ஒரு சுற்றுப் பாதையின் வழியே அந்த இடத்தை அடைந்தோம்.

அந்த மனிதன் கூலிக்கு அமர்த்தப்பட்ட ஒரு பணியாள். அவனது மனைவியும், குழந்தைகளும் பணியாளனைத் தொடர்ந்து எங்களைப் பார்ப்பதற்காக வெளியே வந்தனர். நாங்கள் வந்த நோக்கத்தை அவனிடம் தெரிவிக்க அவன் எங்களுக்கு உதவ மறுத்துவிட்டான். அந்தமௌனயோகி எப்போதாவது வரும் பார்வையாளர்களுக்கும் காட்சி தராது, தனிமையில் இருப்பவர் என்று அவன் உறுதிபட உரைத்தான். துறவி தனது வாழ்நாட்களை ஆழ்ந்த மோனநிலையில் கழிப்பதால், அவருடைய தனிமைக்கு ஊறு விளைவிக்கும் வகையில் எவரையும் அனுமதித்தால் அது அவருக்கு மிகுதியான கோபமூட்டும் மேலும் அவரை அவமதிக்கும் செயலுமாகும்.

விதிகளை மீறி, விசேஷச் சலுகையளித்து என்னை மட்டும் அனுமதிக்க மன்றாடியும், பணியாளன் மிகவும் பிடிவாதமாக இருந்தான். எங்களுக்கு அனுமதி அளிக்கப்படாவிடில், அரசாங்கக் குறுக்கீட்டிற்கு ஆளாக நேரிடும் என்று என் தோழர் அவனை அச்சுறுத்த வேண்டியிருந்தது. இது முற்றிலும் தகாத செயல் என்றாலும், நான் இதை வலுவாக ஆமோதித்து அவரிடம் சைகையில் தெரிவித்தேன். ஒரு நெடிய விவாதத்திற்குப் பின்பு நான் எங்களது அச்சுறுத்தலுக்கு மேலாக, தாராளமாக அன்பளிப்பு தருவதாகக் கூறி ஆசை காட்டினேன். இறுதியில் அவன் ஒருவிதமாக இதற்கிணங்கி திறவுகோலைக் கொண்டு வந்தான். எனது தோழர் இவன் ஒரு கூலிவாங்கும் வேலைக்காரன் தான். ஏனெனில் யோகியின் பிரத்தியேகச் சீடனாக இருந்தால் நமது அச்சுறுத்தலுக்கோ அல்லது பணத்திற்கோ அவன் இணங்கியிருக்க முடியாது என்றார்.

நாங்கள் திரும்பவும் கட்டிடத்தின் மதிலின் அருகில் வந்து, அப்பெரிய இரும்புத் தாழ்ப்பாளைத் திறந்தோம். அத்துறவியின் உடமைகள் மிகச் சிலவே என்றும், அதனால் அவை பூட்டப் படாது திறந்திருக்கும் என்றும் அப்பணியாளன் தெரிவித்தான். வெளிப்புறமிருந்து தாளிடப்பட்ட அந்த வீட்டினுள் அவர்

அடைந்திருப்பதாகவும், அப்பணியாளன் ஒருநாளில் இருமுறை திறந்து வருவதைத் தவிர அவர் தானாக வெளியில் வர வழியில்லை என்றும் கூறினான். மேலும் அந்த சந்நியாசி நாள் முழுவதும் மௌனம் காப்பதால், மாலை வேளைகளில் மட்டும் சில பழங்கள், இனிப்புகள், ஒரு கோப்பை பால் இவற்றைக் கொள்வதாக அறிந்தோம். இருப்பினும், பல நேரங்களில் அந்த உணவும் தொடப்படாமலும் இருந்திருக்கிறது. சில சமயங்களில் இருட்டியபின், மௌனத்துறவி அக்குடிலை விட்டு வெளியேறி, வயல்வெளியில் உலாவுவது வழக்கம்.

நாங்கள் அந்த வேலியைத் தாண்டி நவீனகாலக்குடிலை அடைந்தோம். கற்பலகைகளால் திடமாகக் கட்டப்பட்டு வர்ணம் பூசப்பட்ட மரக்கட்டைகளாலும் ஆனது அக்குடில். பணியாளன் மற்றுமொரு சாவியை எடுத்து ஒரு கனமான கதவைத் திறந்தான். அத்துறவியிடம் ஒன்றுமேயில்லை என்று கூறியதால், இத்தகைய முன்னெச்சரிக்கைகளைக் கண்டு அதிசயித்தேன். அதன்பின், பணியாள் இதற்குரிய விளக்கத்தைத் தரவல்ல கதையைச் சுருக்கமாக உரைத்தான்.

சிலவருடங்களுக்கு முன்னால் இந்த யோகி பூட்டப்படாத வாசலைக் கொண்ட திறந்த வீட்டில்தான் வசித்துவந்தார். ஆனால், எதிர்பாராதவிதமாக ஒருநாள், கள்ளைக்குடித்து போதை தலைக்கேறிய உன்மத்தன் ஒருவன் உள்ளே நுழைந்து பாதுகாப்பற்ற யோகியைத் தாக்க முற்பட்டான். அவன் அவருடைய தாடியைப் பிடித்திழுத்து, கம்பால் அடித்து, அருவருக்கத் தக்க வார்த்தைகளால் வசைபாடினான்.

பந்து விளையாடுவதற்காகத் தற்செயலாக, மைதானத்திற்கு வந்த சில வாலிபர்கள் தாக்குதலினால் எழும்பிய சப்தத்தினால் ஈர்க்கப்பட்டு வீட்டிற்குள் நுழைந்து, அந்த முரடனிமிருந்து யோகியைக் காப்பாற்றினர். அதிலொருவன், வெளியே ஓடிச் சென்று அருகிலிருந்த வீடுகளில் இருந்தவர்களுக்குத் தெரிவித்தான். இந்திய வழக்கப்படி வேடிக்கை பார்க்க ஒருசிறு கூட்டம் குழுமியது. அவர்கள் புனிதமான யோகியைத் தைரியமாகத் தாக்க முற்பட்ட, அந்த முரடனை நையப் புடைத்தனர், ஒருவேளை அவனைக் கொன்று விடுவார்களோ என்றும் தோன்றியதாம்.

இந்த முழு நிகழ்வினாலும் இந்த யோகி சலனமின்றி வழக்கம் போலவே அமைதியாக இருந்தார். இப்போது அவர் திடீரென இடைமறித்துத் தான் சொல்ல எண்ணியதை எழுதிக் காட்டினார்.

''நீங்கள் இம்மனிதனை அடிப்பது என்னைத் துன்புறுத்துவது போலாகும். நான் அவனை மன்னித்து விட்டேன், நீங்களும் அவனை விட்டுவிடுங்கள்'' என்று. யோகியின் வார்த்தைகளைச் சிரமேற் கொண்டு கூட்டத்தினர் அக்குற்றவாளியை விடுவித்தனர்.

☯ ☯ ☯

பணியாளன் அந்த அறைக்குள் நுழைந்து யோகி மோனத்தில் ஆழ்ந்திருப்பதால் மிக்க அமைதியுடன் இருக்குமாறு எச்சரித்தார். தவிர்க்க இயலாத, இந்துக்களின் பழக்கத்திற்கு மரியாதை செலுத்தும் பொருட்டு எனது காலணிகளைத் தாழ்வாரத்தில் கழற்றி வைத்தேன். அதற்காகக் குனிந்த பொழுது சுவற்றில் வைத்திருந்த ஒரு தட்டையான கரும் பலகை போன்ற கல்லைப் பார்த்தேன். அதில் தமிழ்மொழியில் ஏதோ பொறிக்கப்பட்டிருந்த தைப் பற்றிக் கேட்க.

''எப்பொழுதுமே பேசாத மௌன யோகியின் உறைவிடம்'' என்று எனது தோழர் மொழிபெயர்த்துச் சொன்னார்.

நாங்கள் ஓரறை கொண்ட அந்த வீட்டினுள் நுழைந்தோம். நன்கு மூடப்பட்ட, உயரமான, சுத்தமான வீட்டின் தரையின் நடுவில் ஒரு அடி உயரத்தில் சலவைக்கல் மேடை ஒன்று அமைக்கப்பட்டிருந்தது. அதன்மீது அழகான வேலைப்பாடுகள் நிறைந்த ஆடம்பரமானதொரு பாரசீக நாட்டுக் கம்பளம் விரிக்கப்பட்டிருக்க, அதில் அந்த மௌன யோகி வீற்றிருந்தார்.

வெய்யிலில் கருத்துப் பளபளக்கும் நிறத்துடன் உடலை நேராக வைத்துக்கொண்டு, பிரம்மா எனக்குச் செய்து காண்பித்த ஒரு யோகாசனத் தோரணையில் வீற்றிருக்கக் கூடிய ஒரு மிக அழகான மனிதனைக் கற்பனை செய்து பாருங்கள். இடது காலைப் பின்புறமாக மடித்து, பாதம் ஆதாரப்பகுதியின் அடியிலும், வலது காலை இடது தொடையின் மீது குறுக்கே வைத்து அமர்ந்திருந்தார். யோகியின் தலை, முதுகு, கழுத்து யாவும் ஒரே நேர்கோட்டில் நிலைப்பட்டிருந்தன. அவருடைய கேசம்

நீண்டு கற்றையாகத் தோளைத் தொட்டுக்கொண்டு, தலையில் ஜடா முடிபோலும் சுற்றிக்கொண்டிருந்தது, நெடிய கருந்தாடியும் காணப்பட்டது. கைகள் முழந்தாளின் மீது வைத்தபடியிருக்க, அவரது உடற்கட்டு ஆண்மையோடு நன்கு வலுவாகவும், ஆரோக்கியமாகவும் காணப்பட்டது. கோவணத்துணி மட்டுமே அவர் ஆடையாக அணிந்திருந்தார். வாழ்க்கையை வெற்றி கண்ட புன்முறுவலுடன் அனைத்து பலவீனங்களையும் அடக்கிய பெருமிதம் கொண்ட அவரது முகத்தைப் பார்த்த கணமே, அது எனது நினைவுப் படுகையில் பதிந்தது. ஆனால் சாதாரண மனிதர்களாகிய நாம் அந்தப்பலவீனங்களை விரும்பியோ, விரும்பாமலோ சுமந்து கொண்டிருக்கிறோம். அவரது முகம் புன்சிரிப்பை உதிர்க்கும் தோரணையில் இருக்க நாசி குட்டையாக ஆனால் கூர்மையாக கிரேக்கருடையதைப் போலிருந்தது. கண்கள் அகல விரிந்து இமைக்காது உற்று நோக்கிய வண்ணமிருக்க யோகியும் வடிக்கப்பட்ட கற்சிலை போல அசைவற்று அமர்ந்திருந்தார்.

எனக்குத் தகவல் அளித்த நபர் அத்துறவி ஒரு ஆழ்ந்த மோன நிலையுடன் தொடர்பு கொண்டுள்ளதாக உறுதிபட உரைத்தார். இந்த நிலையில் இயற்கையான உணர்வுகள் தற்காலிகமாகச் செயலற்று, தன்னைச் சுற்றி நிகழ்பவற்றைப் பற்றி அறியாதிருந்தார். நான் அத்துறவியைக் கூர்ந்து கவனித்தேன். அவர் மனம் விழித்திருந்தாலும், அதில் இகலோகத்தைப் பற்றிய சிந்தனை எதுவுமில்லை. உடல் ரீதியான உணர்வுகளும் அற்றுப் போயிருந்தன. எப்பொழுதாவது வழியும் கண்ணீர்த்துளியும் இமைகள் மூடாது கண்கள் நிலைப்பட்டிருப்பதால், கண்ணீர்ச் சுரப்பிகள் செயலற்றிருப்பதை உணர்த்துகின்றன.

இத்தருணத்தில் ஒரு பச்சை நிறப்பல்லி மேற்கூரையிலிருந்து இறங்கி கம்பளத்தில் ஊர்ந்து பின் துறவியின் கால்களில் ஏறிப் பளிங்கு மேடையின் பின்னால் சென்று மறைந்தது. அது ஒரு கல் சுவற்றில் ஊர்ந்து சென்றாலும் கூட இது போன்றதொரு உறுதியான மேற்பரப்பு கிட்டியிருக்காது. அவ்வப்போது ஈக்கள் அவர் முகத்தில் ஊர்ந்தாலும் அவரது தசைகளில் எவ்விதச் சலனமுமில்லை. ஒருவேளை, அவை ஒரு வெண்கலச் சிலையின்

முகத்தில் ஊர்ந்திருந்தால் கூட இதே பாதிப்பைத் தான் காணமுடியும்.

நான் அவர் சுவாசிப்பதை ஆழ்ந்து கவனிக்கிறேன். அவரது சுவாசம் மிகவும் மெல்லியதாக உணரமுடியா வண்ணம், அதே சமயத்தில் சீராகவும் இருந்தது. அவர் உயிரோடிருப்பதற்கான ஒரே அடையாளம் இதுவே.

நாங்கள் இவ்வாறு காத்துக்கொண்டிருக்கும் போது, இத்தகைய வசீகரமான தோற்றத்தை ஓரிரு புகைப்படம் எடுக்கத் தீர்மானித்தேன். நான் எனது தோல்பையிலிருந்து மடக்கக்கூடிய புகைப்படக்கருவியை எடுத்துத் தரையில் அமர்ந்தவாறே அவரைப் படமெடுக்கத் தயாராகினேன். அந்த அறை வெளிச்சமின்றி மங்கலாக இருந்தமையால் பல முறை படம்பிடித்தேன்.

நான் எனது கைக்கடிகாரத்தைப் பார்த்து இரண்டு மணி நேரம் கடந்து விட்டதை அறிந்து கொண்டேன். யோகி தனது நெடிய மௌனத்திலிருந்து வெளிவருவதற்கான அறிகுறியேதென்பட வில்லை. சிலைபோன்று அசைவற்றிருக்கும் அவரது உறுதி மெச்சத்தக்கது. அதிசயக்கத்தக்க இந்த உன்னத மனிதரைப் பேட்டி காணும் எனது குறிக்கோளை அடையும் வரை நாள் முழுவதும் காத்திருக்கத் தயாராகிறேன். அந்தப் பணியாளர் எங்களருகே வந்து தாழ்ந்த குரலில் இனிகாத்திருப்பதில் எவ்விதப் பயனுமில்லை என்று பகர்ந்தார். நாம் இன்னும் ஓரிரு தினங்கள் கழித்து வந்தால் ஒருவேளை நமக்கு வாய்ப்பு கிட்டலாம், ஆனால் எதையும் உறுதிபட உரைக்க இயலாது என்றார்.

நாங்கள் எங்களது முயற்சியில் தற்காலிகத் தோல்வியுற்று நகரத்தை நோக்கித் திரும்பினோம். இதனால், எனது ஆர்வம் சற்றும் குறையவில்லை; மாறாகப் பன்மடங்கு அதிகரித்தது. அவ்விரண்டு நாட்களில் அந்த மௌனத் துறவியைப் பற்றிய விவரங்களைச் சேகரிக்க முற்பட்டேன். அவரது பணியாளரிடம் விரிவான குறுக்கு விசாரணை மற்றும் ஒரு காவல் துறை அதிகாரியுடன் சுருக்கமான பேட்டியும் கண்டபிறகு, யோகியைப் பற்றி கோர்வையற்ற தொடர்பில்லாத தகவல்களைத் அறிந்து கொண்டு, அவற்றைத் தொகுத்துக் கொண்டேன்.

எட்டு வருடங்களுக்கு முன் அவர் சென்னை மாவட்டத்திற்கு வந்தார். அவர் யாரென்பதும், என்னவாக இருந்தார். எங்கிருந்து வந்தார் என்பதும் எவருக்கும் தெரியவில்லை. இப்போது அவர் தங்கியிருக்கும் குடிலுக்கு அருகிலிருக்கும் ஒரு வெற்றுநிலத்தில் அவர் குடியேறினார். தங்களுடைய துன்பத்திற்குத் தீர்வு காணும் ஆவலுடன் அவரை அணுகியவர்களுக்கும் ஒரு பதிலும் கிடைக்கவில்லை. அவர் எவரிடமும் பேசவுமில்லை, எவ்வித சப்தத்திற்கோ, மனிதர்களுக்கோ செவிசாய்க்கவுமில்லை. ஒரு சாதாரண சம்பாஷணைக்குக் கூட அவர் உட்படவுமில்லை. எப்போதாவது, தனது திருவோட்டை ஏந்தி, பசிக்குச் சிறிது உணவிடுமாறு வேண்டுவார்.

நாட்கள் நகர்ந்தன. அவர் தகிக்கும் சூரிய வெப்பத்தையும், மாரிகால கனமழையையும் மற்றும் தூசு, பூச்சிகள் எதையும் பொருட்படுத்தாது இப்படிப்பட்ட மனதிற்கொவ்வாத சூழலில் பிடிவாதமாக அமர்ந்திருந்தார். எந்தத் தருணத்திலும், ஒரு பாதுகாப்பான இடத்தைத் தேட முயற்சிக்காமல், புறச்சூழலைப் பற்றிய சிந்தனையே இல்லாதும் அமைதியாக இருந்தார். அவரது தலைக்குப் பாதுகாப்பாகவோ அல்லது உடலை மறைப்பதற்கும் ஏதுமின்றி சிறிய கோவணத்துணியுடன் காணப்பட்டார்.

அவர் எப்போதும் அமர்ந்திருக்கும் யோக நிலையிலிருந்து மாறவேயில்லை. மக்கள் பலரும் பார்க்கக் கூடிய திறந்தவெளியில் அமர்ந்து மனதை நெடுநேரம் சலனமின்றித் தியானத்தில் ஈடுபடுத்த சென்னை போன்ற நகரத்தின் புறநகர்ப்பகுதி ஒரு சந்நியாசிக்கு உகந்த இடமல்ல. பழங்கால இந்தியாவாக இருந்தால் அத்தகைய நடவடிக்கை அவருக்குப் பெருமதிப்பை ஈட்டித்தந்திருக்கும். ஆனால், தற்கால யோகிக்குத் தந்திரப் பயிற்சிகளைச் செய்ய அரிதான காட்டுப்பகுதிகளும், அடர்ந்த காடுகளும், மலைக் குகைகளும், தனி அறைகளுமே சாதகமான சூழ்நிலையத் தரக்கூடும்.

அவ்வாறெனில் இந்த விந்தையான துறவி ஏன் இத்தகைய பாதகமான இடத்தைத் தேர்ந்தெடுத்தார்? மனவருத்தம் அளித்த நிகழ்வு இதற்கான விளக்கத்தைக் காணும் ஆவலைத் தூண்டியது.

ஒருநாள் முட்டாள்தனமான வாலிப விஷமிகள் தற்செயலாக யோகியிருந்த பகுதிக்கு வந்து, அவரைத் தொந்திரவு செய்யத் துவங்கினர். அவர்கள் தினந்தோறும் நகரத்தைவிட்டுக் குறிப்பிட்ட நேரத்தில் கிளம்பி யோகியைக் கல்லால் அடிப்பது குப்பைகளை வீசுவது மற்றும் தகாத வார்த்தைகளால் கேலி செய்வது போன்ற ஈனச் செயல்களில் ஈடுபட்டனர். பலமான எதிரடி கொடுப்பதற்கான சக்தி உடையவராக இருந்தாலும் அவர் மௌனத்தைக் கடைப்பிடித்த காரணத்தால், அவர்களை எதிர்த்து ஒருவார்த்தை கூட வாதிடவில்லை. மேலும், தொடர்ந்த அவர்களது இடையூறுகளைப் பொறுமையுடன் சகித்துக் கொண்டார்.

இவ்வாறு அந்த யோகியை அவர்கள் தினமும், இடையூறின்றித் துன்புறுத்திக் கொண்டிருந்தனர். ஒருநாள், அவ்வழியே சென்ற ஒரு வழிப்போக்கனால் இந்த விஷமிகளின் ஈனச்செயல் ஒரு முடிவுக்கு வந்தது. அப்புதிய நபர், இவ்வாறு ஒரு யோகி இம்சிக்கப் படுவதைக் கண்டு, அதிர்ச்சியடைந்து, நகரத்திற்குத் திரும்பி, அந்த மௌன சாமியாரின் உதவிக்காகக் காவல்துறை அதிகாரிகளை வேண்டினார். உடன் உதவி கிட்டிட, அந்த விஷமிகளின் கூட்டம் பலத்த எச்சரிக்கையுடன் அங்கிருந்து அகற்றப்பட்டனர்.

இந்நிகழ்விற்குப் பிறகு ஒரு காவல்துறை அதிகாரி அத்துறவியைப் பற்றி விசாரிக்க முடிவு செய்தார். ஆனால், அத்துறவியைப் பற்றி எவர்மூலமும் அறிய இயலாது போனதால், அவர் துறவியிடம் தனது சட்டரீதியான அதிகாரத்தைப் பயன்படுத்த வேண்டிய நிர்ப்பந்தம் ஏற்பட்டது. அவரது பலகேள்விகளுகளுக்குப் பின்னர் மிகுந்த தயக்கத்திற்குப் பின் யோகி, ஒரு கரும்பலகையில் சுருக்கமாகப் பின்வருமாறு எழுதினார். “நான் மரக்காயரின் மாணவன். எனது ஆசான் சமவெளிகளைக் கடந்து தெற்கில் சென்னைக்குப் பயணிக்கும் படி ஆணையிட்டு இந்த இடத்தைப் பற்றி விவரித்து எங்கே எவ்வாறு கண்டுபிடிப்பது என்றும் விளக்கினார். இவ்விடத்தை என்னுடைய இருப்பிடமாகக் கொண்டு யோகப்பயிற்சி மேற்கொண்டு, அதில் முழுமையாகத் தேர்ச்சி பெறும் வரையிலும் தொடரும்படியும் கூறினார். நான் இவ்வுலக வாழ்க்கையைத் துறந்து தனிமையில் இருப்பதையே

நாடுகிறேன். சென்னையின் நகரப் பகுதியில் நடக்கும் விஷயங்களைப்பற்றி அறிவதில் நாட்டமில்லை. நான் ஆன்மீக வழியில் செல்வதையே மனமுவந்து ஏற்கிறேன்.

காவல்துறை அதிகாரி, யோகி உண்மையானதொரு உயர்ந்த நிலைத் துறவிதான் என்று திருப்தியடைந்து அவரை இதுபோன்ற விஷமிகளிடமிருந்து பாதுகாக்க ஆவன செய்கிறேன் என்று உறுதியளித்து விடைபெற்றார். அண்மையில் காலமான மரக்காயர் என்ற புகழ்மிக்க முகம்மதிய ஃபக்கீரைப் பற்றியும் அவர் அறிந்திருந்தார்.

"தீமையிலிருந்து தான் நன்மை விளையும்" என்பது முதுமொழி இந்த மனவருத்தம் தரவல்ல சம்பவத்தின் செய்தி பரவி இவ்வாறு தனிமையில் வசிக்கும் மனிதரைப் பற்றிச் சென்னையில் இருந்த பரந்த, கருணையுள்ளம் மிக்க செல்வந்தர் ஒருவர் அறிந்து கொண்டார். அவர், அழகானதொரு வசதிமிக்க வீட்டில், நகரத்திற்கு வந்து தங்குமாறு வற்புறுத்தியும் தனது ஆசானின் அறிவுரைகளுக்குக் கீழ்ப்பணிய விரும்பியதால் யோகி அவரது அழைப்பை ஏற்கவில்லை. இறுதியில், யோகியை ஆதரிக்க வந்த அப்புதியவர் அந்த இடத்திற்கு அருகிலேயே கல்லாலும் மரத்தாலும் கட்டப்பட்ட ஒரு வீட்டை அமைத்துக்கொடுத்தார். அந்த வீடு முறையாகக் கூரை வேயப்பட்டிருந்ததால் யோகியும் அதில் தங்க ஒப்புக்கொண்டார். வெய்யில் மழை போன்ற இயற்கைச் சீற்றங்களிலிருந்து அவர் பாதுகாக்கப்பட்டார்.

அப்புதியவர் யோகிக்கு உதவ ஒரு பணியாளனையும் அமர்த்தினார். அவருக்குத் தேவையான உணவு முதலியவற்றைப் பணியாளன் கொண்டு வரவே, யோகி உணவிற்காக யாசகம் செல்ல வேண்டிய அவசியமும் இல்லாது போனது. இந்தத் தீமையான நிகழ்வு இப்படியொரு மகிழ்ச்சிக்கனியை விளைவிக்கும் என்று ஆசான் மரக்காயர் என்று எதிர்பார்த்தாரோ என்னவோ, யோகியின் நிலை முன்பைவிட தற்போது மிக உயர்வாக இருந்தது.

அந்த மௌனத் துறவிக்கு சீடர்கள் எவரும் இல்லை என்பதையும், அவர் எவரையும் கேட்கவுமில்லை, ஏற்றுக் கொள்ளவுமில்லை என்பதையும் அறிந்து கொண்டேன்.

தன்னுடைய ஆன்மீக மெய்ஞானம் பூரணத்துவமடைய தனிமையை நாடுபவர்களில் இந்த யோகியும் ஒருவர். மேற்கத்தியர்களின் பார்வையில் இது ஒரு சுயநலமான செயல் என்று தோன்றினாலும், குடிகாரன் மீது அவர் காட்டிய பச்சாதாபமும், விஷமிகளை எதிர்க்காமல் அவர்களை விடுவிக்கச் சொன்னதும் அவரது சகிப்புத் தன்மையையும் நினைவில் கொண்டால், அவர் அவ்வளவு சுயநலம் மிக்கவராக இருப்பதாக நமக்குத் தோன்றவில்லை.

☯ ☯ ☯

இன்னும் இருவரை இணைத்துக் கொண்டு இரண்டாம் முறையாக, அத்துறவியைப் பேட்டி காண முயற்சித்தேன். அதில் ஒருவர் எனது மொழிபெயர்ப்பாளர். இரண்டாவது நபர்... யார் தெரியுமா? எனக்கு மிகவும் பரிச்சயமான... அடையாறு ஆற்றுத் துறவி... ''பிரம்மா''. பிரம்மா நகரத்திற்குள் வர விரும்பவில்லை. எனினும் நான் எனது பயணத்தின் நோக்கத்தைத் தெளிவாக உரைத்து உடன் வர அழைத்தபோது அவர் மறுப்பேதும் கூறாது இணங்கினார்.

நாங்கள் அவரது வீட்டை நெருங்கிய போது, சாலையோரத்தில் தனது பெரிய மோட்டார் வண்டியை நிறுத்திவிட்டு, எங்களைப் போலவே, அந்த யோகியைக் காணும் நோக்கத்துடன் மற்றொருவர் வந்து கொண்டிருந்தார். எங்களுடன் உரையாடிக் கொண்டிருந்த போது ஹைதராபாத் நிஜாமிலிருந்து பிரிந்த ஒரு சிறிய மாநிலமான ''கத்வால்'' ராணியின் சகோதரர் என்று தன்னை அறிமுகப்படுத்திக் கொண்டார். அவரும் அந்த யோகியை ஆதரிப்பதில் ஒருவர் என்றும், அந்த யோகியின் தங்குமிடத்தைப் பராமரிக்கும் பணியில் பங்கேற்க நன்கொடை அளிக்க விரும்புவதாகவும் தெரிவித்தார். தான் சென்னைக்கு துரிதப் பயணமாக வந்திருப்பதாகவும், இருப்பினும் துறவியை வணங்கி, அவரது ஆசிகளைப் பெறாமல் அங்கிருந்து அகலமாட்டார் என்றும் தெரிவித்தார். அவர் கூறிய விவரங்களிலிருந்து அத்துறவியை அவர் எவ்வளவு தூரம் மதிக்கிறார் என்றும் அறிந்து கொண்டேன்.

கத்வால் அரண்மனையிலிருந்த ஒரு பெண்மணிக்குத் தீராத வியாதியுடன் கூடிய ஒரு குழந்தை இருந்தது. தற்செயலாக அவர்

அந்த மௌனத்துறவியைப் பற்றிக் கேள்விப்பட்டார். அவள் மிகுந்த தாபத்துடன் உடனடியாகச் சென்னைக்குப் பயணமாகித் துறவியிடம் தன் மகளை ஆசீர்வதித்து அவளுடைய நோயைக் குணப்படுத்துமாறு வேண்டினாள். அவருடைய ஆசீர்வாதம் கிடைத்த நாளிலிருந்து குழந்தையின் உடல்நிலை அபரிமிதமான முறையில் தேறியது. இச்செய்தியைக் கேள்வியுற்ற ராணி, தானும் அத்துறவியைச் சந்தித்தாள். மாண்புமிகு ராணியார் அளித்த அறுநூறுரூபாய் காணிக்கையைத் துறவி ஏற்க மறுத்து விட்டார். அவருடைய வற்புறுத்தலின் பேரில் தன்னுடைய வீட்டைச் சுற்றிலும் மதிற்சுவர் எழுப்பித்தனது தனிமையைப் பாதுகாக்க அப்பணத்தைச் செலவிடுமாறு எழுதிக் காண்பித்தார். அந்த ராணியாரின் முயற்சியால், இந்த மூங்கில் வேலி அமைந்தது.

பணியாளன் மீண்டும் எங்களை அந்த வீட்டினுள் அனுமதித்தார். அங்கு, நான் முதன்முறை சென்றபோது எப்படியிருந்தாரோ அதே போன்றே துறவி மோன நிலையில் அமர்ந்திருந்தார்.

நாங்கள் தரையில் அமர்ந்து அந்த நெடிய கம்பீரமான, கருந்தாடியுடன் கூடிய துறவியின் முன்னால் பொறுமையோடு காத்திருந்தோம். சுமார் ஒன்றரை மணிநேரம் கடந்த பின்னர் துறவியின் உடலில் சலனம் ஏற்படும் அறிகுறியை உணர்ந்தோம். இப்பொழுது அவருடைய மூச்சு, ஆழ்ந்து வெளியில் கேட்கும் வண்ணம் இருந்தது. கண்ணிமைகள் அசைந்து, அச்சத்தையூட்டும் அளவிற்கு கருவிழிகள் மேலே சென்று பின்னர் சாதாரண நிலைக்குத் திரும்பின. அவருடைய உடலில் லேசான அசைவு புலப்பட்டது.

ஐந்து மணித்துளிகள் கடந்த பின், தன்னுடைய புறச் சூழலை அவர் உணர்ந்து கொண்டதன் அடையாளமாக, அவரது பார்வையில் மாற்றம் ஏற்பட்டது. முதலில் மொழிபெயர்ப்பாளரைக் கூர்ந்து கவனித்த அவர், பின் பிரம்மாவின் பக்கம் விரைவாகப் பார்வையைத் திருப்பி, பின்னர் வருகை தந்திருந்த மற்றொருவரையும், அதன்பின் என்புறமும் பார்வையைத் திருப்பினார்.

நான் அந்தச் சந்தர்ப்பத்தைப் பயன்படுத்தி ஒரு பென்சிலையும், நோட்டுப் புத்தகத்தையும் அவர் காலடியில் வைத்தேன். முதலில்

சற்றுத் தயங்கி பின் எழுதுகோலை எடுத்துப் பெரிதான தமிழ் எழுத்துக்களில்,

"இதற்கு முன் இங்கு வந்து என்னைப் படமெடுக்க முயற்சித்தது யார்?" என்று எழுதினார்.

நான் தான் இச்செயலைச் செய்தேன் என்று ஒப்புக்கொள்ள வேண்டிய கட்டாயத்திற்கு ஆளாகினேன். உண்மையாகச் சொன்னால், என்னுடைய அந்த முயற்சி பலனற்றுப் போனது. ஏனென்றால், சுருள்படத்தில் போதிய வெளிச்சம் விழவில்லை.

அவர் மேலும் எழுதினார்.

"நீங்கள் மறுபடியும் யாரேனும் யோகியைச் சந்திக்க நேரிட்டால், இவ்வாறு செய்து அவர்களது மௌனநிலைக்கு இடையூறு விளைவிக்க வேண்டாம். அவர்களுடைய தியானத்தைக் கலைக்க முயற்சிக்கவும் வேண்டாம். என்னைப் பொறுத்தவரையில் இது ஒரு பொருட்டேயல்ல, பெரிய விஷயமே அல்ல. ஆனால், நீங்கள் வேறு துறவிகளைச் சந்திக்க நேர்ந்தால், எப்படி நடந்து கொள்ள வேண்டும் என்பதற்காகவே கூறுகிறேன். இம்மாதிரியான இடையூறுகள் அவர்களுக்கு ஆபத்தாக விளைந்து அதனால் அவர்கள் உங்களைச் சபிக்கக் கூடும்."

தியானத்திலிருக்கும் ஒரு மனிதனின் தனிமையைக் குலைக்கும் இச்செய்கை ஒரு சிறிய பாவச் செயல் என்றே கருதப்படுகிறது.

கத்வால் ராணியின் சகோதரர் இப்போது துறவிக்குத் தன்னுடைய பக்தியையும், மரியாதையும் செலுத்தியபின், நான் என்னைப்பற்றியும், இந்தியாவின் தொன்மையான ஞானத்தைப் பற்றியும் அறிய விழையும் ஒருவன் என்று அவரிடம் அறிமுகப் படுத்திக் கொள்ளத் தீர்மானித்தேன். இந்தியாவில் யோகக் கலையில் தேர்ச்சி பெற்ற சில மனிதர்கள் இன்னும் இருக்கிறார்கள் என்று கடல்கடந்து வந்த செய்தியைக் கேள்வியுற்று, அதைக் கண்டு பிடித்து அறியவே வந்தேன் என்றும் அவரிடம் கூறினேன். துறவி எனக்குத் தகுதியான மெய்ஞ்ஞானத்தை அளிப்பாரா?

துறவியின் முகபாவத்தில் மாற்றம் ஏதுமின்றி சிலையென அமர்ந்திருந்தார். பத்து நிமிடங்கள் அவர் எனது வேண்டுதலைக் கேள்வியுற்றதற்கான அறிகுறியே இல்லை. யோகாயதமான

மேற்கத்தியர்களுக்கு சிறிதளவு மெய்ஞ்ஞானத்தைப் பெறும் அளவிற்குக் கூட அருகதையில்லை என்று அவர் கருதுவதாக எண்ணி நான் ஏமாற்றமடைந்தேன். புகைப்படக் கருவியைத் தொங்கவிட்டுக் கொண்டிருந்த எனது விநோதமான தோற்றம் அவரை விலகச்செய்திருக்க வேண்டும். வேற்று நாட்டின் மிகச் சாதாரணமான ஒரு மனிதனுக்காக, தனிமையில் இருக்கும் இத்துறவி தனது மௌனத்தைக் கலைக்க வேண்டும் என்று நான் எதிர்பார்த்தது மிகையன்றோ? எனக்குள் வெறுமையானதொரு உணர்வு எழும்பியது.

என்னுடைய ஏமாற்றம் மிகவும் அகாலமாகியது. ஏனெனில் துறவி பென்சிலை எடுத்து காகிதத்தில் எழுதத் துவங்கினார். அவர் எழுதி முடித்தவுடன் குனிந்து அந்த நோட்டுப்புத்தகத்தை மொழிபெயர்ப்பாளரிடம் நகர்த்தினேன்.

''புரிந்து கொள்ள என்ன இருக்கிறது'' மெதுவாக மொழி பெயர்க்கிறார். அவர் எழுதியதைப் புரிந்து கொள்ளக் கடினமாயிருந்தது.

''உலகம் பிரச்சினைகள் நிறைந்தது'' நான் மனதில்லாது பதிலளித்தேன். இப்பொழுது துறவியின் முகத்தில் ஒரு ஏளனமான புன்சிரிப்பு படர்வதைக் கண்ணுற்றேன்.

''நீ இதுவரை உன்னையே அறிந்திராத பொழுது, உன்னால் எப்படி உலகத்தைப் புரிந்து கொள்ள முடியும்?''

அவர் என் கண்களைத் தீர்க்கமாகப் பார்த்தார். அவருடைய கூரிய பார்வைக்குப் பின்னால் ஒரு ஆழ்ந்த அறிவு மற்றும் மிகுந்த கவனத்துடன் புதைத்து வைக்கப்பட்டுள்ள இரகசியங்கள் இருப்பதை உணர்ந்தேன். இந்த விசித்திரமான உணர்வுக்கு என்னால் காரணம் கற்பிக்க இயலவில்லை.

''இருந்தாலும் நான் குழப்பத்தில் ஆழ்ந்திருக்கிறேன்'' என்று தான் என்னால் பதில் கூறமுடிந்தது.

''பரிசுத்தமான தேன் உன் முன்னே பரந்திருக்கும் போது, ஒரு துளி தேனைத் தேடி அலையும் தேனீ போல் ஏன் அலைகிறாய்?''

இந்தப் பதில் என்னைத் திகைக்க வைத்தது. கிழக்கத்திய மனங்களுக்கு இது போதுமானதாக இருக்கலாம். புரிந்துகொள்ள

முடியாத புதிரான இந்தப்பதில் ஒரு சிறு கவிதை நயம் போல் இதமாக இருந்தாலும், இதில் வாழ்க்கையின் பிரச்சினைகளுக்குத் தீர்வு காணும் வழிமுறைகள் இருக்கிறதா என்று பார்த்தால் அதில் தெளிவாக ஏதும் புலப்படவில்லை.

''அப்படியானால் நான் எங்கே தேடவேண்டும்?''

''உன்னையே தேடு... உனக்குள் மறைந்திருக்கும் அந்த உண்மை புலப்படும்.''

''ஆனால் எனக்குள் அறியாமை என்னும் இருளைத்தான் நான் பார்க்கிறேன்.''

''அந்த அறியாமை உன்னுடைய எண்ணங்களுக்குள்ளே தான் உள்ளது'' அவர் சுருக்கமாக உரைத்தார்.

''என்னை மன்னிக்கவும். உங்கள் பதில் என்னை மேலும் அறியாமை இருளில் தள்ளுகிறது.''

துறவி எனது அசட்டுத்தைரியத்தைக் கண்டு புன்னகைத்தார். சற்று நேரம் தயங்கிப் பின் புருவங்களை உயர்த்தியவாறே எழுதத் துவங்கினார். உன்னுடைய தற்போதைய அறியாமையைப் பற்றியே தான் நீ எண்ணிக்கொண்டிருக்கிறாய். அறிவாண்மையைப் பற்றியே இடையறாது சிந்தித்திடு. அது உன்னையே ஆழமாகப் புரிந்துணர வேண்டும் என்பது போலத்தான். எண்ணங்கள் என்பது இருட்டான ஒரு மலைக்குகைக்குள் இட்டுச் செல்லும் மாட்டுவண்டியைப் போன்றது. அதைத் திருப்பிச் செல்லவிட்டால் அது உன்னை வெளிச்சத்திற்கு அழைத்துச் செல்லும்.''

அவர் கூறிய வார்த்தைகளை மெல்ல மனதிற்குள் அசை போடுகிறேன். அது என்னை மேலும் குழப்பத்தில் ஆழ்த்துகிறது. இதைக் கவனித்த துறவி நோட்டுப் புத்தகத்தைக் கேட்டுவாங்கி, மீண்டும் பென்சிலால் எழுதத் தொடங்கினார்.

''இவ்வாறு எண்ணங்களைப் பின்னோக்கிச் செலுத்தும் முயற்சி தான் உயரிய நிலையோகப் பயிற்சி என்று உனக்குப்புரிகிறதா?''

ஒருசிறிய ஒளி எனக்குள் உதயமாகிறது. இந்த விஷயத்தைப் பற்றி ஆழ்ந்து சிந்திக்கப் போதுமான நேரம் கிடைத்தால், அவரை நான் புரிந்து கொள்ள முடியும் என்று நினைக்கிறேன். ஆதலால்,

இவ்விஷயத்தைப்பற்றி அதிகமாகப் பேசவேண்டாம் என்று உறுதி பூண்டேன்.

நான் அவரையே கூர்ந்து கவனித்துக் கொண்டிருந்ததால், திறந்திருந்த கதவு வழியாக உள்ளே நுழைந்து எங்களோடு இணைந்த புதிய நபரைக் கவனிக்கவில்லை. அவர் எனக்கு மிக அருகில் அமர்ந்து என் காதில் கிசுகிசுப்பாக ஏதோ சொன்னதை வைத்துத் தான் அவர் அங்கிருப்பதை உணர்ந்தேன். துறவியின் வார்த்தைகளின் கடினத்தன்மை என்னை ஏமாற்றித்திற்குள்ளாக்கி நான் குழம்பித் தவித்த தருணத்தில் தெளிவுபடப் புரியாத முணுமுணுப்பு, உன்னதமான ஆங்கிலமொழியில் என் செவிகளை எட்டியது.

"நீ எதிர்நோக்கிக் காத்துக்கொண்டிருக்கும் பதிலை, எனது ஆசானால் மட்டுமே வழங்க முடியும்."

நான் தலையைத் திருப்பி இடைமறித்தவரைப் பார்த்தேன்.

நாற்பது வயதைத் தொட்டிருக்கும் அத்துறவி காவியுடை தரித்து, பளபளக்கும் ஒளிவீசும் முகத்தோடு காணப்பட்டார். அகன்ற தோள்களுடன் கட்டமைப்பான உடலுடன் காணப் பட்ட துறவி, சக்தி-வாய்ந்தவராகத் திகழ்ந்தார். தீர்க்கமான கிளி மூக்கு போன்ற வளைந்த நாசி, சிறிய கண்கள், எப்போதும் சிரிப்பது போன்ற தோற்றத்துடன் சுருக்கம் நிறைந்து காணப்பட்டன.

அவரது பின்பகுதியை ஆதாரமாகக் கொண்டு வஜ்ராசனத்தில் அமர்ந்திருந்த அவர் கண்களை நான் நேருக்கு நேராகச் சந்தித்த போது அவர் என்னைப் பார்த்துச் சிரித்தார்.

ஆனால், அறிமுகமில்லாத ஒரு நபருடன் திடீரென ஒரு இலக்கில்லாத சம்பாஷணையில் ஈடுபட முடியாததால், நான் திரும்பவும் துறவியிடம் எனது கவனத்தைச் செலுத்தினேன்.

மீண்டும் அதிகப்பிரசங்கித்தனமான, அசட்டுத்தைரியமான மற்றொரு கேள்வி எழும்பியது.

"உலகம் உய்வை வேண்டி நிற்கிறது. அப்போது, உங்களைப் போன்ற அறிவாண்மை மிக்கவர்கள், இவ்வாறு தனிமையில் ஒதுங்குவது சரியா?"

புரியாத புதிரான ஒருமுகபாவம் துறவியின் அமைதியான வதனத்தில் தென்பட,

''மகனே! உன்னையே நீ அறிந்திராதபோது என்னைப் பற்றி உன்னால் எவ்வாறு புரிந்து கொள்ள முடியும்? ஆன்மாவைப் பற்றிய விஷயங்களைப் பேசுவதால் பலனேதுமில்லை. யோகப் பயிற்சியின் மூலம், உனது உள்ளார்ந்த சுயத்திற்குள் புகுந்து கொள்ள முயற்சி செய், உள்முகப்பயிற்சி செய். இப்பாதையில் கடினமாக முயற்சித்தால், உனது பிரச்சினைகள் தானாகத் தீர்ந்து விடும்'' என்றார்.

இறுதியில், மீண்டும் ஓர் முறை அவரை வெளிக்கொணர முயற்சித்தேன்.

''உலகம் தற்போதிருப்பதைவிட மிகையான ஆழ்ந்ததொரு ஒளியை நாடுகிறது. நானும் அதைக் கண்டு கொண்டு, பகிர்ந்து கொள்ள விரும்புகிறேன். நான் என்ன செய்ய வேண்டும்?''

மெய்ஞானத்தை அறியும் போது, மனித சமுதாயத்திற்கு உன்னதமான சேவைபுரிய என்ன செய்ய வேண்டும் என்பதை நீ உணர்ந்து கொள்வாய், மேலும் இதைச் செய்வதற்குண்டான சக்தியிலும் உன்னிடம் குறைபாடிருக்காது. பூவில் இருக்கும் தேனை வண்டு தானாகவே தெரிந்து கொள்ளும். அதுபோலவே, அறிவாண்மையும் மெய்ஞ்ஞானமும் மிக்கதொரு மனிதன் மக்களைத் தேடிச்செல்ல வேண்டியதில்லை. அவர்களே, தாமாகவே அவனைத் தேடிவருவர். உனது உள்ளார்ந்த சுயத்தைப் பூரணமாக அறிந்து மேம்படுத்து. வேறு எந்த அறிவுரையும் தேவையில்லை. இது ஒன்று தான் செய்யப்பட வேண்டியது.''

இதன் பின்னர் தான் மீண்டும் மோன நிலைக்குச் செல்லப் போவதால் நேர்காணலை இத்துடன் பூர்த்தி செய்து கொள்வதாகத் தெரிவித்தார்.

நிறைவாக ஒரு செய்தியைத் தருமாறு வேண்டினேன்.

மௌனத்துறவி வெற்றிடத்தை வெறித்து நோக்கி விட்டுப்பின் காகிதத்தில் எழுதினார். ''நீ இங்கு வந்தமைக்கு நான் மிக்க மகிழ்ச்சி கொண்டேன். இதை எனது உபதேசமாக எடுத்துக்கொள்.''

இந்தப் பதிலின் உட்கருத்தைப் புரிந்து கொண்டு உள் வாங்குவதற்கு முன், எனது உடலில் ஒரு விநோதமான சக்தியின் உட்புகுதலை உணர்கிறேன். இச்சக்தி எனது முதுகுத் தண்டின் வழியே பாய்ந்து, கழுத்தை இறுக்கித் தலையைப் பின்னோக்கி இழுத்தது. மனஉறுதிப்பாடு எல்லையற்ற உச்சத்தை எட்டியது. என்னையே வெற்றி கொள்ளக்கூடிய ஒரு அபரிமிதமான உந்துதலும், ஒருவரது ஆழ்ந்த குறிக்கோளை அடைவதற்கான மன உறுதிப்பாட்டிற்குப் பணியும் வகையில் உடலை வைத்துக் கொள்ளும் உணர்வும் எனக்குள் எழுவதை நான் உணர்ந்தேன். இந்த குறிக்கோள்களும் எனது சுயத்தின் குரல்தான் என்று எனக்குள் ஏதோ ஒன்று அறிவித்தது. இது மட்டுமே எனக்கு நிலையான ஆனந்தத்தைப் பெற்றுத் தரவல்லது என்பதையும் நான் உமர்ந்து கொண்டேன்.

கண்ணுக்குப் புலப்படாத, மனரீதியாக மட்டுமே செலுத்தக் கூடிய ஏதோவொரு சக்தி யோகியிடமிருந்து எனக்குச் செலுத்தப் படுவதைப் போன்ற ஒரு விநோதமான எண்ணம் என் மனதில் மலர்ந்தது. ஒருவேளை, அவர் தனது சாதனையின் ஒரு சிறு உதாரணத்தை எனக்கு நிரூபித்துக் காட்டுகிறாரோ என்று கூட எண்ணினேன்.

துறவியின் பார்வை நிலைபெற்று, தொலைதூரத்தில் நோக்கும் வெறித்த பார்வை மீண்டும் காணப்பட்டது. தனது வழக்கமான தோரணையில், மீண்டும் சலனமின்றிச் சிலைபோல் அமர்ந்தார். மேலும், தீவிரமான ஆழ்நிலைக்கு அவர் செல்வதை நான் புரிந்து கொண்டேன். ஒருவேளை, புற உலகை விட அவருக்கு மிகவும் பிடித்தமான அகத்திற்குள் தன்னை ஒரு முகப்படுத்திக்கொள் கிறாரோ என்றும் கருதினேன்.

இவர் உண்மையிலேயே ஒரு மெய்ஞ்ஞானியோ? புரியாத புதிராக இருக்கக் கூடிய உள்முக ஆராய்தலில் ஆழ்ந்து மானுடத்திற்கு நன்மை பயக்கவல்ல ஒன்றைச் செய்ய முற்பட்டுள்ளாரோ, என்னவோ? எவர் அறிவார்?

அக்கட்டிடத்தை விட்டு வெளியே வந்த பின்னர், பிரம்மா தாழ்ந்த தொனியில் என்னிடம், ‘‘பூரணத்துவ நிலையை அடையவில்லையானாலும், இத்துறவி ஒரு உயரிய நிலையை

எய்தியுள்ளார். இவர் மறைவியல் சக்திகளைப் பெற்றிருந்தாலும், ஆன்மீகத்தில் பூரணத்துவம் அடைவதிலேயே முனைப்புடன் திகழ்கிறார். நெடுநாளைய உடற்கட்டுப்பாட்டு யோகப் பயிற்சியினால் தான் இவர் இத்துணை திண்மையான உடல்வாகோடு காணப்படுகிறார். ஆனால், தற்போது இவர் மனதைக் கட்டுப்படுத்தும் யோகக்கலையில் முதிர்ச்சி பெற்றுள்ளதாகவே நான் கருதுகிறேன். நான் இவரை முன்னரே அறிவேன்'' என்று கூறினார்.

''எப்பொழுது?''

''சில ஆண்டுகளுக்கு முன்னர், குடில் அமைக்கப்படாது திறந்த வயல் வெளியில் இவர் தங்கியிருந்த போது நான் இவரைக் கண்டுகொண்டேன். எங்களது வழிமுறையைப் பின்பற்றும் ஒரு யோகியாக இவரை நான் அறிந்து கொண்டேன். மேலும், தனது துவக்கநிலையில் தான் ஒரு போர் வீரனாக, இராணுவத்தில் பணி புரிந்ததாக எழுதிக் காண்பித்ததையும் நான் தற்போது நினைவு கூர்கிறேன். தனது பணிக்காலம் முடிவடைந்த பின்னர், உலக வாழ்க்கையில் பற்று நீங்கி, சலிப்படைந்து தனிமையைத் தழுவினார். அத்தருணத்தில் தான் இவர் பிரசித்தியான மரக்காயர் என்னும் சந்நியாசியைச் சந்தித்து, அவரது சீடராகினார்.''

இதன் பின், மௌனமாக வயல்களைக் கடந்து, மண் புழுதி நிறைந்த ரோட்டை அடைந்தோம். குடிலில் நான் பெற்ற எதிர்பாராத, விவரிக்க இயலாத அனுபவத்தை எவரிடமும் நான் தெரிவிக்கவில்லை. இதன் எதிரொலி எனக்குள் இன்னமும் புதிதாய் ஒலித்துக்கொண்டிருக்க, எனக்குள்ளேயே இந்த நினைவுகளைப் போற்றி அசைபோட விரும்புகிறேன்.

நான் துறவியை இதற்குப் பின் காணவேயில்லை. தனது ஏகாந்தத்தில் இடையூறு விளைவதை அவர் விரும்பாததால், அவரது விருப்பத்தை மதித்து நானும் அவ்வாறே செய்தேன். எவருமே உட்புகமுடியாத அவரது கடினமான திரைக்குள்ளேயே அவரை விடுத்து, அவரது ஏகாந்தமான தியானச் சூழலிலும் இருக்குமாறு அவரை அனுமதித்துவிட்டு அவ்விடத்தை விட்டு அகன்றேன். தனக்கென சீடர்களையோ அல்லது ஒரு தனிப்பட்ட சித்தாந்தத்தையோ பெற விரும்பாத அவருக்கு இடையூறில்லாத

சென்னையின் நுழைவாயில். மன்றோ சிலை - 1934

துறவ வாழ்வைப் பெறுவதே இலக்காவது போலத் தோன்றுகிறது. என்னிடம் ஏற்கனவே சொன்னதைத் தவிர, கூடுதலாகச் சொல்ல அவரிடம் ஏதுமில்லை. மேலும், மேலைநாட்டவரைப் போல, வெறுமே சம்பாஷணைக்காக அவர் எதுவும் பேசவில்லை.

அத்தியாயம் எட்டு

தென்னிந்திய ஆன்மீக குருவுடன்

மதராஸிற்கு உள்ளே நுழையும் சாலையின் எல்லையை அடையும் முன்னர் என்னருகில் ஒருவர் வந்து நிற்க, நான் திரும்பிப் பார்த்தேன். மஞ்சள் நிற உடை அணிந்திருந்த ஒரு யோகி, என்னைப் பார்த்து கம்பீரமாகப் புன்னகைத்தார். அவர் சிரித்ததில் அவரது வாய், காது வரையிலும் எட்டியது. கண்களில் சுருக்கம் விழுந்தது.

''நீங்கள் என்னோடு பேச விரும்புகிறீர்களா?'' என்று நான் கேட்க,

''ஆம், நிச்சயமாக என்று நல்ல, தெளிவான மொழி அசைவோடு ஆங்கிலத்தில் உடனடியாகப் பதிலளித்தார். ''நீங்கள் எங்களது நாட்டில் என்ன செய்து கொண்டிருக்கிறீர்கள் என்று நான் அறியலாமா?''

இவரது தேவையற்ற அதீதமான ஆவல், என்னைச் சற்றே சிந்திக்க வைக்க, தெளிவற்ற ஒரு பதிலைத் தரத் தீர்மானித்தேன்.

''ஓ! சுற்றுப்பயணம் வந்துள்ளேன்!''

''நீங்கள் எங்களது ஆன்மீக ஆசான்களைப் பற்றி அறிய ஆவல் கொண்டுள்ளதாகக் கேள்வியுற்றேனே'' அப்படியா?

''ஆம்... சிறிதளவு''

''நானும் ஒரு யோகிதான்'' என்று தெரிவித்தார். நான் இதுவரையிலும் பார்த்ததிலேயே நல்ல தேகவாகுடைய யோகி இவரே!

''எத்தனை வருடங்களாக?''

''மூன்று வருடங்களாக, ஐயா!''

''நல்லது, நீங்கள் பார்க்க அத்துணை மோசமாக இல்லை இவ்வாறு சொல்வதற்கு நீங்கள் என்னை மன்னிப்பீர்களா?''

அவர் பெருமைபொங்க நேராக நிமிர்ந்த நிலையில் நின்றார். காலணிகள் இன்றி வெற்றுப் பாதங்களோடு காணப்பட்டதால், நான் அவரது குதிகால்களின் உராய்ந்த சத்தத்தைப் பொருட் படுத்தவில்லை.

''மேன்மை தங்கிய, பேரரசர் அவர்களிடம் ஏழு வருடங்கள் இராணுவ வீரனாகப் பணியாற்றினேன்!'' என்றார்.

''அப்படியா?''

''ஆம்! மெசாபொடேமியா போர்க் காரியங்களில் இந்திய இராணுவச் சிப்பாய்களுடன் போர்க்களம் சென்றேன். போர் முடிவுற்ற பிறகு எனது அறிவாற்றலை மெச்சி இராணுவ கணக்குத் துறையில் பணியில் அமர்த்தப்பட்டேன்.

தனக்குத்தானாகவே அளித்துக்கொள்ளும் இந்த நற்சாட்சிப் பத்திரத்திற்கு வலுக்கட்டாயமான ஒரு புன்னகையைப் பரிசாக்கினேன்.

''குடும்பச் சூழல் காரணமாக அப்பணியை விடுத்து, சில காலம் மிகுதியான துன்பச் சூழலில் சிக்கித் தவித்தேன். இந்த அனுபவம் என்னை ஆன்மீகப் பாதையில் செல்லத் தூண்டி நான் ஒரு யோகியானேன்.''

எனது விலாச அட்டையை நீட்டி, ''ஒருவருக்கொருவர் பெயரை அறிந்து கொள்ளலாமா?'' என்றேன்.

''எனது இயற்பெயர் சுப்ரமணியா; நான் ''ஐயர்'' ஜாதியைச் சார்ந்தவன்'' என்றார் யோகி உடனடியாக.

"நன்று திரு சுப்ரமணியா, நீங்கள் அந்த மௌனயோகியின் வீட்டில் என்னிடம் கிசுகிசுக்கும் குரலில் கூறியதற்கு விளக்கம் வேண்டி நிற்கிறேன்."

"நானும் அதைக்கூறுவதற்காகவே இத்துணை நேரம் காத்திருந்தேன்! எனது குருநாதர் தான் இந்தியாவில் உள்ள மற்ற யோகிகளை விட சீரிய ஞானம் மிக்கவர். ஆதலால், எங்கள் ஆசானிடம் நீங்கள் உங்களது கேள்விகளைக் கேட்கலாம்" என்றார்.

"அப்படியானால், நீங்கள் இந்திய நாடு முழுவதும் பயணம் மேற்கொண்டுள்ளீர்களா? அனைத்து மேன்மை தங்கிய மகான்களையும் சந்தித்துள்ளீர்களா? இவ்வாறான ஒரு கூற்றை நீங்கள் எப்படிச் சொல்லலாம்?"

"இந்திய தேசத்தின் இமயம் முதல் குமரிவரையிலான அனைத்துப் பகுதிகளையும் நான் நன்கறிவேன். நான் பல யோகிகளைச் சந்தித்துள்ளளேன்"

"அப்படியா?"

"ஆம், ஆனால் எனது குருவைப் போல ஒருவரை இதுவரையிலும் சந்தித்ததேயில்லை. அவர் மிகப்பெரிய மகான். நீங்கள் அவரைச் சந்திக்க வேண்டும் என்று விரும்புகிறேன்."

"ஏன்?"

"ஏனெனில், அவர் என்னை உங்களிடம் அழைத்து வந்துள்ளார்! அவரது சக்திதான் உங்களை இந்தியாவிற்கே ஈர்த்துள்ளது! என்றார்.

இந்த டம்பமான பேச்சு, மிகையாகத் தோன்றியதால் நான் இந்த மனிதரிடமிருந்து சற்றே பின்வாங்கத் தொடங்கினேன். உணர்ச்சி மிக்க மனிதர்களின் மிகைப்படுத்திக் கூறும் பேச்சு வன்மையைக் கண்டு நான் எப்போதுமே அச்சப்படுவேன். மஞ்சள்-நிற உடையணிந்த துறவி மிகுதியான மனஉத்வேகம் கொண்டவர் என்பது, அவரது குரல், நடை, செய்கை, தோற்றம் மற்றும் சூழலிலிருந்து தெள்ளத் தெளிவாகியது.

ஆதலால், ''எனக்கு எதுவும் புரியவில்லை'' என்று இறுக்கமாகப் பதிலளித்தேன்.

மேன்மேலும், விளக்கங்கள் அளிக்கத் துவங்கினார்.

''எட்டு மாதங்களுக்கு முன்புதான் எனக்கு அவருடன் தொடர்பு உருவானது. ஐந்து மாதங்கள் அவருடன் தங்கியிருக்க எனக்கு அனுமதியளிக்கப்பட்டது. அதன் பின் பயணம் செல்லுமாறு பணிக்கப்பட்டேன். அவரைப் போன்றவரை நீங்கள் சந்திப்பது மிகவும் அரிது என்றே நான் கருதுகிறேன். அவர் மிகையான ஆன்மீகச் சக்தியும் அற்புதமான வாக்குவன்மையும் கொண்டவராதலால், நீங்கள் வாய்மொழியாத உங்கள் சிந்தனைகளுக்கும் விடையளிக்கவல்லவர். சில காலமாவது நீங்கள் அவரோடு மட்டுமே தங்கியிருந்தால் தான் அவரது உயரிய ஆன்மீகத் திறனைப் பற்றி உங்களால் உணர்ந்து கொள்ள முடியும்.''

''ஆனால், எனது வரவை அவர் விரும்பி ஏற்பாரா?''

''ஆம்! உறுதியாக நான் உங்களிடம் வந்திருப்பதே அவரது வழிகாட்டலால் தானே!'' என்றார்.

''அவர் எங்கு வாசம் செய்கிறார்?''

''அருணாசலத்தில்-ஆன்மீக ஒளியின் அழகு மலையில்.

''அது எங்கிருக்கிறது?''

''தென்பகுதியில் உள்ள வடஆற்காடு மாகாணத்தில் உள்ளது. உங்கள் வழிகாட்டியாக உறுதுணையாகி, உங்களை அங்கே அழைத்துச் செல்கிறேன். மெய்ஞ்ஞானத்தின் உட்பொருளை முற்றிலுமாக உணர்ந்த எனது ஆசான் உங்களது அனைத்துச் சந்தேகங்களையும் நீக்கி, உங்களது அனைத்துப் பிரச்சினைகளையும் தீர்த்து வைப்பார்'' என்றார்.

''இது மிகுதியான ஆர்வம் தரவல்லதாக உள்ளதே'' என்று வெறுப்புடன் ஏற்றுக்கொண்டேன். ''ஆனால், தற்போது அவரைத் தரிசித்தல் சாத்தியமில்லை எனது பெட்டிகள் தயாராகி வடகிழக்கு நோக்கிப் பயணிக்கப் போகிறேன். இன்னும் ஒன்றிரண்டு முக்கியமான பணிகள் நிறைவேற்றப்பட வேண்டியுள்ளன.''

“ஆனால், இது மிகவும் முக்கியமானதல்லவா?”

“மன்னிக்கவும். நாம் மிகவும் தாமதமாகச் சந்தித்து விட்டோம். எனது பயணத்திற்கான அனைத்து ஏற்பாடுகளும் செய்யப்பட்டு விட்டதால், அவற்றை மாற்றுவது எளிதல்ல. நான் பின்னர் தெற்குப் பகுதிக்கு வரக்கூடுமே தவிர எங்களது தற்போதைய பயணத்தை ஒத்திப்போடமுடியாது.”

யோகி ஏமாற்றமடைந்தார்.

“நல்லதொரு வாய்ப்பை நீங்கள் நழுவ விடுகிறீர்களே...”

வீணான வாக்குவாதத்தைத் தவிர்க்க, இடைமறித்தேன்.

“நான் இப்போது விடைபெறவேண்டும். எனினும், நன்றி”

“உங்கள் நிராகரிப்பை நான் ஏற்க மறுக்கிறேன்” என்று அவர் பிடிவாதமாகக் கூறினார்.

“நாளை நீங்கள் உங்கள் மனதை மாற்றிக் கொண்டு விட்டதாகச் சொல்லப் போவதைக் கேள்வியுறுவேன் என்ற நம்பிக்கையுடன் உங்களைக் காண வருவேன்.”

எங்களது சம்பாஷணை திடீரென ஒரு முடிவுக்கு வந்தது. மஞ்சள் நிற உடையணிந்த வலுவான உடற்கட்டுடன் கூடிய அவரது உருவம் தெருவைக் கடந்து செல்வதைக் கண்டேன்.

இல்லம் திரும்பியதும், ஒருவேளை நான் எனது அனுமானத்தில் தவறியிருக்கக் கூடுமோ என்று உணரத் துவங்கினேன். இந்த ஆசான் சீடன் தெரிவித்த அளவில் பாதியளவு தகுதி உடையவராக இருப்பினும், இந்திய தீபகற்பத்தின் தென்முனை வரையிலான கடினமான பயணத்தை மேற்கொள்வதும் நன்மை பயக்கவல்லதாகும். ஆனாலும், ஆர்வக்கோளாறு மிக்க சீடர்களால் நான் மிகவும் சோர்வுற்றுச் சலிப்படைந்து விட்டேன். இவர்கள் தங்களது ஆசான்களுக்குப் புகழ்மாலை சூட்டுகிறார்கள். ஆனால், புலன்விசாரணை செய்து பார்க்கும் போதுதான் இந்த ஆசான்கள், மேலை நாடுகளின் பகுத்தறியும் தரத்தோடு ஒப்பிட்டுப்பார்த்தால், வருந்தக்கூடிய அளவிற்குக் குறைபாடு உள்ளவர்கள் என்பது வெளிப்படும். இதற்கும் மேலாக, உறக்கமற்ற இரவுகளும் வியர்வையினால் பிசுபிசுக்கும் பகல்

நேரங்களும் என் நரம்புகளைச் சோர்வடையச் செய்து, என் மன அமைதியைக் குலைத்தன. ஆன்மீகத் தேடலின் எனது எல்லையற்ற பயணமும் பலனற்ற, வியர்த்தமான பிரயத்தனமாகப் போய்விடுமோ என்கிற அச்ச உணர்வும் எனக்குள் வியாபித்தது.

இருப்பினும், என் மனத்தினுள் உருவாகிய இந்த விவாதம் மனப்போராட்டம் எனது உணர்வுகளை மாற்றியமைக்கவில்லை. அந்த யோகி தனது ஆசானின் பெருமைகளைத் தெளிவாக மிகுதியான ஆர்வத்துடன் உறுதிபட உரைத்தமையில் ஏதேனும் உண்மையான ஆதாரம் இருக்கக் கூடுமோ என்று எனக்குள் ஒரு விந்தையான உள்ளுணர்வு என்னை எச்சரித்தது. ஒருவகையான ஏமாற்ற உணர்வு என் உள்மனத்தைத் தைப்பதை என்னால் தவிர்க்க இயலவில்லை.

☯ ☯ ☯

தேநீர் வேளையில், ஒரு விருந்தினரின் வருகையைப் பணியாளன் அறிவித்தான். வந்தவர், எழுத்தாளர் அணிவகுப்பைச் சேர்ந்த திரு.வெங்கட்ரமணி.

எனது பெட்டியில் பல அறிமுகக் கடிதங்கள் உள்ளன. எனக்கு அவற்றை உபயோகிப்பதில் விருப்பமில்லை. இருப்பினும் அதனால் நன்மையே விளையுமோ என்றெண்ணி அக்கருத்திற்கு மதிப்புக் கொடுத்து அதை வைத்திருந்தேன். எனினும், எனது தேடலின் துவக்கநிலை முன்னேற்பாடாக ஒன்றை மும்பையிலும், மற்றொன்றை மதராசிலும் பயன்படுத்தினேன். ஏனெனில், நான் மதராசில் இதனோடு ஒரு பிரத்தியேகமான செய்தியையும் சேர்ப்பிக்க வேண்டியிருந்தது. இவ்வாறு இந்த இரண்டாவது குறிப்பு வெங்கட்ரமணி அவர்களை என்னைத் தேடி எனது இல்லத்திற்கு வரச் செய்தது.

மதராஸ் பல்கலைக்கழகத்தின் பொது நிர்வாகச் சபை அங்கத்தினராக இருந்தாலும், கிராம வாழ்க்கையைப்பற்றிய கதைகள் மற்றும் அற்புதமான கட்டுரைகள் படைக்கும் ஆற்றல் வாய்ந்தவர், எழுத்தாளராகப் புகழ் பெற்றவர். மதராஸ் மாகாணத்திலேயே ஆங்கில மொழியில் எழுதிய முதல் இந்திய எழுத்தாளர் என்னும் பெருமைக்குரியவர், இவரது இலக்கியச்

சேவைகளைப் பாராட்டும் வகையில், ''ஆங்கில மொழியில் எழுதிய முதல் இந்திய எழுத்தாளர்'' என்னும் பட்டம், தந்தத்தாலான கேடயம் வழங்கப்பட்டது. மெச்சத்தக்க இவரது எழுத்து இரவீந்திரநாத் தாகூர் மற்றும் இங்கிலாந்து நாட்டைச் சேர்ந்த மேதகு ஹால்டேன் பிரபு அவர்களின் புகழ் வார்த்தைகளால் சிறப்பிக்கப்பட்டது. அவரது எளிய உரைநடை நூல்களில் உருவணிகள் நிறைந்து காணப்படுகின்றன. ஆனால், இவரது கதைகள் அலட்சியமாக விடப்பட்ட கிராமிய வாழ்க்கையின் வருத்தந்தோய்ந்த உருக்கமான நிகழ்வுகளைப் பற்றி உரைக்கின்றன.

அவர் அறைக்குள் நுழையும்போதே அவரது உயரமான, மெலிந்த தேகத்தைக் கண்டேன். சிறிய தலையில் சிறிய உச்சிக் குடுமியுடன் கண்களில் மூக்குக்கண்ணாடி அணிந்திருந்தார். ஒரு சிந்தனையாளர் லட்சியவாதி மற்றும் ஒரு கவிஞர் மூவரின் நோக்குடன் இருந்த கண்களில், இன்னலுறும் விவசாயிகளின் மனவருத்தம் வெளிப்பட்டது.

எங்கள் இருவரிடையிலும் பொதுவான ஆர்வம் கொண்ட பல விஷயங்கள் இருப்பதைக் கண்டுகொண்டோம். எங்களது குறிப்பேடுகளில் உள்ள பல விஷயங்களைப் பகிர்ந்து கொண்டு, அரசியலை விமர்சித்து, எங்கள் இருவருக்கும் மனதிற்கு விருப்பமான சில படைப்பாளிகளைப் போற்றிப் புகழ்பாடி, வணங்கினோம். அதன் பின்னர் எனது இந்தியப்பயணத்திற்கான முக்கிய காரணமான, உண்மையான குறிக்கோளை அவரிடம் மனம் திறந்து, ஒளிவு மறைவின்றி வெளிப்படையாக எடுத்துரைத்தேன். மெய்ஞானத்தை உணர்ந்த, மெச்சத்தக்க வகையில் பூரணத்துவம் அடைந்த உண்மையான யோகிகளின் இருப்பிடத்தைப் பற்றிச் சொல்லுமாறு கேட்டேன். மேலும் மாயாஜால வித்தையில் ஈடுபட்டும், அற்பத்தனத்தாலும் நலிவான பண்பாலும் துறவறத்திற்கே களங்கம் உண்டாக்கும் யோகிகளைச் சந்திப்பதில் எனக்கு ஒப்புதலில்லை என்பதையும் அவரிடம் எச்சரிக்கையோடு உணர்த்தினேன்.

மறுக்கும் பாணியில் தலையசைத்துப் பின் தொடர்ந்தார்.

''இதைப்போன்ற மனிதர்களை இந்தியாவில் காண்பதே அரிது. நாட்டில் பண்பாடு ஒருபுறம் சீர்குலைந்து நிற்கத் துவங்க, பொருள்

மீதும், லோகாயதமான விஷயங்களின் மீதான பற்றும் மிகைப்பட்டு, மேலைநாட்டு நாத்திகவாதத்தின் தாக்கமும், மேற்கத்திய கலாசார மோகமும் தலைவிரித்தாட நீங்கள் தேடி வந்துள்ள மெய்ஞானிகள் நலிந்து விட்டனர். அல்லது மறைந்து விட்டனர் என்றே கூறலாம். எனினும், இன்னும் சிலர் அடர்ந்த காட்டில் தனிமையில் துறவறத்தில் ஈடுபட்டுள்ளனர் என்று நான் நம்புகிறேன். ஆனால், உங்கள் ஆயுட்காலம் முழுமையிலும் இத்தேடுதலில் மூழ்கினாலொழிய அவர்களைக் காண்பது மிகவும் அரிதும் மற்றும் கடினமானதும் கூட. எங்கள் நாட்டவரே இத்தேடலில் ஈடுபட்டாலும் அவர்கள் தொலைதூரம் அலைய நேரிடும். பின் அயல்நாட்டவர்க்கு இது இன்னமும் கடினமான தொரு பணிதானே?''

''அப்போது, நீங்கள் நம்பிக்கையில்லை, என்கிறீர்களா?''

''இல்லை, அவ்வாறு சொல்ல முடியாது. உங்களுக்கு அந்த பாக்கியம் கிட்டலாம். நீங்கள் அதிர்ஷ்டசாலியாக இருக்கலாம்.''

திடீரென மனதில் ஏதோ உதயமாக, ''வட ஆற்காடு மலைப் பகுதியில் வாழும் யோகியைப் பற்றி நீங்கள் கேள்விப்பட்டுள்ளீர் களா?'' என்று அவரிடம் கேட்டேன்.

''இல்லை'' யென்று தலையாட்டி விட்டார். பிறகு, மீண்டும் நாங்கள் சற்று நேரம் இலக்கியப் படைப்புக்களை அலசி ஆராய்ந்தோம்.

நான் சிகரெட்டை மரியாதை நிமித்தம் அவர் பக்கம் நீட்டத் தனக்குப் பழக்கமில்லை என்று அவர் மறுத்தார். பின் நான் புகைத்துக்கொண்டிருக்கும் போதே, எளிமையான வாழ்க்கை முறை, சமூக நலப்பணி ஆன்மீகநோக்கு மற்றும் ஆரவாரமற்ற ஒய்வான வாழ்வியல் போன்ற தற்போது துரிதமாக நலிந்து வரும், பண்டைய இந்தியப் பண்பாட்டைக் குறிப்பிட்டுச் சொன்னார். இந்தியச் சமுதாயத்தைப் படர்ந்து அழித்து வரும் புல்லுருவிகளைக் களையறுக்க வேண்டும் என்று விரும்புகிறார். இந்தியாவின் இலட்சக்கணக்கான கிராமங்களில் வசிக்கும் மக்களைப் பெரிய தொழிற்சாலைகள் நிறைந்த நகரங்களில் இருக்கும் சேரிகளில் குடியேறுவதிலிருந்து காப்பதையே தனது லட்சியக் கனவாகப் பெரிதும் இவரது மனதில் கொண்டுள்ளார். இத்தகைய கேடு

உண்மையாவது மிக அரிதாக இருப்பினும், அவருடைய தீர்க்க தரிசனம் மற்றும் மேலை நாட்டு தொழிற்புரட்சி வரலாற்றின் நினைவுகளும் இன்றைய காலப் போக்கில் ஏற்படும் மாறுதல்களுடன் ஒத்துப்பார்த்தால் இது மெய்ப்படக் கூடும். தென்னிந்தியாவின் மிகப் பழமையான கிராமங்களில் ஒன்றில் ஒரு வசதியான குடும்பத்தில் பிறந்தவரென்றும், கிராமப்புறம் தனது கலாசாரத்தை இழந்து ஏழ்மையில் உழலும் அவலத்தைக் கண்டு பெரிதும் மனம் வருந்துவதாக வெங்கட்ரமணி தெரிவித்தார். மேலும், எளிமையான கிராம மக்களின் வாழ்க்கைத் தரத்தை மேம்படுத்தத் திட்டங்களைத் தீட்டுவதைப் பெரிதும் விரும்புவதாகவும், அவர்கள் துன்பத்தில் வாடும்போது தான் சுகமாக இருக்க விரும்பவில்லை என்றும் கூறினார்.

அவரது கருத்தைப் புரிந்து கொள்ளும் முயற்சியில் நான் மௌனமாகக் கேட்டுக் கொண்டேன். இறுதியில் அவர் விடைபெற எழுந்து செல்ல, மெதுவாக அவரது உயரமான, மெல்லிய தேகம் தெருவைக் கடந்தது.

சற்றும் எதிர்பாராத வகையில், மறுநாள் வைகறைப் பொழுதில் அவர் என்னைக் காணவந்தது எனக்கு வியப்பாக இருந்தது. நான் வெளியே சென்று விடும் முன்னர், என்னைக் காண வேண்டும் என்பதற்காக அவரது வண்டியைத் துரிதப்படுத்தி எனது இல்லம் வந்தடைந்தார்.

''நேற்று, பின்னிரவில் எனது இரட்சகர் (ஆசான்) ஒரு நாள் செங்கல்பட்டில் தங்கப் போவதாக எனக்குத் தகவல் கிட்டியது'' என்று திடீரென மூச்சிரைக்கச் சொன்னார்.

சற்றே நிதானித்துப் பின் தொடர்ந்தார். ''கும்பகோணத்தைச் சேர்ந்த புனிதமிகு, பூஜ்யஸ்ரீ சங்கராச்சாரியார், தென்னிந்தியாவின் ஆன்மீக குரு மடாதிபதி. லட்சக்கணக்கான மக்கள் அவரை இறைவனின் தூதுவராகவே தெய்வீக ஆசானாகவே மதித்து வணங்குகின்றனர். அவர் என் மீது தனிப்பட்ட அக்கறை கொண்டு, எனது இலக்கியப் பணியிலும் என்னை ஊக்கு வித்துள்ளார். மேலும், நான் அவரையே எனது ஆன்மீகக் குருவாகக் கொண்டு அவரது வழிகாட்டலில் நடந்து வருகிறேன். நேற்று காலைப் பொழுதிலிருந்து உங்களிடமிருந்து மறைத்து

வைத்திருந்த ஒன்றை இப்போது கூறுகிறேன். இவரையே நாங்கள் உயரிய ஆன்மீக மெய்ஞ்ஞானம் மிக்க ஆசானாகப் போற்றி வணங்குகிறோம். ஆனால், இவர் யோகி அல்ல. தென்னிந்தியப் பகுதியின் பிரதான குருவான இவர், ஒரு மெய்ஞ்ஞானி துறவி மற்றும் மத ரீதியான வேதாந்தி. தற்காலத்தின் ஆன்மீகத்தைப் பற்றி அறிந்ததாலும், தனது பிரத்யேகமான சாதனைகளின் மூலம் பெற்ற ஞானத்தாலும் அவருக்கு மெய்ஞ்ஞானிகளைப் பற்றித் தெரிந்திருக்க வாய்ப்புள்ளது. அவர் இந்தியா முழுவதும் கிராமம், நகரம் என்று அனைத்துப் பகுதியிலும் பிரயாணம் மேற்கொள்வதால் இவ்வாறான விஷயங்களைப் பற்றி நன்கு அறிந்து வைத்துள்ளார். அவர் எங்கு சென்றாலும் அவருக்கு மரியாதை செலுத்தி, வணங்கப் பல ஆன்மீகப் பெருமக்களும் வருகை தருகின்றனர். அவர் ஒருவேளை, உங்களுக்குத் தகுதியான பயனுள்ள நல்வழி காட்டலாம். நீங்கள் அவரைத் தரிசிக்க விரும்புகிறீர்களா?

''ஓ! மிக்க மகிழ்ச்சி! கண்டிப்பாகச் செல்லலாம். செங்கல்பட்டு எவ்வளவு தொலைவில் உள்ளது?''

''இங்கிருந்து 35 மைல் தூரம்தான். ஆனால் தங்குவது...?''

''ஆம்?''

''பூஜ்யஸ்ரீ ஆச்சாரியார் உடனடியாக உங்களுக்குத் தரிசனம் தருவாரா என்பது எனக்குச் சந்தேகமாக உள்ளது. என்னால் இயன்றவரை அவரை இசையச் செய்வது என் பொறுப்பு ஆனால்...''

''நான் ஒரு ஐரோப்பியன்! எனக்குப் புரியும்'' என்று அவரது வாக்கியத்தை முடித்து வைத்தேன்.

''ஒருவேளை மறுக்கப்பட்டாலும் நீங்கள் அதைத் துணிவுடன் ஏற்கத் தயாரா?'' என்று சிறிதே ஆதங்கத்துடன் கேட்டார்.

''நிச்சயமாக வாருங்கள் செல்வோம்!''

மிதமான ஆகாரத்திற்குப் பிறகு செங்கல்பட்டிற்குக் கிளம்பினோம். நான் காணச் சென்ற மனிதரைப்பற்றி என்னுடன் வந்தவரிடம் கேட்டுத் தெரிந்து கொண்டேன். ஸ்ரீசங்கரர் தனது உணவு, உடை இவற்றைப் பொறுத்தவரையிலும் துறவியைப் போன்ற எளிய வாழ்க்கையே வாழ்ந்தாலும் அவரது உயர்

பதவியின் காரணமாக அவரது பயணங்களின் போது அவருக்கு ராஜமரியாதை அளிக்கப்படுகிறது. அவரது வரவைக் கட்டியங் கூறும் பறைசாற்றுபவர்கள், யானை, ஒட்டகச் சவாரிகள் அவரது சீடர்கள் மற்றும் வேதவிற்பன்னர்கள் மற்றும் அவர்களது சீடர்களும் அவர் பின்னே அணிவகுத்துச் செல்கின்றனர். அவர் செல்லுமிடமெல்லாம் சுற்றுப்புற இடங்களிலுள்ள மக்களெல்லாம், காந்தம் போல் கவர்ந்திழுக்கப்பட்டு அவரைக் காணத்திரண்டு வருகின்றனர். ஆன்மீக, மன-உடல்ரீதியான மற்றும் நிதியுதவியும் நாடி மக்கள் இவரிடம் வருகின்றனர். ஆயிரக்கணக்கில் பணம் அவரது பாதங்களில் சமர்ப்பிக்கப்பட்ட போதிலும் எளிய ஆடம்பரமற்ற வாழ்க்கை வாழப் பிரமாணம் மேற்கொண்டுள்ளதால், காணிக்கையாகப் பெறும் நிதி அனைத்தையும், வாழ்வில் நலிந்த பிரிவினர்க்கு நிதியுதவி செய்தல் கல்வியளித்தல், சிதிலமடைந்த ஆலயங்களை நிர்மாணித்தல் மற்றும் வரண்ட பகுதிகளைப் பசுமையாக்கும் நற்பணியில் உதவும் சில நீர்த்தேக்கங்களின் சீரமைப்புப் பணிகளை மேற்கொள்ளுதல் போன்ற நற்பணிகளில் செலவிடுகிறார். எனினும், ஆன்மீகத்தைப் பரப்புவது தான் இவரது பிரதான குறிக்கோளாக இருந்துள்ளது. தான் முகாமிடும் ஒவ்வொரு இடத்திலும் இந்து சமயத்தின் பாரம்பரியச் சிறப்பைப்பற்றி மக்களுக்கு அறிவுறுத்தி மற்றும் அவர்களது மனம் மற்றும் அறிவாண்மையை மேம்படுத்த முயல்கிறார். தான் தங்கியுள்ள பகுதியிலுள்ள ஆலயத்தில் சொற்பொழிவாற்றி, அருளுரை நல்குவது அவரது வழக்கம். அதன் பின் அவரை நாடி வருபவர்களுக்குப் பிரத்தியேகமாக ஆசி நல்கி, அவர்களது தேவைகளைத் தீர்த்து வைப்பார்.

ஆதிசங்கரரின் வழித் தோன்றலில், 66-வது மடாதி பதியாக இவர் பட்டம் பெற்று பீடமேற்றுள்ளார் என்பதை

அறிந்து கொண்டேன். இவரது ஆன்மீகச் சக்தி, பட்டம் இரண்டையும் சரியான கருத்து நோக்கில் புரிந்து கொள்ள திரு.வெங்கட்ரமணியிடம் இப்பாரம்பரியத்தைப் பற்றி மேலும் பல விஷயங்களைக் கேட்டு அறிந்து கொண்டேன். இரண்டாயிரம் ஆண்டுகளுக்கு முன்னர் தோன்றிய ஆதிசங்கரர், வரலாற்றுச் சிறப்புமிக்க பிராமணத் துறவிகளின் வழித் தோன்றலில் மிகவும் உன்னதமானவர். இவரை அந்தவரிசையில் முதல் தரமான தத்துவஞானியாகவும், பகுத்தறிவு மிக்கவராகவும் விவரிக்கலாம். இவரது வாழ்நாளில் இந்து மதம் ஒழுங்கீனமாகவும், மிகவும் தளர்வுற்று இதன் ஆன்மீக ஜீவனும் தேய்ந்து, நலிவுற்ற நிலையில் காணப்பட்டது. இத்தருணத்தில் இவர் ஒரு கொள்கைக்காகவே அவதரித்ததாகக் கூறப்படுகிறது. தனது பதினெட்டாவது வயது முதலே, கால்நடையாகவே இந்தியா முழுவதும் சுற்றிவந்தார். தான் கடந்து வந்த பாதையிலுள்ள மாகாணங்களில் உள்ள படித்த பண்டிதர்கள் மற்றும் அறிவாளிகளுடன் வாதங்கள் புரிந்தும், தானாகச் சுயமாக உருவாக்கிய தனது கொள்கைகளைப் போதித்தும் வந்தவாறே, தனக்கென சீடர்களையும் ஏற்படுத்திக்கொண்டார். இதுவரையிலும், இவர் எதிர்நோக்கிய எவருமே இவரது புத்திசாதுர்யத்திற்கு இணையாக இல்லை. ஆக, இவரது வாழ்நாளிலேயே இவர் அனைவராலும் ஏற்றுக்கொள்ளப்பட்டு ஒரு மதகுருவாக ஆசானாக மதிக்கப்பட்டது பெரிதும் போற்றுதலுக்குரியதல்லவா!

பல அரிய, உன்னதமான குறிக்கோள்களுடன் திகழ்ந்த இவர் தான் வாழ்ந்த நாட்டின் பிரதான மதத்தை ஆதரித்து, மகோன்னத நிலைக்குக் கொண்டுவர முயற்சித்த போதிலும், மதத்தின் புனிதமான போர்வையில் உருவெடுக்கத் துவங்கிய நாசகரமான பழக்க வழக்கங்களைக் கடுமையாகக் கண்டனம் செய்தார். அவர் மக்களை நல்வழிப்பாதையில் செலுத்திப் பயனற்ற, படாடோப மான மதச்சடங்குகளின் மீதான நம்பிக்கையை வெளிப்படுத்தி, சுய முயற்சியற்ற இவற்றைத் தவிர்த்து விட உபதேசித்தார். ஈன்றெடுத்த தாயின் உத்தரக்கிரியைகளை நிறைவேற்றி ஜாதி மதத்தில் வேரூன்றியிருந்த நியதிகளைத் தகர்த்தெறிந்தார். இதனால், பூசாரிகள் இவரைச் சமூகப்பஹிஷ்காரம் செய்தனர். இளங்கன்று பயமறியாது என்பதற்கேற்ப புத்தரைப் போன்றே

ஜாதி என்னும் கை விலங்கை முறித்தெறிந்து, ஜாதி, மத இனப்பாகுபாடின்றி ஒவ்வொரு மனிதனுக்கும் இறையருளைப் பெற்று மெய்ஞ்ஞானத்தை அடையும் தகுதி இருக்கிறது என்று பூசாரிகளை எதிர்த்து வாதாடினார். தனிப்பட்ட மதக்கோட்பாடு எதையும் தோற்றுவிக்கவில்லை. எந்த ஒரு மதமும், அதன் உள்ளார்ந்த கோட்பாடுகளோடு புரிந்து கொள்ளப்பட்டு நேர்மையாக அனுசரிக்கப்பட்டால், அனைத்து மதங்களுமே இறைவனை அடையும் வழி வகுப்பவைதான் என்னும் கருத்துக் கொண்டவர். தனது கருத்துக்களை நிரூபிக்கும் வகையில், ஒரு முழுமையான மற்றும் நுட்பமான தத்துவத்தை விவரித்தார். இவரது தத்துவார்த்த இலக்கியங்கள் இன்றளவிலும் நாடெங்கும் வியாபித்துக் காணப்படுகின்றன; பண்டிதர்கள் இவரது மதம் மற்றும் தத்துவ சாஸ்திர சாஸனங்களைப் பொக்கிஷமாகப் போற்றுகின்றனர்; இருப்பினும், இவற்றின் பொருளைப்பற்றி இன்னமும் சர்ச்சையிலும், விவாதத்திலும் ஈடுபட்டுள்ளனர்.

ஆதிசங்கரர் காவியுடை அணிந்து யாத்திரிகர்களது தடியுடன் இந்தியா முழுவதும் பிரயாணித்தார். புத்தி சாதுர்யத்துடன் நாட்டின் நான்கு திசைகளிலும் நான்கு மடங்களை ஸ்தாபித்தார். வடதிசையில் பத்ரிநாத், கிழக்கில் பூரி, மற்றும் பிற தென்புறத்தில் ஆலயத்துடன் இணைந்த ஒரு மடத்தை நிறுவி அதைத் தலைமைப் பீடமாகக் கொண்டு தனது பணிகளைத் துவங்கினார். இன்று வரையிலும் இந்துக்கள் புனிதமாகக் கருதுவது இத்தென்பகுதியைத் தான். இந்த ஸ்தாபனங்களில் இருந்து, மழைக்காலம் முடிந்தபின், பயிற்சி பெற்ற துறவிகள் ஆதிசங்கரரின் கோட்பாடுகளைப் பரப்பும் தூதுவர்களாக நாடெங்கிலும் அனுப்பப்பட்டனர். மிக இளவயதிலேயே தனது 32 வது வயதிலேயே உயிர்நீத்தார். அதி பிரபலமான இந்த மனிதர், எனினும் அவர் திடீரென மறைந்து போனதாகவும் ஒரு புராணக் கதை உள்ளது.

ஆதிசங்கரரின் வாரிசான தற்போது நான் காண்பவரும் அவரது வழியில் அவர் நல்கிய போதனைகளையும், பணிகளையும் பின்பற்றி நடந்து வருவதால், மேற்கூறிய தகவல்கள் எத்துணை மதிப்பும் முக்கியத்துவமும் வாய்ந்தன என்பது தெள்ளத் தெளிவாகின. இதில் ஒரு விந்தையான பாரம்பரிய பழக்கம் உள்ளது. ஆதிசங்கரர் தான் ஆன்ம சக்தியாக அவர்களுடனேயே

எப்போதும் இருப்பதாகவும், இதைத் தனது வாரிசுகளை அடையாளங்காட்டுவதன் பூடகமான வழிமுறையின் மூலம் பூர்த்தி செய்வதாகவும் உறுதியளித்தார். திபெத்திய லாமாக்களிடமும் இதே போன்றதொரு கோட்பாடு தான் நிலவி வருகிறது. முன்னர் மடாதிபதியாகப் பதவி வகித்தவர், இறக்கும் தறுவாயில் தன்னைப் பின்பற்றி வாரிசாகப் பதவியேற்கவல்ல தகுதியான ஒருவரை அடையாளங் கண்டு அவரது பெயரை வழிமொழிந்து விட்டுச் செல்வது பழக்கம். இவ்வாறு தேர்ந்தெடுக்கப்படும் நபர் பொதுவாக பத்து வயதிற்குட்பட்ட சிறு பாலகனாக இருப்பான். பின்னர், பாலகன் சிரேஷ்டமான குருக்களிடம் ஒப்படைக்கப்பட்டு அவன் ஏற்கவிருக்கும் மாட்சிமை மிக்க பதவிக்கேற்ப, உயர்தர பயிற்சி அளிக்கப்பட்டு மேம்படுத்தப்படுவான். இதில் ஆன்மீகம், மதம் மற்றும் நுண்ணறிவுப் பயிற்சி மட்டுமின்றி உயரிய நிலை யோகா மற்றும் தியான நுட்ப பயிற்சியும் மிகத்தீவிரமாக அளிக்கப்படுகிறது. இந்தப் பயிற்சியைத் தொடர்ந்து மக்கட்கு பொது நலச் சேவையாற்றும் வாழ்வு முறையில் ஈடுபடுத்தப்படுகிறார். பல நூற்றாண்டுகளாக இந்த வம்சபாரம்பரியம் தொடரப்பட்டு, நிர்மாணிக்கப்பட்டு வந்துள்ள போதும், இத்துணை நெடிய காலத்திலும் இப்பட்டத்திற்குரியவர்களில் ஒருவர் கூட நெறி பிறழாது தன்னலம் கருதாப் பணியாற்றி சிரேஷ்டர்களாகத் திகழ்ந்துள்ளனர் என்பது குறிப்பிடத்தக்கது.

வெங்கட்ரமணி அவர்கள் ஸ்ரீசங்கரர், 66-வது பீடாதிபதியின் அபாரமான சக்திகளைப் பற்றிய கதைகளைச் சொல்லித்தனது விவரமான வர்ணனைக்கு மெருகூட்டினார். தனது உறவினர் ஒருவரை அவர் அற்புதமாகக் குணப்படுத்தியதை அபாரமாக விவரித்தார். சங்கரது உறவினர் முடக்கு வாதநோயால் அவதியுற்றுப் பல வருடங்கள் படுத்த படுக்கையாகி விட்டார். ஸ்ரீசங்கரர் அவரைச் சென்று பார்த்து, அவர் உடலைத் தொட்டதில் மூன்று மணிநேர அவகாசத்தில் முடங்கிக் கிடந்த அவர் சற்றே உடல் தேறி படுக்கையை விட்டு எழுந்துவிட்டார். விரைவிலேயே பூரணமாகக் குணமடைந்து விட்டாராம்.

மேலும் பூஜ்யஸ்ரீ மகாபெரியவர், பிறரது மனதில் உள்ள எண்ணங்களை அறியும் வல்லமை பெற்றவர் என்றும் உறுதியாகக்

கூறுகிறார்கள்; எது எவ்வாறாயினும் வெங்கட்ரமணி அவர்கள் இதை முற்றிலுமாக நம்புகிறார்.

☯ ☯ ☯

இருபுறமும் பனைமரங்கள் அணிவகுத்து நிற்கும் ஒரு நெடுஞ்சாலைப் பாதையைக் கடந்து நாங்கள் செங்கல்பட்டிற்குள் நுழைந்தோம். அப்பகுதி முழுவதும் வெள்ளைச் சுண்ணாம்பு தீட்டப்பட்ட வீடுகளும் நெருக்கமாக அடைக்கப்பட்ட செந்நிற ஓடுகள் பதித்த கூரைகளும், குறுகிய தெருக்களுமே நிறைந் திருந்தன. நாங்கள் சென்ற வீட்டில், ஸ்ரீசங்கரரின் செயலாளர் குழு, மகாபெரியவரின் தலைமையிடமான கும்பகோணத் திலிருந்து பெறப்பட்ட அஞ்சல் அட்டைகளைப் பார்த்துக் கொண்டிருந்தனர். பிரதான அறைக்கு முன்புறமுள்ள ஒரு சிறு அறையில் நான் காத்துக்கொண்டிருக்க, வெங்கட்ரமணி செயலாளர் ஒருவரை ஸ்ரீசங்கரரிடம் தூது அனுப்பினார். அரைமணிநேரம் சென்ற பின்னர் அந்த நபர் பெரியவரைச் சந்திக்க அனுமதிகிட்ட வில்லை என்னும் செய்தியோடு வந்தார். ஸ்ரீசங்கரர் தற்போது ஒரு வெளிநாட்டவரை வரவேற்கும் நிலையில் இல்லை என்றும் மேலும் 200க்கும் மேற்பட்ட மக்கள் அவரது தரிசனத்திற்காகக் காத்திருப்பதையும் தெரிவித்தார். இதில் பலரும் இவரது தரிசனத்திற்காக முன்னிரவிலிருந்து தங்கியிருந்தனர். உதவியாளர் வெகுதாராளமாகச் சமாதானங்களை அள்ளி வீசினார்.

தத்துவார்த்தமாக நான் நிலைமையைப் புரிந்து ஏற்றுக் கொண்டேன். ஆனால், வெங்கட்ரமணி ஒரு நண்பன் என்னும் தனிச் சலுகையுடன் மகாபெரியவரின் சந்நிதானத்தை அடைந்து பேச்சின் இடையே எனக்காகப் பரிந்துரை செய்வதாகக் கூறினார். ஆனால், அனைவரும் ஆவலோடு எதிர்நோக்கிக் காத்திருக்கும் வீட்டை நோக்கி அனைவரும் வரிசைக் கிரமமாகச் சென்று கொண்டிருக்கையில் இவர் மட்டும் இடைமறித்து முந்திச் செல்ல எத்தனிப்பதைக் கண்டு கூட்டத்தில் உள்ள பலர் முணுமுணுப்போடு, எதிர்த்தனர். எப்படியோ, சளசளவென்று மிகையாகப் பேசி, விளக்கங்கள் உரைத்து அவர் வெற்றிகரமாக முன்னேறிச் சென்று விட்டார். இறுதியில் வெற்றிப் பெருமிதமான புன்னகையுடன் அறையை விட்டு வெளியே வந்தார்.

''மதிப்பிற்குரிய ஆச்சாரியார் அவர்கள் உங்களது விஷயத்தில் நியதியை மாற்றி, பிரத்தியேகமாக உங்களை மட்டும் அனுமதித்துள்ளார். இன்னும் ஒரு மணி நேரத்தில் நீங்கள் அவரைத் தரிசிக்கலாம் என்றுரைத்தார்.

பிரதான ஆலயத்தை நோக்கிச் செல்லும் பாதைகளின் இயற்கை வனப்புமிக்க காட்சிகளையும் பார்த்தவாறே நான் பொழுதைக் கடத்தினேன். யானைகளையும், ஒட்டகங்களையும் நீர்நிலைக்கு அழைத்துச் செல்லும் சில பணியாளர்களைச் சந்தித்தேன். ஸ்ரீசங்கரரின் பயணங்களில், அவரை அதாவது தென்னிந்தியாவின் மதகுருவைத் தன்மீது சுமந்து செல்லும் அற்புதமான மிருகத்தை ஒருவர் எனக்குச் சுட்டிக்காட்டினார். அவர் அரசனுக்குரிய மரியாதையோடு யானை மீது அமைக்கப்பட்ட அம்பாரி மீது கம்பீரமாக அமர்ந்து பயணிப்பார். கம்பீரமான அந்த யானையும் ஜரிகை வேலைப்பாடு கொண்ட பட்டுத் துணியாலும் அலங்காரப் பொருட்களாலும் போர்த்தப்பட்டிருந்தது. துதிக்கையை உயர்த்தியும், கீழ்நோக்கியும் அசைத்தவாறு கம்பீரமான நடையுடன் வீதியைக் கடந்து சென்ற அந்த யானையை வேடிக்கை பார்த்து நின்றேன்.

இறையருள் நிறைந்த ஒரு பெரியவரைக் காணச் செல்லும் போது ஏதேனும் காணிக்கையாகக் கொண்டு செல்ல வேண்டும் என்னும் பழக்கம் திடீரென எனது நினைவலையில் எழ நான் கொஞ்சம் மலர்களையும் ஆரஞ்சுப் பழங்களையும் வாங்கிக் கொண்டேன்.

பூஜ்யஸ்ரீ சங்கரரின் தற்காலிகத் தங்குமிடத்தின் வாயிலில் ஏற்பட்ட ஜனநெரிசலில், முக்கியமான மற்றொரு பழக்கத்தை, காலணிகளை வெளியில் விட்டுச் செல்வதை நான் மறந்துவிட, வெங்கட்ரமணி அவர்கள் எனக்கு நினைவூட்டினார். நான் திரும்பி வரும் வரையிலும், அவை பாதுகாப்பாக இருக்க வேண்டும் என்னும் சிந்தனையோடு விட்டுச் சென்றேன்!

சிறிய நுழைவாயிலின் வழியே உட்புகுந்து திறந்த வெளியான முகப்பறை ஒன்றை அடைந்தோம். அந்த அறையின் மற்றொரு மூலையில் மங்கலான வெளிச்சத்தோடு தட்டியால் அடைக்கப்பட்ட ஒரு இடம் தென்பட்டது. அங்கு ஒரு குட்டையான உருவம்

நிழலாடியது. நான் அவரை நெருங்கி, எனது காணிக்கையைச் சமர்ப்பித்து வணக்கம் தெரிவிக்கும் வகையில் தலையைக் குனிந்தேன். இந்தக் கலையுணர்வுடன் கூடிய நமஸ்கரிக்கும் முறையில் மரியாதை நன்னயம் மட்டுமின்றி நளினமும் இயைந்திருப்பது என்னை வெகுவாகக் கவர்ந்தது. ஜகத்குரு சங்கரர் போப் ஆண்டவரைப் போன்று ஒரு மதகுரு அல்ல என்று நான் புரிந்து கொண்டேன். ஆனால், பல்லாயிரக் கணக்கான மக்களைத் தன்வசப்படுத்தியுள்ள, ஒரு ஆன்மீக ஆசான். தென்னாடு முழுவதுமே இவரது வழிகாட்டலில் இயங்கி, இவரைத் தெய்வமாகவே கொண்டாடுகிறது.

☯ ☯ ☯

மௌனமாக அவரைப் பார்த்தபடியே இருந்தேன். காவியுடை தரித்து, அவரது மேனியைத் தாங்கி நிற்கும் ஒரு சந்நியாசியின் அடையாளச் சின்னமாகிய கோலுடன், குட்டையான உருவம் கொண்டிருந்தார். ஆனால், அவரது நரைத்த முடியைக் கண்டு அவருக்கு நாற்பது வயதுதான் ஆகிறது என்று அறிந்து நான் வியப்புற்றேன்.

பழுப்பு நிறம் கொண்ட அவரது மேனியும், உயரிய குணத்தைப் பறைசாற்றும் அவரது முகமும் என் நினைவேடுகளில் சித்திரப் படிவமாக அரியாசனமிட்டு அமர்ந்து கொண்டன. பிரெஞ்சுக் காரர்களால் தெய்வீகம் என்று துல்லியமாகக் கணிக்கப்படும், இறைத்தன்மை நிறைந்த நழுவும், தவிர்க்கும் பாவம் இவரது முகத்தில் தென்பட்டது. அபரிமிதமான சாந்தமும், கருணையும் பொழியும் அழகிய நேத்திரங்களுடன், அமைதியான சாந்த பாவத்தை வெளிப்படுத்தும் தோற்றமுடையவராகத் திகழ்ந்தார். குட்டையான கூர்மையான நாசியுடன் சிறிய தாடியுடன் இவரைக் காணும் போது, ஒருவேளை இடைக்காலத்து கிறித்துவத் துறவிகள் இப்படி இருந்திருக்கக் கூடுமோ என்னும் எண்ணம் உதயமானது. எனினும் இவர் அபரிமிதமான புத்தி நுட்பமும், மனோசக்தியும் நிறைந்தவர். நாத்திகவாதிகளான, மேலை நாட்டவர் இவரது கண்கள் கனவில் மிதப்பதாகக் கருதினாலும் என்னால் வெளியில் கூற இயலாத, விவரிக்க இயலாத ஏதோ ஒன்று இந்தக் காந்தக் கண்களில் வெளிப்படுவதை என்னால் மறுக்க இயலாது.

''பூஜ்யஸ்ரீ ஆச்சாரியார் கருணையுடன் என்னை இங்கு அழைத்துள்ளீர்கள்'' என்று பேச்சைத் துவக்கினேன்.

எனது எழுத்தாள நண்பரின் பக்கம் திரும்பிப் பார்த்துத் தமிழில் ஏதோ கூற, நான் ஓரளவு அனுமானித்தேன்.

''ஜகத்குருவிற்கு உங்கள் மொழி (ஆங்கிலம்) புரிந்தாலும், தான் பேசுவது உங்களுக்குப் புரியாது என்பதால் என்னை மொழி பெயர்த்துக் கூறுமாறு உத்தரவிடுகிறார்'' என்றார் வெங்கட்ரமணி.

இந்த இனிய சந்திப்பின் முதற் பகுதியில் என்னைப் பற்றியே மிகுதியாக உரைக்கப்பட்டதால் அவற்றைத் துரிதமாக ஓட்டி விடுகிறேன். இந்தியாவில் எனது அனுபவங்களைப் பற்றியும் இந்திய மக்களும், பிற நிறுவனங்களும் ஒரு அயல்நாட்டவரைப் பற்றிய எப்படிப்பட்ட உணர்வுகளைக் கருத்துக்களைக் கொண்டனர் என்றும் கேட்டு அறிந்து கொண்டார். நான் மிகவும் இயல்பாக வெளிப்படையாக புகழ்ச்சியும், இகழ்ச்சியும் கலந்த ஒளிவுமறை வில்லாத எனது மனப்பதிவுகளை வெளிப்படுத்தினேன்.

பிறகு எங்கள் சம்பாஷணை பல திசைகளை எட்டியது. அவர் தினமும் தவறாது செய்தித்தாள்களைப் படித்து உலகின் அன்றாட நிகழ்வுகளை முழுமையாகத்தெரிந்து வைத்திருப்பது என்னை வியப்பில் ஆழ்த்தியது. உண்மையில், வெஸ்ட்மினிஸ்டரின் தற்போதைய நிலவரத்தையும், மற்றும் இளநடை பயின்று வளர்ந்து காலூன்றி வரும் ஜனநாயகம் ஐரோப்பாவில் எதிர்கொள்ளும் துன்பங்களைப் பற்றியும் அவர் அறிந்து வைத்துள்ளார்.

ஸ்ரீசங்கரர் ஒரு தீர்க்கதரிசி என்னும் வெங்கட்ரமணியின் நம்பிக்கை என் மனதில் திடீரென எழும்ப அதைச் சோதித்தறியும் வகையில் உலகின் எதிர்காலத்தைப் பற்றிய சில கேள்விகளைக் கேட்டு, பூஜ்யஸ்ரீ ஆச்சாரியாரின் கருத்துக்களை அறிய முயன்றேன்.

''உலகெங்கிலும் நிலவிவரும் அரசியல் மற்றும் பொருளாதார நிலை எப்போது முன்னேற்றம் பெறும் என்று நீங்கள் எண்ணுகிறீர்கள்?''

''நலம் தரும் மாற்றம் விரைவாக வருவது எளிதல்லவே'' என்று பதிலளித்து, ''இந்த மாற்றத்தின் செயல்பாட்டிற்குச் சிறிது

தாமதமாகும், காலம் இன்னும் கனியவில்லை. மரணத்தை வினையாக்கித் தரும் ஆயுதங்களைத் தயாரிப்பதில் தேசங்கள் மிகவும் முனைப்பாக இருக்கும் போது நிலைமைகள் எவ்வாறு சீர்படும்?'' என்று கேட்டார்.

''எப்படியோ, ஆயுதக் குறைப்பைப் பற்றி தற்போது மிகையாகப் பேசப்படுகிறதே, இது நம்பத் தகுந்தது தானே இல்லையா?''

''நீங்கள் உங்கள் போர்க்கலங்களை முறியடித்து, துப்பாக்கிக் குண்டுகளைத் துருப்பிடிக்கச் செய்வதால் யுத்தம் நின்று விடாது, நிறுத்தவும் முடியாது. வெறும் தடிகளையும், கம்புகளையும் வைத்துக் கொண்டே மக்கள் போரிடுவார்கள்!''

''அப்போது நிலைமைகளைச் சீராக்க என்ன செய்யலாம்?''

''இரு தேசங்களுக்கிடையிலும், வறியவர் செல்வந்தர் இடையிலும் ஆன்மரீதியான புரிந்துணர்தல் உருவாகினால், இதன் மூலம் நன்னயம் உதயமாகி உண்மையான அமைதியும், வளமும் உலகில் நிலவும்'' என்றார்.

''இது மிகவும் எட்டாத தொலைவில் இருப்பதைப் போலத் தோன்றுகிறதே. அப்போது நமது அணுகுமுறை திருப்திகரமாக இல்லை, அப்படித்தானே?''

ஜகத்குரு தனது தண்டத்தை மேலும் இறுகப் பற்றினார்.

''இறைவன் இன்னமும் இருக்கிறார்'' என்றார் மெதுவாக.

''அப்படியே இருப்பினும் கண்ணுக்கெட்டாத தொலை தூரத்தில் உள்ளார்'' என்று தைரியமாக எதிர்த்து வாதிட்டேன்.

''கடவுளுக்கு உயிர்களிடத்தில் அன்பைத் தவிர வேறெதும் இல்லை'' என்று நயமாகப் பதிலிறுத்தார்.

''இன்றைய உலகைப் பாதித்துள்ள துன்பம் மற்றும் இழிநிலையைக் கண்ணுறும் போது கடவுள், மனிதர்களிடத்தில் அக்கறை கொண்டது போலத் தோன்றவில்லையே'' என்று என் மனதின் அடித்தளத்தில் உள்ள வெறுப்பைத் தடைபோட இயலாது வார்த்தைகளாக உமிழ்ந்தேன். மேதகு சங்கரர் என்னை

விநோதமாகப் பார்க்க நான் அவசரப்பட்டு எனது ஆதங்கத்தை வெளியிட்டதற்கு மனம் வருந்தினேன்.

''பொறுமையும், சகிப்புத்தன்மையும் மிக்க மனிதனால் ஆழமாகச் சிந்திக்க முடியும். நிலைமைகளைச் சீர்படுத்த, இறைவன் நிச்சயித்த நேரத்தில் மனிதனையே சாதனமாகப் பயன்படுத்துவார். தேசங்களுக்கிடையிலான குழப்பமும் மக்களிடையே காணப்படும் துன்மார்க்கமும் மற்றும் பரிதாபகர மான பலகோடி மக்களின் தாங்கொணாத்துயரமும் மேலோங்கி விடும். இதன் விளைவாக இறையருள் நிறைந்த ஒரு மனிதன் இரட்சகனாகத் தோன்றுவது ஒவ்வொரு நூற்றாண்டிலும் நிகழும் வழக்கமான ஒரு செயல்பாடு. இந்தச் செயல்பாடு பௌதீக நியதியைப் போன்று நடைபெறுகிறது. ஆன்மீக-ரீதியான அறியாமையினாலும், லோகாயதச் சிந்தனையாலும் உருவாகும் இந்த அவலநிலையின் தீவிரத்திற்கேற்ப உலகிற்கு நன்மை பயக்க வரும் நபரின் தன்மையும் மேம்பட்டதாக இருக்கும்.

''நமது காலகட்டத்திலும் இது போன்று எவரேனும் தோன்றுவார்கள் என்று எண்ணுகிறீர்களா?''

''நமது நூற்றாண்டில்'' என்று என்னைத் திருத்தி விட்டுத் தொடர்ந்தார். ''நிச்சயமாக உலகம் ஆன்மீக நெறியின்றி இருளால் சூழப்பட்டு அவதியுறும் அத்தியாவசியமான தருணத்தில் உலகை உய்வுறச் செய்ய இறையருள் நிறைந்த ஒரு மனிதன் நிச்சயமாகத் தோன்றுவான்.''

''பின், மனிதர்கள் சீர்குலைந்து போய்க் கொண்டிருக்கிறார்கள் என்று நீங்கள் எண்ணுகிறீர்களா?'' என்று நான் கேட்க,

''இல்லை, நான் அவ்வாறு எண்ணவில்லை. ஒவ்வொரு மனிதனுக்கு உள்ளேயும், தெய்வீக ஆன்மா ஒன்று உறைந்து கொண்டுதானிருக்கிறது. இறுதியில் அது அவனை இறைவனிடம் கொணர்ந்து சேர்த்துத் தான் ஆகவேண்டும்'' என்று மிகவும் பொறுமையாகப் பதிலளித்தார்.

''ஆனால் எங்கள் மேற்கத்திய நகரங்களில் தங்களின் உடலில் துர்தேவதைகள் புகுந்திருப்பதைப் போல் நடந்துகொள்ளும் முரட்டுத்தனமான மனிதர்கள் உள்ளனர்'' என்றேன் இன்றைய நவீனயுகத்து சமூகவிரோதக் கூட்டத்தை மனதில் கொண்டு.

''மனிதர்கள் பிறந்த சூழ்நிலைகளை விட்டு, அவர்களின் மீது குற்றம் சுமத்தாதீர்கள். அவர்களது இயற்கையான சுபாவத்தை விட, அவரை இன்னும் மோசமானவர்களாக மாற்றுவது அவரது சூழ்நிலையும், சுற்றுப் புறமும் தான். இது மேற்கு, கிழக்கு இரு பகுதிகளுக்கும் மெய்யாகப் பொருந்தும். சமுதாயத்தை இன்னும் உயரிய தன்மையுடன் இணக்கம் பெறச் செய்ய வேண்டும். போகப் பொருட்கள் மீதான பற்றைக் கைவிட்டு, கொள்கைப் பற்றுடைய சிந்தனாவாதத்தில் ஈடுபடச் செய்தால்தான் உலகம் துன்பத்திலிருந்து விடுபட்டு மேம்படும். தோல்வி நமக்கு வெற்றிக்கான பாதைக்கு வழிகாட்டுவதைப் போலவே என்றார். தேசங்கள் அனுபவிக்கும் துன்பங்களும், மிகையான மன விசாரங்களும் இந்த மாற்றத்தை உருவாக்கவல்ல உந்துசக்தியாகப் பரிமளிக்கும்; என்றார்.

''பின், மக்கள் தங்கள் லோகாயதமான விஷயங்களிலும் ஆன்மீகக் கொள்கைகளைக் கையாள வேண்டும் என்று விரும்புகிறீர்களா?''

''ஆம், அப்படித்தான். அது அசாத்தியமல்லவே. இது ஒன்று மட்டுமே நிறைவில் அனைவரையும் திருப்திப்படுத்தும் வகையில் நற்பலன்களை அளிக்க வல்லது மற்றும் விரைவில் அழியாது நிலைத்து நிற்கும். மேலும், ஆன்மீகப் போராளியால் வசப்பட்ட நபர்கள் பலர் இருந்தால், அந்த அளவிற்கேற்ப அது விரைவாகப் பரவிவிடும். இந்திய நாடு, முற்காலத்தைப்போல் அல்லாவிடினும் தனக்கேற்ற முறையில் தனது ஆன்மீகப் பெருமக்களை மதித்து, ஆதரவு நல்கி வருகிறது. இதையே உலகம் முழுவதிலும் கடைப்பிடித்து தங்கள் ஆன்மீகப் பேரொளி மிக்க ஆசான்களின் வழிகாட்டலைப் பின்பற்றி நடந்தால், பின் உலகம் முழுமையும் அமைதி பெற்று செழுமை நிறைந்த வளர்ச்சி பெறலாம்.

எங்களது சம்பாஷணை தொடர்ந்தது. ஸ்ரீசங்கரர், அவரது நாட்டிலுள்ள பலரைப் போன்று கிழக்குநாட்டை உயர்த்திக் கூறுவதற்காக, மேலைநாட்டை இழித்துரைக்கவில்லை என்பதை வெகு விரைவில் கவனித்தேன். பூமியின் ஒவ்வொரு பகுதியும் தனக்கே உரித்தான நன்மையும், தீமையும் தன்னகத்தே கொண்டுள்ளன என்றும், இவ்வகையில் இவை சரிநிகர் சமமானவை என்றும் ஒப்புக்கொள்கிறார்! எதிர்காலத்தில் நன்னயம் மிக்க, பகுத்தறிவுள்ள

சந்ததியினர் ஆசிய மற்றும் ஐரோப்பிய சமூக நாகரிகங்களில் காணப்படும் சிறந்த குறிப்புகளை இணைத்து, உயரிய சமநிலைப்பாடான ஒரு சமூகத்திட்டத்தை உருவாக்குவர் என்று உறுதியான நம்பிக்கை கொண்டுள்ளார்.

பின்னர், இந்த விஷயத்தை விடுத்து வேறு சில பிரத்தியேகமான கேள்விகளைக் கேட்க அனுமதி கோரி நின்றேன். அதற்கும் உடனடியாக அனுமதிக்கப்பட்டேன்.

"ஜகத்குரு அவர்கள் எத்தனை காலமாக இப்பட்டத்தை வகிக்கிறீர்கள்?"

"1907 ஆம் ஆண்டிலிருந்து அப்போது எனக்கு 12 வயது தான் ஆகியிருந்தது. இந்தப் பட்டம் ஏற்கத் தேர்ந்தெடுக்கப்பட்ட பின்பு காவிரிக் கரையிலுள்ள ஒரு கிராமத்திற்குச்சென்று மூன்று வருட காலம் அத்யயனத்திலும், தியானத்திலும் கழித்தேன். அதன் பின்னர் தான் எனது பொது வாழ்க்கை துவக்கப்பட்டது.

"அப்போது, உங்கள் தலைமையிடமான கும்பகோணத்தில் நீங்கள் அரிதாகத் தான் தங்குவீர்களா?

அப்படித்தானே?

"ஆம்! நேபாள மகாராஜா 1918 ஆம் ஆண்டில் என்னைச் சிறிது காலம் அவரது விருந்தினராக தங்கச் சொல்லி விண்ணப்பித்தார். அவரது வேண்டுகோளை ஏற்றுக்கொண்ட பின்னர், மெதுவாக நேபாளம் நோக்கி, வடதிசையில் எனது பயணத்தைத் துவங்கினேன். ஆனால், விந்தை, பாருங்கள்! நான் அத்துணை நாட்கள் பயணித்தும் என்னால் சில நூறு மைல்களுக்கு மேல் கடக்க இயலவில்லை. ஏனெனில், எங்களது மடத்தின் பாரம்பரிய முறைப்படி நான் கடந்து செல்லும்

பாதையில் உள்ள ஒவ்வொரு கிராமம் அல்லது நகரத்திலும் நான் தங்கிச் செல்ல வேண்டும் என்பது நியதி. மேலும், அதிகத் தொலைவில் அல்லாத ஊர்களில் உள்ளவர்கள் விடுக்கும் அழைப்பையும் ஏற்று அங்கும் சென்று வர வேண்டும். நான் தங்கும் இடத்திலுள்ள உள்ளூர் கோவிலில் ஆன்மீகச் சொற்பொழிவாற்றி, உள்ளூர் வாழ் மக்களுக்கு மத ரீதியான போதனைகளையும் அளிக்க வேண்டும்.''

நான் எனது தேடுதலைப் பற்றிய விஷயத்தை அவரிடம் பிரஸ்தாபிக்க நான் இதுவரையிலும் சந்தித்த யோகிகளைப் பற்றி அருளாளர் என்னிடம் வினாக்களை எழுப்பினார். இதற்கு நான் அவரிடம் மனம் திறந்து விடையளித்தேன்.

''நான், யோகாவில் நன்கு தேர்ச்சிபெற்ற, யோக நுட்பத்தை அறிந்து அதன் செயல்முறை விளக்கத்தையும் நிரூபணங்களையும் அளிக்கவல்ல ஒருவரைச் சந்திக்க விரும்புகிறேன். ஆனால் உங்கள் நாட்டில் நான் கண்ட பல புண்ணிய புருஷர்கள், நிரூபணங்களைப் பற்றிக் கேள்வி எழுப்பியதும். ஒரே ஒரு முறைதான் விளக்கத் தயாராக உள்ளனர். நான் ஏதேனும் மிகையாகக் கேட்கிறேனா?''

சாந்தமான, கருணை விழிகள், என் விழிகளைச் சந்தித்தன. ஒரு நிமிடம் முழுமையாகக் கழிந்தது. அருளாளர் கைகளால் தனது தாடியை வருடியவாறு தொடர்ந்தார்.

''நீங்கள் உயரிய யோகநிலையில் உபதேசம் பெற விரும்பினால், நீங்கள் எதையும் மிகையாக நாடவில்லை. உங்கள் உறுதிப்பாடும் நேர்மையும் உங்களது லட்சியத்தை அடைய உதவும், உங்களது உறுதியான எண்ணத்தை என்னால் உணர முடிகிறது, ஆனால், உள்ளார்ந்த ஒரு ஒளிவெள்ளம் உங்களுக்குள்ளே நிலை பெற்று, உங்களை விழிப்புணர்வு கொள்ளச் செய்கிறது. இந்த ஒளி உங்களை வழி நடத்திச் சென்று உங்களது தேவையைப் பூரணமாக்கும் என்பதில் சந்தேகமில்லை.

நான் அவரைச் சரிவரப் புரிந்து கொண்டேனா என்றே எனக்குப் புலனாகவில்லை.

''இதுவரையிலும், வழி நடத்திச் செல்லப்படுவதற்கும் நான் என்னையே உறுதுணையாக நம்பி இருந்துள்ளேன். உங்கள்

நாட்டின் பண்டைய துறவிகள் கூட நமக்குள் உறைந்திருக்கும் இறைச்சக்தியை விட உயரியது வேறெதுவும் இல்லை என்று தானே உரைத்துள்ளனர்'' என்றேன்.

விரைந்து வந்தது பதில்

''கடவுள் எங்கும் வியாபித்துள்ளார். பின் அவரைத் தனது சுயத்திற்குள் மட்டும் அடக்கி வைப்பது ஒருவருக்கு எவ்வாறு சாத்தியமாகும்? இறைவன் தான் உலகம் முழுவதையும் ஆதரிக்கிறார்.''

நான் எனது இலக்கிலிருந்து வெளியேறிச் செல்வது போல் தோன்ற, வேதாந்த-ரீதியான சம்பாஷணையிலிருந்து உடனடியாக வேறொரு விஷயத்திற்குத் தாவினேன்.

''எவ்விதமான பயிற்சி நடைமுறைக்கு உகந்ததாக இருக்கும்?''

''நீங்கள் உங்கள் பயணத்தைத் தொடர்ந்து மேற்கொள்ளுங்கள். பயணம் முடிந்தவுடன் நீங்கள் இதுவரையிலும் சந்தித்த யோகிகள் மற்றும் ஆன்மீக மனிதர்களையும் பற்றிச் சிந்தியுங்கள். இதிலிருந்து உங்கள் மனதைக் கவர்ந்த, மனதிற்குகந்த ஒருவரைத் தேர்ந்தெடுங்கள். அவரிடம் திரும்பிச் சென்றால், அவர் உங்களுக்கு தீட்சை புரிந்தருள்வார்'' என்று அருளுரை வழங்கினார்.

அவரது சாந்தமான முகக்குறிப்பையும், தனித்துவம் வாய்ந்த அவரது விசேஷமான தெளிவையும் கண்டு சிலாகித்தேன்.

''ஆனால், மதிப்பிற்குரியவரே, இதில் ஒருவருமே என் மனதைக் கவரவில்லையெனில் நான் என்ன செய்ய?''

''அவ்வாறாயின் கடவுள் உங்களை ஆட்கொண்டு போதித்தருளும் வரையிலும் தனித்தே செல்ல வேண்டும். முறையாகத் தியானப் பயிற்சி செய்து மேன்மையான விஷயங்களை உங்கள் மனதில் விரும்பி ஏற்று, அதைப்பற்றி ஆழமாகச் சிந்தியுங்கள்; ஆன்மாவைப் பற்றியே அடிக்கடி சிந்திப்பதன் மூலம் அது உங்களைத் தன்பால் ஈர்த்து விடும். விழித்தெழும் நேரமும், அந்திப்பொழுதும் தான் பயிற்சிக்கு உகந்த நேரமாகும். ஏனெனில், இந்த நேரத்தில் தான் உலகம் அமைதியாக உள்ளது. உங்களது தியானப் பயிற்சிக்கு எந்த இடையூறும் விளைவிக்காது.''

அவர் கருணையுடன் என்னை உற்று நோக்கினார். நான் அவரது முகத்தில் நிலவிய துறவற அமைதியைக் கண்டு நான் அழுக்காறுற்றேன். கண்டிப்பாக என்னை அச்சுறுத்திய நாசம் விளைவிக்கும் மன எழுச்சிகள் அவர் மனதில் எழும்பியிருக்கவே முடியாது. உடனடியாக அவரிடம் கேள்விக் கணையைத் தொடுக்க நான் உந்தப்பட்டு, "ஒருவேளை நான் இந்த முயற்சியில் தோல்வியுற்றால், உங்கள் உதவியை நாடி வரலாமா?" என்றேன்.

மறுதலிக்கும் வகையில் ஸ்ரீசங்கரர் தலையை அசைத்தார்.

"நான் ஒரு பொதுப்பணிபுரியும் தொண்டு நிறுவனத்தின் தலைமைப் பொறுப்பை வகிப்பதால், எனது நேரம் என் வசமில்லை. எனது முழுமையான நேரமும் எனது பணியிலேயே செலவிடப்படுகிறது. வருடக்கணக்காக ஒவ்வொரு இரவும் மூன்று மணிநேரம் மட்டுமே உறங்குகிறேன். அவ்வாறிருக்க, நான் தனிப்பட்ட முறையில் மாணவர்களை ஏற்பது எப்படி? சீடர்களுக்காக நேரத்தை ஒதுக்கக் கூடிய ஒரு ஆசானை நீங்கள் நாட வேண்டும்" என்றார்.

"ஆனால் மெய்ஞ்ஞானிகளைக் காண்பது மிகவும் அரிது என்றும், அதிலும் ஒரு அயல்நாட்டவருக்கு அது சாத்தியமல்ல என்று நான் கேள்விப்பட்டேன்."

"உண்மை நிலைத்திருக்கிறது. அதைத் தேடிக் கண்டுகொள்ளலாம்."

"யோகாவின் நுட்பமான உயர்நிலையைக் கற்றுத் தெளிந்து நிரூபிக்கக் கூடிய ஒரு ஆசானை எனக்கு அடையாளம் காட்ட முடியாதா?" என்று நான் கேட்க அருளாளர் பதிலேதும் கூறாமல் சற்று நேரம் அமைதி காத்தார்.

"ஆம். நீங்கள் விரும்பியதைத் தரவல்ல இருவர் இந்தியாவில் உள்ளதை நானறிவேன். காசியில் மறைவிடமான பெரியதொரு மாளிகையில் மறைந்து வாழும் ஒரு மெய்ஞ்ஞானி இருக்கிறார். ஒரு சிலருக்கு அவரது அருகில் செல்ல, அவரை அணுக அனுமதி கிடைத்தாலும், இதுவரையிலும் எந்த அயல்நாட்டவரும் அவரது தனிமையில் இடையூறு விளைவிக்க அனுமதிக்கப்படவில்லை என்பது உறுதி. ஆதலால், என்னால் உங்களை அனுப்பிவைக்க முடியும் என்றாலும், ஒரு ஐரோப்பியரை அவர் அனுமதிப்பாரா

என்னும் ஐயப்பாடு உள்ளது''... ம்... மற்றொருவர்...? என்றேன் ஆவல் மேலிட.

''மற்றொருவர், தென்னிந்தியாவின் உள்ளடங்கிய பகுதியில் வசிப்பவர். நான் அவரை ஒருமுறை சந்தித்துள்ளேன். அவர் ஒரு மகான். தீர்க்கதரிசி, ஆதலால், நீங்கள் அவரை நாடிச்செல்லலாம்''

''யார் அவர்?''

''அவர்தான் 'மகரிஷி' எனப்படுபவர். அவரது உறைவிடம் வடஆற்காடுப் பகுதியிலுள்ள அருணாசலம், ஆன்மீக ஒளிவீசும் திருவண்ணாமலை. நீங்கள் அவரைக் கண்டுகொள்ள வசதியாக இன்னும் சில விஷயங்களை அறிவுறுத்தட்டுமா?''

என் மனக்கண்ணில் திடீரென ஒரு உருவம் பளிச்சிட்டது; என்னைத் தனது குருவிடம் அழைத்துச் செல்லும் முயற்சியில் தோல்வியுற்ற மஞ்சள்நிற உடையணிந்த சந்நியாசியின் உருவம் என் கண்முன் தோன்றியது. அவர் ஏதோ ஒரு மலையின் பெயரை முணுமுணுப்பாக உச்சரிப்பதைச் செவியுற்றேன்'' ''ஆன்மீக ஒளிவீசும் அழகுமலை''

''மிக்கநன்றி, அருளாளரே, ஆனால் அந்த இடத்திலிருந்து வரும் ஒரு நபர் எனக்கு வழிகாட்டுவார்.''

''அப்போது நீங்கள் அங்கு செல்வீர்கள், அல்லவா?''

நான் சற்று யோசித்து ''நாளை நான் தென்னிந்தியாவை விட்டுப் புறப்படுவதற்கான அனைத்து ஏற்பாடுகளும் ஏற்கனவே செய்யப்பட்டுவிட்டன'' என்று தயங்கியவாறே கூற,

''அப்படியானால், நான் உங்களிடம் ஒரு வேண்டுகோள் விடுக்கிறேன்''

''மகிழ்வுடன் ஏற்பேன்''

''மகரிஷியைச் சந்திக்காமல் தென்னிந்தியாவை விட்டு அகல மாட்டேன் என்று எனக்கு உறுதியளியுங்கள்'' என்றார்.

அவரது கண்களில், எனக்கு எவ்வாறேனும் உதவ வேண்டும் என்னும்திடமான வேட்கை தென்பட்டதைக் கண்டு, அவர் மன விருப்பம் போல் வாக்குறுதியளித்தேன்.

ஆறுதலளிக்கும் கனிவான சிரித்த முகத்துடன், ''விசனப்பட வேண்டாம். நீங்கள் நாடுவதைக் கண்டு கொள்வீர்கள்'' என்றார்.

வீதியில் காத்திருந்த கூட்டத்திலிருந்து முணுமுணுக்கும் ஒலி வீடு வரை எட்டியது.

''உங்களது பொன்னான நேரத்தை நான் அதிகப்படியாக எடுத்துக் கொண்டு விட்டேன், தயை கூர்ந்து மன்னித்தருள வேண்டுகிறேன்.''

மலர்ந்த முகத்துடன் முன்னறை வரையிலும் என்னைப் பின் தொடர்ந்தார். எனது நண்பரின் செவிகளில் ஏதோ கிசுகிசுத்த குரலில் கூறியதில், என் பெயர் உச்சரிக்கப்படுவதைக் கண்டு கொண்டேன். கதவை அடைந்தவுடன், விடைபெறும் தோரணையில் அவரைப் பணிந்த போது என்னைத் தன்னருகில் அழைத்து, ''நீங்கள் எப்போதும் என்னை நினைவில் வைத்திருப்பீர்கள் நானும் உங்களை என் நினைவுத் திரையில் வைத்திருப்பேன்!'' என்றுரைத்தார்.

இந்தப் பூடகமான, உட்பொருள் கொண்ட வார்த்தைகளைக் கேட்ட பின்னால், சிறுபிராயம் முதல், தன் முழுமையான வாழ்க்கையையே இறைப்பணிக்கு அர்ப்பணம் செய்துவிட்ட இந்த மாமனிதரைப் பிரிய மனமின்றி, பிரியாவிடை பெற்றேன். லோகாயதமான பதவி பொருள், இவற்றிற்காக ''மடாதிபதி'' பதவியை ஏற்கவில்லை; ஏனெனில், இளவயது முதலே இவர் அனைத்தையும் துறந்த, முற்றும் துறந்த மெய்ஞ்ஞானியானவர். தனக்குக் காணிக்கையாக அளிக்கப்படும் பொருட்களை யெல்லாம் அவற்றின் தேவைமிக்க வறியவர்களுக்குக் கொடுத்து விடுகிறார். இவரது மென்மையான பண்புமிகு அழகிய குணாதிசயம் என் நினைவுப் படுகையில் நீங்கா இடம் பெற்றது.

செங்கல்பட்டின் அழகிய இயற்கைக் காட்சிகளைச் சுற்றிப் பார்த்து ரசித்தவாறு அன்றைய மாலைப் பொழுதைக் கழித்துவிட்டு இல்லம் திரும்பும் முன் மீண்டும் அருளாளரைத் தரிசித்து அவர் அருளைப் பெற முயற்சித்தேன்.

நகரத்திலுள்ள ஒரு பெரிய ஆலய வளாகத்தில் அமர்ந்து ஆண், பெண் மற்றும் குழந்தைகள் அடங்கிய ஒரு பெரிய சபையில் அவர்

சொற்பொழிவாற்றக் கண்டேன். இத்துணை பேர் அடங்கிய சபையில் துல்லியமான நிசப்தம் நிலவியது. அவர் பேசிய மொழி எனக்குப் புரியவில்லை. எனினும், அங்கு அமர்ந்துள்ள படித்த பண்டிதர் முதல் கல்வியறிவில்லாத குடியானவன் வரையிலும் அனைவரது கவனத்தையும் கவர்ந்து அவர் தன் வயப்படுத்தியுள்ளதை என்னால் உணர முடிந்தது. அவர் சொல்வது புரியாவிடினும், அவரது குணாதிசயத்தைப் புரிந்து கொண்டவரையிலும், மிகவும் ஆழ்ந்த அறிவுபூர்வமான விஷயங்களைக் கூட அவர் மிகவும் எளிய முறையில் தெளிவாக எடுத்துரைப்பார் என்று அனுமானித்தேன்.

அவரது அற்புதமான ஆன்மாவை நான் போற்றியபோதிலும், பெருவாரியான மக்கட்கூட்டம் அவர் மீது வைத்துள்ள அசைக்க முடியாத விசுவாசத்தை எண்ணிப் பொறாமை கொண்டேன். இவர்களுக்கு வாழ்க்கையில் சந்தேகம் என்னும் ஒரு மனநிலையே உருவாகுவதில்லை. கடவுள் இருக்கிறார்; இந்த நம்பிக்கையையே வாழ்வாதாரமாகக் கொண்டுள்ளதால், இவர்கள் ஆன்ம இருளிலோ இறையுணர்வே இல்லாமலோ இருப்பதில்லை. அண்டவெளியின் ஒரு சிறு பகுதியான சுழன்று கொண்டிருக்கும் இயங்கிக் கொண்டிருக்கும் இப்பூவுலகின் ஒருசிறு அங்கம்தான் நாம் என்னும் எண்ணமே இவர்களிடம் எழவில்லை.

நீலமுகில் உலவும், தெளிவான வானில், விண்மீன்கள் கண்சிமிட்ட, நீர்நிலையின் கரையோரம் தனது ஓலைகளை அசைத்துப் பனைமரங்கள் அணிவகுத்து நிற்க, சில்லென்ற தென்றல் எங்களை வழியனுப்ப நாங்கள் செங்கல்பட்டை விட்டு வெளியேறினோம்.

''நீங்கள் உண்மையில் பாக்கியவான் தான்!'' என்று திடீரெனக் கூறி, எங்களிடையே நிலவிய மௌனத்தைக் கலைத்தார், எனது நண்பர்.

''ஏன்?''

''ஏனெனில், ஜகத்குரு ஸ்ரீசங்கரர் இப்போது தான் முதன் முறையாக ஒரு வெளிநாட்டவரை தன்னைச் சந்திக்க அனுமதித்துள்ளார்.''

''ஓ! அப்படியா?''

"இதன் மூலம் நீங்கள் அவரது நல்லாசிகளைப் பெற்றுள்ளீர்கள்!"

☯ ☯ ☯

நடுநிசியில் நான் வீடு திரும்பினேன். வீட்டிற்குள் நுழையும் முன்பு, கடைசி முறையாக மேல்நோக்கி வானத்தைப் பார்த்தேன். வானவெளி முழுவதும் நட்சத்திரங்கள் இறைந்து கிடந்தன. ஐரோப்பாவில் இதுபோன்ற எண்ணிலடங்கா விண்மீன்களைக் காணுதல் அரிது. கைவிளக்கின் ஒளியைப் பாய்ச்சியபடியே தாழ்வாரத்திற்குச் செல்லும் படிகளில் ஏறினேன். குனிந்தபடி இருந்த ஓர் உருவம் எழும்பி இருட்டில் வந்து என்னை வணங்கியது.

"சுப்ரமண்யா!" என்று திகைப்புடன் கூவினேன். "நீங்கள் இங்கு என்ன செய்கிறீர்கள்?" காவிநிற உடையணிந்த யோகி சிரித்தபடியே,

"உங்களைச் சந்திப்பதாக உறுதியளித்தேன் அல்லவா?" என்று முன்பு கூறியதை எனக்கு நினைவூட்டினார்.

"ஆம்! நிச்சயமாக! பின் "உன் ஆசான்... மகரிஷி என்று அழைக்கப்படுவாரா?" என்று அவரிடம் கேட்டேன்.

இப்போது அவர் சற்றே பின்வாங்கி, பிரமிப்புடன், உங்களுக்கு எப்படித் தெரிந்தது? நீங்கள் இதை எங்கு, எவரிடமிருந்து அறிந்து கொண்டீர்கள்?" என்று கேட்டார்.

"பரவாயில்லை. விடு. நான் எனது திட்டத்தை மாற்றிக் கொண்டு விட்டேன். நாளைக் காலையில் நாமிருவரும் மகரிஷியைக் காண அவரது உறைவிடம் செல்வோம்" என்றதற்கு.

"மிகவும் மகிழ்ச்சிகரமான விஷயம் ஐயா!" என்று பதிலளித்தார்.

"ஆனால், நான் அங்கு வெகுநாட்களுக்குத் தங்கியிருக்க மாட்டேன். வேண்டுமானால்... சிலநாட்கள் தங்கலாம்."

பின் அரைமணிநேரம் அவரிடம் சில கேள்விகளைக் கேட்டுப் பின்னர் களைப்பு மிகுதியால் படுக்கச் சென்றேன். சுப்ரமணியன் தரையில் விரிக்கப்பட்டிருந்த ஒரு பனை ஓலைப் பாயில் படுத்து, ஒரு மெல்லிய பருத்தித் துணியைச் சுற்றிக்கொண்டு படுத்து

விட்டார். அதுவே அவருக்கு விரிப்பாகவும், போர்வையாகவும் பயன்பட்டது. சௌகரியமான படுக்கையை நான் அளித்ததையும் ஏற்க மறுத்தார்.

அதன் பிறகு, திடீரென விழிப்புற்றதை மட்டுமே என்னால் உணர முடிந்தது. அறை முழுவதும் இருளடைந்திருக்க, எனது நரம்புகள் இறுக்கமானதைப் போலவும், எனது சுற்றுப்புறம் முழுவதும் தாக்கியது போன்ற திகைப்பூட்டியது. எனது கடிகாரத்தின் ரேடியம் வெளிச்சத்தில், மூன்று மணியாக மேலும் பதினைந்து நிமிடங்கள் இருப்பதை அறிந்தேன். அப்போது தான் எனது படுக்கையின் கால்பகுதியில் மிகவும் வெளிச்சமான ஒரு பொருள் பளிச்சிடுவதை என்னால் உணர முடிந்தது. நான் உடனடியாக எழுந்து, நேராக நிமிர்ந்து அமர்ந்தவாறு, அதைப் பார்த்தேன்.

அது ஸ்ரீசங்கரரின் உருவம் என்பதையறிந்து திகைப்புண்டு அவர் அருள் முகத்தை வெறித்துப் பார்த்தேன். தெள்ளத் தெளிவாகத் தோன்றிய அவரது உருவத்தோற்றம் சூட்சுமமாக அல்லாது, மானுடரூபத்தில் வெளிப்பட்டது. உருவத்தைச் சுற்றியிருந்த ஒளி வெள்ளம், அறையின் இருட்டிலிருந்து அதைப் பிரித்துக் காட்டியது.

இது மாயமா? இத்தோற்றம் அசாத்தியமானதா? செங்கல்பட்டில் நான் அவரை விட்டுப் பிரியவில்லையா? இதைச் சோதித்தறிய நான் எனது கண்களை இறுக மூடிக்கொண்டேன். எந்தவித மாறுதலுமின்றி நர்ன் அவரைத் தெளிவாகக் கண்டேன்!

ஏதோ, ஆறுதல் தரும் அவரது சிநேகபாவத்துடன் கூடிய தரிசனம் கிட்டியதாகத் திருப்திப்படுத்திக்கொண்டு, கண்களைத் திறந்து காவி நிற உடையணிந்த உருவத்தை மரியாதையோடு தரிசித்தேன்.

முகமாற்றத்துடன் உதடுகள் புன்னகைக்க, "பணிவன்போடு இரு! நீ நாடிச் செல்வதைக் கண்டு கொள்வாய்!" என்று சொல்வது போலத் தோன்றியது.

ஆனால் இவ்வாறு ஒரு மானுடரூபம் என்னிடம் சொல்வது போல் ஏன் தோன்றியது? நான் ஏன் இதை ஆவியாகக் கருதவில்லை?

மாயத்தோற்றம், தோன்றியதைப் போலவே மறைந்தது. இது என்னை மிகவும் மேன்மையாகவும், மிகையான உணர்ச்சிப் பெருக்குடன், ஆனந்தமாகவும், அமைதியுடனும் திகழச் செய்தது. இதை நான் ஒரு கனவென்று ஒதுக்கலாமா? இதனால் நிகழப் போகிறது என்ன?

இந்த இரவு உறக்கமற்றுப் போக இமைகள் மூடமறுக்க அன்றைய நாளில் ஸ்ரீசங்கரரைச் சந்தித்த மறக்கமுடியாத அந்த நிகழ்வை சம்பாஷணையை மனதில் அசை போட்டவாறே படுத்திருந்தேன். கும்பகோணத்தைச் சேர்ந்த ஸ்ரீசங்கரர். தென்னிந்தியாவின் மக்களுக்கு இறைவனின் தூதுவராக ஞானகுருவாகத் திகழ்கிறார்.

அத்தியாயம்-ஒன்பது

ஆன்மீக ஒளியின் அழகுமலை

எக்மோர் இரயில் நிலையம் - 1936

தென்னிந்திய இரயில்வேயின், மதராஸ் இரயில் நிலையத்தில், சிலோன் போட் மெயிலில், நானும், சுப்ரமண்யனும் ஒரு பெட்டியில் ஏறிக்கொண்டோம். பல மணிநேரங்கள், பல வண்ணமயமான காட்சிகளைத் தாண்டிச் சென்று கொண்டிருந்தோம். நெல்விளையும் பச்சைப் பசேலென்ற வயல் வெளிகளும், சிறிய செந்நிறக் குன்றுகளும் கம்பீரமாக ஓங்கி உயர்ந்து நிற்கும் தென்னந் தோப்புகளும் கண்ணுக்கு விருந்தளித்தன. ஆங்காங்கே

நெல்வயல்களில் கடினமாக உழைத்துக் கொண்டிருந்த விவசாயிகளும் தென்பட்டனர்.

1930களில் இரயில் பெட்டி

நான் சன்னல் பக்கமாக அமர்ந்திருந்தேன். திடீரெனப் படிந்த அந்திநேர மங்கலான வெளிச்சம் அழகுறத் தென்பட்ட வயல்வெளியை மறைத்தது. என் மனம் பிறவிஷயங்களில் ஆழத் தொடங்கியது. பிரம்மா அளித்த மோதிரத்தை அணிந்ததிலிருந்து நிகழ்ந்த அதிசயமான விஷயங்களை எண்ணிப் பிரமிப்பில் ஆழ்ந்தேன். எனது திட்டங்கள் மாற்றமடைந்து, சற்றும் எதிர்பாராத சூழ்நிலைகள் ஒருசேர உருவாகி என் வாழ்க்கைப் பாதையில் ஒரு திருப்புமுனையை ஏற்படுத்தியுள்ளது; நான் எண்ணியிருந்ததைப் போல கிழக்கு நோக்கிச் செல்லாது, மேலும் தெற்குத் திசையில் பயணம் செய்ய நேர்ந்தது. ஒருவேளை, அந்த யோகி கூறியதைப்போல, கல்பதித்த இந்தத் தங்கமோதிரத்திற்கு மாயசக்தி உள்ளதா? இதை மனதார ஏற்க நினைத்தாலும், அறிவியல்-ரீதியாகப் பகுத்தறியும் எனது மேற்கத்திய சிந்தனை, இக்கருத்தை ஏற்க மறுத்தது. இவ்வாறான ஊகங்களை நான் வெளியேற்ற முயற்சித்தாலும், எனது சிந்தனைகளை அலைக் கழிக்கும் உறுதியற்ற தன்மையை என்னால் ஒதுக்க முடிய வில்லை. விந்தையான ஒன்றைப் பின்பற்றி ஏன் எனது கால்கள்

மலை ஆசிரமத்தை நோக்கிப் பயணிக்க வேண்டும்? காவிநிற உடையணிந்த இருவர் ஏன் எனது விதியை மாற்றியமைக்கக் காரணமானவர்களாக வேண்டும்? விருப்பமில்லாத என்னை மகரிஷியை நோக்கிச் செல்ல, எதற்காக வற்புறுத்தவேண்டும்? ''விதி'' என்னும் பதத்தை நான் இங்கு சாதாரணமாகப் பிரயோகிக்கவில்லை. ஏனெனில், நான் இழப்பது, விதிப்படி எனக்கு நன்மை பயக்கவல்ல ஒன்றைப் பெறவே. மிகவும் முக்கியமாகத் தோன்றாத சில நிகழ்வுகள், ஒருவரது வாழ்வில் எதிர்பாராத முக்கியப் பங்காற்றி, அவரது வாழ்க்கைத் தடத்தையே புரட்டிப் போட்டு விடும் என்பதை, எனது கடந்த கால அனுபவங்கள் எனக்கு அறிவுறுத்தியுள்ளன.

பாண்டிச்சேரியிலிருந்து, 40 மைல் தொலைவிலுள்ள பிரதான பகுதியைக் கடந்து வந்த பின், இரயிலில் இருந்து இறங்கினோம். அங்கிருந்து உட்பகுதிகளுக்குச் செல்லக்கூடிய புகைவண்டித் தடத்தில் ஏறக்குறைய் இரண்டு மணிநேரம் காத்திருந்தோம். யோகி நடைமேடையில் உலாவிக்கொண்டிருந்தார். மங்கலான வெளிச்சத்தில் அவரது நெடிய உருவம் ஒரு பாதி நிஜமாகவும், எஞ்சிய பகுதி மாயத் தோற்றமாகவும் தென்பட்டது. சரியான நேரத்தைக் கடைப்பிடிக்காத, எப்போதாவது இத்தடத்தில் மெதுவாக ஊர்ந்து செல்லும் புகைவண்டி ஒருவழியாக வந்து சேர்ந்தது. இந்த ரயில்பாதையை அதிகமாகப் பயன்படுத் தாமையால் வெகு குறைவான பிரயாணிகளே இருந்தனர்.

எனது நண்பர் என்னை எழுப்பும் வரையிலும், சில மணிநேரம் அயர்ந்து உறக்கத்தில் ஆழ்ந்துவிட்டேன். இடையிலுள்ள ஒரு சிறிய இரயில் நிலையத்தில் நாங்கள் இறங்கிவிட வண்டி கிறீச்சிட்டவாறே, ஊர்ந்து இருளில் மறைந்தது. இரவு நேரத்தின் இருளும், அமைதியும் இன்னும் விலகாதிருக்கவே, நாங்கள் பயணிகள் தங்கும் சிறிய அறையில் தங்கினோம்.

கதிரவன் உதயமாகி, இருள் நீக்கி, ஒளிகாட்டும் காலைப் பொழுதுவரை காத்திருந்தோம். பகலவன் தன் ஒளிவீசும் கிரணங்களைப் பரப்ப, நான் சன்னலின் வழியே வெளியே என் பார்வையைச் சுழலவிட்டேன். இளங்காலைப் பொழுதின் மிதமான வெளிச்சத்தில் தூரத்தில் தனித்து நிற்கும் ஒரு மலையின்

வரைகோடு தென்படுவதைக் கண்டேன். மலையின் அடிவாரம், ஆதாரம் அகன்ற பரப்புடன், மையப்பகுதியான பிரதானபாகம் தாராளமான சுற்றளவுடன் காணப்பட்டது. ஆனால், மலையின் சிகரம், வைகறையின் மூடுபனியால் போர்த்தப்பட்டதால் தெளிவுபடப் புலப்படவில்லை.

எனது வழித்துணைவன், தைரியமாக வெளியே சென்று, மாட்டு வண்டியில் குறட்டை விட்டு உறங்கிக்கொண்டிருந்த வண்டிக்காரனை எழுப்பி, இகலோகத்திற்கு இழுத்துவந்தார். நாங்கள் சென்றடைய வேண்டிய இடத்தைக் குறிப்பிட்டவுடன் அதீதமான மகிழ்வோடு எங்களை அழைத்துச் செல்லத் தயாராகினான். மூங்கிலால் விதானம் போல் வேயப்பட்ட இருசக்கரங்களைக் கொண்ட குறுகிய அந்த வண்டியை மிகுதியான ஐயப்பாட்டுடன் விழித்துப் பார்த்தேன். ஆனாலும், எப்படியோ ஒருவாறு மண்டியிட்டு அதில் நாங்கள் தொற்றிக் கொண்டு ஏறிவிட, வண்டிக்காரன் எங்களது மூட்டை முடிச்சுகளைப் பின்னால் ஏற்றினான். யோகி இயன்ற அளவு உடலைக் குறுக்கிக்கொண்டு மிகக் குறைவான இடத்தையே ஆக்கிரமித்துக்கொண்டார். நான் வண்டியின் தாழ்வான பகுதியில் அமர்ந்து கால்களைத் தொங்கவிட்டுக் கொண்டேன்; வண்டியை ஓட்டுபவன் மாடுகள் பூட்டப்பட்ட முகவணை மீது அமர, ஒரு வழியாகக் கிளம்பினோம்.

இரு வெண்மைநிற, எருதுகள் மீதான எங்கள் ஓட்டம் மெதுவாகத் தான் முன்னேறியது. இந்தியாவின் உட்பகுதிகளில் குதிரையை விட எருதுகளே மிகையாகப் பயன்படுத்தப்படு கின்றன. ஏனெனில் இவை வெய்யிலின் தகிப்பையும் தாங்கிக் கொண்டு, சிறிதளவு உணவு அளிக்கப்படும்போதும் திருப்தியடைந்து, கடுமையாக உழைக்கக் கூடியவை. ஆதலால், வறட்சிக் காலத்தில் மிகவும் பயனுள்ளவை. அமைதிப் பூங்காவாகத் திகழும் கிராமங்கள் மற்றும் உள்ளடங்கிய சிறு நகரங்களிலும், கி.பி. நூறாம் ஆண்டைப் போலவே 2000 வருடங்களுக்குப் பின்னரும், இன்னமும் மாட்டு வண்டிகளைத் தான் போக்குவரத்துச் சாதனமாகப் பயன்படுத்தி வருகின்றனர். காலத்தின் சுழற்சியைத் தவிர வேறு மாற்றமில்லை.

எங்களது வண்டிக்காரர் தன் எருதுகளின் மீது அபாரமான பெருமிதம் கொண்டவர் போலும்! அழகுபடுத்தப்பட்ட இதன் வளைந்த கொம்புகளில் அலங்காரமாக ஆபரணங்களை அணிவித்துள்ளார். மெல்லிய நீண்ட கால்களில் பித்தளை மணிகள் பூட்டப்பட்டுக் கிணுகிணுக்கின்றன. நாசித்துவாரத்தின் வழியே நுழைக்கப்பட்ட கயிற்றைக்கொண்டு அவற்றை வழிநடத்திச் செல்கிறார். புழுதி-படிந்த வீதிகளில் அவை கால்பதிய ஓடும் அழகையும் பொல பொலவெனப் புலர்ந்த காலைப் பொழுதையும் ரசித்தவாறே இருந்தேன்.

வீதியின் இருபுறமும் கண்ணைக் கவரும் இயற்கைக் காட்சிகள் நிரம்பியிருந்தன. இது சாதாரண மந்தமான சமவெளியல்ல, ஏற்ற இறக்கங்களும் ஆங்காங்கே சிறு குன்றுகளும் நம் கண்ணில் தென்படுகின்றன. செம்மண் தரையும் முட்புதர்களும் கொண்ட வரண்ட பூமியாக இருப்பினும், ஆங்காங்கே சில இடங்களில் தென்படும் பசுமை வயல்கள் நம் கவனத்தை ஈர்க்கின்றன.

கடும் உழைப்பினால் சோர்வாகத் தெரிந்த ஒரு விவசாயியைக் கடந்து சென்றோம்; நாள் முழுவதுமான கடின உழைப்பிற்குத் தயாராகிச் சென்று கொண்டிருந்தான். அடுத்து ஒரு பித்தளைத் தண்ணீர் பானையைத் தலையில் சுமந்து செல்லும் ஒரு பெண்ணைக் கடந்து சென்றோம். சிந்தூர நிறத்துணி அவள் உடலைச் சுற்றியிருக்க, மேல்சட்டை அணியாது, வெற்றுடம் போடு இருந்தாள். ஒரு நாசியில் செந்நிற கெம்புக்கல் மூக்குத்தியும்

கைகளில் பளபளக்கும் தங்கக் கங்கணமும் அணிந்திருந்தாள். அவளது கருநிறமேனி அவள் திராவிட இனத்தைச் சேர்ந்தவள் என்பதைக் காட்டிக் கொடுத்தது. பிராமணர்களையும் இஸ்லாமியரையும் தவிர இப்பகுதியில் வாழும் மக்கள் பெரும்பாலும் திராவிட இனத்தைச் சேர்ந்த கருநிறத்தவர்களே. பொதுவாக, திராவிடப் பெண்கள் இயற்கையிலேயே குதூகலமான சுபாவம் உடையவர்கள், மேலும், நாட்டின் பிற பெண்களைப் போல் அல்லாது இனிய சங்கீதமாய் ஒலிக்கும் குரலில், மிகையாகப் பேசுவார்கள்.

அந்தப் பெண் எங்களைப் பார்த்து போலியற்றதன்மையல்லாது உண்மையாகவே அதிசயித்து நின்றதை வைத்து, உள்ளடங்கிய இப்பகுதிகளில் ஐரோப்பிய பயணிகள் பயணம் மேற்கொள்வதில்லை என்று அறிந்தேன்.

அருணாசலேஸ்வரர் திருக்கோவில் - 1931

சிறிய நகர்ப்பகுதியை அடையும் வரையிலும் மாட்டு வண்டியில் சவாரி செய்தோம். நகரத் தெருக்களின் வீதிகள் நேர்த்தியாக வடிவமைக்கப்பட்டு, செல்வச் செழிப்புமிக்க வீடுகள், பிரம்மாண்டமான ஆலயத்தின் இருபுறமும் அமைக்கப் பட்டுள்ளன. ஒருவேளை, எனது கணிப்பு சரியாக இருக்குமானால் இந்த ஆலயம் கால்மைல் அளவு தூரத்தில் இருக்கும். சிறிது நேரத்தில் ஆலயத்தின் அகலமான நுழைவாயிலை நெருங்கினோம். அப்போது பிரம்மாண்டமான அந்த ஆலயத்தின் கலைநுட்பமிக்க கட்டிட வேலைப்பாட்டைப் பற்றியும் ஓரளவு

அறிந்து கொண்டேன். அங்கு இரண்டொரு நிமிடம் தாமதித்ததில் உள்ளே தலையை நீட்டித் துரித கதியில் ஒரு பார்வையிட்டேன். இதன் பரிமாணத்தைப் போலவே, இதன் அற்புதத்தோற்றமும் பரவசமூட்டியது. இது போன்றதொரு வடிவமைப்பை இதற்கு முன்பு நான் கண்டதில்லை. சுழன்ற சிக்கலான வழிப்பாதையைப் போல் பிரம்மாண்டமான உட்புறத்தைச் சுற்றிப் பரந்து விரிந்து சதுக்கம் காணப்பட்டது. ஆலயத்தைச் சுற்றியுள்ள மதிற்சுவர்கள் சூரியனின் வெப்பக் கதிர்களால் பல நூற்றாண்டுகளாகத் தாக்குண்டு களையிழந்து காணப்பட்டன. ஒவ்வொரு நுழைவாயில் நிலையிலும் ஒரு கோபுரம் வானோங்கி நிற்கிறது. கோபுரத்தின் அடிப்பகுதி கருங்கல்லாலும் மேற்புறம் செங்கற்களால் கட்டப்பட்டு சுண்ணச்சாந்தினால் பூசப்பட்டுள்ளது. பல நிலைகளைக் கொண்ட கோபுரங்கள் பலவகையான சுதைச் சிற்பங்களாலும் பல்வேறு அழகிய உருவங்களாலும் மிகையாக அலங்கரிக்கப்பட்டிருந்தன. இந்த நான்கு நுழைவாயில் கோபுரங்களைத் தவிர ஆலயத்தின் உட்புறத்தில் கம்பீரமாக நிற்கும் கோபுரங்களையும் ஒவ்வொரு கருவறையின் பிரதான வாயிலிலும் காணலாம். இவற்றின் வெளிப்புறத்தோற்றம், எகிப்திய பிரமிடுகளைப் போல் ஒரே மாதிரியான வடிவமைப்பைக் கொண்டிருந்தன.

இறுதியாக, பார்வையிட்டபோது அழகிய தூண்களைக் கொண்ட உயரமான மண்டபங்களையும் விதானங்களால் மூடப்பட்ட மையப்பகுதியில் உள்ள கருவறையின் வெளிப் புறத்தையும், மங்கிய ஒளியுடன் கூடிய சன்னதிகளையும் இருண்ட முற்றங்களையும் ஒரு கண்ணோட்டமிட்டேன். ஆனால், ஆவலைத் தூண்டும் இத்தலத்தை முற்றிலுமாக ஆராய்ந்தறிய வேண்டும் என்று தீர்மானித்தேன்.

மீண்டும் வண்டியில் பயணித்து வயல்வெளிகளை அடைந்தோம். கண்ணுக்கு விருந்தளித்த இயற்கைக் காட்சிகளைக் கண்டு ரசித்தவாறே செம்மண் ரோட்டில் தொடர்ந்தோம். வீதியின் இருமருங்கிலும் தாழ்வான புதர்ச்செடிகளும், அவ்வப் போது சில மரங்களும் தென்பட்டன. மரங்களில் ஒளிந்து கொண்டிருந்த பறவைகள் தங்கள் அழகிய சிறகுகள் படபடக்க இங்குமங்கும் திரிந்தன. மேலும் பறவைகளின் இனிய கானம்

தேனாய்க் காதில் ஒலிக்க, நேர்த்திசையின் இனிய சங்கீதமும் கேட்க ரம்மியமாக இருந்தது.

பாதையெங்கும் அழகிய சிறிய ஆலயங்கள் நிறைந்திருந்தன. ஒவ்வொன்றும், வெவ்வேறு காலகட்டத்தில் அமையப் பெற்றதால், அவற்றின் கட்டுமானக் கலையிலும், சிற்ப அமைப்பிலும் வேறுபாடுகள் காணப்பட்டன. இதில் சில ஆலயங்களிலும் ஆடம்பரமான சிற்ப வேலைப்பாடுகளைக் காணலாம். சிலவற்றில் வேறெங்கிலும் காணாத வகையில் தட்டையான மேற்பரப்பு கொண்ட தூண்கள் அமைக்கப் பட்டுள்ளதைக் காணமுடியும். இதில் சில சிறிய ஆலயங்களில் கிரேக்க பாரம்பரியக் கலையின் தாக்கம் வெளிப்படுகிறது.

ஐந்தாறு மைல்கள் கடந்து மலையின் அடிவாரத்தை அடைந்தோம். அருகில் சென்று பார்க்க, பளீரென்ற சூரிய ஒளியில் செந்நிற மலை பூதாகாரமாக, பிரம்மாண்டமாகத் தோற்றமளித்தது. பனிமூட்டம் விலகி மலையின் பரந்த மேற்பகுதி புலப்பட்டது. செம்மண்ணும் பழுப்பு நிறப்பாறைகளும் கொண்ட மலையில் ஆங்காங்கே மரம், செடிகள் இருப்பினும் வரண்ட பாலைவனமாகத் தோற்றமளிக்கிறது. பெரிய பாறைக்கற்கள் சிதறி இங்குமங்கும் தாறுமாறாகக் கிடந்தன.

நான் மலையை உற்றுப் பார்ப்பதைக்கண்ணுற்று,

''அருணாசலா! தெய்வீகமான செம்மலை!'' என்று எனது உடன் வந்தவர் உணர்ச்சிப் பெருக்குடன் கூக்குரலிட்டார்.

அவரது முகத்தில் தீவிரமான பக்தியுணர்வு மேலிட ஷணநேரகாலம் அவர் இடைக்காலச் சாமியார்களைப் போல மெய்மறந்து பரவசநிலையை அடைந்தார்.

''இந்தப் பெயரில் ஏதாவது அர்த்தம் பொதிந்துள்ளதா?'' என்று நான் கேட்க,

''இப்போது தானே நான் அதன் பொருளை உரைத்தேன். மலையின் பெயரில் 'அருணா' 'அசலா' என்னும் இரு வார்த்தைகள் உள்ளன; அதாவது செந்நிற மலை என்று பொருள்படும். மேலும், இத்தலத்தில் உறையும் ஈசனது பெயரும் அருணாசலேஸ்வரர் என்பதால் இதை ''தெய்வீகமான அண்ணாமலை'' என்று தான் மொழிபெயர்த்துக் கூற வேண்டும்''

பின் ''ஆன்மீக ஒளி'' ''அண்ணாமலை தீபம்'' எங்கிருந்து வந்தது?''

''ஓ! ஆலயப் பூசாரிகள் வருடத்திற்கு ஒருமுறை முக்கியமான ஒரு உற்சவத்தை ஆலயத்திற்குள்ளேயே கொண்டாடுகிறார்கள். உடனேயே மலை உச்சியின் மீது ஒரு தீபம் ஏற்றி வைக்கப்படுகிறது. தீபத்தில் ஏராளமான அளவில் நெய்யும்,

கற்பூரமும் இடப்படுகின்றன. அனைவரும் இந்த தீபத்தை கடவுளாகவே மதித்துப் போற்றுகின்றனர். பலநாட்கள் மிளிரும் இந்த தீபஒளியைப் பல மைல்கள் தூரம் வரையிலும் காணமுடியும். இந்த மலை ஒரு புண்ணியத் தலம் மற்றும் இறைஅருளால் வழிநடத்திச் செல்லப்படுகிறது என்னும் உண்மையை ''அண்ணாமலை தீபம்'' குறிக்கிறது.

மலை இப்போது நமது சிரசிற்கும் மேலே வானோங்கி நிற்கிறது. கம்பீரமாகத் திகழும் இந்த மலை செந்நிறம், பழுப்பு மற்றும் கருநிறப்பாறைகளால் ஆனது. பல்லாயிரம் அடி உயரமான இந்தப் பாறை நிறைந்த மலை மேன்மையானது. யோகியின் வாய்மொழியோ அல்லது ஏதோ ஒரு விளக்க முடியாத காரணத்தினாலோ, இந்தப் புனிதத்தன்மை நிறைந்த மலையை ஆழ்ந்து நோக்கும் போது, எனக்குள் ஒரு இனம்புரியாத மரியாதையும் திகைப்பும் மிக்க உணர்வு எழுகிறது. அருணாசலத்தின் செங்குத்தான ஏற்றத்தைக் கூர்ந்து கவனித்துச் செயலற்று நின்றுவிட்டேன்.

''உங்களுக்கு மற்றுமோர் விஷயம் தெரியுமா?'' என்று கேட்டு என்னுடன் வந்த யோகி கிசுகிசுத்த குரலில் தொடர்கிறார். இந்த மலையைப் புனிதத்தலமாக மட்டுமின்றி, இதை உலகத்தின் ஆன்மீக மையமாகக் கடவுளர் வகுத்து வைத்துள்ளதாக உள்ளூர் வாசிகள் உறுதிபட உரைக்கின்றனர்.''

இந்தக் கட்டுக் கதையைக் கேள்வியுற்று எனக்குச் சிரிப்புத்தான் வந்தது. எத்துணை குழந்தைத் தனமானது? பேதைமை யானது!''

இறுதியில் மகரிஷியின் ஆசிரமத்தை நெருங்கிக் கொண்டிருக்கிறோம். என்பதை அறிந்தேன். வீதியிலிருந்து திரும்பி, ஒரு கரடு முரடான பாதையில் சென்று தென்னை மற்றும் மாமரங்கள் நிரம்பிய ஒரு

தோப்பை அடைந்தோம். சிறிது தொலைவில் பூட்டப்படாத ஒரு கதவைத் திறந்து, தளமிடப்படாத ஒரு முற்றத்தில் வண்டியை நிறுத்தினான். வண்டிக்காரன். இறுக்கமாக இருந்த என் கை, கால்களை நீட்டி, சற்றே தளர்த்திக் கொண்ட பின் கீழிறங்கி, சுற்றும் முற்றும் ஒரு நோட்டம் விட்டேன்.

ஒரு மண்டபத்தைப் போல் அமைந்திருந்த மகரிஷியின் உறைவிடம் முன்புறத்தில் நெருக்கமாக வளர்ந்த மரங்கள் மற்றும் ஓரத்தில் செடிகள் நிறைந்த ஒரு தோட்டமும், பின்புறத்தில் வேலியைப் போல முட்செடிகளும், புதர்களும் நிறைந்திருக்க, அதையும் தாண்டி அடர்ந்த காட்டுப்பகுதி தென்பட்டது. மலையடிவாரத்தில், இயற்கை வனப்பு மிகுந்த பகுதியில் அமைந்த இந்த ஆசிரமம், நகரத்து ஆரவாரத்திலிருந்து விலகித் தனித்திருந்தது. தீவிரமான தியானத்தில் ஈடுபட விரும்புபவர்க்கு ஏற்றதொரு இடமாக இருந்தது.

முன்புறதாழ்வாரத்தின் இருபுறமும் கூரை வேயப்பட்ட இரண்டு சிறிய கட்டிடங்கள் இருந்தன. இவற்றை அடுத்து, நவீன கால பாணியில் உருவாக்கப்பட்டு செந்நிற ஓடுகள் வேய்ந்த ஒரு பெரிய நீளமான கட்டிடம் இருந்தது. தாழ்வாரம் போல் தாழ்வாக இறங்கிய கூரையின் முன்பகுதியின் குறுக்கே ஒரு சிறிய முற்றம் இருந்தது.

முற்றத்தின் மையப்பகுதியில் ஒரு பெரிய கிணறு இருந்தது. அரை குறை ஆடையுடன், கருநிறமேனி கொண்ட ஒரு சிறுவன் சகடையின் உதவியோடு ஒரு வாளியில் தண்ணீர் இறைத்தெடுத்துக் கொண்டிருந்தான்.

நாங்கள் உள்ளே நுழைந்ததில் ஏற்பட்ட அரவத்தில் சிலர் வீடுகளை விட்டு வெளியே முற்றத்திற்கு விரைந்தனர். இவர்கள் பல்வேறு விதமாக ஆடை அணிந்திருந்தனர். ஒருவர் வெறும் கோவணத்துடனும், இன்னும் சிலர் பளபளக்கும் வெண்ணிறப் பட்டாடையும் அணிந்து காணப்பட்டனர். அவர்கள் கேள்விக் குறியோடு எங்களை முறைத்துப் பார்க்க, அவர்கள் என்னைப் பார்த்துத் திகைப்புண்டதைக் கண்டு மிகவும் பெருமிதமாகப் புன்னகைத்து, யோகி அவர்களிடம் தமிழில் ஏதோ உரையாடினார். உடனடியாக அவர்களது முகபாவத்தில் பெரிய

தொரு மாற்றம் நிகழ, அவர்கள் அனைவரும் ஒருமித்து என்னை முகமலர்ச்சியோடு பார்த்துப் பிரகாசமாகப் புன்னகைத்தனர். எனக்கு அவர்களது முகத்தோற்றமும், நடத்தையும் மிகவும் பிடித்திருந்தது.

''இப்போது நாம் மகரிஷி தங்கியுள்ள கூடத்திற்குச் செல்லலாம்'' என்று எனக்கு அழைப்பு விடுத்தவாறே, மஞ்சள்நிற ஆடை அணிந்த யோகி முன்னே சென்றார். நான் திறந்த வெளி முற்றத்தில் எனது காலணியைக்கழற்றி விட்டு, நான் கொண்டு வந்திருந்த பழக்கூடையுடன் உள்ளே நுழைந்தேன்.

☯ ☯ ☯

செந்நிற ஓடு வேய்ந்த தரையில் அரைவட்டவடிவமைப்பில் சப்பணிட்டு அமர்ந்திருந்த ஏறத்தாழ இருபது நபர்களின் பார்வையும் எங்கள் மீது படர்ந்தது. நாங்கள் அங்கு பிரவேசிக்கும் முன்னர், அனைவரது பார்வையும், அந்த அறையின் ஒரு மூலையில் நிலைத்திருந்தது. அவர்களின் மரியாதைக்குரிய பார்வை படர்ந்த இடத்தில் ஒரு க்ஷணம் நான் எனது கண்களைச் சுழலவிட்டேன். நீண்ட வெண்ணிற சயன இருக்கை (திவான்) மீது ஒரு உருவம் அமர்ந்திருப்பதைக் கண்டேன். அவர் தான் 'மகரிஷி' என்பதைப் புரிந்து கொண்டேன்.

என்னுடன் வந்த யோகி, திவானின் சமீபத்தில் சென்று, தரையில் பணிந்து, சாஷ்டாங்கமாக நமஸ்கரித்தார், கைகளைக் கட்டி, கண்மூடி மெய்மறந்தார்.

திவான், அறையில் உள்ள பெரிய அகலமான சாளரத்தின் அருகில் போடப்பட்டுள்ளதால் வெளிச்சம் மகரிஷியின் மீது படர அவரது முகக்குறிகளின், அம்சங்களை நுணுக்கமாக என்னால் கவனிக்க முடிந்தது. அவரது பார்வை சாளரத்தின் வெளியே படிந்திருந்தது. அவர் எங்களை நோக்கித் திரும்பவில்லை. ஆதலால், அவரது பார்வை எங்கள் மீது படர ஏதுவாக, நான் மெதுவாகச் சன்னல் பக்கம் சென்று பழங்களை வைத்து விட்டு வணங்கினேன். பின், ஓரிரண்டு அடிகள் பின்வாங்கி நின்றேன்.

அவரது இருக்கையின் முன்பு, பித்தளைத்தாலம் ஒன்று வைக்கப்பட்டு, அதில் எரிந்து கொண்டிருந்த தணலில், வாசனைத்

திரவியம் இடப்பட்டு, அறையெங்கும் அந்த இனிய நறுமணம் கமழ்ந்தது. அருகிலேயே தூபக்காலில் பத்திகளும் வைக்கப்பட்டு, அதன் நீல-கருவர்ணப் புகையும் மேலெழும்பி விநோதமான மணம் பரப்பியது.

ஒரு பருத்திக் கம்பளத்தைத் தரையில் விரித்து அமர்ந்து கொண்டு, தீவிரமான நோக்குடன் சயன இருக்கையில் அமர்ந்துள்ள மௌனமான உருவத்தை மிகப்பெரிய எதிர் பார்ப்புடன் ஆவலோடு நோக்கினேன். இடுப்பில் அணிந்திருந்த மெல்லிய கோவணத்தைத் தவிர வேறு ஆடையின்றி மகரிஷி ஏறக்குறைய நிர்வாணமாகவே தோற்றமளித்தார். சராசரி தென்னிந்தியரை விடக் கூடுதலாக சற்று மாநிறமாகவே இருந்த மகரிஷி உயரமானவராக, ஐம்பது வயதினராக இருக்கக் கூடும் என்று அனுமானித்தேன். நெருக்கமாக வெட்டப்பட்ட நரைத்த முடியுடன் காணப்பட்ட அவரது முகத்தின் விசாலமான முன்நெற்றி அவரது அறிவாற்றலையும், தீட்சண்யத்தையும் வெளிச்சம் போட்டுக் காட்டியது. அவரது முகக்குறிகள் ஒரு ஐரோப்பியனைப் போல இருந்தன என்றால், அது மிகையல்ல, இதுவே அவரைப் பற்றிய எனது முதல் பதிப்பு.

வெண்பஞ்சு மஞ்சத்தில் அமர்ந்திருந்த மகரிஷியின் பாதங்கள் புலித்தோலின் மீது படிந்திருந்தன.

அறையெங்கிலும் அசாதாரண அமைதி நிலவியது. எங்களது வரவாலும் இடையூறு செய்யப்படாது மகரிஷி அசலமாகச் சலனமற்றுச் சிலைபோலிருந்தார். திவானின் மறுபுறம் அமர்ந்திருந்த கபிலநிறமுடைய சீடர் ஒருவர், மூங்கிலால் அமைக்கப்பட்ட விசிறியை (ஃபங்கா) வீசுவதற்காகக் கயிற்றை இழுத்து, அங்கு நிலவிய மௌனத்திற்கு ஊறு விளைவித்தார்.

மகரிஷியின் தலைக்கு நேராக இருந்த மரக்கட்டையில் பொருத்தப்பட்டிருந்த காற்றாடி அசைந்தாடியது. மகரிஷியின் மிதமான அளவுடைய பழுப்பு நிறக் கண்கள் அகல விரிந்திருந்தன. ஆனாலும், அவர் பார்வை எவர் மீதும் படரவில்லை.

ஒருவேளை எனது வருகையை அவர் உணர்ந்திருந்தாலும், அதற்கான எந்தவித குறிப்போ அறிகுறியோ அவரிடம் தென்படவில்லை. சலனமற்றுச் சிலைபோலிருந்த அவரது மேனியும் அமானுஷ்யமான அமைதியில் ஆழ்ந்திருந்தது. அவரது விழிகள் இன்னமும் சன்னலின் வெளியே நிலைத்திருக்க ஒருமுறை கூட அவரது பார்வை என் மீது திரும்பவில்லை. மேலும் அவர் எல்லையற்ற அகண்டவெளியை நோக்குவது போலவும் எனக்குத் தோன்றியது. இக்காட்சி எனக்கு ஒரு மறுபிரதிபலிப்பாக முன்னர் கண்டதின் நினைவலையாகத் தோன்றியது. இது போல் எங்கு பார்த்திருக்கிறேன் என்பதை எனது நினைவுப் படுகையின் பதிவிலிருந்து குடைந்தெடுத்து மௌனத் துறவியின் உருவம் மனதில் நிழலாடியது. மதராசப்பட்டினத்திற்கருகில், நான் சந்தித்த துறவி; ஒரு குடிலில் தனித்து இருந்த அவரது உடம்பில் கல்லடியால் எத்துணை காயங்கள் இருந்தன. இருப்பினும் சலனமற்று இருந்தாரல்லவா! அதிசயமான இதே அசைவற்ற தன்மையைத்தான் நான் எனக்குப் பரிச்சயமில்லாத மகரிஷியிடமும் காண்கிறேன்.

ஒரு மனிதனின் விழிபேசும் மொழியிலிருந்து அவனது ஆன்மாவைக் கண்டறியலாம் என்பது தொன்றுதொட்டு நானறிந்த கருத்து. ஆனால், மகரிஷியின் பார்வையின் தீட்சண்யம் என்னைக் குழப்பத்தில் ஆழ்த்தி, பிரமிக்கச் செய்துவிட்டது.

விவரிக்க இயலாத மெத்தனத்தில் நிமிடங்கள் ஊர்ந்தன. மெள்ள-மெள்ள ஒருமணி நேர அவகாசம் முடிந்த பின்பும் அறையில் எவ்விதச் சலனமும் இல்லை. பகவானும் அசலம், அன்பர்களும் அசலம். எவரும் பேசத் துணிவின்றி மௌனித்திருக்க, நானும் எதைப் பற்றிய சிந்தனையுமின்றி, மெய்மறந்த நிலையில் மௌனமாக அமர்ந்திருக்கும் மகரிஷியைப் பற்றி மட்டுமே எண்ணத் துவங்கினேன். நான்காணிக்கையாக அளித்த பழங்களும் வைத்தவண்ணம் இருந்தன.

மௌனத்துறவியைப் போன்று இவர் என்னை வரவேற்று அங்கீகரிக்கமாட்டார் என்று எனது வழிகாட்டியும் எனக்கு எச்சரிக்கை விடுக்கவில்லை. விந்தையான இந்த அலட்சியமும், அக்கறையற்ற மனப்போக்கும் என்னைத் திடீரென ஆட்கொண்டன. இதுவரையிலும் இது போன்றதோர் நிலையை நான் எதிர் கொண்டதில்லை. இப்படியோர் வரவேற்பும் கிட்டியதுமில்லை. எந்த ஒரு ஐரோப்பியனது மனதிலும் ''இந்த மனிதர் தன் சீடர்களுக்காக இப்படி ஓர் கபட நாடகமிடுகிறாரோ'' என்ற சிந்தனை தான் முதன்முதலில் எழும்பும். என் மனதிலும் இந்தச் சிந்தனை உதயமாக நான் அதற்கு விடைகொடுத்து வழியனுப்பி வைத்தேன். எனது வழிகாட்டி தனது ஆசானைப் பற்றிச் சொல்லியிருக்காவிடினும் அவர் ஒரு மெய் மறந்த பரவச நிலையில் இருப்பதை என்னால் உணரமுடிந்தது. ''இவ்வாறான பூடகமான ஆழ்நிலை தியானத்தில் வயப்படுவது அர்த்தமற்ற வெறுமையைத் தவிர வேறெதுவுமில்லையா?'' ஆனால் விடைகாணமுடியாத நிலை உருவானதால் இந்தச் சிந்தனைக்கு என் மனச்சிறையிலிருந்து விடுதலையளித்தேன்.

இரும்பைக் கவர்ந்திழுக்கும் காந்தத்தைப் போல, இந்த மாமனிதரிடமிருந்த ஏதோவொன்று அவர்பால் என் கவனத்தை ஈர்த்தது. என்னால், அவரை விட்டு என் விழியை அகற்ற முடியவில்லை. இந்த விநோதமான ஈர்ப்பு என்னை உறுதியாகப் பற்றிக்கொள்ள துவக்கத்தில் எனக்கிருந்த திகிலும், முற்றிலும் புறக்கணிக்கப்பட்டதால் ஏற்பட்ட குழப்பமும் மெதுவாக என்னை விட்டு அகன்றன. ஆனால், இரண்டு மணி நேரத்திற்குப் பின்னர் அசாதாரண விந்தையான நிகழ்விற்குப் பின்னரே, என் உள்ளார்ந்த மனதினுள் உருவாகி வரும் அரவமில்லாத, எதிர்க்க வல்லாத மாற்றத்தை உணர்ந்து கொண்டேன். புகைவண்டியில் வரும் போது, தீவிரமான கவனத்துடன் துல்லியமாகத் தயார் செய்த கேள்விகள், ஒன்றன் பின் ஒன்றாக என் மனத்திரையை விட்டு நழுவின. ஏனெனில், இப்போது அக்கேள்விகளைக் கேட்டு அறிய முற்படுவதும், இதுவரையிலும் என்னை இம்சித்துக் கொண்டிருந்த பிரச்சினைகளைத் தீர்க்க முயற்சிப்பதும் ஒரு பொருட்டாகவே தோன்றவில்லை. என்னருகே ஒரு தெள்ளிய நீரோட்டத்தைப் போன்ற அமைதி நிலவுவதையும், உன்னதமான தொரு அமைதி எனது அகத்தினுள் ஊடுருவிச் செல்வதையும்,

சிந்தனையின் தாக்கத்தால் கிலேசமுற்றுச் சித்திரவதைக்கப்பட்ட எனது மதியும் மெள்ள மெள்ளத் தெளிவாகி அமைதி பெறுவதையும் இப்போது தான் அறிந்தேன்.

முன்னர் அடிக்கடி என்னிடமே எனக்குள்ளேயே நான் எழுப்பிய கேள்விகள் எத்துணை அற்பமானவை! கடந்துபோன வருடங்களின் சுழன்று வரும் பரந்தகாட்சி எத்துணை அற்பத்தனமாகத் தெரிகிறது! அறிவு தானே பிரச்சினைகளை உருவாக்கிக் கொண்டு அவற்றைத் தீர்க்க முயல்வதில் தன்னையே பரிதாபமான நிலைக்குட்படுத்திக் கொள்கிறது என்பது எனக்குத் திடீரெனத் தெளிவாகியது. இதுவரையிலும் அறிவை மட்டுமே உயரிய இடத்தில் வைத்துப்போற்றிக் கொண்டிருந்த ஒருவரது மனதில் இத்தகைய புதியதொரு கருத்து தோன்றுவது விந்தையானது தானே!

இரண்டுமணி நேரம் வரையிலும், சாந்தமான உணர்வுநிலை என்னுள் ஆழமாக நிலை பெறுவதை ஏற்றுக்கொண்டு அமைதியாக இருந்தேன். இவ்வாறு காலத்தின் கடக்கும் இடைவெளி எனக்கு எரிச்சலூட்டவேயில்லை. ஏனெனில், அறிவு ரீதியாக உருவாகிய கேள்விகளும், அது உருவாக்கிய பிரச்சினைகளின் தளைகளும் முறிக்கப்பட்டுவிட்டதாக நான் எண்ணுகிறேன். இப்போது, கொஞ்சம் கொஞ்சமாக ஒரு புதுக் கேள்வி உணர்வு நிலையை வந்தடைகிறது.

“பூக்கள் தங்கள் இதழ்களிலிருந்து நறுமணத்தைப் பரப்புவதைப் போல, இந்த மகரிஷியும் ஆன்மீகத்தின் அமைதியைப் பரப்புகிறாரா?”

“நான் ஆன்மீகப் புரிந்துணர்தலில் சமர்த்தனாக என்னைக் கருதவில்லை. ஆனால் பிறரிடம் தனிப்பட்ட கருத்துத் தடத்தைக் கொண்டுள்ளேன். எனக்குள் எழும்பியுள்ள இந்த அதிசயமான அமைதியும் இத்தலத்தின் மகிமை மற்றும் சூழலின் காரணமாகத் தான் உருவாகியுள்ளதோ என்னும் ஐயப்பாடு என் மனதில் தோன்றுவதற்கும் இந்த மகானின் குணாதிசயம் எனக்குள் ஏற்படுத்திய தாக்கம் தான் காரணம். எனது ஆன்மாவின் அமைதியற்ற தன்மையை அழித்துச் சலனமற்ற சாந்தியைப் பெறச் செய்வதும் இந்த மகரிஷியின் புலப்படாத ஆன்ம மற்றும்

மனச்சக்தியின் ஊடுருவல் தான் காரணமோ என்று வியப்பில் ஆழ்கிறேன். இருப்பினும், இந்த மகான் என்னவோ உணர்ச்சி யற்றது போலவும், நான் அங்கிருப்பதைப் பற்றியே அறிந்து கொள்ளாததைப் போலவும் அமர்ந்துள்ளார்.

முதன்முறையாக ஒரு சலசலப்புத் தோன்றியது. எவரோ ஒருவர் என்னிடம் வந்து, ''நீங்கள் மகரிஷியிடம் எதுவும் பேசவோ, கேட்கவோ விரும்பவில்லையா?'' என்று தாழ்ந்த குரலில் இரகசியமாகக் கேட்டார்.

முன்னர் எனது வழிகாட்டியாக இருந்த நபர் பொறுமை இழந்திருக்கக் கூடும். ஒருவேளை, ஒரு ஐரோப்பியனாகிய நானும் எல்லைமீறி எனது பொறுமையை இழந்திருப்பேன் என்று கூட அவர் கருதலாம். ஆஹா! என்னைப் பற்றி அறிய ஆவல் நண்பரே! உண்மையில், உங்களது ஆசானிடம் உரையாடவும், கேள்வி கேட்கவும் தான்னிங்கு வந்தேன். ஆனால் எனக்குள் உலவும் எல்லையற்ற அமைதி, கேள்விகளே எழுப்ப வேண்டாம் என்று எண்ணத் தூண்டிவிட்டது. எனது ஆன்மா என்னும் கப்பல் தற்போது நங்கூரம் பாய்ச்சிக் கரைசேரத் தொடங்கிவிட்டது. மேலும் இதைவிட மிகையான அற்புதமானதோர் கடலைக் கடக்கத் தயாராகிக் காத்து நிற்கிறது, இப்போது ஒரு புதிய ஆனந்தமான அனுபவத்தை எதிர்நோக்கிக் காத்திருக்கும் என்னைத் திரும்பவும் இத்துன்பச்சுழலில் சகதியில் இழுக்கப் பார்க்கிறீர்களா என்று எண்ணி மௌனம் காத்தேன்.

இருப்பினும், மெய்மறந்த அந்தப் பரவசநிலை கலைக்கப்பட்டு, இந்த வீணான இடைச்செருகலால் அறையின் அமைதி குலைந்து, ஆட்கள் எழுந்து, அறையை விட்டு அகல, அவர்களது சம்பாஷணையின் இரைச்சல் என் காதுகளை எட்டியது, ஆனால்... என்ன ஆச்சரியம்! மகரிஷியின் கரும் பழுப்புநிறக் கண்கள் சற்றே படபடக்க அவர் தலை திரும்பி, முகமும் மெதுவாகக் கீழே தாழ்வாக அவரது விழிகள் முதன்முறையாக என்னை நேருக்கு நேராகச் சந்தித்தன! அவர் தனது நெடிய பரவசமான, மோன நிலையிலிருந்து வெளிப்பட்டு விட்டார் என்பது தெளிவானது.

அவர் சொன்னதை நான் கேட்காதது போல் இருந்ததை எண்ணி முன்னர் கேள்வி எழுப்பிக் குறுக்கிட்டவர் தனது

கேள்வியை உரத்த குரலில் திரும்பக் கேட்கிறார். ஆனால் என்னை மென்மையாகக் கூர்ந்து நோக்கிய அந்த பிரகாசமான கண்களில் அவர் பேசாதிருந்தும் நான் மற்றுமொரு கேள்வியைக் கவனிக்கிறேன்.

“இருக்க முடியுமா - அது சாத்தியமா - எல்லா மனிதர்களும் அடையக் கூடிய ஆழ்மன அமைதியை கடிதரிசமனமாகச் கண்ட போது, அலைபாயும் சந்தேகங்களால் நீங்கள் அலைக்கழிக்கப் படுகிறீர்களா?”

அமைதி என்னை வெற்றி கொள்கிறது. எனது வழி காட்டியிடம் நான் பதிலுரைக்கிறேன்.

“இல்லை. இப்போது நான் கேட்பதற்கு ஏதும் இல்லை” மற்றொரு சமயம்...

மஹறிஷி அல்லாது, உத்வேகத்துடன் பேசத் தொடர்ந்த மக்கள் கூட்டத்திற்கு எனது தற்போதைய வருகை குறித்து விளக்கம் தேவை என்பதை உணர்கிறேன். மக்கள் கூட்டத்தில் சிலரே அங்கு தங்கியுள்ள சீடர்கள் என்றும் ஏனையோர் தேசத்தின் பிற பகுதி யிலிருந்து வந்துள்ளனர் என அறிகிறேன். அதிசயமாக, அந்த சமயத்தில் எனது வழிகாட்டியே எழுந்து தேவையான அறிமுகம் செய்கிறார். கூடியிருந்த மக்களிடையே விவரங்களைக் கை கால்களால் சமிக்ஞைகள் செய்வதன் மூலமும் மற்றும் தமிழிலும் சரளமாகப் பேசுகிறார். அவரது பேச்சு கூட்டத்தினரின் ஆச்சரியமிக்க குரலில் ஒலிப்படும் அளவு வழிகாட்டியின் விளக்கம் உண்மைகளுடன் கலந்து கற்பனைக் கதைகளும் இணைக்கப் பட்டுள்ளனவோ என அஞ்சினேன்.

மதிய உணவு முடிந்தது. நான் இதுவரையில் அனுபவித்தறியாத அளவு உஷ்ணத் தாக்குதலால் பாதிக்கப்பட்டேன். கதிரவன் இரக்கமின்றி மதியநேர வெப்பத்தை அதிகரிக்க இந்தியாவின் சீதோஷ்ண நிலை கடினமான பணிசெய்ய ஆதரவாக இல்லாததை எண்ணி மனத்தினுள்ளே நன்றி கூறிக்கொண்டேன். ஏனெனில், அங்கு கூடியிருந்த மக்களில் பலரும் மரத்தோப்புகளின் நிழலில் நண்பகல் சிறுதுயில் கொள்ளச் சென்றனர். இதனால் எவ்விதமான முன்னறிவிப்போ சந்தடியோ இன்றி, என் மனவிருப்பம் போல் மகரிஷியை என்னால் அணுகமுடியும்.

பெரிய அறைக்குள் நுழைந்து, அவரருகில் அமர்ந்தேன். மகரிஷி தனது திவானில் போடப்பட்டிருந்த வெண்ணிற திண்டுகளில் சற்றே சாய்ந்தவாறு இருக்க, அவரது உதவியாளர் ஃபங்கா விசிறியின் கயிற்றை அசைத்து, வீசச் செய்தார். கயிறு இழுக்கப்படுவதால் ஏற்படும் மெல்லியநாதமும், விசிறியிலிருந்து வீசிய இளங்காற்றின் இனிய ஒலியும் என் காதை நிரப்பின.

மகரிஷி தன் கரங்களில் மடித்துவைக்கப்பட்டிருந்த கையெழுத்துப் பிரதி ஒன்றை கையில் வைத்துக்கொண்டிருந்தார். மிகவும் நிதானமாக அதில் ஏதோ எழுதிக்கொண்டிருந்தார். நான் அங்கு சென்ற சில நிமிடங்கள் கழித்து அப்புத்தகத்தை அப்பால் வைத்து விட்டு ஒரு சீடனை விளித்தார். அவர்களிடையே தமிழில் ஏதோ சம்பாஷணை நிகழ்ந்தது. பிறகு என்னால் அவர்களது உணவைச் சரியாக எடுத்துக் கொள்ள முடியாமல் போனதற்கு அவரது ஆசான் மீண்டும் மீண்டும் தன் மனவருத்தத்தைத் தெரிவித்துக் கொள்வதாகச் சீடர் மொழிந்தார். அவர்கள் மிகவும் எளிய வாழ்க்கையை அனுசரிப்பதாகவும் இதுவரையிலும் ஐரோப்பியர்களுக்கு உணவு வழங்கிய அனுபவம் இல்லாமையால் அவர்கள் எப்படிப்பட்ட உணவு அருந்துவார்கள் என்பதை அறிந்திருக்கவில்லை என்றும் சீடர் மேலும் விவரித்தார். நான் மகரிஷிக்கு நன்றி கூறி அவர்களது சாத்வீகமான உணவை அவர்களுடன் பகிர்ந்து கொள்வதில் எனக்கு மனமகிழ்வு தான் என்றும் எனது பிறதேவைகளுக்கு நான் நகர்ப்புறத்திலிருந்து சில உணவு வகைகளை வரவழைத்துக் கொள்வதாகவும் தெரிவித்தேன்.

மேலும், அவரது ஆசிரமத்தை நோக்கி என்னை ஈர்த்து வந்துள்ள எனது தேடுதலை விட, உணவை நான் முக்கியமாகக் கருதவில்லை என்றும் கூறினேன்.

மகரிஷி சாந்தம் தவழும் வதனத்துடன் சலனமற்று பற்றுக் கொள்ளாது, கருத்துடன் கூர்ந்து கேட்டுக்கொண்டார்.

''உன்னதமான குறிக்கோள்'' என்று உடனேயே விமரிசித்தார்.

''குருவே! நான் எங்கள் நாட்டுத் தத்துவங்களையும் வேத சாஸ்திரங்களையும் ஆராய்ந்து, ஜனநெரிசல் மிக்க நகரங்களில் எங்கள் நாட்டு மக்களோடு வாழ்ந்து, பணிபுரிந்துள்ளேன். மேலும் அவர்களது உவகை பொங்கும் விஷயங்களில் பங்கேற்று அவர்களது இலக்கிலும் சிக்கிக்கொண்டுள்ளேன். இருப்பினும், தனிமையில் தங்கியிருந்து, ஆழ்ந்த சிந்தனையில் ஈடுபட்டுள்ளேன். மேலை நாட்டுத் துறவிகளிடமும் கேள்விகள் எழுப்பியுள்ளேன், தற்போது மிகையான ஞான ஒளியை நாடிக் கிழக்குதிசை நோக்கிப் பயணித்துள்ளேன்.''

''தனக்குப் புரிந்தது என்பது போல் ஆமோதிக்கும் வகையில் தலையசைத்தார், மகரிஷி.

''நான் பல கருத்துக்களையும் சித்தாந்தங்களையும் செவியுற்றேன். என்னைச் சுற்றிலும் வெவ்வேறு நம்பிக்கைகளின் அறிவு பூர்வமான சான்றுகளும் குவிந்து கிடக்கின்றன. சுய-அனுபூதியால் நிரூபிக்கப்படாத எதையும் என்னால் நம்பவும் முடியவில்லை. இவற்றால் நான் சோர்வுற்றுச் சலிப்படைந்துள்ளேன். இவ்வாறு சொல்வதற்கு என்னை மன்னிக்கவும், ஆனால் நான் மதப்பற்றுள்ளவனோ, இறை நம்பிக்கை கொண்டவனோ அல்ல. மனிதனது லோகாயதமான அனுபூதியைத் தவிர வேறு ஏதும் உள்ளதா? அப்படியிருந்தால் அதை நானாகவே எப்படி உணரமுடியும்?'' என்றேன்.

எங்களைச் சுற்றிலும் நின்று கொண்டிருந்த சில சீடர்களும், பக்தர்களும் ஆச்சரியத்தில் உற்றுப் பார்த்தனர். ஒருவேளை, அவர்களது ஆசானிடம் மிகவும் தைரியமாகவும் நாசூக்கில்லாமலும் உரையாடி ஆசிரமத்தின் அதிநுட்பமான கோட்பாட்டிற்கும், அனுஷ்டானத்திற்கும் களங்கம் கற்பித்து விட்டேனா? நான் அறியவுமில்லை, அதுபற்றிய அக்கறையும் எனக்கில்லை. இத்துணை வருடகாலமாக என்னுள் அடக்கி வைக்கப்பட்டிருந்த வேட்கை என்னையும் அறியாது, திடீரென கட்டுக்கடங்காத காட்டாற்று வெள்ளம் போல் மடை திறந்து வெளிவந்துவிட்டது. ஒருவேளை மகரிஷி நான் நாடி வந்த சரியான நபராக இருந்தால்,

மரபு முறையிலிருந்து விலக்கிப் பார்த்து, சிறு பிழைகளைப் பொறுத்துப் புரிந்துகொள்வார் என்று எண்ணினேன்.

அவர் விடையேதும் அளிக்கவில்லை. எனினும், ஏதோ ஆழ்ந்த சிந்தனைவயப்பட்டது போலத் தோன்றியது. வேறு எதுவும் செய்வதறியா நிலையில், என் வாய்க்கும் பூட்டுப்போட இயலாத நிலையில் நான் மூன்றாவது முறையாக பேச்சைத் துவக்கினேன்.''

''மேலை நாட்டு ஞானிகளும் அறிவியல் மற்றும் சாஸ்திர நிபுணர்களும் அறிவாற்றல் மிகுந்தவர்கள், மேன்மையானவர்கள். இருப்பினும் வாழ்க்கையின் ஆதாரமான பூடகமாக உள்ள பேருண்மையைப் பற்றி அவர்களால் விளக்கமுடியவில்லை. எங்கள் மேலைநாட்டு யோகிகள் வெளிப்படுத்த இயலாத இரகசியத்தை உங்கள் நாட்டில் உள்ள சில யோகிகளால் விளக்க முடியும் என்கிறார்களே, அப்படியா? நான் மெய்ஞான அனுபூதியைப் பெறுவதற்கு உங்களால் உதவமுடியுமா?

இல்லை, இந்தத் தேடுதலே வெறும் மாயை தானா?

இப்போது நான் எனது சம்பாஷணையின் இலக்கை எட்டி விட்டதால், மகரிஷியின் பதிலுக்குக் காத்திருக்கத் தீர்மானித்தேன். சிந்தனையினூடே என்னை உன்னிப்பாகக் கவனித்தார். ஒருவேளை, அவர் எனது கேள்விகளைப் பற்றிச் சிந்தித்துக் கொண்டிருந்தாரோ என்னவோ? பத்து நிமிடங்கள் மௌனத்தில் கடந்தன.

''நான்'' என்கிறாயே ''நான் அறியவிரும்புகிறேன்'' என்கிறாயே! இந்த நான் என்பது யார் என்று எனக்குச் சொல்,

அவர் எதைப் பற்றிச் சொல்கிறார்? இப்போது அவர் மொழி பெயர்ப்பாளரின் இடைமறிப்பை விடுத்துத்தானே நேரடியாக என்னுடன் ஆங்கிலத்தில் உரையாடுகிறார். நான் திகைப்பில் ஆழ்ந்தேன்.

''எனக்கு உங்களது கேள்வியின் பொருள் புரியவில்லை'' என்றேன் வெளிப்படையாக.

''தெளிவுபடவில்லையா? மீண்டும் சிந்தித்துப்பார்!'' என்றார்.

மீண்டும் ஒருமுறை மகரிஷியின் திகைப்பூட்டும் வார்த்தைகளை மனதில் சுழலவிட்டேன். திடீரென ஒரு எண்ணம் உதயமாகி, நான் ஒரு விரலால் என்னைச் சுட்டிக்காட்டி எனது பெயரை மொழிந்தேன்.

''நீ இவனை அறிவாயா?''

''என் வாழ்நாள் முழுமையிலும்'' என்று சிரித்தவாறே பதிலுரைத்தேன்.

''ஆனால் நீ அறிவது உனது தேகத்தை மட்டும்தான்! நான் மீண்டும் கேட்கிறேன்'' நீ யார்?'' என்றார்.

இந்த அசாதாரணக் கேள்விக்கு உடனடியாக ஒரு பதிலைக் கண்டுபிடிக்க என்னால் இயலவில்லை.

மகிரிஷி தொடர்ந்து, அந்த ''நான்'' என்பதை முதலில் அறிந்து கொண்டால், நீ உண்மையை அறிந்து கொள்வாய்'' என்றார்.

மறுபடியும் நான் குழப்பமுற்றேன். இந்த மனத்தடுமாற்றமும், குழப்பமும் என்னை மீண்டும் பேசத் தூண்ட மகரிஷி மொழிபெயர்ப்பாளரைப் பார்த்தார். அவர் மகரிஷியின் பதிலை மெதுவாக மொழிபெயர்த்துக் கூறினார். ''ஒரே ஒரு செயலைச் செய்ய வேண்டும். உனக்குள்ளேயே நீ உள்முகப்படு. இதைச் சரியான வழிமுறையில் செய்தால், உனது அனைத்துப் பிரச்சினைகளுக்கும் உன்னால் வழிகாண முடியும்.''

இது ஒரு விந்தையான எதிருரை. ஆனால்,

''ஒருவர் என்ன செய்ய வேண்டும்? நான் இதில் எந்த வழியைப் பின்பற்ற வேண்டும்?'' என்று கேட்டேன்.

''ஒருவர் தனது சுயத்தை உள்முகமாக நோக்கிப் பிரதிபலிப்பதன் மூலமும் சலனமற்ற சீரான ஆழ்நிலை தியானத்தின் மூலமும், ஒளியைக் கண்டு கொள்ளலாம்.''

''நான் அடிக்கடி உண்மையைக் கண்டுணரும் தியானத்தில் ஈடுபட்டுள்ளேன். ஆனால் முன்னேறுவதற்கான அறிகுறியே தென்படவில்லை''

''முன்னேற்றம் ஏற்படவில்லை என்பதனை நீ எப்படி அறிவாய்? ஆன்மீகப் பாதையில் ஒருவரது முன்னேற்றத்தைப் புரிந்துணர்வது அத்துணை எளிதல்ல.''

''அப்போது, ஒரு ஆசானின் உதவி அவசியமா?''

''இருக்கலாம்''

''நீங்கள் உபதேசிக்கும் வழிகளில் ஒரு மனிதன் தன்னை உணர்ந்து கொள்ள ஒரு ஆசானால் உதவ முடியுமா?''

''இந்தத் தேடலுக்கான அனைத்துத் தேவைகளையும் அந்த நபர் ஆசானிடமிருந்து பெறலாம். ஆனால் சுய அனுபூதியால் மட்டுமே இவ்விஷயத்தைப் புரிந்துணர முடியும்.''

''ஒரு ஆசானின் உதவியோடு பூரணமெய்ஞ்ஞானத்தை அடைவதற்கு எத்தனை காலமாகும்?''

''அது நாடிச் செல்பவனது மனமுதிர்ச்சியையும், ஆற்றலையும் சார்ந்துள்ளது. நிலக்கரியை எரியச் செய்ய நீண்ட நேரம் தூண்ட வேண்டியுள்ளது. ஆனால், வெடிமருந்து உடனடியாக பற்றிக் கொண்டுவிடும் அதுபோலத்தான்.''

ஒருவேளை ஆசான்கள் மற்றும் அவர்களது வழிமுறைகளைப் பற்றியும் விவாதிக்க, மகரிஷிக்கு விருப்பமில்லையோ என்பது போன்ற வித்தியாசமான உணர்வு எனக்குள் உதயமாகியது. எனினும், என் மன் உறுதி இந்த உணர்வை எதிர்கொள்ள இவ்விஷயத்தைப் பற்றி மற்றுமோர் கேள்வியை விடுத்தேன். அவர் உணர்ச்சியற்ற முகபாவனையோடு சன்னலுக்கு வெளியே தென்பட்ட மலையையும், நிலப்பரப்பையும் வெறித்துப் பார்த்தவாறு, எவ்விதமான பதிலையும் அளிக்காதிருந்தார். இதைச் சூசகமாகப் புரிந்து கொண்டு, இந்த விஷயத்தையே விடுத்தேன்.

''நாங்கள் அனைவரும் மிகக் கடினமான காலகட்டத்தில் வாழ்ந்து கொண்டிருப்பதால், இவ்வுலகின் எதிர்காலத்தைப்பற்றி மகரிஷி அவர்கள் ஏதேனும் கருத்துக்கூறி அருளாசி வழங்க முடியுமா?''

"வருங்காலத்தைப் பற்றி யோசித்து உன்னையே நீ ஏன் வருத்திக் கொள்கிறாய்? நிகழ்காலத்தைப் பற்றியே உனக்குச் சரியான தெளிவில்லை! நிகழ்காலத்தைப் பற்றி அக்கறைகொள்; பின்னர் எதிர்காலம் சுயமாகவே தன்னைக் காத்துக்கொள்ளும்."

மற்றுமோர் மறுதலிப்பு ஆனால் இந்த அமைதியான காட்டுப் பகுதியின் ஏகாந்தத்தில் இருக்கும் மக்களைவிட வாழ்க்கையின் இன்னல்களை மிகையாக அனுபவித்து வரும் மக்கள் வாழும் பகுதியிலிருந்து வருவதால், இம்முறை நான் அவ்வளவு எளிதில் அவரை விட்டுவிடவில்லை.

"உலகம் விரைவில் நட்பு மற்றும் பரஸ்பர உதவி என்னும் ஒரு புதிய சகாப்தத்தைப் படைக்குமா அல்லது போர் மற்றும் அழிவை நோக்கிச் செல்லுமா?" என்று மேலும் கேட்டேன்.

மகரிஷிக்கு இது மனதிற்குகந்ததாக இல்லாவிடினும், அவர் உடனடியாகப் பதிலுரைத்தார்.

"இப்பூவுலகை ஆட்சி செய்யும் ஒருவர் இருக்கிறார். இவ்வுலகைப் பாதுகாக்கும் பணியும் பொறுப்பும் அவருடையது. உலகிற்கு உயிரூட்டிய அவருக்கு அதைக் கண்காணித்துக் கவனிக்கவும் தெரியும். இப்பூவுலகின் சுமையைத் தாங்குவது அவர் தானே தவிர நீயல்ல."

"இருப்பினும் பாரபட்சமில்லாத நோக்குடன் பரிசீலிக்கும் போது, இவ்வாறான காருண்ய மதிப்பு வருவது கடினம் தானே" என்று எதிர்வாதம் செய்தேன்.

மகரிஷி மேலும் அதிருப்தியடைந்தாலும் இதற்கும் விடையளித்தார்.

"நீ எப்படி இருக்கிறாயோ அவ்வாறே தான் இப்பூவுலகும். உன்னைப் புரிந்து கொள்ளாமல், இவ்வுலகைப் புரிந்து கொள்ள முனைவதால் என்ன லாபம் சாமானியர்கள் இது போன்ற வீணான கேள்விகளை எழுப்பி தங்கள் சக்தியை விரயமடையச் செய்தாலும் மெய்ஞ்ஞானத்தை நாடிச் செல்பவர்கள் இது போன்ற விஷயங்களைக் கருத்தில் கொள்ளவே வேண்டாம் முதலில், உனக்குள்ளே நிலைப்பட்டிருக்கும் உள்ளார்ந்த பேருண்மையைப்

புரிந்துகொள். அதன் பின்னர் உலகின் பின்னே இருக்கும் உண்மையை அறிந்து கொள்ளக் கூடிய மேன்மையான நிலையை அடைவாய், அந்த உலகில் நீயும் ஒரு பகுதி என்பதையும் புரிந்துகொள்.''

திடீரென ஒரு நிசப்தம் நிலவியது. ஒரு உதவியாளர் இடையில் புகுந்து, ஒரு ஊதுபத்தியை ஏற்றிவிட்டுச் சென்றார். நறுமணம் கமழும் அந்த பத்தியிலிருந்து எழும்பிய நீலவர்ணச் சுருள் சுருளான புகையை ஏறிட்டவாறே கையெழுத்துப் பிரதியைக் கையில் எடுத்தார். மீண்டும் தனது பணியைத் தொடர்ந்து, தனது கவனத்தை என்னிடமிருந்து திசை திருப்பினார்.

அவரது அலட்சியம் எனது சுயகௌரவத்தைக் குலைத்தது போலத் தோன்றியது. நான் மேலும் கால்மணி நேரம் காத்திருந்து பார்த்தேன். ஆனாலும், அவர் என்னிடம் பேசுவதற்கான மனநிலையில் இல்லை என்றறிந்து, விடைபெறும் தோரணயில் கைகளைக் குவித்து, அவரை நீங்கிச் சென்றேன்.

ஆலயத்தைக் காண விரும்பியதால், வாகனத்திற்கு ஏற்பாடு செய்ய நகர்ப்புறத்திற்கு ஒருவரை அனுப்பியிருந்தேன். மாட்டு வண்டியை விட குதிரை வண்டி இன்னும் துரிதமாகச் செல்லக் கூடியதும் மற்றும் மிகவும் வசதியாக இருக்கும் என்பதால் குதிரை வண்டியே கொண்டு வருமாறு கேட்டுக்கொண்டேன்.

நான் எனது தங்குமிடத்தின் முன்வாசலை அடையும் முன்பே இருசக்கரம் தாங்கிய குதிரை வண்டி தயாராக இருப்பதைக் கண்டேன். இதில் அமரும் வசதியில்லை, தற்போது இம்மாதிரியான விஷயங்கள் எனக்கு ஊறுவிளைவிப்பதில்லை. சிவப்பு நிறத்தலைப்பாகை அணிந்த வண்டி ஓட்டுபவன், முரட்டுத்தனமான தோற்றம் உடையவனாகத் தெரிந்தான். இடுப்பில் வெளுக்கப்படாத வேட்டி அணிந்திருந்தான். அதுவும் கால்களின் குறுக்கே மடித்துக் கட்டப்பட்டிருந்தன.

தூசு படிந்த பாதையில் சிறிது நேரம் பயணித்த பிறகு அழகிய சிற்ப வேலைப்பாடுகளும், வளைவுகளும் கொண்ட பிரம்மாண்டமான ஆலயத்தை அடைந்து எனது ஆராய்ச்சியைத் துவங்கினேன்.

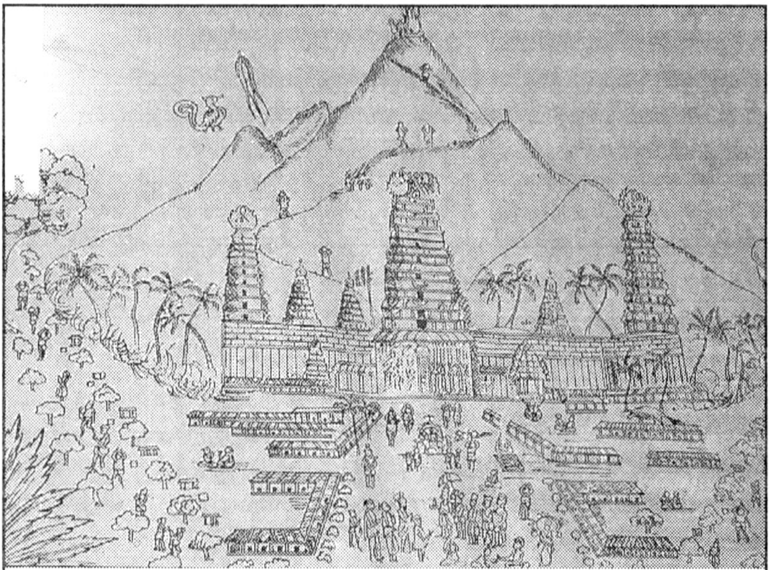

1856இல் திருவண்ணாமலை - அருணாசலப் புராணம்

"அருணாசலரின் ஆலயம் எத்துணை புராதனமானது என்று என்னால் தெளிவுபட உரைக்க முடியாது. ஏறத்தாழ பல நூற்றாண்டு பழைமை வாய்ந்ததாக இருக்கக் கூடும்" என்று எனது நண்பர் தெரிவித்தார்.

ஆலய நுழைவாயில் மற்றும் புகுமுகப்பாதைகளில் பனை ஓலைக் கூரைகளால் வேயப்பட்ட சில சிறிய மற்றும் ஆடம்பரமான கடைகளும் இருந்தன. இவற்றில், இறைவனார் சிவன் மற்றும் இதரக் கடவுளரின் திருவுருவப் படங்களும் வெண்கல உருவச்சிலைகளும் விற்பனைக்கு வைக்கப் பட்டிருந்தன. பிற இடங்களில் இராமர், கிருஷ்ணர் உருவச்சிலைகள் முன்னணி வகிக்கும் போது, இங்கு சிவனுக்கு அளிக்கப்பட்டுள்ள முன்னுரிமையைக் கண்டு நான் பிரமிப்பில் ஆழ்ந்தேன். இதன் காரணத்தை எனது வழிகாட்டி விளக்கினார்.

"புராணக் கூற்றின்படி, இறைவன் சிவபெருமான் ஒருமுறை ஒளிப்பிழம்பாக, இப்புனிதமான செந்நிறமலை உச்சியில் தோன்றியுள்ளார். இது பல ஆயிரக்கணக்கான வருடங்களுக்கு முன்பு நிகழ்ந்திருக்கக் கூடும். ஆதலால், ஆலயப் பூசாரிகள் இந்நிகழ்வின் நினைவு பாராட்டி வருடம் ஒருமுறை இப்புனித

தீபத்தை மலை உச்சியில் ஏற்றி வைத்துப்போற்றுகின்றனர். இன்னமும் சிவபெருமான் இம்மலையில் வாசம் செய்வதாக ஐதீகம் என்பதால் இதைப் போற்றும் வகையில்தான் இவ்வாயலயமும் எழுப்பப்பட்டுள்ளது என்று நான் எண்ணுகிறேன்.''

சில யாத்ரிகர்கள் சோம்பேறித்தனமாகக் கடைகளை நோட்டம் விட்டுக்கொண்டிருந்தனர். இக்கடைகளில் உலோக உருவச்சிலை மட்டுமின்றி, புராணக் காப்பியங்களிலிருந்து சில நிகழ்ச்சிகளைச் சித்தரிக்கும் ஒருவிதமான வெண்ணிற உலோகம் மற்றும் கல்லினால் செதுக்கப்பட்ட அழகிய வேலைப்பாடுமிக்க உருவச் சிலைகளும் மோசமாக அச்சடிக்கப்பட்ட தமிழ் தெலுங்கு மொழிகளில் ஆன்மீக புத்தகங்களும், நெற்றியில் அணியும் மதச்சின்னங்களின் வண்ணச் சாந்துகளும் உள்ளன.

ஒரு குஷ்டரோகி சற்றுத் தயக்கத்துடன் என்னிடம் நெருங்கி வந்தான். அவனது முகமும், உடலும் வியாதியின் தாக்கத்தால் மிகவும் மோசமான நிலையை அடைந்துவிட்டன. நான் அவனை விரட்டி விடுவேனோ அல்லது பச்சாதாபம் கொள்வேனா என்னும் சந்தேகத்துடன் அவன் என்னை அணுகினான். நானும் சற்றே தயங்கிப் பின் பச்சாதாபத்தில், அவனைத் தீண்டி விடாமலிருக்க காசுகளைத் தரையில் வீசினேன். இருப்பினும், எனது செயலை எண்ணித் தலைகுனிந்தேன்.

அடுத்து, பிரமிட்டைப் போல வடிவம் கொண்ட, ஆனால் மிக அழகான குடவரைச் சிற்பங்களைக் கொண்ட நுழைவாயில் என் கவனத்தை ஈர்த்தது. பார்க்க எகிப்தின் பிரமிட்டின் கூர்மையான மேற்பகுதியை வெட்டி எறிந்தது போலிருந்தது. இதைப்போன்று இன்னும் மூன்று பெரிய நுழைவாயில் கோபுரங்கள் வானோங்கி நிற்கின்றன. இந்தக் கோபுரங்கள் பல மைல் கணக்கான தூரத்திலிருந்தே கண்ணுக்குப் புலப்படுகின்றன.

கோபுரமும் முழுவதுமே சித்திர வேலைப்பாடுகள் மற்றும் அற்புதமான, நுணுக்கமான சிற்பங்கள் நிரம்பிக்காணப்படுகின்றன. இவை புராண வரலாற்றுக் கதைகளை மையமாகக் கொண்டு கருத்தாழமிக்க ஒரு விந்தையான கலவையாகத் திகழ்கின்றன. ஒருபுறம் இந்துக்களின் இறைவடிவங்கள் மோனத்தவத்தில்

ஆழ்ந்தது போல உருவச்சிலைகளும் மறுபுறம் காமத்தால் வயப்பட்டு ஆலிங்கனம் செய்து கொள்வது போலவும் காண்பது ஒருவரை குழப்பமடையச் செய்கிறது. ஒருவேளை, இந்த மதக் கோட்பாட்டின் இயற்கைத் தன்மையே இதுதான் என்றும், இந்து மதம் அனைத்து உணர்வுகளுக்கும் இடமளிக்கிறது என்பதை நினைவூட்டுவது போலவும் அமைக்கப்பட்டுள்ளனவோ!

நுழைவாயில் எல்லையைத் தாண்டி ஆலயத்தின் உட்பகுதியில் நுழைந்து, நான் சதுக்கத்தின் ஒரு பகுதியில் இருப்பதை அறிந்தேன். இந்த அகண்ட பகுதி அடுக்கடுக்காக வரிசையில் அமைக்கப்பட்ட தூண்கள், மண்டபங்கள், சிறு சன்னதிகள், அறைகள், தாழ்வாரங்கள், மூடிய மற்றும் திறந்தவெளி இடங்களையும் தன்னகத்தே கொண்டது. ஏதென்ஸ் நகரத்தின் பெரிய தூண்களைக் கொண்ட பண்டைய கால கோவில்களைப் போல் அல்லாது இங்குள்ள ஆலயத்தின் பரந்த வெளியும், மங்கலான ஒளியுடன் கூடிய கருவறைகளும் புதிராக விளங்கின. இவற்றைக் கடந்து செல்லும் பாதைகளில் ஆங்காங்கே அமையப்பெற்றுள்ள இடைவெளி மாடங்களிலிருந்து வீசும் சில்லென்ற காற்று நம்மை மெய்சிலிர்க்க வைக்கிறது. இந்த இடமே திகைப்பூட்டுவதாகத் தெரிய ஒன்றும் புரியாது நானிருக்க, எனது நண்பர் உறுதியாக முன்னேறினார். கோபுரத்தின் வெளிப்புறத்தில் உள்ள இடங்கள் செம்மண் நிறத்திலும் உட்புறம் கருங்கல்லின் இயற்கையான சாம்பல் நிறத்தில் காட்சி தந்தன.

இதன் பின்னர் நீண்டதொரு மண்டபத்தின் வழியே நடந்தோம். பல தூண்களைக் கொண்ட இந்த மண்டபத்தின் சில மங்கலான ஒளி கொண்ட தாழ்வாரங்கள் மற்றும் இருண்ட பகுதிகளைக் கடந்து ஒரு விசாலமான முற்றத்திற்கு வந்தடைந்தோம்.

இதை நான் அதிசயித்துப் பார்த்துக் கொண்டிருந்த போது, "ஆயிரங்கால் மண்டபம்!" என்று தெரிவித்தார் எனது வழிகாட்டி. வரிசையாகச் செதுக்கப்பட்டுள்ள அக்கற்தூண்களை, காலத்தால் அழியா அற்புதத்தைக் கண்ணுற்று நான் மெய்சிலிர்த்தேன். மங்கலான வெளிச்சத்தில் பிரம்மாண்டமான தோற்றத்துடன் நிற்கும் தூண்களைக் கொண்ட இம்மண்டபம் ஆள் அரவமின்றித் தனித்து நிற்கிறது. இப்பண்டைய கால சிற்ப வேலைப்பாடுகளைக்

கூர்ந்து கவனித்தேன். ஒவ்வொரு தூணும் ஒரே கல்லில் செதுக்கப் பட்டிருக்க, அது தாங்கி நிற்கும் மேற்கூரையும் அதுபோலவே ஒரே கல்லில் செதுக்கப்பட்டிருந்ததும் எனக்கு அதிசயமூட்டியது. மீண்டும் அழகுறச் செதுக்கப்பட்ட இறையருட் திருவுருவங்களும் பலவகையான இதுவரை கண்டிராத மிருகங்களின் உருவங்களும் தூண்களில் வடிக்கப்பட்டதைக் கண்டேன்.

இந்தத் தூண்கள் அமைந்த மண்டபத்திற்கு ஒளியூட்ட கிண்ணங்கள் போன்ற விளக்குகள் வைத்து, ஆமணக்கு எண்ணெயில் முக்கியெடுக்கப்பட்ட திரிகளால் தீபம் ஏற்றி வைக்கப்பட்டிருந்தது. இந்த மங்கலான வெளிச்சத்தைத் தாண்டி மையப் பகுதியை நெருங்கினோம். அடுத்தாற்போல், உள்ள மூடிய பகுதியை அடையும் முன்னர் பளீரிட்ட சூரிய ஒளி மனதிற்கு ரம்மியமாக இருந்தது. இங்கிருந்து பார்த்தால் ஐந்து சிறிய கோபுரங்களும் கண்ணுக்குப் புலப்படும். உட்புறத்தில் அமைக்கப்பட்டுள்ள இந்தக் கோபுரங்களும், நுழைவாயில் கோபுரங்களைப் போலவே அடித்தளம் கருங்கல்லால் கட்டப்பட்டு மேற்பகுதி செங்கற்களால் அமைத்துப் பின் சுண்ணச் சாந்து கொண்டு பூசப்பட்டுள்ளன. ஆனால் இவற்றை அழகிய சுதைச்சிற்பங்கள் அலங்கரிக்கின்றன. இதில் சிலவற்றின் நிறம் மங்கிக் காணப்படுகின்றன.

இது போன்ற இன்னும் பல நிலைகளைக் கடந்து, இருண்ட தாழ்வாரங்களையும், சில சன்னதிகளையும் கடந்த பின்னர், நாங்கள் பிரதான கருவறைப் பகுதியை நெருங்கினோம். இப்பகுதிக்குள் மேலை நாட்டவர் பிரவேசிக்க அனுமதியில்லை என்று எனக்கு எச்சரிக்கை விடுத்தார் எனது வழிகாட்டி. அர்ச்சகர்களைத் தவிரவேறு எவருமே கருவறைக்குள் நுழைய அனுமதிக்கப்படுவதில்லை. எனது நண்பரும் கருவறையின் வெளியே இருந்த ஒரு தாழ்வாரத்திலிருந்து தான் தரிசித்தார். சற்று நேரத்திலேயே மத்தளங்கள் கொட்ட செகண்டியும் பிற வாத்தியங்களும் ஒத்து ஒலிக்க, அர்ச்சகர்கள் மந்திரங்கள் ஓத, பழமையான அக்கருவறையின் இருட்டும், இனம்புரியாத உணர்வைத் தூண்டின.

நானும் ஆவலோடு கடிதரிசனம் கண்டேன். ஒரு உருவச் சிலையின் முன் தங்கமயமான ஒளிப்பிழம்பு எழும்பியது போலத்

தோன்றியது. இன்னும் சிலர் வேறு சில சடங்குகளில் ஈடுபட்டுக் கொண்டிருந்தனர். என்னால் புரோகிதர்கள் இசைத்ததைத் தெளிவாகச் செவியுற முடியவில்லை, எனினும் சங்க நாதமும், ஜால்ரா ஒலியும் இணைந்து விநோதமான இசையொலியை எழுப்பியது.

புரோகிதர்கள் என்னை நிச்சயமாக இங்கிருந்து அனுமதிக்க மாட்டனர் என்பதால், இங்கு மேலும் தங்கியிருக்க வேண்டாம் என்று எனது வழிகாட்டி என்னிடம் தாழ்வான தொனியில் தெரிவித்தார். ஆகையால், கருவறையின் வெளிப்பிரகாரத்தை நோட்டம் விட்டு எஞ்சிய பகுதிகளையும் பார்வையிட்ட பின்னர் எனது ஆராய்ச்சி முற்றுப்பெற்றது.

நுழைவாயில் பகுதியை அடைந்தபோது, அருகில் ஒரு பித்தளைக் கூஜாவில் தண்ணீரை வைத்துக்கொண்டு ஒரு வயதான பிராமணர் அமர்ந்திருந்தார். உடைந்து போன ஒரு கண்ணாடித் துண்டைக் கையில் தூக்கிப் பிடித்தவாறு நெற்றியில் தனது மதச்சின்னத்தை வரைந்து கொண்டிருந்தார். அவர் புருவங்களுக்கிடையில் சிவப்பு-வெள்ளை நிறத்திரிசூல வடிவச் சின்னம் அவரை நகைப்பூட்டவல்ல கோமாளியாகத் தோன்றச் செய்தது. மிகவும் வயதான சுருக்கங்கள் நிறைந்த அம்மனிதர் இறைவன் சிவனது திருஉருவச் சிலைகளை விற்பதற்காக, ஆலய நுழைவாயிற் கதவுகளின் அருகே அமர்ந்திருந்தார். நான் அவரைக் கடந்து செல்கையில் என்னை நிமிர்ந்து நோக்க, அவர் கேட்காமலேயே அவரிடம் ஏதேனும் வாங்கச் சற்றுத் தாமதித்தேன்.

நகரத்தின் எல்லைப்பகுதியில் பளபளக்கும் வெண்ணிறச் சலவைக் கற்களால் ஆன மசூதியின் ஸ்தூபிகள் கண்ணில் தென்பட, மசூதியை நோக்கிச் சென்றேன். எப்போதுமே மசூதியின் கம்பீரமான பொலிவுடன் திகழும் வளைவுகளும், வளைவான மண்டபங்களும் என் மனதைக் கொள்ளை கொள்ளும். மீண்டும் என் காலணிகளைக் கழற்றிவிட்டு இந்த அழகிய வெண்ணிறப் பளிக்குக் கட்டிடத்தில் எனது காலடியைப் பதித்தேன். எத்துணைத்திறன் வாய்ந்த அமைப்பு, வளைவான இதன் வானோங்கி நிற்கும் உயரம், மெய்யாகவே ஒருவரது

மனநிலையை மேம்படச் செய்து விடும்! வெகுகுறைவான சிலர் அமர்ந்தோ, மண்டியிட்டோ தமது இறைவழிபாட்டிற்கான பாய்களை விரித்து அதன் மீது வணங்கியவாறு சிலரும் தொழுகையில் ஈடுபட்டிருந்தனர். இங்கு மறைவான சன்னதிகளோ, ஆடம்பரமான உருவங்களோ எதுவுமில்லை, ஏனெனில் முகம்மது நபிகள் நாயகம் அவர்களின் கூற்றின்படி இறைவனுக்கும் மனிதனுக்கும் இடையில் தடையாக எதுவுமே இருக்கக்கூடாது. பாதிரியார்களோ, பூசாரிகளோ கூட இருக்கக்கூடாது! அல்லாவின் முன்னிலையில் வழிபடும் அனைத்து பக்தர்களும் சரிசமமானவர்களே. இதில் பூசாரி மதகுரு மற்றும் உயர்நிலையிலிருப்போர், தாழ்த்தப்பட்டவர் என்னும் எவ்வித பேதமுமில்லை, மேலும் ஒரு நபர் மெக்காவிற்குப் புனிதயாத்திரை மேற்கொள்ளும் போது அவரது சிந்தனைகளில் குறுக்கீடு செய்ய மதகுருமார்கள் என்னும் ஒரு மேல்மட்ட குழுவேயில்லை.

திரும்புகையில் பிரதானகடைவீதி வழியே வந்தோம். அங்கு பயணிகளின் வசதிக்காக இனிப்புத் தின்பண்டங்களின் விற்பனையகம், துணிக்கடை, தானியங்கள் மற்றும் பணம் மாற்றும் கடைகளும் இருப்பதைக் கண்டேன்.

மீண்டும் மகரிஷியைக் காண விரும்பிய என் மனநிலைக் கேற்ப, வண்டிக்காரரும் குதிரையை விரட்டி வேகமாகச் சென்றார். இறுதி முறையாக, அருணாசலர் ஆலயத்தை ஒருமுறை தரிசித்துக் கொண்டேன். ஒன்பது கோபுரங்களும், விண்ணைத் துளைத்துக் கொண்டு செல்வதைப் போலக் கம்பீரமாகத் தோற்றமளித்தன. அழகுற அமைக்கப்பட்ட இந்த ஆலயத்தை உருவாக்கக்கண்டிப்பாக ஒரு மனிதனின் ஆயுட்காலம் முழுவதும் கழிந்திருக்கும், மேலும், எத்துணை பொறுமையுடன் இந்த இறைப்பணி நிகழ்த்தப்பட்டிருக்கும் என்பதை உரைத்தவாறு நின்றன இந்தச் சிகரங்கள். மீண்டும், எகிப்திய பிரமிடுகளின் நினைவு என் மனதில் எழும்பியது. மேலும், தாழ்வான கூரைகளும் தடிமனான சுவர்களையும் கொண்ட வீடுகளும், தெருக்களின் அமைப்பும் எகிப்தின் வடிவமைப்பையே நினைவூட்டின.

ஒருவேளை இதைப் போன்ற ஆலயங்கள் நிராகரிக்கப்பட்டு பராமரிப்பின்றித் தோன்றிய இடத்திற்கே மண்ணோடு

மண்ணாகிப் புதைக்கப்படுமோ? அல்லது மனிதன் காலப் போக்கில் புதிய கடவுளரைக் கண்டுபிடித்து, புதிய ஆலயங்களை நிர்மாணிப்பானோ?

ஆசிரமத்தை அடையும் பாதை மலையடிவாரத்தின் பகுதியைச் சார்ந்தே ஓரத்தில் அமைந்திருக்க என் கண்முன்னே பரந்து விரிந்திருக்கும் இயற்கைக் காட்சிகளைக் கண்டுமெய்சிலிரித்துப் போனேன். கிழக்கு நாடுகளில் இதைப்போன்று கதிரவன் மறையும் இனிய மாலைப்பொழுதின் அழகைக் காண எத்துணை மணித்துளிகள் தவமாய்க் காத்துக் கிடந்துள்ளேன்! கிழக்கத்திய நாடுகளின் அந்தி சாயும் பொழுது வண்ணமயமானது. எனினும் அரைமணி நேரமே அரங்கேறியது இயற்கையின் இந்த இனிய நாடகம்.

ஐரோப்பாவின் நிதானமாகத் தாமதித்து நிகழும் இலையுதிர் கால மாலைகளைப் போல் அல்ல இங்கு. மேற்குத் திசையில் பெரியதொரு, கொழுந்துவிட்டெரியும் தீப்பந்து மலை முகடுகளிலிருந்து கீழிருக்கும் வனப்பகுதியை நோக்கிச் சரியத் துவங்குகிறது. வானத்திலிருந்து மறைவதற்கு முன்னோடியாக கதிரவனும் சிவந்த மஞ்சள் நிறப்பிழம்பாய் பளீரென்று ஜொலித்தான். எந்தக் கலைஞனாலும் இயலாத அளவிற்கு வானமும் தனது தூரிகையால் வர்ணப்பட்டியில் உள்ள அனைத்து நிறங்களையும் வாரி இறைத்து கண்ணுக்கு இனியதோர் கலை விருந்தையே படைத்தது. சுற்றிலும் இருந்த தோப்புகளும், வயல் வெளிகளும் பரவசமான அசைவற்ற நிலையை அடைந்தன. பறவைகளின் இனிய கானமும், வனக்குரங்குகளின் சள-சளவென்ற சப்தமும் நின்று போயின. செந்நிற ஒளிப்பிழம்பான சூரியனும் வேறு பரிமாணத்தைக் கொள்ள, மாலை நேர அரங்கில் நாடகம் முடிவுற்று, திரை வீழ்ந்து, சுற்றிலும் ஒளிவெள்ளமாகப் பல வண்ணங்களுடன் திகழ்ந்த இயற்கைச் சூழலும் இருண்டு போனது.

இயற்கையின் இந்த அமைதி எனது சிந்தனைகளிலும் தவழ, இந்த அழகும் என் மனதைத் தொட்டது. வாழ்க்கையின் கொடூரமான காலகட்டத்தில் கூட, நன்மைகளை அள்ளித் தரவல்ல வளமான அழகிய சக்தி மறைந்திருக்கும் என்னும்

சிந்தனையை வழங்கும் அனுகூலமான கணங்களும் விதிக்கப் பட்டுள்ளதை நம்மால் எவ்வாறு மறக்க முடியும்? இந்தக் கணங்கள் நமது சிறப்பற்ற தருணங்களை நாணம் கொள்ளச் செய்கிறது. இருண்ட வெளியிலிருந்து விண்மீன்களைப் போல, ஒரு நம்பிக்கை நட்சத்திரமாக கீற்றைப் போல் ஒளிவீசப் பின் நமது அண்மையை விட்டு வெகுதூரம் விலகிச் சென்று விடுகின்றன.

ஆசிரமத் தோட்டத்தில், இருண்ட கரும் பின்னணியில், மின்மினிப் பூச்சிகள் ஒளிக்கோலம் வரைந்து பறந்திட தாழ்வாரத்தைக் கடந்து பெரிய கூடத்தை அடைந்தோம். அமைதி குடிகொண்டுள்ள அந்த அறையில் தரையில் அமர்ந்தோம்.

கூடம் முழுவதும் நிரம்பியிருந்த அந்தக் கூட்டமும், வரிசையாக அமர்ந்திருந்தார்கள். ஆனால் அவர்கள் தங்களிடையே பேசிக்கொள்ளாது அமைதி காத்தனர். அறையின் ஒரு மூலையில், தனது ஆசனத்தில் வழக்கம் போல் அவர் கால்களைப் பக்க வாட்டில் மடித்து வைத்தவாறு கைகளை முழங்கால்களின் மீது வைத்தவாறு அமர்ந்திருந்தார் மகரிஷி. இவரது உருவம் மிகவும் எளிமையாகத் தோற்றமளித்தாலும், கண்ணியமாகவும், மனதில் பதியக்கூடியதாகவும் இருந்தது. ஹொமேரியத் துறவியைப் போன்று இவரது முகமும் தனிப்பட்ட அமைதியுடன் இருந்தது. அறையின் தூரமான இடத்தை வெறித்து நோக்கிய பார்வையின் அசைவற்ற தன்மை எப்போதும் போலவே புரியாத புதிராக இருந்தது. வானில் மறையும் ஒளியை அவர் பார்த்துக் கொண்டிருந்தாரா அல்லது புறஉலகச் சூழலையே விடுத்த ஒரு மோன நிலையில் அமர்ந்திருந்தாரா?

வழக்கம் போலவே ஊதுபத்தியின் மணமும், புகையும் அறையின் மரத்தாலான மேற்கூரை வரை பரவியது. நான் முதலில் மகரிஷியின் மீதே எனது பார்வையைப் படரவிட முயற்சித்தேன். ஆனால், அறையில் நிலவிய அமானுஷ்யமான அமைதியும். மகரிஷியின் அருகாமையும் எனக்குள் ஊடுருவி என்னை ஒருவிதமான உறக்கத்தில் ஆழ்த்த, நான் எனது விழிகளை மூடிக்கொண்டேன். முடிவில் ஒரு உணர்வறு நிலையை எட்டி அற்புதமானதொரு கனவு கண்டேன்.

நான் ஒரு ஐந்து வயது பாலகனாகி, அருணாசலமலையைச் சுற்றிலும் அமைந்துள்ள கரடு முரடான பாதையில் மகரிஷியின் கைகளைப் பற்றியவாறு நின்று கொண்டிருக்கிறேன், ஆனால் எனதருகில் இருக்கும் மகரிஷியோ உயர்ந்து, மிகவும் பெரியதான உருவத்தோடு காணப்படுகிறார். அவர் என்னை ஆசிரமத்தை விட்டு, இரவு நேரத்துக் கரிய இருளையும் பொருட்படுத்தாது வேறு ஒரு பாதையில் வழி நடத்திச் செல்கிறார். சிறிது நேரத்தில், மங்கலான நிலவொளியில் சுற்றுப்புறம் சற்றே வெளிப்பட, மகரிஷி என்னைப் பாறைகள் மிகுந்த பாதையில் கவனத்துடன் அழைத்துச் செல்வதைக் கவனிக்கிறேன். மலை மிகவும் செங்குத்தாக இருப்பதால், நாங்கள் மிகவும் மெதுவாகத்தான் ஏறுகிறோம். மலைப்பாறைகளின் ஊடே, ஆங்காங்கே இருக்கும் புதர்களிடையிலும் சிறுகுடில்களும் குகைகளும் காணப்பட்டன. அதில் வாசம் செய்யும் பலதரப்பட்ட யோகிகள் எங்களை வணங்கினர். ஆனால், எதற்காகவும், எங்குமே தாமதிக்காது. மலையுச்சியை அடையும் வரை நடந்து கொண்டேயிருந்தோம். இறுதியில் மலையுச்சியை அடைந்தபோது மிகவும் அற்புதமானதொரு நிகழ்வை எதிர்பார்த்து இதயம் படபடக்க காத்திருந்தேன்.

மகரிஷி திரும்பி என் முகத்தை நோக்க நானும், ஒரு எதிர்பார்ப்புடன் அவரை உற்று நோக்கினேன். துரிதகதியில், என் மனதில் இனம்புரியாத ஒரு மாற்றம் நிகழ்வதை நான் அறிந்து கொண்டேன். என்னை அலைக்கழித்த, முந்தைய லட்சியங்கள் முற்றிலுமாக என்னை விட்டு அகன்று என் மனம் வரண்ட பாலைவனமானதை உணர்ந்தேன். மேலும், என்னை இலக்கின்றிப் பயணிக்க வைத்த எனது தீராதவேட்கைகள், அதிவிரைவாக மறைவதையும் என்னால் உணரமுடிந்தது. என்னுடன் பழகியவர்கள் மற்றும் எனது நண்பர்களிடமும் எனக்கிருந்த வெறுப்பு, தன்னலம் தவறான கருத்துக்கள் மற்றும் இரக்கமற்ற தன்மை அனைத்தும் பனிபோல் விலகின. வேண்டாத அனைத்தும் களையப்பட்டு விவரிக்க இயலாத அமைதி என்னைப் பற்றிக் கொள்ள இனி நான் வாழ்க்கையிலிருந்து பெறக் கூடியது எதுவுமேயில்லை என்பதைப் பூரணமாக அறிந்து, தெளிந்தேன்.

திடீரென மகரிஷி மலையடிவாரத்தைப் பார்க்குமாறு எனக்குக் கட்டளையிட, நான் உடனடியாகக் கீழ்ப்பணிந்தேன். மலையின்

அடிப்பகுதியில், எங்கள் மேற்கத்திய உலகமே பரந்து விரிந்து கிடப்பதைக் கண்டு அதிர்ச்சியுற்றேன். லட்சக்கணக்காக நிறைந்திருந்த மக்கட்கூட்டமும், வெறுமே உருவங்களாகவே தோன்றின. மேலும் இரவின் இருட்டும் பரவியிருக்க, எனக்குத் தெளிவாக எதுவும் புலப்படவில்லை.

மகரிஷி மெதுவாக உரைத்த மொழி என் செவிப்பறையை எட்டியது: “நீ அங்கு திரும்பிச் செல்லும் போது, நீ தற்போது உணரும் அமைதியைப் பெறுவாய். ஆனால் அதற்கு விலையாக இனி உனது உடலும், அறிவாற்றலும் தான் உனது சுயம் என்னும் எண்ணத்தை நீ களைந்து விடவேண்டும். இந்த அமைதி உன்னுள் பிரவாகிக்கும் பொழுது, நீ உனது சுயத்தையே முற்றிலுமாக மறந்துவிட வேண்டும். ஏனெனில், நீ அதை நோக்கி உன் வாழ்க்கைப் பாதையை மாற்றி அமைத்திருப்பாய்!”

இவ்வாறு மகரிஷி தனது ஞான ஒளியின் ஒரு புறத்தை என் மீது செலுத்தினார்.

விவரிக்க இயலாத, இந்த அற்புதக் கனவிலிருந்து நான் விழிப்புற்றாலும் மேன்மையான இந்த ஆன்மீக உணர்வு இன்னமும் எனக்குள் ஊடுருவி, என்மீது இனம்புரியாத தாக்கத்தை உருவாக்கியது. உடனடியாக, மகரிஷியின் கண்கள் எனது கண்களைச் சந்திக்க, அவரது முகமும், பார்வையும் என்னை நோக்கியே ஆழ்ந்திருந்தன.

இந்தக் கனவின் பொருள்தான் என்ன? இதன் பின்னணியில் இருப்பதென்ன? ஏனெனில், எனது பிரத்யேகமான விருப்பு வெறுப்புகளும், திடீரென ஒரு கணம் இல்லாது, தொலைந்து போயின. எனது சுயத்தைப் பற்றிய மாறுபட்ட கருத்தும் எனது சகஉயிர்களிடத்து கழிவிரக்கமான உணர்வும், நான் கனவிலிருந்து விழித்த பின்பும், இன்னமும் என்னைவிட்டு விடைபெறவில்லை. இது ஒரு விநோதமான அனுபவமே!

ஆனால், இந்தக்கனவு மெய்யானால், அது நிலைக்காது. ஏனெனில், இந்த நிலைக்கான தகுதியை நான் இன்னும் அடையவில்லை.

எத்துணை நேரம் இந்தக் கனவு நிலையில் நான் ஆழ்ந்துள்ளேன்? ஏனெனில், அறையில் உள்ள அனைவருமே

உறங்கச் செல்லத் தயாராகிக் கொண்டிருந்தனர். நானும் வேறுவழியின்றி அவர்களைப் பின் தொடர்ந்தேன்.

குறைவான காற்றோட்டம் கொண்ட, அந்த அறையில் உறங்குவது கடினம் என்பதால், தாழ்வாரத்திற்குச் சென்றேன். நரைத்த தாடியுடன் கூடிய உயரமான ஒரு சீடர் ஒருவிளக்கைக் கொடுத்து, இரவு முழுவதும் அதை எரியவிட்டு வைத்துக் கொள்வதே பாம்பு, சிறுத்தைப்புலி போன்ற அழையா விருந்தாளியான விலங்குகளிடமிருந்து பாதுகாக்க உதவும் என்றும் கூறிவிட்டுச் சென்றார்.

கடினமான கல்லால் ஆன தரையில் விரிப்பேதும் இல்லாததால் நான் பல மணிநேரம் உறக்கம் வராது தவித்தேன். ஆனால், சிந்திக்கப்போதுமான அளவு விஷயம் இருந்ததால், உறங்காது விழித்திருப்பதை நான் பொருட்படுத்தவில்லை. ஏனெனில், எனது வாழ்க்கை என்னும் அனுபவ-வட்டத்தினுள் மகரிஷியிடம்தான் நான் எதிர்நோக்கிய அற்புதமான குணாதிசயத்தைக் கண்டு கொண்டுள்ளேன். என்னால் துல்லியமாகக் கூரித்துச் சொல்ல முடியாது போதிலும், மகரிஷி எனக்கென அற்புதமானதொரு கணத்தை நிகழ்வை அளிக்கவல்லார் என்பதை மட்டும் அறுதியிட்டு உரைக்க முடியும். ஆனால் அது புரிதலுக்கு அப்பாற் பட்டது, புலனாகாத புதிரானது, ஒருவேளை ஆன்மீக ரீதியானதாக இருக்கக்கூடும். இன்றைய இரவில் அவரைப் பற்றிச் சிந்திக்கும் போதெல்லாம் அற்புதமான அந்தக் கனவு நினைவில் எழ, ஒருவகையான விநோதமான உணர்வு எனக்குள் ஊடுருவி பேராவல்மிக்க எதிர்பார்ப்பு என் இதயத்தைத் துடிக்கச் செய்கிறது.

☯ ☯ ☯

இனி வரப்போகும் நாட்களில், மகரிஷியுடன் நெருங்கிப் பழக முயற்சித்துத் தோல்வியுற்றேன். இந்தத் தோல்விக்கு மூன்று காரணங்கள் உள்ளன. இதில் முதலாவது அவரது வெளிப் படையாக, மனம் திறந்து பேசாத சுபாவத்தாலும், விவாதம் மற்றும் சம்பாஷணையில் ஈடுபடுவதில் அவரது அசிரத்தையும் மற்றும் ஒருவரது நம்பிக்கை மற்றும் கருத்துக்கணிப்பில் அவர் காட்டும் கவனவீனமும், மந்தமான எழுச்சியற்ற தன்மையாலும் விளைந்தது. மகரிஷி தனது எண்ணங்களைப் பிறர் மீது சுமத்தவோ அல்லது பிறரை மாற்றவோ நாட்டம் கொள்ள

வில்லை என்றும் தன்னைப் பின்பற்றி வருமாறு, தனது சீட பரம்பரை என்று எதையும் உருவாக்கவும் அவர் விரும்பவில்லை என்றும் வெளிப்படையாகத் தென்பட்டது.

இரண்டாவது காரணம், முற்றிலும் விநோதமானது. அந்த விந்தையான இரவு நேர கனவிற்குப் பின்னர் அவர் முன்னிலையில் வரும் போதெல்லாம் எனக்குள் ஒரு மெய்சிலிர்ப்பூட்டும் உணர்வு ஏற்படுகிறது. இயல்பாக நான் எழுப்பியிருக்கக் கூடிய கேள்விகள் கூட தற்போது என் அதரங்களிலிருந்து வெளிப்படவில்லை. ஏனெனில், சாதாரண மானுடநிலையிலிருந்து பொதுவாகப் பார்த்தால் அவரை நம்மோடு சமநிலையில் வைத்துப் பேசவும், விவாதிக்கவும் கூடிய ஒரு நபராகக் கருதுவது கூட பாவச் செயல் என்றே தோன்றுகிறது.

மூன்றாவது காரணம், மிகச் சாதாரணமானது. எப்போதுமே அறையில் யாரேனும் இருந்து கொண்டேயிருப்பதால் அவர்களது முன்னிலையில் நான் எனது தனிப்பட்ட எண்ணங்களை வெளிப்படுத்த விரும்பவில்லை. இந்தப் பகுதிக்கு நான் ஒரு அந்நியன், அதிலும் அயல்நாட்டவன் தானே! இதில் சிலருக்கு நான் வேற்றுமொழிபேசுவதை விட, மதஉணர்வின்றி அவர்களது மதநம்பிக்கையையும், இறையுணர்வையும் நான் ஐயப்பாட்டுடன் ஆராய்ந்தறிய முற்படுவது அவர்களுக்கு மிகவும் இடர்ப்பாடாகத் தோன்றியது. ஆதலால், நான் எனது கருத்துக்களை வெளியிடாதிருந்தேன். எனக்கு அவர்களது பக்திமிக்க மசிவியல்பிலோ ஆன்மீகத்தில் எளிதில் வயப்படும் தன்மையிலோ குறுக்கிட விருப்பமில்லை, எனினும் எனக்குச் சிறிதளவு கூட நாட்டமில்லாத விஷயத்தில் வாதாடவும் விருப்பமில்லை. ஆதலால், இந்த விஷயத்தில் நான் ஓரளவு மௌனமாகவே இருக்க நேரிட்டது.

நான் குறிப்பிட்ட இந்த மூன்று இடைமறிப்புகளையும் தாண்டி ஒரு வழியைக் காண்பது எளிதல்ல, பலமுறை மகரிஷியிடம் கேள்விகளை முன்வைக்க முயலும் போதெல்லாம் இந்த மூன்று காரணங்களில் ஒன்று குறுக்கிட்டு என்னைத் தோல்வியுறச் செய்தது.

நான் எதிர்பார்த்த வார இறுதியும் வந்திட, என் பயணத் திட்டத்தை மாற்றி இன்னும் ஒருவாரம் தங்கத் தீர்மானித்தேன். மகரிஷியுடனான எனது முதல் சம்பாஷணையும் இறுதிச் சந்திப்பும் ஒன்று போலத்தான் இருந்தன. மன்தோயாத, மரபு வழிமுறையிலான ஒரிரு சந்திப்பு சம்பாஷணைகளைத் தவிர, இந்த மாமனிதரை நெருங்கி, என்னால் புரிந்து கொள்ள முடியவில்லை.

வாரமும் கடந்திட, நான் மற்றுமோர் வாரமும் நீட்டித்தேன். ஒவ்வொரு நாளும் மகரிஷியின் மனச்சூழலின் அழகிய அமைதியையும், அவரைச் சுற்றிலும் நிலவும் சாந்தமான சூழலின் பேரின்பத்தையும் நான் உணர்ந்தேன்.

எனது பயணத்தின் இறுதி நாளும் வந்தது. இருப்பினும் நான் அவரை இன்னும் நெருங்கவில்லை. மேன்மையான மனோபாவம் மற்றும் ஏமாற்றமான தோல்விகளின் கலவையாக இருந்த எனது தங்கல் எனக்கு மகரிஷியுடன் பிரத்யேகமானதொரு தொடர்பை உருவாக்கித்தரவில்லை. அறையைச் சுற்றிலும் நோட்டம் விட்டவாறே, மிகவும் தளர்வாக உணர்ந்தேன் புறரீதியாகவும், அகரீதியாகவும் இங்குள்ள மனிதர்கள் மாறுபட்ட ஒரு மொழி பகரும் போது, அவர்களோடு நெருக்கமாகப் பழகுவது எனக்கு எவ்வாறு சாத்தியமாகும்? நான் துறவியையே உற்று நோக்கினேன். அவர் தனது இருக்கையில் அமர்ந்து, வாழ்க்கையின் நிகழ்வைப் பற்றற்று, அதிலிருந்து விலகிப் பார்த்துக் கொண்டிருக்கிறார். நான் இதுவரையிலும் சந்தித்தவர்களிடமிருந்து இவர் மாறுபட்டுக் காணப்படுவதற்கு, இவரிடம் ஏதோ ஒரு பூடகமான இயல்பு இருப்பதை உணர்ந்தேன். எப்படியாகினும், இவர் நம் மனித இனத்தை விட, இயற்கைக்கே உரித்தானவர் என்றும் எனக்குத் தோன்றுகிறது; ஆம், ஆசிரமத்திற்குப் பின்புறத்தில் தனித்து உயர்ந்து நிற்கும் மலைச்சிகரம் தொலைதூரக் காட்டுப்பகுதியை நோக்கிச் செல்லும் கரடு-முரடான காட்டுப்பாதைகள் மற்றும் அண்டவெளி முழுவதையும் அடைத்துப் பரந்திருக்கும் வான்வெளி இந்த இயற்கை வனப்பிற்கே இவர் சொந்தமானவர் போலும்!

அருணாசலமலையின் அசைவற்ற தன்மையும், இறுக்கமும் மகரிஷிக்குள்ளேயும் புகுந்துள்ளதைப் போலத் தோன்றுகிறது.

அவர் முப்பது வருடங்களாக இம்மலையில் வாசம் செய்து, ஒரு சிற்றுலாவிற்காகக் கூட மலையை விட்டு அகலச் சம்மதிக்க வில்லை என்றும் அறிந்து கொண்டேன். இத்துணை நெடிய நெருக்கமானதொரு தொடர்பு ஒரு மனிதனது குணாதிசயத்தின் தாக்கத்தை விளைவிப்பது தவிர்க்க முடியாதது தானே. மகரிஷி இந்த மலையின் மீது தீவிரமான அன்பு கொண்டிருந்தார். மலைமீதான தனது அன்பை வெளிப்படுத்தும் வகையில் அவர் வடித்துள்ள அழகிய கவிதை வரிகளின் மொழிபெயர்ப்பைப் படித்து இதை நான் அறிந்துகொண்டேன். காட்டுப் பகுதியின் முனையிலிருந்து, தனது முகட்டைத் தூக்கி வானோங்கித் தனித்துக் கம்பீரமாக நிற்கும் மலையைப் போலவே, கம்பீரமாகத் தலையை நிமிர்த்தி, சாதாரண மானுடக் கூட்டத்தின் நடுவில் தனித்துவம் பெற்று விளங்குகிறார். மகரிஷி, நிலப்பரப்பு முழுதும் பரவி நிற்கும் மலைத்தொடரோடு இணையாது, விலகித் தனித்து நிற்கும் ஆன்மீக ஒளியின் அழகுமலை, அருணாசலத்தைப் போலவே பக்தர்கள் கூட்டத்தின் இடையிலும், அவர்மீது அன்பு கொண்டவர்கள் மற்றும் வருடக்கணக்காக அவருடனே வாழ்ந்து வரும் பல பக்தர்கள் இடையிலும் மகரிஷி பூடகமாகத் தனித்து விளங்குகிறார். அனைத்து இயற்கையின் தற்சார்பற்ற உட்புக முடியாத தன்மை, இப்புனித மலையில் தனிப்பட்ட முறையில் வெளிப்பட்டுள்ளது. இது எப்படியோ மகரிஷியின் அகத்திலும் நிலைப்பட்டுள்ளது. ஒருவேளை, இது தான் அவரை நிரந்தரமாக அவரது பலவீனமான சக மனிதர்களிடமிருந்து தனியே ஒதுக்கி வைத்திருக்கலாம். சில நேரங்களில், அவர் இன்னும் மிகையான மனிதத்தன்மையோடு நமக்குச் சாதாரணமாகத் தோன்றும் விஷயங்களில் மசிவுத்தன்மையுடன் இருந்திருக்கலாமோ என்று விரும்புகிறேன். ஆனால் அவரது முன்னிலையில் இந்தச் சிந்தனைகள் பலவீனமாகிப் போகின்றன. இருப்பினும், சாதாரண எல்லையைத் தாண்டி அவர் உண்மையிலேயே மேன்மையான மெய்ஞ்ஞானத்தை அடைந்தவராக இருந்தால் மனிதன் என்னும் நிலையைக் கடக்காமல், பின்தங்கிய மனித இனத்தை முற்றிலுமாகத் துறக்காது இருந்திருப்பார் என்று எவ்வாறு எதிர்பார்க்க முடியும்? அவரது அற்புதமான, தீட்சண்யமான பார்வையினால் மட்டுமே எனக்கு ஏதோவொரு உன்னதமான

ஞானம் கிட்டும் என்பது போன்ற விநோதமான எதிர்பார்ப்பை நான் ஏன் அனுபவிக்கிறேன்?

இருப்பினும் மனதால் உணரக்கூடிய அமைதி மற்றும் நினைவாற்றல் என்னும் வானில் நட்சத்திர ஒளியாய் மின்னும் கனவுகளையும் தாண்டி, வாய்மொழிகளோ அல்லது எவ்வகையான வெளிப்பாடும் எனக்கு இதுவரையிலும் தெரிவிக்கப்படவில்லை. காலம் கடந்ததால் ஒருவகையான மன உத்வேகம் எனக்குள்ளே மிகைப்பட்டது. ஏறத்தாழ பதினைந்து நாட்கள் கடந்து விட்டன; ஒருமுறை பேசியதைத் தவிர வேறெதுவும் நிகழவில்லை! துறவியின் குரலில் தொனிக்கும் அற்றுவிழும் தன்மையும் என்னை அவரிடமிருந்து விலகச் செய்கிறது. இவ்வாறான வரவேற்பும் நான் எதிர்பாராதது தான். ஏனெனில், என்னை இங்கே வரவழைப் பதற்காக, மஞ்சள் நிற உடையணிந்த யோகி பிரயோகித்த ஈர்க்கவல்ல ஊக்குவிப்புகளை என்னால் மறக்க இயலாது. என் மனதில் குடியேறியுள்ள, மனதை விட்டு அகலாத ஒரே ஒரு சிந்தனைக்காகவே அனைத்து உயரிய மனிதர்களைவிட யோகி என்னோடு உரையாட வேண்டும் என்னும் கருத்து என் மனதை அலைக்கழிக்கிறது. இந்தச் சிந்தனை நான் வரவழைக்காது, தானாகவே ஊற்றுபோல் எழும்புகிறது, இதை நான் வலுக்கட்டாயமாகப் பெறவில்லை.

''இந்த மனிதர் அனைத்துப் பிரச்சினைகளிலிருந்தும் தன்னை விடுவித்துக்கொண்டுள்ளார். எந்தவகையான இன்னலும் இவரை நெருங்க முடியாது.''

என்மீது வலுவான தாக்கத்தை உண்டாக்கிய இந்தச் சிந்தனையின் தாத்பர்யம், சாராம்சம் இதுவே.

மகரிஷியிடம் என் மனதிலுள்ள கேள்விகளை வெளிப்படுத்தி, அவற்றிற்கான பதிலைப் பெறவேண்டும் என்னும் உறுதியான எண்ணத்துடன் நான் மீண்டும் புதிதாக முயற்சிக்கத் தீர்மானித்தேன். அருகிலிருந்த குடிலில் பணியில் ஈடுபட்டிருந்த மகரிஷியின் பக்தர்களில் ஒருவரை அணுகினேன். அவர் என்னிடம் மிகுந்த கருணையோடிருந்ததால் என் மனவிருப்பத்தை விவரித்து, எப்படியாவது மகரிஷியுடன் இறுதியாக ஒருமுறை சம்பாஷணையில் ஈடுபட உதவவேண்டும் என்று

கோரிக்கையிட்டேன். நானே சென்று மகரிஷியிடம் தனியாகக் கேட்க தயக்கமாக இருப்பதையும் தெளிவுபடுத்த, அந்தச் சீடர் கருணையோடு சிரித்துவிட்டு அவ்விடத்தை விட்டு அகன்றார். தனது ஆசான் நேர்காணலுக்கு அனுமதித்துவிட்டார் என்னும் நற்செய்தியுடன் உடனடியாகத் திரும்பி வந்தார்.

நானும் பெரிய கூட்டத்தை நோக்கி விரைந்து மகரிஷியின் திவானுக்கருகில் சௌகரியமாக அமர்ந்து கொண்டேன். மகரிஷியும் இன்முகத்துடன் முகமலர்ச்சியுடன் என் புறம் திரும்ப, நான் மிகவும் இயல்பாகி உடனடியாகக் கேள்விக்கணையைத் தொடுக்கத் துவங்கினேன்.

''மெய்ஞ்ஞானத்தைக் கண்டுகொள்ள இவ்வுலகைத் துறந்து ஏகாந்தமான வனம் அல்லது மலைப்பகுதிகளுக்குச் சென்று விட வேண்டும் என்று யோகிகள் உரைக்கிறார்கள். ஆனால், மேலை நாட்டு வாழ்க்கை முறை முற்றிலும் மாறுபட்டுள்ளதால், இதுபோன்ற செயல்களைச் செய்ய இயலாதே. நீங்கள் அந்த யோகிகளின் கூற்றை ஏற்கிறீர்களா, அவர்களது கருத்துடன் ஒத்துப்போகிறீர்களா?''

மகரிஷி உடனடியாகத் தனது அருகிலிருந்த உரைநயமார்ந்த முகபாவத்துடன் ஒரு பிராமணச் சீடரைப் பார்க்க அவர் மொழிபெயர்த்துக் கூறினார்.

''வாழ்க்கையின் நடைமுறையைத் துறக்க வேண்டியதில்லை. நீ தினமும் இரண்டு அல்லது மூன்றுமணி நேரம் தியானம் செய்வதானால், உனது அன்றாட அலுவல்களுடனேயே அதைச் செய்யலாம். நீ முறையாக தியானப் பயிற்சி மேற்கொண்டால், ஊக்குவிக்கப்படும் மனச்சக்தி, உனது பணியிடையிலும், தங்கு தடையின்றிப் பிரவாகிக்கும். ஒரே கருத்தை இருவழிகளில் வெளிப்படுத்துவதைப்போலத்தான் இது, தியானத்தில் ஏற்கும் வழிமுறையே, உனது செயல்களிலும் வெளிப்படும்.

''இதைச் செய்வதனால் என்ன பலன் ஏற்படும்?''

''இதைச் செய்து கொண்டே போவதினால், பிறமக்கள், நிகழ்வுகள் மற்றும் விஷயங்களின் மீதான உனது அணுகுமுறை மெதுவாக மாறுவதை உன்னால் அறிய முடியும். உனது

செயல்பாடுகள், உனது தியானவழியைத் தாமாகவே பின்பற்றத் துவங்கும்.''

''அப்படியானால்,யோகிகளின் கருத்தோடு நீங்கள் ஒத்துப் போகவில்லையா?'' என்று அவரை இடைமறித்துக் கேட்டேன்.

அதற்கு மகரிஷி நேரடியான பதிலைத் தவிர்த்தார்.

''மனிதன், அவனை இவ்வுலகோடு பிணைக்கும், பற்றுக் கொள்ளச் செய்யும் தன்னலத்தைத் தியாகம் செய்ய வேண்டும். புன்மையான சுயத்தை விடுப்பதே மெய்யான துறவறமாகும்'' என்றார்.

''உலக ரீதியான, புறவாழ்வில் ஈடுபட்டிருக்கும் போது, தன்னலம் கருதாமை எவ்வாறு சாத்தியமாகும்?''

''பணிக்கும், அறிவாண்மைக்கும் இடையில் முரண்பாடில்லை.''

''ஒருவர் தனது பணிகளில் முன்பு போல ஈடுபட்டுக்கொண்டவாறே மெய்ஞ்ஞானப்பேற்றையும் அடைவது சாத்தியம் என்கிறீர்களா?''

''ஏன் இயலாது? இவ்வாறு தியானத்தில் ஆழும்போது, ஒருவரது உணர்வு நிலை மனம், மெதுவாகப் புறச்சூழலைவிட்டு மெய்யான சுயத்தில் மையப்பட்டு விடத் தொடங்கி விடுவதால், முந்தைய பணியில் ஈடுபடும் தனது பழைய குணாதிசயத்தைப் பற்றிய சிந்தனையையே விட்டுவிடுவர்.''

''ஆனால், ஒரு நபர் பணியில் ஈடுபட்டிருக்கும் போது அவருக்குத் தியானம் செய்யக் குறைவான நேரமே கிடைக்கும், அல்லவா?''

மகரிஷி எனது கேள்வியால் சலனமடையாதிருந்தார்.

''தியானத்திற்காக நேரம் ஒதுக்குவதென்பது வெறும் ஆன்ம ரீதியான துவக்கநிலையாளர்களுக்குத்தான். தியானத்தில் தேர்ச்சி பெற்று முன்னேறுபவன் பணி செய்து கொண்டிருந்தாலும், இல்லாவிடினும் உள்ளார்ந்த அழகை அனுபவிக்கத் தொடங்குவர். அவன் சமூகத்திற்காக உழைத்துக்கொண்டிருந்தாலும், அவனது மனதைத் தனிமையில் நிம்மதியாக வைத்துக்கொள்வான்'' என்றார்.

''பின், நீங்கள் யோகாவின் வழிமுறையைக் கற்றுத்தர வில்லையா?''

''மாடுமேய்ப்பவன், தடி கொண்டு மாடுகளை விரட்டி வழி நடத்திச் செல்வது போல, ஒரு யோகி தனது இலக்கை நோக்கி தன் மனதை செலுத்த முயற்சிக்கிறார். ஆனால், யோகவழியை நாடுபவன் இப்பாதையில் மாடுகளுக்குப் புல்லைக் கொடுத்து இணங்கச் செய்து விடுவான்.''

''இது எவ்வாறு செய்யப்படுகிறது?''

''நீ உன்னையே கேட்டுக்கொள்ள வேண்டும். நான் யார்? என்று. இந்த ஆராய்ச்சி இறுதியில் உனது மனதிற்குப் பின் புதைந்திருக்கும் உள்ளார்ந்த பகுதியைக் கண்டுகொள்ளச் செய்யும். இப்பெரிய பிரச்சினையை முதலில் தீர்த்து விடு, இதன் பின்னர் அனைத்தையும் நீ தீர்த்து விடுவாய்''

மகரிஷியின் பதிலை நான் முழுவதுமாக உள்வாங்க முயற்சிக்கையில், ஒரு இடைவெளி ஏற்பட்டது. சுவற்றில் உள்ள சாளரத்தின் வழியே தென்பட்ட புனிதமலையின் தாழ்வான பகுதியின் அழகைக் கண்ணுற்றேன். காலை நேர இளம் சூரிய ஒளியினால் அதன் செழிப்புள்ள நிலம் மின்னியதைக் கண்டேன்.

மீண்டும் மகரிஷி என்னிடம் பேசத் துவங்கினார்.

''இப்படிச் சொன்னால், தெளிவுபடுமா? சிறிதும் துன்பத்தின் சாயல்படியாத, பூரண்மான ஆனந்தத்தையே அனைத்து மானுடர்களும் அடைய விரும்புகின்றனர். முடிவற்ற ஆனந்தத்தையே பெற விரும்பும் இவர்களது உள்ளுணர்வும் மெய்யானதே. ஆனால், அவர்கள் தமது சுயத்தைத்தான் மிகையாக விரும்புகிறார்கள் என்னும் மெய்யான விஷயத்தை நீ எப்போதாவது உணர்ந்திருக்கிறாயா?

''சரி ஆம்...?''

''இப்போது இதை, அவர்கள் ஏதோ ஒரு வழியில் போதை அல்லது மதத்தின் மூலமோ எப்போதுமே ஆனந்தத்தை அடைவதில் ஆவல் கொண்டுள்ளனர் என்னும் உண்மையான விஷயத்தோடு இணைத்துப்பார். அப்போது மனிதனின்

உண்மையான சுபாவத்தைப் பற்றிய ஒரு சூசகமான குறிப்பை நீ பெறுவாய்.''

''என்னால் இயலவில்லை...''

அவரது குரலின் தொனி சற்றே மிகைப்பட்டது.

''மனிதனின் உண்மையான சுபாவமே மகிழ்ச்சிதான். மெய்யான சுயத்திற்குள்ளே, ஆனந்தம் இயல்பாகவே நிறைந்திருக்கிறது. ஆதலால், அவன் ஆனந்தத்தைத்தேடிச் செல்லும் போது, தன்னுணர்வின்றி அவனது மெய்யான சுயத்தையே அவன் தேடிச் செல்கிறான். மெய்யான சுயம் அழிவற்றது. ஆதலால், ஒரு மனிதன் அதைக் கண்டுகொள்ளும் போது, எல்லையற்ற, முடிவில்லாத ஆனந்தத்தையும் கண்டுகொள்கிறான்.''

''ஆனால், உலகம் விசனத்தில் ஆழ்ந்துள்ளதே?''

''ஆம். உலகம் தனது சுயத்தை உணர்ந்து கொள்ளாததே இதற்குக் காரணமானது. விதிவிலக்கின்றி, அனைத்து மனிதர்களும் உணர்வுடனோ அல்லது உணர்வறு நிலையிலோ இதைத்தான் நாடுகின்றனர்.''

''தீயவர்கள், கொடூரர்கள் மற்றும் குற்றவாளிகளுமா?'' என்று நான் வினவ,

''தான் செய்யும் ஒவ்வொரு பாவச் செயலிலும், தனக்கென சுயமான மகிழ்ச்சியைப் பெற முயற்சிப்பதால் அவர்கள் பாவத்தைத் தேடிக்கொள்கின்றனர். ஆனந்தத்தைப் பெற விழையும் இந்த முயற்சி ஒவ்வொரு மனிதனது உள்ளுணர்விலும் பொதிந்துள்ளது. அவர்கள் தமது சுயத்தையே நாடிச் செல்வதை அறியாமலே, தீயவழிகளில் செல்வதன் மூலம் மகிழ்ச்சியைப் பெற முயற்சிக்கின்றனர். நிச்சயமாக, அவை தீய வழிமுறைகள் தான், ஏனெனில் மனிதனின் செயல்கள் அவனிடமே திரும்பவும் பிரதிபலிக்கப்படுகின்றன.''

''ஆக, இந்த மெய்யான சுயத்தை அறிந்து கொண்டால், நம்மால் நிரந்தரமான ஆனந்தத்தை அடைய முடியுமா?''

மகரிஷி தலையை ஆட்டினார்.

சாளரத்தின் வழியே கதிரவனின் ஒளிக்கிரணங்கள் மகரிஷியின் முகத்தின் மீது படர்ந்தன. சஞ்சலமில்லாத, தெளிவான நெற்றியிலும், புருவத்திலும் சாந்தம் தவழ்ந்தது இறுக்கமான அதரங்களில் திருப்தியின் வெளிப்பாடும் ஒளி வீசும் கண்களில் புனிதத்தலத்தைப் போன்ற அமைதியும் நிலவியது. அவரது முகபாவம் வெளிப்பட்ட அவரது வார்த்தைகளுக்குத் தவறான எண்ணம் உண்டாக்கவில்லை.

இத்துணை எளிதான வாக்கியங்களின் மூலம் மகரிஷி என்ன கூறுகிறார்? மொழிபெயர்ப்பாளர் ஓரளவு அவற்றின் வெளிப்படையான பொருளை எனக்கு விளக்கியிருந்தாலும், அவரால் தெரிவிக்க இயலாததொரு உட்கருத்து அதில் பொதிந்துள்ளது. நானே அதைத்தேடிக் கண்டுகொள்ள வேண்டும் என்பதையும் நானறிவேன். மகரிஷி தனது சொந்த சித்தாந்தத்தை விளக்கும் ஒரு தத்துவமேதையாகவோ அல்லது பண்டிதராகவோ அல்லாது தனது இதயத்தின் அடித்தளத்திலிருந்து ஆத்மார்த்தமாகப் பேசுகிறார். ஒருவேளை, இவை அவரது அதிர்ஷ்டமான சுய அனுபவங்களாக இருக்கக் கூடுமோ?

''நீங்கள் ''சுயம்'' என்று குறிப்பிடுவது என்ன? நீங்கள் சொல்வது மெய்யானால் மனிதனுக்குள் மற்றொரு சுயம் இருக்க வேண்டும்.''

ஒரு கணம், மெல்லிய கீற்றுப் போல் புன்னகைத்து, ஒரு மனிதனுக்கு இரு அடையாளங்கள் இருசுயம் இருக்க முடியுமா? இந்த விஷயத்தைப் புரிந்து கொள்ள, ஒரு மனிதன் தன்னையே ஆராய்ந்து கொள்ள வேண்டியது அவசியமாகிறது. ஏனெனில் தொன்றுதொட்டு மனிதன் பிறரைப்போலவே சிந்திக்கும் வழக்கத்தைக் கொண்டுள்ளதால், தனது ''சுயம்'' ''நான்'' என்னும் தன்னுணர்வை மெய்யான வடிவில் கண்டதேயில்லை. தன்னைப் பற்றிய துல்லியமான சித்திரமே அவனிடம் இல்லை. தனது உடல் மற்றும் அறிவோடு தான் தன்னை நெடுங்காலமாக அடையாளம் கண்டு கொண்டுள்ளான். ஆதலால் தான், நான் உன்னை இந்த ''நான் யார்?'' என்னும் ஆன்ம விசாரணையைத் தொடரச் சொல்கிறேன்'' என்றார்.

இந்த வார்த்தைகள் என்னுள் புதையும் வரை காத்திருந்து சிறிய இடைவெளிக்குப் பின் தொடர்ந்தார். நானும் அவரது வார்த்தைகளை மிகுதியான ஆவலோடு செவிமடுத்தேன்.

''மெய்யான சுயத்தைப் பற்றி நீ என்னை விவரிக்கச் சொல்லிக் கேட்கிறாய். அல்லவா. என்ன சொல்ல முடியும்? ''தான்'' ''நான்'' என்னும் தன்னுணர்வு எதிலிருந்து தோன்றுகிறதோ, அதனுள்ளேயே மறைந்து படுவதுதான் ''அது''.

''மறைவதா?'' என்று நான் அதிர்ச்சியோடு எதிரொலித்து ஒருவர் தான் என்னும் தனது சுயஉணர்வை எவ்வாறு இழக்க முடியும்?'' என்றேன்.

''ஒவ்வொரு மனிதனது உள்ளுணர்விலும், முதன்முதலாக அனைத்து எண்ணங்களின் முழுமுதலாக, ''நான்'' என்னும் சிந்தனை எழுகிறது. இந்த ''நான்'' எழுந்தால்தான் பிறஎண்ணங்கள் அனைத்தும் எழும். தன்னிலையான ''நான்'' மனதில் எழுந்த பின்னரே, ''நீ'' என்னும் முன்னிலை தோன்றும். உன்னால் அந்த ''நான்'' என்னும் எண்ணத்தின் மூலத்தானத்தை ஆழ்ந்து தேடி அறியமுடியுமானால் முழுமுதலாகத் தோன்றும் இந்த எண்ணமே மறைவதற்கு இறுதியானதாகிறது. இதுவே முதலும் முடிவுமான உண்மை. இதுவே பூரண அனுபூதியாகும்.''

''இவ்வாறான ஒரு மனவியல் ஆராய்ச்சியை ஒருவர் தனக்குள்ளேயே நிகழ்த்திக் கொள்வது சாத்தியம் என்று நீங்கள் கருதுகிறீர்களா?''

''உறுதியாக!'' மனதை உள்முகமாகச் செலுத்தி ''நான்'' என்னும் அந்த இறுதியாகிய எண்ணம் மறையும் வரையிலும் மனதின் உள்ளார்ந்து, ஊடுருவிச் செல்லமுடியும்.''

''என்ன எஞ்சியிருக்கும்?'' ''பிறகு ஒரு மனிதன் உணர்வற்ற நிலைக்குச் சென்று விடுவானா அல்லது மூடனாகி விடுவானா?'' என்று கேட்டேன்.

''அவ்வாறில்லை! மாறாக அவன் நிலையான உணர்வறு மனநிலையை அடைந்து விடுவான். அவன் தனது உண்மையான சுயத்தைப் பற்றிய விழிப்புணர்வு பெறும்போது, மெய்ஞ்ஞானியாகிறான், இதுவே மனிதனின் இயல்பான சுபாவம்''

''ஆனாலும், ''சுயம்'' ''நான்'' என்னும் உணர்வும் அதைச் சார்ந்திருக்கத் தானே வேண்டும்?'' என்றேன் விடாப்பிடியாக.

''நான்'' என்னும் உணர்வு, அந்த மனிதன் உடல் மற்றும் மதியைச் சார்ந்துள்ளது. என்று பொறுமையுடன், அமைதியாகப் பதிலளித்து விட்டுத் தொடர்ந்தார். ஒரு மனிதன் முதன் முதலில் தனது சுயத்தை அறியும் போது, அவனது ஆழ்மன இருப்பிலிருந்து வேறு ஒன்று எழுச்சிபெற்று அவனைப்பற்றிக் கொள்கிறது. இதுவே மனிதன் அடித்தளத்தில் இருப்பது, எல்லையற்ற தெய்வீகமான நிலையானது. சிலர் இதை விண்ணுலக அருளாட்சி பிறர் ஆன்மா என்றும், இன்னும் சிலர் இதை நிர்வாணா என்றும், இந்துக்கள் முக்தி என்றும் அழைக்கின்றனர். இதற்கு நீ விரும்பிய பெயரைச் சூட்டிக்கொள். இது நிகழும் போது ஒரு மனிதன் உண்மையில் தன்னை இழப்பதில்லை, மாறாக, அப்போதுதான் அவன் தன்னைக் கண்டுகொள்கிறான்.''

மொழிபெயர்ப்பாளரின் அதரங்களிலிருந்து நிறைவுறும் வார்த்தைகள் உதிரும் தருணத்தில், கலிலீயில் ஒரு ஆசான் மொழிந்த நினைவில் நிற்கக் கூடிய வரிகள் என் நினைவரங்கில் திடீரெனப் பளிச்சிட்டன. இந்த வார்த்தைகள் பல நன்னயமிக்க மேன்மக்களைக் குழப்பத்தில் ஆழ்த்தியிருக்கிறது. ''தன் வாழ்க்கையைக் காப்பாற்றிக் கொள்ள முயற்சிப்பவன் அதை இழந்து விடுவான்; வாழ்க்கையை இழப்பவன் அதைப் பாதுகாத்துக் கொள்வான்.''

இந்த இரு வாக்கியங்களிலும் எத்துணை விந்தையான ஒப்புமை! இருப்பினும், இந்தியத் துறவி தனக்கே உரித்தான மனவியல் ரீதியான மிகவும் கடுமையான பாதையில் பயணித்து இந்தச் சிந்தனையை நிலைப்படுத்தியுள்ளார். இது பழக்கமில்லாததாகவும் தோன்றுகிறது.

எனது சிந்தனையில் இடைமறித்து மகரிஷி மீண்டும் பேசத் துவங்கினார்.

''ஒரு மனிதன் மெய்ஞ்ஞானமாகிய சுயத்தின் தேடலின் முயற்சியில் இறங்காத வரையிலும், அவனது வாழ்க்கை முழுவதும் ஐயப்பாடும், நிச்சயமற்றதன்மையும் அவனைத் தொடரும்.

மாமன்னர்களும், அரசியல் நிபுணர்களும் பிறர்மீது ஆளுமை செலுத்த முயற்சிக்கின்றனர். ஆனால், தங்கள் மீதே அதிகாரம் செலுத்த முடியாது என்பதை தங்கள் மனதிற்குள்ளேயே அவர்கள் அறிவார்கள். இருப்பினும் தனது உள்ளார்ந்த ஆழத்தில், உட்புகுந்தவனால் மட்டுமே உயரிய சக்தியின் மீது ஆதிக்கம் செலுத்த முடியும். தங்கள் வாழ்க்கை முழுவதும் பல விஷயங்களைப் பற்றிய ஞானத்தைப் பெறுவதிலேயே கழித்து விடும் உயரிய அறிவாற்றல்மிக்க மனிதர்கள் உள்ளனர். இவர்கள் மனிதனைப் பற்றிய மாயத்திரையை விலக்கியுள்ளனரா அல்லது தன்னையே வெற்றி கண்டுள்ளனரா என்று கேட்டால், வெட்கித் தலை குனிவர். நீங்கள் யாரென்பதையே இன்னும் அறியாதவரையிலும், பிறவற்றைப் பற்றி அறிந்து கொள்வதினால் என்ன பயன்? மனிதன் தனது சுயத்தின் ஆன்மவிசாரணையைத் தவிர்த்து விடுகிறான். ஆனால், இதைவிட நற்பலன் அளிக்கத் தகுதியான விஷயம் வேறு என்ன இருக்க முடியும்?

''இது மிகவும் கடினமான மனிதசக்திக்கு அப்பாற்பட்ட, தெய்வீகமான பணியாகும்'' என்று நான் விமர்சித்தேன்.

துறவி புரிந்து கொள்ள முடியாத வகையில், தனது தோள்களைக் குலுக்கினார்.

''இதன் சாத்தியக்கூறு ஒருவரது அனுபவத்தைச் சார்ந்த விஷயம். நீ நினைத்துக்கொண்டிருப்பதைவிட சற்று எளிதானதே.''

''எங்களைப் போன்ற மேற்கத்தியர்களுக்கு இது போன்ற ஆன்மசோதனைகள்...?'' என்று ஐயப்பாட்டுடனே துவங்கிப் பாதியிலேயே விழுங்கினேன்.

மகரிஷி குனிந்து ஒரு ஊதுபத்தியை ஏற்றி வைத்தார்.

''மெய்ஞ்ஞானத்தை உணர்வதென்பது இந்தியர்களுக்கும், ஐரோப்பியர்களுக்கும் ஒன்றுதான். பற்றார்ந்த உலக வாழ்வில் மூழ்கியிருப்பவனுக்கு இது கடினமானதாக இருக்கும் என்பது ஏற்றுக்கொள்ளக்கூடியதே. இருப்பினும் ஒருவரால் முடியும், வென்றாகவும் வேண்டும். தியானத்தின் மூலமாக தூண்டப்படும் சக்தியைப் பழக்கமாகவே கொள்ள முடியும். இதைப் பயிற்சிப்பதன் மூலம் சாதிக்க முடியும். இதன் பின்னர் ஒருவன்

தனது அன்றாடப்பணி மற்றும் செயல்பாடுகளையும் இந்தச் சக்தியின் ஓட்டத்தினுடனேயே தங்கு தடையின்றிச் செயலாக்க முடியும். "நான் யார்?" என்னும் இக்கேள்வியின் மீதே நீ உனது ஆழ்கவனத்தைச் செலுத்தி, இந்த உடலோ அல்லது மனம் அல்லது மதியோ மற்றும் உனது பற்றுகளும் உண்மையில் "நீ" உனது சுயமல்ல என்பதைப் புரிந்து கொள்ளத் துவங்கினால், உனது ஆன்மவிசாரணையே உனது உள்ளார்ந்த ஆழத்திலிருந்து உனக்கு விடைகளைப் பெற்றுத்தரும்; இது தானாகவே ஒரு ஆழ்ந்த பூரணமான ஒளியாகச் சுயமாக புலப்படும்.

மீண்டும் அவரது பதிலைக் கேட்டு ஆலோசித்தேன்.

"உனது பூரணமான மெய்யான சுயத்தை அறிந்துகொள்" என்று சொல்லித் தொடர்ந்தார்... "பின், அந்த மெய்யுணர்வு உனது இதயத்திற்குள் கதிரவனின் ஒளியைப் போல் பிரகாசிக்கும். மனம் அசலமாகி, மெய்யான ஆனந்தம் பெருக்கெடுத்தோடும். ஏனெனில், ஆனந்தமும், மெய்யுணர்வும் (சுயம்) முற்றிலும் ஒன்றானவை. இந்தச் சுய புரிந்துணர்தல், தன்னுணர்வு நிலையை அடைந்து விட்டால், உன் மனதில் ஐயப்பாடுகளே எழாது"

தனது தலையைத் திருப்பி, அறையின் ஒரு மூலையில் தனது பார்வையைப் பதித்தார். அவர் தனது சம்பாஷணைக்கு ஒரு முற்றுப்புள்ளி வைத்தார். இத்துடன் எங்களது பேச்சு வார்த்தை நிறைவுபெற்றது. நான் விடைபெறும் முன்னர் அவரது மௌனத்திரையிலிருந்து அவரை வெளிக்கொணர்ந்ததை எண்ணி அகமகிழ்ந்து என்னைப் பாராட்டிக் கொண்டேன்.

நான் அவரிடமிருந்து விடைபெற்று, காட்டின் ஒரு அமைதியான இடத்தைத் தேர்ந்தெடுத்து, நாளின் பெரும் பகுதியை எனது நோட்டுப் புத்தகங்களுடனேயே கழித்தேன். அந்தி சாயும் பொழுதில், அறைக்குத் திரும்பினேன். இன்னும் ஒன்றிரண்டு மணிநேரத்தில், ஒருமாட்டு வண்டியோ அல்லது குதிரைவண்டியோ என்னை இந்த ஆசிரமத்தை விட்டு வெளியே அழைத்துச் செல்ல வந்துவிடும்.

ஊதுபத்தியின் மணம் அறையெங்கும் கமழ்ந்தது. நான் உள்ளே நுழையும் போது, மகரிஷி பாதி சாய்ந்த நிலையில் இருந்தார்.

ஆனால், உடனேயே தனது இயல்பான தோரணையில் அமர்ந்து கொண்டார். அவர் தனது கால்களைக் குறுக்காக வைத்து, வலது பாதத்தை இடது தொடைமீதும், இடதுகாலை வலது தொடையின் அடியிலும் வைத்து அமர்ந்திருந்தார். இதே போன்றதொரு நிலையை, சென்னையோகி "பிரம்மா" செய்து காண்பித்து இதை "சுகாசனம்" என்று குறிப்பிட்டதை நினைவு கூர்ந்தேன். மிகவும் சுலபமான இந்த ஆசனம் ஏறத்தாழ புத்தரது அமரும் தோரணையைப் போன்றதே. வழக்கம் போல, மகரிஷி தனது வலது கை முழங்கையை முழந்தாளின் மீது வைத்து, கைகளால் தனது முகவாயைத் தாங்கியவாறு இருந்தார், என்னையே கவனமாக உற்று நோக்கியவாறு மௌனமாக இருந்தார். தரையில் அவரருகே இருந்த தண்ணீர் நிரம்பிய சுரைக்குடுவையையும் மூங்கில் தடியையும் கவனமாகப் பார்த்தேன். இடுப்பிலிருக்கும் ஒரு துண்டு கோவணத்துணியைத் தவிர இவை மட்டுமே இவரது உலகியலிலான உடமைகளாக இருக்கின்றன. எங்கள் மேற்கத்திய பொருள் ஈட்டும் பேராசையான உணர்வின் மீது என்னே ஒரு மௌன விமர்சனம்!

காந்தியுடன் திகழும் அவரது தீர்க்கமான கண்கள் மேலும் ஒளியுடன் நிலை பெற்றன. உடல் உறுதியான தோரணையில் நிலைபட அவரது சிரம் மட்டுமே மெதுவாக அசைந்து பின் ஓய்ந்தது. மேலும் சிலநிமிடங்கள் கடந்தன. நான் முதன்முதலில் அவரைச் சந்தித்தபோதிருந்த மோனநிலையைதச் திரும்பும் எய்திவிட்டார் என்பதை என்னால் தெளிவாகக் கண்டு கொள்ள முடிந்தது. எங்களது பிரிவே எங்களது சந்திப்பின் பிரதிபலிப் பாகவே இருந்தது எத்துணை விந்தையானது! எவரோ ஒருவர் எனதருகாமையில் வந்து, "மகரிஷி மோன நிலைக்குச் சென்று விட்டார். இனி உரையாடுவதில் பயனில்லை" என்று என் காதுகளில் இரகசியமாக உரைத்தார்.

அச்சிறு கூட்டத்தினிடையே அமைதி நிலவியது. காலம் கடந்தும் ஆழ்ந்த மோனநிலை பூரணமாக நிலவியது. நான் இறையுணர்வு உடையவனில்லை எனினும், மணமும் ருசியும் மிக்க முழுமையாக மலர்ந்த மலரைக் கண்டு தாளமுடியாத மதுவண்டைப்போல, என் மனதைக் கவ்விக் கொண்டிருந்த மிகையான மெய்சிலிர்க்கும் உணர்வை என்னால் கட்டுப்படுத்த

இயலவில்லை. அறை முழுவதும் வியாபித்திருந்த சூட்சுமமான, இனம்புரியாத விவரிக்க இயலாததொரு சக்தி என்னை வலுவாகத் தாக்கியது. இந்த மறைபொருளான சக்தியின் மையமான மெய்யிருப்பு மகரிஷி தான் என்பதை எவ்விதத் தயக்கமும் ஐயப்பாடுமின்றி உணர்ந்தேன்.

அவரது கண்கள் பிரமிப்பூட்டும் ஒளியுடன் ஞானசூரியனாகப் பிரகாசித்துக் கொண்டிருந்தது. எனக்குள்ளே விந்தையான உணர்வுகள் எழத் துவங்கின. ஒளிமிக்க இக்கருவிழிகள் அதி ஆழமாய் எனது ஆன்மாவையே ஊடுருவிச் சென்றது போலிருந்தது. அவரது உள்ளாழ்ந்த ஞானப்பார்வை எனது எண்ணங்கள் உணர்ச்சிகள் மற்றும் எனது ஆவல்களையும் ஊடுருவித்துளைத்தது போலிருந்தது. இந்தப் பார்வையின் முன்னே செய்வதறியாது திகைத்து நின்றேன். முதலில் என்னைக் குழப்பத்தில் ஆழ்த்திய இந்தப் பார்வை என்னை அலைபாய வைக்க நான் மிகவும் கலக்கமுற்றேன். நானே மறந்து போன எனது வாழ்க்கையின் முந்தைய பக்கங்களையும் முற்றிலுமாகக் கூட அவர் அறிந்து கொண்டிருப்பார் என்பதை நான் உறுதியாக நம்பினேன். இதிலிருந்து விலகும் சக்தியும் எனக்கில்லை, எனக்கு அதில் நாட்டமுமில்லை. எதிர் கால நற்பலனின் விநோதமான அறிவிப்பு என்னை இக்கூரிய பார்வையைத் தாங்கிக் கொள்ளச் செய்தது.

தாறுமாறான கலவையாகிய எனது கடந்த காலத்தைப் புரிந்து எனது பலவீனமான ஆன்ம உணர்வை வசீகரித்தவாறே, என்னை அங்குமிங்கும் அலைக் கழித்த, எனது பலதரப்பட்ட உணர்வுகளையும் கூட அவர் புரிந்து கொள்ளலானார். ஆனால் என்னைச் சாதாரண மான பொதுவான வழியிலிருந்து விலகி, இவரைப் போன்ற

மனிதர்களை நாடிச்செல்லத் தூண்டிய, என் மனதை அலைபாயச் செய்த தேடலைப்பற்றியும் அவர் புரிந்து கொண்டு விட்டதாகவே நான் உணர்கிறேன்.

எங்களுக்கிடையிலான மனப்பரிமாற்றத்தில் குறிப்பிடத்தக்க மாற்றம் நிகழ்ந்தது. அடிக்கடி எனது கண்கள் சிமிட்டுகையில் அவரது கண்கள் சிறிதும் அசைவின்றி நிலையாக இருந்தன. அவர் என் மனதைத் தனதோடு இணைத்துக்கொள்கிறார் என்பதை நான் உணர்கிறேன். மேலும் தான் நிரந்தரமாக அனுபவிக்கும் அமைதியை என்னை அடையச் செய்து, அதில் மனமகிழ் வடைந்தார். இந்த அசாதாரண அமைதியில், எனது சித்தம் நிர்ச்சலனமாகி நான் மேம்பட்ட லேசான, பிரகாசமான உணர்வை அடைந்தேன். காலம் பூரண ஒடுக்க நிலையில் ஆழ, எனது மனம் கவலை என்னும் சுமையிலிருந்து விடுபட்டது. இனி, சினத்தினால் ஏற்படும் காழ்ப்புணர்வும், தீராத ஆவலினால் உருவாகும் விசனமும் என்னை ஒரு போதும் துன்புறுத்தாது என்பதைப் புரிந்து கொண்டேன். இந்த இனத்திலேயே இயல்பாக இருக்கக்கூடிய ஆழ்ந்த உள்ளுணர்ச்சி மனிதனை மேன்மை அடையத்தூண்டி நம்பிக்கைகொள்ள ஊக்குவித்து வாழ்க்கை இருளடையும் போது அவனை உறுதியோடு இருக்கச் செய்துவிடும். ஏனெனில் மெய்யிருப்பின் தன்மையும், நன்மை பயக்கவல்லதொரு மெய்யுணர்வே. இவ்வாறான, அழகான மோன சன்னதியில் காலதேசம் கடந்த பூரண ஒடுக்க நிலையில், கடந்த கால துன்பங்களும், தவறுகளும் அற்பமாகத் தோன்றுகையில், எனது மனம் மகரிஷியின் மனதோடு ஒன்றி, மூழ்கிட நான் ஞான சூரியனுக்கு அண்மைப்பட்டதாக உணர்கிறேன். மகரிஷியின் பார்வையின் சொல்லொணா வல்லமையும் மாயவித்தைக் காரனின் கோலைப் போன்று, எதிர்பாராத அற்புதமான மறைபொருளான உலகை, பய பக்தியற்ற எனது கண்களின் முன்னே மாயமாக விரித்துக் காட்டியது.

இந்த அன்பர்கள் சிறிதளவே உரையாடிக்கொண்டு, புற உலகச் செயல்பாடுகளற்று குறைவான வசதிகளோடு, பலவருடக் கணக்காக மகரிஷியைச் சுற்றியே ஏன் தங்கியுள்ளனர் என்று நான் எனக்குள்ளாகவே பலமுறை கேட்டுக்கொண்டுள்ளேன். அவர்கள் எண்ணங்களால் அல்லாது ஞானஒளிப்பிரகாசத்தால் கட்டுண்டு

இத்துணை வருடகாலமாக மோனமுத்திரையின் விளக்கத்தை ஆழ்ந்த மோனமுத்திரையிலேயே வரமாகப் பெற்றுவிட்டனர் என்பதை நான் இப்போது புரிந்து கொண்டேன்.

இதற்குள்ளாக, அறையில் உள்ள அனைவரும் மயான அமைதி காத்தனர். இறுதியில் ஒருவர் எழுந்து, அமைதியாக வெளியேற ஒவ்வொருவராக அவரைப் பின்பற்றி எழுந்து செல்ல, அனைவரும் வெளியேறி விட்டனர்.

நான் மகரிஷியுடன் தனிமையில்! இதுபோல் ஒருபோதும் நிகழ்ந்ததேயில்லை. அவர் பார்வையில் மாற்றம் ஏற்படத் துவங்க, குறிப்பிட்ட இலக்காகி நிலைத்துநின்றன. இதன் தாக்கம் புகைப்படக் கருவியின் ஆடியின் குவிதலைப் போல, அதிசயமான ஒரு நிலைப்பாட்டை உருவாக்கியது. இதன் பிறகு மறுபடியும் அவரது பார்வையில் விவரிக்க இயலாத தீட்சண்யத்துடன், மிகையான காந்தியும் ஒளிர்கிறது. திடீரென என் உடல் மறைவது போலத் தோன்ற, நாங்கள் இருவரும் அண்டவெளியில்!

கடினமான நேரம். நான் தயங்கி இந்த மாயத்திரையின் பிடியிலிருந்து விலகத் தீர்மானித்தேன். மனதின் உறுதிப்பாடு சக்தியை அளிக்க, நான் மீண்டும் சரீர ரீதியாக அறையில் இருந்தேன்.

மகரிஷியிடமிருந்து ஒரு சொல்கூட வெளிவரவில்லை. எனது மனோசக்தியைத் திரட்டி, எழுந்தேன். காலம், நான் விடைபெறும் நேரம் நெருங்கியதை அறிவித்தது.

விடைபெறும் தோரணையில் தலைவணங்கியதை மகரிஷியும் மௌனமாக ஏற்றுக்கொண்டார். நெஞ்சம் நெகிழ்ந்த எனது சில நன்றியுரைகளையும் மகரிஷி, மௌனமாகத் தலையசைத்து அங்கீகரித்தார்.

தலைவாயிலில் சற்று நேரம் மனமின்றித்தயங்கி நின்றேன். வெளியிலிருந்து வந்த மணிச்சத்தம் என் காதுகளை எட்ட, மாட்டுவண்டியின் வருகையை அறிந்து கொண்டேன். மீண்டும் ஒருமுறை கரங்கூப்பி அவரை வணங்கி விடைபெற்றேன்.

நாங்கள் பிரிந்தோம்.

அத்தியாயம்-பத்து

புண்ணிய புருஷர்களும், மாயாஜாலக்காரர்களும்

மனிதனின் கட்டில் அடங்காத காலமும், நேரமும் எனது எழுத்தை மீண்டும் துரிதப்படுத்தின. எனது கிழக்கத்திய பயணத்தில் திரும்பவும் எனது வேகத்தை அதிகரிக்கச் செய்ய நேரிடுகையில், ஒருசில முக்கியமான விஷயங்களை எனது எழுத்து வடிவில் நினைவுக்குறிப்பாக வைக்க விழைகிறேன்.

பிறரைப்போலவே, தெருவோரங்களில் சில மாயவித்தைகளை நிகழ்த்தும் மாயாஜாலக்காரர்கள் மற்றும் சில தந்திரங்களைச் செய்து காட்டும் கபடசந்நியாசிகளின் மீதும் எனக்கும் இயல்பான ஆர்வம் ஏற்படுவது மெய்யே. எனினும், எனது ஆர்வம் துரிதமானதும், மறையக் கூடியதுமானது. ஏனெனில், இவர்களால் மானுட வாழ்க்கையில் பொதிந்துள்ள விஷயங்களைப் பற்றித் தெளிவுபட உரைக்க இயலாது; ஆனால், மனிதனின் ஆழ்ந்த சிந்தனைக்குரிய தகுதியான விஷயம் இதுதானே. இருப்பினும், இவர்களின் இருத்தல் ஒரு மாற்றத்தை அளிப்பதால், சில தருணங்களில் இவர்கள் புறம் கவனத்தைத் திருப்பி இவர்களைப் பற்றியும் விசாரணையில் ஆழ்கிறேன்.

பரவலான வித்தியாசம் மிக்க மனிதர்களைப் பற்றிய குறிப்பு வரைவதற்காக எனது தேடலின் பரப்பிற்குள் உட்படும் சில வகையானவர்களைப் பற்றி மட்டுமே இங்கு சித்தரிக்க விரும்புகிறேன். இதில் என் நினைவில் மிகையாக இடம்

பெற்றுள்ள ஒரு கபடதாரியை நான் ராஜமதராச மாகாணத்தின் வடகிழக்குப் பகுதியில் சந்தித்தேன்.

இலக்கின்றி கால் போன போக்கில், என் காலணிகள் சன்னமான மணலில் பதிய நான் நடந்து சென்று, இறுதியில், கடைவீதிக்குச் செல்லும் ஒரு குறுகிய சந்தை அடைந்தேன். வெப்பக்காற்று வீசி, புழுக்கமாக இருக்க, திறந்த வாயிற்கதவுகளின் அருகே அமர்ந்திருந்த வயதானவர்களையும், அழுக்கில் விளையாடிக்கொண்டிருந்த குழந்தைகளையும் கண்ணுற்றவாறே நடந்து கொண்டிருந்தேன். இடையில், ஆடையே அணியாத ஒரு பாலகன் ஒரு வீட்டைவிட்டுப் பாய்ந்தோடி, வெளியேவர முற்பட்டு ஒரு புதிய அறிமுகமில்லாத நபரைக் கண்டதும் மீண்டும் உள்ளே சென்று மறைந்து கொண்டான்.

சுறுசுறுப்பாகத் தென்பட்ட பெரிய கடைவீதியில் முதியவியாபாரிகள் தமது சிறிய கடையை விரித்து, தங்களது தாடியை நீவியவாறே என்னை எதிர்பார்ப்புடன் பார்த்தனர்; உணவுப்பண்டங்கள் மற்றும் தானியங்களை விற்பவர்களும் திறந்த வெளியில் பொருட்களை வைத்துக்கொண்டு அமர்ந்திருக்க, ஈக்கள் பட்டாளமே அவற்றை முற்றுகையிட்டுக் கொண்டிருந்தன. சற்று நேரத்தில் ஆலயம் போன்றதொரு அலங்காரமான இடத்திற்கு வந்தடைந்தேன். எனது வரவைக் கண்ட அங்கிருந்த ஆண்-பெண் அடங்கலான குழுவில் சிறு சலசலப்பு ஏற்பட, புழுதியைக் கிளப்பிவிட்டது. தொழுநோயாளிகள், முடவர்கள் மற்றும் ஆதரவற்ற அனாதைகளின் கூட்டமும் இந்திய நகரங்களில் குறிப்பிட்ட இடத்தில் ஆலயங்கள் மற்றும் இரயில் நிலையங்களின் அருகே குழுமியிருப்பதைக் காணலாம். பக்தர்கள் சப்தமின்றி, வெற்றுக் காலுடன் (ஆலயத்திற்குள்) நுழைகின்றனர். நானும் உள்ளே சென்று பூசாரிகளின் வழிபாட்டு முறைகளைக் கவனிக்கலாமா என்று யோசித்தேன். இந்த யோசனையை மனதினுள் விவாதித்து வேண்டாம் என்று தீர்மானித்தேன்.

நான் நீண்ட எனது நடையை தொடர்ந்து மேற்கொள்ள இளைஞன் ஒருவனும் நெடிய தப்படிகளை வைத்தவாறு எனக்கு முன்னர் செல்வதைக் கவனித்தேன். அவன் ஐரோப்பியப் பாணியில் மேல்சட்டையும் இடுப்பைச் சுற்றி ஒரு அழகிய பட்டையையும் அணிந்து, வலது கையால் துணியால் பைண்டிங்

செய்யப்பட்ட புத்தகங்களையும் பிடித்துக் கொண்டிருந்தான். நான் அவனைப் பின் தொடர்ந்து சென்ற போது, இயல்பான உள்ளுணர்வுடன் தலையைத் திருப்பி என்னை நோக்கினான், எங்கள் கண்கள் சந்தித்தன எங்களது பரிச்சயம் துவங்கியது!

எனது தொழிலில் ஏற்பட்ட நெருக்கடிகள் இயன்றவரையில் ஒருவர் சம்பிரதாயங்களை அனுசரித்து நடக்க வேண்டும் என்று எனக்குக் கற்றுக் கொடுத்துள்ளன. ஆனால், அவை ஒரு நபரின் குறிக்கோளுக்கு இடையூறாக நிற்கும் எனில் அவற்றை விட்டுவிட வேண்டும் என்றும் வலியுறுத்தியுள்ளன. எனக்குப் பயணம் மேற்கொள்வதில் விருப்பம், ஆனால் மிகவும் சம்பிரதாய முறைப்படி அல்லாததையே ஏற்பேன்; ஆதலால் எனது இந்தியச் சுற்றுலா, சாதாரணப் பயணிகள் மேற்கொள்வதைப் போன்றதல்ல.

இளைஞன் உள்ளூரில் உள்ள ஒரு பெரிய கல்லூரியில் பயிலும், மிகையான பொது அறிவாற்றல் மிக்கதொரு மாணவனாகத் தெரிந்தது மனதிற்கு இதமாக இருந்தது. மேலும் தனது நாட்டின் பண்டைய கலாசாரத்தில் அக்கறை கொண்டுள்ளதால், எனக்கு அந்த விஷயத்தின் மீதான ஈடுபாட்டைப் பற்றித் தெரிவித்தவுடன் அவன் எல்லையற்ற மகிழ்ச்சியடைந்தான். வெள்ளைய அரசாட்சியருக்கும் பழுப்பு நிற ஆட்சி செய்யப்பட்டவர்களுக்கும் இடையிலான உறவில் ஊறு விளைவிக்கும் முயற்சியில் காந்திஜி எழுச்சிபெறச் செய்த குழப்பத்தில் இந்தியநாடே அல்லல் பட்டுக் கொண்டிருந்தது. அவ்வாறு இருப்பினும், நகரிலுள்ள பிற இளைஞர்களைப் போல, இந்த இளைஞன் இன்னும் அரசியல் நோய்க்குப் பலியாகவில்லை என்பதைக் கண்டு கொண்டேன்.

அரைமணி நேரத்திற்குப் பின்னர், அவன் என்னை சிறு கூட்டம் குழுமியிருந்த ஒரு வெற்றிடத்திற்கு அழைத்துச் சென்றான். அனைவரும் பெருத்த எதிர்பார்ப்புடன் காத்துக் கொண்டிருக்க, நடுவில் நின்ற ஒரு மனிதன் உரத்த குரலில் கூக்குரலிட்டுக் கொண்டிருந்தான். இந்த மனிதன் தனது மாயசக்திகளைப் பற்றியே உரத்த குரலில் விவரித்துக் கொண்டிருந்ததாக இளைஞன் என்னிடம் தெரிவித்தான்.

சுய-விளம்பரமளித்துக் கொண்டிருந்த யோகி வலுவான உடற்கட்டோடு, நீண்ட தலையுடன் திண்ணமான புஜங்களுடன்

காணப்பட்டான். பருத்த வயிற்றுப்பகுதியைச் சுற்றியவாறு பருத்தித்துணி இடுப்புத் துணியையும் மறைத்தவாறு கட்டப்பட்டிருந்தது. இதைத் தவிர, நீளமான தளர்வான அங்கியும் அணிந்திருந்தான். இந்த மனிதன் மிகையான டம்பமாக இருப்பதைப்போல் நான் கருதினேன். இருப்பினும் தேவையான அளவு பணம் சன்மானமாகக் கிடைத்தால் மந்திரத்தில் மாமரத்தை வளர்த்து மாங்காய் காய்க்க வைப்பதாக அவன் அறிவித்ததைக் கேட்டு, நானும் அங்கு கூடியிருந்தவர்களைப் போல அவனுக்குப் பணம் கொடுத்தேன்.

வாயகன்ற, விசாலமானதொரு மண்பானையைத் தன் முன்னே வைத்துத் தரையில் அமர்ந்து வித்தையைத் துவக்கினான். பானை செந்நிற மண்ணால் நிரப்பப்பட்டிருந்தது. சில மாம்பழக் கொட்டைகளைக் காண்பித்துவிட்டு அவற்றை மண்ணில் புதைத்தான். பிறகு தனது பிரயாணப்பையிலிருந்து நீளமான துணியை எடுத்து, பானை மீதும், தனது தொடை மற்றும் மடித்துவைத்த கால்பகுதியையும் மறைத்தவாறு விரித்தான்.

யோகி ஒரே மாதிரியான சுருதியில் தொனிக்கும் குரலில் ஏதோ மர்மமான மந்திரங்களை உச்சாடனம் செய்ய சில நொடிகள் நாம் அதில் ஆழ்ந்து விடுகிறோம். அவன் துணியை விலக்க பானையிலுள்ள மண்ணிலிருந்து மாஞ்செடியின் முதல் குருத்து தலையை நீட்டிப் பார்த்தது!

மீண்டும் அவன் பானையையும், தனது கால்களையும் மூடியவாறு, ஊதுகுழலை எடுத்து, ஒரு வகையான, அமானுஷ்யமான ஒலியை இசைத்தான். சில நிமிடங்கள் கழித்துத் துணியை விலக்கி, அச்சிறிய செடி இன்னும் சற்று உயரமாக வளர்ந்திருப்பதை நமக்குக் காட்டுகிறான். இவ்வாறு அவ்வப்போது, இடையில் இசை ஒலிப்போடு, திறந்து மூடும் மாயவித்தை தொடர்ந்தது. இறுதியில், பலமுறை திரும்பத் திரும்பச் செய்து காட்டிய பின், பூமியிலிருந்து சற்றே கணிசமான ஏறத்தாழ பத்து அங்குல உயரத்தில் எழும்பிய ஒரு சிறு மாமரம் காண்பிக்கப்பட்டது. இதை மரம் என்று கூற முடியாவிடினும் இச்செடியிலிருந்து ஒரு மஞ்சள் நிறமாங்கனி தொங்கியது.

''இம்மரமும், கனியும், நீங்கள் சற்று முன் கண்ட, நான் விதைத்த விதையிலிருந்து விளைந்தவைதான்!'' என்று வெற்றிப் பெருமிதத்துடன் அறிவித்தான் மாயாஜாலயோகி!

ஆனால், என் மன அமைப்பு இதை உடனடியாக ஏற்றுக் கொள்ள அனுமதிக்கவில்லை. இந்த அற்புதச் செயல், வெறும் மாயவித்தையாக எனக்குத் தோன்றியது.

''ஐயா! இந்த மனிதன் ஒரு யோகி. இவரைப் போன்றவர்களால் தான் அற்புதங்களை நிகழ்த்திக் காட்டமுடியும்!'' என்றான் இளைஞன்.

ஆனால் நான் திருப்தி அடையவில்லை. மாங்கனி விளைந்த மாயத்தைப் புரிந்து கொள்ளும் முயற்சியில், இம்மனிதன் மாஸ்கலைன் மற்றும் தேவந்த் சமூகத்தைச் சார்ந்தவனாக இருக்கக்கூடும் என்று முடிவு செய்தேன். இருப்பினும், இதை உறுதியாகக் கொள்வதெப்படி?

யோகி பையை மூடி வைத்துக்கொண்டே கூட்டத்தினர் மெதுவாகக் கலைந்து செல்வதைக் கவனித்துக் கொண்டிருந்தான்.

எனக்குத் திடீரென ஒரு எண்ணம் உதயமாகியது. நாங்கள் தனிமையில் இருந்ததால், யோகியிடம் நெருங்கிச்சென்று, ஐந்து ரூபாய் நோட்டை வெளியிலெடுத்து மாணவனிடம் கூறினேன்.

''இந்த அதிசயத்தை எவ்வாறு செய்தான் என்று கூறினால், இந்தப் பணத்தை அவன் பெறலாம்'' என்று.

இளைஞன் எனக்குக் கீழ்ப்பணிந்து எனது விண்ணப்பத்தை மொழிபெயர்த்தான். அம்மனிதன் மறுப்பது போலப் பாசாங்கு செய்தாலும், அவனது கண்களில் ஆசை மின்னுவதைக் கண்டு கொண்டேன்.

''சரி, ஏழு ரூபாய் அளிப்பதாகச் சொல்'' என்றேன்.

இன்னமும் குனிந்த நிலையிலிருந்த அம்மனிதன் நான் பேரம் பேசுவதை அலட்சியப்படுத்தினான்.

''நல்லது, நாம் விடைபெறுவதாக அவனிடம் கூறிவிடு''

நாங்கள் முன்னேறிச் செல்லத் துவங்கினாலும் நான் வேண்டுமென்றே மெதுவாக நடந்தேன். நொடிப் பொழுதிற்குள்ளாக யோகி உரத்த குரலில் கூவியழைத்தான்.

''ஐயா அவர்கள், நூறு ரூபாய் சன்மானம் அளித்தால், யோகி அனைத்தையும் சொல்லிவிடுவதாக உறுதியளிக்கிறார்'' என்றான் இளைஞன்.

''இல்லை! ஏழுரூபாய் தான். இல்லையெனில் அவனது இரகசியத்தை அவனே வைத்துக்கொள்ளட்டும்.

வா, செல்வோம்!''

மீண்டும் நாங்கள் நகரத் துவங்க, விரைவிலேயே மீண்டும் ஒருமுறை யோகி உரத்த குரலில் அழைக்க, நாங்கள் திரும்பினோம்.

''யோகி ஏழுரூபாயை ஏற்றுக்கொள்வதாகச் சொல்கிறார்'' என்று விளக்கம் வந்தது.

இந்த மர்மமான அதிசயத்தை நிகழ்த்த உரித்தான அனைத்து உபகரணங்களையும் தனது பிரயாணப்பையிலிருந்து வெளியில் எடுத்து வைத்தான். இதில் குருத்து விடும் மாங்கொட்டையும், மாஞ்செடியின் மூன்று துண்டுகளும், ஒன்றைவிட ஒன்று பெரியதான அளவுகளில் காணப்பட்டன. இதில் மிகவும் குட்டையான துண்டை இரு செவுள்களைக்கொண்ட நீண்டதொரு கிளிஞ்சலுக்குள் நுழைத்துவிடுகிறான். இந்த அழுத்தத்தினால் செடி, வளைந்த நிலையை அடைகிறது. பின் கிளிஞ்சலை மூடி மண்ணுக்கடியில் புதைத்து விடுகிறான். முதல் குருத்தை வெளியில் காட்ட அவன் மண்ணைத்தோண்டி கிளிஞ்சலின் மூடியைத் திறந்து விட, செடி நிமிர்ந்து செங்குத்தாக நின்றுவிடும்.

இதைவிட நீளமான துண்டுகள் அவனது பருத்தித்துணியாலான இடுப்புப் பட்டையில் மறைத்து வைக்கப்பட்டுள்ளன. இடையில் காத்திருக்கும் தருணங்களில் மந்திரங்களை ஒலித்து, குழலை ஊதியவாறே அவ்வப்போது துணியை விலக்கி மூடி, பலமுறை செய்து செடியின் வளர்ச்சியைப் பார்ப்பது போல் பாவனை செய்வான். இதைச்செய்ய வேறு ஒருவரும் அனுமதிக்கப்படு

வதில்லை. இந்தச் செய்கைகளின் பின்னணியில், நீளமான துண்டைத் தனது இடுப்புப் பட்டையிலிருந்து இரகசியமாக எடுத்து, மண்ணில் நட்டுவிட்டுச் சிறிய செடியை எடுத்து விடுகிறான். இதுபோல் மற்றுமோர் நீளமான செடியையும் நட்டு, முந்தையதை எடுத்து விட, ஏதோ செடி உயர்ந்து வளருவதைப் போன்ற மாயத்தோற்றத்தை உருவாக்குகிறான்.

நான் சற்றே தெளிவு பெற்றுத் தொடர்ந்தாலும், இந்த யோகிகளைப் பற்றிய எனது இறுதியான மனத்தோற்றங்கள், இலையுதிர்காலத்து சருகுகளைப்போல என்னிடமிருந்து உதிர்ந்து விடுமோ என வியக்கிறேன்.

கீழ்நிலையிலான துறவிகளும், போலியான யோகிகளும் வீதிகளில் நிகழ்த்திக்காட்டுவது மாயாஜால வித்தைகள் தான் என்று எனக்கு பிரம்மா, அடையாறுத்துறவி எச்சரிக்கையூட்டியது நினைவிற்கு வந்தது. இது போன்றவர்கள் இளைஞர்கள் மற்றும் படித்த மக்களிடையே யோகிகள் என்றும் பெயருக்கே களங்கம் விளைவிக்கின்றனர் என்றும் பிரம்மா தெரிவித்துள்ளார்.

அரைமணி நேரத்திற்குள்ளாக மாங்கனிகளை வளரச்செய்யும் இந்த மனிதன் உண்மையான யோகியல்ல, போலியானவன், கபடதாரி.

☯ ☯ ☯

இருப்பினும் உண்மையான அற்புதங்களை நிகழ்த்தும் துறவிகளும் இருக்கின்றனர். நான் பெர்ஹம்பூரில் தங்கியிருந்த போது ஒருவரையும் பின் 'பூரி' செல்லும் போது மற்றொருவரையும் சந்தித்தேன்.

புழுதி படிந்த, பண்டைய கால இந்துக்களின் வழக்கங்களில் பழமையில் ஊறிப்போன பெர்ஹம்பூர் நகரில் ஒய்வு விடுதி ஒன்றில் தற்காலிகமாகத் தங்கியிருந்தேன். இதில் விசாலமானதொரு தாழ்வாரம் இருந்தது. சுட்டெரிக்கும் வெய்யிலில் ஒருநாள் நண்பகலில் தாழ்வாரத்தின் நிழலில் தஞ்சம் புகுந்தேன். நாற்காலியில் அமர்ந்தவாறே, தோட்டத்திலுள்ள சில செடிகளின் அனைத்துப் பகுதிகள் (கிளைகள், மலர்கள், இலைகள்) மீதும்

சூரியன் தன் கிரணங்களை வீசிக் கொண்டிருப்பதைப் பார்த்தேன்.

காலணிகள் அணியாத வெறும் காலடிச் சத்தம் கேட்டது. நாகரீகமற்ற தோற்றத்துடன் ஒருமனிதன் கையில் ஒருசிறிய பிரம்புக்கூடையுடன் வீட்டின் கதவருகே வந்தான். சடைமுடியுடன், சிவந்த கண்களைக் கொண்டிருந்த அவன் என்னை நெருங்கிவந்து, கூடையைக் கீழே வைத்து விட்டு, கைகளைக் கூப்பி வணங்கினான். தெலுங்கு மொழியைப் போலத்தோன்றிய தனது தாய்மொழியிலும் மிகக் குறைவாகவே புரிந்துகொள்ளக்கூடிய ஆங்கில மொழியிலும் கலந்து என்னிடம் பேசினான். அவன் ஆங்கில மொழியைப் பேசும் மோசமான முறையிலிருந்து என்னால் ஒருசில வார்த்தைகளைத் தவிர பிறவற்றைப் புரிந்துகொள்ள முடியவில்லை. நான் சில சிறிய வாக்கியங்களின் மூலம் அவனுக்குப் பதிலுரைக்க முயற்சித்தேன். ஆனால், அவனுக்குப் போதுமான அளவு ஆங்கிலமொழியில் வல்லமை இல்லாததால், அவனால் எனது கூற்றைப் புரிந்து கொள்ள முடியவில்லை. ஆனால், எனது தெலுங்கு மொழியின் திறமையோ அதைவிட மோசம் என்பதால் என்னால் அவன் பேசியதைப் புரிந்து கொள்ள முடியவில்லை. இருவருமே எங்களால் இயன்றவரை முயற்சித்துப் பார்த்த பின்னர் இந்த உண்மை நிலையை உணர்ந்து கொண்டோம். இறுதியில் அவன் தனது முகபாவம் மற்றும் தேக அசைவுகளைக் கொண்டு உணர்த்தியதில் அவன் எனக்குக் காண்பிக்கக் கூடையில் ஏதோ மிகவும் முக்கியமாக வைத்திருக்கிறான் என்பதைப் புரிந்து கொண்டேன்.

நான் பங்களாவிற்குள் சென்று சிறிதளவு ஆங்கிலம் அறிந்த எனது பணியாளனைக் கூப்பிட்டேன். அவனால் இயன்றவரை மொழிபெயர்த்து உரைக்கச் சொன்னேன்.

''அவன் உங்களுக்கு மாயவித்தை செய்து காட்ட விரும்புகிறான், முதலாளி'' என்றான்.

''பிரமாதம் பின், செய்து காட்டட்டுமே. எவ்வளவு பணம் கேட்கிறான்?''

''தங்கள் மன விருப்பம் போல் அளிக்கலாம் என்கிறான்''

"சரி, தொடரட்டும்!"

அத்துறவி எங்கிருந்து வந்தான் என்பதை அறியாததாலும், அவனது அசுத்தமான சீரற்ற தோற்றமும் சதி செய்து என்னை எதிர்த்தன. இந்த மனிதனின் முகபாவத்தின் வெளிப்பாட்டின் ஆழத்தை அறிவது கடினமான செயல். இதில் தீமையான எதுவும் உணரவில்லையென்றாலும் இதில் ஏதோவொரு வஞ்சகமான உட்கருத்து இருப்பது போலத் தோன்றியது. அவனைச் சுற்றிலும் அதிசயமான மற்றும் அறியப்படாத மாயச்சக்திகள் இருப்பதைப் போல உணர்கிறேன்.

சந்நியாசி தாழ்வாரப் படிகளில் ஏறி மேலே வர முயற்சிக்கவேயில்லை. ஒரு ஆலமரத்தினடியில் சப்பணிட்டு அமர்ந்துகொண்டார். மரத்தின் வளைந்த கிளைகள் ஒரு கூடாரம் போல் அமைந்து, விழுதுகள் தரையில் புதைந்திருந்தன. பிரம்புக் கூடையிலிருந்து கொடிய விஷ ஜந்து, தேளை வெளியில் எடுத்து, மரத்தாலாகிய சாமணங்களைக் கொண்டு பிடித்துக்கொண்டான்.

காண அருவருக்கத்தக்க அந்தப் பூச்சி ஓடிவிட முயற்சித்தது. அந்தப் புழுதி மண்ணில், ஃபகீர், தன் சுட்டு விரலால் உடனடியாக அதைச்சுற்றி ஒரு வட்டத்தை வரைந்தான். அதன் பின்னர், அது இடையறாது வட்டமடிக்கத் துவங்கியது; ஒவ்வொரு முறை, அந்த வட்டத்தை அது நெருங்கும் போதெல்லாம் சற்றே தயங்கி ஏதோ கண்ணுக்குப் புலனாகும் ஒரு தடையை எதிர்ப்பது போலப் பின்வாங்கிப் பின்னர் எதிர்திசையில் சென்றுவிடும். நான் இதையே கூர்ந்து கவனித்தேன்.

விநோதமான இந்த அதிசயச் செயலையே இரண்டு மூன்று நிமிடங்கள் நிகழ்த்த, நான் திருப்தியடைந்ததாகச் சைகை காட்டியவுடன் ஃபகீரும் தேளைக் கூடைக்குள் வைத்து விட்டான். அடுத்ததாக இரு கூர்மையான மெல்லிய இரும்புக் குத்தூசிகளை வெளியே எடுத்தான்.

அச்சுறுத்தவல்ல தனது சிவந்த கண்களை மூடிக்கொண்டு தனது அடுத்த மாயவித்தை நிகழ்த்துவதற்கான உகந்த தருணத்தை எதிர்நோக்கிக் காத்திருந்தது போலத்தோன்றியது. ஒரே நேரத்தில் அவன் தனது கண்களைத் திறந்து, அக்கூரிய குத்தூசியில் ஒன்றைத்

தனது வாயில் நுழைத்து, கன்னங்களின் வழியாக வெளியே வரவழைத்தான். குத்தூசியின் பெரும்பகுதி வெளியில் நீட்டிக் கொண்டிருந்தது. இந்தக் கொடூரமான அற்புதச்செயலால் திருப்தி அடையாதது போல மற்றொரு கன்னத்தின் வழியே மற்றொரு குத்தூசியை வெளியில் நீட்டவைத்து மீண்டும் அச்செயலைச் செய்தான். எனக்குள் எதிரிடையான, ஏற்காத மனோபாவமும், ஆச்சரியமும் ஒரு சேர பீறிட்டு எழுந்தன.

நான் போதுமான அளவு பார்த்துவிட்டேன் என்று கருதி, கம்பிகளை வெளியிலெடுத்து கும்பிட்டான். நான் தாழ்வாரப் படிகளிலிருந்து இறங்கி, அவனை நெருங்கி, அவன் முகத்தைக் கூர்ந்து ஆராய்ந்தேன். தோலில் இருசிறு துவாரமும், பொருட் படுத்தக் கூடிய அளவில் இல்லாத இரத்தத் துளிகளைத்தவிர, இருபுறமும் கவனிக்கத்தக்க அளவில் காயம் எதுவும் தென்படவில்லை!

என்னை மீண்டும் எனது இருக்கையில் அமரும்படி சைகை செய்தான். நான் தாழ்வாரத்திலுள்ள இருக்கையில் சாய்ந்து கொண்ட பின்பு, அடுத்தாற்போல மற்றுமோர் அதிசயத்தை நிகழ்த்திக் காட்டுவதற்காகத் தயாராவது போல இரண்டு மூன்று நிமிடங்கள் அமைதியாக இருந்தான்.

ஒருவர் தனது மேல்சட்டையிலிருந்து பித்தானைப் பிடித்து இழுப்பதைப் போல, மிகவும் அமைதியாக அசட்டையாக, ஃபகீர் தனது வலக்கையால், வலது கண்ணிலுள்ள கருவிழியை மெதுவாக அதன் உறையிலிருந்து வெளியில் இழுத்தார்!

நான் அதிர்ச்சியில் உறைந்து போனேன்.

சில நொடிகள், இடை வெளிக்குப் பின்னர், அவர் உறுப்பை இன்னும் சற்று வெளியே எடுத்து விட, அது அவரது கன்னங்களில் தொங்கியது. இதனோடு சேர்ந்து தசைகளும், நரம்புகளும் கூட வெளியில் நீட்டிக்கொண்டிருந்தன.

கோரமான இக்காட்சியால் அருவருக்கத்தக்க உணர்வு என்னுள் மேலோங்கியது. அவன் பிடுங்கிய கருவிழிகளை அதன் இடத்தில் திரும்ப வைக்கும் வரையிலும் நான் மிகவும் அசௌகரியமாக இருந்தேன்.

அவனது மாயவித்தையைப் போதுமளவிற்கு அனுபவித்தாகி விட்டது என்ற எண்ணத்துடன் சில வெள்ளிநாணயங்களை அவனுக்குச் சன்மானமாக அளித்தேன். எனினும், இம்மனிதன் இவ்வாறான உடற்கூற்றின் பயங்கரங்களை எப்படிச் செய்கிறான் என்பதை விளக்குவாரா என்று எனது பணியாளனை விட்டு விசாரிக்கச் சொன்னேன், அரைமனதுடன்.

"சத்தியமாகச் சொல்ல முடியாது, முதலாளி. தந்தை, மகனுக்குத் தான் கற்றுத்தரமுடியும். குடும்பம் மட்டுமே அறியக்கூடியது."

அவனது விருப்பமின்மையால் எனக்கு எவ்விதப்பாதிப்பு மில்லை. எழுத்தாளர்களை விட அறுவை சிகிச்சை நிபுணர்களுக்கும், மருத்துவர்களுக்கும் ஆராயந்தறியும் ஆவலை தூண்டும் விஷயம் இது.

ஃபகீர் மீண்டும் தன் முகத்தையே மறைத்துக்கொள்ளும் வகையில் கும்பிட்டு என்னிடமிருந்து விடைபெற்றான். வீட்டின் மதிற்புறக் கதவு வழியே திரும்பிச் சென்று, வெளியேறிப் புழுதி படிந்த மண்சாலையில் நடந்து மறைந்தான்.

☯ ☯ ☯

பூரி நகரக் கடற்கரையின் அமைதியான அலைகளின் ஓசை என் காதை நிறைத்தன. வங்காளவளைகுடாவிலிருந்து வீசும் சில்லென்ற, மென்மையான தென்றல், இதமாக என் மனதை வருடிக்கொடுத்தது. தனித்து விடப்பட்ட, அமைதியான வெளிர் மஞ்சள் நிறக் கடற்கரை மணலில் மங்கலான ஒளியில், மப்பும் மந்தாரமான தொடுவானத்தைப் பார்த்தவாறே நடந்தேன். கடல்,நீலக்கல்லை உருக்கி ஊற்றிய திரவத்தைப் போலிருந்தது.

கைப்பையிலிருந்து, எனது கைக்கடிகாரத்தை எடுத்துப்பார்த்தேன். சூரிய ஒளியில் அது ஜொலித்தது. நகரத்தை நோக்கித் திரும்பச் செல்லுகையில் விவரணைக்கு அப்பாற்பட்டதொரு நிகழ்ச்சியைக் கண்டேன். இது எனக்கு விந்தையானதொரு அனுபவத்தை அளிக்கப் போகிறது என்று விதிக்கப்பட்டுள்ளதை அறிந்து கொண்டேன்.

ஆடம்பரமாக உடையணிந்து கொண்ட ஒரு மனிதனைச் சுற்றி ஒரு கூட்டம் சூழ்ந்திருந்ததைக் கண்டேன். அவன் அணிந்திருந்த

உடை அவனது பைஜாமா மற்றும் அவனது தலைப் பாகையும் அவன் ஒரு முகம்மதியன் என்பதை வெளிப்படுத்தியது. இந்துத்துவம் நிறைந்த ஒரு நகரத்தில் ஒரு இஸ்லாமியனுக்கு இவ்வளவு முக்கியத்துவம் இருப்பதை வைத்து, சரித்திரக் கணிப்பின் வழுவை எண்ணி வியந்தேன். இந்த மனிதன் எனது ஆவலைத் தூண்டுபவனாக தென்பட்டான். அவனிடம் விநோதமான பலவண்ணங்களிலான ஆடைகள் அணிந்த பழக்கப்படுத்தப்பட்ட குரங்கு இருந்தது. குரங்கு தனது முதலாளியின் கட்டளைகளை பிழையின்றி நிறைவேற்றியது. அது, ஏறக்குறைய மானுடனைப் போன்ற புத்திகூர்மை உடையதாக இருந்தது.

அம்மனிதன் என்னைப் பார்த்து, குரங்கிடம் ஏதோ சொல்ல அது கூட்டத்தினுள் புகுந்து நேரடியாக என்னை நோக்கிப் பாய்ந்து வந்து வருத்தம் தோய்ந்த குரலில் வந்தனம் தெரிவித்தது. பிறகு தலையிலிருந்த தொப்பியை என்முன் நீட்டி, இனாம் வேண்டி யாசித்து நின்றது. நான் வீசிய நாலணா காசை தலை வணங்கிப் பெற்றுக்கொண்டு, தனது முதலாளியிடம் சென்றது.

அடுத்தபடியாக அவன் தனது புராதன இசைக்கருவியில் இசைத்த ஒலிப்பிற்கேற்றவாறு அற்புதமாக நடனமாடியது. இதைவிடச் சிறந்ததொரு அரங்கில் ஆடக்கூடிய அளவு கலைத்திறனும் கலைப்பாங்கும் மிக்கதாகத் தென்பட்டது, அக்குரங்கு! காட்சி முடிந்தவுடன், அம்மனிதன் தனது இளவயது உதவியாளனிடம் (அவனும் முகம்மதியன்) உருது மொழியில் ஏதோ சொல்ல, அவன் என்னை அணுகி, தனது முதலாளி விசேஷமாக ஏதோ ஒன்றை நிகழ்த்திக் காட்டவிருப்பதால் பின்புறமிருந்த கூடாரத்திற்குள் நுழையச் சொன்னான்.

இளைஞன், கூடியிருந்த மக்களைத் தடுத்து நிறுத்துவதற்காகப் பின் தங்கிட, நான் அந்த மனிதனுடன் கூடாரத்திற்குள் நுழைந்தேன். உள்ளே நுழைந்தவுடன் தான் அது வெறும் துணியினாலாகியது என்றும் மேற்கூரையில்லாதது என்பதையும் கண்டறிந்தேன். ஆதலால், அதன் உட்புறமிருந்தாலும் வெளியே இருப்பதைப் போன்றே ஒருவரால் காணமுடியும். சாதாரணமான மிகையான கனமில்லாத மேசை ஒன்று ஓரத்தில் காணப்பட்டது.

அந்த மனிதன் சணல்துணியினாலான உறையைத் திறந்து இரண்டு அங்குல உயரமான பல சிறிய பொம்மைகளை வெளியிலெடுத்தான். பொம்மைகளின் தலைப்பகுதிகள் வண்ணமயமான மெழுகாலும் கால்பகுதி வைக்கோலால் அமைக்கப்பட்டு இரும்புப் பித்தான்கள் பொருத்தப்பட்டிருந்தது.

மேசையிலிருந்து ஒரு மூன்றடி தொலைவுதள்ளி நின்று உருது மொழியில் ஆணைகள் பிறப்பிக்கத் தொடங்கினார். ஓரிரு நிமிடங்களில் பொம்மைகள் மேசையைச் சுற்றி நடனமாடத் துவங்கின!

இசைக்குழு நடத்துபவர், தாளத்தைக் குறிக்கும் வகையில் தடியைப் பிரயோகிப்பதைப் போல இந்த மனிதனும் சிறு கோலை அசைக்கிறான். அச்சிறிய வண்ண உருவங்களும் அவனது சுழற்றலின் லயத்திற்கேற்ப அற்புதமாக நடனமிடுகின்றன!

அவை மேசைப் பரப்பின் மீது முழுவதுமாக நகர்ந்த போதிலும், மேசையின் முனையில் வந்து விழுந்து விடாது கவனத்துடன் இருந்தன. இந்த அற்புதக்காட்சியை நான் மாலை நான்கு மணியளவில் நல்ல வெளிச்சத்தில் கண்டேன். இதில் ஏதேனும் ஜாலவித்தையோ, ஏமாற்று வேலையோ இருக்குமோ என்னும் சந்தேகத்தில், முழுமையாகச் சோதித்தறிய மேசைக்கருகில் சென்று அந்தப் பொம்மைகளின் மீதும் மேசைக்கடியிலும் கையினால் துழாவி, ஏதேனும் கயிறு தென்படுகிறதா என்று தேடிப் பார்த்தேன். ஆனால், அவ்வாறு தாறுமாறாக எதுவும் புலப்படவில்லை. ஒருவேளை, இந்த மனிதன் வெறும் மாயவித்தைக்காரனாக அல்லாது, ஒருவகையான ஃபகீராக இருப்பானோ?

பிறகு ஃபகீர் மேசையின் பல்வேறு பகுதிகளை நான் சுட்டிக்காட்ட வேண்டும் என்பதை சமிக்ஞைகளாலும், வார்த்தைகளாலும் குறிப்பாக எனக்கு உணர்த்தினான். நானும் அவ்வாறே செய்ய ஒவ்வொரு முறையும் நான் குறிப்பிடும் திசையில் அப்பொம்மைகள் மிகத் துல்லியமாக ஒன்று சேர்ந்து நடனமாடின.

இறுதியாக ஒரு ரூபாயைக் காண்பித்து ஏதோசொல்ல, ஒருவேளை இதைப் போன்றதொரு ரூபாய் நாணயத்தை என்னையும் வைக்கச் சொல்கிறானோ என்றெண்ணி, ஒரு நாணயத்தை மேசையின் மீது வைத்தேன். உடனடியாக, அந்த வெள்ளி நாணயம் நடனமாடிக்கொண்டே, ஃபகீரை நோக்கி மேசையின் முனைப்பகுதிக்கு வந்து, உருண்டோடிக் கீழே விழுந்தது ஃபகீரின் காலடிகளில். அம்மனிதன், அதை எடுத்து வைத்துக்கொண்டு ஏற்றுக்கொண்டதன் அடையாளமாக எனக்கு வணக்கம் தெரிவித்தான்.

நான் காண்பது, மாயாஜாலமா அல்லது ஒரு உண்மையான யோகியின் மாயசக்தியா? என் மனதில் உதயமான ஐயப்பாடுகள், என் முகவரிகளில் தென்பட்டதாலோ என்னவோ ஃபகீர் தனது உதவியாளரை அழைத்தான். தனது ஆசானின் மாயசக்திகளை நான் மேலும் காணவிழைகிறேனா என்று அந்த இளைஞன் கேட்டதற்கு நான் ''ஆம்'' என்று ஆமோதித்தேன். உடனடியாக, அவன் புராதன இசைக்கருவியை ஃபகீரிடம் கொடுத்துவிட்டு, எனது மோதிரத்தை மேசைமீது வைக்கச் சொன்னான். நானும் பிரம்மா எனக்குப் பரிசளித்த மோதிரத்தை மேசை மீது வைக்க ஃபகீர் முன்புபோலவை, சற்றுப்பின்வாங்கி உருதுமொழியில் கட்டளைகள் பிறப்பித்தான். ஒவ்வொரு சொல் ஒலிப்பிற்கும் மோதிரம் மேலெழும்பிக்கீழே விழுந்தது! அவரது கட்டளைக் கேற்ப அவரது வலது கையையும் அவர் அசைத்தவாறும், இடதுகையால் இசைக்கருவியைப் பற்றியவாறும் இருந்தார்.

இதன் பின்னர், அவர் தனது வாத்தியத்தில் சங்கீதத்தை ஒலிக்க, இசைக்கேற்ப மோதிரமும் நடனமாடத் துவங்கியது. என்னே ஆச்சரியம்! அந்த மனிதன் அதைத் தொடவுமில்லை, நெருங்கவுமில்லை. இந்த அற்புதமான செயலிலிருந்து எதைப் புரிந்து கொள்வது என்று எனக்குத் தெரியவில்லை. உயிரற்ற

பொருளின் மீது மாயசக்தியைப் பிரயோகித்து சாதாரண வாய்மொழியான கட்டளைக்கு அடிபணியும் பொருளாகச் செய்வது எவ்வாறு சாத்தியமாகும்?

இளைய உதவியாளன், மோதிரத்தைத் திருப்பிக் கொடுத்தவுடன் அதை நன்கு ஆராய்ந்து பார்த்தேன். ஆனால், எவ்விதமான அடையாளமும் அதில் தென்படவில்லை.

ஃபகீர் மீண்டும் தனது பருத்திப்பையைப் பிரித்து, துருப்பிடித்த இரண்டரை அங்குல நீளமும், அரையடி அகலமும் கொண்ட ஒரு இரும்புக்கட்டியை வெளியே எடுத்தான். அவன் அதை மேசை மீது வைக்கப் போகையில், நான் இடைமறித்து உதவியாளனிடம் நான் அதைச்சோதித்திட வேண்டும் என்று கேட்டுக்கொண்டேன். அவர்கள் எதிர்பேதும் தெரிவிக்காததால், நான் நிதானமாக ஆழ்ந்து சோதனை செய்து, இதில் கயிறு ஏதும் இணைக்கப்படவில்லை என்பதை உறுதி செய்தேன். பின் அதைத் திருப்பிக்கொடுத்து விட்டு, மேசையைச் சோதனையிட்டு, அதிலும் சந்தேகத்திற்கு இடமில்லை என்று அறிந்தேன்.

இரும்புத்துண்டு மேசைமீது இருந்தது. ஒருநிமிடம் ஃபகீர் தனது உள்ளங்கைகளைத் தீவிரமாகத் தேய்த்தவாறே இருந்தார். பிறகு தன் உடலை முன்புறமாகச் சாய்த்து, இரும்புத் துண்டிற்குச் சிறிது அடி தொலைவில் தனது கைகளை வைத்துக்கொள்கிறான். நான் அவரைக் கூர்ந்து கவனித்தேன். அவரது விரல்கள் இரும்புத் துண்டைக்குறித்தவாறிருக்க, அவர் தனது கைகளை மெதுவாகப் பின்னே இழுக்கிறார். துருப்பிடித்த அந்தக் கட்டி இவரைப் பின் தொடர்வதைக் கண்டு திடுக்கிட்டேன். ஃபகீரின் அசைவுகளுக் கேற்ப அதுவும் தானாகவே மேசைமீது அங்குமிங்கும் நகர்ந்தது!

அந்த மனிதனது விரல்களுக்கும், இரும்புத் துண்டுக்கும் இடையில் ஐந்தடி தூரமாவது நிச்சயமாக இருக்கும். அவரது கைகள் மேசையின் முனையில் வட்டமிட்டபோது, இரும்புத் துண்டும் அதே இடத்தில் நிலைபெற்றது. மற்றுமோர் முறை, நான் பரிசோதித்துப் பார்க்க விரும்ப என்னை அனுமதித்தனர். உடனடியாக அதை எடுத்துப் பார்த்து, அது வெறும் இரும்புத் துண்டு தானே தவிர, அதில் வேறெதுவுமில்லை என்பதைத் தெளிவுபடுத்திக் கொண்டேன்.

இதே அற்புதச்செயலை ஃபகீர் சிறிய இரும்புக்கத்தியைக் கொண்டும் நிகழ்த்திக் காட்டினார்.

இந்த அசாதாரண, அதிசயமான காட்சிக்காக அவர்களுக்கு மிகவும் தாராளமாக சன்மானம் அளித்து விட்டு மேலும் அதைப் பற்றிய விவரங்களை அறிய முயன்றேன். இரும்புக்கு விசித்திரமான அமானுஷ்ய சக்தி இருப்பதால், வித்தைகாட்டப்பயன்படுத்தும் பொருள் இரும்பினால் ஆனதாக இருத்தல் வேண்டும் என்பதை ஒருவாறு மனமிரங்கி வெளிப்படுத்தினார்; தற்போது, அவர் இந்தக் கலையில் முற்றிலுமாகத் தேர்ச்சி பெற்றுவிட்டதால், தங்கத்தாலாகிய பொருட்களைக் கொண்டும் இதே அதிசயத்தை அவரால் நிகழ்த்திக்காட்ட இயலும்.

இவரது இரகசியத்திற்கு ஒரு தீர்வு காண என் மனதில் எண்ணலானேன். உடனடியாக, ஒருவேளை மெல்லிய நீண்ட முடி இந்த இரும்புத்துண்டுடன் இணைக்கப்பட்டு கண்ணுக்குப் புலப்படாதிருக்கக் கூடுமோ என்ற எண்ணம் என் மனதில் எழுந்தது. அடுத்தாற்போல், என் மோதிரம் நடனமாடியது என் மனக்கண்ணில் தோன்றியது. அப்போது ஃபகீரின் இருகைகளும் இசைக்கருவியின் மீது பதிந்திருந்தன. மேலும், அவர் மேசையை விட்டு அதிகஅளவு தூரத்திலேயே இருந்தார். இச்செயலில் உதவியாளனுக்கு ஏதேனும் பங்கிருக்குமோ என்றும் கொள்ள முடியவில்லை. ஏனெனில், அவன் பொம்மைகள் நடனமிடும் போது கூடாரத்தின் வெளியேதான் நின்று கொண்டிருந்தான். இருப்பினும், இவ்விஷயத்தைப்பற்றி இன்னும் தீவிரமாக ஆராய்ந்தறிய அம்மனிதனை மிகவும் சாமர்த்தியமான மாயவித்தைக்காரன் என்று புகழ்ந்துரைத்தேன்.

அவர் உடனடியாகத் தீவிரமாக இதை மறுத்துக்கூறினார்.

''பின் நீ யார்?'' என்று விடாப்பிடியாகக் கேள்வியை எழுப்பினேன்.

''நான் ஒரு மெய்யான ஃபகீர்(துறவி) என்றார். ''நான்... கலையைப் பயிற்சி செய்பவன்'' என்று அவர் உதவியாளன் மூலமாக உருதுமொழியில் அளித்த பதிலில், எனக்குப் பாதி சரியாக விளங்கவில்லை.

எனக்கு இந்த விஷயங்களின் மீதுள்ள ஈடுபாட்டைப் பற்றியும் ஃபகீரிடம் விளக்கினேன்.

"ஆம், நீ கூட்டத்தினரிடையே வந்து சேரும் முன்னரே, நான் இதைக் கவனித்துவிட்டேன். ஆதலால்தான், உன்னை நான் கூடாரத்திற்குள் வருமாறு அழைத்தேன்."

"ஓ! அப்படியா?"

"ஆம்! நான் பேராசையினால் பொருள் ஈட்டுபவனல்ல. மறைந்த எனது ஆசானுக்கு மசூதி எழுப்புவதற்காகத்தான் எனக்குப் பணம் தேவைப்படுகிறது. நான் இப்பணியில் என் மனதில் உறுதியுடன் முனைந்துவிட்டேன். இதை எழுப்பும் வரையிலும் நான் ஓயமாட்டேன்" என்றார்.

அவரது வாழ்க்கையைப் பற்றிக் கூறுமாறு அவரிடம் மன்றாடிக் கேட்டேன். அவர் மிகவும் தயங்கிப் பின் எனது விருப்பத்திற்கு இணங்கித் தொடர்ந்தார்.

"நான் பதின்மூன்றாவது வயதில், என் தந்தைக்காக ஆடுகளை மேய்க்கும் பொறுப்பை ஏற்றேன். ஒருநாள் எங்கள் கிராமத்திற்கு, மிகப் பயங்கரமாக, ஒல்லியாக இருந்த ஒரு துறவி வந்தார். அவரது எலும்புகள் வெளியில் துருத்திய வண்ணம் தென்பட்டன. அவர் ஒரே ஒரு இரவு உணவும், தங்குமிடமும் வேண்டினார். எனது தந்தையார் எப்போதுமே புனிதத்துறவிகளை மதிப்பவராதலால் அவர் எவ்வித மறுப்புமின்றி உடனடியாக அதைச் செய்தார். எப்படியோ, ஒருநாள் என்று வந்தவர் ஒரு வ்ருடத்திற்கும் மேலாகவே தங்கிவிட்டார்; என் குடும்பத்தினருக்கு அவர் மீது ஏற்பட்ட அன்பின் மிகைப்பாட்டினாலும் என் தந்தையார் அவரை மிகவும் வற்புறுத்தியதாலும் அவர் எங்களுடனேயே தங்கி எங்களது அன்பான உபசரிப்பை ஏற்றார். அவர் ஒரு அற்புதமான மனிதர், அவரிடம் விந்தையான சக்திகள் நிறைந்திருப்பதை நாங்கள் விரைவிலேயே அறிந்து கொண்டோம். ஒருநாள் மாலை, நாங்கள் எங்களது எளிய உணவு சாதம் மற்றும் காய்கறிகளை உண்ணுகையில் அவர் என்னைப் பலமுறை மிகவும் நெருக்கமாக அணுகிக்கூர்ந்து பார்த்தார். நான் இதைக்கண்டு வியந்தேன். அதற்கடுத்த நாள் காலையில், நான் ஆடுமேய்க்கும் இடத்திற்கே வந்து எனதருகில் அமர்ந்துகொண்டார்.

‘‘குழந்தாய்! நீ ஒரு ஃபகீராக விரும்புகிறாயா?’’ என்று கேட்டார்.

‘‘இது எப்படிப்பட்டதொரு வாழ்க்கை என்று புரியாததால், இதன் சுதந்திரத்தன்மையும் விசித்திர இயல்பும் என்னை வெகுவாக ஈர்த்தன. ஆதலால், நான் ஒரு துறவியாக விரும்புவதாக அவரிடம் கூறிவிட்டேன். இன்னும் மூன்று வருடங்கள் கழிந்த பிறகு என்னைத் தன்னோடு அழைத்துச் செல்வதாக என் பெற்றோரிடம் கூறினார். இந்தக் கால அவகாசத்திற்குள் எனது பெற்றோரும் காலமாகிவிட, அவர் திரும்பி வந்தவுடன் நான் தடையேதுமின்றி அவரைப் பின்பற்றிச் சென்றேன். அதன்பிறகு நான் அவரது சீடனாகவும், அவரை எனது ஆசானாகவும் கொண்டு இருவரும் கிராமம் கிராமமாகச் சுற்றித்திரிந்தோம். நீங்கள் இன்று கண்ட அற்புதங்கள் யாவும் அவருடையனவே, ஏனெனில் அவர் தான் இவற்றை எனக்குக் கற்பித்தார்.’’

‘‘இவற்றைக் கற்றுக்கொள்வது எளிதா?’’ என்று நான் கேட்டதற்கு, ஃபகீர் சிரித்தார்.

‘‘பல வருடகால கடினப் பயிற்சிக்குப் பின்னர்தான் ஒருவரால் இது போன்ற விஷயங்களில் தேர்ச்சிபெறமுடியும்’’ என்றார்.

எப்படியோ, இது கட்டுக்கதையல்ல, உண்மையே என்று தோன்றியது. இவர் சாதாரண எளிய மற்றும் மிகவும் நேர்மையான நல்ல மனிதராகத் தோன்றினார். நான் இறைநம்பிக்கையற்றவனாக இருப்பினும், நான் எனது பற்றற்ற உணர்வைக் கட்டுப்படுத்தி வைத்துக்கொண்டேன்.

ஏதோ அற்புதமானதொரு கனவிலிருந்து விழிப்புற்றாற் போல் நான் கூடாரத்தை விட்டு வெளியேறி வந்தேன். சில்லென்று வீசிய இனியதென்றல் எனக்குப் புத்துயிரூட்டியது. தூரத்திலுள்ள ஒரு பெரிய கட்டிடத்திலுள்ள வரிசையாக அணிவகுத்துக் கம்பீரமாக நின்ற தென்னைமரங்களுக்கிடையிலும் காற்றின் சலசலப்பைச் செவியுற்றேன். நான் வெகுதூரம் நடந்து சென்று கொண்டேயிருக்க எனக்கு இந்த அதிசயங்களும் ஆச்சரியமாகவும் நம்பகத் தன்மையற்றதாகவும் தோன்றின. ஒருவேளை ஃபகீர் ஏதேனும் தந்திரமான செயல்கள் செய்திருக்கக்கூடும் என்றும் சந்தேகம் எழுந்தாலும், அவரது குணாதிசயம் இவற்றிற்கு அப்பாற்பட்ட

நேர்மையுடன் தோற்றமளித்தன. ஆனால், கண்ணுக்குப் புலனாகக் கூடிய எவ்விதத்தொடர்புமின்றி இவ்வாறு பொருட்களை அசையச் செய்யும் விந்தையான நிகழ்வை எவ்வாறு ஒருவரால் நிகழ்த்த முடியும்? தனது திடசித்தத்தின் மூலம் ஒருவரால் இயற்கையின் நியதிகளை எப்படி மாற்றியமைக்க முடியும் என்பது எனக்கு விளங்கவில்லை. ஒருவேளை, நாம் எண்ணிக் கொண்டிருக்கும் அளவிற்கு, பொருட்களின் இயற்கைத் தன்மையைப்பற்றி நாம் அறியவில்லையோ!

☯ ☯ ☯

இந்தியப் புண்ணியத் தலங்களுள் 'பூரி' நகரும் ஒன்று. மடாலயங்களும், ஆலயங்களும் தொன்று தொட்டே நகரை அலங்கரித்து வந்துள்ளன. சில விசேஷமான திருவிழாக் காலங்களில் 'பூரி'யில் மக்கட்கூட்டம் நிரம்பி காணப்படும். அபரிமிதமான, வெகுவான கனப்பரிமாணம் மிக்க பூரி ஆலயத்தேரை, வடம்பற்றியிழுக்கப் பலரும் உதவிக்கரம் நீட்டிப் பங்கேற்க இங்கே குழுமுகின்றனர். இப்புண்ணியத்தலத்திற்கு யாத்திரையாக வந்த பல புண்ணிய புருஷர்களைப்பற்றி ஆராய்ந்ததில், நான் எனது மனதிற்கிசைவற்ற பதிப்புகளைச் சற்றே மாற்றியமைத்துக் கொள்ள வேண்டியிருந்தது.

சிறிது நெருங்கிப்பழகியபின், சிறிதளவு ஆங்கிலத்தில் உரையாடிய ஒரு யோகியை, நற்குணம் மிக்கதொரு நபரை நான் சந்தித்தேன். ஏறத்தாழ நாற்பது வயதான அவர், காய்ந்த பழங்களினால் ஆனதொரு மாலையை தொண்டைப் பகுதியில் படுமாறு அணிந்திருந்தார். அவர் கோவில்களுக்கும் மடாலயங் களுக்கும் சென்று தரிசித்து வருவதாகவும் தெரிவித்தார். ஒற்றைத் துணியுடன், பிக்ஷையேந்தித்திரியும் அவர் கிழக்கு மற்றும் தென்பகுதிகளில் உள்ள முக்கியமான ஆலயங்களைத் தரிசிப்பதையே தனது பிரதான குறிக்கோளாகக் கொண்டுள்ள தாகத் தெரிவித்தார். நானும் அவருக்கு தானம் அளித்திட பதிலுக்கு பழுப்பேறிய மிகவும் மக்கிப்போனதொரு பண்டைய காலத்துத் தமிழ்ப்புத்தகம் ஒன்றை எனக்குக் காட்டினார். அதில் சில விசித்திரமான மரப்பட்டையினால் ஆன சித்திரங்கள் இருந்தன. அதிலிருந்து மிகவும் நிதானமாகக் கவனத்துடன் இரு சித்திரங்களை வெட்டியெடுத்து எனக்குப் பரிசாக அளித்தார்.

'இலக்கிய சாது' என்று நான் பெயரிட்ட இந்த நபருடனான எனது சந்திப்பு மிகவும் குதூகலமானது. ஒருநாள் காலை, உமர்கய்யாமின் புத்தகத்தைப் படித்தவாறு கடற்கரையில் அமர்ந்திருந்தேன். இதில் ''ருபாயத்'' என்னும் கவிதை என்னை எப்போதும் மெய்மறக்கச் செய்துள்ளது. அதிலும், ஒரு பாரசீக இளம் எழுத்தாளர் ஒருவர் அதன் உட்கருத்தைச் சிலாகித்து எனக்கு உரைத்ததிலிருந்து அக்கவிநயத்தின் அமுதைப் பருகுவதில் இரட்டிப்பு ஆனந்தம் அடைந்தேன். இந்தக் கவிதைகளின் ஆனந்த அனுபவத்தில் மூழ்கியிருந்ததால் என்னை நெருங்கி வந்த ஒரு உருவத்தை நான் கவனிக்கத் தவறிவிட்டேன். மனமிழக்கச் செய்யும் இக்கவிதை வரிகளிலிருந்து என் பார்வையை விலக்கிய பின்னரே, என்னருகே சப்பணமிட்டு அமர்ந்திருக்கும் நபரைக் கண்டேன்.

அவர் துறவிக்கே உரித்தான காவியுடைதரித்து, தண்டத்துடன் சிறு நார்த் துணி மூட்டையுடன் காணப்பட்டார். அந்த மூட்டையிலிருந்து சில புத்தகங்களின் முனைப்பகுதிகள் எட்டிப் பார்த்தன.

''மன்னிக்கவும் நான் ஒரு இலக்கியப்பாடம் பயிலும் மாணவன். என்னால் உங்களோடு பேசாதிருக்க முடியவில்லை, தயவு செய்து சினம் கொள்ளாதீர்கள்'' என்றுரைத்து விட்டுத் தனது சணல் நார்த் துணி மூட்டையை அவிழ்த்தான்.

''கோபமா? இல்லவே இல்லை!'' என்று புன்முறுவலித்தேன்.

''நீங்கள் யாத்ரிகரா?''

''ஏறத்தாழ.''

''ஆனால், நீங்கள் எங்கள் நாட்டில் நீண்டகாலம் தங்கியிருக்க வில்லை, அப்படித்தானே?'' என்று அவர் கேட்க.

நானும் ஆமோதிக்கும் விதத்தில் தலையாட்டினேன்.

அவர் மூட்டையைப்பிரித்து, நைந்து போன அட்டையுடன் கிழிந்து போன முனைகளைக்கொண்ட, துணியினால் பைண்டிங் செய்யப்பட்ட மூன்று புத்தகங்களை என் முன்னே விரித்து வைத்தார். இதனுடன் காகிதத்தால் சுற்றப்பட்ட சில சிறிய

புத்தகங்களும், எழுதப்பட்ட காகிதங்களும் என் முன்னே இருந்தன.

"பாருங்கள். பிரபு மெக்காலேவின் கட்டுரைகள் என்னிடம் உள்ளன. அற்புதமான புகழ்மிக்க அறிவாற்றல் மிக்க எழுத்தாளர். ஆனால் எப்படிப்பட்டதொரு லோகாயதமானவர்!

ஆக, நான் இலக்கியப்பகுத்தாராய்வில் ஈடுபட்டுள்ள ஒரு நபரை எதிர்பாராது சந்தித்துள்ளேன் என்பதை உணர்ந்து கொண்டேன்.

"இதோ, சார்லஸ் டிக்கென்ஸ் அவர்களின் "இரு நகரங்களின் கதை" என்னே உணர்ச்சிப்பெருக்கு மனமுருகி கண்ணீர் பொழியச் செய்யும் சோகரசம்!"

இவ்வாறு கூறிவிட்டு, அந்த மனிதர் தனது பொக்கிஷங்களைத் திரும்பவும் ஒன்றுதிரட்டிச் சுற்றி வைத்து விட்டு, என்னிடம் பேசத் துவங்கினார்.

"என்னை அதிகப்பிரசங்கத்தனமாகக் கருதவில்லையானால், நீங்கள் படித்துக் கொண்டிருக்கும் புத்தகத்தின் தலைப்பு என்ன என்பதை நான் அறிந்து கொள்ளலாமா?"

"நான் உமர்கய்யாம் அவர்கள் எழுதிய புத்தகத்தைப் படித்துக் கொண்டிருக்கிறேன்."

"மிஸ்டர் கய்யாம்" நான் அவரைப் பற்றிக் கேள்வியுற்றதில்லை. அவர் உங்கள் நாட்டைச் சேர்ந்த நவீன கதாசிரியரா?"

இக்கேள்வியைச் செவியுற்று நகைத்தவாறே,

"இல்லை... அவர் ஒரு கவிஞர்" என்றேன்.

சிறிது நேரம் மௌனித்திருந்து விட்டுப் பின்,

நீ விஷயங்களை அறியும் பேராவல் கொண்டவனாக இருக்கிறாய். நீ யாசகம் வேண்டி நிற்கிறாயா? என்றேன்.

"நான் பணத்திற்காக இங்கு வரவில்லை. நீங்கள் ஒரு புத்தகத்தைப் பரிசாகத் தருவீர்கள் என்றுதான் நான் எதிர்பார்க்கிறேன், நான் உண்மையாக அதையே பெற விரும்புகிறேன். எனக்குப் படிப்பதில் மிகையான ஆர்வம் உண்டு."

''சரி, உனக்குப் புத்தகம் தருகிறேன். நான் பங்களாவிற்குத் திரும்பிச் செல்லும் போது நீயும் என்னுடன் வா. உனக்கு மிகுதியான மகிழ்ச்சியைத் தரக்கூடிய விக்டோரிய ராணி காலத்திய பண்டைய படைப்பைத் தருகிறேன்.''

''எனது உளங்கனிந்த நன்றி ஐயா!''

''சற்று பொறு. இந்தப் பரிசைப்பெறும் முன்னர் எனக்குச் சிலவற்றைக் கூற வேண்டும். உனது மூட்டையில் உள்ள மூன்றாவது புத்தகம் என்ன?''

''ஐயா! அது சுவாரஸ்யமூட்டாததொரு புத்தகம்''

''இருக்கலாம். ஆனால் அதன் பெயரை அறிய விரும்புகிறேன்.''

''அது சொல்வதற்கே தகுதியில்லாதது, ஐயா!''

''உனக்கு நான் அளிப்பதாக உறுதிகூறிய புத்தகம் வேண்டுமா, இல்லையா?'' என்று நான் கேட்டவுடன்.

அந்த மனிதன் பதற்றமடைந்தான்.

''எனக்கு நிச்சயமாக வேண்டும், ஐயா! சரி, நீங்கள் வற்புறுத்திக் கேட்பதால், புத்தகத்தின் பெயரைக் குறிப்பிடுகிறேன்- ஐஸ்வர்யமும் லோகாயதமும்'' ''மேற்கைப் பற்றிய ஓர் ஆராய்வு'' ''ஒரு இந்திய விமர்சகரது படைப்பு.''

நான் அதிர்ச்சியுற்றது போல நடித்தேன்.

''ஓஹோ? இப்படிப்பட்ட இலக்கியங்களைத் தான் நீ படிக்கிறாயா?''

''நகரத்திலுள்ள வியாபாரி ஒருவன் இதை எனக்களித்தான்'' என்று வலுவற்ற மன்னிப்புக்கோரும் முறையில், வருத்தம் தோய்ந்த குரலில் ஒலித்தான்.

''சரி, கொடு அதைப் பார்க்கிறேன்.''

அவனது கிழிந்த கந்தலான புத்தகத்தின் அத்தியாயத்தின் தலைப்புகளின் மீது கண்களை ஓடவிட்டு, இங்கும் அங்குமாகச் சில பக்கங்களைப் படித்தேன். தீவிரமான உணர்ச்சிப்பெருக்கை வெளிப்படுத்தும் வகையில் எழுதப்பட்டிருந்த அந்தப் புத்தகம்,

ஒரு வங்காளியால் எழுதப்பட்டு, அவரது சொந்தச் செலவிலேயே கொல்கத்தாவில் பிரசுரிக்கப்பட்டுள்ளது. தனது பெயருக்குப் பின்னர் அலங்கரித்த இரு பட்டங்கள் அளித்த தைரியத்தில் இந்த விஷயத்தைப்பற்றிய எவ்வகையான பரிச்சயமுமின்றி எழுத்தாளர் ஐரோப்பிய மற்றும் அமெரிக்க நாடுகளைப் பற்றி மாறுபட்ட பயங்கரமான அதிர்ச்சியூட்டவல்ல வகையில் சித்தரித்துள்ளார். இவர், இங்கு இருநாடுகளைப்பற்றிய புதுவகையான கற்பனையை உருவாக்கி, இவை மிகுதியான விசனத்தில் மூழ்கி மந்தமாக உள்ளதாகவும், நலிந்த துன்பத்திற்கு ஆளான கூலிப்படை மக்களாலும் மற்றும் தரக்குறைவான இன்பங்களில் ஈடுபட்டிருக்கும் சிற்றின்பப்பிரியர்களான செல்வந்தர்களால் நிரம்பியுள்ளதாகவும் விவரித்துள்ளார்.

எந்த ஒரு விமர்சனமும் செய்யாது புத்தகத்தைத் திருப்பிக் கொடுத்தேன். யோகியும் அதை உடனடியாக ஒருபுறம் வைத்து தனது சிறிய புத்தகங்களில் ஒன்றைக் கையிலெடுத்தான்.

''இது வங்காள மொழியில் பிரசுரமாகியுள்ள, ஒரு இந்தியத் துறவியின் சுயசரிதம்'' என்று தெரிவித்தான்.

''செல்வத்தைப் பற்றி எழுதியுள்ள அந்த எழுத்தாளரை நீங்கள் அங்கீகரிக்கிறீர்களா, என்று எனக்குக் கூறுங்கள்'' என்று கேட்டேன்.

''சிறிதளவு! ஓரளவு! மேற்கு நாடுகளுக்குப் பயணம் மேற்கொள்ள வேண்டும் என்றும் நோக்கமும் வேட்கையும் கொண்டுள்ளேன்; அப்போது நானே அதைக் கண்டு கொள்வேன்'' என்றான்.

''நீ அங்கு சென்று என்ன செய்வாய்?''

''அங்குள்ள மனிதர்களின் மனஇருளை அகற்றி, ஒளிபெறச் செய்ய சொற்பொழிவாற்றுவேன். உங்கள் மண்ணில் வந்து, மனங்கவரும் சொற்பொழிவுகளை நல்கிய மாமனிதர் சுவாமி விவேகானந்தரின் வழித்தடம் பின்பற்றுவேன். அந்தோ பரிதாபம்! எத்துணை இளவயதில் அகால மரணமுற்றார்! அவருடனேயே மேன்மையான அவரது பேச்சும் முற்றுப் பெற்றது.

''அதுசரி, நீ ஒரு விந்தையான யோகி!'' என்றேன்.

அவன் தனது கைவிரல்களை உயர்த்தியவாறே, சாதுர்யமாக விடையளித்தான்.

உலகளாவிய புகழ்பெற்ற உங்கள் நாட்டுக்கலைஞன் ஷேக்ஸ்பியரின் கூற்றின்படி, ஆதிபத்யன், இறைவனாகிய நாடகராசிரியனால் மேடை உருவாக்கப்பட்டது. அவன் அமைத்த நாடக மேடையில் குறித்த நேரத்தில் பிரவேசித்து, வெளியேறும் நடிகர்கள் தானே நாம்!

☯ ☯ ☯

இந்தியாவிலுள்ள புண்ணிய புருஷர்கள் பலதரப்பட்டவர்கள் என்பதைப் புரிந்துணரும் நிலைக்குத் தற்போது வந்துவிட்டேன். ஞானத்தைப் பொறுத்தமட்டில் குறைபாடிருந்தாலும் இவர்களில் பெரும்பாலானோர் நன்மக்கள், தீங்கற்றவர்கள்தான். பிறர் உலகியல் வாழ்வில் தோல்வியுற்றவர்களாகவோ அல்லது சுலபமான வாழ்க்கையை எதிர்பார்த்துக் கொண்டிருப்பவர்களாகவும் இருக்கின்றனர். இப்படிப்பட்ட மனிதர்களில் ஒருவன் என்னை அணுகி யாசகம் கேட்டு நிற்கிறான். அவனது சடைமுடியும், விபூதி அப்பிய உடலும், அயோக்கியத்தனமான முகமும், அருவருப்பான தோற்றத்தைக் கொடுத்தன. அவன் பலமுறை கெஞ்சிக்கேட்டும் விளைவை அறிவதற்காக நான் செவியுறாதிருந்தேன். எனது எதிர்ப்பும், மறுப்பும் அவனது பிடிவாதத்தை இன்னும் தீவிரப்படுத்தியது. இறுதியாக, அவன் ஒரு புதிய யுக்தியைக் கையாண்டு தனது ஜபமாலையை விற்க முற்பட்டான். பார்க்கவே அருவருப்பான அந்த மாலைக்கு அவன் மிகுதியான முக்கியத்துவம் அளித்து, மிக அதிகமான விலை கேட்டான். என் கண் முன்னே நில்லாது போய்விடுமாறு உத்தரவிட்டேன்.

தன்னைத்தானே வருத்திக்கொள்ளும் சில முட்டாள்தனமான துறவிகளும் காணக்கிடைக்கின்றனர். தனது கைகளை மேல் நோக்கித் தூக்கியவாறே இருக்கும் மனிதனோடு வருடக்கணக்காக ஒரு காலில் நின்று கொண்டிருக்கும் நபரை ஒப்பிட்டு நோக்கலாம். அவர்களது திருவோட்டில் விழும்சில காசுகளைத் தவிர இவ்வாறான செயல்களால் அவர்கள் என்ன வகையான நற்பலனைப் பெறுவார்கள் என்பதை உறுதிபடுத்துவது எளிதல்ல.

இன்னும் சிலர் கபடமான சூனியத்தில், மாந்திரீகத்தில் வெளிப்படையாகவே பயிற்சி செய்கின்றனர். இவர்கள் பில்லிசூனிய மாந்திரீகர்கள். பெரும்பாலும் இவர்கள் கிராமப் புறங்களிலேயே தங்கள் பணியில் ஈடுபட்டிருக்கின்றனர். நீங்கள் அளிக்கும் குறைவான பணத்திற்காக உங்கள் விரோதிகளைத் துன்புறுத்தி, பிடிக்காத மனைவியைத் தீர்த்துக் கட்டிவிடுவர். சுருங்கச் சொன்னால், உங்கள் லட்சியப்பாதையில் இடையூறாகி நிற்கும் எதிரிகளை மாயமானவகையில் நோய்வாய்ப்படுத்தி வீழச்செய்து விடுவர். இப்படிப்பட்ட பில்லிசூனியக்காரர்களைப் பற்றிய மோசமான, திகிலடையச் செய்யும் கதைகளையும் நாம் அறிகிறோம்; எனினும், இவர்களும் யோகி, ஃபகீர் என்னும் புனிதமான போர்வையில் வலம் வருகின்றனர்.

எஞ்சிய சிலரில் நற்பண்புமிக்க சில யோகிகள் உள்ளனர். இவர்கள் தம்மைத்தாமே நெடியதொரு குழப்பமான தேடலில் பல வருடக்கணக்காக உட்படுத்திக்கொண்டு, தம்மைத்தாமே ஆத்ம தியாகம் செய்து வருத்திக்கொண்டுள்ளனர். மேலும் மெய்ஞ்ஞானத்தை தேடிச்செல்வதால் முறையான சமுதாய உலகியலிலிருந்து தம்மைத்தாமே பிரஷ்டம் செய்து கொண்டு விடுகின்றனர். சரியோ, தவறோ மெய்யுணர்வைப் பெறுவ தென்றால், நிலையான ஆனந்தத்தைப் பெறுவதாகும் என்னும் இயல்புணர்வு மிக்கவர்கள். இந்தியர்களின் இவ்வகையான மாறுதலில்லாத ஆன்மீகம் மற்றும் உலகைத் துறக்கும் வழிமுறையிலான தேடலைப்பற்றி நாம் கேள்வி எழுப்பலாம். ஆனாலும், அவர்களை இச்செயலில் ஈடுபடுத்தும் உந்துதல் கேள்விக்கு அப்பாற்பட்டது.

ஒரு சராசரி மேலை நாட்டவனுக்கு இது போன்றதொரு தேடலுக்கு நேரமிருப்பதில்லை. தற்காலத்தில் வியாபித்திருக்கக் கூடிய அலட்சியமனப்போக்கிற்கும் கூடச் சரியானதொரு சமாதானமும் அவனிடம் உள்ளது. மேலும் தவறு செய்தாலும், அவன் தனித்தில்லாது, அவனுடன் துணையாகக் கண்டம் முழுவதுமே உள்ளது என்பதை அவன் அறிவான். நமது உன்னதமான தருணங்கள் நமக்குப் பயனற்றதாகத் தெளிவுறுத்தும் விஷயங்களை நாடித் தனது சக்திகளைச் செலவழிக்கும் தற்கால உலகம் மெய்யானவற்றை நாடிச் செல்வதை வியர்த்தமாகக்

கருதுவதும் முக்கியமான காரணமாகும். மெய்யுணர்வைப் பற்றிய ஒரு சிறுதுளி எண்ணத்தையும் கூடக் கண்டுகொள்ளாது, பல்வேறு விஷயங்களில் ஆர்வம் கொண்டு தனது சக்திகளை விரயம் செய்பவர்களைவிட வாழ்வின் மெய்ப்பொருளின் தேடலில் ஆழ்ந்திருப்பவர்கள், நீடித்திருக்காத தற்காலப் பிரச்சினைகளைப் பற்றித் துல்லியமான கருத்துக்களைக் கொள்வர் என்பதை நம்மால் புரிந்துகொள்ள முடிவதில்லை.

ஒருமுறை மேற்குநாட்டவர் ஒருவர் என்னுடையதைப் போன்றதல்லாது, வேறொரு நோக்கத்துடன் பஞ்சாப் வந்தார். ஆனால் அவர் அங்கு எதிர்பாராது சந்தித்த ஒரு நபரால் அவர் திடீரென திசை மாறிச் சென்றார். ஏறத்தாழ தனது பிரதான குறிக்கோளை மறந்து விடும் அபாயநிலையையே அடைந்து விட்டார். மாமன்னர் அலெக்சாண்டர் தனக்கு உரிமையானதைத் தவிர, மிகையான பரப்பளவான நிலத்தைத்தனது செங்கோல் ஆட்சியின் அதிகாரத்திற்குள் கொண்டு வரமுயற்சித்தார். ஒரு போர் வீரனாக உட்புகுந்த அவர் தத்துவ ஞானியாகத் திரும்புவார் போலத் தோன்றியது.

அலெக்சாண்டர் பனி மலைகளையும், வறண்ட பாலைவனத்தையும் தாண்டித் தனது தேரில் தாயகம் திரும்புகையில், அவர் எண்ணவோட்டம் என்னவாக இருந்திருக்கக்கூடும் என்பதைப் பற்றிய சிந்தனையில் நான் பலமுறை ஆழ்ந்துள்ளேன். துறவிகளின் வசீகரத்தில் கட்டுண்டு, நாட்கணக்கில் அவர்களைச் சந்தித்து அவர்களோடு அளவளாவிக் கொண்டிருந்த அந்தக் கம்பீரமான மாசிடோனிய நாட்டு மன்னருக்கு இன்னும் சிறிது காலம் தற்காலிகமாக வாசம் செய்திருந்தாலே போதுமானது. தனது மாறுபட்ட கொள்கை களினால் மேற்கத்தியரைத் திடுக்கிடச் செய்திருக்க முடியும்!

நாட்டில் ஆன்மீகத்தையும், சிந்தனாவாதத்தையும் உணர்ச்சி பூர்வமாக இருக்கச் செய்ய, இன்றைய புண்ணிய புருஷர்களில் சிலர் இன்னமும் இருக்கின்றனர். இதில் வெறுக்கத்தக்கவர்கள் பலர் இருப்பது சாத்தியமே; அப்படியிருந்தாலும் அது காலத்தின் சிதைக்கும் செயல்பாட்டின் தவிர்க்க இயலாத விளைவாகும், ஆனால் இதனால் நம்மைக் காக்கவல்ல, எஞ்சியிருக்கக்

கூடியவர்களை, நம்பிக்கை நட்சத்திரமாகப் பிரகாசிக்கும் சிலரைக் காணாது கண்மூடித்தனமாக இருத்தல் அவசியமில்லை. இவ்வாறான திகைப்பூட்டும் வகையிலான பல ரகங்களை ஒருவர் சந்திக்க நேரிடுவதால், முற்றிலுமாக, இனத்தின் மீதே புகழ்ச்சி அல்லது பழியின் முத்திரையைப் பதிப்பது தகுதிமிகுதன்மையல்ல. ''புல்லுருவிகளைப் போன்ற இந்தப் புண்ணிய புருஷர்களை''ப் பூண்டோடு ஒழித்தால் தான் இந்தியாவிற்கு ஆனந்தம் கிட்டும் என்று உறுதியுடன் மொழியும், நகர்ப்புறங்களில் உள்ள மாணவர்களின் கண்மூடித்தனமான மனோபாவத்தையும் நான் புரிந்து கொண்டுள்ளேன். அதே போல அமைதியான பகுதிகளில் வாழும் வயதில் மூத்தவர்களுமான சிலர் இந்தியாவில் புண்ணிய புருஷர்களுக்கு இடமில்லையெனில், இந்தியாவின் எதிர்காலமே கேள்விக்குறியாகிவிடும் என்னும் மிதமான உணர்வோடுரைப் பதையும் நான் புரிந்து கொள்கிறேன்.

பொருளாதார ரீதியான சில சிக்கல்களும், இன்னல்களும் புனர்மதிப்பீடு செய்ய வேண்டிய காரணத்தால் இந்தியாவிற்கு வேறு திசைகளில் பிரச்சினைகள் இருக்கின்றன. ஆன்மீகப் பெருமக்களால் நாட்டின் பொருளாதாரச் செயல்பாட்டை நிறைவேற்ற முடியாது. படிப்பறிவற்ற, அறிவிலிகளான மக்கட் கூட்டம், அவ்வப்போது நிகழும் மத-ரீதியான திருவிழாக்களைக் காண நகர்ப்புறத்தில் கூடுகின்றனர். அவர்கள் குழந்தைகளைச் சுமக்கும் பொதி வண்டிகளாகவும், வயதானவர்களுக்குத் தொல்லை கொடுக்கும், நச்சரிக்கும் அதிகப்பிரசங்கியாகவும் விளங்குகின்றனர். அவர்கள் பெறுவதற்கு ஈடாக எதையுமே திரும்பித்தர இயலாதவர்கள் ஆனதால், இவர்கள் சமுதாயத்திற்கு பாரமானவர்களே. இது ஒரு புறமிருக்க, கடவுளைக் காணவும், மெய்ப்பொருளை அறியும் ஆவலிலும் நல்ல உயர் பதவிகளையும் சொத்துக்களையும் துறந்த மேன்மக்களும் இருக்கின்றனர். அவர் எங்கு சென்றாலும், அவர்களைத் தொடர்பு கொள்பவரையும் மேன்மை அடையச் செய்ய முயல்கின்றனர். ஆக குணாதிசயம் முக்கியத்துவம் வாய்ந்தது எனில், அவர்கள் பெறும் ஒரு கவளம் அன்னத்திற்கு ஈடாகத் தன்னையும், தன்னைச்சுற்றியுள்ள பிறரையும் மேம்படுத்திக்கொள்ளும் அவர்களது முயற்சியும் பாராட்டுக்குரியதே! தகுதிமிகு தன்மையும் உடையதே.

நிறைவுரையாக, ஒருவர் போலியான வேடதாரியாகவோ அல்லது சுற்றித் திரியும் துறவியாக இருந்தாலும், அவரது உண்மையான தகுதியும், நற்குணமும் சரிவரக் கணிக்கப்படுவதற்கு அவரது ஆன்மீக மேலுரை விலக்கப்படவேண்டும் என்றே கூற முடியும்.

☯ ☯ ☯

இரவின் விரிப்பு காசினியைப் போர்த்த, இருள் கவ்விய நேரத்தில், கல்கத்தா நகரின் கூட்டநெரிசல் மிக்க சிறிய தெருக்களில் நான் நடைபயின்றேன்.

காலை நேரத்தில் நான் கண்ட பயங்கரமான காட்சி, இன்னமும் என் மனதைப் பீடித்துக்கொண்டிருக்க, எங்களது புகைவண்டி ஹெளரா இரயில் நிலையத்திற்குள் நுழைந்தது. வண்டி அபாயகரமான காட்டுப்பகுதிக்குள் பலமைல்கள் கடந்து சென்றது. இரவு நேர இருட்டில் எங்கள் புகைவண்டியின் எஞ்ஜின், ஒரு சிறுத்தைப் புலியின் மீது மோதியதில், அந்த இடத்திலேயே உயிரிழந்த அந்த மிருகத்தின் உடலை அருகிலிருந்த இரயில் நிலையத்திற்கு கொண்டு சென்றது. சிறுத்தைப் புலியின் கிழிந்துபோன சதைப்பகுதி, இரயில் எஞ்சினின் இரும்புப் படங்கை விட்டு அகலாதிருந்தன.

ஆனால், இந்த இரயிலின் ஓட்டத்தினிடையே, எனது தேடலின் மற்றுமோர் இழைநூலை நான் பற்றிக்கொண்டேன். பிற வண்டிகளைப் போலவே, இதிலும் கூட்டம் அதிகமாக இருக்க, அவர்கள் பலதரப்பட்ட கலவையாக இருந்ததை அவர்களது வெளிப்படையான உரையாடலிலிருந்து தெரிந்து கொண்டேன். அதில் ஒருவர் இஸ்லாமியர்-நீளமான கறுப்பு நிற பட்டு அங்கியும், தங்கநிற பூ வேலை செய்யப்பட்ட கறுப்பு நிறத்தொப்பியும், வெள்ளை நிற பைஜாமாவும் சிவப்பும், பச்சை வர்ணமும் கலந்த நூலிழையால் வேலைப்பாடு செய்யப்பட்ட காலணிகளும் அணிந்திருந்தான். மேலும் மேற்கிந்தியாவிலிருந்து ஒரு மராத்தியரும் வட்டிக்குப் பணம் கொடுக்கும் (லேவா தேவிக்காரர்) ஜரிகைத் தலைப்பாகை அணிந்த மார்வாடியும், தெற்கிலிருந்து பருத்த உடல்வாகு கொண்ட பிராமண வழக்கறிஞரும் அந்த இரயில் பெட்டியில் இருந்தனர். இவர்கள்

அனைவரும் ஓரளவு செல்வந்தர்களே; ஏனெனில் வண்டி நிற்கும் போதெல்லாம், அவர்களது பிரத்யேக உதவியாளர்கள் தங்களது மூன்றாம் வகுப்புப் பெட்டியிலிருந்து, அவ்வப்போது வந்து, தங்கள் எஜமானர்களின் நலன் விசாரித்துச் சென்றனர்.

முகம்மதியன் என்னை ஒரு பார்வை பார்த்துவிட்டு கண்களை மூடி நிதானமான தூக்கத்தில் ஆழ்ந்தார். மராத்தியன், மார்வாடியுடன் பேசத் துவங்க பிராமணர் அப்போது தான் பெட்டியில் ஏறி இருந்ததால், சாமான்களை எடுத்து வைத்து அமரலானார்.

நான் இப்போது பேசும் மனோபாவத்தில் இருந்தேன். ஆனால், என்னுடன் பேச ஒருவருமில்லை. மேற்கு மற்றும் கிழக்கினிடையே கண்ணுக்குப் புலப்படாத தடுப்புச் சுவர் என்னைப் பிறரிடமிருந்து பிரித்து வைப்பதைப்போலத் தோன்றியது. இத்தருணத்தில், சிவந்த மேனி கொண்ட பிராமணர் ஒரு புத்தகத்தை வெளியில் எடுத்தார். அப்புத்தகத்தின் அட்டையில் ஆங்கில எழுத்துக்களில் பெரிதாக அச்சிடப்பட்ட ''ராமகிருஷ்ணரின் வாழ்க்கை'' என்னும் பெயரைப் பார்க்காமல் இருக்க முடியவில்லை. இந்தத் தூண்டுதலில் ஈர்க்கப்பட்டு, அவருடன் சம்பாஷணையைத் துவக்கினேன். இராமகிருஷ்ணர் தான் மெய்ஞ்ஞானிகளில் ஒருவர். இறுதியாக ரிஷியானவர் என்று என்னிடம் முன்பே ஒருவர் கூறியுள்ளார் அல்லவா? இதை வைத்து எனது சக-பிரயாணியுடன் பேச்சைத் துவக்க, அவரும் ஆர்வத்துடன் பதிலளித்தார். உயரிய தத்துவார்த்தமான விஷயங்களைப் பற்றியும் விவாதித்தோம். பின்னர், எளிமையான சாதாரண இந்திய வாழ்க்கையின் நிலைகளைப் பற்றியும் உரையாடினோம்.

ரிஷியைப் பற்றிக் குறிப்பிடும் போதெல்லாம் அவர் குரலில் அன்பும், பரவசமும் மேலிட அவர் கண்கள் பிரகாசமாக மின்னியது. காலஞ்சென்ற இந்த மாமனிதரின் மீது அவரது உண்மையான பக்தி சந்தேகத்திற்கு அப்பாற்பட்டது இரண்டு மணி நேரத்திற்குள்ளாகவே பிராமணருக்கு ஒரு ஆசான் இருப்பதையும் அவர் இராமகிருஷ்ண பரமஹம்சரின் உயிரோடிருக்கும் சீடர்களில் ஒருவர் என்பதையும் அறிந்து கொண்டேன். ஏறத்தாழ எண்பது வயதான இவரது ஆசான்,

ஏகாந்தமான இடத்தில் அல்லாது கல்கத்தாவின் மையப்பகுதியில் வாசம் செய்வதாகவும் தெரிந்து கொண்டேன்.

அவரது விலாசத்தைக் கேட்டுப் பெற்றுக் கொண்டேன்.

''அவரைக் காணவேண்டும் என்னும் ஆவலைத் தவிர வேறு அறிமுகம் தேவையில்லை'' என்றார் வழக்கறிஞர்.

ஆதலால், ராமகிருஷ்ணரின் வயதான சீடரான ஆசான் மஹாசயாவின் இல்லத்தைத் தேடி நான் கல்கத்தாவில் இருந்தேன்.

ஒரு திறந்தவெளி முற்றத்தின் அருகிலிருந்த தெருவிலுள்ள செங்குத்தான படிக்கட்டுகளில் ஏறி, விசாலமான, ஆனால் ஒன்றுக்கொன்று தொடர்பில்லாத பழைய வீட்டை அடைந்தேன். இருண்ட மாடிப்படிகளிலேறி, தாழ்வான கதவு வழியாக மேல் மாடிக்குச் சென்றேன். பின், ஒரு சிறிய அறைக்குள் நுழைந்தேன். அதன் வழியாகச் சென்றால் திறந்தவெளியான மொட்டை மாடியை அடையலாம். அறையின் இருபுறச் சுவர்களை ஒட்டிப் போடப்பட்டிருந்த இரு திவான்கள், சிறிய விளக்கு மற்றும் குவிந்து கிடந்த புத்தகங்களையும், காகிதங்களையும் தவிர அறையில் வேறெதுவுமில்லை. இளவயது மனிதன் ஒருவன் வந்து தனது ஆசான் கீழ்த்தளத்திலிருந்து வருவதை அறிவித்து விட்டு அவரது வருகைக்காக காத்திருக்குமாறு கூறிவிட்டுச் சென்றான்.

பத்து நிமிடங்கள் கழிந்தன. கீழ்த்தளத்திலிருந்து மாடிப்படிகளின் பக்கமாக எவரோ ஒருவர் அசைவது போலக் காதில் ஒலித்தது. உடனடியாக ஏதோவொரு இனம்புரியாத வலுவான உணர்ச்சி என்னை ஆட்கொள்வது போல் உணர்ந்தேன். மேலும், கீழ்த்தளத்தில் உள்ள மனிதர் தனது நினைவுகளை என்மீது பதித்திருப்பாரோ என்று தீவிரமான சிந்தனை எனக்குள் விடாப்பிடியாக வியாபித்தது. அவர் மெள்ள மாடிப்படியேறும் காலடிச் சத்தம் கேட்டு திரும்பிப் பார்க்க, மிகுந்த தள்ளாமையாக நிதானமாக அவர் அறைக்குள் நுழைந்தார். அவரது பெயரை எவரும் முன்மொழிய வேண்டிய அவசியமில்லை. வணக்கத்திற்கும், போற்றுதலுக்கும் உரியதொரு உயர்குலத்தோர் புனிதபைபிளிலிருந்து தோன்றியது போலவும், பழங்காலத்து மனிதர் புத்துயிர் பெற்று வருவது போலவும் தோன்றியது. வழுக்கைத் தலையும், நீண்ட வெண்ணிற தாடியும்

மீசையும், அமைதியான முகமும், சிந்தனையைப் பிரதிபலிக்கும் பெரிய விழிகளும் எண்பது வயதுகாலம் வாழ்ந்துவிட்டதைக் காட்டும் வகையில் வளைந்த தோள்களும் கொண்ட இவரது தோற்றமே இவர் தான் குரு மஹாசயா என்பதை உணர்த்தியது.

திவானில் அமர்ந்து என்புறம் முகத்தைத் திரும்பினார். இந்த அமைதியான தெளிவான சந்நிதானத்தில், மிதமான விளையாட்டோ கேலி அல்லது குற்றங்காணுவதோ குறைகூறுவதோ எதுவுமே இருக்க முடியாது என்பதைத் திடீரெனப் புரிந்து கொண்டேன். அவ்வப்போது எனது ஆன்மாவைப் பீடிக்கும் எனது துஷ்டத்தனமான இறை நம்பிக்கையற்ற தன்மை மற்றும் ஐயப்பாட்டிற்கும் கூட இடமில்லை என்றும் உணர்ந்தேன். அவரது பூரணமான இறைநம்பிக்கையும் நன்னயமும் ஒருங்கிணைந்த அவரது குணாதிசயம் அவரது தோற்றத்திலேயே வெளிப்பட்டது; இது. அவர் சுத்தமான ஆங்கிலத்தில் என்னுடன் உரையாடத் துவங்கினார்.

''உங்கள் வரவு, நல்வரவாகட்டும்''

என்னை அருகில் அழைத்து திவானிலேயே அமரச்சொல்லி, சில நொடிப்பொழுது என் கைகளைப் பிடித்துக் கொண்டிருந்தார். என்னை அறிமுகப்படுத்திக்கொண்டு, எனது வருகையின் நோக்கத்தையும் தெரிவிப்பதே முறையானது என்று கருதினேன். நான் அனைத்தையும் பேசிமுடித்த பின்னர், மீண்டும் அன்போடு என் கைகளைப் பிடித்தவாறே,'' ஒரு உன்னதமான சக்திதான் உன்னை இந்தியாவிற்கு வரவழைக்கத் தூண்டி எங்கள் நாட்டு புனித மனிதர்களோடு உன்னைத் தொடர்பு கொள்ளச் செய்துள்ளது. இதற்குக் காரணமான, மெய்யான இலக்கைப் பற்றி எதிர்காலம் உனக்கு உணர்த்தும். பொறுமையோடு அதற்காகக் காத்திரு'' என்று கூறினார்.

''உங்களது ஆசான் இராமகிருஷ்ணரைப்பற்றி எனக்கு ஏதேனும் சொல்வீர்களா?''

''ஆ! எனக்கு மிகவும் விருப்பமான விஷயத்தைப் பற்றி நீ கேட்கிறாய். அவர் எங்களை விட்டுப் பிரிந்து ஏறத்தாழ அரை நூற்றாண்டாகி விட்டது. ஆனால் அவரது புனிதமான, ஆனந்தமான நினைவுகள் என்னை விட்டு ஒருபோதும்

அகலமாட்டாது; அது எப்போதுமே என் நினைவேடுகளில் பதிந்து, புத்துணர்வுடன், மணம்பரப்பிக் கொண்டிருக்கிறது. எனது இருபத்தி ஏழாம் வயதில் நான் அவரைச் சந்தித்தேன்; அவரது வாழ்க்கையின் இறுதிக்கட்டத்தில், ஐந்து வருடகாலம் அவர் சந்நிதானத்தில் இருக்கும் பேறு பெற்றேன். இதன் விளைவாக நான் ஒரு மாற்றமடைந்த மனிதனாகி வாழ்க்கையின் அணுகு முறையும், வாழ்க்கையைப் பற்றிய எனது கண்ணோட்டமும் முற்றிலுமாகத் தடம்புரண்டது. இறை-மனிதர், அருளாளர் இராமகிருஷ்ணரது அற்புதமான தாக்கம்! நான் மட்டுமல்ல, அவரைத் தரிசிக்க வரும் அனைவரின் மீதும் அவர் ஒரு ஆன்மீக ரீதியான தாக்குதலை ஏற்படுத்தினார். அவர் அனைவரையும் வசீகரித்தார், தன்வயப்படுத்தி, பரவசமடையச் செய்தார். இகழ்ந்து பேசி, அவமானப்படுத்த வந்த போகப் பொருளில் நாட்டம் கொண்டவர்கள் கூட இவரது முன்னிலையில் வாயடைத்துப் போய் நின்றனர்.''

''ஆனால் ஆன்மீகத்தில் நம்பிக்கையற்ற அது போன்ற நபர்கள் தெய்வீகத்தை எப்படி மதிப்பார்கள்?'' என்று சற்று ஆச்சரியம் மேலிட வினவினேன்.

''இருவர் சிவப்பு மிளகாயைச் சுவைக்கின்றனர். ஒருவனுக்கு அதன் பெயரும் தெரியாது. ஒருவேளை அவன் அதை முன்னர் பார்த்ததேயில்லை போலும். மற்றொருவன் அதைப்பற்றி நன்கு அறிந்ததால் உடனடியாக அதைக்கண்டு கொள்கிறான். இருவருக்குமே நாக்கில் எரிச்சல் ஏற்படும் அல்லவா? இருவருமே ஒரே மாதிரியான சுவையைத் தானே பெறுவார்கள்? அதே போலத்தான், அவரிடமிருந்து வெளிப்பட்ட பிரகாசமான ஆன்மீக ஒளியின் தாக்கத்தை போகப்பற்று மிக்கவர்கள் அனுபவிக்க இராமகிருஷ்ணரின் மேன்மையான மெய்ஞ்ஞானம் தடைபோடவில்லை.''

''அப்படியெனில் அவர் உண்மையிலேயே, சிறந்த மெய்ஞ்ஞானியா?''

''ஆம். நான், அவர் அதையும் விட உயர்ந்தவர் என்றே நம்புகிறேன். இராமகிருஷ்ணர் மிகவும் எளிமையானவர், படிப்பறிவில்லாதவர். கடிதம் எழுதத் தெரியாதவர். தன் பெயரைக்கூடக் கையொப்பமிடத்தெரியாதவர். தோற்றத்திலும்,

நடவடிக்கையிலும் மற்றும் வாழ்க்கை முறையிலும் மிகவும் விநயமானவர், எளியவர். இருப்பினும், அவரது காலகட்டத்தில் இந்தியாவில் வாழ்ந்த சிறந்த கல்வியாளர்கள் மற்றும் பண்பாடு மிக்க மேன்மையான மக்களின் பக்தியையும் விசுவாசத்தையும் வெற்றி கொண்டார். மிகவும் உண்மையாக வெளிப்பட்ட, தெளிவான மெய்யான அவரது அபரிமிதமான மெய்ஞ்ஞானத்தை உணர்ந்து அவரது ஞானஒளியின் முன் அவர்கள் தலைவணங்கி நிற்கத் தான் வேண்டியிருந்தது. அகங்காரம், செல்வம் லோகாயதமான புகழ், கீர்த்தி பெருமை, பதவி இவை அனைத்தும் ஞானமார்க்கத்தின் முன்னர் அற்பமானவை, மனிதனை வஞ்சிக்கும் கணநேரத்தில் தோன்றி மறையும் மாயையே என்று எங்களுக்கு அறிவுறுத்தினார். ஆ, அந்த அற்புதமான நாட்கள்! அடிக்கடி அவர் தன்னிலை மறந்த மோனத்தில் ஆழ்ந்து விடும்போது, இறைத்தன்மை புலப்பட அவரைச் சூழ்ந்திருக்கும் எங்களது கண்களுக்கும் அவர் மானுடனாக அல்லாது இறைவடிவாகவே தென்படுவார். அவரைக் கடவுளாகவே கருதுவோம். இதே போன்றதொரு நிலையை தனது சீடர்களிடம் உருவாக்கி இச்சக்தியைப் பெறச் செய்ய அவரால் இயலும் ஒரே ஒரு ஸ்பரிசம் போதும்! இந்நிலையில் அவர்கள் இறையருளைப் பற்றிய மர்மமான விஷயங்களை நேரடி அனுபவத்திலேயே உணர்ந்து கொண்டு விடுவர். ஆனால், அவர் என்மீது தாக்கத்தை உருவாக்கியது எப்படி என்று கூறுகிறேன்.''

''நான் மேல் நாட்டுப் பாணியில் கல்விபயின்று அறிவாற்றல் மிகுதியால் அகங்காரம் கொண்டவனாக இருந்தேன். பல்வேறு காலகட்டங்களில் கொல்கத்தா கல்லூரியில் ஆங்கிலம் வரலாறு மற்றும் அரசியல் பொருளாதாரம் ஆகியவற்றைப் போதிக்கும் கல்லூரிப் பேராசிரியனாகப் பணியாற்றியுள்ளேன். இராமகிருஷ்ணர் தக்ஷிணேஸ்வரர் ஆலயத்தை உறைவிடமாகக் கொண்டிருந்தார். கொல்கத்தாவிலிருந்து சில மைல்தூரம் ஆற்றின் கரையோரமாக இருந்த அவரை நான் ஒரு இளவேனிற் கால மாலையில் சந்தித்தேன். நெஞ்சை விட்டு நீங்காத சந்திப்பு! தனது சொந்த அனுபவத்திலிருந்து பெற்ற ஆன்மீகக்கருத்துக்களை எளிமையாக விவரித்துக்கொண்டிருந்ததைச் செவியுற்றேன். அவருடன் விவாதிக்க துர்ப்பலமாக முயற்சித்தேன். ஆனால்,

அவரது மாட்சிமை மிக்க ஞானபிரகாச முன்னிலையில் வாய்மூடி அமர்ந்து விட்டேன். அவரது சக்தியின் தாக்கம் சொல்லில் விவரிக்க இயலாதது. அவரைவிட்டு அகன்று பிரிந்திருக்க இயலாது. மீண்டும்-மீண்டும் அவரைத் தரிசிக்கச் சென்றேன். ஒருநாள் இராமகிருஷ்ணர் வேடிக்கையாகச் சொன்னார்.

''நான்கு மணியளவில் ஒரு மயிலுக்கு மயக்கமூட்டவல்ல ஒரு போதை மருந்து அளிக்கப்பட்டது. மறுநாள், சரியாக அதே நேரத்திற்கு அந்த மயில் அந்த இடத்திற்கு வந்தது. போதையால் கட்டுண்டு, மற்றொரு வேளையும், மருந்துண்ண அங்கே வந்தது'' என்று.

''குறிப்பாகச் சொன்னால், அது மெய்யே. இராமகிருஷ்ணரின் முன்னிலையில் இருந்ததைப் போல பேரானந்தமான அனுபவங்களை நான் இதுவரையிலும் அடைந்ததேயில்லை. ஆதலால் தான், நான் மீண்டும்... மீண்டும் அங்கு சென்றேன். ஆக, சாதாரண விருந்தாளிகளிலிருந்து, மதிப்புமிக்க அவரது மிக நெருங்கிய சீடர் குழுவில் ஒருவனாகிப் போனேன். ஒருநாள் இராமகிருஷ்ணர் என்னிடம் கூறினார்-''

''உனது கண்கள் மற்றும் உனது முகத்தோற்றத்திலிருந்து நீ ஒரு யோகி என்பதைக் கண்டு கொண்டேன். உனது அனைத்துப் பணிகளிலும் ஈடுபடு, ஆனாலும் உன் சிந்தனை மனம் முழுவதும் இறைவன் மீதே நிலைத்திருக்கட்டும். மனைவி, குழந்தைகள், தாய்-தந்தையர் அனைவரோடும் இணைந்து வாழ்ந்து அவர்களை உனது சொந்தமாகவே நினைத்துச் சேவை செய்துவா. ஆமை ஏரித்தண்ணீரில் நீந்தினாலும் கரையில் வைக்கப்பட்டுள்ள அதன் முட்டைகள் மீதே அதன் கவனம் நிலைத்திருக்கும். அதேபோல, லோகாயதமான அனைத்துப் பணிகளையும் செய்; ஆனால், இறைவனை மனதில் வை.''

''ஆதலால் குருஜியின் மறைவுக்குப் பின்னர், சீடர்களில் பெரும்பாலானோர் உலக வாழ்வைத் துறந்து, காவியுடை தரித்து இந்தியா முழுவதும் இராமகிருஷ்ணரின் உபதேசங்களைப் பரப்பும் பணியில் தம்மைப் பயிற்சியில் ஈடுபடுத்திக் கொண்டிருக்கையில் நான் மட்டும் எனது கல்விப்பணியை விடாது தொடர்ந்தேன். எனினும், இவ்வுலக வாழ்வியலில் உறைந்த போதும், அதில்

பற்றுக் கொள்ளாதிருக்கும் உறுதியோடிருந்தேன். இதற்காக, இரவு நேரங்களில் கொல்கத்தா நகரின் சட்டசபையின் முன்புறமுள்ள திறந்தவெளிப்பகுதியில் துயிலும், வீடற்ற பிச்சைக்காரர்களுடன் நானும் எனது இரவுகளைக் கழித்தேன். இதனால், தற்காலிகமாக வேனும் நான் எவ்வித உடமைகளும் இல்லாத, பற்றற்றவன் என்னும் உணர்வைப்பெற்றேன்.''

''இராமகிருஷ்ணர் மறைந்து விட்டார். ஆனால் அவரது ஆரம்பகாலத்திலிருந்த சீடர்களின் ஆர்வத்தினால் இந்திய நாடெங்கிலும் சமூகநீதியான, தர்மசிந்தனை மிக்க கல்வி மற்றும் மருத்துவப் பணிகளும் நடைபெற்று வருவதைக் காணலாம். ஆனால், இதில் பலரும் இப்போது காலமாகி விட்டனர். இந்த அற்புதமான மனிதரால் மட்டுமே எத்தனை மனங்கள் மற்றும் எத்தனை ஜீவிதங்கள் மாற்றமடைந்துள்ளன என்பதை உங்களால் எளிதில் கண்டுகொள்ளமுடியாது. ஏனெனில், அவரது போதனைகள் சீடர்களிடம் வழி-வழியாக ஒப்படைக்கப்பட்டு அவர்களும் அதைத் தங்களால் இயன்றவரையிலும் விரிவாகப் பரப்பியுள்ளனர். அவரது பல வங்காளமொழிப் பழமொழிகளை எழுதிக்கொள்ளும் பாக்கியத்தை நான் பெற்றேன்; பிரசுரிக்கப்பட்ட அக்குறிப்புகள் வங்காளத்தின் ஒவ்வொரு வீட்டையும் அலங்கரித்தன, மேலும், மொழிபெயர்ப்பு செய்யப்பட்டவை இந்தியாவின் பிற பகுதிகளையும் சென்றடைந்தன. இவ்வாறு, இராமகிருஷ்ணரின் செல்வாக்கு அவரது நெருங்கிய சீடர்களது வட்டத்தையும் தாண்டி தொலைதூர எல்லையைக் கடந்துள்ளதை நீங்கள் அறியலாம்.''

மஹாசயா தனது நெடிய பிரசங்கத்தை முடித்து விட்டு மீண்டும் அமைதியானார். அவரது முகத்தை மீண்டும் நிமிர்ந்து பார்க்கையில் ஒரு இந்துவின் நிறமல்லாத மேனியும், முகவடிவமும் கண்டு நான் ஆச்சரியமடைந்தேன். மீண்டும் ஆசியகண்டத்திலுள்ள சிறிய ராஜ்யத்தை நோக்கி அழைத்துச் செல்லப்பட்டேன். இங்குதானே இஸ்ரேலிய மக்கள் தங்களது இன்னல்கள் மற்றும் துரதிர்ஷ்ட நிலையிலிருந்து தற்காலிகமான தீர்வும், ஓய்வும் பெறுகிறார்கள் என்று எண்ணிக் கொண்டேன். மஹாசயாவையும், தனது மக்களிடையே பேசும் ஒரு பூஜிக்கத்தக்க மகானாக தீர்க்கதரிசியாக மனக்கண்ணில் சித்தரித்துக் கொண்டேன். இந்த மனிதர் எத்துணை

நன்னயம்மிக்க, பண்பாளராகத் தோற்றமளிக்கிறார்! அவரது நேர்மை, நற்பண்பு, உண்மை மற்றும் இறையுணர்வும் வெளிப் படையாகத் தெரிகின்றன. மனச்சாட்சியின் குரலுக்கு அடிபணிந்து, நேர்மையான நெடியதொரு வாழ்க்கையை நடத்திய ஒரு தன்மானம் மிக்க மனிதராகப் பெருமிதமாகக் காட்சியளிக்கிறார்.

''வெறும் நம்பிக்கையை மட்டுமே ஆதாரமாகக் கொண்டு வாழ முடியாது. பகுத்தறிவையும், புத்திக்கூர்மையையும் திருப்திபடுத்த எண்ணும் ஒருவரைப் பற்றி இராமகிருஷ்ணர் என்ன கூறுவார்?'' என்று முணுமுணுத்த தொனியில் கேட்டேன்.

''அவர் அந்த மனிதனைப் பிரார்த்திக்கச் சொல்வார். பிரார்த்தனை ஒரு உன்னதமான சக்தி. இராமகிருஷ்ணரே ஆன்மீக ஈடுபாடு மிக்க மக்களைத் தன்னிடம் அனுப்பி வைக்குமாறு இறைவனிடம் பிரார்த்தனை செய்தாராம். அதன் பின்னர் தான் அவரைப் பின்பற்றும் சீடர்களும், பக்தர்களும் வந்தனராம்.''

''பின், ஒருவர் பிரார்த்தனையே செய்யவில்லையானால்...?''

''பிரார்த்தனை தான் இறுதியான புகலிடம். மனிதனுக்குக் கிடைக்கக்கூடிய இறுதியான சாதனம் இதுவே. நுண்ணறிவு வீழும் காலத்தில் மனிதனுக்கு உறுதுணையாக இருப்பது பிரார்த்தனை மட்டுமே.''

''ஒருவேளை ஒருவர் பிரார்த்தனை தனது மனோபாவத்திற்கு இணக்கமாக இல்லை என்று கூறினால், அவருக்கு நீங்கள் என்ன சமாதானம் அளிப்பீர்கள்?'' என்று மெதுவாக இடைமறித்தேன்.

''அப்படிப்பட்டவர் ஆத்மானுபவம் அடைந்த, பூரணமான மெய்ஞ்ஞானிகளோடு அவ்வப்போது தொடர்புகொள்ள வேண்டும். அவர்களுடனான இடையறாத தொடர்பு அவருக்குள் புதைந்திருக்கும் ஆன்மீக உணர்வை வெளிக்கொணர உதவும். உயரிய மெய்ஞ்ஞானிகள் நம் மனதையும், மனோசக்தியையும் இறைவழியில் செலுத்திவிடுவர். அனைத்திற்கும் மேலாக ஆன்மீக வாழ்க்கையின் மீதான தணியாத வேட்கை பெறச் செய்யத் தூண்டுவர். ஆதலால், முதற்படியாக இதைப் போன்ற ஆன்மீக மனிதர்களுடைய சத்சங்கத்தில் இருத்தல் வேண்டும்.

இராமகிருஷ்ணர் உரைத்ததைப் போல, சத்சங்கமே முதலும், முடிவுமானது.''

இதுபோல புனிதமான உன்னதமான விஷயங்களைப் பற்றியும் நிலையான நன்னயத்தைத் தவிர வேறெதிலும் மனிதன் அமைதி பெற முடியாது என்பதைப் பற்றியும் அளவளாவினோம். மாலை நேரம் முழுவதும் மக்கள் தரிசிக்க வந்து கொண்டேயிருந்தனர். இறுதியில் மிதமான அந்த எளிய அறை மஹாசயா ஆசானது சீடர்களால் நிரம்பியது. அவர்கள் ஒவ்வொரு மாலையிலும், இரவிலும் இந்த நான்கு தளம் கொண்ட கட்டிடத்தில் ஏறி வந்து, தங்களது ஆசானின் ஒவ்வொரு வாய்மொழியையும் கூர்ந்து, ஆவலோடு கவனித்துக் கேட்கின்றனர்.

சிறிது நேரத்திற்கு நானும் அவர்களோடு இணைந்து கொண்டேன். நானும், ஒவ்வோர் இரவும் அங்கு வரத் துவங்கினேன். அவரது பக்திரசம் மிக்க சொற்பொழிவுகளுக்காக அல்ல அவரது ஞான ஒளிமிக்க சந்நிதானத்தில் இதமான அனுபூதியைப்பெற! அவரைச் சுற்றிலும் அமைதியான, அழகான, நுட்பமான, அழகிய சூழல் நிலவுகிறது; அவர் அடைந்திருந்த உள்ளார்ந்த ஆனந்தத்தின் ஒளிவீச்சு எளிதில் புலப்படுவதாக இருந்தது. அவரது வார்த்தைகளை மறந்தாலும் அவரது அன்பான, நற்பண்பு மிக்க சுபாவத்தை என்னால் எளிதில் மறக்கமுடியாது. மஹாசயாவை இராமகிருஷ்ணரிடம் திரும்பத்திரும்பச் செல்ல வைத்த அதே சக்திதான் என்னையும் மஹாசயாவின் பால் ஈர்த்தது. இவ்வாறு ஒரு சீடனால் தாக்கத்தை உருவாக்க முடியுமானால் அந்த ஆசானது ஆற்றல் எத்துணை சக்தி வாய்ந்ததாக இருக்க வேண்டும் என்பதைப் புரிந்து கொள்ளத் துவங்கினேன்.

எங்களது சந்திப்பின் இறுதியான மாலைப் பொழுதும் வந்தது. காலம் கடந்து செல்வதையும் மறந்து, அவரருகில் ஆனந்தமாக அமர்ந்திருந்தேன். மணிக்கணக்காக காலம் செல்ல, எங்கள் சம்பாஷணை தொடர்ந்த வண்ணம் இருந்தது. இறுதியாக மௌனம் நிலவ அந்த நல்லிதயம் கொண்ட மனிதர் எனது கைகளைப் பற்றியவாறே, என்னைத் தனது இல்லத்தின் திறந்தவெளிக்கு அழைத்துச் சென்றார். வட்டவடிவமான வரிசையில் உயரமான செடிகள் தொட்டிகளிலும், சட்டிகளிலும்

அணிவகுத்து நின்றதைக் கண்டேன். கீழே கொல்கத்தா நகரத்து இல்லங்களிலிருந்து ஆயிரக்கணக்கான விளக்குகள் ஒளிர்ந்து கொண்டிருந்தன.

வெள்ளிநிலா பூரணமாய் ஒளிவீச, மஹாசயா அதைக்குறித்துச் சுட்டிக்காட்டி விட்டுச் சிறிது நேரம் மௌனமான தியானத்தில் ஆழ்ந்தார். அவர் பிரார்த்தனையை முடிக்கும் வரை நான் பொறுமையோடு காத்திருந்தேன். அவர் என்புறம் திரும்பிக் கைகளை ஆசீர்வதிப்பதைப் போல உயர்த்தி, மெதுவாக என் தலையைத் தொட்டார்.

மதவாதியாக இல்லாது போனாலும், இந்த தெய்வீகமான மனிதரின் முன்னால் வணங்கி நின்றேன். இன்னும் சில நொடிப்பொழுது அமைதி காத்த பின்னர் அவர் தொடர்ந்தார்.

''எனது பணி முற்றுப்பெற்று விட்டது. இறைவன் என்னை எதற்காகப் பணித்து அனுப்பி வைத்தாரோ, அதை இந்த உடல் செய்து முடித்துவிட்டது. நான் விடைபெற்றுச் செல்வதற்குள், எனது ஆசியை ஏற்றுக்கொள்'' (அவரது முடிவைப்பற்றி எனக்கு முன்னமே தெரிவிக்கப்பட்டுவிட்டது)

அவர் என்னை விநோதமாகத் தூண்டிவிட்டார். நான் உறக்கத்தை விடுத்து, வீதியில் அலைந்தேன். இறுதியில், ஒருபெரிய மசூதியை அடைந்தேன். ''இறைவனே உன்னதமானவர்!'' என்று தனித்து, ஒலித்து இரவு நேர அமைதியைக் குலைத்த உரத்த குரலைக் கேட்டேன். எவராவது என்னைப் பீடித்துள்ள பகுத்தறிவின் மீதான நம்பிக்கையிலிருந்து விடுவித்து எளிமையான நம்பிக்கை மிக்க வாழ்க்கையில் பற்றுக் கொள்ளச் செய்திருந்தால், அது நிச்சயமாக ஆசான் மஹாசயாதான்.

''நீங்கள் அவரை நழுவவிட்டுவிட்டீர்கள். ஒருவேளை நீங்கள் சந்திக்கக்கூடாது என்று விதிக்கப்பட்டிருந்ததோ என்னவோ. எவரால் சொல்ல முடியும்?''

பேசியது டா.பண்டோபாத்யாயா, கொல்கத்தா வைத்திய சாலை ஒன்றின் அறுவைசிகிச்சை நிபுணர். நகரத்திலேயே மிகவும் திறமை வாய்ந்த இவர் கைகள் ஆறாயிரம் அறுவை சிகிச்சைகள் செய்துள்ளன. இவரது பெயருக்குப் பின்னர் மாலை போலத் தொடர்ச்சியாக இவர் படித்துப்பெற்ற பட்டங்கள் அணிவகுத்து

நிற்கின்றன. நான் சிறிதளவு அறிந்த உடற்கட்டுப்பாட்டு யோகப் பயிற்சியைப் பற்றி இவரிடம் கேட்டு, ஆராய்வதில் பெரு மகிழ்வடைந்தேன். இவரது மருத்துவ ஞானமும், உடற்கூற்றின் திறமையான ஆற்றல் வளமும், யோகாவைப் பற்றி பகுத்துணரும் நிலையில் ஆராய்வதற்கு எனக்குப் பேருதவியாக இருந்தன.

''எனக்கு யோகாவைப் பற்றி ஒன்றுமே தெரியாது'' என்று அவர் ஒப்புக்கொண்டார். ''தாங்கள் இப்போது சொல்வது எனக்குப் புதிதாக உள்ளது. நான் நீண்டகாலத்திற்கு முன்பு கொல்கத்தாவிற்கு வருகை தந்த நரசிங்கசுவாமியைத் தவிர வேறு உண்மையான, மெய்ஞ்ஞானியைக் கண்டதேயில்லை'' என்றுரைத்தார்.

இதன் பின்னர் தான் நான் நரசிங்கசுவாமியைப் பற்றியும், அவரது இருப்பிடத்தைப்பற்றியும் விசாரிக்கத் தொடங்கினேன். ஆனால், மனஏமாற்றம் தரும் பதிலையே பெற்றேன்.

''நரசிங்கசுவாமி கொல்கத்தாவிற்குத் திடீரென வந்து ஒரு கிளர்ச்சியை உருவாக்கிப் பின் மறைந்தார், ஆனால் எங்கு சென்றார் என்று நான் அறியவில்லை. அவர் உட்பகுதிகளில் ஏகாந்தத்தில் இருந்து விட்டுப் பின், திடீரென வெளியேறி இங்கு வந்ததாக அறிந்துகொண்டேன். ஆதலால், அந்த இடத்திற்கே திரும்பிச் சென்றிருக்கலாம்'' என்றார்.

''என்ன நிகழ்ந்தது என்று அறிய ஆவலாக உள்ளேன்.''

''சில காலத்திற்கு நகரத்தில் மிகவும் பரவலாகப் பேசப்பட்டார். மதுபோர், பிரெசிடென்ஸி கல்லூரியில் பேராசிரியராக இருந்த டா.நியோகி என்பவரால் கண்டெடுக்கப்பட்டு அறிமுகமானவர் இவர் சில துளிகள் விஷத்தை நக்குவதையும் எரியும் கரியை வாயில் போட்டு, எரிந்து சாம்பலாகும் வரையிலும் அதைத் தன் வாயிலேயே வைத்துக்கொண்டிருப்பதையும் டா.நியோகி கண்டார். மருத்துவரின் ஆர்வம் மேலிட யோகி கொல்கத்தாவிற்கு வரவழைக்கப்பட்டார். பல்கலைக்கழகமும் யோகி நரசிங்க சுவாமியின் அபூர்வ சக்திகளை விஞ்ஞானிகள் மற்றும் மருத்துவர்கள் நிறைந்த சபையினரின் முன்னிலையில் செயல்முறை விளக்கமாகச் செய்து காட்டி நிரூபிக்க ஏற்பாடுகள் செய்தது. நானும் அங்கு கூடியிருந்தவர்களில் ஒருவராக இருந்தேன்.

கல்லூரியின் வேதியியல் கூடத்தில் இந்நிகழ்ச்சி அரங்கேறியது. நாங்கள் அனைவருமே குறைகண்டு, விமர்சிப்பவர்கள் தான். அதிலும் எனக்கு ஆன்மீகம், யோகா போன்றவற்றில் ஆர்வம் இல்லாததாலும், விஞ்ஞான ஆராய்ச்சியில் ஈடுபாடு கொண்டிருந்ததாலும், நான் இதைப் பற்றி அவ்வளவாக சிந்திக்கவில்லை.

"யோகி அரங்கத்தின் மையப்பகுதியில் நின்றிருந்தார். கல்லூரி பரிசோதனைக் கூடத்திலிருந்து தரப்பட்ட விஷப்புட்டிகளைக் கையில் வைத்திருந்தார். முதலில் கந்தக அமிலத்தை அளித்தோம். அவர் தனது உள்ளங்கையில் சிறு துளிகள் விட்டு அதை நக்கினார். அதன்பிறகு அளிக்கப்பட்ட கார்போலிக் அமிலத்தையும் அதே போலச் செய்தார். கொடியவிஷமான பொட்டாஷியம் சைனைடு, அளித்த போதும் அப்படியே விழுங்கிவிட்டார்! அந்த அற்புதச் செயல் பிரமிப்பூட்டுவதாய் இருந்தது. நம்ப முடியாதிருந்தாலும், எங்கள் விழிகளே சாட்சியாகி நிற்கும்போது இதை நாங்கள் ஏற்றுக்கொள்ள வேண்டியதாயிற்று. உடனேயே உயிரைக் குடிக்கவல்ல, சைனைட்டை போதுமான அளவு உட்கொண்ட பிறகும், எவ்விதப் ப்ாதிப்புமின்றி, மலர்ந்த முகத்துடன் சிரித்தபடியே நின்றிருந்தார். ஆனால், இதுவே வேறு எந்த நபராகவாவது இருப்பின் இரண்டு, மூன்று நிமிடங்களில் விஷம் அவரது உயிரைக் குடித்திருக்கும் என்பது திண்ணம்.

அதன் பின்னர், ஒரு கனமான கண்ணாடிப்புட்டி உடைக்கப்பட்டு அதன் துண்டுகள் பொடியாக அரைக்கப்பட்டன. மெதுவாக உயிரைக் குடிக்கும் அந்தப் பொடியை நரசிங்கசுவாமி விழுங்கினார். விசித்திரமான இந்த உணவை விழுங்கிய மூன்று மணி நேரத்திற்குப் பிறகு கொல்கத்தா நகரில் வசிக்கும் ஒரு மருத்துவர், யோகியின் வயிற்றிலிருந்து குழாய் மூலம் இறைத்து, வயிற்றிலிருந்தவற்றை வெளியிலெடுத்தார். அந்த விஷமருந்து அப்படியே இருந்தது. மறுநாள் பொடியாக்கப்பட்ட கண்ணாடித் துகள்கள், அவரது மலத்தில் காணப்பட்டது.

நாங்கள் செய்த இந்தப்பூரணமான பரிசோதனை விவாதத்திற்கு அப்பாற்பட்டது. ஒரு தாமிரநாணயத்தின் மீது கந்தக அமிலத்தின் பாதிப்பைச் சோதித்தபோது அது முற்றிலுமாக நாசமடைந்ததிலிருந்து அந்த அமிலத்தின் வீரியம் அறியப்பட்டது. இந்தச் செயல்முறை விளக்கத்தைப் பார்த்த பலருள் மிகச்சிறந்த

விஞ்ஞானியும், நோபல் பரிசு பெற்றவருமான சர்.சி.வி. இராமனும் ஒருவர். இச்செயல் நவீன விஞ்ஞானத்திற்கே ஒரு சவாலாக உள்ளது என்று விவரித்தார். நாங்கள் நரசிங்கசுவாமியிடம், அவரால் தனது உடலில் இத்தகைய உரிமையை எவ்வாறு எடுத்துக் கொள்ள முடிகிறது என்று வினவிய போது, அவர் ''நான் வீட்டை அடைந்தவுடன் முழுமையான ஒரு யோக நிலைக்குச் சென்று, மனதை ஒருமுகப்படுத்தி விஷத்தின் கொடூரத்தன்மையை முறியடித்து விடுவேன்'' என்று கூறினார்.

(நரசிங்க சுவாமி சிறிதுகாலம் சென்ற பின் கொல்கத்தாவிற்கு மீண்டும் வந்து பின்னர் பர்மாவுக்குச் சென்றார். இதே போன்றதொரு செயல்முறையை பர்மாவிலும் நிகழ்த்திக் காட்டினார். ஆனால் எதிர்பாராத விருந்தாளிகளின் வரவால் ஏற்பட்ட நெருக்கடியால் வீட்டிற்குச் சென்றவுடன், தனது வழக்கமான யோகப் பயிற்சியை மேற்கொள்ளத் தவறினார். இதன் விளைவாக துக்ககரமான, துரித மரணமடைந்தார்.)

''உங்களது மருத்துவ அறிவைக் கொண்டு இதற்கு ஏதேனும் விளக்கம் கூறமுடியுமா?''

மருத்துவர் முடியாதென்ற பாவனையில் தலையசைத்து,

''இல்லை, நான் ஒன்றும் கூற இயலாது. இச்செயல் என்னை முற்றிலுமாகக் குழப்பத்தில் ஆழ்த்தி விட்டது'' என்றார்.

நான் வீடுதிரும்பியதும் அடையாற்றுத் துறவி பிரம்மாவுடன் நிகழ்ந்த சம்பாஷணை பற்றிய குறிப்புகள் அடங்கிய நோட்டுப் புத்தகத்தைப் பெட்டியில் தேடினேன். பக்கங்களை விரைவாகப் புரட்டி, பின்வரும் குறிப்பைக் கண்டேன்.

''விஷம் எத்தனை கொடியதாக இருப்பினும்'' உன்னதமான பயிற்சியை'' மேற்கொண்டு தேர்ச்சி பெற்ற முதிர்ந்த யோகிகளுக்கு எவ்வித பாதிப்பும் ஏற்படாது. இப்பயிற்சி சில ஆசனங்கள், சுவாசப்பயிற்சி, மன உறுதி மற்றும் மனத்தை ஒருமுகப்படுத்தும் சில பயிற்சிகளின் கலவையாகும். நமது பாரம்பரிய முறைப்படி, இதைச் சாதகமாக்கிய துறவிகளால் அவரது விருப்பம்போல எவ்விதப் பொருளையும், ஏன், கொடிய விஷத்தையும் கூடத் தன்வயப் படுத்திக்கொண்டுவிடமுடியும்.

இதனால் அவர்களுக்கு எந்தவிதமான பாதிப்பும் இருக்காது. இது மிகவும் கடினமான பயிற்சி, முறையாகத் தொடர்ந்து செய்தால் தான் அதன் பலன்கிட்டும். காசியில் வசிக்கும் ஒரு யோகி இவ்வாறு மிகையான அளவு விஷம் அருந்தியும் பாதிப்புக்குள்ளாகாமல் இருப்பதை வயதான ஒரு மனிதர் என்னிடம் முன்னமே உரைத்துள்ளார். இந்த யோகியின் பெயர் த்ரயலிங்கயோகி. நகரத்தில் பிரபலமான இவர் பல வருடங்களுக்கு முன்னர் மரணமெய்தினார். உடற்கட்டுப்பாடு யோகாவில் தேர்ச்சி பெற்ற த்ரயலிங்கா வருடக்கணக்கில் கங்கை ஆற்றின் கரையில் ஆடைஎதுவுமின்றி நிர்வாணமாக அமர்ந்திருந்தார். ஆனால், மௌனவிரதம் மேற்கொண்டிருந்த காரணத்தால், எவராலும் அவருடன் உரையாட முடியவில்லை.

பிரம்மா முதன்முறையாக இந்த விஷயத்தை எனது பார்வைக்குக் கொண்டு வந்தபோது, விஷத்தை ஏற்கும் இத்தகைய எதிர்ப்புச்சக்தி இருக்கும் என்பதை நம்ப முடியாததாகவும் சாத்தியமற்றதாகவும் தான் கருதினேன். ஆனால் சாத்தியக் கூற்றின் வரையறையைப் பற்றிய எனது முந்தைய கருத்தும் ஆட்டம் காணத்துவங்கி விட்டது. சில நேரங்களில் யோகிகள் தமக்குள்ளே நிர்ணயித்துள்ள நம்பமுடியாத, புரிதலுக்கு அப்பாற்பட்ட கடினமான பணிகளைக் கண்டு வியந்துள்ளேன். இருப்பினும் எவர் அறிவார்? மேற்கத்தியராகிய நாங்கள் ஆராய்ச்சிக் கூடத்தில் ஆயிரம் பரிசோதனைகளை வியர்த்தமாக நிகழ்த்திக் கண்டறிய இயலாத ரகசியங்களை அவர்கள் தன்வசப்படுத்தியுள்ளனரோ?

அத்தியாயம்-பதினொன்று

அற்புதங்கள் நிகழ்த்தும் வாரணாசி வாசி!

எனது வங்காளச் சுற்றுப்பயணம் குறிப்பேடுகளில் பதியாத அனுபவமாக துரிதகதியில் உள்ளடக்கப்பட வேண்டும். புத்தகயாவிற்கு அருகில் எதிர்பாராத வகையில் மூன்று திபெத்திய லாமாக்களைச் சந்தித்தேன். அவர்கள் என்னை மலைப்பகுதியில் உள்ள தங்களது மடாலயத்திற்கு வருமாறு அழைத்தனர். இந்தியாவின் புனிதமான, புண்ணியத்தலமான காசிக்குச் (வாரணாசி) செல்வதில் ஆர்வம் கொண்டதால், இப்பயணமும் முந்தையதைப் போலவே ஆனது.

நகரத்தின் அருகிலுள்ள இரும்புப் பாலத்தைப் புகைவண்டி இடி முழக்கம் போன்ற ஒலியுடன் தடதடவெனக் கடந்தது. பண்டைய நாகரிகத்தில் தேக்கமுற்றுக் கிடக்கும் மற்றுமோர் நகரத்தை நோக்கி நவீனநாகரிகம் படையெடுத்துச் சென்றது. இயற்கைக்கு மாறான, நூதனமான மக்கள் இப்புனிதமான நீரோட்டத்தின் மீது எரியும் சப்பரங்களை மிதக்க விட்டுக் கொண்டிருந்தனர். கங்கை இன்னமும் புனிதமாக இருக்க முடியுமா?

ஆக, இதுதான் வாரணாசி!

இரயில் நிலையத்திலிருந்து வெளியேறி, எனக்காகக் காத்துக் கொண்டிருந்த வண்டியில் ஏறும்போது, யாத்ரிகர்கள் கூட்டம் இடித்துத்தள்ளிக்கொண்டு முன்னேறுவதைப் பார்த்தேன்.

புழுதிபடிந்த தெருவில் செல்லும்போது, சுற்றுப்புறத்தில் ஒரு புதுவிதமான இயல்பைக்கண்டேன். அதை நான் ஒதுக்கிட நினைத்தாலும் அதன் தன்மை மிகைப்பட்டு அது என் கவனத்தை ஈர்க்கவல்லதாக இருந்தது.

இதுதான் இந்தியாவின் புண்ணிய பூமி! புனிதமான நகரம்! ஆனால், இங்கு புனிதமற்ற துர்நாற்றம் வீசுகிறது! வாரணாசி தான் இந்தியாவின் மிகப் புராதனமான நகரம் என்பதை அதன் வாசமே காட்டிக்கொடுத்து விடுகிறது. வெறுப்பூட்டும் சூழல் ஆதரவாக இல்லாததால் நான் மனோதிடத்தை இழந்தேன். வண்டி ஓட்டுநரை என்னைத் திரும்பவும் இரயில் நிலையத்திற்கே அழைத்துச் செல்லும்படி சொல்லி விடலாமா? பயங்கரமான விலை கொடுத்து, பக்தி உணர்வைப் பெறுவதைவிட, தயவு தாட்சண்யமில்லாத நாத்திகவாதியாக இருந்து கொண்டு, சுத்தமான காற்றைச் சுவாசிப்பது மேல் அல்லவா? மேலும், காலம் எவரையும் எந்தச் சூழலையும் பழகிக்கொள்ளச் செய்து விடும் என்பதையும் சிந்தித்தேன். ஆம்! எத்துணையோ புரியாத விஷயங்களையும் கூட இந்தப் பழமை-வாய்ந்த பூமி ஒருவருக்குப்'' பரிச்சயமாகச் செய்துள்ளது. ஆனால், வாரணாசியே! நீ இந்தியக் கலாச்சாரத்தின் பிரதான மையமாக இருப்பினும் அந்நியர்களான வெள்ளையர்களிடமிருந்து சிறிதளவாவது கற்றுக்கொண்டு சிறிதளவேனும் சுத்தம் சுகாதாரத்துடன் உனது புனிதத் தன்மையைப் பண்படுத்திக்கொள்!''

இங்குள்ள தெருக்களில் மாட்டுச்சாணமும், களிமண்ணும் கலந்து பூசப்படுவதாலும், நகரத்தைச் சுற்றியுள்ள பழங்கால அகழி, பல பரம்பரையாக மக்களால் குப்பைகளையும் கழிவு நீரையும் குவிக்கும் இடமாகப் பயன்படுத்தப்படுவதாலும் இந்தத் துர்நாற்றம் எழுகிறது என்பதை அறிந்தேன்.

இந்தியப் புராண இதிகாசங்களின்படி கிறிஸ்த்து பிறப்பதற்கு முன்பாகவே ஆயிரத்து இருநூறு ஆண்டுகளுக்கு முன்னரே வாரணாசி நகரம் நிர்மாணிக்கப்பட்டுள்ளது. இடைக்காலத்தில் பக்திமிக்க ஆங்கிலேயர்கள் 'கான்டர்பெர்ரி' என்னும் புனித நகரத்திற்குச் சென்று வந்ததைப் போல, இந்திய நாட்டின் அனைத்துப் பகுதிகளிலிருந்தும் மக்கள் வெள்ளமெனத் திரண்டு

வாரணாசியில் கூடியுள்ளனர். இங்கு வரும் இந்தியர்கள் ஒன்று நிதி வசதி மிக்கவர்களாகவோ அல்லது ஏழ்மையின் காரணமாக ஆசி பெறவேண்டியோ இங்குவருகை தருகின்றனர். மேலும் உடல்நலம் குன்றியவர்களும், வயோதிகர்களும் தங்களது வாழ்வின் இறுதி நாட்களைக் கழிக்க இங்கு வருகின்றனர். ஏனெனில், காசியில் மரணமெய்தினால் அவர்களது ஆன்மா நேரடியாக சுவர்க்கத்திற்கு ஏகி விடும் என்று உறுதியாக நம்பப்படுகிறது.

மறுநாள் புராதனமான காசிநகரின் வளைந்து, நெளிந்து குறுகலாகச் சென்ற சந்துகளில் கால்நடையாகவே திரிந்தேன். நான் இலக்கில்லாது திரியவில்லை. முன்பு மும்பையில் சந்தித்த ஒரு நபரது ஆசான் இங்கு காசியில் தங்கியுள்ள விலாசம் என்னிடம் இருந்தது. விந்தைகள் புரியும் அந்த வாரணாசிக்காரரின் இல்லத்தைத் தேடி அலைந்து கொண்டிருந்தேன்.

வண்டிகளே புகமுடியாத ஒரு நெருக்கமான, குறுகிய தெருவுக்குள் நான் நுழைந்தேன். பலரகமான மக்கள் நிறைந்த, கூட்டமாக, இரைச்சலாக இருந்த கடைத்தெருவின் ஆரவாரத்தில்

எண்ணிலடங்கா ஈக்களும், அருவருப்பூட்டும் நாய்களும் சேர்ந்தன. நரைத்தமுடியும், வற்றிப்போன உடலுடன் காணப்பட்ட மூதாட்டிகளும், இணக்கமான வளைவான உடல்வாகுடன் கூடிய இளம்பெண்களும், ஐம்பதாயிரம் முறைக்கு மேலாகவும் உச்சரித்து முடித்துள்ள அதே நாமத்தை ஜபமாலையை உருட்டிக்கொண்டு செல்லும் யாத்ரிகர்களும், விபூதி பூசிய மெலிந்த உடலுடன் காணப்பட்ட முதிர்ந்த யோகிகளும், இந்தச் சிறிய சந்துகளை நிரப்பினர். இவ்வாறு பின்னிப் பிணைந்த பல தெருக்களின் இரைச்சல் மற்றும் குழப்பத்தினிடையே இந்தியர்களிடையே மிகவும் பிரபலமான தங்கக் கோவிலைக் கண்டேன். மேற்கத்தியருக்கு வெறுப்பூட்டும் வகையில், விபூதி-பூசிய உடலுடன், விகாரமான தோற்றம் கொண்ட துறவிகள் ஆலய நுழைவாயிலைச் சுற்றிக்குழுமியிருந்தனர். பக்தர்களின் கூட்டம் உள்ளே நுழைவதும், வெளியேறுவதுமாய் தடையின்றிச் சென்று கொண்டேயிருந்தது. சிலர் அழகிய வண்ணமலர்மாலைகளைக் கைகளில் ஏந்திச் செல்ல இக்காட்சி சுற்றுப்புறத்தையே பரவசப் படுத்தியது. பக்திமான்கள் ஆலயத்தை விட்டு வெளியேறுகையில், கல்லினால் ஆன த்வஜஸ்தம்பத்தைத் தொட்டுக் கண்ணில் ஒற்றிக் கொள்கின்றனர். திரும்பும்போது, ஒரு அந்நிய நாட்டுக்காரனைப் பார்த்து வியப்பில் ஆழ்கின்றனர். மீண்டும் எனக்கும் இந்த மனிதர்களுக்கும் இடையிலான கண்ணுக்குப் புலனாகாத இடைச்சுவரைப்பற்றி உணர்கிறேன். வெளிப்படையாகத் தெரியக்கூடிய தோலின் நிறம் வெண்மையும், பழுப்பு நிறமும்.

தங்கத்தாலான இரு கோபுரங்கள் சூரிய ஒளியில் பளபளத்தன. கிறீச்சிடும் கிளிகள் அருகிலிருந்த கோபுரத்தில் அமர்ந்திருந்தன. தங்கக் கோவில் இறைவன் சிவனது அமைவிடம். ஆனால், அவர் தற்போது உண்மையில் எங்கிருக்கிறார்? இந்துக்கள் அவர் முன்பு வணங்கி, அவரது கற்சிலை உருவத்தின் முன்பு வாசனைப் பூக்களையும் திரவியங்களையும், அன்னத்தையும் படைக் கிறார்களே என்றெண்ணி வியந்துள்ளேன்.

நான் முன்னேறி, மற்றொரு ஆலயம், கிருஷ்ணரது ஆலயத்தின் முன்பு நிற்கிறேன். தங்கநிற உருவச்சிலையின் முன் கற்பூரம் ஏற்றி வைக்கப்பட்டு, அவரது கவனத்தை ஈர்ப்பதற்காக ஆலயமணிகள் ஒலிக்கப்படுகின்றன; சங்கநாதம் முழங்கி, கேட்காத அவர்

செவிகளை நிரப்புகிறது. நெறிவழுவாத, கண்டிப்பான ஒல்லியான தேகவாகுடன் ஒரு பூசாரி என்னைக் கேள்விக்குறியுடன் நோக்க, நான் எனது வழியில் தொடர்ந்து சென்றேன்.

வாரணாசியின் வீடுகளிலும், ஆலயங்களிலும் உறைந்திருக்கும் எண்ணிலடங்கா உருவங்களை எவரால் கணக்கிட முடியும்? பார்ப்பதற்கு, ஆழ்ந்த யோசனையுடன் தோற்றமளிக்கும் பெரும்பாலும் குழந்தைத்தனமாகவும், இருப்பினும் சில நேரங்களில் பூரணமான வேதாந்தியாகவும் தென்படும் இவர்களைப் பற்றி எவரால் விவரிக்க இயலும்?

அதிசயங்கள் நிகழ்த்தும் மனிதரின் வீட்டைத்தேடி, இருண்ட வழிகளில் கால்நடையாகவே நடந்து சென்றேன். இறுதியில், அகண்ட வீதிகள் உள்ள பகுதியை அடைந்தேன். முரட்டுத் தனமான சில இளவயதுப் பையன்கள், ஒழுங்கற்ற முறையில், இங்குமங்குமாகச் சிதறியவாறு படையெடுத்து வந்தாற்போல் என்னைக் கடந்து சென்றனர். குழுவின் தலைவன், கொடியைக் கையில் ஏந்தி வந்து கொண்டிருந்தான். கொடியில் புரிந்துகொள்ள முடியாத வாசகங்கள் எழுதப்பட்டிருந்தன. கூட்டத்தில் அவ்வப்போது உரத்த குரலில் விநோதமான கோஷங்களை எழுப்பியும், துண்டு, துண்டாகப் பாடல்களைப் பாடியவாறு, என்னை விரோதபாவத்துடன் பார்த்துக்கொண்டு சென்று கொண்டிருந்த அவர்களது வெறுப்பான பார்வையிலிருந்து பலதரப்பட்ட கலவையான, தாறுமாறான இந்த ஊர்வலத்தின் அரசியல் தன்மையை நான் புரிந்து கொண்டேன். முந்தைய இரவில் கூட்டம்நிறைந்த கடைவீதியில் கண்ணுக்கெட்டிய தொலைவு, ஐரோப்பியரோ அல்லது காவல்காரரோ தென்படாத நிலையில் எனது பின்புறத்திலிருந்து எவரோ ஒருவர் கிசுகிசுப்பான தொனியில் எனக்குக் கொலைமிரட்டல் விடுத்தார். குரலை வைத்து இளவயதினனாக இருக்கக் கூடும் என்று அனுமானித்தேன். உடனடியாகத் திரும்பிப் பார்த்தபோது, நல்லியல்பு கொண்ட மக்கட்கூட்டத்தையே காண முடிந்தது. ஏனெனில், அந்த இளவயதுத் தீவிரவாதி, இருட்டில் எங்கோ சென்று மறைந்து விட்டான். தற்போது, வீதியில் சென்று மறையும் இந்த ஒழுங்கீனமான கூட்டத்தை கழிவிரக்கத்தோடு பார்த்து நின்றேன். அனைவருக்கும் அனைத்தையும் பெற்றுத்தரும்

பொய்யான வாக்குறுதியளிக்கும் வஞ்சகத்தனமான மாயவலை விரிக்கும் அரசியல் மேலும் சிலரைத் தனது துரோகச்செயலுக்குப் பலியாக்கி விட்டது.

இறுதியில், விசாலமான நேர்த்தியாகக் கட்டப்பட்ட வீடுகள் அமைந்துள்ள ஒரு வீதியை அடைந்தேன். வேகமாக முன்னேறிச் சென்று, "விசுதானந்தா" என்று கற்பலகையில் பெயர் பொறிக்கப் பட்டிருந்த ஒரு வீட்டினுள் நுழைந்து, அங்கு தாழ்வாரத்தில் அமர்ந்திருந்த ஒரு நபரை அணுகினேன். நான் தேடி வந்த இல்லத்தில் இருந்த அந்த இளவயதுப்பையன் புத்தி கூர்மையில்லாது, மந்தமாகத் தெரிந்தான். "உனது ஆசான் எங்கே?" என்று நான் இந்தியில் வினவ, அதைப் போன்றதொரு நபரே இங்கில்லை என்பது போலத் தலையை அசைத்தான். ஆசானின் பெயரை மொழிந்த போதும் மீண்டும் எதிர்மறையான விடையைப் பெற்றேன். விளைவைக் கண்டு சோர்வடைந்த போதிலும், தோல்வியுறக் கூடாது என்பதில் திண்ணமாயிருந்தேன். ஒரு ஐரோப்பியனுக்கு இங்கு வர அவசியமில்லை என்பது போலவும், நான் வேறு ஒரு வீட்டைத் தேடி வந்துள்ளேன் என்பது போல அந்த இளைஞன் எண்ணுகிறானோ என்று எனக்குள்ளே உதயமாகிறது. மீண்டும் அவன் முகத்தை ஏறிட்டு நோக்கி அவன் முட்டாள் என்னும் உறுதியான எண்ணத்துடன் அவனது அபிநயங்களைப் புறக்கணித்து விட்டு, நேரடியாக வீட்டிற்குள் நுழைந்தேன்.

இல்லத்தின் உள்ளறைக்குள் அரைவட்டவடிவில் பல இந்தியர்கள் சப்பணமிட்டுத் தரையில் அமர்ந்திருப்பதைக் கண்டேன். அறையின் ஒரு மூலையில் தாடியுடன் கூடிய ஒரு முதியவர் ஒரு இருக்கையில் சாய்ந்தவாறு இருந்தார். வணக்கத்திற்குரிய அவரது தோற்றமும், அவர் அமர்ந்திருந்த தோரணையும் எனது தேடலின் இலக்கு இவர்தான் என்பதை எனக்கு அறிவுறுத்தின. நான் கரங்கூப்பி அவரை வணங்கினேன்.

"சாந்தி!" என்னும் வழக்கமான வணக்கத்தைத் தெரிவித்தேன்.

நான் என்னை அறிமுகப்படுத்திக் கொண்டு இந்தியாவில் சுற்றுப்பயணம் மேற்கொண்டுள்ள ஒரு எழுத்தாளன் மட்டுமின்றி இவர்களது தத்துவம் மற்றும் மறைவியலைப் பற்றி ஆராயும்

மாணவன் என்பதையும் தெரிவித்தேன். நான் சந்தித்த சீடர் தனது ஆசான், தனது அற்புதச் சக்திகளைப் பகிரங்கமாக வெளிப்படுத்துவதில்லை மற்றும் பிரத்யேகமாகவும் கூட இவற்றை அந்நியர்களிடம் செய்து காட்டுவதில்லை என்று விளக்கியதாகத் தெளிவுபடக் கூறினேன். இருப்பினும் இந்தியர்களின் பண்டைய மெய்ஞ்ஞானத்தில் கொண்ட தீவிரமான ஆவலினால் என்னை விதிவிலக்காகக் கொண்டு, எனக்குச் சலுகையளிக்குமாறு வேண்டினேன்.

சீடர்கள் ஒருவரையொருவர் வெறித்து நோக்கி விட்டுப் பின்னர் ஆசானது பிரதிபலிப்பை எதிர்நோக்குவதைப் போல அவர் பக்கம் திரும்பினர். எழுபது வயதைத் தாண்டிய **''விசுதானந்தா''** சிறிய நாசியுடன், நீண்டதாடியுடன் பெரிய விழிகளுடன் காணப்பட்டார். பிராமணர்கள் புனிதமாகக் கருதும் பூணூல் அணிந்திருந்தார்.

முதியவர் என்னைவிட்டுப் பார்வையை அகற்றாது, ஒரு ஆராய்ச்சிப் பொருளைப் போல் கூர்ந்து நோக்கினார். இனம் புரியாத, ஒரு அதிசய உணர்வு என் மனதைத் தொட்டது. அறை முழுமையிலும், வினோதமானதொரு சக்தி வியாபித்திருக்க நான் சற்று அசௌகரியமாகவே உணர்ந்தேன்.

இறுதியில் அரசு சமஸ்கிருதக் கலாசாலைத் தலைவரான ''பண்டிட் கவிர்ஜ்'' அவர்களை அழைத்து வந்தால் மட்டுமே சம்பாஷணையில் ஈடுபடச் சாத்தியமாகும் என்று தனது சீடனிடம் வங்காள மொழியில் உரைத்தார். பண்டிதரின் செறிந்த ஆங்கிலப் புலமையும், விசுதானந்தாவின் நெடுநாளைய சீடராகத் திகழும் அனுபவமும் இணைந்து அவரை எங்களிடையே சிறந்த ஊடகமாகத் திகழச் செய்தது.

''நாளை அவருடன் வாருங்கள். உங்களை நான்கு மணியளவில் நான் எதிர்பார்க்கிறேன்'' என்றார்.

நான் திரும்பிச் செல்ல வேண்டியதாகியது. வீதியில் கிட்டிய வண்டியில் ஏறி சமஸ்கிருதக் கல்லூரியை அடைந்து பார்த்தால், கல்லூரி முதல்வர் இல்லை. அவர் தனது இல்லம் சென்றிருக்கக் கூடும் என்று தகவல் கிட்டியதும், அவரது இல்லம் நோக்கிச்

சென்றேன். அவரது இல்லம், இடைக்கால இத்தாலியப்பாணியில் அமைந்திருந்தது.

பண்டிதரைச் சுற்றிலும் சிறு குன்றைப் போல புத்தகங்களும் காகிதங்களும், தத்துவார்த்த நுட்பமான புத்தகங்களும் நிறைந்திருக்க அவர் தனது இல்லத்தின் மேலறையில், தரையில் அமர்ந்திருந்தார். பிராமணர்களுக்கே உரித்தான அகன்ற, உயர்ந்த நெற்றியும், நீண்ட கூர்மையான நாசியும், மிதமான நிறமும், நற்பண்பும் பாண்டித்தியம் மிக்க வதனமும் கொண்டவராக இருந்தார். நான் வந்த நோக்கத்தை விளக்க, அவர் சற்றே தயங்கிப் பின் மறுநாள் என்னுடன் வரச் சம்மதித்தார். ஏற்பாடு உறுதியாகிட நான் அவ்விடத்திலிருந்து விடைபெற்றேன்.

கங்கைக் கரையில் இறங்கிக்கொண்டு வண்டியை அனுப்பிவிட்டு கரையோரத்தில் அமைக்கப்பட்டிருந்த கற்படிகளில் காலார நடக்கத் துவங்கினேன். பல நூற்றாண்டுகளாகக் கால்தடம் பதிந்து தேய்ந்த படிக்கட்டுகள் அசுத்தமான அருவருக்கத்தக்க வாரணாசியின் நீர்முகப்பு! ஆலயங்களின் நிழல்கள் நீருக்குள் இடறி விழுந்திருக்கப் பளபளக்கும் விதானங்களின் அருகிலேயே, வண்ணமயமான, ஆடம்பரமான மாளிகைகள் பல உயரங்களில் தென்பட்டன. இங்குமங்குமாக, ஒழுங்காக அமைக்கப்படாத பல கட்டிடங்கள் பழமை மற்றும் புதுமையின் கலவையாகப் பரிமளித்துக் கொண்டிருந்தன.

எங்கு நோக்கினும் யாத்ரிகர்கள் மற்றும் பூசாரிகளின் கூட்டம் நிரம்பியிருக்க, திறந்த முற்றங்களில் மாணாக்கர்களுக்குப் போதித்துக் கொண்டிருக்கும் சில ஆசான்களையும் கண்டேன். வீட்டில் வெறுமே வெள்ளைச் சுண்ணாம்பு பூசப்பட்டிருந்தது. ஆசான் விரிப்புகளின் மீதும், அவரைச் சுற்றிலும் தூசுபடிந்த ஏடுகளைக் கவனத்துடன் உள்வாங்கியவாறு, மாணவர்கள், அவர் அருகே தரையிலும் அமர்ந்து கொண்டிருந்தனர்;

தாடியுடனிருந்த ஒரு துறவியின் தோற்றம் எனக்கு அவரைப் பற்றி அறியும் ஆவலைத் தூண்டியது. நானூறுமைல்களும், புழுதி மண்ணில் உருண்டவாறே வாரணாசியை அடைந்துள்ளார். என்னே விந்தையான புனிதப்பயணம், வாரணாசிக்கு! மேலும் தொடர மற்றுமோர் விசித்திரமான நபரைச் சந்தித்தேன்! வருடக்

கணக்காக ஒரு கையை உயரத் தூக்கியவாறே வைத்துள்ளார். அவரது கைகளின் தசைநார்களும் எலும்புகளும் ஏறத்தாழ செயலற்றுப் போன நிலையில் தோலும், சுருங்கி வரண்டு காணப்பட்டது. இவ்வாறான பயனற்ற கடுமையான வருத்திக் கொள்ளும் செயல்களைக் காணும் போது ஒருவேளை சுட்டெரிக்கும் வெப்பம் இவர்களது மூளையைப் பாதித்து பித்தனாக்கிவிட்டதோ? ஏற்கனவே ஆன்மீகப் பித்தம் தலைக்கேறிய இவ்வாறான உன்மத்தர்களை அதீதமான தட்ப வெட்ப நிலை, தடுமாறச் செய்திருக்கக் கூடும்.

மறுநாள் சரியாக மாலை நான்கு மணிக்கு நானும் பண்டிதர் கவிர்ஜூம் விசுதானந்தாவின் இல்லத்திற்குச் சென்றோம். அவரைச் சுற்றிலும் ஆறு சீடர்கள் அமர்ந்திருக்க, நாங்கள் அவரை வணங்கி நின்றோம்.

விசுதானந்தா என்னைத் தன்னருகே வருமாறு பணிக்க, அவரது இருக்கையின் அருகே சென்று தரையில் அமர்ந்தேன்.

‘‘எனது அதிசயங்களில் ஒன்றைக் காண விழைகிறாயா?’’ அவரது முதல் கேள்வி.

‘‘ஆசான் அவர்கள் அருள்கூர்ந்தால் நான் எல்லையற்ற ஆனந்தம் அடைவேன்’’ என்றேன்.

‘‘உனது கைக்குட்டையை என்னிடம் கொடு. அது பட்டுத் துணியாக இருப்பின், நல்லது. ‘‘பண்டிதர் மொழிபெயர்த்தார்.’’ ‘‘நீ விரும்பும் நறுமணம் ஆடி (லென்ஸ்) மற்றும் சூரியக்கிரணங்களால் பெறப்படும்’’ என்றுரைத்தார்.

அதிர்ஷ்டவசமாக என்னிடம் பட்டினாலான கைக்குட்டை இருந்ததால், அதை அவரிடம் கொடுத்தேன். எரிக்கக் கூடிய லென்ஸைக் கையில் எடுத்து, அதில் சூரியகிரணங்கள் விழும்படி செய்யத் தன்னால் இயலும் என்று கூறினார். ஆனால் சூரியனின் தற்போதைய நிலையாலும், அறை மூடியிருப்பதாலும் அதை நேரடியாகச் செய்யச் சாத்தியமில்லை என்பதால் ஒரு சீடனைத் திறந்தவெளித்தாழ்வாரத்திற்கு அனுப்பி வைத்தார். அவன் கைக்கண்ணாடியைக் கொண்டு கிரணங்களைச் சாளரத்தின் வழியே உள்ளே பிரதிபலிக்கச் செய்து விடுவான்; அது லென்ஸின் மீது குவிக்கப்படும்.

"இப்போது என்னால் நீ விரும்பிய நறுமணத்தைக் காற்றில் வரவழைத்துத் தரமுடியும். உனக்கு என்ன வேண்டும்?" என்று வினவினார் விசுதானந்தா.

"மல்லிகை மணம் பரப்பச் செய்ய முடியுமா?"

இடக்கையில் எனது பட்டுக்கைக்குட்டையைப் பற்றியவாறே, வலக்கையால் எரிக்கும் ஆடியை (லென்ஸ்) அதற்கு நேராகப் பிடித்துக்கொண்டார். இருவிநாடிப்பொழுதுக்குள்ளாகவே, ஒளிரும் சூரிய கிரணங்கள் பட்டுத்துணி மீது படர்ந்தது. உடனடியாக லென்ஸைக் கீழே வைத்து விட்டு, கைக்குட்டையை என்னிடம் திருப்பிக் கொடுத்தார். முகர்ந்து பார்த்தால், நான் விரும்பிய நறுமணம் மல்லிகை மணம் கமழ்ந்தது!

நான் கைக்குட்டையை நன்கு சோதித்துப் பார்த்தேன். அதில் ஈரப்பசையின் அடையாளமோ, சுகந்தம் வீசும் திரவியம் சொட்டப்பட்டதற்கான அடையாளமோ தென்படவில்லை. நான் குழம்பிப் போய், சிறிதளவு ஐயப்பாட்டுடன் முதியவரைப் பார்த்தேன். அவர் மீண்டும் செய்து காட்டுவதாகக் கூறினார்.

இரண்டாம் முறை நான் ரோஜாவின் நறுமணத்தைத் தேர்ந்தெடுத்தேன். இம்முறை அவர் இச்செயல் முறையைச் செய்து காட்டும்போது அதீதமான கவனத்துடன் அவரது ஒவ்வொரு அசைவையும், அவரைச் சுற்றிலும் கூட ஆராய்ந்து நோக்கினேன். அவரது பருத்த கைகளையும், தூய வெண்ணிற ஆடையையும் ஆராயும் உணர்வோடு பார்த்தேன். ஆனால், சந்தேகத்திற்கு உரிய எதையும் என்னால் கண்டுகொள்ள முடியவில்லை. அவர் தனது முந்தைய செயல்முறையைத் திரும்பச் செய்து, கைக்குட்டையின் மற்றுமொரு மூலையில் பன்னீர் மணத்தைக் கமழச் செய்தார்.

அடுத்ததாக நான் தேர்ந்தெடுத்த லேவண்டர் மணத்தையும் அவர் வெற்றிகரமாக வரவழைத்தார்?

இந்த வெற்றிகரமான முயற்சியைப்பற்றி விசுதானந்தா உணர்ச்சி வயப்படவேயில்லை. முழுமையான இந்தச் செயற்பாட்டையுமே அவர் ஒரு அன்றாட நிகழ்வாக, சாதாரணமான, அற்பமான தொரு விஷயமாகவே கருதுகிறார். இறுக்கமான அவரது முகம் ஒருமுறை கூட தளர்வடையவில்லை.

''இப்போது நானே சுகந்தமணத்தைத் தேர்ந்தெடுத்துக் கொள்கிறேன்'' என்று திடீரென அறிவித்து விட்டு, ''திபெத் நாட்டில் மட்டுமே வளரக்கூடிய ஒரு மலரின் சுகந்தத்தை உருவாக்கித் தருவேன்'' என்றார். கைக்குட்டையில் மணம் நிரம்பாத ஓரத்தை எடுத்து, அதில் சூரிய ஒளியை நிலைப்படுத்தி, நான்காவது வகையான நறுமணத்தை வரவழைத்து விட்டார்! இது நான் கண்டறியாதது.

சற்றே திகைப்புற்று, கைக்குட்டையை எனது பாக்கெட்டிற்குள் திணித்தேன். அதிசயத்தின் விளிம்பையே தொட்டாற் போலிருந்தது. இந்த அற்புதச்செயல்! ஒருவேளை இவர் தனக்குள்ளே அல்லது தனது ஆடைக்குள் இந்த சுகந்தமணம் வீசும் வாசனைத் திரவியங்களை வைத்திருப்பாரோ? ஆனால், எனது வாய்மொழியினால் வரும்வரையிலும் எவ்வகையான மணத்தைத் தேர்ந்தெடுக்க வேண்டும் என்பது தெரியாததால், அவர் கணிசமான அளவு திரவியங்களைக் கையிருப்பில் வைத்திருக்க வேண்டாமா? இவ்வாறு தேவையான அளவு நறுமணப் பொருட்களைத் தேக்கிக்கொள்ளும் அளவிற்கு அவரது எளிமையான ஆடையில் இடமில்லையே. மேலும், ஒருமுறைகூட, அவர் தனது கைகளைத் தனது ஆடைக்குள் மறைத்துக்கொள்ள வில்லை.

லென்சைச் சோதித்துப் பார்க்க அனுமதிகோரினேன். அது வெறும் சாதாரணமான பூதக்கண்ணாடியாகத் தான் தெரிந்தது. கம்பியால் சுற்றப்பட்டு கம்பியினாலான பிடி அமைக்கப் பட்டிருந்தது. அதில் சந்தேகிக்கும்படியாக எதுவுமில்லை.

இன்னும் மிகையாக, விசுதானந்தாவை நான் மட்டுமல்லாது அவரைச் சுற்றிலும் இருந்த பல சீடர்களும் கவனித்துக் கொண்டிருந்தது குறிப்பிடத்தக்கது. மேலும், பண்டிதரும், இவர்கள் அனைவருமே நன்கு படித்த, பொறுப்புள்ள, உயர்பதவியில் இருப்பவர்கள் என்று தெரிவித்தார்.

மனோவசியச்சித்தி பிரயோகிக்கப்பட்டிருக்குமோ என்னும் கருத்து சாத்தியமாகத் தோன்றியது. ஆனால், அதையும் சோதித் தறிந்தால் மட்டுமே அதன் சாத்தியக்கூறு மெய்ப்பிக்கப்படும் என்பதால், எனது தங்குமிடத்திற்குச் சென்று, கைக்குட்டைய அங்கே இருப்பவர்களிடம் காண்பிக்கலாம் என்று தீர்மானித்தேன்.

விசுதானந்தா மற்றுமோர் உயரியதொரு அற்புத சாகசத்தை நிகழ்த்திக்காட்டுவதாக இருந்தார். அரியதான இந்த அதிசயத்தை அவர் மிகவும் அபூர்வமாக மட்டுமே நிகழ்த்துவதாகத் தெரிவித்தார். இந்த இரண்டாவது அற்புதத்தை நிகழ்த்த அதிகப் பிரகாசமான சூரிய ஒளி வேண்டும் என்றும் கூறினார்; ஆனால், தற்போது அந்தி சாயத்தொடங்கி, கதிரவனும் மறையத் தொடங்கி விட்டதால் அதே வாரத்தில் மற்றொரு நண்பகல் நேரத்தில் நான் மீண்டும் வரவேண்டியிருந்தது. அப்போது அவர் மரண முற்றவரைத் தற்காலிகமாக உயிர்ப்பிக்கும் அற்புதத்தை நிகழ்த்திக் காட்டுவதாக உரைத்தார்.

நான் எனது இருப்பிடத்திற்குத் திரும்பி மூவருக்கு எனது கைக்குட்டையைக் காண்பித்தேன். ஒவ்வொருவருமே அதில் நறுமணம் வீசுவதை உறுதிப்படுத்தினர். ஆதலால், இந்த அதிசய நிகழ்வை வெறும் தன்வயப்படுத்தும் மனோவசியச் சக்தியின் நிகழ்வாகக் கொள்ள முடியாது. இந்தச் செயலை முழுமையான தொரு சூழ்ச்சியாகவோ, வஞ்சகமாகவோ கருதவும் இயலாது.

மீண்டும் மாயாஜாலக்காரரின் இல்லத்தில் நானிருக்க, அவர் ஒரு சிறிய மிருகத்திற்கு உயிரூட்டுவதாகத் தெரிவித்தார். பொதுவாக ஒரு சிறிய பறவையைத் தான் அவர் தேர்ந்தெடுப்பாராம்.

ஒரு சிறிய குருவியைக் கழுத்தைத் திருகிக்கொன்று ஒரு மணிநேரம் வைத்திருந்தனர். அதன் கண்களும், முழு உடலுமே அசைவற்றிருக்க, அச்சிறிய பறவையிடம் உயிருடன் இருப்பதற்கான எவ்விதச் சலனமும் இல்லை. அது உயிரற்றுப் போனது உறுதியானது.

மாயம் புரியும் விசுதானந்தா, பூதக்கண்ணாடியின் வழியாக சூரிய ஒளியைப்பறவையின் கண்களில் ஊடுருவச் செய்தார். எதுவுமே நிகழாது ஒரிரு நிமிடங்கள் கழிந்தன. முதியவரும் எவ்விதச் சலனமுமின்றி, உணர்வுமின்றித் தன் பணியிலேயே கூர்மையான கவனத்துடன் இருந்தார். திடீரென எனக்குப் புரியாத மொழியில், விநோதமான ஒலிப்புடன் சில வார்த்தைகளை உரத்தகுரலில் உச்சரித்தார். சிறிது நேரத்திலேயே பறவையின் உடலில் திடீரென அசைவு தென்பட்டது. இதைப் போன்றதொரு இசிவுகளை ஒரு நாய் மரணமடையும் தருணத்தில்

நான் கண்டுள்ளேன். சற்று நிமிடங்கள் கழித்து, பறவையின் சிறகுகள் படபடக்க, குருவி தன் கால்களால் தரை முழுவதும் தாவ்வியது. உண்மையிலேயே இறந்த ஒரு ஜீவன் உயிர்பெற்றது!

அதிசயமான விதத்தில் உயிர்ப்பிக்கப்பட்ட அந்தப் பறவை அடுத்தபடியாக, காற்றில் பறக்கப் போதுமான அளவு வலுப்பெறுவதற்காக, அறையினுள்ளேயே, ஆங்காங்கே சிறிதளவு உயரப்பறந்து அமர்ந்து முயற்சித்தது. இது முற்றிலுமே சாத்தியமாகவோ, நம்புதற்கு அப்பாற்பட்டதாகத் தோன்றியதால் நிகழ்வதனைத்தும் கனவா, மெய்யா, கற்பனையா என்று சிந்தித்து என்னை நானே உறுதிப்படுத்திக் கொண்டேன்.

உயிர்ப்பிக்கப்பட்ட அப்பறவையின், பறக்கமுயலும் செயல்களைப் பார்த்தவாறே, மன இறுக்கத்துடன் அடுத்த அரைமணி நேரம் கழிந்தது. இறுதியான உச்சகட்ட நிகழ்வு என்னை வியப்பில் ஆழ்த்தியது. திடீரென அப்பறவை கீழே விழுந்து, உயிரிழந்து, சலனமற்று எங்கள் காலடியில் கிடந்தது. அது உயிரிழந்து விட்டதைச் சோதித்தறிந்தனர்.

''உங்களால் அதன் வாழ்வை மேலும் நீட்டித்திருக்க முடியுமா?'' என்று அதிசயம் நிகழ்த்தும் நபரிடம் கேட்டேன்.

''என்னால் இயன்றவரையிலும் நான் செய்து காட்டி விட்டேன்'' என்றார். எதிர்காலத்தில் அவரது அதிசயங்களிலிருந்து இன்னும் மிகையாகச் சிறப்பான அம்சங்கள் எதிர்பார்க்கப்படு கின்றன என்று பண்டிதர் கூறினார். விசுதானந்தாவால் இன்னமும் பல அற்புதங்களை நிகழ்த்திக் காட்ட முடியும் என்றாலும், அவர் அளிக்கும் தாராளமான சலுகையைத் தவறாகப் பயன்படுத்தி, தெருவில் வித்தை காட்டும் சாதாரணனைப் போல் அவரைச் செயல்பட வைக்கக்கூடாது அல்லவா? ஆதலால், கிட்டியதைக் கொண்டு என்னைத் திருப்திப்படுத்திக் கொண்டேன். மீண்டும், அந்த இடத்தைச் சூழ்ந்திருந்த பூடகமான உணர்வை, மறைவியல்பை உணர்ந்தேன். விசுதானந்தாவின் பிற சக்திகளைப் பற்றிக் கேள்வியுற்ற பின்னர் இந்த உணர்வு இன்னும் மிகைப்பட்டது.

அவரால் வானவெளியிலிருந்து புதிய திராட்சைப் பழங்களைத் தருவிக்க முடியும் மற்றும் ஒன்றுமில்லாத வெட்டவெளியிலிருந்து

இனிக்கும் தின்பண்டங்களை வரவழைத்துத் தரமுடியும் என்றும் அறிந்தேன். மேலும் வாடிய மலரை அவர் கையிலெடுத்தால், அவரது ஸ்பரிசம் பட்டவுடன் அந்த மலர் தனது பழைய புத்துணர்வைப் பெற்று மலருமாம்.

தெள்ளத் தெளிவான இந்த அற்புதங்களின் பின்னணியில் உள்ள இரகசியம் தான் என்ன? சில குறிப்புகளைச் சிலரிடமிருந்து வாய்மொழியாக வரவழைத்ததில் அசாதாரணமான விடைகளைப் பெற்றேன். இப்பதில்கள் உண்மையான விளக்கங்களைத் தரவில்லை. உண்மையான இரகசியம். ''அற்புதங்களை நிகழ்த்தும் வாரணாசிவாசியின்'' தெளிந்த மூளையில் பொதிந்துள்ளது. இது வரையிலும் அவர் தனது அந்தரங்கமான சீடனிடம் கூட இதைத் தெரிவிக்கவில்லை என்பது தான் மெய்ப்பாடு.

தான் வங்காளத்தில் அவதரித்ததாகவும், தனது பதிமூன்றாவது வயதில் ஒரு கொடிய, விஷ-மிருகத்தால் கடிக்கப்பட்டதாகவும் தெரிவித்தார். இவரது நிலை மிகவும் மோசமடைந்ததால், இவரது தாயார் மனோதிடம் இழந்து, உயிர்துறப்பதற்காக, இவரையும் சுமந்து கொண்டு கங்கைக்குச் சென்றாராம். புனிதமான கங்கையில் மூழ்கி உயிர் நீப்பதை விட, உயரிய மரணமெய்த முடியாது என்பது இந்துக்களின் கருத்து. இவரைக் கங்கை நதிக்குள் தூக்கி சென்று, இவரது இறுதிச் சடங்குகளைச் செய்ய உறவினர்கள் சோகத்துடன் கரையில் காத்துக்கொண்டு நின்றனர். இவரைத் தண்ணீரில் மூழ்கச் செய்தபோது அந்த அற்புதம் நிகழ்ந்தது! இவரை உள்ளே முக்கியபோது தண்ணீரும் உள்வாங்கியது; வெளியே எடுத்த போது, நீரின் அளவும் மேலெழும்பிச்சாதாரண நிலையை அடைந்தது. மீண்டும் மீண்டும் இவ்வாறு பலமுறை செய்யப்பட்டும், பையனை நீருக்குள் மூழ்கச் செய்ய முடியவில்லை. சுருங்கச் சொன்னால், புனித கங்கை இப்பையனது இறந்த உடலைத் தன்னகப்படுத்திக் கொள்ள இசையவில்லை!

நிகழ்ந்த அனைத்தையும் பார்த்தவாறு, ஒரு யோகி நதிக்கரையில் அமர்ந்திருந்தார். இந்தப்பையன் உயிர்வாழ்ந்து மேன்மையடைந்து புகழ்மிக்கதொரு யோகியாகும் பாக்கியம் பெற்றுள்ளான் என்று வாய்மொழிந்தார் யோகி. அதன்பிறகு மூலிகை இலைகளைப் பிழிந்து அந்தச் சாற்றினைப் பையனது காயமுற்ற இடத்தில் தேய்த்து விட்டுச் சென்று விட்டார். ஏழுநாட்கள் சென்ற பின்,

அவர் மீண்டும் வந்து பையன் பரிபூரண குணமடைந்ததாகத் தெரிவித்தார். அது உண்மையே. ஆனால், அந்த இடைப்பட்ட காலகட்டத்தில், குழந்தைக்குள் ஏதோ விநோதமாக நிகழ்ந்தது. பையனது இயல்பும் மனோபாவமும் முற்றிலுமாக மாறுபட, பெற்றோருடன் இல்லத்தில் தங்கியிராது, அலைந்து, திரியும் யோகியாக நாட்டம் கொண்டான். அதிலிருந்து பையன் தனது அம்மாவை நச்சரிக்கத் தொடங்கிட, அவளும் இறுதியில், வேறுவழியின்றி அனுமதித்தாள். பையனும் முதிர்ந்த யோகிகளை நாடிச்சென்றான்.

அற்புதங்கள் நிகழ்த்தும் பல யோகிகள் நிறைந்த இமயத்தின் மறைவியல் பூமியான திபெத்திற்கு நிர்ணயிக்கப்பட்ட தனது ஆசானைத் தேடிச் சென்றார். ஏனெனில் பூரணமானயோகியாக வேண்டுமெனில், அப்படிப்பட்டதோர் சக்திகள் நிறைந்த பூரண மெய்ஞ்ஞானத்துறவியிடம் சீடனாக அப்பியாசித்தால் தான் அது சாத்தியமாகும் என்பது இந்தியர்களின் கருத்து. வங்காள இளைஞனும், தனிமையில் குகைகளிலும் குடில்களிலும் வாழ்ந்த அப்படிப்பட்ட யோகிகளைத் தேடிச்சென்றான். சில நேரங்களில் ஏற்பட்ட மலைச்சரிவுகள் மற்றும் உறைபனிப்புயலாலும் தாக்குண்டு மன ஏமாற்றத்துடன் திரும்பினான்.

முயற்சியில் எவ்வித முன்னேற்றமும் இன்றி நிகழ்வுகளுமின்றி வருடங்கள் உருண்டோட அவரது தீராத வேட்கை மட்டும் தணியவில்லை. மீண்டும் இந்திய எல்லையைத்தாண்டி திபெத்தின் நிர்மானுஷ்யமான தென்பகுதிகளில் திரிந்தார். மலைப்பகுதியில் இணைக்கப்பட்டிருந்த குடியிருப்புகளில், தனது நெடுநாளைய தேடலுக்கேற்ற ஒரு ஆசானைக் கண்டுகொண்டார்.

முன்பு எனக்குக் கேலிச்சிரிப்புக்கு ஆளாக்கிய ஒரு கூற்று இப்போது என்னைத் திகைப்பில் ஆழ்த்தியது. ஏனெனில், அவர் சந்தித்த திபெத்திய ஆசான் ஆயிரத்து இருநூறு ஆண்டுகள் வாழ்ந்தவராம்! அதுவும், ஒரு ஐரோப்பியன் தனது அகவை நாற்பது என்று கூறுவதைப் போல, இவரது ஆசானின் வயதைப்பற்றி சாதாரணமாகக் கூறியது வியக்கத்தக்கது.

நீண்ட ஆயுளைப்பற்றிய வியத்தகு கதையை, இதற்கு முன்பு இருமுறையாவது கேள்விப்பட்டுள்ளேன். அடையாறு ஆற்றுத்

துறவி, பிரம்மா, நேபாளத்தில் வசிக்கும் தனது ஆசான் நானூறு வருடங்களுக்கு மேலும் வாழ்ந்து வருவதாகவும், மேற்கிந்தியாவில் சந்தித்த ஒரு நபர் இமயத்தில் எவருமே அடைந்திட முடியாத ஒரு குகையில், ஒரு யோகி, ஆயிரம் ஆண்டுகளுக்கு மேல் வசிப்பதாகவும் தெரிவித்துள்ளனர். முதுமையின் காரணமாக அவரது கண் இமைகள் தளர்ந்து, தொங்கிப் போனதாகவும் அவர் தெரிவித்ததும் நினைவுக்கு வந்தது. அப்போது நான் இவ்விரு கூற்றுகளையும் மிகவும் மிகையானதொரு கற்பனையாக எண்ணித் தவிர்த்தேன். ஆனால் தற்போது என் முன்னாலிருக்கும் நபர் காயகல்பத்தின் வழித்தடத்தை என் கண்முன் விவரிக்கையில் அவர்களது கூற்றை மற்றுமோர் முறை செவியுறத் தான் வேண்டும்.

இளையவரான விசுதானந்தாவிற்கு, திபெத்திய ஆசான் உடற்கட்டுப்பாட்டு யோகாவின் கொள்கைகளையும், பயிற்சிகளையும் உபதேசித்தார். இவரது தீவிரப் பயிற்சி மற்றும் மேற்பார்வையில் சீடரும் மனம் மற்றும் உடல் ரீதியான அற்புதமான அமானுஷ்யமான சக்திகளைத் தன்வயப்படுத்தினார். மேலும் சூரியக்கலை என்னும் ஒரு விசித்திரமான உன்னதமான தொரு கலையும் அவருக்குத் தீட்சையளிக்கப்பட்டது. உறைபனிப் பகுதியின், கடினமான இன்னல்களையும் பொருட்படுத்தாது, அழிவற்ற வாழ்வியலைச் சாதகமாக்கிய சிரஞ்சீவியான, திபெத்திய ஆசானின் அருட்பாதம் பணிந்து பயிற்சி மேற்கொண்டார். பயிற்சி முடிந்தவுடன் இந்தியாவிற்குத் திருப்பி அனுப்பப்பட்டதும் மலைப்பாதை வழியே சமவெளியை அடைந்து, நாளடைவில் யோகாவில் முதிர்ந்த ஆசானாகினார். சிறிது காலம் பூரியில் வாசம் செய்தார். இப்போதும் அவருக்குச் சொந்தமான ஒரு பெரிய பங்களா ஒன்று பூரியில் உள்ளது. நாட்டின் பெருஞ் செல்வந்தர்கள், ஜமீன்தார்கள் மற்றும் உயர்குடிப்பிறந்த மக்களில் பலர் இவரது சீடர்கள். ஒருவேளை, எளிய மக்களை இவர் ஆதரிக்கவில்லையோ என்னும் எனது கருத்தும் தவறாக இருக்கக்கூடும்.

''எனக்குச் செய்து காண்பித்த, அற்புதங்களை நீங்கள் எவ்வாறு நிகழ்த்துகிறீர்கள்?'' என்று நேரிடையாகவே கேட்டேன்.

‘‘நீங்கள் பார்த்தது யோகப்பயிற்சியினால் உருவானதல்ல, சூரிய அறிவியலினால் விளைந்தது. மனோசக்தி மற்றும் மன ஒருமைப்பாடு யோகியிடம் மனக்குவிப்பை விருத்தியடையச் செய்வதுதான் யோகாவின் சாராம்சம். ஆனால், சூரியசாஸ்திரத்தில் சாதகனுக்கு மேற்கூறிய ஆற்றல்களைப் பெற வேண்டிய அவசியமில்லை. இது வெறும் மறைபொருளின் சேகரிப்பே, தனிப்பட்ட, விசேஷமான பயிற்சி எதுவுமே இதற்குத் தேவையில்லை. உங்கள் மேலைநாட்டு பௌதீக அறிவியலைப் போலவே பயின்று இந்த ஞானத்தையும் பெற்று விடலாம்’’ என்றார்.

இந்த விசித்திரக் கலை மின்சாரம் மற்றும் காந்தக்கலை அறிவியலை ஒத்ததே என்பதைப் பண்டிதர் கவிர்ஜ் தெளிவுபடுத்தினார்.

ஆனாலும், நான் முன்பு போலவே, எதுவும் புரியாது இருந்தமையால், மேலும் சில தகவல்களைக் கூறி விளக்கமாக எடுத்துரைத்தார் ஆசான்.

‘‘திபெத்திலிருந்து வரும் சூரிய விஞ்ஞானம் புதிதல்ல. தொன்றுதொட்டே இந்திய யோகிகளால் அறியப்பட்ட ஒன்றே. ஆனால், ஒரு சிலரைத்தவிர, ஏறத்தாழ இந்திய நாட்டிலிருந்தே இக்கலை அழிந்து விட்டது என்றே கூறலாம். சூரியக்கிரணங்களில் ஜீவ சக்திகள் நிறைந்துள்ளன. இச்சக்திகளைப் பிரிந்துணர்ந்து, தேர்ந்தெடுக்கும் இரகசியத்தை அறிந்து கொண்டால், உங்களாலும் அற்புதங்களை நிகழ்த்த முடியும். சூரிய ஒளியில் கண்ணுக்குப் புலப்படாத பரமாணுக்கள் நிறைந்துள்ளன. இவற்றை உங்களது கட்டுப்பாட்டிற்குள் கொணர்ந்து விட்டால், அதிலுள்ள மாயசக்தியையும் உங்களால் உணர முடியும்.’’

‘‘இந்த மாயசக்தியை உங்களது சீடர்களுக்கும் பயிற்றுவிக்கிறீர்களா?’’

‘‘இன்னும், இல்லை, ஆனால் அதற்கான முன்னேற்பாடுகள் செய்யப்பட்டுவருகின்றன. சில சீடர்களைத் தேர்ந்தெடுத்து அவர்களுக்கு மட்டும் இந்த இரகசியம் போதிக்கப்படும். இப்போது நாங்கள் விசாலமான ஒரு ஆய்வுக்கூடத்தை

உருவாக்கி வருகிறோம். இங்கு ஆராய்ச்சி வகுப்புகள் செயல்முறை விளக்கங்கள் மற்றும் பயிற்சிகளும் மேற்கொள்ளப்படும்.''

''பின் தற்சமயம் உங்களது சீடர்கள் என்ன பயிலுகிறார்கள்?''

''அவர்களுக்கு யோகா பயிற்றுவிக்கப்படுகிறது.''

''பண்டிதர் என்னை ஆராய்ச்சிக்கூடத்தைக் காண அழைத்துச் சென்றார். முற்றிலும் நவீனமாக, ஐரோப்பிய வடிவமைப்பில் உருவாக்கப்பட்ட அக்கட்டிடம் பலமாடிகளைக் கொண்டிருந்தது. செங்கற்களால் கட்டப்பட்ட சுவர்களில் சாளரத்திற்குப் பதிலாக விசாலமான பெரிய இடைவெளிகள் இருந்தன. இந்த இடைவெளிகளில் பெரிய அளவிலான கண்ணாடித் தகடுகள் இடம் பெறவிருந்தன. ஏனெனில், ஆராய்வுக் கூடத்தில் மேற்கொள்ளப்படும் ஆராய்ச்சிக்குத் தேவையான சூரிய ஒளி இக்கண்ணாடித் தகடுகளின் (சிகப்பு, பச்சை, நீலம், மஞ்சள், நிற மற்றவை) மூலமாகத் தான் பிரதிபலிக்கப்படும்.

எந்த இந்தியப் பணியாட்களாலும் இத்துணை பெரிய கண்ணாடித் தகடுகள் செய்ய முடியாததால், இப்பெரிய கட்டிடம் இன்னும் முற்றுப் பெறாமலே உள்ளது என்று பண்டிதர் தெரிவித்தார். அவர் என்னை இங்கிலாந்திலும் விசாரிக்கச் சொன்னார். ஆனால் விசுதானந்தா தனது குறிப்பிடுகளின் படிதான் இருக்க வேண்டும் என்று உறுதியோடிருப்பதால் அதை வலியுறுத்தினார். கட்டுமான அளவுகள் மட்டுமின்றி தயாரிப்பவர் கண்ணாடிகளில் காற்றுக் குமிழிகள் இல்லாதவாறும் வர்ணக் கண்ணாடிகள் ஒளி ஊடுருவிச் செல்லக்கூடியதாகவும் தயாரிக்க வேண்டும் என்னும் நிபந்தனையும் கோரப்பட்டது. மேலும் ஒவ்வொரு கண்ணாடிப் பலகையும் பன்னிரெண்டு அடி நீளமும் எட்டடி அகலமும் ஒரு அங்குல அளவு தடிமனாகவும் இருக்க வேண்டும் என்றும் கூறப்பட்டது.

(நானும் பிரிட்டன் நகரத்தின் மிகப் பிரபலமான பெரிய அளவிலான கண்ணாடித் தகடுகளைத் தயாரிக்கும் நிறுவனத்தை அணுகினேன். ஆனால், விசுதானந்தாவின் தொழில் நுட்பரீதியான நிபந்தனைகளை நிறைவேற்ற இயலாது என்று அவர்கள் மறுத்து விட்டனர். மேலும், எந்த ஒரு தயாரிப்பாளராலும் காற்றுப்புகாத தகடுகளைத் தயாரிக்க இயலாது என்றும் சூரிய ஒளி

ஊடுருவுமாறு கண்ணாடிகளுக்கு நிறமேற்றுவது சாத்தியமல்ல, மற்றும் கால் அங்குல அளவிற்கு மேல் தடிமனாகக் கண்ணாடித் தகடைத் தயாரிக்கவே இயலாது என்றும் தகடுகளை முழுமையாக அல்லாது இரு பாதியாகச் செய்தால்தான் வாரணாசி வரையிலான நெடிய பயணத்தில் கண்ணாடித் தகடுகள் சிதிலமடையாது பாதுகாக்கப்படும்'' என்றும் தெரிவித்தனர்.)

ஆராய்வுக்கூடம் விசாலமான தோட்டத்தால் சூழப்பட்டிருந்தது. வரிசையாக அமைக்கப்பட்டுள்ள பனை மரங்களால் சூழப்பட்டு, அறியும் ஆவலுடனும், நுட்பமாக ஆராயும் கண்களுடனும் பார்ப்பவர்களுக்குத் தெரியாதவாறு மறைக்கப்பட்டிருந்தன.

நான் திரும்பி வந்து விசுதானந்தாவின் அருகில் அமர்ந்தேன். இரண்டு, மூன்று சீடர்களைத் தவிர மற்ற அனைவரும் அறையை விட்டு வெளியேறிவிட்டனர். பண்டிதர் எனதருகில் அமர்ந்து, ஆராயும் கண்களுடன் மரியாதையாக அவரது ஆசானை நோக்கினார்.

விசுதானந்தா என்னை ஒரு கணநேரப்பார்வை பார்த்துவிட்டுப் பின் தரையை நோக்கினார். அவரது பண்பில் பெருந்தன்மையும், கலகலப்பற்ற ஒதுக்கி வைக்கும் தன்மையும் கலந்து தென்பட்டன. அவரது முகத்தில் அசாதாரணமான புனிதமான அமைதி நிலவ, அவரது சீடர்களின் முகங்களிலும் பய பக்தியுடன் கூடிய அமைதி நிலவியது. நான் அவரது கடுமையான திரையை ஊடுருவ முயற்சித்து எதையும் செய்ய இயலாதிருந்தேன். எவ்வாறு தங்கக் கோவிலின் கருவறைக்குள் ஒரு மேற்கத்தியன் நுழைவது அசாத்தியமோ அவ்வாறு தான் இவரது மனதினுள் ஊடுருவிக் கண்டறியவும் எனது மேற்கத்திய மனோபாவத்தால் இயலவில்லை. கிழக்கத்திய அதிசயங்களின் ஞானத்தில் ஆழமாகப் புதைந்துள்ளார். இவர் தனது அற்புதங்களை நிகழ்த்திக் காட்டிய போதும், நான் இரண்டாவது முறையாக விண்ணப்பிக்கும் முன்னரே என்னால் மீறிச் செல்ல இயலாத அளவிற்கு மனரீதியான ஒரு தடையை அவர் அமைத்துக்கொண்டு விட்டார் என்றே நான் உறுதியாகக் கருதுகிறேன். என்னை வரவேற்றதும் மேலோட்டமாகத்தான். மேலைநாட்டு சீடர்களோ அல்லது மேலை நாட்டு ஆராய்வாளர்களோ இங்கு வரவேற்கப்படுவதில்லை.

திடீரென எதிர்பாராத ஒரு குறிப்பை வெளியிட்டார்.

"எனது திபெத்திய ஆசானிடம் அனுமதிபெறாமல் உன்னை எனது சீடனாக ஏற்றுக்கொள்ள இயலாது. இந்த நிபந்தனையில் தான் நான் இங்கு தொண்டாற்றி வருகிறேன்."

ஒருவேளை, என் மன ஓட்டங்களை அறிந்து கொண்டிருப்பாரோ? நான் அவரைக் கூர்ந்து கவனித்தேன். சற்றே புடைத்துக்காணப்பட்ட அவரது முன்னெற்றியில் மடிப்பும் சுருக்கமும் தோன்றியது. எனினும், அவரது சீடனாக நான் அவசரப்படவுமில்லை. எனது விருப்பத்தை வெளிப்படுத்தவு மில்லை. ஆனால், அப்படியொரு ஆசையை வெளிப்படுத்தியிருந் தாலும் அது நிராகரிக்கப்பட்டிருக்கும் என்று நிச்சயமாகக் கருதினேன்.

"ஆனால் தொலைதூர திபெத்தில் இருக்கும் உங்களது ஆசானோடு எவ்வாறு தொடர்பு கொள்கிறீர்கள்?" என்று கேட்டேன்.

"நாங்கள் உள்ளார்ந்த நிலைகளில், பூரணமான தொடர்பு கொண்டுள்ளோம்" என்றுரைத்தார்.

நான் செவியுறுகிறேனே தவிர உணர்வு பூர்வமாக புரிந்துகொள்ளவில்லை. இருப்பினும் எதிர்பாராத அவரது கூற்று, அவர் செய்த அற்புதங்களைக் கூட என் மனதிலிருந்து அகற்றிவிட்டது. நான் சிந்தனைவயப்பட்டு விசனமான நிலையை அடைய, என்னை அறியாமலேயே நான், "எவ்வாறு ஒருவர் மெய்ஞ்ஞானத்தைப் பெறுவது?" என்று கேட்டேன்.

விசுதானந்தா பதிலுரைக்காது, என்னிடம் கேள்வியை எழுப்பினார்.

"நீ யோகப்பயிற்சி மேற்கொள்ளவில்லையானால், உன்னால் எவ்வாறு மெய்ஞ்ஞானத்தைப் பெற முடியும்?" என்று.

சில விநாடிகள் இந்த விஷயத்தைப் பற்றிய சிந்தனையில் ஆழ்ந்தேன்.

"தனியாகத் தானே வெற்றிகரமாகப் பயிற்சித்தாலும் ஒரு ஆசானது துணையின்றி யோகக்கலையைப் புரிந்துணர்வது

கடினம் என்று கூறுகிறார்களே. இருப்பினும், மெய்ஞ்ஞானிகளான ஆசான்களைக் காண்பது அரிதாகிப் போனது'' என்று நான் கூற,

அவரது முகம் அமைதியாக, எவ்வித உணர்வுமின்றி இருந்தது.

''நாடுபவன் தயாராக இருந்தால், ஆசான் எப்போதுமே தோன்றுவார்.''

நான் மேலும் சில ஐயப்பாடுகளை வெளிப்படுத்தினேன். அவர் தனது பருத்த கைகளை விரித்தபடி,

''ஒரு மனிதன் முதற்கண் தன்னைத் தயார் படுத்திக்கொள்ள வேண்டும்; பின், அவன் எங்கிருந்தாலும், அவன் உடனடியாக ஒரு ஆசானைக் கண்டு கொள்வான். ஒருவேளை, ஆசான் உயிருடன் அவன் முன் வராவிடினும் அவனது அகக்கண்ணில் அவனது அகத்தில் தோன்றுவார்; என்று தெளிவாக எடுத்துரைத்தார்.

''பின், ஒருவர் எப்படித் துவக்க வேண்டும்?''

''நான் உனக்குச் செய்து காட்டும் எளிய யோகாசனத்தில் அமர்ந்து உனது அன்றாடப் பொழுதில், குறிப்பிட்ட ஒரு நேரத்தை ஒதுக்கிக் கொள். இது உன்னைத் தயார்படுத்திக் கொள்ள உதவும். சினத்தையும், பற்றையும் கட்டுப்படுத்த கவனத்தோடு இரு.''

விசுதானந்தா நான் முன்பே அறிந்த பத்மாசனத்தைச் செய்து காட்டினார். வளைந்து நெளிந்து கால்களை மடித்துக் கொள்ளும் இந்த ஆசனத்தை இவர் மிகவும் எளியது என்று குறிப்பிடுவதன் காரணம் எனக்கு விளங்கவில்லை.

''எந்த வயதான ஐரேப்பியனால் இந்த நிலையை அடைய முடியும்?'' என்று வியப்பை வெளியிட்டேன்.

''ஆரம்பகால முயற்சிகளில் தான் சிரமம் தெரியும். ஒவ்வொரு நாளும் காலையும், மாலையும் அப்பியாசித்தால் இது சுலபமாகி விடும். யோகப்பயிற்சிக்கென குறிப்பிட்ட நேரத்தை ஒதுக்கி, அதே நேரத்தில் அதைச் சீராகச் செய்வதுதான் மிகவும் அத்தியாவசியமானது. துவக்கத்தில் ஐந்து நிமிடமும், ஒரு மாதத்திற்கு பின்பு பத்து நிமிடமும், மூன்று மாதங்களுக்குப்

பின்னர் மேலும் நீட்டித்து இருபது நிமிடங்கள் வரை செய்யலாம். முதுகுத் தண்டை நேராக, நிமிர்த்தி வைத்துக்கொண்டால் தான் மன அமைதியும், உடல்தோரணையும் சீராக நிலைப்படும். யோகப் பயிற்சியில் முன்னேற மன அமைதி மிகவும் அத்தியாவசியமானது.''

''பின், நீங்கள் உடற்கட்டுப்பாட்டு யோகாவைப் பயிற்றுவிக்கிறீர்களா?''

''ஆம் மனக்கட்டுப்பாடு இதைவிட உயரியது என்று தவறாகக் கருதாதே. எவ்வாறு ஒரு மனிதன் சிந்திக்கவும், செயல்படவும் செய்கிறானோ அதே போலத்தான் நமது சுபாவத்தின் அகம், புறம் இரு தன்மைக்கும் பயிற்சியளிக்க வேண்டும். உடல் மனத்தின் மீதும், மனம் உடலின் மீதும் ஒன்றுக்கொன்று செயல்படுகின்றன; ஆனால், நடைமுறை விருத்தியில் இவற்றைப் பிரிக்க இயலாது.''

மேலும், கேள்விகளுக்கு விடையளிக்க இந்த மனிதர் ஆத்மார்த்தமாக விரும்பவில்லை என்பதைப் புரிந்து கொண்டேன். மன இறுக்கம் சூழலை நிறைக்க நான் விரைவில் விடைபெறத் தீர்மானித்தேன். இருப்பினும் இறுதியாக ஒரு கேள்விக் கணையைத் தொடுத்தேன். ''வாழ்க்கையில் ஏதேனும் குறிக்கோள் உள்ளதா என்பதைப்பற்றி நீங்கள் கண்டறிந்துள்ளீர்களா?'' என்று.

சீடர்கள் தமது இறுக்கத்தைத் தளர்த்தி எனது யதார்த்தத்தைக் கண்டு நகைத்தனர். இறைநம்பிக்கையற்ற ஞானமில்லாத மேற்கத்தியன் தான் இப்படியொரு கேள்வியை எழுப்பமுடியும்! இந்துக்களின் அனைத்து புனிதமான சமய நூல்களும் கடவுள்தான் இப்பூவுலகைத் தாங்கிக் கொண்டு தனது இலக்கிற்காக ரக்ஷிக்கிறார் என்பதை அறிவுறுத்தவில்லையா?

ஆசான் எனக்குப் பதிலளிக்காது மௌனித்தார். ஆனால், பண்டிதரைக் குறிப்புடன் நோக்க அவர் எனக்குத் தெளிவுறுத்தினார்.

''நிச்சயமாக ஒரு இலக்கு உள்ளது. இறைவனுடன் இணைவதற்காக ஒன்றுபடுவதற்காக, ஆன்மீகப் பூரணத்துவம் அடையவேண்டும்.''

அதன் பின்பு, அடுத்து வந்த ஒரு மணிநேரத்திற்கு அறையில் அமைதி நிலவியது. விசுதானந்தா தடிமனான ஒரு வங்காள மொழிப் புத்தகத்தைக் கையிலெடுத்தார். சீடர்கள் உறங்கினார்களா அல்லது தியானத்தில் ஆழ்ந்தார்களா என்று தெரியவில்லை. மனதுக்குச் சமாதானமளிக்கும் ஒருவகையான வசியச்சக்தி என்னைப் பற்றத் தொடங்கியது. இன்னும் சற்று நேரம் தங்கினால், நான் உறக்கத்தில் ஆழக்கூடும் அல்லது ஒருவகையான பரவசநிலையை எய்திவிடக்கூடும் என்பதால் எனது மனச்சக்தியை ஒன்று திரட்டி, ஆசானுக்கு நன்றி கூறிவிட்டு விடைபெற்றேன்.

மிதமாக உணவு உட்கொண்ட பின்னர் துறவிகளையும், துன்மார்க்கர்களையும் ஒன்று போல ஈர்க்கும் இந்த விசித்திரமான நகரின் குறுகிய கோணலான சந்துகளில் பயணத்தைத் தொடர்ந்தேன். தேசத்தின் அனைத்துப் பகுதிகளிலிருந்தும் ஆன்மீகப் பெருமக்களைத் தன்பால் வரவழைப்பதோடு பக்தியற்ற விஷமக்காரர்களையும் முரடர்களையும் மற்றும் புல்லுருவி போல் படர்ந்துள்ள 'பூசாரிகளையும் தன்பால் ஈர்த்துத்தக்க வைத்துக் கொண்டுள்ளது, இந்நகரம்.'

கங்கை நதிக்கரையோரத்தில் அமைந்துள்ள ஆலயங்களில் மாலைநேர வழிபாட்டிற்காக ஆலயமணி ஒலிக்கப்படுகிறது. மெள்ள, மெள்ள அந்தி சாய்ந்து இரவு மலரத்தொடங்க மசூதிகளில் வழிபாடு துவங்கியது. அவர்களது மத-ரீதியான ஒலிப்போடு.

புனிதமான தொன்மை வாய்ந்த நதியின் கரையில் அமர்ந்து, காற்றில் மெதுவாக அசைந்தாடும் பனைமரங்களின் இனிய சலசலப்பைச் செவியுற்றவாறு இருந்தேன்.

உடலெல்லாம் சாம்பல் பூசிய ஒரு யாசகன் என்னை நெருங்கினான். அவன் என்னருகில் வந்து நிற்க, நானும் அவனை உற்றுப் பார்த்தேன். இவ்வுலகிற்கு அப்பாற்பட்ட ஏதோவொன்று அவனது கண்களில் ஒளிர்ந்ததைக் கண்டு அவன் ஏதோ ஒருவகையில் ஒரு புனிதனாக இருப்பான் என்று கருதினேன். நான் எண்ணியதுபோல, புராதன இந்தியாவைப் பற்றிப் புரிந்து கொள்வதில் நான் வெற்றி காணவில்லை என்பதை நான் உணரத் துவங்கினேன். எனது பைக்குள் துழாவி, நாணயங்களை

எடுத்தவாறே, எங்களைப் பிரிக்கும் நாகரிகம் என்னும் நரகத்தின் ஆழத்தைக் கடக்க முடியுமா என்று சிந்தித்தேன். நாணயங்களைப் பெற்றுக் கொண்டு, பணிவுடன், கைகளை நெற்றியில் வைத்து வணங்கிச் சென்றான்.

பரமாணுவைக் கொண்டும், இறந்து போன பறவைகளை உயிர்ப்பித்தும் அற்புதங்களை நிகழ்த்தும் அதிசய மனிதரின் மர்மமான செய்கையைப் பற்றிப் பலநாட்கள் யோசித்துள்ளேன். சூரிய விஞ்ஞானத்தைப்பற்றிய அவரது மேம்போக்கான வெளிப்பாடு என்னை ஈர்க்கவில்லை. சூரிய ஒளியில் பொதிந்துள்ள அனைத்துச் சக்திகளின் சாத்தியக்கூற்றையும் நவீனவிஞ்ஞானம் முழுமையாகக் கண்டறியவில்லை என்பதைப் பகுத்தறிவில்லாத மனிதன்தான் ஏற்றுக்கொள்ள மறுப்பான். ஆனால், இவ்விஷயத்திலுள்ள பிற சிறப்புகள் என்னை வேறு இடத்திலிருந்து விளக்கத்தைப் பெற விருப்பம் கொள்ளச் செய்தது.

ஏனெனில் காற்றிலிருந்து பலவகையான நறுமணங்களை வரவழைக்கும் விசுதானந்தாவின் அற்புதச் செயலை நிகழ்த்தவல்ல மேற்கு இந்தியாவின் இருயோகிகளைப்பற்றி நான் முன்பே அறிந்துள்ளேன். நான் இவர்களைப் பற்றிச் சேகரித்த தகவல்கள் ஆதாரபூர்வமாக இருப்பினும் முந்தைய நூற்றாண்டின் இறுதியிலேயே இவர்கள் துரதிர்ஷ்டவசமாக இறந்துவிட்டனர். இரு நிகழ்ச்சிகளிலும் தோலின் உட்புறத்திலிருந்தே வெளிவருவதைப் போல இருயோகிகளின் உள்ளங்கையிலும், எண்ணெய் போன்ற பிசுபிசுப்புடன் சுகந்தமான மணத்தின் சாரம் வரவழைக்கப்பட்டது. சில நேரங்களில் அறைமுழுவதும் வியாபிக்கும் அளவிற்கு நறுமணம் பரவியது.

ஒருவேளை விசுதானந்தாவும் இது போன்ற விநோதமான சக்தி பெற்றிருந்தால், கண்ணாடியை வைத்துக்கொண்டு தடவுவது போன்ற செய்கையைக் காட்டியவாறே நறுமணத்தைக் கையிலிருந்து கைக்குட்டையில் பரவச் செய்து விடலாம் அல்லவா? சுருங்கச் சொன்னால், நறுமணத்தை உருவாக்கும் மாயாஜாலமுறையை வெளிப்படுத்தாமல் இருக்கவே சூரிய ஒளியில் சக்தியை ஒருமுகப்படுத்தும் நாடகம் நிகழ்த்தப் பட்டிருக்கக் கூடும். இதுவரையிலும் இந்த அதிசய மனிதர் தனது

சீடர்களிடம் ஒருவரிடம் கூட இந்த இரகசிய வித்தையை வெளிப்படுத்தாமல் வைத்திருப்பதும் இக்கருத்திற்குச் சாதகமான மற்றுமோர் விஷயமாகும். அதே சமயம், அவர்களது நம்பிக்கையை நிலைப்படுத்தும் வகையில் அதிக செலவில் பரிசோதனைக் கூடங்கள் கட்டப்பட்டன. எனினும், விசுதானந்தாவின் எண்ணப்படி பெரிய அளவிலான கண்ணாடிகள் இந்தியாவில் கிடைக்காததால், இப்பணியும் ஸ்தம்பித்துப் போனது. ஆதலால், சீடர்களும் நம்பிக்கையுடன் காத்திருக்கின்றனர்.

சூரிய ஒளியின் முனைப்பு ஒரு கண்மூடித்தனமான ஏமாற்று வித்தையென்றால், விசுதானந்தா உண்மையில் எந்தவகையான செயல்முறையைப் பயன்படுத்தியிருப்பார்? ஒருவேளை சுயமுயற்சியால் நறுமணத்தை உருவாக்கும் செயல்பாடும் யோக சக்திகளில் ஒன்றாக இருக்கக் கூடுமோ என்று கருதுகிறேன். எனக்குச் சரியாகத் தெரியவில்லை. இந்த அதிசயமனிதரின், அற்புதச் செயல்களுக்குத் தர்க்கரீதியான விளக்கங்களை முன் வைக்க முடியாது போனாலும் இவர் அளிக்கும் சூரிய விஞ்ஞான சூத்திரத்தை என்னால் அப்படியே ஏற்றுக்கொள்ள இயலாது. மேலும் தீவிர சிந்தனையில் ஆழ்ந்து ஏன் என்னை வருத்திக் கொள்ள வேண்டும்? இந்த நிகழ்வுகளைக் குறிப்பேட்டில் பதிவு செய்து வைப்பது மட்டுமே எனது கடமையே தவிர, விளங்காத புதிரான மாயமானவற்றை விளக்குவது எனது பணியல்ல. இந்திய வாழ்க்கையின் பொக்கிஷம் இதுவே. அற்புதமனிதரோ அல்லது அவரது சீடர்களோ வெளியுலகிற்கு இந்த அதிசயங்களை நிகழ்த்திக் காட்டினாலும், அறிவியல் விஞ்ஞானிகளின் கவனத்தை ஈர்த்தாலும் மறைவியலான விஷயங்கள் வெளிப் படையாக வாய்ப்பில்லை. இவரது இயற்கையான சுபாவத்தை நான் அறிந்து கொண்டு விட்டதாகவே கருதுகிறேன்.

‘‘உயிரற்ற பறவையை அவர் எவ்வாறு உயிர்ப்பித்தார்? நிச்சயமின்றி ஒரு காலவரையறையின்றித் தனது வாழ்நாளை நீட்டித்துக் கொள்வது ஒரு யோகிக்கு எவ்வாறு சாத்தியமாகும்? ஒருவேளை கிழக்கத்தியர்கள் நீண்ட ஆயுளைப்பெறும் இரகசியத்தைக் கண்டுபிடித்துள்ளரோ என உள்ளுணர்வு கேள்விக் கணையைத் தொடுக்கத் துவங்கியது.

என் உள்மனதின் வினாக்களிலிருந்து எனது சிந்தனையை விலக்கி, விண்வெளியை வெறித்துப் பார்த்தேன். விண்மீன்கள் நிறைந்த, பரந்த, அகண்டமான வானவெளியின் எல்லையற்ற தன்மை என்னை வியப்பில் ஆழ்த்தியது. வெப்ப மண்டலங்களில் உள்ளது போல வேறு எந்தப் பகுதியிலும் விண்மீன்கள், வானில் தெளிவாகத் தென்படுவதில்லை. நான் கண்ணிமைக்காது பளிச்சென்று பிரகாசிக்கும் விண்மீன்களைப் பார்த்தவாறு இருந்தேன்... மீட்சியுற்று இவ்வுலகிலுள்ள ஜீவராசிகளையும், திட்டமிடப்படாது நிறைந்திருக்கும் வீடுகளையும் காணும்போது புரிதலுக்கு அப்பாற்பட்ட இப்பூவுலகின் மாயத்திரையைப் பற்றிய சிந்தனையில் ஆழ்ந்தேன். தெளிவாகப் புலப்பட்ட பொருட்கள் யாவும் விரைவாகத் திடீரென மறைவாக மங்கிப் போய்விட, நிழலாய் ஊர்ந்த உருவங்களும், மெதுவாக நீந்திச் சென்ற படகுகளும் ஒருசில ஒளிவிளக்குகளும், இரவு நேரத்தின் சூழலையே கனவுலகின் வசீகரத்திற்குள்ளான ஒரு பூமியாகத் தோன்றச் செய்தது. இப்பூவுலகம் முழுமையுமே ஒரு கற்பனை மாயத்தோற்றம் என்னும் பண்டைய இந்தியத்தத்துவத்தின் கருத்து என் மனதினுள் நுழைந்து, உண்மையை உணரும் எனது மெய்யான தன்மை அழிந்துபோக உறுதுணையாகி நின்றது. ஆழம்காண இயலாத இடத்திற்குள் துரிதமாக முன்னேறிச் செல்லும் இக்கோள் எனக்கு அளிக்கவிருக்கும் விசித்திரமான அனுபவங்களை ஏற்கத் தயாராகினேன்.

ஆனால், இப்பூவுலகைச் சார்ந்த ஒரு அமானுஷ்யமான ஒலி, விண்ணுலகக்கனவு உலகிலிருந்து என்னை இடைமறித்தது. மக்கள் "வாழ்க்கை" என்றழைக்கும் உறுதியற்ற மகிழ்ச்சி மற்றும் எதிர்பாராத துன்பங்களையும் தன்னகத்தே கலவையாகக் கொண்டுள்ள, அந்தக் குழப்பமான பிரதேசித்திற்குள் விரைந்தேன்.

அத்தியாயம்-பன்னிரெண்டு

விதிக்கப்பட்டது

பளபளக்கும் சூரிய ஒளியில் மண்டபங்கள் ஒளிவீசிக் கொண்டிருக்க, நதியில் நீராடுபவர்கள் தங்களது அதிகாலைச் சடங்குடன் கூடிய விசேஷ சுத்தி செய்து கொண்டிருக்க, வாரணாசியின் நீர்முகப்பு புதிய புத்துணர்வூட்டும் காட்சியை எனது கண்ணுக்கு விருந்தாக்கிக் கொண்டிருந்தது. நான் சென்று கொண்டிருந்த பெரிய படகின் முன்புறம் நாகப்பாம்பின் தலையைப் போல் வடிக்கப்பட்டிருந்தது. நான் படகின் அறைப்பகுதியின் மேற்கூரையில் அமர்ந்திருக்க, மூன்று படகோட்டிகள், துடுப்புப் போட்டுக்கொண்டிருந்தனர்.

மும்பையிலிருந்து வந்திருந்த வியாபாரி ஒருவர் என்னுடன் பிரயாணம் செய்தார். என்னருகில் அமர்ந்திருந்த அவர், தனது நகரம் திரும்பியதும் வியாபாரத்தை விடுத்து ஓய்வு பெறப் போவதாகக் கூறினார். ஆழமான பக்திகொண்டவராக விளங்கிய அந்த வியாபாரி கொள்கைப் பற்றைவிட நடைமுறையின் சாத்தியக் கூற்றில் நம்பிக்கை கொண்டிருந்தார். ஆக, புண்ணியத்தைச் சம்பாதிப்பதோடு மட்டுமின்றி, வங்கியில் பணத்தைச் சேமிக்கவும் தவறவில்லை. கடந்த ஒருவாரகாலமாக எனக்குப் பரிச்சயமான அந்த மனிதர் இனிய இயல்புகொண்ட, உற்சாகம் மிக்க கருணையும் சிநேகபாவமும் கொண்டவராக இருந்தார்.

''சுதேயி பாபு அவர்கள் குறிப்பிட்ட அந்த வயதிலேயே நான் ஓய்வு பெறப்போகிறேன்'' என்று ஆர்வம் ததும்பும், மகிழ்ச்சி பொங்கும், குரலில் உரைத்தார்.

வித்தியாசமான இந்தக் கூற்று என் செவிகளைத் தீட்டியது.

''சுதேயிபாபு... யார் அவர்?'' என்றேன்.

''உங்களுக்குத் தெரியாதா? அவர் வாரணாசியிலுள்ள சிறந்த ஜோசியர்.''

''ஓ! வெறும் ஆரூடம் சொல்பவர்தானே?'' என்றேன் சலிப்புடன்.

ஏனெனில் ஆரூடம் சொல்பவர்கள் முன் கூட்டமாக அமர்ந்திருக்கும் ஜனங்களை, மும்பை மைதானத்திலும் கொல்கத்தாவிலும் மற்றும் பயணிகள் நிரம்பியிருக்கும் சிறு நகரங்களிலும் ஜோசியம் சொல்பவர்களையும் நான் பார்த்துள்ளேன். குறி சொல்பவர்கள் பெரும்பாலும் சீவப்படாத சடைமுடியோடு விகாரமான தோற்றத்துடன் காணப்படுவார்கள். அவர்களது முகத்திலும் மூடநம்பிக்கை மற்றும் அறியாமையின் முத்திரை தெளிவுறத் தென்படும். அவர்களது வியாபாரத்திற்குத் தேவையான இரண்டு அல்லது மூன்று பழுப்பேறிய அழுக்கான புத்தகங்கள், புரிந்துகொள்ள இயலாத குறிப்புகளைக் கொண்ட தாய்மொழியிலிருக்கும் பஞ்சாங்கம் மட்டுமே அவர்கள் வைத்திருப்பார்கள். இவர்களே நன்மை தரும் அதிர்ஷ்டத்தைப் பெறும் பாக்கியவான்களாகத் தாங்களே இல்லாத போது, பிறருக்கு நல்வழிகாட்ட முயலும் இவர்களது ஆர்வத்தைக் கண்டு குறை கூறியுள்ளேன்.

''நான் உங்களைக் கண்டு வியக்கிறேன். வியாபாரம் செய்யும் ஒருவர், கண்சிமிட்டும் நட்சத்திரங்களின் மீது நம்பிக்கை கொள்வது பாதுகாப்பானதா? இதைவிட, உங்களது பொது அறிவு ஞானம் உங்களுக்குச் சரியான வழிகாட்டியாக இருந்ததா?'' என்று அவருக்கு அறிவு புகட்டும் வகையில் உரைத்தேன்.

அவர் அரைமனதுடன் தலையசைத்து, பொறுமையோடு என்னைப் பார்த்துப் புன்னகைத்தார்.

''பின் எனது ஓய்வு பெறுதலை அவர் முன் மொழிந்ததைப் பற்றி நீங்கள் என்ன விளக்கம் கூறுகிறீர்கள்? நான் நாற்பத்தியொரு வயதானவன். இத்துணை இளைய வயதில் நான் எனது வியாபாரப் பணியிலிருந்து ஓய்வு பெற்று விடுவேன் என்பதை எவரால் அனுமானித்திருக்க முடியும்?''

''ஒருவேளை, எதிர்பாராது, தற்செயலாக நிகழ்ந்திருக்கலாமே.''

''மிகவும் நன்று; நான் ஒரு சிறிய கதை கூறுகிறேன், கேளுங்கள்! சில வருடங்களுக்கு முன்னர் நான் லாகூரில் ஒரு சிறந்த ஜோசியரைச் சந்தித்து, அவரது ஆலோசனையின் படி ஒரு பெரிய வியாபாரத் தொழிலில் ஈடுபட்டேன். அச்சமயத்தில் நான் ஒரு முதியவருடன் கூட்டுத்தொழிலில் ஈடுபட்டிருக்க, இந்தப்புதிய விஷயம் மிகுதியான அபாயகரமானது என்பதால் அவர் என்னுடன் இணைந்து செயல்பட மறுத்துவிட்டார். அவர் இந்த வியாபாரத்தில் பங்கேற்காததால், எங்களது கூட்டமைப்பு முறிக்கப்பட்டு நான் வியாபாரத்தைத் தனித்தே துவக்கினேன். அது எனக்கு வியத்தகு வெற்றியை உருவாக்கினாலும், சிறிதளவு அதிர்ஷ்டத்தையே பெற்றுத் தந்தது. எனினும், லாகூர் நகர ஜோசியர் என்னை ஆதரிக்காவிடில் நானும் இந்த வியாபாரத்தில் ஈடுபட அச்சமுற்று விலகியிருப்பேன்.''

அப்போது... உங்களது கருத்து...''

எனது கூட்டாளி எனது வாக்கியத்தை முடித்து வைத்தார்.

''எங்களது வாழ்க்கையே விதிவ்யப்பட்டது தான், விதியை நிர்ணயிப்பது நட்சத்திரங்களின் அமைப்புதான்!''

சகிப்புத்தன்மையற்ற பதிலளித்து அவரது கூற்றுக்கு எதிர்ப்புத் தெரிவித்தேன்.

''நான் இந்தியாவில் இதுவரையில் கண்ட ஜோசியர்கள் பெரும் பாலும் படிப்பறிவில்லாத, மூடர்களாகத் தான் தோன்று கிறார்கள். இவர்களால் நன்மை பயக்கவல்ல விஷயங்களைப் பிறருக்கு எப்படி எடுத்துரைக்க இயலும் என்பதை என்னால் சிந்திக்க இயலவில்லை.''

''நீங்கள் சந்தித்த மனிதர்களுடன் பண்டிதரான, அறிவாற்றல் மிக்க சுதேயிபாபுவை ஒப்பிட்டு நோக்கிக் கருதக்கூடாது.

அவர்கள் அனைவருமே போலியானவர்கள். ஆனால் சுதேயிபாபு அவர்கள் உன்னதமான அறிவுமிக்க ஒரு பிராமணர். பெரியதொரு சொந்த வீட்டில் குடியிருக்கும் அவர் பல வருடங்களாக இத்துறையில் ஆழ்ந்த விஷயஞானம் பெற்றுப் பல அரிய புத்தகங்களையும் சேகரித்து வைத்துள்ளார்.

என்னுடன் இருப்பவர் முட்டாள் இல்லை என்பதைத் திடீரென உணர்ந்தேன். அவர் எதையும் ஊக்கத்துடன் நடைமுறைப் படுத்துவது மட்டுமின்றி மேலைநாட்டு நவீன கண்டு பிடிப்புகளைக் கையாளத் தயங்காத நவீனயுக இந்துவானவர். மேலும் சில வகைகளில் அவர் என்னையும் மிஞ்சியவர். எளியதான ஒரு மிகச்சாதாரண சிறிய புகைப்படக்கருவியைக் கொண்ட (கொடாக்) நான் பெருமிதமடைந்திருக்கும் போது, அவரோ படகில் பெரிய அளவிலான, மிக நேர்த்தியானதொரு புகைப்படக்கருவியை (சினிமா படமெடுக்கும்) வைத்துள்ளார், சூடு மற்றும் குளிர்ச்சி தணியாமல் காக்கும் வெற்றிடப்புட்டி (தெர்மாஸ் ஃப்ளாஸ்க்) ஒன்றிலிருந்து அவரது பணியாளன் குளிர்ந்த பானத்தை ஊற்றியதைக்கண்டதும், பிரயாணத்திற்கு அத்தியாவசியமான அரிய சாதனங்களை எடுத்து வராத எனது மறதியை நொந்து கொண்டேன். மேலும் ஐரோப்பாவில் நான் உபயோகிக்கத் தவறிய தொலைபேசியையும் மும்பையில் அவர் மிகையாகவே பயன்படுத்தியதையும் அவரது சம்பாஷணையிலிருந்து அறிந்தேன். இருப்பினும் அவர் சோதிடத்தில் நம்பிக்கை கொண்டுள்ளார்! அவரது குணாதிசயத்தின் பொருத்தமற்ற சுபாவங்களைக் கண்டு நான் குழப்பமடைந்தேன்.

‘‘நாம் ஒருவரையொருவர் புரிந்து கொள்வோம். கற்பனையில் மட்டுமே காணக்கூடிய தொலைதூரத்தில் உள்ள நட்சத்திரங்கள் உலகத்து நிகழ்வு ஒவ்வொன்றையும் மற்றும் ஒவ்வொரு மனிதனது வாழ்க்கையையும் கட்டுப்படுத்துகின்றன என்னும் கொள்கையில் தாங்கள் நம்பிக்கை கொண்டிருக்கிறீர்கள் அல்லவா?’’

‘‘ஆம்’’ என்று அவர் அமைதியாக ஆமோதித்ததில் நான் சொல்வதறியாது மௌனித்தேன்.

தனது கூற்றிற்குச் சமாதானம் அளிக்கும் வகையில் அவர் தொடர்ந்தார். ‘‘எதையும், அனுபவ-பூர்வமாகவே உணர்ந்தறியும்

உங்கள் நாட்டு வழக்கின்படி நீங்களே நேரில் சென்று முயற்சிக்கக் கூடாதா? சுதேயிபாபு உங்களைப்பற்றி என்ன கண்டறிகிறார் என்பதை அறிந்து கொள்ளுங்களேன். போலிகளைக்கண்டு மயங்காத நானே சுதேயிபாபுவின் நேர்மையான சுபாவத்தை மதிக்கிறேன்.''

''ம்... ஆரூடம் சொல்வதை வியாபாரமாகக் கொண்டவர்களிடம் எனக்குப் பொதுவாக நம்பிக்கை இருப்பதில்லை. இருப்பினும் உங்கள் வாக்கை நம்பிக்கையுடன் ஏற்கிறேன். என்னை அந்தச் சோதிடரிடம் அழைத்துச்செல்வீர்களா?''

''நிச்சயமாக நாளை தேநீர் அருந்த என்னுடன் வாருங்கள். அப்போது நாம் அவரைக் காணச் செல்வோம்.''

விசாலமான மாளிகைகளையும், புராதனமான ஆலயங்களையும் சிறிய ஆலயங்களையும் கடந்து படகில் சென்றோம். குளிக்கும் யாத்ரிகக் கூட்டம் அலைமோதிய கங்கை நதியின் படிக்கட்டுக் களைப் பார்த்தவாறே, மூடநம்பிக்கைகளை அழித்து விட்டதாக விஞ்ஞானம் தற்பெருமையைப் பறைசாற்றிக் கொண்டிருக்கையில் அறிவியல் ரீதியான மனோபாவம், ஆராய்ந்தறியும் செயலைக் கட்டுப்படுத்த வேண்டும் என்பதை நான் இன்னும் அறிந்துகொள்ள வேண்டியுள்ளது என்பதைப் பற்றிச் சிந்தித்தேன். தனது நாட்டவரோடு இணைந்து பங்கேற்கும் குறிப்பிட்ட *ஊழ்வலிவாத* உணர்வை எனது நண்பரால் ஆதாரபூர்வமாக நிரூபிக்க முடியுமானால், நானும் அவற்றைப் பரந்த மனத்தோடு ஆராயத் தயாராக உள்ளேன்.

☯ ☯ ☯

மறுநாள், எனது இனிய நண்பர் என்னைப் பண்டையப் பாணியில் அமைந்திருந்த ஒருகுறுகிய தெருவுக்குள் அழைத்துச் சென்றார். புராதனமானதொரு கல்லினால் ஆன கட்டிடத்திற்குள் நுழைந்தோம். தாழ்வான ஒரு இடைவெளிவழியே உள்ளே புகுந்து பலகற்படிகளில் ஏறி, விசாலமான முற்றத்தைச் சுற்றிலும் கட்டப்பட்டிருந்த ஒரு வீட்டின் முன் நின்றோம்.

சங்கிலியால் பிணைக்கப்பட்டிருந்த ஒருநாய் எங்களைக்கண்டு சினத்துடன் குரைத்தது. தாழ்வாரத்தில், வெப்ப மண்டலத்தில்

வளரும் பூக்காத செடிகளைக் கொண்ட தொட்டிகள் வரிசையாக வைக்கப்பட்டிருந்தன. எனது நண்பரைத் தொடர்ந்து இருண்ட, அச்சுறுத்தவல்ல அறைக்குள் நுழைந்ததில் உடைந்து, சிதறிக்கிடந்த படிக்கட்டுகளில் தடுக்கிக் கீழே விழாமல் தப்பித்து. நிமிர்ந்தவுடன், தாழ்வாரத்தைப் போலவே, அறையிலும் மணல் வாரி இறைக்கப்பட்டதைக் கண்டேன். ஒருவேளை சோதிடர் நட்சத்திரங்களைப் பற்றிய ஆராய்ச்சியிலிருந்து, ஓய்வு பெற செடி வளர்ப்பதில் ஈடுபட்டுள்ளாரோ என்று வியந்தேன்.

எனது நண்பர் சோதிடரின் பெயரை உரத்த குரலில் மொழிய அது எதிரொலித்தது. மேலும், இரண்டு மூன்று நிமிடங்களுக்கு குரல் கொடுத்து அக்கட்டிடத்தின் அமைதியைக் குலைத்தோம். வியர்த்தமான பணியில் ஈடுபட்டு விட்டோமோ என்று நான் எண்ணுகையில் மேல்தளத்திலிருந்து ஒருவருடைய அசையும் ஒலி கேட்டது. விரைவிலேயே எங்கள் அறையை நோக்கி வரும் காலடிச் சத்தம் செவிகளில் விழுந்தது.

ஒரு கையில் மெழுகுவர்த்தியும், மற்றொருகையில் சாவிக் கொத்தையும் வைத்துக்கொண்டு, மிக மெல்லியதொரு உருவம் கொண்ட மனிதன் நுழைவாயிலில் தென்பட்டார். மங்கலான ஒளியில், சிறிது பேச்சுப் பரிவர்த்தனைகளுக்குப் பிறகு, சோதிடர் மற்றொரு கதவைத் திறக்க, நாங்கள் அனைவரும் வாசலைக் கடந்து உள்ளே சென்றோம். சோதிடர் சன்னல் கதவுகளைத் திறந்து விட்டு, திரைச்சீலைகளையும் இழுத்தார். பின் உயரமான முன் மண்டபத்திலுள்ள சன்னல்களையும் திறந்து விட்டார். திறந்த சன்னல் கதவுகளின் வழியே வந்த வெளிச்சத்தில், சோதிடரின் முகம் பளிச்செனத் தெரிந்தது. அவரது உருவம், உயிரற்ற ஆவியின் உருவமாகத் தோன்றியது. இதற்கு முன்பு இவரைப்போன்ற நோய்வாய்ப்பட்டதொரு தோற்றமுடையவரை நான் கண்டதேயில்லை. உயிரற்ற அவரது முகபாவமும், நம்ப இயலாத அவரது மெலிந்த தேகமும் மற்றும் உலகியல்பில்லாத அவரது நிதானமான அசைவுகளும் இணைந்து ஒரு அமானுஷ்யமான, இயற்கைக்குப் புறம்பான பாதிப்பை ஏற்படுத்தியது. மிகையாகத் தென்பட்ட அவரது விழிகளின் வெண்படலமும், அதற்கு நேர்மாறான வட்டக்கருவிழிகளும் இத்தாக்கத்தை வலுப்படுத்தின.

காகிதங்கள் சிதறிக் கிடந்த ஒரு பெரிய மேசையின் மீது அமர்ந்து கொண்டார். அவர் ஓரளவு நன்றாகவே ஆங்கிலத்தில் உரையாடுவதைக் கண்டு கொண்டேன். ஆனாலும், மிகுதியான முயற்சிக்குப் பின்னரே, மூன்றாவது, நபரின் குறுக்கீடின்றி என்னுடன் நேரடியாக உரையாட அவரைச் சம்மதிக்கச் செய்ய முடிந்தது.

''நான் நம்பிக்கை உடையவனாக அல்லாது, புலனாய்வு செய்யத்தான் வந்துள்ளேன் என்பதைத் தயவு செய்து புரிந்து கொள்ளுங்கள்'' என்று துவக்கினேன்.

அவரும் ஒப்புக்கொள்ளும் பாவனையில் தலையை அசைத்தார்.

''இருப்பினும் நான் உங்களது ஜாதகத்தைக் கணித்துக் கூறுவேன். உங்களுக்கு அதில் பூரணதிருப்தி கிட்டியதா என்பதை நீங்கள் எனக்குத் தெரிவிக்க வேண்டும்'' என்றார்.

''தங்களுக்குத் தரவேண்டிய கட்டணம் எவ்வளவு?''

''குறிப்பிட்டுச் சொல்ல ஒன்றுமில்லை. உயர்பதவியில், வசதிமிக்கவர்கள் அறுபதுரூபாய் கொடுப்பார்கள்; பிறர் எனக்கு இருபது ரூபாய் சன்மானமாக அளிப்பார்கள். நீங்கள் உங்கள் மனவிருப்பம்போல் செய்யலாம்'' என்றார்.

எதிர்காலத்தை விட, எனது கடந்த காலத்தைப் பற்றிய அவரது ஞானத்தைச் சோதித்தறிவதில் தான் முனைந்துள்ளேன் என்பதை அவருக்குத் தெளிவுபடுத்தினேன். அவரும் சம்மதித்தார்.

சிறிது நேரம் எனது பிறந்த தேதியை வைத்துக்கொண்டு சில கணக்குகள் போடுவதில் சுறுசுறுப்பாக ஈடுபட்டார். பத்து நிமிடங்களுக்குப் பிறகு தனது நாற்காலியின் பின்புறத்தில் தரையில் தாறுமாறாகக் குவிக்கப்பட்டிருந்த பழுப்பேறிய காகிதங்களையும், பனை ஓலைச் சுவடிகளையும் குனிந்து புரட்டிப்பார்த்தார். இறுதியில், மிகப் பழமையான கறைபடிந்த நீண்ட செவ்வக வடிவத்தாள்களைத் தேடியெடுத்தார். ஒரு காகிதத்தில் விசித்திரமான ஒரு படத்தை வரைந்து, பின்வருமாறு கூறினார்.

''நீங்கள் பிறந்த காலகட்டத்தில், விண்ணுலகின் வரைபடம் இது. வரைபடத்தின் ஒவ்வொரு பகுதியையும் இங்கு

தரப்பட்டுள்ள சமஸ்கிருத உரைகள் விளக்குவதாக உள்ளன. இப்போது, நான் நட்சத்திரங்கள் தெரிவிப்பதை உங்களுக்கு எடுத்துரைக்கிறேன்.''

கூர்ந்த கவனத்தோடு அந்த வரைபடத்தை ஆராய்ந்து அங்கிருந்த ஏடுகளில் ஒன்றைச் சுட்டிக்காட்டிப் பின் அவரது தோற்றத்திற்கேற்ப உணர்ச்சியற்ற தாழ்வான, நிதானமான குரலில்,

''நீங்கள் மேலை நாட்டைச் சேர்ந்த எழுத்தாளர் தானே? நான் சொல்வது சரிதானே?'' என்று கேட்டார்.

நான் ஆமோதிக்கும் வகையில் தலையை அசைத்தேன்.

அதன்பிறகு எனது இளமைப்பருவத்தைப் பற்றி விவரித்து விட்டு, எனது ஆரம்பகால வாழ்க்கையின் சில நிகழ்வுகளை வரிசையாக எடுத்துரைத்தார். மொத்தமாக, எனது கடந்து கால வாழ்க்கையைப் பற்றிய முக்கியமான ஏழு குறிப்புகளை விளக்கினார். இதில் ஐந்து குறிப்புகள் ஓரளவு சரியாகவும், எஞ்சிய இரண்டு முற்றிலுமே தவறானதாகவும் இருந்தன. இதன் மூலம் இவரது சக்தி மற்றும் மதிப்பைப் பற்றி என்னால் சோதித்துக் கணிக்க முடிந்தது. இந்த நபரின் நேர்மை தெள்ளத்தெளிவாகியது. இவரால் ஆலோசித்து எவரையும் வஞ்சிக்க இயலாது என்பதை முதலிலேயே புரிந்து கொண்டு விட்டேன். துவக்கநிலைச் சோதனையில் எழுபத்திஐந்து சதவிகிதம், இந்திய சோதிடம் ஆழ்ந்த ஆராய்வில் ஈடுபட்டுள்ளதை அறிய முடிந்தது. இருப்பினும், இது துல்லியமாகவோ மற்றும் தவறாத கருத்தாய்வோ இல்லை என்பதையும் சுட்டிக் காட்டுகிறது.

மீண்டும் சுதேயிபாபு இறைந்து கிடந்த தனது காகிதக் குவியலில் தேடி, எனது குணாதிசயத்தைப் பற்றி ஓரளவு துல்லியமாக விவரித்தார். இதன் பின்னர், நான் தற்போது ஈடுபட்டுள்ள பணிக்கேற்ப எனது மனத்திறன்கள் எவ்வாறு அமைந்துள்ளன என்பதைப்பற்றியும் விளக்கினார். திரும்பவும் அவர், ''நான் சரியாகச் சொல்லுகிறேனா?'' என்று என்னிடம் கேட்கும் போது என்னால் மறுப்புக்கூற இயலவில்லை.

மீண்டும் ஏடுகளைப் புரட்டி, வரைபடத்தை ஆராய்ந்து, எதிர்காலத்தைப் பற்றி உரைக்கத் தொடங்குகிறார்.

“இப்பூவுலகே உங்கள் இருப்பிடமாகிவிடும். நீங்கள் உலகம் முழுவதும் பயணித்தாலும், கையில் எழுதுகோலைச் சுமந்து உங்கள் எழுத்துப் பணியைத் தொடர்ந்த வண்ணமே இருப்பீர்கள்” மேலும், இனி வரவிருப்பதைப்பற்றி உரைத்தார். ஆனால், இதற்கு மேல் அவரது தீர்க்கதரிசன உரைகளைப் பற்றியபுலன் ஆராய்வில் ஈடுபடமுடியாது என்பதால் இதோடு விட்டுவிட விழைகிறேன்” விதித்தது! (அவர் முன்மொழிந்தவற்றில், சிலவற்றை நான் சாத்தியமற்றதாகக் கருதி நீக்கி விட்டேன். ஆனால் அவைதற்போது உறுதிப்பாடாக நிலைத்திட மற்றுமோர் நிகழ்வு அவர் குறிப்பிட்ட காலகட்டத்தில் நடைபெறவில்லை. மற்றவை காலம் கனியும் என்று காத்திருக்கின்றன.)

அவர் இறுதியாக மொழிந்தமைக்கும் என்னிடம் சமாதானத்தை வேண்டினார். இப்பூவுலகில் எனது நாற்பது ஆண்டுகால வாழ்க்கையையும் எனது சுயத்தைப் பற்றிய துல்லியமான மதிப்பீட்டையும் தருவதற்கான அவரது நேர்மையான முயற்சியையும் கண்டுநான் எனது விமர்சிக்கும் குணத்தை ஒதுக்கி வைத்து மௌனித்தேன்.

ஆனால், “இந்த மனிதன் ஒருவேளை துணிகரமாக முயற்சித்துப் பார்க்கிறாரோ? இல்லை, இவரது செயல் வெறும் அனுமானம் தானோ?” என்று எனக்குள் கேள்விகள் எழும்பின. ஆனால், இவரது சோதிடம் (முன் உரைத்தல்) என்னை வெகுவாக ஈர்த்து விட்டதை நான் வெளிப்படையாக ஏற்றுக்கொள்ளத்தான் வேண்டும். இவரது தீர்க்கதரிசனத்தில் தகுதி மிகுதன்மை உள்ளதா என்பதைக்காலம் தான் உரைக்க வேண்டும்.

ஊழ்வினை என்னும் புதிரானதொரு விஷயத்தைப் பற்றிய எனது மேற்கத்திய அணுகுமுறை சீட்டுக்கட்டில் கட்டிய வீட்டைப் போலக்கலைந்து வீழ்ந்து விட்டதா என்ன? இவ்விஷயத்தில் நான் என்ன கூறுவது? சன்னல் அருகில் சென்று, எதிர்ப்புறத்தில் தென்பட்ட வீட்டைப் பார்த்தவாறே, எனது பைக்குள் இருந்த வெள்ளிப்பணத்தை உருட்டியவாறு நின்றேன். இறுதியில், எனது இருக்கைக்குத் திரும்பிச் சென்று சோதிடரிடம் கேள்விகளை எழுப்பினேன்.

''தொலைதூரத்திலுள்ள நட்சத்திரங்கள் மனிதர்களின் வாழ்க்கையில் தாக்கத்தை ஏற்படுத்துவது சாத்தியமல்ல என்று உங்களுக்கு ஏன் தோன்றுகிறது? தூரத்தில் பளிச்சிடும் நிலவொளியின் பிரதிபலிப்பால் அலைகளில் ஏற்றமும், வீழ்ச்சியும் ஏற்படவில்லையா? பிரதி மாதத்திலும், ஒரு பெண்மணியின் உடலில் மாறுதல் ஏற்படுவதில்லையா? கதிரவனின் இல்லாமை (மறைவு) மனிதர்களை சோகமான மனோபாவத்தில் தள்ளுவதில்லையா?''

''ஆமாம், மெய்யாக. இதற்கும், சோதிடத்திற்கும் எவ்விதத் தொடர்பும் இல்லையே. எனக்கு ஏற்படும் பாதகமான நிகழ்வைப் பற்றிக் கிரகங்கள் ஏன் கவலையுறவேண்டும்?''

சலனமற்ற முகத்தோடு என்னை ஏறிட்டார்.

''கோள்களை வானில் தவழும் சின்னங்களாக மட்டுமே கருதுவது நல்லது; உண்மையில் நம்மீது பாதிப்பை ஏற்படுத்துவது நமது கடந்த காலம், ஊழ்வினையே தவிர, கோள்கள் அல்ல'' என்று பதிலிறுத்தார். ''மனிதன் மறுபிறப்பு எடுத்து, மீண்டும் மீண்டும் இப்பூவுலகில் ஜனிக்கிறான் என்பதையும் ஒவ்வொரு பிறப்பிலும் அவனது ஊழ்வினை அவனைத் தொடருகிறது என்பதை ஏற்றுக்கொண்டாலொழிய உங்களால் சோதிடத்தின் விவேகமான தன்மையை ஒருபோதும் புரிந்துகொள்ள முடியாது. ஒரு பிறவியில் அவன் தனது பாபச் செயல்களுக்கான வினையை அனுபவிக்கவில்லையானால், அவனது அடுத்த பிறவியில் அவனுக்குத்தண்டனை கிட்டும்; அது போல, அவனது நற்செயலுக்கான சன்மானத்தை அவன் தனது வாழ்நாளில் பெறாவிடில் அவனது அடுத்த பிறவியில் அதைக்கண்டிப்பாக அடைந்து விடுவான். மனிதனது ஆன்மா குற்றமற முழுமை பெறாத வரையிலும் இடையறாது தொடர்ந்து மறுபிறப்பு பெறும் சித்தாந்தம் இல்லையெனில், பலதரப்பட்ட மனிதர்களின் மாறுபடும் விதிகளும், அதிர்ஷ்டங்களும், வெறும் தற்செயலான வாய்ப்பு அல்லது குருட்டு அதிர்ஷ்டத்தின் விளைவாகத் தோன்றும். இறையருள் இதை எவ்வாறு அனுமதிக்கும்? இயலாது - ஒரு மனிதன் இறந்து விடும்போது அவனது குணம் விருப்புகள் சிந்தனைகள் மற்றும் மனஉறுதியும் மற்றொரு உடலில் மீண்டும் புகுந்து கொண்டு ஒரு புதிய பிறப்பாக நம் கண்முன்

உருவெடுக்கும் வரை ஜீவித்திருக்கும். முந்தைய பிறவியின் நற்செயல்கள் அல்லது தீயசெயல்களுக்கேற்ப தற்காலப்பிறவி அல்லது எதிர்காலப் பிறவிகளிலோ தக்க நற்பலனோ அல்லது தண்டனையோ கிட்டும் என்பது உறுதி. இதுதான் ''விதி'' என்பதற்கான எங்கள் விளக்கம். நீங்கள் ஒருநாள் கப்பல் விபத்தில் சிக்கி, மூழ்கிவிடும் பேராபத்தில் திளைக்க நேரிடும் என்பது இறைவனால் விதிக்கப்பட்டது. இது நீங்கள் முந்தைய பிறவியில் ஆற்றியிருக்கக் கூடிய ஏதோவொரு பாபச்செயலுக்காக இறைவன் உங்களுக்கென வகுத்து வைத்திருக்கக் கூடிய நீதியாகும். கப்பல் சேதத்தில் சிக்க வைத்தது. கோள்களினால் அல்ல, உங்களது முன்பிறவிச் செயலின் தவிர்க்க முடியாத விளைவுகளினால்தான். கோள்களும், கிரகநிலைகளும் இந்த ஊழ்வினையின் குறிப்பேடுகளாகத்தான் செயல்படுகின்றன. இவை இவ்வாறு ஏன் செய்ய வேண்டும் என்பதை என்னால் விளக்க இயலாது. எந்த ஒரு மனிதனும் தனது அறிவாற்றலினால் சோதிடத்தைக்கண்டு பிடித்திருக்க முடியாது; பண்டைய காலத்து ஞானிகளால் மானுடத்தின் நற்பலனுக்காக இது நெடுங்காலம் முன்பே வெளிப்படுத்தப்பட்டது.''

மேம்போக்கான இக்கூற்றைச் செவியுற்று எதுவும் சொல்லத் தெரியாமல் இருந்தேன். ஒருவரது ஆன்மாவையும் அதிர்ஷ்டத்தையும் இணைத்து விதியின் பொருட்டுப் பணயமாகக் கொள்வர். ஆனால், ஆரோக்கியமான சிந்தனை மிக்க எந்தவொரு மேற்கத்தியனும் தனது பொக்கிஷமான சுதந்திரமான மனஉறுதிப் பாட்டைத் தன்னிடமிருந்து கவர்ந்து செல்ல அனுமதிக்க மாட்டான். தன்னை முன்னேறச் செய்ய வழிகாட்டுவது வாய்ப்பு அல்ல, விதியே என்னும் நம்பிக்கையை எந்த மேலைநாட்டவரால் மனமுவந்து ஏற்கமுடியும்? மெலிந்த தேகத்துடன் கூடிய இந்தக் கனவு காணும் மனிதனை, இராசிச் சக்கரத்தின் சின்னங்களில் உழன்று கொண்டிருக்கும் மனிதனைத் திகைப்புற்றுப் பார்த்தேன். ''தென்னிந்தியாவின் சில பகுதிகளில் சோதிடர்களை, பூசாரிகளுக்கு அடுத்தபடியாக மதிக்கிறார்கள். இவர்களைக் கலந்தாலோசியாது எந்தவொரு விஷயத்தையும் செய்வதில்லை, தெரியுமா? இம்மாதிரியான ஒரு நிலையைப் பார்த்து ஐரோப்பியர்கள் எள்ளி நகையாடுவோம். ஏனெனில், தீர்க்கதரிசன வழிமுறைகளில் எங்களுக்கு நம்பிக்கையுமில்லை, மேலும் புரிந்து

கொள்ளவே முடியாத ஊழ்வினைக்கு இரையாகுவதைவிட, சுதந்திர மனிதர்களாக இருப்பதையே நாங்கள் விரும்புகிறோம்'' என்று கூறினேன்.

''சோதிடர் தோள்களைக் குலுக்கினார்.''

''ஹிதோபதேசம்'' என்றும் எங்களது புராதன புத்தகத்தில், மனிதர்களின் தலையெழுத்தை விதியின் நிர்ணயத்தை எதிர்த்துப் போராட எவராலும் இயலாது என்று கூறப்பட்டுள்ளது என்றுரைத்து விட்டு, அவர் மொழிந்தது பதியும் வரையிலும் காத்திருந்து விட்டுத் தொடர்ந்தார்.

''உங்களால் என்ன செய்ய முடியும்? நமது வினைகளின் பயனை நாம் அனுபவித்துத் தானே ஆக வேண்டும்.''

ஆனால் இக்கூற்றில் எனக்குப் பூரணமான நம்பிக்கை இல்லாமையால், எனது உணர்ச்சிகளை வெளிப்படுத்தினேன்.

அதிர்ஷ்டங்களை முன்மொழியும் தீர்க்கதரிசி தனது ஆசனத்திலிருந்து எழும்ப, நான் குறிப்புணர்ந்து அவரிடமிருந்து விலகத் தயாராகினேன். அவர் சிந்தனையினூடே முணுமுணுத்தார்.

''அனைத்துமே இறைச்சக்திக்குட்பட்டது. எதுவுமே அவனிடமிருந்து தப்ப முடியாது. நம்மில் யார் உண்மையிலேயே சுதந்திரமாக இருப்பவர்? கடவுள் இல்லாத எந்த இடத்திற்கு நம்மால் செல்ல முடியும்?

வாயிற்கதவை அடைந்து, தயக்கத்துடன், ''நீங்கள் மீண்டும் இங்கு வருகைதர விரும்பினால், இந்த விஷயங்களைப் பற்றி மேலும் விவாதிக்கலாம்'' என்றார்.

நான் அவருக்கு நன்றி கூறி அவரது அழைப்பை ஏற்றேன்.

''நன்று. நான் உங்களை நாளை மாலை ஆறுமணிக்குப் பிறகு இங்கு எதிர்பார்ப்பேன்'' என்றார்.

மறுநாள் மாலை அந்தி நேரத்தில் சோதிடரின் இல்லத்தில் இருந்தேன். அவர் சொல்வது அனைத்தையும் ஏற்றுக்கொள்ளும் எண்ணமும் இல்லாது, அதே சமயம் அதை மறுக்கவும் கருதாமலும் இருந்தேன். நான் அவரது கூற்றைச் செவியுறும் எண்ணம் மட்டுமே கொண்டிருந்தேன். ஒருவேளை அவரது

கூற்றுகள் மெய்ப்பிக்கப் படுமானால் அவற்றைக் கற்றுக் கொள்ளவும் விரும்பினேன். இத்தருணத்தில், வலுவான ஆதாரங்கள் இருப்பின் அவற்றைச் சோதித்தறியும் ஆவலுடன் தயாராக இருந்தேன். எனினும், சுதேயிபாபு அவர்கள் எனது ஜாதகத்தைக் கணித்துக் கூறியதை வைத்து இந்தியச் சோதிடக் கலை வெற்று மூடநம்பிக்கையோ, மூடத்தனமோ அல்லாது ஆழ்ந்த சிந்தனைக்குரியது என்னும் கருத்தை எனக்குள் விதைத்தது. இந்த எண்ணம் எனது தற்போதைய மனோபாவத்தை வெளிப்படுத்துவதாக அமைந்துள்ளது.

அவரது பெரிய மேசையில், மங்கியமெழுகுவர்த்தியின் ஒளியில் நாங்கள் இருவரும் ஒருவரையொருவர் பார்த்தவாறு அமர்ந்தோம். சுற்றுப்புறத்திலுள்ள வீடுகளிலும் இதே போன்றே ஒளி வீசிக் கொண்டிருந்தது.

''எனது இல்லத்தில் பதினான்கு அறைகள் உள்ளன. அனைத்திலும் பெரும்பாலும் சமஸ்கிருத மொழியில் எழுதப்பட்ட பண்டைய சுவடிகள் நிரம்பியுள்ளன. நான் தனித்தே வாழ்ந்தாலும் எனக்கு இத்துணை பெரிய வீடு தேவையாக இருப்பதன் காரணம் இதுவே. எனது சேகரத்தை வந்து பாருங்கள்'' என்றார்.

தொங்கிக்கொண்டிருந்த விளக்கைக் கையிலெடுத்துக் கொண்டு மற்றொரு அறைக்கு என்னை அழைத்துச் சென்றார். சுவற்றைச் சுற்றிலும் திறந்து கிடந்த பெட்டிகள் நிறைந்திருக்க நான் எட்டி நோக்கியதில் பெட்டிகளில் புத்தகங்களும், காகிதங்களும் நிரம்பியிருப்பதைக் கண்டேன். அறையின் தரையிலும் காகிதங்களும், பனை ஓலைச்சுவடிகளும் மற்றும் பழுப்பேறிப் போன புத்தகங்களும் இறைந்து கிடந்தன. ஒரு சிறிய கட்டைக் கையிலெடுத்துப் பார்த்தேன். ஒவ்வொரு சுவடியின் இதழிலும் புரியாத மங்கிப்போன எழுத்துக்கள் இருந்தன. ஒவ்வொரு அறையாகச் சென்றதில் இதே காட்சியைக் கண்ணுற்றேன். சோதிடரின் புத்தகாலயம் இப்படியொரு அலங்கோலமான ஒழுங்கற்ற நிலையில் இருக்க, அவர் தனக்கு இங்குள்ள ஒவ்வொரு புத்தகம் மற்றும் காகிதமும் எங்குள்ளது. மற்றும் அதைப்பற்றியும் தான் நன்கு அறிவதாக உறுதிபடக் கூறினார். இந்தியாவின் அறிவாண்மையையே இந்த இல்லம் தன்னகத்தே கொண்டது போல் எனக்குத் தோன்றியது. இந்தியாவின் செறிந்த

ஞானம் இந்தப் புராதனமான ஓலைச் சுவடிகளிலும் கையெழுத்துப் பிரதிகளிலும் பழுப்பேறிய சமஸ்கிருதப் புத்தகங்களிலும் உள்ளடங்கி இருப்பது உறுதியானது அல்லவா?

மீண்டும் எங்கள் இருக்கையில் அமர்ந்து கொண்டோம்.

‘‘எனது செல்வம் முழுவதுமே இப்புத்தகங்களையும் சுவடிகளையும் வாங்குவதில் செலவழிக்கப்பட்டுவிடுகிறது. இதில் சில மிகவும் அரிதானதால், மிகவும் விலை உயர்ந்ததாக இருந்தன. இதனால் தான் நான் இன்று இவ்வாறு ஏழ்மையில் இருக்கிறேன்’’ என்று விளக்கினார்.

‘‘இப்புத்தகங்கள் எதைப் பற்றியவை?’’

‘‘இதில் பெரும்பான்மையும் சோதிடத்தைப் பற்றியவை. சில மனிதவாழ்வியல் மற்றும் தெய்வீக மறைபொருளைப்பற்றியவை’’

‘‘அப்போது நீங்கள் தத்துவ ஞானியுமானவரா?’’

சிறுபுன்முறுவலுடன், ‘‘சிறந்த தத்துவஞானியாக இல்லாவிடில், சிறந்த சோதிடராகவும் விளங்க இயலாது’’ என்றார்.

‘‘நீங்கள் இப்புத்தகங்களை மிகையாகப் படிக்கிறீர்களோ என்று எனக்குத் தோன்றுகிறது. நான் இவ்வாறு சொல்வதற்கு என்னை மன்னிக்கவும். உங்களை முதன் முதலாகச் சந்தித்தபோது உங்களது சோகையான தோற்றத்தைக் கண்டு நான் அதிர்ச்சியடைந்தேன்.’’

‘‘இதில் அதிர்ச்சியடைய ஒன்றுமில்லையே. நான் சாப்பிட்டு ஆறு நாட்களாகிறது’’ என்று பதிலளித்தார்.

நான் எனது கவலையையும் அக்கறையையும் வெளிப்படுத்த ‘‘இது பணத்தைப்பற்றிய விஷயமல்ல. எனக்காக உணவு சமைத்துக் கொடுக்கும் பெண்மணிக்கு உடல் நலம் குன்றியதால் அவள் ஆறு நாட்களாக வரவில்லை’’ என்று தெரிவித்தார்.

‘‘அதற்குப் பதிலாக வேறொரு பெண்மணியை அழைக்கக் கூடாதா?’’ இல்லையென்று உறுதியோடு தலையசைத்துத் தொடர்ந்தார்.

‘‘இல்லை. ஒரு தாழ்ந்த சாதிப் பெண்மணியால் எனது உணவு சமைக்கப்படக்கூடாது. இதற்காக நான் ஒருமாதம் வரையில்கூட

உணவு உண்ணாமல் இருப்பேன். எனது பணிப்பெண்ணின் உடல்நலம் பெறும் வரை நான் காத்திருக்கத்தான் வேண்டும். ஆனால் இரண்டொரு நாளில் அவள் வந்துவிடுவாள் என்று எண்ணுகிறேன்.''

கூர்ந்து கவனித்ததில் அவர் பிராமணர்கள் அணியும் புனித நூலை அணிந்துள்ளதைக் காணமுடிந்தது. ஆக, இருவரும் ஒரு பிராமணர் தான் என்பதை உறுதிப்படுத்திக் கொண்டேன்.

''மூடநம்பிக்கையான, மதரீதியான கட்டுப்பாட்டை விதித்துக் கொண்டு நீங்கள் உங்களையே ஏன் வருத்திக்கொள்ள வேண்டும்? நிச்சயமாக உங்களது உடல் ஆரோக்கியம் இதைவிட முக்கியமானது அல்லவா?'' என்று கேட்டேன்.

''இது வெறும் மூடநம்பிக்கையல்ல. ஒவ்வொருவரும் தன்னிடமிருந்து உண்மையானதொரு ஈர்ப்புச் சக்தியை வெளிப்படுத்துகின்றனர். உங்களது மேலை நாட்டு அறிவியல் சாதனங்கள் இதை இன்னும் கண்டறியவில்லை. உணவு தயாரிக்கும் சமையற்காரியும், தன்னுணர்வின்றியே தயாரிக்கும் உணவில் தனது தாக்கத்தை உருவாக்குவாள். தாழ்ந்த குணாதிசயம் கொண்ட சேவகியின் தீயசக்தி தான் உணவில் கலந்து, அது உணவருந்துபவனைத் தாக்கும்.''

''விந்தையான கொள்கை!''

''ஆனால், இது மெய்யே.''

நான் பேச்சைத் திசைமாற்றினேன்.

''எத்தனை காலமாக நீங்கள் சோதிடராக இருந்துள்ளீர்கள்?''

''பத்தொன்பது வருடங்களாக. எனது திருமணத்திற்குப்பின்னர் நான் இத்தொழிலில் ஈடுபட்டேன்.''

''ஓ! புரிந்தது!''

''இல்லை, நான் மனைவியை இழந்தவனில்லை. விளக்கட்டுமா? நான் பதிமூன்று வயது இளைஞனாக இருந்தபோது, இறைவனிடம் ஞானம் தந்தருளுமாறு வேண்டினேன். இதனால், பல்வேறு மக்களைச் சந்தித்து அவர்களிடம் பயின்று, பல புத்தகங்களைப்

படிக்கும் பேறும் பெற்றேன். படிப்பதில் மிகையான ஆர்வம் கொண்டதால், பகல் பொழுது முழுவதும் மட்டுமின்றி இரவு வெகுநேரம் வரையிலும் கூட விழித்திருந்து படித்தேன். எனது பெற்றோர் உடனடியாக எனக்குத் திருமணத்தை நடத்தினர். திருமணமாகிச் சிலநாட்கள் சென்றதும், என் மனைவி என்னிடம் சினம் கொண்டு, ''நான் ஒரு மானுடப் புத்தகத்தைத் திருமணம் செய்து கொண்டுள்ளேன்'' என்று ஏசிவிட்டு, எட்டாவது நாள் எங்களது வண்டி ஓட்டுநரோடு ஓடி விட்டாள்!''

சுதேயிபாபு சற்றே இடைவெளி விட்டார். சுதேயிபாபு அவர்களின் மனைவியின் மனதை வருத்தும் கடின விமர்சனத்தைக் கேட்டுச் சிரிக்காமல் இருக்க முடியவில்லை. ஆனாலும், ஓடிப்போன அவளது துரிதச்செயல், பழமையில் ஊறிப்போன இந்தியச் சூழலில் கிளர்ச்சியை உருவாக்கியிருக்கக் கூடும். ஆனாலும், பெண்களின் வழிமுறைகள் குழப்பமானவை. நேர்மையற்றவை, ஒரு ஆணின் மன எல்லைக்கு அப்பாற் பட்டவை.

''சிறிது நாட்கள் கழித்து அந்த அதிர்ச்சியிலிருந்து மீட்சியுற்று, நான் அவளை மறந்தேன். எனது உணர்ச்சிகள் வற்றிப்போயின. சோதிடம் மற்றும் தெய்வீக மறைபொருளின் ஆராய்ச்சியில் ஆழ்ந்து ஈடுபட்டேன். அத்தருணத்தில் தான் நான் ''பிரம்மசிந்தா'' என்னும் அரியதொருநூலை ஆராய்ந்து படிக்கத் துவங்கினேன்.

''இப்புத்தகம் எதைப்பற்றியது என்று எனக்குத் தெளிவு படுத்துவீர்களா?''

''புத்தகத்தின் தலைப்பை ''இறையுணர்வு தியானம்'' அல்லது ''பிரம்மத்தின் தே॰ ல்'' அல்லது ''இறை-ஞானம்'' என்று மொழி பெயர்த்துக் கூறலாம். முழுப்புத்தகமும் ஆயிரம் பக்கங்களுக்கு மேல் கொண்டது. ஆனால் அதில் நான் ஒரு பகுதியை மட்டுமே படிக்கிறேன். இந்த ஒரு பகுதியும் இங்கும் அங்குமாகச் சிதறிக் கிடந்ததால் இதைத் தொகுத்துச் சேகரிக்கவே எனக்கு ஏறக்குறைய இருபது ஆண்டுகளாகின. இதன் பல்வேறு பகுதிகளை இந்தியாவின் பல மாகாணங்களிலுள்ள முகவர்களிடமிருந்து சிறிது-சிறிதாகப் பெற்றேன். இதில் பிரதானமாகப் பன்னிரெண்டு பாகங்களும் மற்றும் பல உப பிரிவுகளும் அமைந்துள்ளன.

புத்தகத்தின் முக்கியமான தலைப்புகள் தத்துவம், சோதிடம், யோகா, மரணத்திற்குப் பிந்தைய வாழ்க்கை மற்றும் பல ஆழ்ந்த விஷயங்கள்.''

''இப்புத்தகத்தின் ஆங்கில மொழிபெயர்ப்பு உள்ளதா என்பதை நீங்கள் அறிவீர்களா?''

''இல்லை. இதுவரையிலும் நான் கேள்விப்பட்டதில்லை. இப்புத்தகத்தைப் பற்றி அறிந்தவர்கள் வெகுசிலரே, அதுவும் இந்துக்கள் தான். அக்காலகட்டத்திலிருந்து, புத்தகம் இரகசியமாக கவனமாக பாதுகாக்கப்பட்டு வருகிறது. இது திபெத்திலிருந்து தான் முதலில் வந்தது. அங்கு இதுமிகவும் புனிதமாகப் போற்றப்பட்டு தேர்ந்தெடுக்கப்பட்ட சில மாணவர்கள் மட்டுமே படிக்க அனுமதிக்கப்பட்டனர்.

''இது எப்போது எழுதப்பட்டது?''

''பிருகு முனிவரால் பல்லாயிரக்கணக்கான ஆண்டுகளுக்கு முன்பே எழுதப்பட்டது. அவர் வாழ்ந்த காலம் தெரியாததால் என்னால் அந்த வருடத்தைக் குறிப்பிட்டுச் சொல்ல முடியாது. இப்புத்தகம் இந்தியாவிலுள்ள அனைத்து யோக முறையிலும் இல்லாத மாறுபட்ட ஒரு யோக வழிமுறையைப் பயிற்றுவிக்கிறது. உங்களுக்கு யோகாவில் நாட்டமுண்டு இல்லையா?''

''உங்களுக்கு எப்படித் தெரியும்?''

அதற்கு விடையாக தான் கணித்த எனது ஜாதகத்தின் வரைபடத்தை என் முன்னர் விரித்தார். எனது பிறந்த தேதியை (நாளை) வைத்துக்கொண்டு கிரகங்களின் நிலையையும் அவற்றின் சின்னங்களையும் பென்சிலால் சுட்டிக்காட்டி விளக்குகிறார்.

''உங்களது ஜாதகம் என்னை வியப்புறச் செய்கிறது. ஒரு ஐரோப்பியனாக அசாதாரணமாகவும், இந்தியனாக இருப்பின் சராசரிக்கும் கீழாகவும் இருக்கிறது. நீங்கள் யோகாவைப் பற்றிப் பயிலும் ஆர்வம் மிக்கவர் என்றும், இவ்விஷயத்தில் ஆழ்ந்து ஆராய்ந்து ஞானம் பெற உங்களுக்குப் பல துறவிகளின் சகாயம் கிட்டும் என்றும் கூறுகிறது. இருப்பினும், நீங்கள் யோகாவோடு நிறுத்திக்கொள்ளாமல், மறைவியல் தத்துவங்களிலும் வல்லுனராகி விடுவீர்கள் என்றும் உங்கள் ஜாதகத்தில் அறிய முடிகிறது.

சற்று நேர இடைவெளிக்குப் பின்னர் என் விழிகளை நேரடியாகப் பார்த்தார். அவரது உள்ளார்ந்த வாழ்க்கையை வெளிப்படுத்தும் வகையில் அதற்கு நிகரான ஒரு கூற்றை மொழியப் போகிறார் என்னும் நுட்பமான உணர்வு என்னுள் எழுந்தது.

''துறவிகளில் இரு வகையினர் உள்ளனர்; தான் பெற்ற அனுபூதியைத் தனக்குள்ளேயே, தன்னலத்துடன் பாதுகாப்பவர்கள், இன்னும் சிலர் தான் அடைந்த மெய்ஞானத்தை அதை நாடிச் செல்பவரோடு தாராளமாகப் பகிர்ந்து கொள்வர். நீங்கள் ஏறக்குறைய மெய்ஞ்ஞானத்தைப் பெறும் நுழைவாயிலை அடைந்து விட்டீர்கள் என்பதை உங்கள் ஜாதகம் தெளிவாகக் காட்டுகிறது. ஆதலால், எனது வார்த்தைகள் காதில் கேளாது புறக்கணிக்கும் செவிட்டுச் செவிகளில் விழாது என்பதால் நான் எனது அறிவாண்மையை உனக்கு அளிக்கத் தயாராக உள்ளேன்.!''

இப்புதிய திருப்புமுனை என்னை அதிர்ச்சியில் ஆழ்த்தியது. முதலில் நான் சுதேயிபாபுவின் சோதிடப் பெருமையையும் ஞானத்தையும் சோதித்தறிய வந்தேன். மீண்டும் அதன் அடிப்படைகளைப்பற்றிய அவரது விவாதத்தைச் செவியுற வந்தேன். இப்போது, எதிர்பாராத விதமாக எனக்கு யோகக் கலையைப் போதிக்கும் ஆசானாகத் திகழ்வதாகக் கூறுகிறார்!

''பிரம்மசிந்தாவில் குறிப்பிடப்பட்டுள்ள வழிகளைக் கையாண்டு, பயிற்சி மேற்கொண்டால், உங்களுக்கு ஆசானே தேவையில்லை. உங்கள் ஆன்மாவே உங்களது ஆசானாகி விடும்'' என்றார்.

நான் திடீரென என் தவறை உணர்ந்து, ஒருவேளை அவர் எனது எண்ண ஓட்டத்தை அறிந்திருப்பாரோ என்று அதிசயித்துப் போனேன்.

''நீங்கள் என்னை வியப்பில் ஆழ்த்தி விடுகிறீர்கள்!'' என்று மட்டுமே என்னால் கூறமுடிந்தது.

''நான் முன்பே சிலருக்கு இவ்விஷயத்தைப் போதித்துள்ளேன். ஆனால் நான் என்னை ஒருபோதும் அவர்களது ஆசானாகக் கருதியதே இல்லை, அவர்களது உற்ற நண்பனாகவோ அல்லது

சகோதரனாகவே பாவித்துள்ளேன். ஆதலால், உனது ஆசானாக நான் இருப்பேன் என்பதைச் சாதாரணமான கருத்தாக உரைக்க வில்லை. பிருகு முனிவரின் ஆன்மா, எனது உடலையும் மனதையும் தனது சாதனமாகக் கொண்டு உங்களுக்கு உபதேசங்களை வழங்குவார்.''

''சோதிடக் கலையை யோக வழிமுறையோடு எவ்வாறு உங்களால் இணைத்துக்கொள்ள முடிகிறது என்று எனக்குப் புரியவில்லை.''

கைகளை மேசையில் விரித்து வைத்து, ''இது தான் விளக்கம். இப்பூவுலகில் நான் வாழ்ந்து எனது பணியின் மூலம் அதற்குச் சேவை புரிகிறேன். இதுவே சோதிடம். இரண்டாவதாக நான் யோகாவைப் பயிற்றுவிக்கும் ஆசானாக என்னைப் பார்ப்பதை மறுக்கிறேன். ஏனெனில், பிரம்மசிந்தாவில் கடவுளை மட்டுமே ஆசானாக ஏற்றுக்கொள்ளப்பட்டுள்ளது. நாங்கள் ஏற்றுக் கொண்டுள்ள ஒரே உபாத்தியாயர் (ஆசான்) இறைவன் மட்டுமே. சர்வவியாபியான அவர் எங்களுக்குள் உறைந்து எங்களுக்குப் போதிப்பார். நீங்கள் விரும்பினால் என்னை உங்களது சகோதரனாக ஏற்றுக்கொள்ளுங்கள். ஆனால் ஆன்மீக ஆசானாக ஒருபோதும் நினையாதீர்கள் ஆசான் என்று ஒருவரை ஏற்றுக் கொண்டு விட்டால், தனது ஆன்மபலத்தில் நம்பிக்கை இழந்து அவரைச் சார்ந்தே இருக்க நேரிட்டுவிடும்.''

''இருப்பினும் உங்களது ஆன்மாவிற்குப் பதிலாக, சோதிடத்தை நம்பி, அதனை வழிகாட்டியாகக் கொண்டுள்ளீர்களே!''

''நீங்கள் சொல்வது தவறு. நான் பலவருடங்களுக்கு முன்னரே எனது ஜாதகத்தைக் கிழித்துப் போட்டுவிட்டேன். இப்போ தெல்லாம் எனது ஜாதகத்தை நான் பார்ப்பதேயில்லையே.''

''இதைக் கேட்டு நான் அதிசயித்ததைப் பார்த்து அவர், ''நான். மெய்ஞ்ஞான ஒளியைக் கண்டுகொண்டதால், எனக்கு வழிகாட்ட சோதிடம் தேவையில்லை, ஆனால் இன்னமும் அஞ்ஞான இருட்டில் தடுமாறுபவர்களுக்கு அது உதவியாக இருக்கும். நான் என் வாழ்க்கையை முற்றிலுமாக இறைவனிடம் ஒப்படைத்து விட்டேன். கடந்தகாலம் அல்லது எதிர்காலத்தைப்பற்றிய சிந்தனையின்றி இறை நிர்ணயத்தின்படி செயலாற்றி வருகிறேன்.

இறைவன் அருளுவதை அவனது இச்சையாகக் கருதி ஏற்கிறேன். நான் எனது உடல், மனம் செயல் உணர்வு அனைத்தையும் பூரணமாக இறைவனின் விருப்பத்திற்கு சமர்ப்பித்துவிட்டேன்.''

''ஒருவேளை ஒரு முரட்டுக் கொலைகாரனால் கொல்லப்படுவதாக மிரட்டப்பட்டாலும், கடவுளின் நோக்கம் என்று ஏற்றுக்கொண்டு ஒன்றும் செய்யாமல்'' இருந்து விடுவீர்களா?''

''ஆபத்து நேரிடும்போது இறைவனது பாதுகாப்பை நாடி உடனடியாகப் பிரார்த்திக்க வேண்டும் என்று நானறிவேன். பிரார்த்தனை அவசியம் ஆனால் அச்சம் தேவையில்லை. நான் இவ்வாறு அடிக்கடி இறைவனைப் பிரார்த்தனை செய்து, இறைவனும் என்னை அற்புதமாகக் காப்பாற்றியுள்ளார். நான் மிக மோசமான இன்னல்களை அனுபவித்த காலத்தில் இறைவனது கருணையின் பொழிவை உணர்ந்து ஒவ்வொரு நிகழ்விலும் நான் பரிபூரணனைப் பூரணமாக நம்பியுள்ளேன். ஒருநாள், நீங்களும் உங்களது எதிர்காலத்தைப் பற்றி அக்கறையின்றி அசிரத்தையாக இருக்கக் கூடும்.''

''இது நிகழ்வதற்கு முன் என்னுள் குறிப்பிட்டுச் சொல்லக்கூடிய அளவு மாற்றம் எனக்குள் ஏற்பட வேண்டும்'' என்றேன் வெறுமையாக.

''அப்படியொரு மாற்றம் நிச்சயமாக ஏற்படும்.''

''நீங்கள் உறுதியாகச் சொல்கிறீர்களா?''

''ஆம், உங்களது ஊழ்வினையை உங்களால் தவிர்க்கவே முடியாது. ஆன்மாவின் மறுபிறப்பு, புனர்ஜென்மம் என்னும் இந்த நிகழ்வு எவரும் எதிர்நோக்காமலே, விரும்பி ஏற்காமலே இறைவனிடமிருந்து தானே வருவது அவனது அருட்பொழிவு!''

''நீங்கள் விந்தையான விஷயங்களைப் பற்றிக் கூறுகிறீர்கள், சுதேயி பாபு அவர்களே!''

தெய்வம், என்னும் அறியாத ஒரு விஷயம் ஒரு கருத்து இந்நாட்டில் நான் மேற்கொண்ட பல சம்பாஷணைகளில் கூறப்பட்டுள்ளது. பொதுவாக, இந்துக்களே மதப்பற்றும் தெய்வ நம்பிக்கையும் மிக்கவர்கள். இறைவனைப் பற்றி இவர்கள் குறிப்பிடும்போது நன்கறிந்த ஒரே வழிமுறையை இவர்கள்

பின்பற்றுவதைக் கண்டு நான் குழப்பம் அடைந்துள்ளேன். சிக்கலான காரணங்களுக்காக எளிமையான நம்பிக்கையைக் கைவிட்ட, ஐயப்பாடுமிக்க மேலை நாட்டவரின் கருத்தை இவர்கள் ஏற்பது சாத்தியமா? சோதிடரிடம் தெய்வம் என்னும் விஷயத்தைப் பற்றிய கேள்வியை எழுப்புவது வியர்த்தமானது மற்றும் நடைமுறைக்குச் சாத்தியமானதல்ல என்பதையும் புரிந்து கொண்டேன். இதற்கு மேலும் வேதாந்த சாஸ்திரரீதியான எதையும் செவியுற்றுச் சீரணிக்க நான் தயாராக இல்லை என்பதால் பேச்சைத் தர்க்கத்திற்கு இடமளிக்காத விஷயத்திற்குத் திசை திருப்பினேன்.

''நானும் கடவுளும் இதுவரையிலும் சந்தித்ததில்லை என்பதால் நாம் மற்ற விஷயங்களைப்பற்றிப் பேசலாமே'' என்றேன்.

என் ஆன்மாவுக்குள் ஊடுருவி ஆராய்வதைப் போல் விழிகளால் என்னைக் கூர்ந்து நோக்கினார்.

''உங்கள் ஜாதகத்தின் வரைபடம் தவறாக முடியாது. அல்லது ஏற்கத் தயாராக இல்லாத ஒரு மனிதனிடம் நான் எனது ஞானத்தைத் தர விரும்பவில்லை. நட்சத்திரங்களின் அசைவில் குற்றம் கூற முடியாது. இன்று உங்களால் கிரகித்துக்கொள்ள முடியாத ஒன்று. சில காலம் உங்கள் சிந்தனைப் படுகையில் உழன்று, பின் இரட்டிப்பான சக்தியோடு மீண்டும் எழுச்சியுறும். பிரம்மசிந்தாவின் வழிமுறையை உங்களுக்குப் போதிக்க நான் தயாராக உள்ளேன்.''

''நானும் அதை பயிலத் தயாராக உள்ளேன்'' என்றேன் நான்.

''ஒவ்வொரு நாளும் மாலைப்பொழுதில், சோதிடரின் பழமையான வீட்டிற்குச் சென்று 'பிரம்மசிந்தா' விலிருந்து பாடங்களைப் படித்தேன். இந்தப் பண்டைய பேரறிவாற்றல் மிக்க திபெத்திய யோக முறையை எனக்கு உபதேசித்தார். எந்த ஒரு தருணத்திலும் தான் ஒரு ஆசான் என்னும்'' அகம்பாவத்தையோ அல்லது ஆன்மீக நிலையிலான உயர்வான மனோபாவத்தையோ அவர் வெளிக்காட்டவேயில்லை. மிகவும் விநயமான சுபாவத்துடன் கூடிய இவர் பொதுவாகவே'' பிரம்மசிந்தா'' வில் இவ்வாறு போதிக்கப்பட்டுள்ளது'' என்ற தொடருடன் தான் தனது உபதேசத்தைத் துவக்குவார்.

ஒருநாள் மாலையில், ''பிரம்மசிந்தாவின் இறுதி இலக்கு, உன்னத இலட்சியம் என்ன?'' என்று இவரிடம் கேட்டேன்.

''நாங்கள் புனிதமான மோனநிலையை நாடிச் சென்று விடுவோம். ஏனெனில் இந்நிலையில் தான் மனிதன் தான் ஒரு ஆன்மா என்பதை ஆதாரபூர்வமாக உணர்கிறான். இதன் பின்னர் தான் அவன் தன் மனதைச் சுற்றுப்புறத்திலிருந்து விலக்கி உலக ரீதியான விஷயங்கள் மறையத் துவங்க, புறஉலகை விட்டு முற்றிலுமாக விடுபடுகிறான். தனது ஆன்மாவைத் தனக்குள்ளே இருக்கும் மெய்யான சுயமாக, உயிருள்ள ஜீவனாகக் கண்டு கொள்கிறான். இதன் அமைதி ஆற்றல் மற்றும் பேரானந்தமும் அவனை ஆட்கொண்டுவிடும். இவ்வாறான ஒரே ஒரு அனுபூதியை அவன் அடைந்து விட்டால் போதும், அது அவனுக்குள் ஒரு தெய்வீகமான ஜீவித்திருக்கும் உயிர்ப்பு இருப்பதை அவனுக்கு நிரூபணமாக்கிட, அவன் ஆயுள் முழுவதும் அவனால் அதை மறக்க முடியாது.''

சிறிய சந்தேகக் கீற்று மனதில் எழும்பிட, ''இவை அனைத்துமே மனோவசிய முறையில் உள்மனதுடன் தொடர்பு கொள்ளும் வழிமுறை இல்லை என்று நீங்கள் உறுதியாக நம்புகிறீர்களா?''

புன்முறுவலுடன் தொடர்ந்தார்-

''ஒரு தாய், ஒரு மகவை ஈன்றெடுக்கும் சமயத்தில், ஒரு கணமேனும் என்ன நிகழ்கிறதோ என்று ஐயம் கொள்வது சாத்தியமாகும். அந்த அனுபூதியை அவள் மீண்டும் எண்ணிப் பார்க்கும்போது, இதுவெறும் மனோவசிய முறையிலானதோர் உள்ளுணர்வு என்று கருதமுடியுமா? காலம் உருண்டோடுகையில் தனது குழந்தையின் வளர்ச்சியை ஒவ்வொரு வருடமும் கவனிக்கும் போது, அது உண்மையாகவே இருக்கிறதா என்று எப்போதாவது அவநம்பிக்கை கொள்ளவோ அல்லது தயக்கம் கொள்ளவோ முடியுமா? இதுபோன்றே, ஆன்மாவின் மறுபிறப்பு என்பது தானாகவே ஒருவரது வாழ்க்கையில் நிகழும் ஓர் அற்புதமான நிகழ்வு, இதை மறக்கவே இயலாது; இது ஒருவருக்கு முழுமையான மாற்றத்தையே தரவல்லது. ஒருவர் புனிதமான மோன நிலையை அடையும் போது, மனதில் ஒருவகையான வெற்றிடம், சூனியம் உருவாகிவிடுகிறது; நீங்கள் கடவுள் என்ற

சொல்லையே ஏற்காததால், ஆன்மா என்னும் உயரிய சக்தி (கடவுள்) அந்த வெற்றிடத்தைச் சென்று வியாபித்துக் கொள்கிறது. இந்த ஆன்மாவின் நிறைவால், எல்லையில்லாப் பேரானந்த உணர்வு எழுவதைத்தவிர்க்க இயலாது. முழுமையான இந்த படைப்பின் மீதே ஒருவர் அதீதமாக அன்பு செலுத்தத் துவங்குவார். உடல் பார்வையாளர் நிலையை அடைந்து விடும் மோனநிலையை (சமாதி) மட்டுமின்றி ஆழ்நிலையை எய்தும் போது உயிரற்ற நிலையையே அடைந்தாற்போல, சுவாசம் கட்டுப்படுத்தப்படும்.

‘‘இது ஆபத்தானதல்லவா?’’

‘‘இல்லை. தனிமையிலோ அல்லது ஒரு நண்பரைப்பார்க்க அனுமதி வழங்கியோ தான் சமாதிநிலை எய்தப்படும். நான் அடிக்கடி மோன நிலைக்குச் சென்றுவிட்டு, எனது மனவிருப்பம் போல் எப்போது வேண்டுமானாலும் அதிலிருந்து வெளியேறிடுவேன். பொதுவாக இரண்டு அல்லது மூன்று மணி நேரம் வரை அந்நிலையில் இருப்பேன். அதை முடிக்கும் நேரத்தை முன்னதாகவே கணக்கிட்டுக்கொள்வேன். பிரபஞ்சமாக பார்ப்பதை, மீண்டும் எனக்குள் நான் காண்பதால், இது ஓர் அற்புதமான அனுபவம்! அதனால்தான், நீங்கள் கற்றுக்கொள்ள விரும்பும் அனைத்தையுமே உங்களது ஆன்மாவிலிருந்தே அடைந்து விடலாம் என்றுதான் கூறுகிறேன். பிரம்மசிந்தாவில் உள்ளபடி முழுமையான யோகாவை உங்களுக்கு நான் உரைத்து விட்டேன் எனில், உங்களுக்கு ஒரு ஆசானின் துணை அவசியமில்லை, புற ரீதியான வழிகாட்டுதலே உங்களுக்கு அவசியமில்லாது போகும்.’’

‘‘நீங்கள் உங்களுக்கென ஒரு ஆசானை ஏற்றுக்கொள்ள வில்லையா?’’

‘‘எவருமில்லை. பிரம்மசிந்தாவின் பொக்கிஷமான இரகசியங்களைத் தெரிந்து கொண்ட பிறகு, நான் ஒரு ஆசானை நாடவே இல்லை. இருப்பினும், அவ்வப்போது, நான் சமாதி நிலையில் இருக்கும்போது, எனது உட்புற நோக்கில், சிலசிறந்த பெரிய மகான்களை நான் சந்தித்துள்ளேன். இவர்கள் அகரீதியாக என் முன்னர் தோன்றி, தமது கைகளை எனது சிரத்தின் மீது வைத்து அருளாசி வழங்கியுள்ளனர். ஆதலால்தான் உங்களது

ஆன்மாவின் சுயவழிகாட்டலின் மீது முழுமையாக நம்பிக்கை கொள்ளுங்கள் என்று மீண்டும் வலியுறுத்துகிறேன். உங்களது அகத்தில், உன்னதமான ஆசான்கள் நீங்கள் அழைக்காமலே வந்து காட்சி தருவார்கள்.''

அடுத்த இரண்டு மூன்று நிமிடங்கள் பூடகமான அமைதியில் கழிந்தன. சோதிடர் சிந்தனை வயப்பட்டாற் போல் தோன்றியது. அதன் பின்னர் மிகவும் பணிவான, அமைதியான குரலில், ஆசான் தொடர்ந்தார். ''ஒருமுறை புனிதமான மோனநிலையில், நான் ஏசுநாதரைத் தரிசித்தேன்.''

''நீங்கள் என்னைத் திகைப்படையச் செய்கிறீர்கள்'' என்று வியந்தேன். ஆனால் அவர் உடனடியாக விளக்க முடியவில்லை. அதற்குப் பதிலாக அவரது விழிகளின் வெண்படலத்தை அச்சுறுத்தும் வகையில் மேற்புறமாக உருட்டினார். இன்னும் சில நிமிடங்கள் பயங்கரமான அமைதி நிலவ அவர் தனது விழிகளைச் சாதாரண நிலைக்குக் கொணர்ந்த பின்னரே மனத்தெளிவுற்றேன்.

மீண்டும் பூடகமானதொரு புன்சிரிப்புடன் என்னோடு உரையாடத் துவங்கினார்.

''சமாதி அல்லது மோனநிலையின் சிறப்பு அளப்பற்கரியது. அந்நிலையில் இருக்கும் ஒருவரை மரணம் கூட நெருங்க முடியாது. பிரம்மசிந்தாவின் இந்த வழிமுறையைப்பயிற்சி செய்து முற்றிலும் தேர்ந்து பூரணத்துவம் அடைந்த சில யோகிகள் இமயத்தைச் சார்ந்த திபெத்தியப் பகுதிகளில் உள்ளனர். இத்துறவிகள் தங்கள் மன விருப்பம் போல் மலைக்குகைகளில் ஏகாந்தமாக அமர்ந்து ஆழ்நிலை சமாதியில் நிலைப்பட்டுள்ளனர். இந்நிலையில் அவர்களது நாடித்துடிப்பும் இதயத்துடிப்பும் நின்றுபோக அசைவற்று இருக்கும் உடலில் இரத்த ஓட்டமும் தடைப்பட்டு விடுகிறது. ஆக, மரணமுற்றவர்கள் போலவே புலப்படுகிறார்கள். மோன நிலைக்குச் சென்று விட்டதால் அவர்கள் ஒரு விதமான உறக்கத்தில் ஆழ்ந்து விட்டனரோ என்று நீங்கள் எண்ண வேண்டாம். அவர்கள் நம்மைப்போன்றே முழுமையான விழிப்புணர்வுடன் திகழ்கிறார்கள். அவர்களது அகத்தில் உள்ளார்ந்து நிலைப்பட்டு உயரிய நிலையான வாழ்க்கையை வாழ்ந்து கொண்டிருக்கின்றனர். உடற்கூற்றின்

வரையறைக்குள் கட்டுப்படாது மனம் சுதந்திரமாகச் சஞ்சரிக்கப் பிரபஞ்சத்தையே தமக்குள் இவர்கள் கண்டுகொள்கிறார்கள். ஒருநாள் அவர்கள் இந்த மோன நிலையிலிருந்து வெளிவருவர் என்பது உறுதி. ஆனால், அதற்குள்ளாக அவர்கள் நூறு ஆண்டுகளைக் கடந்திருக்கலாம்!''

ஆக, முடிவில்லா மானுட வாழ்க்கையின் நம்புதலுக்கு அப்பாற்பட்ட பாரம்பரியத்தைப் பற்றி மீண்டும் கேள்வியுற்றேன். எவ்வாறாயினும் கிழக்குப் பிரதேசத்தில் நான் எங்கு சென்றாலும் இந்த புராதனமான கருத்து என்னைத் தொடர்ந்து கொண்டேதான் இருக்கும். ஆனால், காலத்தால் அழியாச் சிரஞ்சீவிகளான ஓரிரு மகான்களையாவது நேரடியாகச் சந்திக்கும் வாய்ப்பு எனக்குக் கிட்டுமா? திபெத்திய நாட்டின் அநித்தியமான பருவச் சூழ்நிலையில் பேணிப் போற்றப்படும் இப்புராதனமான அதிசயத்தை மேலை நாட்டவர்கள் அறிவு பூர்வமான மற்றும் மனரீதியான தானமாகக் கருதி ஏற்றுக்கொள்வார்களா? எவர் அறிவார்?

☯ ☯ ☯

பிரம்மசிந்தயோகாவின் அற்புத சித்தாந்தங்களில் எனது இறுதிப் பாடங்கள் நிறைவு பெற்றன.

இடத்தைவிட்டு அகலாத சோதிடரை, அவரது வீட்டை விட்டு வெளியேறி (மிகவும் அரியது) வெளியுலகத்தைக் காணத் தூண்டினேன். அவருக்குச் சற்றே பயிற்சியளிக்கும் வகையில், கூட்டநெரிசல் மிக்கபெரிய கடைவீதிகளைத் தவிர்த்து, குறுகிய சந்துகளின் வழியே கங்கை நதியை நோக்கி அழைத்துச் சென்றேன். சுகாதாரமற்று, மிகையான ஜனக்கூட்டத்துடனும், அசுத்தமாகவும் தொன்மை வாய்ந்ததாகவும் இருப்பினும் வாரணாசியின் வீதிகளில் காலார நடப்பவர்க்குக் கண்ணைக் கவரும் விதத்தில் காட்சிகள் அமைந்துள்ளன.

நண்பகல் நேரமானதால், என்னுடன் வந்த சோதிடர் சூரியவெப்பத்திலிருந்து காத்துக்கொள்ள தனது தோள்களில் தட்டையான பனைஓலைக்குடையைச் சுமந்து கொண்டிருந்தார். அவரது மெலிந்த, சோகையான தேகமும், சோர்வுடன் கூடிய மந்தமான நடையும், துரிதமாக முன்னேறிச் செல்ல

ஒத்துழைக்காமையால், நான் குறுக்குவழியில் செல்லும் பாதையில் மாறிச் சென்றேன்.

பித்தளைப் பொருட்களை உருவாக்கும் தொழிலாளர்கள் இருந்த தெருவுக்குச் சென்றோம். தாடி வைத்த கலைஞர்கள் சுத்தியலைக் கொண்டு ஒலி எழுப்ப, சூரியஒளியில் பித்தளைப் பாத்திரங்கள் பளபளத்துக்கொண்டிருந்தன. இங்கும் இந்துக்கள் வழிபடும் இறைத்திருஉருவங்களின் சிலைகள் காணப்பட்டன.

மற்றொரு தெருவில், ஓரத்தில் நிழலில் ஒரு வயதான மனிதன், சோர்வான கண்களுடன், பரிதாபகரமான முகத்துடன் அமர்ந்திருந்தான். எங்களைப் பார்த்து மிரண்ட அவன், தனது பயம் சற்றே விலகியதும், யாசிக்கத் துவங்கினான்.

அடுத்து, தானிய வியாபாரம் நடந்த தெருவுக்குள் நுழைந்தோம். இங்கு சிறு மரப்பலகைகள் மீது தானியங்கள் குவிந்து கிடக்க, கடைக்காரார்கள் கால்களை மடித்துச் சப்பணமிட்டு அமர்ந்திருந்தனர். வித்தியாசமான ஒரு ஜோடி கடந்து செல்வதைப் பார்த்து அதிசயித்த அவர்கள், சற்று நேரத்திலேயே தங்களது வாடிக்கையாளர்களை எதிர்நோக்கும் பணியில் ஈடுபட்டனர்.

பிறதெருக்களில் கலப்படமான மணம் வீசியது. நதியை அடைந்த போது, நாங்கள் சென்ற பகுதியில் யாசகர்கள் படையெடுத்து நின்றனர். வற்றிய தேகத்துடன் கூடிய யாசகர்கள் புழுதி படிந்த மண்ணில் உலவினர். சொல்லால் விவரிக்க இயலாத சோகத்துடனும், ஆவலைத் தேக்கிய கண்களுடனும் கூடிய ஒரு மனிதன் என் கண்களை ஆராய்ந்தவாறு என்னிடம் வந்தான். என் இதயம் இளகியது.

இதையும் தாண்டி, சதைப்பற்றில்லாத உடலுடன் கூடிய ஒரு வயதான பெண்மணியைப் பார்த்தேன். எலும்பும், தோலுமாய்த் தோற்றமளித்த அந்த மூதாட்டியும் எனது விழிகளை ஊடுருவிப் பார்த்தாள். எவ்வகையான நிந்தனையுமல்லாது, அமைதியாக ஏற்றுக்கொள்ளும் மனோபாவம் தென்பட்டதில், கசிந்துருகி, எனது பணப்பையை வெளியிலெடுத்தேன். உடனே உத்வேகத்துடன் அசைந்து தனது தோல் போன்ற மெலிந்த கைகளைநீட்டிக் காசுகளைப் பெற்றுக்கொண்டாள்.

ஒரு கணம் அபரிமிதமான உணவும், நல்ல உடையும், தகுதியான பாதுகாப்பான இருப்பிடமும் மற்றும் விரும்பிய தனைத்தையும் பெறக்கூடிய அளவிற்கு நல்ல அதிர்ஷ்டம் வாய்க்கப் பெற்றதையெண்ணிச் சிலிர்த்துக் கொண்டேன். துரதிர்ஷ்டம் மிக்க இவர்களது தேடும் விழிகளை எண்ணி மனதில் குற்றஉணர்ச்சி மேலோங்கியது. இந்தப் பிச்சைக்காரர்கள், கிழிந்த, கந்தல்துணிகளைத் தவிர வேறொன்றுமில்லாது, வறுமையில் உழலும் போது நான் மட்டும் செல்வந்தனாக இருப்பது, எந்த உரிமையில்? ஒருவேளை, விதிவசத்தாலோ பிறப்பினாலோ அல்லது அதிர்ஷ்டத்தின் காரணமாகவோ நான் இவர்களில் ஒருவனாகப் பிறந்திருந்தால்? இக்கொடூரமான சிந்தனை சிறிது நேரம் என் மனதை அலைக்கழித்தது. ஆனால், பயம் என்னைக் கவ்வியதில் உடனடியாக இந்த எண்ணத்தை அகற்றி, மறந்து விட்டேன்.

அதிர்ஷ்டம் என்னும் இந்த மாயத்தின் பொருள்தான் என்ன? வெறும் பிறப்பினால் ஒருவன் கந்தல் உடையணிந்து வீதியிலும், மற்றொருவன் பட்டுத்துணியுடுத்தி மாளிகையில் இருப்பதும் தான் அதிர்ஷ்டமா, வாய்ப்பா? உண்மையில், வாழ்க்கை ஒரு புரியாத புதிராக, இருள் மயமானது; என்னால், இதைப்புரிந்து கொள்ள முடியவில்லை.

கங்கைக் கரையை அடைந்தவுடன், ''நாம் இங்கே அமர்ந்து கொள்ளலாம்'' என்று சோதிடர் கூற, ஆற்றின் கரையில் அமைக்கப்பட்டுள்ள அகலமான கற்படிகள் நீண்ட நடைமேடைகள் இருக்கும் பகுதியில் ஆற்றைப் பார்த்தவாறு நிழலில் அமர்ந்தோம். யாத்ரிகர்கள் கூட்டம் அவ்வப்போது வந்து, போய்க்கொண்டிருந்தது.

தூரத்தில், ஏறத்தாழ 300 அடி உயரத்தில், வானத்தைக் கிழித்துச் செல்வதைப் போல, மசூதியின் இரு ஸ்தூபிகள் தென்பட்டன. இவை ஔரங்கசீப் மகாராஜாவின் அழகிய மசூதியின் தூண்கள். இந்துத்துவம் நிறைந்த இந்துக்களின் புண்ணியபூமியில் முகம்மதிய தேசத்திற்கு உகந்த ஒன்று!

சோதிடர், பிச்சைக்காரர்களைப் பார்த்து நான் மனஉளைச்சல் கொண்டதைப் புரிந்து கொண்டு,

''இந்தியா ஒரு ஏழ்மையான நாடு, என்று சமாதானமளிக்கும் வகையில் கூறினார். ''இந்நாட்டு மக்கள் சோம்பேறித்தனத்தில் மூழ்கியுள்ளனர். ஆங்கிலேய இனத்தவர்களிடம் சில மேன்மையான குணங்கள் உள்ளன. இந்த நற்பயனைப் பெறத் தான் இறைவன் அவர்களை இந்தியாவிற்கு வரவழைத்தார் போலும். அவர்களது வருகைக்கு முன்னர் சட்டமும், நீதியும் ஒதுக்கப்பட்டு வாழ்க்கை ஆபத்தானதாக இருந்தது. ஆங்கிலேயர்கள் இந்தியாவை விட்டு வெளியேற மாட்டார்கள் என்று தான் நான் நம்புகிறேன். எங்களுக்கு அவர்களது உதவி வேண்டும், ஆனால் அது நட்பு முறையில் நாடப்பட வேண்டுமே தவிர, வற்புறுத்தலினால் அல்ல. எவ்வாறாகினும், இரு நாடுகளின் விதிப்பயனும் நிறைவேறித் தானே ஆக வேண்டும்.

''ஆ! உங்களது ஊழ்வலிவாத உணர்வு மீண்டும் எழுகிறதே!''

எனது விமர்சனத்தைப் புறக்கணித்து அமைதியில் ஆழ்ந்தார் பின் உடனடியாகத் தொடர்ந்தார்.

''இரு நாட்டவராலும் இறைவிருப்பை எவ்வாறு தவிர்க்க முடியும்? இரவு, பகலைத் தொடர்வதும், பகல், இரவைத் தொடர்வதும் எப்போதும் விதிப்படியான நிகழ்வுதானே! அப்படித்தான், தேசங்களின் வரலாறும். பெரிய மாற்றங்கள்

உலகையே எப்போதும் ஆட்கொண்டு தான் இருக்கின்றன. இந்திய நாடு சோம்பேறித்தனத்திலும் மந்தமான செயல் பாட்டிலுமே மூழ்கிக்கிடக்கிறது. ஆனால், செயல்பாட்டை உந்தச் செய்யும் ஆசையும் நோக்கமும் பெறும்போது, இந்தியாவிலும் மாற்றம் நிகழும். ஐரோப்பாவில் நடைமுறைச் செயல்பாடுகள் உத்வேகத்துடன் நடைபெற்றுக் கொண்டிருக்கின்றன. ஆனால், ஐரோப்பாவும் தனது லோகாயதமான போகத்தை விட்டொழித்து, உன்னதமான லட்சியங்களைக் கொள்ளும் காலமும் விரைவிலேயே வரும். புறத்தைவிட்டு, அகத்தை நாடிச் செல்லும் அமெரிக்க நாட்டிலும் இதுபோலவே நிகழும்.''

நான் மௌனமாகக் கேட்டுக் கொண்டிருந்தேன். அவர் மீண்டும் தொடர்ந்தார்.

''இதன் காரணமாக எங்கள் நாட்டு தத்துவார்த்தமான மற்றும் ஆன்மீக போதனைகள் கடல் அலையைப் போல மேற்கு நோக்கிப் பயணிக்கும். ஏற்கனவே, எங்களது பல சமஸ்கிருத பிரதிகள் மேலை நாடுகளில் மொழிபெயர்க்கப்பட்டுள்ளன; இருப்பினும் இன்னும் சில உரைநூல்கள் இந்தியப் பகுதியின் எல்லைக்கப்பால் நேபாளம் மற்றும் திபெத் நாட்டின் குகைப் புத்தகாலயங்களில் இரகசியமாக வைக்கப்பட்டுள்ளன. இவற்றையும், உலகிற்கு வெளிப்படுத்த வேண்டும். இந்தியாவின் பண்டைய தத்துவங்களும் உள்ளார்ந்த ஞானமும், அறிவாண்மையும் மேலைநாட்டு நடைமுறை அறிவியலோடு இணையும் காலகட்டம் விரைவிலேயே வரத்தான் போகிறது. பண்டையகாலத்துப் பொக்கிஷங்கள் தற்கால நூற்றாண்டின் தேவைக்கேற்ப வழி வகுத்துத்தானாக வேண்டும். இவை அனைத்தும் நிகழும் என்பதில் நான் பெருத்த ஆனந்தம் அடைகிறேன்.''

கங்கையின் பசுமை நிறம் கொண்ட நீரைப் பார்க்கிறேன். கங்கையின் ஆர்ப்பரிப்பற்ற அமைதியான நீரோட்டத்தைப் பார்க்கும்போது நதி பாய்வதைப் போலவே தோன்றவில்லை. ஆற்றின் மேற்பரப்பு சூரிய ஒளியில் மினுமினுக்கிறது.

அவர் மீண்டும் என்னோடு உரையாடினார்.

‘‘ஒவ்வொரு மனிதனின் ஊழ்வினையும் நிறைவேற்றப் படுவதைப் போலவே ஒவ்வொரு மனித இனத்தின் விதியும் உணரப்பட வேண்டும். கடவுள் சர்வவியாபி, சர்வ-வல்லமை பொருந்தியவர். மனிதர்களும் தேசங்களும் தாமாக வலியப் பெற்றுக் கொண்ட விதிப்பயனிலிருந்து, தப்பிக்கவே முடியாது. ஆனால் அவர்கள் தங்களது கஷ்டங்களிலிருந்து தொடர்ந்து பாதுகாக்கப்படலாம் மற்றும் பெரிய ஆபத்திலிருந்தும் காப்பாற்றப்படலாம்.’’

‘‘இப்படிப்பட்டதொரு பாதுகாப்பை எவ்வாறு ஒருவரால் அடைய முடியும்?’’

‘‘பிரார்த்தனையின் மூலம், இறைவனை நாடும்போது குழந்தையைப் போன்ற சுபாவத்துடன் இருப்பதன் மூலமும் மற்றும் ஒரு செயலைத் துவங்கும் முன்னர் உதட்டளவில் அல்லாது உளமார இறைவனைச் சிந்திப்பதன் மூலமும் இது சாத்தியமாகும். ஆனந்தமான பொழுதுகளை இறைவனது வரமாகவும் நல்லாசியாகவும் துன்பமான கணங்களை நமது உள்ளார்ந்த நோயைத்தீர்க்கக் கடவுள் அளிக்கும் மருந்தாகவும் எண்ணிக் கொள்ளுங்கள். இறைவனைக் கண்டு பயம்கொள்ள வேண்டாம், ஏனெனில் அவன் பூரணமான கருணாமூர்த்தி.’’

‘‘அப்போது இறைவன் இவ்வுலகிலிருந்து தொடர்பில்லாத தொலைதூரத்தில் இருப்பதாக நீங்கள் கருதவில்லையா?’’

இல்லை. கடவுள் என்னும் சக்தி மக்கள் அனைவரிடமும் மற்றும் இந்தப் பிரபஞ்சம் முழுமையிலும் மறைபொருளாக இருக்கக் கூடியது. உதாரணமாக, இயற்கையால் நீங்கள் ஏதேனும் ஒன்றை மிக அற்புதமாக அழகாகக் கண்டால் அதை உங்களுக்காகப் போற்றிப் புகழாது, அதற்குள்ளாகவும் இறைவன் நிறைந்திருப்பதால் தான் இத்துணை அழகுடன் மிளிர்கிறது என்று நினைவில் வைத்துக் கொள்ளுங்கள். மக்களையும் உலக விஷயங்களையும் காணும் போது அவற்றிற்குள் உயிரோட்டமாய்த் திகழும் உள்ளார்ந்த ஆன்மசக்தியை மறந்துபடும் அளவிற்கு அவற்றின் புறத்தோற்றத்தால் மிகையாக வசீகரிக்கப்படாது, அவற்றின் இறைத்தன்மையை உணரக் கற்றுக்கொள்ளுங்கள்.’’

‘‘நீங்கள் உங்களது மதம், சோதிடம் மற்றும் விதியின் சிந்தாந்தங்களை, விந்தையான முறையில் இணைத்துக் கொள்கிறீர்கள், சுதேயி பாபு அவர்களே!’’

அவர் என்னை வெறித்துப் பார்த்தார்.

‘‘ஏன் அப்படி? இந்த சிந்தாந்தங்கள் என்னால் உருவாக்கப்பட்டவை அல்லவே. தொன்றுதொட்டு யுகங்களாக தலைமுறையாக எங்களுக்கு வழங்கப்பட்டுள்ளன. ஊழ்வினையின் அபரிமிதமான சக்தியும், எங்களைப் படைத்த கடவுளரின் வழிபாடும் மற்றும் கோள்களின் தாக்கத்தைப் பற்றிய புராணங்களும் ஆதி கால மக்களாலேயே அறியப்பட்டவையே. மேலைநாட்டவர் கற்பனை செய்வதைப் போல அவர்கள் காட்டு மிராண்டிகள் அல்ல. ஆனால், நானும் தீர்க்க தரிசனமான முன்னறிவிப்புச் செய்துள்ளேன் அல்லவா? இந்த நூற்றாண்டின் முடிவிற்கு முன்னரே மனித வாழ்க்கையில் பிரவேசிக்கும் கண்ணுக்குத் தெரியாத இச்சக்திகள் எத்துணை மெய்ப்பாடுடயவை என்பதை மேற்கத்திய உலகம் கண்டு கொள்ளும்.

‘‘மனிதன் தனது விருப்பம் போல் தன் வாழ்க்கையை உருவாக்கவோ அல்லது அழித்துக்கொள்ளவோ முடியும் என்னும் தனது இயல்பான இயற்கையான கருத்தை ஒதுக்கி விடுதல் மேற்கத்திய உலகத்திற்கு மிகவும் கடினமான ஒன்று.’’

‘‘எது நிகழ்ந்தாலும் அது அவனது கட்டளை, விருப்பம். சுதந்திரமாகத் தானாகச் செயல்படுவது போலத் தோன்றுவதும் அவனது சக்தியால் தான் நடைபெறுகிறது. மனிதர்களுக்கு அவர்களது முன்பிறவியின் செயல்கள் மற்றும் எண்ணங்களுக்கேற்ப நற்பலன்களையோ அல்லது தீமையையோ விளைவிக்கச் செய்கிறார், எல்லாம் வல்ல இறைவன். இறைவனது ஆணையை ஏற்பதே நன்மை பயப்பதாகும். ஆனால், துன்பம் வரும் காலத்தில், ஒருவர் அதைத் தாங்கிக்கொள்வதற்கான சக்தியை அவனிடம் வேண்டி நம்பிக்கை கொண்டால், துன்பம் வரும் காலத்திலும் துவண்டுபோகாமல் இருக்கக் கூடும்.’’

‘‘நாம் சற்று நேரம் முன்பு கண்ட துரதிர்ஷ்டமிக்க யாசகர்களுக்காகவேனும் உங்களது கூற்று மெய்ப்பட வேண்டும்.’’

"இந்தப் பதிலைத்தான் என்னால் கூற முடியும். பிரம்மசிந்தாவின் வழிமுறைப்படி, உனது ஆன்மாவை நாடி உள்ளார்ந்த வழியைப் பின்பற்றினால், இப்பிரச்சினைகள் தாமாகவே சரியாகிவிடும்."

அவர் இதற்கு மேல் அவருடன் விவாதிக்க முடியாது என்னும் எல்லைக்கு என்னைக் கொணர்ந்து விட்டதையும் இனி எனக்கொரு வழியை நானே தேடிக்கொள்ள வேண்டும் என்பதையும் உணர்ந்தேன்.

இதற்குள் எனக்கு விதிவசமாக வந்த ஒரு தந்திரச் செய்தி, என்னை உடனடியாக வாரணாசியிலிருந்து புறப்படச் சொன்னது. எனது பாக்கெட் புகைப்படக்கருவியை எடுத்து சோதிடரைப் புகைப்படம் எடுக்க முற்பட்டேன். ஆனால், அவர் பவ்யமாக மறுத்துவிட்டார்.

நான் மேலும் வற்புறுத்த, "ஏன்? எதற்காக? எனது அழுக்குப் படிந்த முகமும், அலங்கோலமான உடைக்குமா?" என்று கேட்டார்.

"தயவு செய்து ஒப்புக்கொள்ளுங்கள்! பல வருடங்களுக்குப் பின்னர் நான் தொலைதூரப் பிரதேசங்களில் இருக்கும் போது உங்களது புகைப்படம் எனக்கு உங்களை நினைவுபடுத்தும்" என்றேன்.

"புனிதமான எண்ணங்களும், தன்னலமற்ற செயல்களும் தான் உன்னதமான நினைவுகள்" என்று விநயத்துடன் பதிலளித்தார்.

அவரது எதிர்ப்பை மனமின்றி ஏற்றுக்கொண்டு புகைப்படக் கருவியை எனது கைப்பைக்குள் திணித்தேன்.

திரும்பிச் செல்வதற்காக அவர் எழுந்தபோது நானும் அவரைப் பின்பற்றிச் செல்லலானேன். அருகிலேயே, நிழலைநாடி, கையில், வட்டவடிவமான பிரம்புக் குடையுடன் அமர்ந்திருக்கும் காவியுடை தரித்த ஒருவரைக் கண்டேன். அவர் ஆழ்ந்ததியானத்தில் அமர்ந்திருந்த விதமும், அவரது உடையின் நிறமும் அவர் ஒரு உயரிய பாரம்பரியத்தைச் சேர்ந்த துறவி என்பதைப் புரிந்து கொண்டேன்.

சிறிது தூரம் சென்ற பின்பு எங்கள் வழிப்பாதையில் படுத்து உறங்கிக்கொண்டிருந்த ஒரு பசுவைப் பார்த்தோம். புனிதமாகக் கருதப்படும் இந்த ரகத்தைச் சேர்ந்த பிராணியும் வாரணாசியில் நிறைந்து காணப்படுகிறது.

இறுதியில் பணம்-மாற்றும் கடைக்குச் சென்று, நான் ஒரு வாடகை வண்டியைப் பேசிக்கொண்ட பின்னர் இருவரும் பிரிந்தோம்.

☯ ☯ ☯

அடுத்து வந்த சில நாட்களில் நான் வெறிகொண்டது போலப் பிரயாணம் மேற்கொண்டேன். இரவு நேரங்களை வழியிலிருந்த தங்கும் விடுதிகளில் கழித்தேன். இந்த விடுதிகள் அரசாங்க அதிகாரிகளுக்கும் நகரத்தின் உட்புறங்களில் பயணிப்பவர்களின் வசதிக்காகவும் அரசாங்கத்தால் அமைக்கப்பட்டது.

இதில் ஒன்றில் குறிப்பிட்டுச் சொல்லக்கூடிய அளவு வசதியின்றி, எறும்புக் கூட்டம் நிறைந்து காணப்பட்டது. இரண்டு மணி நேரம் வியர்த்தமாக அதை ஒழிக்கப் போராடி ஓய்ந்து போய் இறுதியில் படுக்கையை விட்டு, ஒரு நாற்காலியில் இரவுப் பொழுதைக் கழித்தேன்.

காலம் நழுவிக்கொண்டே செல்ல, நான் மெல்ல மெல்ல சுற்றுப்புறச் சூழலின் நினைவிலிருந்து விடுபட்டு வாரணாசி சோதிடரின் ஊழ்வினை வாதச் சித்தாந்தத்தைப் பற்றிய சிந்தனையில் மூழ்கினேன்.

அதே நேரத்தில் வற்றிப்போன உடலுடன் மோசமான நிலையில் வீதிகளில் அலைந்த யாசகர்களையும் நினைத்துக் கொண்டேன். வாழ்க்கை அவர்களை வாழ விடவுமில்லை, உயிரைத் துறக்கவும் விடவில்லை. தனவானாக, ஆடம்பரமான வண்டியில் சௌகரியமாக அமர்ந்து தங்களைக் கடந்து செல்லும் லேவாதேவி வியாபாரியையும் அவர்கள் பொருட்படுத்துவதில்லை. அவனது செல்வச் செழிப்பையும் ஏற்று தங்களது துரதிர்ஷ்ட நிலையையும் கடவுளின் விருப்பம் என்றே முழுமையாக ஏற்றுக்கொள்கின்றனர். இந்நாட்டில் பரிதாபகரமான குஷ்டரோகியும் தனது நிலையைக் கடவுளின் விருப்பம் என்று

மனமுவந்து ஏற்கிறான். ஊழ்வினை வாதத்தின் தீவிரமான மயக்கம் இந்தியர்களின் எலும்பையும் ஊடுருவிப் படர்ந்துள்ளது!

இதே சமயம் சூரியன் மறையும் நாட்டின் மனவிருப்பம் போல் செயல்படும் மனோபாவம் கொண்ட மனிதர்களுக்கு, சர்வ-வல்லமை மிக்க விதிவசப்பட்டு, அதன்மீது நம்பிக்கை கொண்ட கிழக்கு நாட்டவரோடு எதிர்த்து வாதிடுவது எத்துணை வியர்த்தமான செயல் என்றும் உணர்ந்தேன். கிழக்கு நாட்டவர்க்கு இது பிரச்சினையின் ஒருபுறம் மட்டுமே, அதாவது எதிர்ப்பின்றி பிரச்சினையே இல்லை என்று ஏற்றுக்கொள்ளும் தீவிரமான வாதம்! அவனையும் அவனது நிலைப்பாட்டையும் விதியே ஆட்சி செய்கிறது. இதற்கு மேல் சொல்வதற்கு எதுவுமில்லை.

கண்ணுக்குத் தெரியாத ஏதோவொரு சக்தியால் நாம் ஆட்டுவிக்கப் படுகிறோம் என்பதை எந்த மேற்கத்தியராலும் விரும்பிக் கேட்கவும் முடியாது. ஏற்கவும் முடியாது. மாவீரன் நெப்போலியன் தனது வீரர்களிடையே செய்த வீர முழக்கம் இன்னமும் எனக்கு நினைவிலிருக்கிறது.

''சாத்தியமற்றதா? இந்தச் சொல்லே எனது அகராதியில் இல்லை!''

நெப்போலியனின் வாழ்க்கையில் இதுபோன்ற பல அற்புதமான, சாகசமான குறிப்புகளைப்பற்றி நான் மீண்டும் மீண்டும் படித்துள்ளேன். ஹெலனாவில் அவர் எழுதி வைத்த விநோதமான வரிகள் என் நினைவுக்கு வருகின்றன. இங்குதான் அவரது அற்புதமான மூளை கடந்த காலத்தைப் பற்றி மீண்டும், மீண்டும் வேகமாகச் சிந்தித்தது.

''நான் எப்போதுமே ஊழ்வினைவாதியாகவே இருந்துள்ளேன். விண்ணுலகில் எழுதப்பட்டது... எழுதப்பட்டதே தான்... எனது நட்சத்திரம் மங்கிப்போனது என் கைகளிலிருந்து கடிவாளம் கைநழுவிப்போவதை உணர்ந்தும் என்னால் எதுவும் செய்ய இயலவில்லை.''

இப்படிப்பட்ட முரண்பட்ட, எதிர்மறையான நம்பிக்கைகளைக் கொண்ட மனிதரால் இந்தப்புதிரை, அறிவுக்கெட்டாத மர்மத்தைப் புரிந்து கொண்டிருக்க முடியாது. இதுவரையிலுமே

எவராவது இதை முழுவதுமாகப் புரிந்திருப்பார்களா என்பதும் சந்தேகம் தான். மனித மூளை செயல்படத் துவங்கியதிலிருந்தே, இந்தப் பழமையான பிரச்சினை, வடதுருவம் முதல் தென் துருவம் வரையிலுள்ள அனைத்து மக்களாலும் விவாதிக்கப்பட்டுள்ளது. உறுதியெனக் கருதியவர்கள் தமது மனத்திருப்திக்கேற்ப இதைத் தீர்த்துக்கொண்டுள்ளனர். வேதாந்திகள் இன்னமும் இதன் ஆதரவான, எதிரிடையான காரணங்களை ஆராய்ந்து வந்தாலும் இதில் சமநிலைப்பாட்டை அடைய அவர்கள் தயங்கினர்.

சோதிடர் எனது ஜாதகத்தைத்துல்லியமாகக் கணித்துக் கூறியதை நான் இன்னும் மறக்கவில்லை. சில கடினமான தருணங்களில் நான் இதைப்பற்றிய சிந்தனையில் ஆழ்ந்திருக்கிறேன். ஒருவேளை கிழக்கு நாட்டவரின் ஊழ்வினைவாத மூடநம்பிக்கை எனக்குள்ளேயும் ஊடுருவிவிட்டதோ என்று அச்சமுற்றேன். சாதாரணமான விநயம் மிக்க இந்த மனிதர் எனது கடந்த காலத்தைப்பற்றி அறிந்து கூறி, பழைய நிகழ்வுகளை, இன்று நடப்பது போல எடுத்துரைத்துத் தற்காலிகமாக உணரவைத்த விதமும், பண்டைய விவாதத்திற்குரிய சர்ச்சையாகிய ஊழ்வினை மற்றும் மனஉறுதியைப்பற்றிய விவரங்களைச் சேகரித்து நூலாகத் தொகுக்கும் எண்ணமும் எனக்கு ஏற்பட்டது. ஆனால், ஆரம்பித்த இடத்திலேயே வந்து நிற்கும் அளவிற்குக் குழப்பமான, ஆழங்காண முடியாத இருட்டில் சிக்கிவிடும் அச்சுறுத்தலால் பலனற்ற இப்பணியில் ஈடுபட வேண்டாம் என்று தீர்மானித்தேன்.

மேலும் சோதிடத்திலுள்ள பிரச்சினைகளும் உட்படுத்தப்பட்டு எனது பணியும் எனது சக்திக்கு அப்பாற்பட்டுச் சிக்கலாகிவிடும். இருப்பினும், நவீனகால கண்டுபிடிப்புகளின் முன்னேற்றத்தின் படி தொலைதூரக் கோள்களுக்குப் பயணம் மேற்கொள்ளும் நாள் தொலைதூரத்தில் இல்லை! ஒருவேளை நட்சத்திரக் கூட்டங்களுக்கு நம் வாழ்வில் ஏதேனும் மகத்துவம் உள்ளதா என்பதைக் கண்டறிவது அப்போது சாத்தியமாகிவிடக் கூடும். இதற்கிடையில் சுதேயிபாபுவின் எச்சரிக்கைகளை அதாவது சோதிடத்தில் பிழை நேரிடக்கூடும் மற்றும் உலகுக்கு வெளிப்படுத்தப்பட்ட சிறு பகுதியே ஆன சோதிடக்கலையின் முழுமையற்ற தன்மையைக் கருத்தில் கொண்டு ஒரு சிலர், சோதிடர்களின் ஆற்றலைச் சோதித்தும் பார்க்கலாம்.

இருப்பினும் ஏதோவொரு விநோதமான நான்காவது பரிமாணத்தில், எதிர்காலம் என்று ஒன்று இருப்பதை ஏற்றுக் கொண்டாலும், ஒருவரது பார்வையிலிருந்து திரைமறைவாக வைக்கப்பட்டுள்ள ஒருவரது பிரத்தியேகமான விதியின் இரகசியத்தை அறிந்துகொள்ள முயல்வது விரும்பத் தகுந்ததா?

இந்தக் கேள்வி எழுந்தவுடன் எனது சிந்தனைச்சுழல் முடிவற்ற ஒரு நிலையில் தேக்கமுற உறக்கம் என்னைத் தழுவியது.

சில நாட்களுக்குப் பின்னர், வாரணாசியிலிருந்து பலநூறு மைல்களுக்கு அப்பால் ஒரு நகரத்தில் நானிருந்தபோது வாரணாசியில் கலவரம் நிலவுவதைப் பற்றிய செய்தி என் காதுகளை எட்டியது. சாதாரணமாக இந்து-முஸ்லீம்களுக்கிடையே அற்பமாகத் துவங்கும் பூசலைப்பற்றிய மனதை வருத்தக்கூடிய கதைதான். இருப்பினும், மதத்தின் பெயரால் போலியாகப் போராட்டம் நடத்தும் மூர்க்கர்கள் இந்தச் சூழலைத் தமக்குச் சாதகமாகப் பயன்படுத்தி, கொலை, கொள்ளை என்று சூறையாடுவார்கள்.

பல நாட்களுக்கு நகரத்தில் கொடுங்கோலாட்சி நிலவியது. வருந்தக்கூடிய அக்காலகட்டத்தில் சிதறடிக்கப்பட்ட தலைகளும், இம்சிக்கப்பட்ட உடல்களும் மற்றும் தாரதம்மியமின்றி, கண்மூடித்தனமான கொலைகளும் நடந்த வண்ணம் இருந்தன. எனக்குச் சோதிடர் பாதுகாப்பாக உள்ளாரோ என்னும் கவலை எழுந்தது. ஆனால், அவருடன் தொடர்பு கொள்வது சாத்தியமில்லாதது. தபால்காரர்களும் தெருக்களில் நுழைய அச்சப்படுவதால், தந்தியோ, கடிதமோ அனுப்புவதும் இயலாத செயலாகிப்போனது.

மூர்க்கத்தனமான விஷமிகளின் கொடுங்கோலாட்சி நிறைவு பெறும் வரையிலும் பொறுத்திருந்து, பின்னர் முதன்முதலாக நகரத்தை அடையக்கூடிய தபாலை அனுப்பி வைத்தேன். சோதிடரிடமிருந்து நன்றி கூறி வந்த பதிலில், இறைவனது கருணையே தனது பாதுகாப்பிற்குக் காரணம் என்று எழுதப்பட்டிருந்தது. கடிதத்தின் பின்புறத்தில் ''பிரம்மசிந்தா'' யோகாவின் பயிற்சிக்கான பத்து நியதிகளை வடித்திருந்தார்!

அத்தியாயம்-பதின்மூன்று

தெய்வீக நந்தவனம்

வட இந்தியாவில் இங்கும்-அங்குமாக திரிந்து கொண்டிருந்த போது இரு பாதைகள் ஒருங்கிணையும் ஒரு இடத்தில் ஒரு சிறிய குடியிருப்புப் பகுதியைக் காண நேர்ந்தது. 'தெய்வீக நந்தவனம்' 'தயாள் பாக்' என்னும் கவிநயம் மிக்க பெயரைத் தாங்கிய ஒரு சிறிய நகரத்தில் இக்குடியிருப்பு அமைந்திருந்தது.

இதில் ஒரு பாதை லக்னோ நகரத்திலிருந்து துவங்குகிறது. இந்த இயற்கை அழகுமிக்க நகரத்தில் தங்கியிருந்த சமயத்தில் எனக்கு சுந்தர்லால் நிகம் என்பவரின் உயரிய நட்பும், வழிகாட்டலும் கிடைத்தது. நாங்கள் இருவரும் சேர்ந்து ஊரைச்சுற்றிப் பார்த்தோடு மட்டுமின்றி தத்துவ-ரீதியாகவும் உரையாடினோம். சுந்தர்லால் நிகம் இருபத்திஇரண்டு வயதான இளைஞனாகத் தான் இருப்பார். எனினும் பல இந்தியர்களைப் போலவே இளவயதிலேயே மனமுதிர்ச்சி பெற்றிருந்தார்.

பண்டைக்கால முகலாய அரசர்களின் மாளிகைகளைச் சுற்றிப் பார்த்து, மறைந்து போன பேரரசர்களின் தவிர்க்க இயலாத விதியைப் பற்றிச் சிந்தித்தோம். இந்திய-பாரசீகக் கலையின் அழகிய வளைவுகளையும் அற்புதமான வண்ணங்களையும் கொண்ட கட்டிடங்களைக் கண்டு மதிமயங்கினேன். லக்னோ நகரத்தில் இராஜவம்சத்தினரின் உல்லாசத் தோட்டத்தில் கண்ட ஆரஞ்சு பழ மரங்களும் அங்கு உல்லாசமாகத் திரிந்ததும் என் மனதில் நீங்கா இடம் பெற்றன.

அயோத்தியின் பண்டைய அரசர்களை வசீகரித்துத் தங்களது பளபளக்கும் தோற்றத்தைப் பகட்டாக வெளிப்படுத்தி அவர்களை மதிமயங்கச் செய்த பெண்மணிகள் தங்கியிருந்த வண்ணமயமான, ஆடம்பரமான அழகிய மாளிகைகளையும் பளிங்கினால் ஆன முற்றங்களையும் கண்டோம். தற்போது அரசவம்சத்தைச் சார்ந்த எவருமில்லாது வெறும் நினைவுகளை மட்டுமே தாங்கி நிற்கின்றன.

குரங்குப் பாலம் என்னும் விசித்திரமான பெயரைக் கொண்ட பாலத்தின் அருகில் இருக்கும் அழகிய மசூதியைக் காண நான் பலமுறை சென்றேன். இதன் வெளிப்புறம் முழுவதும் வெண்ணிறம் தாங்கி நிற்க, சூரிய ஒளியில் தேவதையின் அரண்மனையைப் போல் ஜொலித்தது. வானோங்கி நிற்கும் மசூதியின் உயர்ந்த ஸ்தூபிகள் நிரந்தரமாக விண்ணுலகை நோக்கிப் பிரார்த்திப்பது போலிருந்தது. உள்ளே எட்டிப் பார்த்தபோது, கூட்டமாகச் சிலர் மண்டியிட்டுத் தொழுகை செய்து கொண்டிருப்பதைப் பார்த்தேன். கண்ணைப் பறிக்கும், அழகிய வண்ணமயமான தரை விரிப்புகளில் மண்டியிட்டுத் தொழும் இவர்களது தீவிரமான ஊக்கம் சந்தேகத்திற்கு அப்பாற்பட்டது. இவர்களது மதம் இவர்களுக்கு உயிரோட்டம் மிக்கதொரு சக்தியாகும்.

இந்தச் சுற்றுலாக்கள் மற்றும் யாத்திரைகளுக்கு இடையிலேயே, எனது இளவயது வழித்துணையின் சில சிறப்பம்சங்கள் என்னை வெகுவாக ஈர்த்தன. இவரது புத்திநுட்பமான விமர்சனங்களும் அசாதாரணமான அறிவாற்றலும் இகலோக விஷயங்களில் உண்மையான மனோபாவமும், யோகாவைப் பயிற்சி செய்யும் நபரின் ஆழமான மற்றும் பூடகமான இயல்புடன் இயைந்துள்ளது. பலமுறை அவரைச் சந்தித்துத் தீவிரமாக விவாதித்த பின்னரே, எனது நம்பிக்கையையும், எண்ணங்களையுமே அவரும் பிரதிபலிக்கிறார் என்றுணர்ந்துகொண்டேன். ''ராதா சுவாமி'' என்னும் ஒரு சங்கத்தின் அங்கத்தினராக உள்ளார் என்பதையும் அவர் தெரிவித்தார். ''ராதா சுவாமி'' இயக்கம் பூடகமானது.

☯ ☯ ☯

இதே பிரிவைச் சார்ந்த 'மல்லிக்' என்பவருடன் சேர்ந்து, இரண்டாவது பாதை வழியே சென்று 'தயாள்பாக்' நகரை

அடைந்தேன். அவர் நல்ல திடகாத்திரமான உடல்-வாகுடன் அழகாக இருந்தார். பல நூற்றாண்டுகளாக முரட்டுத்தனமான எல்லைப்புற இனத்தவரே இவர்களது அண்டையில் வாசம் செய்து வந்துள்ளனர். காட்டுவாசிகளான இவர்களுக்குத் தங்கள் அருகில் இருப்பவர்களின் உடமைகளின் மீதே பேராசையான கண் இருக்கும். பிரிட்டிஷ் அரசாங்கம் பழைய வழியில் இவர்களை எதிர்த்துப் போராடாமல், இவர்களை அரசாங்கச் சேவையில் பணிபுரியவைத்துச் சம்பளம் வழங்குவதன் மூலம் அடக்கித் திருத்தி வருகிறது.

இந்த வலுவான, மூர்க்கத்தனமான பழங்குடி மக்களின் பணியை மேற்பார்வை பார்ப்பவராக மல்லிக் நியமிக்கப்பட்டுள்ளார். இவர்கள் மலைகளிலும், பாலைவனங்களிலும் பாதைகள் அமைப்பது, பாலங்கள் கட்டுவது மற்றும் பாதுகாப்பிற்காக படைவீடுகள் அமைக்கும் பணியிலும் ஈடுபடுத்தப்பட்டனர். இவர்களில் இன்னும் சிலர் பழைய பழக்கத்தில் துப்பாக்கிகளை ஏந்துகின்றனர். வடமேற்கு எல்லைப் பகுதி முழுவதிலுமே பாதை அமைப்பதிலும், சிப்பாய்களுக்குப் பாதுகாப்பான தங்குமிடம் அமைப்பதிலும் பணிபுரிந்து வருகின்றனர்.

எல்லைப் பிரதேசத்தின் தேரா இஸ்மாயில் கான் என்னும் பகுதிக்கு அருகில் மல்லிக் கடினமாகப் பணிபுரிந்து வருகிறார். திடமான தற்சார்பற்ற தன்மையும் தீவிரமான நடைமுறை இயல்புடன், ஆழ்ந்த சிந்தனையும் கூடிய நேர்மையான சுபாவமும் ஒருங்கிணைந்தவராக இருந்தார் மல்லிக். இவரது குணங்களின் சமநிலைப்பாடு என்னை வெகுவாகக் கவர்ந்தது.

அனைத்து யோக பாரம்பரியத்தில் இருப்பது போல, முதலில் தீவிரமாக மௌனம் காத்தாலும், அரைமனதுடன் எனது கேள்விகளுக்குப் பதிலளித்து தனது பணியிலிருந்து நேரம் கிட்டும் போதெல்லாம் தான் அவ்வப்போது தனக்கென இருக்கும் ஒரு ஆசானைச் சென்று சந்திப்பதாக ஒப்புக்கொண்டார். ராதா சுவாமி என்னும் இயக்கத்தின் தலைவரான இவரது ஆசானின் பெயர் ''சாஹப்ஜிமகராஜ்'' இவரது ஆசானைப் பற்றிய மற்றுமோர் ருசிகரமான மற்றும் வியக்கத்தக்க விஷயத்தைப் பற்றியும் இரண்டாவது முறையாகக் கேள்வியுற்றேன். மகராஜ் அவர்கள்

மேற்கத்திய வழிமுறைகளையும், கருத்துக்களையும் ஆதாரமாகக் கொண்ட அன்றாட வாழ்க்கை முறையோடு, யோகப்பயிற்சியை இணைக்கும் கருத்தைக் கண்டுபிடித்துள்ளார் என்றறிந்தேன்.

☯ ☯ ☯

நிகம் மற்றும் மல்லிக் இருவரது நட்புடன் கூடிய இனிய முயற்சிகளும் நற்பலனை அளித்தன. ராதா சுவாமி இயக்கத்தின் நகரமாகிய ''தயாள்பாக்''கின் முடிசூடாமன்னராகிய பூஜ்ய ஸ்ரீ சாஹப்ஜி மகராஜ் அவர்களது விருந்தாளியாகும் பேறு பெற்றேன்.

ஆக்ராவிலிருந்து புழுதிபடர்ந்த பாதையில் வண்டியில் சென்று 'தயாள்பாகை' அடைந்தேன்.

'தயாள்பாக்' தெய்வீக நந்தவனம்! நகரத்தை நிர்மாணித்தவர் பெயருக்கேற்றாற்போல், நகரத்தை அழகாகப் பராமரிப்பதில் அக்கறை செலுத்தி வருகிறார் என்று நான் கருதினேன்.

ஆசானது பிரத்தியேக அலுவலகம் இருக்கும் கட்டிடத்திற்கு அழைத்துச் செல்லப்பட்டேன். விருந்தினர், காத்திருக்கும் அறையில் ஐரோப்பிய பாணியில் சாமான்கள் அமைக்கப்பட்டு, நான் அமர்ந்திருந்த வசதியான நாற்காலியில் இருந்து, அழகுற வர்ணம் தீட்டப்பட்ட சுவர்களும் மேசை, நாற்காலி போன்ற பிற மரச்சாமான்களும் எளிமையாக மிக நேர்த்தியாகக் காட்சியளித்தன.

இங்கு மேற்கத்திய வாசம் அளவுக்கு மிஞ்சியே தென்பட்டது! இதுவரையிலும் வெற்றிடமான பெரிய வீடுகளிலும் மலைக் குகைகளிலும் நதிக்கரையில் மங்கலான ஓலைக்குடிலிலுமே யோகிகளைச் சந்தித்த எனக்கு, இப்படியொரு நவீனபாணிச் சூழலில் ஒரு பிரிவினரைச் சந்தித்ததில் வியப்பில் ஆழ்ந்தேன். இந்த வித்தியாசமான அசாதாரணமான சங்கத்தின் தலைவர் எப்படிப்பட்ட நபராக இருப்பார் என்று அதிசயித்தேன்.

வெகுநேரம் என்னை இச் சிந்தனையில் ஆழவிடாது கதவு மெல்லத் திறக்கப்பட்டு சுவாமிஜி அவர்களே வெளியில் வந்தார். நடுத்தரமான உயரமுடன், தலையில் தூய்மையான வெண்ணிறத் தலைப்பாகையுடன், இந்திய இனத்திற்கு மிகையான நிறமும் திருத்தமான முகக் குறிகளுடன் காணப்பட்டார். சிறிய மீசையும்,

பெரிய கண்ணாடியும் முகத்தை அலங்கரித்தன. மேற்கத்திய பாணியைப் பின்பற்றித் தையல்காரர்கள் தைத்திருந்த உயரமான கழுத்துடன் நிறைய பித்தான்களைக் கொண்ட நீண்டதொரு மேலங்கியை அணிந்திருந்தார்.

நற்பண்பு மிக்க, அடக்கமான மனிதராகத் தோற்றமளித்த இவர், என்னை விநயமாக, மரியாதையுடன் வரவேற்றார்.

பரஸ்பர வாழ்த்துக்களுக்குப் பின்னர், அவர் அமர்ந்த பிறகு அறையின் அலங்காரமான அமைப்புக்கு அவரைப் பாராட்டினேன்.

மனமகிழ்ந்து, முழுமையாகச் சிரித்துக்கொண்டே, "இறைவன் என்றால் அன்பு மட்டுமல்ல அழகும் கூடத்தான். மனிதன் தனக்குள்ளே இருக்கும் ஆன்மாவை வெளிப்படுத்தத் துவங்குகையில் அவன் தனது சுயத்தில் மட்டுமல்லாது, தனது சுற்றுப்புறத்திலும் மிகையான அழகை வெளிப்படுத்த வேண்டும்."

அவரது குரலும் தன்னம்பிக்கையுடன் ஒலிக்க, ஆங்கிலத்திலும் சரளமாகப் பேசினார்.

சற்று நேர மௌன இடைவெளிக்குப் பின்னர் அவர் தொடர்ந்தார். "மற்றுமோர் அறையில் கண்ணுக்குப் புலப்படாத அலங்காரங்களும், சுவரின் மீது அழகிய அலங்காரங்களும் நிறைந்துள்ளன. இது மிகவும் முக்கியமானது. இவை மக்களது மன உணர்வுகள் மற்றும் எண்ணங்களின் பிரதிபலிப்பு என்பதை நீங்கள் அறிவீர்களா? ஒவ்வொரு அறையும் ஒவ்வொரு நாற்காலியும் ஏன் ஒவ்வொரு பொருளும் கூட அதைத் தொடர்ந்து உபயோகப்படுத்தியவரின் கண்ணுக்குப் புலனாகாத பாதிப்பை வெளிப்படுத்தும். இந்தச் சூழலின் பாதிப்பை நீங்கள் உணராதிருந் தாலும், பலதரப்பட்ட ரகத்தில் இந்த வட்டத்திற்குள் நுழையும் அனைவருமே இங்கு உலவும் சூழலால் வசீகரிக்கப்படுவர் என்பது உறுதி.

"அப்படியானால் மானுட-ரீதியான இயல்புகளை வெளிப்படுத்தும் மின்காந்த ஈர்ப்புச் சக்தி அனைத்துப் பொருட்களைச் சுற்றிலும் பரவியுள்ளது என்கிறீர்களா?"

ஆமாம். அப்படித்தான் தங்களது நிலைகளில் எண்ணங்கள் உண்மையானவையே. நாம் நிரந்தரமாகப் பயன்படுத்தும்

பொருட்களின் மீது குறுகிய அல்லது நெடிய காலத்திற்கு அவை தம்மைப் பிணைத்துக் கொள்கின்றன.''

''இது ஆவலைத் தூண்டும் தத்துவமாக இருக்கிறது.''

''இது தத்துவத்திற்கும் மேலானது. உண்மையானது! உடலைத் தவிர மனிதனுக்கு நுட்பமான பகுதி ஒன்று உள்ளது. இந்த நுண்பகுதிக்குள் புலன் உணர்வுச் செயல்பாட்டின் உடல் ரீதியான உறுப்புகளுக்கு இணையான செயற்பாட்டு மையங்கள் உள்ளன. இந்த மையங்களின் மூலமாகக் கண்ணுக்குப் புலப்படாத சக்திகளைக் கண்டறிய முடியும். ஏனெனில் அவை சக்திபெறும் போது, இவை ஆன்மீக மற்றும் மன-ரீதியான உள்நோக்கை வழங்கும்.

மீண்டும் சிறிது நேர இடைவெளிக்குப் பின்னர், இந்தியாவின் நிலையைப் பற்றிய எனது கருத்தைப் பற்றிக் கேட்டார். இந்திய நாடு நவீன வாழ்க்கை முறைகளைப் புறக்கணிப்பது, இவ்வுலகில் மனிதனது குறுகிய, தற்காலிக வாசத்தை மேம்படுத்தவல்ல சுலபமாக உபயோகிக்கக்கூடிய வசதிகளையும், தொழில்நுட்பக் கண்டுபிடிப்புகளையும் மற்றும் அனைத்து சௌகரியங்களையும் கையாள்வதில் மந்தத்தனமும், சுத்தம் சுகாதாரத்தில் அக்கறையற்ற தன்மை, மதச்சார்பான கடினமான பழக்க வழக்கங்கள் மற்றும் மூடத்தனமான சமூக ரீதியான பழக்கங்களின் மீதான மிகையான பற்று இவற்றைப் பற்றி வெளிப்படையாகக் குற்றங்கூறினேன்.

மேலும், மதகுருமார்களோடு இயைந்த ஆழமான தொடர்பு, இந்தியாவின் சக்திகளை ஒரு வழிப்பாதையில் செலுத்தி, முட்டுக்கட்டையாக இருப்பது விசனத்திற்குரியது. மதத்தின் பெயரால் நிகழ்த்தப்பட்ட நான் கண்ட சில பகுத்தறிவில்லாத செயல்களை எடுத்துக்காட்டாக உரைத்தேன். ஆனால், இதன் மூலம் கடவுள் அவர்களுக்கு அருளியுள்ள அறிவைத் தவறாகப் பயன்படுத்திப் புறக்கணிக்கிறார்கள் என்பது தான் நிரூபணமாகிறது. எனது வெளிப்படையான பேச்சு மகராஜ் அவர்களால் அங்கீகரிக்கப்பட்டது.

''எனது சீர்திருத்தம் மற்றும் முன்னேற்றத்திட்டங்களின் ஒரு பாகமாகிய சில முக்கியமான கருத்துக்களைத் தான் சுட்டிக்காட்டியுள்ளீர்கள்'' என்று கூறினார்.

''மொத்தத்தில் தாமாகச் செய்து முடிக்கக் கூடிய செயல்களைக் கூட, ஆற்றலிருந்தும் இறைவன் தமக்காகச் செய்ய வேண்டும் என்று எதிர்பார்க்கிறார்கள் இந்தியர்கள்''.

''சரியாகச் சொன்னீர்கள். இந்தியர்களாகிய நாங்கள் மதம் தொடர்பான விஷயங்களைப் பேச நேரிடும்போது உயர்வாக உருக்கமாக விவரிக்கிறோம். முதல் ஐம்பது வருடங்களுக்கு மதம் மிகவும் இன்றியமையாததாகவும், புனிதமாகவும் இருந்துள்ளது. அதன் பிறகு வெறும் தத்துவமாக தாழ்ந்த நிலையடைந்து இதைப் பின்பற்றுபவர்கள் மத-சார்பாக வாழாது வெறும் சீடர்களாக, பின்பற்றுபவராகி விட்டனர். இறுதியாக கபடவேடமிடும் மதவாதிகளின் கையில் அகப்படும் தாழ்ந்த நிலையை எய்தி, பாசாங்கும் ஏமாற்று வேலையும் மதமாக ஏற்றுக்கொள்ளப்பட்டு விட்டன.

நேரிடையாக இவர் ஏற்றுக்கொண்டதைக் கண்டு வியந்தேன். ''விண்ணுலகம், நரகம் மற்றும் கடவுள், இவற்றைப் பற்றியெல்லாம் வாதித்துக்கொண்டிருப்பதால் என்ன லாபம்? மானுடம் ஸ்தூலமான இயல்பான நிலையில் தான் தன்னை வைத்திருப்பதால், இந்நிலைக்குரிய விஷயங்களைப் புறக்கணித்தல் கூடாது. நாம் நமது வாழ்க்கையை இன்னும் மிகையாக ஆனந்தமாகவும் அழகுறவும் ஆக்கிக்கொள்வதற்கு முயற்சிக்கலாம்'' என்று நிறைவு செய்தார்.

''ஆதலால் தான் நான் உங்களை நாடி வந்துள்ளேன். உங்களது சீடர்கள், ஐரோப்பியரைப் போல வாழ்க்கையின் நடைமுறை இயல்புக்கேற்பவும் நாகரீகமாகவும் மதத்தைப் பகட்டாக வெளிப்படுத்தாமலும் நல்வாழ்க்கை வாழ்கின்றனர். அனைத்திற்கும் மேலாக நேர்மையாக, சீரானமுறையுடன் யோகப்பயிற்சியை மேற்கொண்டு வருகின்றனர்.''

சாஹப்ஜி புன்முறுவலுடன் அங்கீகரித்தார்.

''நீங்கள் இவற்றையெல்லாம் கவனித்துள்ளதைப் பற்றி நான் மட்டற்ற மகிழ்ச்சி அடைகிறேன். தயாள்பாக்கில் இந்தச் செயல்பாடுகளை அமைப்பதன் மூலம், குகைகளை நாடி வாசம் செய்யாமலே மனிதனால் பூரணமான ஆன்மீகத்தில் ஈடுபட முடியும் என்பதையும் உலக ரீதியான தனது பணிகளில்

ஈடுபட்டவாறே, யோகாவில் உயரிய நிலையை எய்த முடியும் என்பதையும் உலகிற்கு உணர்த்த முயற்சி செய்துவருகிறேன்'' என்றார்.

''உங்களது முயற்சியில் நீங்கள் வெற்றி கண்டால், இந்தியப் போதனைகளைப் பற்றி உலகம் தற்போதிருப்பதை விட மிகையாகச் சிந்திக்கத் துவங்கும்.''

''எங்களது முயற்சி வெற்றி காண்பது உறுதி'' என்னும் திண்ணமான பதிலோடு தொடர்ந்தார்- ''உங்களுக்கு ஒரு கதை சொல்லட்டுமா? இந்தக் குடியிருப்பை உருவாக்க நான் இங்கு முதன் முதலில் வந்தபோது, இந்த இடம் முழுவதிலும் நிறைய மரங்களை வளர்க்க வேண்டும் என்று விரும்பினேன். ஆனால், இந்த வரண்ட மணற்பூமியில் மரங்களை வளர்ப்பது சாத்தியமல்ல என்று அனைவரும் கூறினர். இந்த நிலம் முந்தைய ஆற்றுப்படுகையாக இருந்தது, மேலும் யமுனை நதியும் இங்கிருந்து வெகுதொலைவில் இல்லை. எங்கள் சங்கத்தில் இத்துறையைச் சார்ந்த வல்லுனர்கள் எவரும் இல்லை என்பதால், நம்பிக்கையற்ற இந்தப் பூமியில் எந்த வகையான மரம் செழிக்கும் என்பதைச் சோதனை செய்து பார்த்தே அறிய வேண்டியதானது. இதில் நாங்கள் தொடர்ந்து தோல்வியும் கண்டோம். முதல்வருடம் நடப்பட்ட ஏறத்தாழ ஆயிரம் மரங்கள் பட்டுப்போயின. எனினும், அதிர்ஷ்டவசமாக ஒரே ஒரு மரம் தழைத்திட, அதைக்குறிப்பிட்டு வைத்துக்கொண்டு எங்களது முயற்சிகளைத் தொடர்ந்தோம். தற்போது தயாள்பாக்கில் செழுமையான ஒன்பதாயிரம் மரங்கள் உள்ளன. நாங்கள் எங்களை எதிர்கொள்ளும் பிரச்சினைகளை எவ்விதமான மனோபாவத்துடன் ஏற்கிறோம் என்பதை உணர்த்தவே நான் இதை உங்களிடம் கூறுகிறேன். நாங்கள் முதலில் இங்கு கண்டது வெறும் கட்டாந்தரையான நிலம். இது வீணாகத் தோன்றியதால் வேறு எவருமே இதை வாங்கத் தயாராக இல்லை. ஆனால், இப்போது இது எவ்வாறு மாற்றி அமைக்கப்பட்டுவிட்டது பாருங்கள்!''

''அப்படியானால் ஆக்ராவின் அருகே புறநகர்ப்பொழிலை உருவாக்குவது தான் உங்கள் குறிக்கோளா?'' என்று நான் கேட்க, அவர் சிரித்தார்.

நான் நகரைச் சுற்றிப் பார்வையிட விரும்புவதைத் தெரிவித்தேன்.

“நிச்சயமாக! உடனடியாக உங்களுக்கு ஏற்பாடு செய்து தருகிறேன். முதலில் தயாள்பாக்கைப் பார்வையிடுங்கள்! அதன் பின்னர் அது உருவாகியதன் காரண காரியங்களைப் பற்றிப் பேசுவோம். நடைமுறையில் இதைக் காணும்போது, உங்களால் எனது எண்ணங்களைப் பற்றிச் சரியாகப் புரிந்து கொள்ள முடியும்.”

ஒரு மணியை அடித்தார். சில நிமிடங்களில், பளீரென்ற தொழிற்சாலைக் கட்டிடங்களுக்கு இடையில் பாதியளவு பணி முடிக்கப்பெற்ற சாலைகளின் வழியே நடந்து சென்றேன். எனக்கு வழித்துணையாக இந்திய இராணுவ மருத்துவத்துறையில் அதிகாரியாகப் பணியாற்றிய கேப்டன் சர்மா என்பவர் வந்தார். ஆனால், அவர் தற்போது தனது ஆசானின் முயற்சிக்குத் துணையாகச் சேவையில் ஈடுபட்டுள்ளார். அவரது சுபாவத்தை ஆராய்ந்து பார்க்கையில் மேற்கத்தியர், தீவிரமான ஆன்மீக உணர்வோடு செயலாற்றும் கலவை தென்பட்டது.

மிகச் சுத்தமான அழகிய சிறுநகரமான தயாள்பாக்கின் நுழைவாயில் இருமருங்கிலும் மரங்களுடன் கூடிய நிழற்சாலையாக அமைந்திருந்தது. அனைத்துத் தெருவின் ஓரங்களையும் நிழல்தரும் மரங்கள் அலங்கரித்தன. தெருவின் மையப்பகுதிகளில் அழகிய பூந்தோட்டங்கள் அமைக்கப்பட்டிருந்தன. விடாமுயற்சியால் இம்மலர்த் தோட்டங்கள் வறண்ட பாலைவனத்தை அலங்கரித்துள்ளன என்று அறிந்தேன்.

1915-ஆம் ஆண்டு இக்குடியிருப்பைக் கட்டத் துவக்கிய போது சாஹப்ஜி அவர்களால் நடப்பட்ட ஒரு முசுக்கட்டைச் செடி, இன்று மரமாகி, அவரது கலையுணர்வுக்குச் சாட்சியாகி நிற்கின்றது. இயந்திரத் தொழிற்சாலையின், மாதிரித் தொழிற் சாலையின் பலபட்டறைகள் தான் இக்குடியிருப்பின் சிறப்பம்ச மாகும். இவை மிக நேர்த்தியாக வடிவமைக்கப்பட்டு, விசாலமாக வெளிச்சமும் சுத்தமான காற்றோட்டமும் மிக்கதாகவும் உள்ளன.

முதலில் காலணிகள் தயாரிக்கும் தொழிற்சாலையில் எனது காலடிகளைப் பதித்தேன். இயந்திரங்கள் இரைச்சலுடன் துரிதமாக

இயங்கிக்கொண்டிருக்க, தொழிலாளிகள் லாவகமாக இயந்திர கதியில் பணி செய்வதைப் பார்க்கும்போது, நார்த்ஹேம்டனில் பெரிய தொழிற்சாலைகளில் பணிபுரியும் தொழில்நுட்ப வல்லுனர்களை நினைவூட்டியது. தொழிற்சாலையின் மேலாளர் இருபதாம்நூற்றாண்டின் நவீன தோல் தயாரிப்பு முறைகளைக் கற்க இங்கிலாந்து சென்று, இப்பயிற்சியைப் பெற்றதாகத் தெரிவித்தார்.

இத்தொழிற்சாலையில் காலணிகள் பலவகையான செருப்புகள், கைப்பைகள் மற்றும் இடுப்பிலணியும் பெல்ட் இவை அனைத்தும் தயாரிக்கப்பட்டன. இயந்திரத்தில் தயாரிக்கும் தொழிலில் ஈடுபட்டுள்ள அனைத்துத் தொழிலாளிகளுமே அனுபவமின்றி, கற்றுக்குட்டிகளாகத் துவங்கிப் பின்னர் மேலாளரது பயிற்சியால் தேறியவர்களே.

தயாரித்த பொருட்கள் தயாள்பாக் மற்றும் ஆக்ராவிலும் மேலும் தொலைதூர நகரங்களிலும் விற்பனைக்கு அனுப்பப் படுகின்றன. இந்நகரங்களில் கடைகள் திறக்கப்பட்டு, பிரதான விற்பனை மையம், பல்பொருள் அங்காடியைப் போல் விளங்குகிறது.

அடுத்ததாக, துணிகள் தயாரிக்கும் தொழிற்சாலைக்குச் சென்றேன். மிகக் குறைவான அளவுகளின் தயாரிக்கப்படும் பட்டு மற்றும் உயர்ரகத் துணிகள் இங்கு தயாரிக்கப்படுகின்றன.

மற்றுமோர் கட்டிடத்தில், தற்கால நவீன முறையிலான இயந்திரக்கலைத் தொழிற்சாலையைப் பார்த்தேன். இங்கு மின்சக்தியால் இயங்கும் சுத்தியலின் இடிமுழக்கத்துடன் கூடிய ஓசையுடன் இயங்கும் கருமான் உலைக்களமும், வார்ப்பட உருவமைப்புகள் தயாராகும் ஆலையும் இருந்தது. அருகிலிருந்த ஒரு பட்டறையில் விஞ்ஞான ரீதியான உபகரணங்கள், பரிசோதனைக் கூடத்திற்குத் தேவையான சாதனங்கள், தராசு மற்றும் எடைக் கருவிகள் தயாரிக்கப்பட்டன. இவை ஐக்கிய மாநாட்டு அரசின் ஆதரவைப் பெற்றிருந்தன. மேலும் நுட்பமான வேலைப்பாடுகள் கொண்ட தங்கம் மற்றும் வெண்கலம் உலோகத்தால் பித்தளை உலோகத்தால், மின் முலாம் பூசும் தொழிற்சாலைகளையும் பார்வையிட்டேன்.

''மாதிரித் தொழிற்சாலை'' யின் பிரிவுகளில் மின்விசிறிகள், ஒலிக்கருவிகள் (கிராமபோன்) கத்திகள் மற்றும் மரச்சாமான்கள் தயாரிக்கப்பட்டன. இதில் ஒரு தொழிலாளி ஒரு விசேஷ வகையிலான ஒலிப்பெருக்கியைக் கண்டுபிடித்துள்ளார். இது விரைவிலேயே தயாரிக்கப்படும் என்று தெரிவித்தனர்.

மையூற்று எழுதுகோல் (ஃபவுண்டன் பேனா) தயாரிக்கும் பட்டறையைப் பார்த்து வியப்பில் ஆழ்ந்தேன். இந்தியாவிலேயே முதன் முதலாக நிறுவப்பட்ட பட்டறை இதுதான் என்பதை அறிந்துகொண்டேன். முதல் பேனாவை விற்பனை செய்யும் முன்பு பரிசோதனைகளை நிகழ்த்தியுள்ளனர். தங்கமுனைகளில் இரிடியம் என்னும் அரிய உலோகப் பொருளை எவ்வாறு பொருத்துவது என்று பெருங்குழப்பத்தில் சிக்கித் தவித்துள்ளனர். இந்த இரகசியத்தை என்றாவதொரு நாள் கண்டுபிடித்து விடலாம் என்று நம்பிக்கை கொண்டாலும் அதுவரையிலும் எழுதுகோல் முனைகளைத் தயாரிக்க அவை ஒரு ஐரோப்பிய நிறுவனத்திற்கு அனுப்பபடுகின்றன.

தயாள்பாக்கில் அமைக்கப்பட்டுள்ள தயாள்பாக் அச்சகம் தொழில் ரீதியாகவும், இலக்கியத் துறையிலும் நகரத்து அச்சகத்தேவைகளைப் பூர்த்தி செய்கிறது. அச்சகத்தில் வெளிவந்த மூன்று மொழிகளின் மாதிரிகளையும் (இந்தி, உருது, ஆங்கிலம்) நான் சோதித்துப் பார்த்தேன். 'பிரேம் பிரசாரக்' என்னும் ஒரு சிறு அளவிலான வாரப்பத்திரிகை இங்கு அச்சிடப்பட்டு, நாட்டின் பல்வேறு தொலைதூரப் பகுதிகளிலிருக்கும் 'ராதாசுவாமி' சங்கத்தினருக்கு அனுப்பப்படுகிறது.

இங்குள்ள பணியாட்கள் வெறும் மனத்திருப்தியோடு மட்டுமின்றி, உறுதியான ஆர்வத்தோடு காணப்படுகின்றனர். இங்கு தொழிலாளர் சங்கம் என்னும்தனிப்பட்ட முரண்பாட்டிற்கே இடமில்லை. தாழ்வாகவோ, உயர்வாகவோ இருப்பினும், பணியைச் சுமையாக அல்லாது, மெய்யான ஆனந்தமாகக் கருதியே ஒவ்வொருவரும் தமது பணியைச் செய்கின்றனர்.

அவர்களுக்கே சொந்தமான தொரு மின்உற்பத்தி செய்யும் இயந்திரம் நகரில் பொருத்தப்பட்டுள்ளது. அனைத்துத் தொழிற் சாலைகளிலும் உள்ள இயந்திரச்சாதனைகளுக்கும், பெரிய

வீடுகளிலுள்ள மின்சாதனங்களுக்கும் இங்கிருந்து மின்சக்தி வழங்கப்படுகிறது. இது தவிர, விலையுயர்ந்த அளக்கும் கருவி (மீட்டர்) பொருத்தும் செலவைத் தவிர்க்கும் வகையில் பொதுச் செலவில் ஒவ்வொரு இல்லமும் மின்விசையால் ஒளியூட்டப்படுகிறது.

விவசாயப் பகுதியில் ஒருசிறிய நவீன பண்ணை உள்ளது. இது இன்னமும் ஆரம்ப கட்ட நிலையில் தான் விருத்தியடைந்துள்ளது. நீராவியினால் இயங்கும் டிராக்டர் மற்றும் கலப்பை போன்ற சாதனங்கள் பயன்படுத்தப்பட்டு, காய்கறிகளும், மாட்டுத் தீவனமும் விளைவிக்கப்படுகின்றன.

பால் பண்ணைதான் மிகவும் நேர்த்தியாக திறமையாகச் சீராக செயல்படும் பிரிவு என்று தோன்றியது. இது போன்ற ஒன்றை நான் இந்தியாவில் காணவேயில்லை. எடுத்துக்காட்டாக விளங்கக் கூடிய ஒரு பால் பண்ணை இதனுள் செயல்பட்டுவந்தது. ஒவ்வொரு விசேஷமான, தனித்துவம் மிக்க தேர்ந்தெடுக்கப்பட்ட ரகத்திலான கால்நடைகள் இங்கு காண முடிந்ததால் ஆக்ராவைத் தாண்டிச்செல்ல வேண்டிய அவசியமில்லை. மிகத் தீவிரமான முறையில் சுத்தமும், சுகாதாரமும் அனுசரிக்கப்பட்டன. அறிவியல்-ரீதியான வழிமுறைகள் கடைப்பிடிக்கப்பட்டதால், சராசரி இந்தியப் பால் பண்ணையை விட அதிக அளவிலான பால் கிடைக்கப் பெற்றது என்று அறிந்தேன். பாஸ்டியர் முறையில் கிருமிகளை அழிக்கும் மற்றும் குளிரூட்டும் சாதனமும் பயன்படுத்திப் பால் சுத்திகரிக்கப்படுவதால் தயாள்பாக் மற்றும் ஆக்ரா நகரில் வாழும்மக்கள் நல்ல, தரமான, கிருமிகள் இல்லாத பதப்படுத்தப்பட்ட பாலை மனமகிழ்வுடன் பெறுகிறார்கள். வெண்ணை தயாரிக்கவும் வெளிநாட்டிலிருந்து தருவிக்கப்பட்ட மின்சாதனம் பயன்படுத்தப்படுகிறது. இது அனைத்தையும் நவீன முறையில் உருவாக்கிய பெருமையும், புகழும் சாஹப்ஜி மகராஜின் மகனையே சாரும். ஊக்கமும் ஆற்றலும் நிறைந்த இந்த இளைஞன், இப்பணியில் பயன்படுத்தக் கூடிய அதிநவீனமான வழிமுறைகளைக் கற்றுக்கொள்வதற்காக இங்கிலாந்து, ஹாலந்து, டென்மார்க் மற்றும் அமெரிக்காவில் உள்ள முக்கியமான பால் பண்ணைகளுக்குச் சென்று பார்வையிட்டதாகத் தெரிவித்தார்.

குடியிருப்பு துவங்கிய காலகட்டத்தில், பண்ணைகளுக்கும், நகரத்தின் பிறபகுதிகளுக்கும் தண்ணீர் வழங்குவது மிகவும்

கடினமான பிரச்சினையானது. நீர்ப்பாசனக் கால்வாயும், நீரேற்றுச் சாலையும் நிறுவப்பட்டன. இருப்பினும் தேவை மிகையாகவே மகராஜ் கூடுதல் நீர்வளத்தை நாடினார். அரசாங்கப் பொறியியல் வல்லுனர்களின் உதவியோடு ஆழ்குழாய் கிணறு ஒன்றைத் தோண்டி தண்ணீர் பற்றாக்குறையைத் தீர்த்து வெற்றி கண்டார்.

குடியிருப்புக்கென சொந்தமான வங்கியும் உள்ளது. உறுதியாகக் கட்டப்பட்ட கட்டிடத்தில், இரும்புக்கம்பிகள் கொண்ட சன்னல்கள் பதிக்கப்பட்டிருக்க. ராதாசுவாமி ஜெனரல் அஷ்யூரன்ஸ் வங்கி லிமிடெட் என்ற பெயர் பலகை பொருத்தப்பட்டிருந்தது. வங்கியில் இருபது இலட்சம் ரூபாய் வரையிலும் இருப்புத் தொகையும் பிரத்யேக வங்கிக் கணக்கு மட்டுமல்லாது நகரத்தின் நிதி நிர்வாகத்தையும் நடத்தி வந்தது.

தயாள்பாக் நகரத்தின் மையப் பகுதியில் உள்ள குடியிருப்பிலேயே மிகவும் நேர்த்தியாக கட்டப்பட்டுள்ள ராதாசுவாமி கல்வி நிறுவனம் கம்பீரமாகப் பொலிவுடன் திகழ்கிறது. இருநூறு அடியிலான செந்நிறக் கல்லினால் ஆன இக்கட்டிடத்தின் அமைப்பு மேலை நாட்டவரின் கவனத்தை ஈர்க்கவல்லது. சன்னல்கள் **கோதிக்** (ஐரோப்பாவில் புகழ்பெற்ற கட்டிடக்கலை) முறையிலான வளைவுகளைக் கொண்டு வெண்ணிறப்பளிங்குக்கற்கள் சுற்றிலும் பதிக்கப்பட்டிருந்தது. கட்டிடத்தின் முன்புறத்தை வண்ண மலர்ச் செடிகள் அலங்கரித்தன.

இந்த நவீனபாணி உயர்நிலைப் பள்ளியில் நூற்றுக்கணக்கான மாணவர்கள் பயில்கின்றனர். உயர் தகுதிவாய்ந்த முப்பத்தி இரண்டு ஆசிரியர்கள் பணியிலிருக்க, சிறந்ததொரு தலைமை ஆசிரியரால் பள்ளி நிர்வகிக்கப்படுகிறது. இவர்கள் அனைவருமே ஊக்கம் நிறைந்த இளவயதினர். மேலும், மாணவர்களுக்கும், தங்களது ஆசானுக்கும் சேவைபுரியும் மனஆவலோடு திகழ்பவர்கள். எவ்வகையான மத-ரீதியான போதனையுமின்றி, உயர்தரக்கல்வியும் நற்பண்புடைய மாணாக்கர்களை உருவாக்குவதுமே குறிக்கோளாகக் கொள்ளப்பட்டுள்ளது. மேலும், மகராஜ் அவர்கள் அவ்வப்போது சிறுவர்களைப் பார்வையிடுவதோடு, பிரதி ஞாயிறன்றும் பள்ளியில் பயிலும் மாணவர்களை ஒன்றுகூட்டி ஆன்மீகச் சொற்பொழிவாற்றுகிறார்.

மாணவர்கள் ஹாக்கி, கால்பந்து, கிரிக்கெட், டென்னிஸ் போன்ற விளையாட்டுகளில் ஊக்குவிக்கப்படுகின்றனர். பள்ளி வளாகத்தில் ஏழாயிரம் புத்தகங்களைக் கொண்ட ஒரு நூலகமும் சிறிய அருங்காட்சியகமும் உள்ளன.

இதே வழிமுறைகளில் நிர்வகிக்கப்படும் மகளிர் கல்லூரி பிரம்மாண்டமான கட்டிடத்தில் இயங்கிவருகிறது. தனது அதிகாரத்திற்கு உட்பட்ட வரையறைக்குள், படிப்பறிவின்மையை ஒழித்துக் கல்விச் செல்வம் அருள மகராஜ் அவர்களின் உறுதியான முயற்சியின் எடுத்துக்காட்டாக அமைந்துள்ளது, மகளிர் கல்லூரி.

அண்மையில் நிறுவப்பட்ட பொறியியல் கல்லூரியில் தொழில்நுட்பம் இயந்திரம், மின்விசை, மோட்டார் வண்டி புகைவண்டித்தொழில்நுட்பம் மற்றும் செய்பொருள் தொழிற் சாலை போன்ற பல துறைகளில் கல்வி பயிற்றுவிக்கப்படுகிறது. கல்லூரியில் பயிலும் மாணவர் நலன் கருதி விசேஷ வகையான இயந்திரங்களும் 'மாதிரித்தொழிற்சாலை'யில் வைக்கப்பட்டுள்ளன. இதனால் வகுப்புகளில் அளிக்கப்படும் கல்வியோடு, நடைமுறைப் பயிற்சியும் இணைந்தே அளிக்கப்படுகிறது.

இம்மூன்று கல்லூரியில் பயிலும் மாணவ-மாணவியருக்கு நல்ல வெளிச்சமான காற்றோட்டமான வசதியான விடுதிகள் உள்ளன.

நகரத்தின் குடியிருப்புப் பகுதி தயாள்பாக்கின் கட்டிடக்கலைத் துறையால் வடிவமைத்து கட்டப்பட்டுப் பராமரிக்கப்பட்டு வருகிறது. ஒவ்வொரு தெருவின் திட்டப்பணியிலும் மிளிரும் கலையழகு, நகரத்தைத் திட்டமிடும் வல்லுனர்களின் ஒருங்கிணைந்த கலைத்திறனையும், செயல்பாட்டையும் நிரூபிக்கிறது. விகாரமான மட்டகரமான குறைபாடுள்ள கட்டிடங்கள் எழுப்புவது தடைசெய்யப்பட்டுள்ளது. குடியிருப்பவர்களும் கட்டிடத் துறையினரால் திட்டமிடப்பட்டு எழுப்பப்பட்ட இல்லங்களிலேயே, தமக்கு விருப்பமானதைத் தேர்வு செய்ய வேண்டும் என்னும் நியதி விதிக்கப்பட்டுள்ளது. நான்கு ரகமான வீடுகள் தரவரிசைப்படுத்தப்பட்டு, விலையும் நிர்ணயிக்கப்பட்டு, வாங்குபவர் உண்மையான விலையையும் தவிர சிறிதளவு மிகையான தொகையே கட்ட வேண்டியிருந்தது.

சிறிய மருத்துவமனையும், மகப்பேறு மருத்துவமனையும் கூட உள்ளன. தன்னிறைவு பெறுவதை இலக்காகக் கொண்டுள்ளதால் இக்குடியிருப்புப் பகுதியில் ராதாசுவாமி சங்கத்தைச் சேர்ந்த சீருடையணிந்த காவல்காரர்கள் காணப்பட்டனர். ஆனாலும், காவல்காரனைப் பார்த்தவுடன் என் மனதில் விறுவிறுப்பானதொரு கேள்வி எழுந்தது. தயாள்பாக்கில் நிலவும் பண்பட்ட, நன்னயத்தையும் நெறிமுறைப்பாட்டையும் காணும்போது, காவல் துறையினர் இல்லாதிருப்பினும் இங்கு குற்றங்கள் நிகழ வாய்ப்பில்லை என்றே எண்ணம் தோன்றியது. ஒருவேளை, விரும்பத்தகாத குறுக்கீடுகளை, விஷமிகளின் குறுக்கீட்டைத் தவிர்த்துப் பாதுகாப்பு அளிப்பதற்காகவே காவல்காரர்கள் நியமிக்கப்பட்டிருக்கலாம் என்று எண்ணிக் கொண்டேன்.

மகராஜ் அவர்களின் மிகையான அலுவல்களுக்கிடையே, அவரது பொன்னான நேரத்தை அவர் எனக்காக ஒதுக்கிட முடிந்தால் மெச்சத்தக்க அவரது சாதனைக்குச் சிரம் தாழ்த்தி எனது வணக்கத்தைத் தெரிவிக்க வேண்டும் என்று தீர்மானித்தேன். மேலும் முன்னேற்றம் காணாத இந்தியாவில் இப்படியொரு நவீன முன்னேற்றம் மிக்க நகரத்தைக் கண்டதில் நான் அதிசயித்து நின்றதையும் தெரிவிக்கவேண்டும்.

"இதற்குக் கண்டிப்பாகப் பெருமளவில் பணம் செலவாகியிருக்குமே! எப்படி இதற்கான நிதியைத் திரட்டினீர்கள்?"

"பணம் எவ்வாறு வருகிறது என்பதை அறியும் வாய்ப்பு, உங்களுக்குப் பின்னர் கிட்டலாம். ராதாசுவாமி அங்கத்தினரே குடியிருப்புக்கான நிதியுதவியைத் தருகின்றனர். இதைச்செய்ய அவர்கள் எவ்வகையிலும் வற்புறுத்தப்படுவதுமில்லை, அவர்களிடமிருந்து சந்தா-தொகையாக எதுவும் பெறப்படுவதில்லை. இருப்பினும் தயாள்பாக்கின் வளர்ச்சிக்கு உதவும் வகையில் தங்களால் இயன்ற பங்காற்றுவதை சமய ரீதியான கடமையாகக் கருதுகின்றனர். துவக்கநிலையில் இவ்வாறான நன்கொடைகளைச் சார்ந்திருக்க வேண்டியிருப்பினும், வரும் காலத்தில் தயாள்பாக்கை முற்றிலும் சார்பற்று, தன்னாதரவோடு இருக்கச் செய்வது தான் எனது பிரதான இலக்கு. முழுமையான சார்பற்றதன்மை நிலையை அடையும் வரை நான் ஓயமாட்டேன்" என்றார்.

"அப்போது, உங்களுக்கு உதவ, பணம் படைத்த தனவான்கள் உள்ளனரா?"

"இல்லவே இல்லை. ராதாசுவாமி சங்கத்தினரில், செல்வந்தர்கள் மிகக் குறைவே. எங்கள் அங்கத்தினர் சாமானிய, சாதாரண நிலையில் உள்ளவர்களே. எங்களது தற்போதைய முன்னேற்றத்திற்குப் பலரது தன்னலமற்ற தன்மையும், அர்ப்பணிப்பும் அடித்தளமிட்டுள்ளது. சர்வவல்லமை பொருந்திய இறையருளால் தான், இலட்சக்கணக்கில் நிதியும் பெறப்பட்டுச் செலவினங்களும் நிறைவேறியுள்ளன. குடியிருப்பின் எதிர்காலம் உறுதியாக்கப்பட்டுவிட்டது. ஏனெனில் எங்கள் சங்கத்தின் பரிணாம வளர்ச்சிக்கேற்ப, வருமானமும் அதிகரிக்கும் என்பதால், எங்களுக்கு நிதிப்பற்றாக்குறையே ஏற்படாது."

"அங்கத்தினர் எத்தனை பேர் உள்ளனர்?"

"ஒரு லட்சத்திற்கும் மேற்பட்ட அங்கத்தினர் இருப்பினும், ஆயிரக்கணக்கானவர்களே இங்கு குடியேறியுள்ளனர். எழுபது வருடகாலமாக இருந்து வரும் ராதாசுவாமி சங்கம், கடந்த இருபது ஆண்டுகளாகத்தான் உன்னதமான விருத்தியடைந்துள்ளது. நாங்கள் முழுமையாக வெளிப்படாத, பூடகமான இயக்கம் என்பதால் எவ்விதமான வெளிப்படையான பிரகடனமுமின்றித்

தான் இந்த வளர்ச்சியும் ஏற்பட்டுள்ளது என்பதைக் கவனத்தில் கொள்ள வேண்டும். நாங்கள் முழுமையாக எங்களை வெளிப் படுத்திக் கொண்டு, பொதுமக்களின் பார்வைக்கு வந்திருந்தால், தற்போதிருப்பதைவிட பத்துமடங்கு மிகையான அங்கத்தினர்கள் இருந்திருப்பார்கள். ஏற்கனவே இந்தியா முழுவதிலும் பரவலாக நிறைந்திருக்கும் எங்களது சங்கத்தினர், தயாள்பாக்கைத் தலைமை இருப்பிடமாகக் கருதி இயன்றவரையிலும், அவ்வப்போது இங்கு வருகை தருகின்றனர். அவர்கள் வாழும் பகுதிகளில் குழுக்கள் அமைத்துக்கொண்டு, தயாள்பாக்கில் நாங்கள் விசேஷக்கூட்டங்கள் நிகழ்த்தும் போது, அதே நேரத்தில் அவர்களும், பிரதி ஞாயிறன்று கூடுகிறார்கள்.

சாஹப்ஜி அவர்கள் தனது மூக்குக் கண்ணாடியைத் துடைத்தார். சற்று நேர இடைவெளிக்குப் பின்னர் மீண்டும் தொடர்ந்தார். ‘‘சற்றே யோசித்துப் பாருங்கள். இக்குடியிருப்பை நிர்மாணிக்கத் துவங்கிய போது, இதற்கென அளிக்கப்பட்ட ஐந்தாயிரம் ரூபாயைத் தவிர வேறு நிதியில்லாமல் இருந்தோம். நான்கு ஏக்கர் நிலப்பரப்பில் துவங்கிய தயாள் பாக் தற்போது ஆயிரக்கணக்கான ஏக்கர் பரப்பளவைக் கொண்டுள்ளது. நாங்கள் வளர்ச்சியடைவது போலத் தோன்றுகிறதல்லவா?’’

‘‘தயாள் பாக்’’ ஐ எத்துணையளவு விஸ்தரிக்க வேண்டும் என்பது உங்கள் உத்தேசம்?’’

‘‘ஏறக்குறைய பத்து அல்லது பன்னிரெண்டாயிரம் மக்கள் இங்கு தங்கும் அளவிற்கு வசதி ஏற்படுத்திய பின் நிறுத்திவிட வேண்டும் விரும்புகிறேன். உங்களது மேல்நாட்டு, பிரம்மாண்டமான நகரங்களைப் போல உருவாக்க விரும்பவில்லை. அவற்றில் ஜனநெரிசல் மிகைப்பட்டு, மனதிற்கொவ்வாத பல விஷயங்களும் நகரத்துடனேயே வளர்கின்றன. விஸ்தாரமான, காற்றோட்டமும், வெளிச்சமும் மிக்கதொரு வனப்புமிகு பூங்கா நகரத்தை உருவாக்கி, மக்கள் அங்கேயே பணிபுரிந்து மகிழ்ச்சியுடன் வாழ வேண்டும் என்பதே எனது விருப்பம். பிற்காலத்தில் இது ஒரு மாதிரிக் குடியிருப்பாகத் திகழும். பிளேட்டோவின் ‘ரிபப்ளிக்’ புத்தகத்தைப் படித்த போது நான் மனதில் கொண்டுள்ள பல திட்டங்கள் அப்புத்தகத்தில் இருப்பதைக் கண்டு ஆனந்தமும், ஆச்சரியமும் அடைந்தேன். தயாள்பாக் முற்றிலுமாகக் கட்டி

முடிந்த பிறகு இந்திய நாடு முழுமைக்கும் இது ஒரு முன்மாதிரியாகிப் பல நகரங்களில் இதுபோன்ற சமூக அமைப்புகள் உருவாக வேண்டும் என்பதே என் ஆசை. பல பிரச்சினைகளுக்கு ஒரு தீர்வாக இது அமைந்துவிடும்.''

''இந்தியா தனது சக்திகளையும் ஆற்றலையும் வைத்துக்கொண்டு தொழில் ரீதியாக முன்னேற வேண்டும் என்று விரும்புகிறீர்களா?''

''நிச்சயமாக இதுதானே அத்தியாவசியமானது. ஆனால், உங்களது மேலைநாடுகளைப் போல, இந்தியா முற்றிலுமாக அதில் மூழ்கித் தன்னையே இழந்து விடுவதை நான் விரும்பவில்லை. ஆம்! மக்களை வாட்டும் ஏழ்மையிலிருந்து அவர்களை விடுபடச் செய்ய இந்தியா தொழில்சார்ந்த சமுதாயத்தை உருவாக்க வேண்டும். ஆனால், இதனுடனேயே உருவாகக் கூடிய மூலதனத்திற்கும் மற்றும் உழைப்பிற்கும் இடையிலான பூசலையும், ஏற்றத் தாழ்வுகளையும் தவிர்க்கவல்ல ஒரு ஒழுங்கான அமைப்பின் மூலமாக இதைச் செயல்படுத்த வேண்டும்.

''இதை நீங்கள் எவ்வாறு செய்யத் தீர்மானித்துள்ளீர்கள்?''

பொதுநலத்தின் மூலமாகத் தனிப்பட்ட, பிரத்யேகமான நலத்தை மையமாகக் கொண்டு, சமூகத்தைச் சார்ந்திராது இருக்கத் தீர்மானித்துள்ளோம். தன்னலமற்று, தனது சுய-வெற்றியைவிட, தயாள்பாக்கின் வெற்றியையே பிரதானமாகவும் ஒரு கூட்டுறவுக் கொள்கையை ஆதாரமாகவும் கொண்டு அனைவரும் ஒருங்கிணைந்து செயல்படுவோம். வெளியில் கிடைப்பதை விடக் குறைவான சம்பளத்திற்குப் பணிபுரியும் முன்னோடிகளும் இங்குள்ளனர். இதில் நான் படிக்காத கூலிவேலை செய்பவர்களைக் குறிப்பிடவில்லை. இப்பணியைத் தானாகவே மனமுவந்து, மகிழ்வுடன் செயல்படும் படித்த தேர்ச்சி பெற்ற வல்லுனர்களைக் குறிப்பிடுகிறேன். ஆன்மீக உள்ளுணர்வினால் செயல்படுவதால் இப்பணி சிறக்கிறது. மேலும் எங்களது அனைத்து முயற்சிகளுக்குமே இதுவே உந்தும் சக்தியாகும். இயன்றவர்கள், சம்பளம் பெறாமலே சேவை மனப்பான்மையுடன் இப்பணியில் ஈடுபட்டுள்ளனர். இது எங்கள் நாட்டு மக்களின் அற்புதமான ஆன்ம பலத்தையும் ஆர்வத்தையும் வெளிப்படுத்துகிறது. ஆனால்,

'தயாள் பாக்' முழுமையாக உருவாக்கப்பட்டு முற்றிலுமாகத் தன்னிறைவு பெற்று, தற்சார்பற்ற நிலையை அடையும் போது, இப்படிப்பட்ட அர்ப்பணிப்புகள் தேவையில்லாது போகும் என நம்புகிறேன். எனினும், இம்மக்கள் அனைவரையும் இங்கு ஒருங்கிணைத்துள்ள ஆன்மீக உணர்வை முன்னேற்றம் பெறச் செய்வது தான் எங்களது சங்கத்தின் அடிப்படையான குறிக்கோளாகும். ஒருவேளை, நீங்கள் எங்கள் குடியிருப்பில் அங்கத்தினராக விரும்பினால், உங்களுக்கு வெளியில் கிட்டுவதில் மூன்றில் ஒரு பங்கு பணத்தையே சம்பளமாகப் பெற வேண்டியிருக்கும். ஏனெனில், எங்களால் பெருமளவில் சம்பளம் கொடுக்க முடியாது. மேலும், பொருள் ஈட்டி பெரியதொரு இல்லத்தைக் கட்டி மனைவி, மக்கள் என்று இல்லறவாழ்வில் ஈடுபட்டுவிடுவீர்கள். பொருள்மீது நாட்டம் ஏற்பட்டுவிட்டால், எங்களிடம் வந்து இணைந்து கொள்கை காரணமான ஆன்மீக உள்நோக்கமே மறைந்து, பிரதான இலக்கை விட்டு அன்று நீங்கள் ஆன்மீக உணர்வை இழந்து விடுவீர்கள். இங்கு நடைபெறும் அனைத்து லோகாயதமான செயல்பாடுகளுடன், எங்கள் சமூகம் தோற்றுவிக்கப்பட ஆதாரமான மையக் குறிக்கோளை நாங்கள் ஒரு போதும் மறக்கவோ, இழப்பதோ இல்லை.

"அப்படியா."

"உங்களது மேற்கத்திய உணர்வின்படி நாங்கள் பொதுவுடமை வாதியாக இல்லாதிருக்கலாம். ஆனால் இங்கு நீங்கள் கண்ட அனைத்துத் தொழிற்சாலைகளும், பண்ணைகளும் கல்லூரிகளும் எங்கள் சங்கத்திற்குச் சொந்தமானவையே. இந்த உரிமை நிலம் மற்றும் வீடு வரை நீட்டிக்கப்படுகிறது. நீங்கள் இங்கு ஒரு வீடு கட்டிக் கொள்ளலாம். ஆனால் நீங்கள் இங்குக் குடியிருக்கும் வரையில் தான் இதில் நீங்கள் உரிமை கொண்டாடலாம். இந்த எல்லைகளுக்கப்பால் அவரவர் விருப்பம் போல் பணமோ சொத்தோ சேர்த்துக்கொள்ளலாம். இதனால், பொதுநலன் என்னும் கொடூரமான அடக்குமுறையிலிருந்து நாங்கள் தனித்து நிற்கிறோம். இதைத் தவிர எங்களது அங்கத்தினர்களால் வழங்கப்படும் அனைத்து நிதியுதவிகளும், சங்க ரீதியான சொத்துக்களும் ஆன்மீக-நோக்குடன் அறக்கட்டளையாக நிர்வகிக்கப்படுகிறது. அனைத்தும் எங்கள் ஆன்மீக உணர்வுக்குக்

கட்டுப்பட்டு அர்ப்பணமாகிறது. இந்தியாவின் பல்வேறு மாகாணங்களைச் சேர்ந்த பிரதிநிதிகள் அடங்கிய 45 அங்கத்தினரைக் கொண்ட ஒரு குழுவால் இந்த நிர்வாகம் மேற்பார்வையிடப்படுகிறது. இக்குழு வருடத்தில் இருமுறை சந்தித்து கணக்குகளை ஆய்வு செய்து, வரவு செலவுத்திட்டப் பட்டியலைத் தயாரிக்கிறது. பொது நிர்வாகமும், சாதாரண அலுவல்களும் பதினோரு அங்கத்தினரைக் கொண்டு ஒரு நிர்வாகக் குழுவின் பொறுப்பில் உள்ளது.''

''பலபிரச்சினைகளுக்குத் தீர்வு காணும் வகையில் நான் தயாள்பாக்கை உருவாக்கித் தருவேன் என்று முன்னர் உரைத்தீர்கள். ஆனால், இன்று தலையாய பிரச்சினையாக இருக்கக் கூடிய பொருளாதர பிரச்சினைக்கு இது எவ்வகையில் தீர்வளிக்க இயலும்?''

மகராஜ் அவர்கள் தன்னம்பிக்கையோடு புன்முறுவலித்தார்.

''இதற்கு இந்தியாவும் பயனுள்ள முறையில் ஏதேனும் ஒருவகையாகப் பயனாற்றக்கூடும்'' அடுத்த சில வருடங்களில் எங்களது வளர்ச்சியின் விகிதத்தை அதிகரிக்க அண்மையில் ஒரு திட்டத்தைச் செயலாக்கியுள்ளோம். அதைப்பற்றி விவரமாக எடுத்துரைக்கிறேன். எனது எண்ணப்படி, இத்திட்டம் பொருளாதாரம் மற்றும் சமூக ரீதியான அடிப்படைக் கொள்கைகளைத் தன்னடக்கியுள்ளது. ஆயிரம் ரூபாயும், அதற்கும் மேலாகவும் கொடுக்கக்கூடிய அங்கத்தினர்களிடமிருந்து பெறப்பட்ட நிதியை வைப்புத்தொகையாகக் கொண்ட ஒரு வாரிசு நிதியை உருவாக்கியுள்ளோம். ஒவ்வொரு அங்கத்தினரும் ஆண்டுக்கு ஐந்து சதவிகிதம் வீதம் எங்களது நிர்வாகக் கமிட்டியிடமிருந்து பெறமுடியும். அங்கத்தினர் இறந்துவிட்டால் அவர் வாரிசாகக் குறிப்பிடும் அவரது மனைவி மக்கள் இவர்களில் எவருக்கேனும், இத்தொகை அளிக்கப்படும். இந்த இரண்டாவது நபர், தனது வாரிசாக எவரையேனும் நியமிக்கலாம். மூன்றாவது தலைமுறை நபரின் இறப்புக்குப் பின்னர் ஆண்டுத்தொகை நிறுத்தப்படும். மூலச் சந்தாதாரருக்கு ஏதேனும் கடினமான சூழல் ஏற்பட்டாலோ அல்லது அவசரத் தேவை ஏற்பட்டாலோ, பகுதியாகவோ அல்லது முழுமையாகவோ கூட அவரது பணம் திருப்பித்தரப்படும். இம்முறையில் இலட்சக்கணக்கான பணம் எங்களது சங்கத்தின்

கருவூலத்தில் நிரப்பப்படும். இதனால், அங்கத்தினர்கள் பெரிதாகப் பாதிக்கப்படமாட்டார்கள். அவர்கள் நிதி வழங்கும் அளவிற்கு அதற்கான மிதமான வருமானம் அவர்களுக்கு நிச்சயமாகக் கிட்டும்'' என்றார்.

''ஏகாதிபத்தியத்தின் தீமைகள் மற்றும் பொதுவுடமையின் கனவுகளுக்கிடையே ஒரு இடத்தைப் பிடிக்க முனைகிறீர்கள் என்று கருதுகிறேன். எவ்வாறாயினும் நீங்கள் அடையப்போகும் வெற்றிக்குத் தகுதியானவர் நீங்கள் என்பதில் உறுதியான நம்பிக்கையோடு விரைவிலேயே நீங்கள் வெற்றி அடைய வேண்டும் என்றும் விரும்புகிறேன்.

ஓய்வில்லாத வளர்ச்சியடையக்கூடிய ''வாரிசு நிதி'' தங்கு-தடையின்றி நீரோட்டம் போல் பெருகி வரும் நன்கொடைகள் மற்றும் லாபம் ஈட்டித்தரவல்ல தொழிற்சாலைகள் போன்ற பல உறுதியான, நிரந்தரமான ஆதாரங்கள் கொண்டுள்ளதால் தயாள் பாக் வெற்றிகரமான, வளமான எதிர்காலத்தை நோக்கி வீறுநடைபோட்டுக்கொண்டிருப்பதை அறிந்துகொண்டேன்.

''இந்தியாவின் பிரபலமான பல தலைவர்கள் எங்களது புதிய முயற்சியையும், அதன் பலனையும் காணக் காத்திருக்கின்றனர். இதில் சிலர் தயாள்பாக்கிற்கு வருகை தந்துள்ளனர். எங்களது கருத்துக்களில் குற்றம் காண்பவர் கூட இங்கே வந்துள்ளனர். இந்தியமக்கள் தான் உலகிலேயே மிகவும் நலிந்த, வறுமையில் வாடுபவர்கள். நாட்டின் தலைவர்களோ இதற்கு எதிரிடையான, தீர்வைத் தருபவர்களாக இருக்கின்றனர். ஒருமுறை காந்திஜி அவர்கள் இங்கு வந்து என்னோடு நீண்ட நேரம் உரையாடிக் கொண்டிருந்து விட்டு, என்னைத் தனது அரசியல் முகாமில் இணைந்து கொள்ளுமாறு கேட்டுக்கொண்டார். ஆனால் நான் மறுத்துவிட்டேன். இங்கு அரசியலுக்கு இடமில்லை. நாங்கள் புத்துயிரளிக்கும் நடைமுறைச் சாதனங்களில் நம்பிக்கை கொண்டுள்ளோம்... காந்திஜியின் அரசியல் கருத்துக்களில் நான் அக்கறை கொள்ளாவிடினும் அவரது பொருளாதாரக் கருத்துக்களை நடைமுறைக்கு ஒவ்வாத, வெறும் கற்பனையாகக் கருதுகிறேன்.

''இந்தியா இயந்திரங்களைக் கடலில் எறிந்துவிட வேண்டும் என்று அவர் விரும்புகிறார்.''

''இந்தியா மீண்டும் பழமையை நாடிப் பின்னோக்கிச் செல்ல முடியாது; நாடு வளம் பெற வேண்டுமானால், இந்தியா முன்னோக்கிச் சென்று லோகாயதமான சமுதாயக் கோட்பாடுகளின் உன்னதமான, முக்கியமான விஷயங்களில் விருத்தியடைய வேண்டும். அமெரிக்கா மற்றும் ஜப்பான் நாடுகளிலிருந்து இந்தியா கற்றுக்கொள்ள வேண்டும். நவீனமான முறைகளின் தாக்குதலை எதிர்த்துக் கை ராட்டினமும், கைத்தறிவிசையும் போட்டியிட்டு வெல்ல முடியாது.''

இவ்வாறு மகராஜ் அவர்கள் தனது எண்ணங்களை வெளிப்படுத்திக்கொண்டிருந்த போது, பழுப்புநிறமேறிய உடலுக்குள், சுறு-சுறுப்பான விழிப்புணர்வுடன் கூடிய ஒரு அமெரிக்க மூளை, தீர்க்கமான ஆற்றலுடன், நேர்த்தியாக தனது கருத்துக்களைத் தெளிவாக்கிக் கொண்டிருந்ததை நான் உணர்ந்து கொண்டேன். இந்நாட்டில் சாதாரணமாகத் தென்படாத பொது அறிவு, சமநிலைப்பாடு மற்றும் தெளிந்த அறிவு இவற்றினால் எனது விவேகம் நிறைந்த மனோபாவம் வலிய ஈர்க்கப்பட்டது.

அவரது சுபாவத்தில் வெளிப்பட்ட வித்தியாசமானதொரு இயல்புக்கு மாறான முரண்பாட்டை உணர்ந்து அதிசயித்தேன். வித்தியாசமான பூடகமானதொரு யோகப்பயிற்சியில் ஈடுபட்டுள்ள இலட்சக்கணக்கான மக்களின் ஆசான்; தயாள்பாக்கில் நடை பெறும் பலதரப்பட்ட லோகாயதமான செயல்பாடுகளை நிர்வகிக்கும் முக்கியமானவர், இது அனைத்திற்கும் மேலாக, அவரை அறிவாளியாக், வியக்கத்தக்தொரு நபராக நான் வர்ணிக்கிறேன். இவரைப் போன்ற ஒரு மனிதரை இந்தியாவிலும் சரி, உலகெங்கிலுமே கூட காண்பது அரிது என்று தீர்மானித்தேன்.

அவரது பேச்சு என் சிந்தனையைக் கலைத்தது.

''நீங்கள் தயாள்பாக்கில் எங்களது வாழ்க்கையின் இருநிலையைப் பார்த்துள்ளீர்கள். ஆனால், எங்களது செயல்பாடுகள் மும்முனைப் பட்டவை மனிதனின் இயற்கையான சுபாவமே ஆன்மா, மனம், உடல் என்று மூன்று வடிவங்களைக் கொண்டது. ஆதலால்தான், உடல்ரீதியான உழைப்பிற்காக பட்டறைகளும், பண்ணைகளும் மனவளர்ச்சிக்காகக் கல்லூரிகளும் நிறுவப்பட்டுள்ளன; ஆன்மரீதியான செயல்பாட்டிற்காக அவ்வப்போது கூட்டங்களும்

நிகழ்த்தப்படுகின்றன. இவ்வாறு ஒவ்வொரு தனிப்பட்ட நபரின் பூரணமான, இணக்கமான வளர்ச்சியையே நாங்கள் பிரதான இலக்காகக் கொண்டுள்ளோம். ஆயினும், ஆன்மீகத் தளத்தில் நாங்கள் மிகையான முக்கியத்துவம் கொடுத்து வலியுறுத்துகிறோம். எங்கள் சமூகத்தைச் சார்ந்த ஒவ்வொரு நபரும் எங்கிருந்தாலும், அவரவரது தனிப்பட்ட யோகப் பயிற்சியைத் தவறாது செய்கின்றனர்.

‘‘உங்களது குழுக் கூட்டத்தில் நான் ஒருமுறை கலந்து கொள்ளலாமா?’’

‘‘மிக்கமகிழ்ச்சி. ஒவ்வொரு கூட்டத்திற்கும் உங்களை நாங்கள் வரவேற்கிறோம்.’’

☯ ☯ ☯

காலை ஆறு மணிக்குக் கூடும் முதற்குழு கூட்டத்தோடு, தயாள்பாக்கின் செயல்பாடுகள் துவங்குகின்றன. இருள்நீக்கி ஒளி கூட்டும் இனிய காலைப்பொழுதை, பறவைகள் தங்களது இனிய கானத்தால் வரவேற்று, கதிரவனுக்குத் தங்களது வணக்கத்தைத் தெரிவிக்கின்றன. மரக்கம்புகள் நடப்பட்டு கான்வாஸ் துணியினாலான பெரிய, விசாலமானதொரு கூடாரத்திற்கு அழைத்துச் செல்லப்பட்டேன்.

நுழைவாயிலின் அருகே மக்கள் கூட்டம் நிரம்பியிருந்தது. அனைவரும் தங்களது காலணிகளைக் கழற்றி அங்குகாத்திருந்த சேவகர்களிடம் ஒப்படைத்துக்கொண்டிருந்தனர். நானும் இவர்களது கலாசாரத்தை அனுசரித்து, அதன்படி சென்று கூடாரமிட்ட பெரிய கூடத்திற்குள் நுழைந்தேன்.

அறையின் மையப்பகுதியிலுள்ள உயரமான மேடையில் பூஜ்யஸ்ரீ சாஹப்ஜி மகராஜ் அவர்கள் ஒரு ஆசனத்தில் அமர்ந்திருந்தார். அவரைச் சுற்றிலும் (தரை முழுவதிலுமே) அவரது சீடர்கள் அமர்ந்திருந்தனர். அனைவரது பார்வையும் அவர்களது ஆசானின் மீது படர்ந்திருக்க பணிவான மௌனத்தில் நாக்குகள் அசைவற்றிருந்தன.

நான் மேடைக்கடியில் ஒரு குறுகிய இடத்தை ஆக்கிரமித்துக் கொண்டேன். சிறிது நேரத்தில் அறையின் பின்புறம் இருவர்

எழுந்து நின்று இந்தி மொழியில் செவிகளுக்கு மிகவும் இனிமையாக இருந்த, ஒரு மந்திரத்தை ஓதினர். இது பதினைந்து நிமிடங்களுக்குத் தொடர்ந்தது. இந்த வித்தியாசமான புனிதமான சொற்களின் ஒலிப்புக் கூடியிருந்தவர்களை ஒரு சாந்தமான மனநிலைக்கு இட்டுச் சென்றது. பின்னர், மெதுவாக குரல்களின் ஒலி குறைந்து, முற்றிலுமாக ஓய்ந்து போனது.

நான் சுற்றிலும் பார்த்தேன். விசாலமான இக்கூடாரத்தில் அனைவருமே மௌனமாக, சலனமின்றி ஆழ்ந்த தியானத்திலோ அல்லது பிரார்த்தனையிலோ மூழ்கியிருந்தனர். மேடையில் அமர்ந்திருந்த பண்பும் அடக்கமும் நிறைந்த உருவத்தைக் கண்ணுற்றேன். வழக்கத்தைவிட இன்னும் மிகையான இறுக்கமான வதனத்துடன் அமைதியினால் ஆட்கொண்டதைப் போல தென்பட்ட அவரது அதரத்திலிருந்து ஒரு வார்த்தை கூட வெளிவரவில்லை. ஆழ்ந்த மௌனத்தில் திகழ்ந்த அவரிடம் இயல்பான விழிப்புணர்வும், சுறுசுறுப்பும் காணாமல் போயிருந்தன. வெண்மையான தலைப்பாகைக்கடியில் என்ன சிந்தனைகள் ஓடிக்கொண்டிருக்கும் என்று யோசித்தேன். கூடியுள்ள அனைத்து மக்களும் ஆன்ம-ரீதியான உன்னதவாழ்விற்குப் புனிதமான தொரு இணைப்பாக அவரைக் கருதி மதிக்கின்றனரே! எத்துணைப் பொறுப்புக்களை கடமைகளைச் சுமந்துள்ளார்!

அடுத்து வந்த அரைமணி நேரமும் பூரணமானதொரு அமைதி நிலவியது! ஒரு செருமலோ, அசைவோ இல்லை! இறைநம்பிக்கையற்ற மேற்கத்தியருக்குத் தடையாக இருக்கும் உலகிற்குள் இந்த ஆழ்நிலைத்தியானத்தில் கிழக்கத்தியர் தங்கள் மனதைப் புகுத்தி வைத்துள்ளனரோ? இருப்பினும், விரைவிலேயே நகரத்தை சுறுசுறுப்பாக இயங்கக் கூடிய தீவிரமான செயற் பாடுகளுக்கு இது பலமான முன்னோடியாக இருக்கும்.

நாங்கள் காலணிகளை அணிந்து அமைதியாக வீடு திரும்பினோம்.

காலை வேளைகளில் குடியிருப்பு வாசிகளான ராதா சுவாமிகளிடமும் பார்வையாளர்களிடமும் சம்பாஷித்தேன். இதில் பலர் ஆங்கிலத்தில் சரளமாக உரையாடினர். வடமேற்குப் பகுதியிலிருந்து வந்திருந்த தலைப்பாகை அணிந்திருந்தவர்கள்,

உச்சியில் சிகை வைத்துக்கொண்டிருந்த தென்னவர், கிழக்கிலிருந்து வந்த வங்காளத்தினர் மற்றும் தாடியுடன் கூடிய மத்தியப் பிரதேசத்தவர்கள் இங்குள்ளனர். அவர்களது சுயமரியாதை மற்றும் அவர்களது ஆன்மீக நாட்டத்திற்குச் சமமாக இருக்கும் கூர்மதியுடன் கூடிய அவர்களது செயல்திறனும் என்னை வெகுவாக ஈர்த்தது. அவர்களது உயரிய நோக்குவிண்ணுலகில் சிறகடித்தபோதும் அவர்கள் இன்னமும் பூமியில் தடம் பதித்தே இருக்கின்றனர். எந்த ஒரு நகரமும் பெறவிரும்பும், பெருமிதம் கொள்ளும் வகையான குடிமக்கள் இவர்கள். இவர்களிடம் அரியதொரு நற்பண்பு, குணாதிசயம் உள்ளதால் எனக்கு உணர்வு பூர்வமாக இவர்களைப் பிடித்தது; மிகவும் வியந்து போற்றத் துவங்கினேன்.

பார்வையாளரின் நலன் கருதி சிறிய அளவிலான ஒரு கூட்டம் நண்பகலில் நிகழ்ந்தது. தனிப்பட்ட பிரச்சினைகள் விவாதிக்கப்பட்டு, கேள்விகளுக்குப் பதிலளிக்கப்பட்டு, சில பொதுவான விஷயங்களும் கலந்தாலோசிக்கப்பட்டன. எழக் கூடிய எவ்விதப் பிரச்சினையையும் சாஹப்ஜி மகராஜ் அவர்கள் சிறப்பான தனித்துவம் மிக்க புதிய வழிமுறைகளால் உடனுக்குடன் தீர்த்து விடுகிறார். சாதுர்யமான தொனியில், சாதாரணமாக அளவளாவுவது போலிருந்தாலும் அவர் எந்தவொரு நுட்பமான கேள்விக்கும் விடையளிக்காதிருப்ப தில்லை. ஆன்மீகம் மற்றும் லோகாயதமான பலதரப்பட்ட கேள்விகளுக்கும், தன்னம்பிக்கையுடன் கூடிய துரிதமான விடையளிக்கிறார்.. முழுமையான நம்பிக்கையோடும் தன்னடக் கத்தோடும் எவ்வித வேற்றுமைக்கும் சமாதானம் காணும் அவரது அசாதாரணத்தன்மையை அவரது பூரணத்துவம் நிறைந்த மனோபாவம் குறிப்பிடுகிறது. அவரது வேடிக்கையான விமர்சனங்கள், அவரது நகைச்சுவை உணர்வை வெளிப்படுத்துகின்றன.

மாலையில் மற்றுமோர் குழுக்கூட்டம் நடைபெற்றது. குடியிருப்பில் உள்ள அனைத்துப் பட்டறைகள், கடைகள் மற்றும் பண்ணைகளும் மூடப்பட்டு மீண்டும் கூடாரம் நிறைந்து காணப்பட்டது. சாஹப்ஜி அவர்கள் மேடையில் தனது ஆசனத்தில் அமர்ந்திருந்தார். அவரது சீடர்கள் அணிவகுத்து நின்று ஒவ்வொருவராகச் சென்று நிர்வாகத்துறையின் நிதிக்காகக் காணிக்கைகளை அவர் பாதத்தில் சமர்ப்பித்துச் செல்வதைக்

கண்டேன். கமிட்டியின் இரு அங்கத்தினர்கள் பணத்தைப் பெற்றுக்கொண்டு, குறிப்பேட்டில் பதிவு செய்து கொள்கின்றனர்.

ஆசான் மகராஜ் அவர்களது நெடிய சொற்பொழிவு தான் அடுத்து வந்த முக்கியமான நிகழ்வானது. சொற்பொழிவாற்றும் அபரிமிதமான ஆற்றலும், நல்ல நடையுடன் பேசப்பட்ட இந்திமொழியினாலும் வசீகரிக்கப்பட்ட அவரது ஆயிரக் கணக்கான சீடர்கள் ஆழ்ந்த கவனத்துடன் அவரது பேச்சைச் செவியுற்றனர். அவர் செறிந்த உணர்வுடன், தனது இதயத்தின் ஆழத்திலிருந்து மனதைக் கவரும் வண்ணம் உரையாற்றினார். அவர் அபரிமிதமான உற்சாகத்தாலும், சுறுசுறுப்பான உத்வேகத்தாலும் உந்தப்பட்டதால் அவரது சொற்பொழிவைச் செவியுறும் மக்களின் மீதான தாக்கமும் தெளிவாக வெளிப்பட்டது.

☯ ☯ ☯

மாற்றம் ஏதுமின்றி இதே நிகழ்ச்சிகள் ஒவ்வொரு நாளும் நடந்தேறின. இரண்டு மணி நேரம் நடைபெறும் மாலைநேரக் கூட்டம்தான் மிகவும் நெடிதானது. இந்த நிகழ்ச்சியை எவ்வித சிரமமும் இன்றி, தனது இயல்பான ஆற்றலுடன் நடத்தி விடமுடியும் என்னும் சாஹப்ஜி மகராஜின் மனோபலத்தின் சக்தியை நிரூபிக்கக்கூடியதாகவும் இருக்கிறது. மாலைக் கூட்டத்தில் அவர் எந்த விஷயத்தைப்பற்றிச் சொற்பொழிவாற்றப் போகிறார் என்பதும் எவருக்கும் முன்னரே தெரிவிக்கப் படுவதில்லை. இதைப்பற்றி நான் கேட்டதற்கு அவர், ‘‘நான் இந்த ஆசனத்தில் அமரும்போது பேசப்போகும் விஷயத்தைப் பற்றி எனக்கு எதுவும் தெரியாது. நான் துவங்கிய பின்னரும், எனது அடுத்த வாக்கியம் என்னவாக இருக்கும் அல்லது நான் எவ்வாறு நிறைவு செய்வேன் என்பதும் நானறியேன். எவ்விதமான ஒளிவு, மறைவுமின்றி சர்வவல்லமை மிக்க இறைவனின் மீதே முழு நம்பிக்கை வைத்துள்ளேன். நான் அறிய வேண்டியவற்றை அவர் எனக்கு உடனடியாக அவ்வப்போது கூறுகிறார். உள்ளுணர்வு மூலமாக இறைவனிடமிருந்து ஆணைகளை ஏற்றுக்கொள்கிறேன். நான் உண்மையில் அவனது கைகளில் (பொறுப்பில்) இருக்கிறேன்’’ என்று பதிலளித்தார்.

அவரது முதற் சொற்பொழிவின் வாசகங்கள் சிலநாட்கள் என் மனதைவிட்டு அகலாது நிலைத்திருந்தன. ஒரு ஆசானைச் சரண்புகுவதைப் பற்றிய அந்த உரையைப் பற்றி மகராஜ் அவர்களிடம் பேச்சைத் துவக்கும் வரையிலும் அது எனது மனஆவலைத்தூண்டிக்கொண்டிருந்தது. தயாள்பாக்கின் மையப் பகுதியில், பசுமையான சூழலில், ஒரு விரிப்பின் மீது அமர்ந்து நட்புணர்வோடு அளவளாவிக்கொண்டிருந்தோம்.

அவர் தனது உரையில் கூறிய விஷயத்தை வலியுறுத்தி ''ஆசான் குரு என்பவர் மிகவும் அத்தியாவசியமானவர். ஆன்மீகத்தில் தற்சார்பு, அகநிலைப் பண்பு என்பதற்கு இடமில்லை'' என்று கூறினார்.

''ஆனால், உங்களுக்கு அது தேவை என்று எண்ணினீர்களா?'' என்று தைரியமாகக் கேட்டேன்.

''சந்தேகமின்றி ஒரு மெய்ஞானியைக் கண்டுகொள்ளும் வரை, பதினான்கு வருடங்களைத் தேடுதலில் கழித்தேன்.''

''பதினான்கு வருடங்களா! உங்கள் வாழ்வில் ஐந்தில் ஒரு பங்கு! அது தகுதி வாய்ந்ததாக இருந்ததா?''

''ஒரு ஆசானை நாடிச் செல்வதில் செலவிடும் காலம் இருபது ஆண்டுகளே ஆயினும், அது விரயமாகாது'' என்று சட்டெனப் பதிலுரைத்தார். ''நான் நம்பிக்கை கொள்ளும் வரையிலும் உங்களைப் போலப் பற்றில்லாமல் தான் இருந்தேன். பின்னர் எனக்கு மெய்ஞான ஒளியை அடையும் பாதையைக் காட்டும் ஒரு ஆசானைத்தேடிக் கண்டுகொள்வதில் துடிப்புடன் இருந்தேன். இளவயதில் இருந்தமையால் உண்மையைக் கண்டு கொள்வதில் உன்மத்தனாகி மரம், புல் மற்றும் வானத்தையும் மெய்ப்பொருள் இருப்பது உண்மையானால், எனக்கும் மெய்ஞ்ஞானத்தைத் தந்தருளும்படி வேண்டினேன். இறுதியில், இந்த மனஉழற்சியைத் தாங்க முடியாது இறைவன் எனக்கு மெய்ஞ்ஞானத்தைப் பெறும் தகுதியை வரமருளும் வரையிலும் சாகும் வரையிலும் உண்ணா நோன்புமிருக்க உறுதி பூண்டேன். இதன் பிறகு, என்னால் பணியிலும் ஈடுபடமுடியவில்லை. மறுநாள் நான் ஓர் அற்புதமான கனவு கண்டேன். இதில் ஒரு ஆசான் எனக்குத் தரிசனம் தந்திட,

நான் அவரது இருப்பிடத்தைப் பற்றிக்கேட்டேன். ''அலகாபாத்! எனது முழுவிலாசத்தை நீ பின்னர் அறிந்து கொள்வாய்,'' என்று பதிலிறுத்தார். மறுதினம் அந்த நகரில் வசித்த எனது நண்பனிடம் எனது கனவைப் பற்றி விளக்கினேன். அவன் உடனடியாக என்னிடம் வந்து, ஒரு குழுவினரின் புகைப்படத்தைக் காட்டி, இதில் ஆசானது முகத்தை அடையாளங்காட்டுமாறு கூறினான். நான் உடனேயே சுட்டிக்காட்டிவிட்டேன். நான் குறிப்பிட்டவர், அலகாபாத்தில் உள்ள ஒரு ஆன்மீகச் சங்கத்தின் ஆசான் என்று எனது நண்பன் விளக்கிட, நான் விரைவிலேயே அவரைச் சந்தித்து அவரது சீடனாகிவிட்டேன்.''

''ஆர்வத்தைத் தூண்டவல்லது.''

''நீங்கள் யோகப் பயிற்சிகளை முறையாக மேற்கொண்டு, உங்களது சக்திகளையே சார்ந்திருந்தாலும், உங்களது ஆசானைச் சந்திக்கச் செல்லும் நாளில் தான் உங்களது உண்மையான பிரார்த்தனை ஏற்கப்படும். இதிலிருந்து தப்பவே இயலாது. ஒரு வழிகாட்டி மிகவும் அவசியம். முழுமையான உறுதிப்பாட்டுடன், நேர்மையாக முயற்சிப்பவர்கள் இறுதியில் உண்மையான ஆசானை, மெய்ஞானியைப் பெறுவர்.''

''இவரை எப்படி அடையாளம் காணமுடியும்?'' என்று முணுமுணுக்கும் குரலில் கேட்டேன்.

சாஹப்ஜியின் கண்களில் ஒரு கணம் ஆனந்தமான உணர்வு மின்னியது.

''தன்னிடம் யார் வரப்போகிறார் என்பதை முன்கூட்டியே அறிந்து கொள்ளும் ஆசான், அவரைத் தன்புறம் காந்தம் போல் கவர்ந்திழுத்துக் கொள்வார். அவரது சக்தி அவர்களது விதியை எதிர்கொள்ளும். பலனிலிருந்து எவருமே தப்பிக்க இயலாது.''

பலதரப்பட்ட மக்களைக் கொண்ட ஒரு குழு எங்களைச் சூழ்ந்திட மெள்ள-மெள்ள எண்ணிக்கை அதிகரித்தது. விரைவிலேயே ஏறத்தாழ அறுபது நபர்கள் மகராஜ் அவர்களது உரையைக் கேட்டனர் போலத் தோன்றியது.

''உங்களது ராதாசுவாமி சங்கத்தினர் கோட்பாடுகளைத் தெளிவாகப் புரிந்துகொள்ள முயற்சித்து வருகிறேன். ஆனால்

அவை மிகவும் கடினமானவை. உங்களது சீடர்களில் ஒருவர், உங்கள் குழுவின் முந்தைய தலைவர் பூஜ்யஜீ பிரம்மசங்கர் மிஸ்ரா அவர்கள் இதைப்பற்றி எழுதியுள்ளதை எனக்கு அளித்தார். இதன் பயனாக, நான் எனது மூளைக்குத் தான் அதிகப்படியான பணிச்சுமையைத் தருகிறேன்.

சாஹப்ஜி சிரித்தார்.

''ராதாசுவாமியின் மெய்யான சித்தாந்தங்களைப் புரிந்து கொள்ள வேண்டுமானால், நீங்கள் எங்களது யோகப்பயிற்சியை மேற்கொள்ள வேண்டும். எங்களது கொள்கைகளைக் கருத்தளவில் புரிந்து கொள்வதை விட, இந்த யோகப்பயிற்சிகளை தவறாமல் அன்றாடம் மேற்கொள்வதைத் தான் மிகவும் முக்கியமாகக் கருதுகிறோம். நாங்கள் பிரயோகிக்கும் தியான முறைகளின் முழு விவரத்தையும் உங்களுக்கு அளிக்க முடியாமைக்கு வருந்துகிறேன். ஏனெனில் அது எங்கள் குழுவில் சேர விண்ணப்பித்து, ஏற்றுக் கொள்ளப்படும் நபருக்கு மட்டுமே இரகசியக்காப்புப் பிரமாணத்தின் பேரில் போதிக்கப்படுகிறது. 'ஒலியோகம்' அல்லது 'உள்ளார்ந்த ஒலியைக் கேட்பது' என்று பொதுவாக நாங்கள் குறிப்பிடுவது தான் இதன் அடிப்படை.

''நான் படிக்கும் உரைகளில், உலகை உய்வுறச் செய்தது நாதம் என்னும் சக்தியே என்று குறிப்பிடப்பட்டுள்ளதே'' என்று கேட்டேன்.

''ஆன்மத்துறைசாராத, பௌதீக நிலையிலிருந்து நீங்கள் அதைச் சரியாகப் புரிந்து கொண்டுள்ளீர்கள். ஆனால், படைப்பின் துவக்கத்தில் சர்வவல்லமை பொருந்திய இறைவனின் முதல் இயக்கம் நாதத்தின் மின்னோட்டம் தான். கண்மூடித்தனமான சக்திகளின் விளைவல்ல இந்தப் பிரபஞ்சம். இந்த தெய்வீக நாதம் (ஒலி) எங்கள் சபையினரால் அறியப்பட்டு ஒலி வடிவில் ஒலிக்கப் படவல்லது. ஒலி தன்னை உருவாக்கிய மூலாதாரத்தின் பதிப்பைத் தாங்கியுள்ளதாக நாங்கள் நம்பிக்கை கொண்டுள்ளோம். ஆதலால் எங்கள் சங்கத்தினர் ஒருவர் அந்த தெய்வீக ஒலியைக் கட்டுப்பாட்டுடன் கூடிய உடல் மனம் மற்றும் உறுதியுடன் கூடிய உணர்வு-பூர்வமாகச் செவியுறும் போது பரம்பொருளின்

பேரானந்தம் மிக்க அறிவாண்மை மற்றும் மெய்ஞானம் மிக்க உயரிய நிலையை எய்திடுவர்.''

''குருதிக் குழாய் வழியாகச் செல்லும் இரத்த ஓட்டத்தின் துடிப்பைத் தெய்வீக நாதமாகக் கற்பனை செய்வது சாத்தியமில்லையா? வேறு எந்த ஒலியை அகரீதியாக ஒருவரால் செவியுற முடியும்?'' என்று நான் வினவ.

''ஆ! நாங்கள் குறிப்பிடுவது ஆன்ம-ரீதியானதே தவிர உலகியலுடன் தொடர்புள்ளது அல்ல. பிரபஞ்சத்தை உருவாக்கிய அந்த நுட்பமான சக்தியின் செயல்பாடுகளின் பிரதிபலிப்புத்தான் நமது உலக ரீதியான தளத்தில் ஒலி என்னும் சக்தியாகப் பரிமளிக்கிறது. உங்களது விஞ்ஞானிகள் ஸ்தூலப்பொருளை, மின்சக்தியாக மாற்றம் பெறச் செய்வதைப்போல, லோகாயதமாகச் செவியுறும் சக்தியை, உயரிய நிலையிலான ஒலி அதிர்வாகக் கண்டுகொள்கிறோம். இது புற ரீதியாகச் செவிகளை எட்டாதிருப்பினும் ஆன்ம-ரீதியாக அகநிலையில் இருக்கக் கூடியது. ஒலி தான் வெளிப்பட்ட இடத்திலிருக்கும் பாதிப்பை எடுத்துச் செல்லக் கூடியது. ஆதலால், உங்கள் மனதை அகமுகப்படுத்தி ஆழ்ந்தகவனத்துடன் இருந்தால், படைப்பின் அதிகாரத்தில் உருவாகிய முதல் உருவாக்கத்தில் எழுந்த மர்மமான சொற்களை உங்களால் ஒருநாள் செவியுற முடியும். இதுதான் சிருஷ்டிகர்த்தாவின் உண்மையான பெயராகும். இந்த வார்த்தைகளின் எதிரொலி, மனதின் ஆன்ம-ரீதியான தன்மையில் மீண்டும் எதிரொலிக்கப்படுகிறது. இந்த எதிரொலிகளை எங்களது மறைவியலான யோகப்பயிற்சியின் மூலம் பெற்றுக்கொண்டு, இவற்றின் மூலதாரத்தை நாடிச் செல்வது தான் உண்மையில் விண்ணுலகத்தை ஏகுவதாகும். எங்கள் ராதாசுவாமி சபையின் யோகப் பயிற்சிகளைத் தீவிரமாக, உண்மையாக மேற்கொள்பவரால் இந்த மறைபொருளான ஒலியைக் கேட்க முடியும். அவ்வாறு செவியுறும் போது ஒருவர் தன்னையே மறந்து பரவசநிலையை அடைந்து விடமுடியும். இறுதியில் இந்த ஒலி அவரது அகத்தில் நிலைப்பட்டு அவரது செவிப்பறையில் எதிரொலித்துக்கொண்டே இருக்கும்.''

''உங்களது போதனைகள் வியக்கத்தக்க அளவு புதுமை யானவை.''

''மேற்கிற்கு இருக்கலாம். இந்தியாவுக்கு அல்ல! பதினைந்தாம் நூற்றாண்டிலேயே, துறவி கபீர் அவர்கள் 'ஒலி யோகா' வை வாரணாசியில் பயிற்றுவித்துள்ளார்.''

''இதைப்பற்றிச் சொல்வதென்பது மிகவும் கடினமானது.''

''ஏன் சிரமம்? ஒருவகையான ஒலியோ-இசையோ-மனிதனைப் பரவசப்படுத்திவிடும் என்பதை நீங்கள் ஏற்றுக் கொள்வீர்கள் அல்லவா? அப்படியிருக்கும் போது, இறைவசமான, விண்ணுலக உள்ளார்ந்த இசையின் ஒலிப்பு அவனுக்குள் எத்துணை தாக்கத்தை உருவாக்கும்?''

''ஒத்துக்கொள்கிறேன்! அக -ரீதியான ஆன்ம இசை இருப்பதை எவராவது ஒருவரால் நிரூபிக்க முடியும் என்றால் நான் ஏற்றுக் கொள்கிறேன்.''

சாஹப்ஜி தோள்களைக் குலுக்கியவாறே தொடர்ந்தார். ''உங்களுக்கு நிரூபித்து, ஏற்றுக்கொள்ளச் செய்ய என்னால் பல வாதங்களை முன் வைக்க முடியும். ஆனால், நீங்கள் இதைவிட மேலான எதையோ எதிர்பார்க்கிறீர்கள் என்று நினைக்கிறேன். வெறும் காரணங்களையும் வாதங்களையும் கொண்டு உயரிய மெய்ஞ்ஞான பரம்பொருளின் இருப்பை எவ்வாறு நிரூபிக்க முடியும்? பண்படாத, ஏற்கும் தயார் நிலையில் இல்லாத மூளைக்கு, உலக ரீதியானவற்றைத் தாண்டி எதையும் புரிந்து கொள்ள இயலாது. இந்த ஆன்மீக, மெய்ஞ்ஞான உண்மைகளின் நிலைப்பாட்டைப் பற்றிய நிரூபணமும், முதல்தரமான அனுபவமும் பெறுவதற்கு நீங்கள் முதற்கண் தீவிரமான இடையறாத யோகப்பயிற்சியை மேற்கொள்ள வேண்டும். நாம் பொதுவாக அறிந்துள்ளதைத் தவிர, இன்னும் உயரிய செயல்களைச் செய்யும் ஆற்றல் நமது மனித உடலுக்கு உண்டு என்பதை என்னால் உறுதியாகச் சொல்ல முடியும், நமது மூளையின் நரம்பு மண்டலத்தின் உள்ளார்ந்த பகுதிகள், நுட்பமானவற்றோடு தொடர்புடையவை, முறையான பயிற்சியினால் நம்மால் இச்சக்தியைப் பிரயோகித்து நுண்ணுணர்வுப் பகுதியின் உலகை உணர்ந்து கொள்ள முடியும். இதிலும் மிகவும் முக்கியமான மையப்பகுதி நம்மை மெய்ப்பொருளின் பேருணர்வை உணர்ந்து, பேரானந்த எல்லையை அடையச் செய்து விடும்.''

''உடற்கூறு வல்லுனர்கள் அறிந்த மூளைப்பகுதியைப்பற்றியா நீங்கள் குறிப்பிடுகிறீர்கள்?''

ஒருவகையில். இந்த உடல் உறுப்புகளின் மூலமாகத்தான் நுண்பகுதியின் மையங்கள் செயல்படுகின்றன. ஆனால், மெய்யான செயற்பாடு நுண்பகுதியில் தான் நடைபெறுகின்றன. இந்த மையங்களில் இரு புருவங்களுக்கிடையில் உள்ள பினியல் சுரப்பி மிகவும் முக்கியமானது. ஒரு மனிதனின் ஆன்ம உறைவிடம் இதுவே. இந்தக் குறிப்பிட்ட இடத்தைக் குறிபார்த்து ஒரு மனிதனைச் சுட்டால், அவனது மரணம் உடனடியாகச் சம்பவிக்கும். செவி, பார்வை, நுகர்வு மற்றும் பிற நரம்புகளின் மூலமாகப் பாயும் ஆன்ம-சக்தி, இந்தச் சுரப்பியின் மையத்தில் தான் சங்கமிக்கின்றன.''

''எங்களது மருத்துவ விஞ்ஞானிகள் இன்னமும் இந்தச் சுரப்பியின் செயல்பாட்டைப் பற்றிக் குழப்பத்தில் ஆழ்ந்துள்ளனர்'' என்று நான் உரைத்தேன்.

''ஆம், இருக்கக்கூடும். மனிதனது உடலுக்கும் மனதிற்கும் உயிர்ப்பும் ஊக்கமும் தரவல்ல தனிமனிதனின் மெய்ப் பொருளின், ஆன்மாவின் மண்டலமையம் இது. இந்த ஆன்ம சக்தி குறையும் போதுதான் கனவு ஆழ்நிலை உறக்கம் அல்லது சமாதிநிலை நேரிடுகிறது. இறுதியாக இது சுரப்பியை விட்டு விலகும்போது உயிரியக்கம் நின்று உடல் மரணமடைகிறது. மனித உடல், இந்த முழுமையான பிரபஞ்சத்தின் பொழிப்பாக இருப்பதாலும், படைப்பின் பரிணாமத்தில் பிரயோகிக்கப்படும் அனைத்து மூலப்பொருட்கள், ஆதாரச் சக்திகளும் (பஞ்சபூதங்கள்) சிறிய அளவில் பிரதிபலிக்கப்படுவதாலும் மற்றும் அனைத்து நுண்புலக் கோள்களோடும் தொடர்பு கொண்டுள்ளதால் நமக்குள் உறையும் ஆன்மா பேருலகை அடையக்கூடும். இச்சுரப்பியிலிருந்து ஆன்மா அறிவுப் பகுதியிலிருந்தும் வெளியேறுகையில், இது பிரபஞ்ச சக்தியுடன் இணைகிறது. நுண்ணறிவுப் புலத்தின் வழியே வெளியேறும் போது, தனது உணர்வுநிலையை உன்னதமான ஆன்மமெய்ப்பொருளோடு இணைத்து மேம்படுத்துகிறது. ஆனால் இப்பேருணர்வு நிலையை அடைய புலன்களின் அனைத்துச் செயற்பாடுகளும் நிறுத்தப்படவேண்டும். இல்லையெனில் புற ரீதியான ஊக்குவிப்புகளைக் கட்டுப்படுத்த முடியாது. ஆதலால்

தான், எங்களது யோகப் பயிற்சியின் சாராம்சம்-முழுமையான மன ஒருமிப்பு. இது கவனத்தின் ஈர்ப்பை உள்முகப்படுத்தி, புறத்திலிருந்து விலக்கி மனதை அகமுகப்படுத்தி ஆழ்நிலை தியானத்தில் நிலை பெறச் செய்து விடுகிறது.

தொடர்ச்சியாக இணக்கத்துடன் பேசப்பட்ட இந்த நுட்பமான மறைவியல்பின் கருத்துக்களைக் கிரகித்துக்கொள்ள முயற்சித்தேன். எங்களைச் சுற்றிலும் அமர்ந்திருந்த கூட்டமும் இந்த உரையாடலை ஆர்வத்தோடு கேட்டுக்கொண்டிருந்தனர். அவரது மொழிகளில் தென்பட்ட அமைதியான உறுதியூட்டும் தன்மை என்னை வெகுவாகக் கவர்ந்தது. ஆனால்...

''இக்கூற்றுகளை நிரூபிக்க உங்களது 'ஒலியோக'ப் பயிற்சிகளை மேற்கொள்வதுதான் ஒரேவழி என்கிறீர்கள் அல்லவா? ஆனால் அவற்றை இரகசியமாக வைத்துள்ளீர்களே?'' என்று குறை காண்பது போலக் கேட்டேன்.

''எங்கள் சங்கத்தில் இணைவதற்கு விண்ணப்பித்து ஏற்றுக் கொள்ளப்படும் எவருக்கும் எங்களது வழிமுறைகள் வாய்வழியாகச் சொல்லித் தரப்படும்''

''ஏதேனும் முதல்தரமான அனுபவத்தையோ அல்லது உங்களுக்கு ஏற்பட்ட சொந்த அனுபவத்தையோ உங்களால் நிருபணமாகக் கூறமுடியுமா? நீங்கள் சொல்வது முற்றிலும் உண்மையாக இருக்கலாம் எனது மனமும் இதை நம்பத்தான் விழைகிறது,'' என்றேன்.

''நீங்கள் முதலில் எங்களோடு இணைய வேண்டும்.''

''மன்னியுங்கள். அது என்னால் இயலாது. நான் வளர்ந்த முறையில், நிரூபிக்கப்படாத ஒன்றின் மீது நம்பிக்கை கொள்வது சாத்தியமல்ல, மிகவும் கடினமானது'' என்று நான் கூற சாஹப்ஜியும் தனது இயலாமையை வெளிப்படுத்தும் வகையில் கைகளை விரித்து, ''என்னால் என்ன செய்யமுடியும்? நான் சர்வ வல்லமை மிக்க இறைவனது பொறுப்பில் இருக்கிறேன்'' என்று கூறினார்.

☯ ☯ ☯

ஒவ்வொரு நாளும், சங்கத்தின் அங்கத்தினர்களைப் போலவே அனைத்துக் குழுக்கூட்டங்களிலும் பங்கேற்று, ஆசானின் உரைகளைக் கேட்டு, அவர்களிடையே அமர்ந்து தியானமும் செய்தேன். அவர்களோடு எவ்விதத் தடையுமின்றி உரையாடி, விசாரணையிலும் ஈடுபட்டேன். கிட்டியவரையிலும் மனிதன் மற்றும் பிரபஞ்சத்தைச் சார்ந்த இராதாசுவாமி இயக்கத்தின் போதனைகளையும் படித்து அறிந்தேன்.

ஒரு நண்பகல் நேரத்தில், ஒரு சீடருடன் ஏறத்தாழ ஒரு மைல் தூரம் நடந்து சென்று காட்டுப்பகுதியின் ஆரம்ப எல்லையை அடைந்தேன். பிறகு யமுனை நதிப்புறம் சென்று நதிக்கரையில் அமர்ந்து அமைதியாகப் பொலிவுடன் திகழும் நதியின் ஓட்டத்தைப் பார்த்துக் கொண்டிருந்தோம். அவ்வப்போது ஒரு பெரிய கழுகு எங்கள் தலையைச் சுற்றி வட்டமடித்துப் பறந்து தனது இருப்பிடத்தை நோக்கிச் சென்றது.

யமுனை! இந்த யமுனை நதிக்கரையில் தானே மாயக்கண்ணன் தனது புல்லாங்குழல் இசையால் கோபியர்களை மதியிழக்கச் செய்து, தன்வயப்படுத்தி, அவர்கள் மனதைத்திருடி, அவர்களுடன் ஆடிப்பாடி, பல லீலைகள் புரிந்து களிநடம் புரிந்துள்ளான். இன்று அதே மாயக்கண்ணன் இந்துக்களால் இறைவனாகப் பூசிக்கப்படுகிறான்.

அண்மைக்காலம் வரையிலும், இருப்பகுதியில் கொடிய வனவிலங்குகள் இரவில் அலைந்து கொண்டிருந்ததாகவும், தற்போது தயாள்பாக் இப்பகுதியில் அமையப்பெற்ற பின் அவை வருவதைத் தவிர்த்து விட்டதாகவும் தெரிவித்தார் சீடர்.

நாங்கள் சற்று நேரம் மௌனமாக அமர்ந்திருக்க, என்னுடன் வந்த சீடர், ''எங்களது குழுக்கூட்டங்களில் அனுமதிக்கப்பட்ட முதல் ஐரோப்பியர் நீங்கள்தான். உங்களது புரிந்துணர்வையும் இணக்கமான சுபாவத்தையும் நாங்கள் போற்றுகிறோம். நீங்கள் எங்களது சங்கத்தில் அங்கத்தினராகக் கூடாதா?''

''இல்லை. முடியாது. ஏனெனில் நம்பிக்கை கொள்வதில் எனக்கு நம்பிக்கையில்லை. மேலும், நம்பவேண்டும் என்று விரும்புவதை நம்புவது மிகவும் எளிது என்பதை நான் புரிந்துணர்ந்தேன்.''

தனது முழங்காலின் மீது முகத்தைத் தாங்கியவாறு, ''எங்களது ஆசானோடு உங்களுக்கிருக்கும் தொடர்பு, கண்டிப்பாக உங்களுக்கு நற்பலனை ஈட்டித்தரும். எங்களோடு இணைந்து கொள்ள உங்களை வற்புறுத்த மாட்டேன். நாங்கள் மதமாற்றம் செய்ய முயற்சிப்பதுமில்லை. எங்கள் அங்கத்தினர்களுக்கு மதபோதனைகள் அளிக்க அனுமதியுமில்லை'' என்று விளக்கினார்.

''இப்படியொரு சமூக அமைப்பு இருப்பதை எப்படி அறிந்து கொண்டீர்கள்?''

''மிகச் சுலபமாக, எனது தந்தை இந்தச் சங்கத்தில் பல வருடங்களாக அங்கத்தினராக இருந்தார். அவர் தயாள்பாக்கில் குடியிருக்கவில்லை. அவ்வப்போது வந்து தரிசித்துச் செல்வது வழக்கம். அப்போது சில சமயங்களில் அவர் என்னையும் உடனழைத்து வருவாரே தவிர, எத்தருணத்திலும் என்னை இந்தச் சமூகத்தில் இணையுமாறு வற்புறுத்தவில்லை. இரண்டு வருடங்களுக்கு, இந்த விஷயங்களைப் பற்றிச் சிந்திக்கத் துவங்கி எனது நண்பர்களிடம் அவர்களது நம்பிக்கையைப் பற்றி விசாரிக்கத் தொடங்கினேன். எனது தந்தையிடம் கேட்டதில், அவர் அளித்த பதில் என்னை இராதாசுவாமி சங்கத்தின் போதனைகளின் பால் ஈர்த்தது. நானும் சங்கத்தின் உறுப்பினராக ஏற்கப்பட்டு காலம் எனது நம்பிக்கையை உறுதிபடச் செய்தது. இன்னும் பலர் ஏறக்குறைய வாழ்நாள் முழுவதுமே குழம்பித் தவித்த பின்பு இங்கு வந்துள்ளதைக் காணும்போது நான் மிகவும் பாக்கியம் செய்துள்ளதாகவே கருதுகிறேன்.''

''நீங்கள் உங்களது ஐயப்பாடுகளை துரிதமாக விலக்கிக் கொண்டது போல, என்னாலும் தீர்க்க முடிந்தால்...?''

மீண்டும் இருவரும் மௌனித்தோம். நீலநிற நீரோட்டம் மிக்க யமுனை நதி என் கவனத்தை ஈர்க்க, நான் தன்னுணர்வற்ற நிலையில் ஆழ்ந்த சிந்தனையில் மூழ்கினேன்.

இந்தியர்களின் உணர்வு-பூர்வமான உணர்வறு நிலையிலான அனைத்து எண்ணங்களும் நம்பிக்கையை ஆதாரமாகக் கொண்டுள்ளன. அவர்களுக்கு மதம், ஜாதி அல்லது புனித நூல்

போன்ற ஏதாவது ஒன்றின் மீது நம்பிக்கையும் பற்றும் கொள்வது அத்தியாவசியமாகிறது. பெருமை மிகுந்தவற்றிலிருந்து, தாழ்ந்த நிலையிலான நம்பிக்கை வரையிலும் அனைத்து ரகமான மத நம்பிக்கைகளும் இந்தியாவில் காணப்படுகின்றன.

ஒருமுறை கங்கை நதிக்கரையில் ஒரு ஆலயத்தைக் கடந்து சென்றேன். இதன் தூண்களில் ஆடவரும், பெண்டிரும் காமவயப்பட்டு அணைத்திருப்பதைப் போன்ற தோரணையில் சிலைகள் வடிக்கப்பட்டு மேற்கத்திய சமய குருமார்களை அதிர்ச்சி அடையச் செய்யும் காம உணர்வு நிரம்பிய பல காட்சிகள் சுவற்றிலும் தீட்டப்பட்டிருந்தன. இந்திய மதக்கோட்பாட்டில் இவ்வாறான விஷயங்களுக்கு இடமிருக்கிறது. ஒருவகையில் பார்த்தால், காம உணர்வை இழிநிலைக்குத் தாழ்த்தி சாக்கடையில் தள்ளுவதற்குப் பதிலாக, மத-ரீதியான அங்கீகாரம் அளிப்பது எத்துணையோ மேலானது. இது ஒருபுறம் இருப்பினும், மிகவும் புனிதமான மேன்மையான கருத்துக்களைக் கொண்ட மத நம்பிக்கைகளும் உள்ளன. இதுதான் இந்தியா!

ஆனால் இராதாசுவாமி போன்ற அற்புதமானதொரு மரபை நான் இந்தியாவில் எங்கும் காணவில்லை. இது மறுக்கமுடியாத அளவில் தனித்துவம் வாய்ந்தது. உலகிலேயே தொன்மை-வாய்ந்த யோகாவையும் முற்றிலும் நவீனமான, தற்கால ஐரோப்பிய அல்லது அமெரிக்க நகரத்து நாகரிகத்தையும் போன்ற முரண்பாடு மிக்க இருவிஷயங்களையும் இணைக்கும் ஒரு கலவையை சாஹப்ஜி மகராஜைத் தவிர வேறு எவரால் கருத்தில் கொண்டு உருவாக்க முடியும்?

தற்போது தயாள்பாக் இருக்கும் முக்கியத்துவமில்லாத நிலையிலிருந்து முன்னேறி இந்திய வரலாற்றில் மேன்மையானதோர் இடத்தை வகிக்குமா? இதுவரையிலும் எவருமே விடைகாணமுடியாத, புரியாத புதிராக இந்தியா இருக்கும் எனில் வரும் காலத்திலும் விடைகாண முடியாதிருக்கும் என்று கூற முடியாது.

காந்திஜியின் நடுநிலைமைக் கொள்கையின் போதனைகளைக் கேள்வியுற்று சாஹப்ஜி அவர்கள் எள்ளி, நகையாடிய சிரிப்பொலி காந்திஜியின் தலைமையிடமான அகமதாபாத் வரையிலும் பிரதிபலித்தது. சபர்மதி ஆற்றங்கரையிலிருந்து ஏறத்தாழ ஐம்பது,

உயரமான தொழிற்சாலைப் புகைபோக்கிகளைக் காணலாம். இங்கு தான் கைத்தொழில் கலைஞர்களின் கைவண்ணம் மெருகூட்டப் படுகிறது.

மேற்கத்திய முறைகளின் வலிமையான தாக்கம், இந்தியத் தொழிலின் பண்டைய முறைகளைச் சிதைக்கத்தொடங்கி விட்டது. இந்தியாவின் கடலோரப் பகுதியில் முதன்முதலாகத் தடம் பதித்த ஐரோப்பியர்கள் மூட்டை மூட்டையாகப் பொருட்களை மட்டுமின்றி புதிய கருத்துக்களையும் இறக்குமதி செய்தனர். வாஸ்கோடகாமா, அமைதியான காலிகட் துறைமுகத்தில் தனது நாட்டு முரட்டுத்தாடி கொண்ட மாலுமிகளை இறக்கியதிலிருந்து மேலைநாட்டுக்கலாச்சாரம் தனது தாக்கத்தை ஏற்படுத்த, இன்று, அது அதிவேகமாக, துரிதமாக வேரூன்றி விட்டது. இந்தியாவைத் தொழில்மயமாக்கும் தற்காலிகமான முயற்சி, அச்சத்துடனும், தயக்கத்துடனும் துவக்கப்பட்டாலும், அது தொடக்கம் பெற்றுவிட்டது. ஐரோப்பா அறிவுத்திறனின் மறுமலர்ச்சி, ஆன்மீகச் சீர்திருத்தம் தொழில் மறுமலர்ச்சி ஆகியவற்றை எதிர்கொண்டு விட்டுச் சென்றுள்ளது. விழிப்புணர்வு பெற்ற இந்தியா தனது நெடிய நடைப்பயணத்தில் இவற்றைக் கண்டு கொண்டது. இவை தான் இன்று இந்தியாவின் பிரச்சினை- அது ஐரோப்பாவைக் கண்மூடித்தனமாகப் பின்தொடருமா அல்லது சுயமாகத் தீர்வுகாணுமா? சாஹப்ஜி மகராஜின் தனிச்சிறப்பு வாய்ந்த பங்காற்றல் ஒருநாள் இந்தியாவை ஈர்க்குமா?

ஒருவேளை நான் எதைப் பற்றியாவது உறுதியோடிருந்தால் அது இது ஒன்றே: இந்தியா ஒப்பற்றதொரு கடினமான தருணத்தை எதிர்கொள்ள நேரிடும். சோர்வுற்று, நைந்துபோன பல்லாண்டுகள் பாரம்பரியத்தால், கட்டுண்டு கடினமான சமயச் சம்பிரதாயங்களில் சிக்கித் தவிக்கும் ஒரு சமூகம் குறைந்தது இருபது அல்லது முப்பது ஆண்டுகளில் கண்டிப்பாக மறைந்து விடும். இது அற்புதமாக, அதிசயமாகத் தோன்றினாலும், அது நடக்கும் என்பது திண்ணம்.

மகராஜ் அவர்கள் இந்நிலையைத் தெளிவாக பூரணமாகப் புரிந்துகொண்டுள்ளார். நாம் ஒரு புதிய சகாப்தத்தில் வாழ்கிறோம் என்பதையும் பிறநாடுகளைப் போல இந்தியாவிலும் புராதன

விஷயங்கள் அழிக்கப்பட்டு வருகின்றன என்பதையும் அவர் உணர்ந்துள்ளார். ஆசிய சோம்பேறித்தனமும் மேற்கத்திய நாடுகளின் நடைமுறை இயல்பும் ஆகிய இவை ஒவ்வாத இரு விஷயங்களாக இணைந்து காணப்படுமா? அவர் இதை இல்லையென்றே கருதுகிறார். யோகிகள் லோகாயதமான ஆடைகளை அணியக் கூடாதா? ஆகவே யோகிகள் தங்களது இயல்பான தனித்துவத்தைத் துறந்து இயந்திரங்களை இயக்கும் மனிதர்களின் கூச்சலும் குழப்பமும் நிறைந்த கூட்டத்துடன் கலந்திருக்க வேண்டும் என்னும் தனது கட்டளையைப் பிறப்பித்தார். போதனை மற்றும் விளம்பரமில்லாது ஊக்குவிக்கும் செயல்களால் யோகிகள் தொழிற்சாலை, அலுவலகம் மற்றும் கல்விச்சாலைகளுக்குச் சென்று அவர்களை ஆன்மீக நெறிப்படுத்த வேண்டிய சரியான தருணம் கனிந்து விட்டதாகக் கருதுகிறார். ஒவ்வொரு நாளின் செயலும், முன்னேற்றமும் தெய்வத்தின் விதிதான் என உணர வேண்டும். அன்றாடம் வேலை செய்யும் மனிதர்களிடமிருந்து தனித்து நிற்கும் ஆன்மீகத்தை ஆதாரமாகக் கொண்டு வாழும் யோகாவை அவர்கள் சுயமுக்கியத்துவத்தின் முட்டாள்தனமான, மாயத் தோற்றமாகக் கருதலாம்.

யோகா, ஒருசில துறவிகளின் பொழுதுபோக்காக இருப்பின் அது நவீனயுகத்திற்குப் பயன்படாது மற்றும் அழிந்தும் போய் விடும். மிகக் குறைவான ஒருசில துறவிகளின் மகிழ்விற்காகவே அது பயன்படும் எனில், எழுதுகோலையும், ஏரையும் பிடித்துக் கொண்டு எண்ணெய் பிசுக்கு மற்றும் புழுதியிலும், அழுக்கிலும் அலைந்து, அற்பமான விலையளிக்கும் பண்டமாற்றுக் கடைகளிலும், ஆரவாரம்மிக்க பங்குச் சந்தையிலும் அல்லல்களைத் தாங்கும் நாமும் பெருமிதம் கொள்வோம். நவீன மேலைநாட்டு மனோபாவத்தை விரைவிலேயே இந்தியாவும் பின்பற்றக் கூடும்.

சாஹப்ஜி மகராஜ் அவர்கள் நிகழ்வுகளின் தவிர்க்க இயலாத போக்கை புத்திசாலித்தனமாக எதிர்நோக்கி, நவீனகால பயன்பாட்டிற்காக பழங்கால யோக அறிவியலைப் பாதுகாக்க, வெளிப்படையான முயற்சிகளை மேற்கொள்கிறார். ஊக்கம் நிறைந்த, கடினமான உழைப்பாளியான இவர் தனது சொந்த பூமியில் தனது முத்திரையை பதித்துச் செல்வது உறுதி. தனது தேசம் நீண்டகாலமாக சோம்பேறித்தனத்தில் மூழ்கிக் கிடந்ததை

அவர் புரிந்து கொண்டிருந்தார். மேலைநாடு உற்பத்தி மற்றும் வியாபாரத்தில் துடிப்புடனும், விவசாயத்திலும் நவீனத்தொழில் நுட்பத்தைப்பயன்படுத்திச் செல்வச் செழிப்புடன் திகழ்வதன் காரணத்தைக் கண்டுகொண்டார். அதே சமயம் இந்தியா தனது முனிவர்களிடமிருந்து பரம்பரைச் சொத்தாகப் பெற்ற யோகக் கலாச்சாரம் போற்றத்தக்கதாக உள்ளதையும், அறிந்து கொண்டுள்ளார். ஆனால், சில ஆசான்கள் ஏகாந்தமான இடங்களில் வசித்து, இக்கலையைத் தழைக்கச் செய்து வருவதால், இவர்களின் காலத்திற்குப் பிறகு யோகக்கலையின் உண்மையான இரகசியங்களும் அவர்களுடன் அழிந்து விடும். ஆகவே, அவர் அத்தூய்மையான மேம்பட்ட எண்ணங்களிலிருந்து இறங்கி, இருபதாம் நூற்றாண்டின் சக்தி மிக்க முயற்சிகளின் காலத்திற்கு வந்து இவ்விரண்டையும் இணைக்க முயற்சிக்கிறார்.

அவரது முயற்சி விசித்திரமானதா? மாறாக, அது மெச்சத் தக்கது. இந்தியாவிலுள்ள முகம்மதிய சமாதி மின்விளக்குகளால் ஒளியேற்றப்பட்டும், மொராக்கோ நாட்டின் பாலைவனப் பகுதியில் ஆடம்பரமான மோட்டார் வாகனங்களால், ஒட்டகம் அப்புறப்படுத்தப்படும் காலகட்டத்தில் நாம் வாழ்கிறோம். இந்தியாவைப் பற்றி என்ன சொல்வது? முற்றிலும் எதிர்மறையான கலாச்சாரத்தின் பாதிப்பால் உறங்கிக்கிடக்கும் இந்த மாபெரும் தேசம் தனது ஆழ்ந்த உறக்கத்திலிருந்து விழித்தெழ வேண்டும். மணல் நிரம்பிய பாலைவனங்களை வளமான நிலங்களாகவும் பெரிய நதிகளின் வெள்ளத்தைக் கட்டுப்படுத்தி, விவசாயத்திற்கு உதவும் வகையில் அணைகளும் கால்வாய்களையும் அமைத்தும், வடமேற்கு எல்லையில் ஊடுருவலைத் தவிர்த்து, அமைதியையும் உடமைகளையும் பாதுகாக்கத் திறமை வாய்ந்த சிப்பாய்களை நியமித்தும் பல ஆரோக்கியமான, புத்திசாலித்தனமான திட்டங்களை ஆங்கிலேயர் வகுத்துள்ளனர்.

தொலைதூர மேற்கு மற்றும் வடக்கிலிருந்து வந்தனர் வெள்ளையர்கள். விதி இந்தியாவை அவர்களது காலடியில் விழவைத்து விட, அவர்கள் குறைந்த முயற்சியால் நாட்டையே தமக்குச் சொந்தமாக்கிக் கொண்டுவிட்டனர்.

ஏன்?

ஒருவேளை ஆசிய ஞானம் மற்றும் மேற்கத்திய விஞ்ஞானத்தில் புகுந்து, அடைகாத்து நிற்கும் இவ்வுலகம் ஒருநாள் பழைமையை நாணச் செய்து, புதுமையைப் பரிகசித்து, எதிர்காலத்தை திகைப்பில் ஆழ்த்தக்கூடிய ஒரு புதிய நாகரீகத்தை உருவாக்கக் கூடும்.

எனது தியானப்பாதை முடிவை நெருங்கியது. எனது கூட்டாளியிடம் ஒரு கேள்வியை எழுப்ப, அவன் அதைச் செவியுற்றது போலத் தெரியவில்லை. அவன் இன்னமும் நதியை வெறித்து நோக்கிக் கொண்டிருக்கிறான். அந்திசாயும் பொழுதானதால், வானில் சூரியன் துரிதமாக மறைவதைக் கண்டேன். அழகிய இக்காட்சியைக் கண்ணுற்று இயற்கையே ஒரு கணம் ஸ்தம்பித்து இயக்கமற்று நிற்பதைப் போலத் தோன்றுகிறது. இந்தச் சலனமற்றதன்மையை விவரிக்க மொழியில்லை. எனது மனமும் மாட்சிமை மிக்க அமைதியை உள்வாங்கியது. மீண்டும் உடன் வந்தவரைப் பார்த்தேன். அவரும் இந்த அந்திப் பொழுதின் மயக்கத்தில் தன்வயப்பட்டிருந்தார். பகலவன் முற்றிலுமாக விடைபெற்றுச் செல்லும்வரை நாங்கள் மௌனத்தில் ஆழ்ந்திருந்தோம்.

என்னுடன் வந்தவர் என்னை மீண்டும் தயாள்பாக்கிற்கு அழைத்துச் செல்ல, நட்சத்திரங்களைப் போல் மின்னும் விளக்குகள் ஒளியூட்டும் பாதையில் நடந்தோம்.

☯ ☯ ☯

மகராஜ் அவர்கள் ஓய்வெடுக்க தயாள்பாக்கிலிருந்து மத்தியப் பிரதேசத்திற்குச் செல்லவிருந்தார். நானும் இதை இவரிடமிருந்து விடைபெறும் சரியான தருணமாகக் கருதி, அதே திசையில் பயணிக்கத் தீர்மானித்தேன். 'திமார்னி' வரையிலும் ஒன்றாகப் பயணித்த பின் எங்களது பாதைகள் மாறிவிடும்.

நடு இரவில் ஒரு மணி நேரத்திற்குப் பின் நாங்கள் ஆக்ரா இரயில் நிலையத்தில் இறங்கினோம். ஆசானின் அந்தரங்கச் சீடர்கள் அவருடன் இருந்ததால் ஓரளவு கணிசமான கூட்டம் இருந்தது. சாஹப்ஜி ஒரு ஆசனமிட்டு அமர்த்தப்பட, நான் மங்கலான ஒளி-மிகுந்த நடைபாதையில் மெதுவாக முன்னேறிச் சென்றேன்.

பகல் பொழுதில், தயாள்பாகில் நான் தங்கியிருந்ததைப் பற்றிச் சிந்தித்துப் பார்த்தேன். ஆனால், நினைவில் நிற்கும் அளவிற்கு உள்ளார்ந்த அனுபவம் நிகழவில்லை மற்றும் வாழ்க்கையில் பொதிந்துள்ள இரகசியத்தைப்பற்றிய ஆன்மாவை மேம்படுத்தும் அளவிற்கு எவ்விதக் கண்ணோட்டமும் எனக்கு நம்பிக்கையூட்டும் வகையில் தெரிவிக்கப்படவில்லை என்பதையும் மனவருத்தத்துடன் உணர்ந்து கொண்டேன். ஐயங்களை நீக்கித் தெளிவு பிறக்கச் செய்யும் யோகப் பேருணர்வை மன ரீதியாக அடைந்து, அதன் பின்னர் நம்பிக்கையை ஆதாரமாக இல்லாவிடிலும் கூர்நோக்கு வழியில் யோக வழிமுறைகளைப் பின்பற்றலாம் என்றெண்ணினேன். ஆனால், இதற்கு நான் ஆசீர்வதிக்கப்படவில்லை. ஒருவேளை இதற்கு நான் தகுதியுள்ளவனாக இல்லாதிருக்கலாம் அல்லது நான் மிகையாக விரும்புகிறேனோ என்று எனக்கு விளங்கவில்லை.

அவ்வப்போது ஆசனத்தில் அமர்ந்திருந்த சாஹப்ஜியைப் பார்த்தேன். அவரது ஈர்ப்பு மிக்க அற்புதமான தோற்றம் என்னை வசீகரித்தது. அமெரிக்க விழிப்புணர்வும், நடைமுறை இயல்பும், ஐரோப்பிய நற்பண்பும், இந்தியரது புனிதமான பக்தி உணர்வும் ஆழ்ந்து சிந்திக்கும் தன்மையும் கொண்டதொரு விநோதமான கலவையாகத் தென்பட்ட மகராஜ் நவீன உலகில் காணக்கிடைக்காத அரிய பொக்கிஷம். இலட்சக்கணக்கான மக்கள் தங்களது உள்ளார்ந்த வாழ்க்கைக்கு வழிகாட்ட இவர் மீது நம்பிக்கை கொண்டுள்ளனர். இருந்தபோதிலும் ராதாசுவாமி சங்கத்தின் அற்புதமான இந்த ஆசான் கண்ணியத்தின் உருவாக, அமைதியுடன், அடக்கமாக அமர்ந்துள்ளார்.

ஒருவழியாக, நாங்கள் பயணிக்க வேண்டிய புகைவண்டி இரயில் நிலையத்தை வந்தடைய, சாஹப்ஜி அவருக்கென முன்பதிவு செய்யப்பட்ட பெட்டியிலும், எஞ்சிய அனைவரும் பிற பெட்டிகளிலும் அமர்ந்தோம். ஆழ்ந்த உறக்கத்திலிருந்து மிகவும் காய்ந்து, வறண்ட தொண்டையுடன் காலையில் தான் விழித்தெழுந்தேன்.

அடுத்து வந்த நேரத்தில், இரயில் ஒவ்வொரு இடத்திலும் நிற்கும் போதும், அருகில் வசிக்கும் சீடர்கள் சாஹப்ஜியைத் தரிசிக்க அவரது பெட்டியின் சன்னலின் அருகே குழுமினர். அவர்களுக்கு

இவரது பிரயாணத்தைப்பற்றி முன்னமே அறிவிக்கப்பட்டிருந்தது. இந்தியாவில் ஆசானது ஒரு கணநேரதொடர்பு கூட முக்கியமான ஆன்மீக மற்றும் உலகாயதமான பலன்களைத் தரும் என்று நம்பப்படுவதால் அனைவரும் அவரைக் காணக்கிடைக்கும் இந்த அரிய சந்தர்ப்பத்தைப் பயன் படுத்திக்கொண்டனர்.

அவருடைய பெட்டியிலேயே கடைசி மூன்று மணிநேரம் அவருடன் கழிக்க அனுமதிக்கும்படி வேண்டி அனுமதியும் பெற்றேன். உலகின் நிலை, மேற்கத்திய நாடுகளைப் பற்றிய விஷயங்கள், இந்தியாவின் எதிர்காலம் மற்றும் அவருடைய மரபுக் கோட்பாடு இவற்றைப் பற்றி நெடுநேரம் அளவளாவினோம். இறுதியாக, அவருக்கே உரித்தான இனிமையான பாணியில், ''இந்தியா என்னுடைய நாடு என்னும் உணர்வே என்னிடம் இல்லை என்று உறுதி கூறுகிறேன். நான் உலகளாவிய பரந்த நோக்குடையவன். அனைத்து மனிதர்களையும் எனது சகோதரனாகப் பார்க்கிறேன்'' என்று கூறினார்.

இத்தகைய வியத்தகு ஒளிவு-மறைவற்ற வெளிப்படையான தன்மை என்னை மகிழ்வித்தது. அவரது அனைத்து சம்பாஷணைகளுமே அவ்வாறே இருக்கின்றன. அவர் எப்பொழுதுமே நேரடியாக விஷயத்திற்கு வந்து ஒவ்வொரு வாக்கியத்தையும் உறுதியான இலக்கோடு சிந்தித்துப்பேசி, தனது தீர்மானங்களில் தைரியத்துடன் இருக்கிறார். அவருடன் உரையாடுவது மற்றும் அவரது மனதோடு தொடர்புகொள்வது விரும்பத்தக்கதொரு அனுபவம். எப்போதுமே எதிர்பாராத வார்த்தைகள் மற்றும் விஷயங்களைப் பற்றிய புதிய கண்ணோட்டத்தையே வெளிப்படுத்துகிறார்.

இப்பொழுது புகைவண்டி வளைந்து வேறு பாதையில் சென்றதால், கதிரவனின் தீக்கதிர்கள் சன்னல் வழியாகக் கண்களை உறுத்தியது. உடலைச் சுட்டெரிக்கும் வெப்பம், மனதையும் சோர்வடையச் செய்கிறது. நான் மரச்சட்டத்தினாலான சன்னல் கதவை உயர்த்தியும், மின் விசிறியைச் சுழல விட்டும் நண்பகல் வெப்பத்திலிருந்து சற்றே ஆறுதலடைந்தேன். மகராஜ் நான் அவதியுறுவதைப் பார்த்து, பையிலிருந்து சில ஆரஞ்சுப் பழங்களை எடுத்து மேசைமீது வைத்து எடுத்துக்கொள்ளுமாறு கூறினார்.

''இவை உங்களது வரண்டதொண்டையைக் குளிர்விக்கும்'' என்றார்.

கத்தியால் பழங்களை நறுக்கிக்கொண்டே,

''உங்கள் ஆசானாக எவரையும் ஏற்றுக்கொள்வதில் கவனமாக இருப்பது முற்றிலும் சரியானதே. அவர் யாரென்று தீர்மானிக்கும் வரையிலும், நம்பிக்கையற்ற மனோபாவம் பயனுள்ளதே; ஆனால், அதன் பின்னர் பூரணமான நம்பிக்கை கொள்ள வேண்டும். உங்களுடைய ஆன்மீக வழிகாட்டியை நாடிக்கண்டு கொள்ளும் வரையிலும் ஓய வேண்டாம். ஆசான் மிகவும் அத்தியாவசியமானவர்'' என்று அறிவுறுத்தினார்.

இதற்குள் வண்டி கிறீச்சிட்டு நிற்க, ''திமர்னி'' என்று உரக்கக் கூவினார்.

சாஹப்ஜி விடைபெற எழுந்தார். அவரது சீடர்கள் அவரைச் சூழ்வதற்குள் முன் ஏதோ ஒரு உள்ளுணர்வு என்னைத் தட்டியெழுப்பி, எனது மௌனத்தையும், தயக்கத்தையும் தகர்த்து, எனது மேற்கத்திய கர்வத்தை ஒதுக்கி, எனது மதநம்பிக்கையற்ற தன்மையை உடைத்தெறிந்து, என்னைப் பேச வைத்தது.

''வணக்கத்திற்குரிய ஆசானே! உங்களது நல்லாசிகள் வேண்டும்!'' என்றேன் நான்.

நட்போடு என்னைப் பார்த்துச் சிரித்து, கனிவுடன் என் தோள்களைத் தட்டிக்கொடுத்து, ''உனக்கு அது எப்போதும் இருக்கும்!'' என்றார்.

நான் மீண்டும் என் பெட்டிக்குள் திரும்பி விட, இரயில் துரிதகதியில் சென்றது. மங்கலான வயல் வெளிகள் அவ்வப்போது சன்னல் வழியே தென்பட்டன. மிகக்குறைவாகத் தென்பட்ட பசுமைப் புல்வெளிகளில் கால்நடைகள் கூட்டம் கூட்டமாக மேய்ந்து கொண்டிருந்தன. என் பார்வை அவற்றின் மீது அரை குறையாகப் பதிந்திருக்க என் மனமோ நான் மிகவும் நேசிக்கும், போற்றி, உயர்வாக மதிக்கும் ஒரு பிரமுகரின் உருவத்தைச் சுமந்து கொண்டிருந்தது. ஏனெனில், அவர் ஒரு ஊக்கம் நிறைந்த கற்பனையாளர், சாந்தமான யோகி, உலகின் சிறந்த அனுபவமிக்கவர் மற்றும் சீரிய நற்பண்புகள் மிக்க நாகரிக மனிதர்!

அத்தியாயம்-பதின்னான்கு

பாரசீக இறைத் தூதுவரின் தலைமையகத்தில்

ஆக்ராவிலிருந்து நாசிக் வரையிலான பாதை மிகவும் நெடியது. ஆனால் காலமும் இடமும் கருதி அதைப்பற்றி விரிவாக விளக்கப் போவதில்லை.

காலம் தனது தவிர்க்க முடியாத, தடைபோட இயலாத சுழற்சியில் தொடர்ந்திட, என்னை இந்தியாவைச் சுற்றி அழைத்துச் சென்றது. மீண்டும் நான் பாரசீக இறைத் தூதுவர், மெஹர் பாபாவைச் சந்திக்கப் போகிறேன்.

மிகத் தீவிரமான ஆவலோடு நான் அவரை மீண்டும் காண வரவில்லை. ஏற்கனவே சந்தேகத்தின் கோரப்பிடிகள் என்னை வலுவாகப் பற்றியிருக்க, அவருடன் தங்குவதற்காக நான் செலவிடும் நேரம் வியர்த்தமாகக் கூடும் என்று எனக்குள் ஏதோ ஒரு உணர்வு சொல்லிக்கொண்டேயிருந்தது. மேலும் மெஹர்பாபா நல்ல மனிதராகவும், துறவறவாழ்க்கையில் ஈடுபட்டவராக இருப்பினும் தனது பெருமையைப் பற்றிய தவறான கருத்துக்களைக் கொண்டு பெருமிதத்தின் மாயவலையில் சிக்கியுள்ளார். எனது பயணத்துக்கிடையில் அவர் நிகழ்த்தியுள்ளதாகப் பெருமையாகக் கூறிக்கொண்ட சில அற்புதங்களைப் பற்றி விசாரித்தறிந்தேன். இதில் ஒன்று, குடல் நோயால் சம்பந்தப்பட்ட (அப்பெண்டிசைடிஸ்) ஒருவர் மெஹர் மீது கொண்ட அபார நம்பிக்கையால் தான் முற்றிலுமாகக் குணமடைந்து விட்டதாகக் கூறியது. ஆனால், தீவிரமாக விசாரித்ததில், அவரைப்பரிசோதித்த

மருத்துவர் அவருக்குத் தீவிரமான செரிமானப் பிரச்சினையைத் தவிர வேறொன்றுமில்லை என்றுரைத்தார்! மற்றொன்றில் முதியவர் ஒருவர் பலவிதமான சுகவீனங்களால் அவதிப்பட்டு ஒரே இரவில் குணமாக்கப்பட்டதாக அறிவிக்கப்பட்டது. ஆனால், அவருக்கு ஏற்பட்டதோ கணுக்கால் பகுதியில் வீக்கம் மட்டுமே! சுருங்கச் சொன்னால் அவர்களது ஆசானின் குணமாக்கவல்ல சக்தியைப் பற்றி அவரது சீடர்கள் சற்று மிகைப்படுத்தியே கூறியுள்ளனர் என்பது உறுதியானது. ஆனால், உண்மைகளை விட, கட்டுக்கதைகள் பிரபலமாக உள்ள இந்தியாவைப் போன்றதொரு நாட்டில் இவர்களது மிகையான ஆர்வம் புரிந்துகொள்ளக் கூடியதே.

பாரசீகத்தூதுவர் எனக்களித்த வாக்குறுதியின்படி அற்புதங்களை நிகழ்த்திக்காட்ட முடியும் என்பதில் எனக்கு நம்பிக்கையில்லை; ஆனால், நான் சொன்னபடி அவருடன் ஒரு மாதம் தங்கியிருக்க ஒப்புக்கொண்டமையால், எனக்களித்த வாக்குறுதிகள் காப்பாற்றப்படுமோ என்றும் எண்ணுகிறேன். ஆகையால் எனது அனுமானம் மற்றும் உள்ளுணர்விற்கேற்ப நாசிக் நகரை நோக்கிப் பயணித்தேன். மேலும், உறுதியளிக்கப் பட்ட தனது சக்திகளை நிரூபிக்கத் தனக்கு வாய்ப்பளிக்கப்பட வில்லை என்று அவர் என்மீது குற்றம் சுமத்தாமல் இருப்பதற்காகவும், இப்பயணம் மேற்கொள்ளப்பட்டது.

☯ ☯ ☯

புறநகர்ப்பகுதியில் நகருக்கு மிகவும் தூரத்தில், நவீன பாணியில் அமைக்கப்பட்ட வீட்டில் தனது தலைமையகத்தை அமைத்திருந்தார் மெஹர்பாபா. நாற்பது சீடர்களைக் கொண்ட ஒரு பரிவாரமே அந்த இடத்தில் அலைந்து திரிந்து கொண்டிருந்தனர்.

''நீங்கள் எதைப்பற்றிய சிந்தனையில் ஆழ்ந்துள்ளீர்கள்?'' என்பது தான் அவர் என்னைப் பார்த்தவுடன் விடுத்த முதல் கேள்வி. நான் நீண்டநேரப் பிரயாணத்தினால் களைப் புற்றிருந்ததை, ஒருவேளை ஆழ்நிலை தியானத்தின் விளைவு என்று எண்ணி விட்டாரோ என்னவோ, இருப்பினும் நான் உடனடியாக விடையளித்தேன்.

“இந்தியாவிற்கு வந்ததிலிருந்து நான் கண்டுகொண்ட பன்னிரெண்டிற்கும் மேலான தூதுவர்களைப் பற்றி எண்ணிக் கொண்டிருந்தேன்.”

“ஆம், நானும் இவர்களில் சிலரைப் பற்றி கேள்விப் பட்டுள்ளேன்” எனும் பதிலை தனது எழுத்துப் பலகையில் தனது விரல்களால் தடவிக்காண்பித்தார்.

“இதை உங்களால் விளக்க முடியுமா?” என்று நான் கேட்டதற்கு நெற்றியில் சுருக்கத்துடன் புன்சிரிப்பை உதிர்த்தவாறு பலகையின் மூலம் பதிலுரைத்தார். “இவர்கள் நேர்மையானவர் களாக இருந்தால் அவர்கள் தவறாக நினைக்கப்படுகிறார்கள். ஒருவேளை அவர்கள் மோசக்காரர்களாக இருப்பின் அவர்கள் பிறரை வஞ்சிக்கின்றனர். இன்னும் சில புண்ணிய புருஷர்கள் ஆன்மீக ரீதியான உயர்நிலையை எய்தினாலும் இறுதியில் தற்பெருமை மிக்கவர்களாகி விடுகின்றனர். பொதுவாக, சரியானதொரு ஆசானின் உபதேசமும் வழிகாட்டலும் இல்லையெனில் இந்தத் துர்நிலை உருவாகும். மறைவியல் பாதையில் கடப்பதற்கு மிகவும் கடினமான ஒருநிலை மத்தியில் உள்ளது. பெரும்பாலும் இந்நிலையை அடைந்துவிட்ட ஒரு மனிதன் தான் தனது உயரிய இலக்கை அடைந்துவிட்டதாக மூடத்தனமான நம்பிக்கை கொள்வது வழக்கம். இன்னும் மிகையாகித்தன்னை இறைத்தூதுவனாகவே கற்பனை செய்துகொள்வான்!”

“அற்புதமான தர்க்கரீதியான விளக்கம். ஆனால், தங்களை இறைத்தூதுவர்களாக கருதும் மற்றவர்களிடமிருந்தும் இதையே செவியுற்றுள்ளேன். ஒவ்வொருவரும் தன்னை பூரணமான துறவியாகவும் தனது எதிராளியை முழுமை அடையாதவனாகவும் உறுதிபட உரைக்கின்றனர்.

“இதைப்பற்றி நீங்கள் விசனம் கொள்ள வேண்டாம். இவர்கள் அனைவருமே தமது உணர்வின்றியே எனது பணியைச் செய்ய எனக்கு உதவி புரிகின்றனர். நான் யாரென்று எனக்குத் தெரியும். எனது பணியை நிறைவேற்றும் காலம் வரும்போது இந்த உலகமும் நான் யார் என்பதை அறிந்து கொண்டுவிடும்.”

இச்சூழ்நிலையில் பகுத்தறிவுடன் விவாதிக்கச் சாத்தியம் இல்லை என்பதால் நான் இந்த பேச்சை விடுத்தேன். மெஹர் பாபா தன் மனதிற்கு மகிழ்ச்சி தரும், தான் புதியதாகக் கருதும் விஷயங்களைப் பேசிவிட்டு என்னை வழியனுப்பிவைத்தார்.

அவரது தலைமைப் பீடத்திலிருந்து இரண்டு அல்லது மூன்று நிமிடங்கள் நடக்கும் தூரத்தில் இருந்த ஒரு பங்களாவில் நான் தங்கினேன். வரவிருக்கும் நான்கு வாரங்களில் எனது உணர்வுகளைக் கட்டுப்படுத்தி வைத்து திறந்த மனதுடன் நிகழ்வுகளை ஏற்றுக்கொள்ளத் தீர்க்கமாகத் தீர்மானித்தேன். மெஹரோடு மனரீதியான நட்பிணக்கமின்றியோ மதநம்பிக்கையற்ற தன்மையின் உள்ளுணர்வோ இன்றி எதிர்நோக்கும் ஆவலோடு காத்திருக்கும் மனநிலையில் இருக்கத் தீர்மானித்தேன்.

ஒவ்வொரு நாளும் அவரது சீடர்களோடு நெருங்கிப் பழகி, அவர்களது நடைமுறை பாவனைகளையும், மனரீதியான இயல்பையும் மற்றும் மெஹருடனான அவர்களது ஆன்மீகத் தொடர்பையும் பற்றித் துருவி ஆராய்ந்து அறிந்தேன். ஒவ்வொரு நாளும் பாரசீகத் தூதுவர் எனக்காகச் சிறிது நேரத்தை ஒதுக்கினார். நாங்கள் பல விஷயங்களைப் பற்றி அளவளாவினோம். அவர் எனது பல கேள்விகளுக்கு விடையளித்த போதிலும், ஒருமுறை கூட அகமத்நகரில் அவர் எனக்களித்த வாக்குறுதிகளைப் பற்றிக் குறிப்பிடவில்லை. நானும் அவருக்கு நினைவுபடுத்த விரும்பாத தால், அந்த விஷயம் தற்காலிகமாக நிறுத்தி வைக்கப்பட்டு விட்டது.

பத்திரிகையாளனாகிய எனது இயல்பூக்கம், உண்மையை அறிய வேண்டும் என்னும் எனது தீராத ஆவல், எனது பயணம் பயனற்றதாகத் தோன்றும் எனது உள்ளுணர்விற்குச் சமாதானமாக ஆதரவளிக்கவும் அல்லது இந்த உணர்வையே முற்றிலுமாக ஒழித்து விடவுமே நான் அவரிடமும், அவரது சீடர்களிடமும் இடையறாத கேள்விகளை எழுப்பினேன். இதன் பயனாக, பல வருடங்களாக அவரது ஆணைக்கிணங்க எழுதிப் பாதுகாத்து வைக்கப்பட்ட இரகசியமான கையேடுகளை என் முன்னே வைத்தார். அக்குறிப்பேட்டில் இறைத்தூதுவர் மற்றும் அவரது சீடர்களோடு தொடர்புடைய பல முக்கிய நிகழ்வுகளின்

வரலாறும் அவர் வாய்மொழிந்த ஒவ்வொரு முக்கியமான போதனை செய்தி மற்றும் முன்மொழிந்த விஷயங்கள் அனைத்தும் பதிவு செய்யப்பட்டிருந்தன. ஆங்கிலத்தில் எழுதப்பட்ட இப்புத்தகங்கள் ஏறத்தாழ இரண்டாயிரம் பக்கங்களைக் கொண்டதாக இருந்தது.

இக்குறிப்பேடுகள் கண்மூடித்தமான நம்பிக்கையின் அடித்தளத்தில் தான் தொகுக்கப்பட்டுள்ளன. இருப்பினும், இவை மெஹர் பாபாவின் குணநலன் மற்றும் அவரது சக்தியைப் பற்றி அறியும் எனது தேடலின் இருண்ட பயணத்தில் கலங்கரை விளக்கமாய் ஒளிர்ந்தன. பக்தியுணர்வையும் மீறி இப்பக்கங்களில் தென்படும் உண்மை எனக்கு மிகவும் பயனுள்ளதாகத் தெரிந்தது. ஏனெனில், இதிலுள்ள விஷயங்கள் மெஹரின் மன ஓட்டத்தை முழுமையாகத் தெளிவுபடுத்தின. இந்தக் குறிப்பேடுகளைத் தொகுத்த சீடர்கள் இருவரும் இளைஞர்களே. இவர்கள் தங்களது குறுகிய வரையறுக்கப்பட்ட எல்லையைத் தாண்டிக் குறைவான அனுபவப் பாடத்தையே வாழ்க்கையில் பெற்றுள்ளனர். ஆனால் அவர்களது ஆசானிடம் அவர்கள் கொண்டுள்ள அபரிமிதமான பணிவன்பும், விசுவாசமும் அவர்களது எளிமையும், கபடமற்ற தன்மையும் அவரைப் பாராட்டும் அளவிற்கில்லாத நிந்திக்கக் கூடிய சில விஷயங்களைக் கூட பதிவேட்டில் குறிப்பிடச் செய்துள்ளது.

மெஹர் மதுராவிற்குப் பயணித்துக்கொண்டிருந்த போது தனது ஆத்மார்த்தமான சீடர்களில் ஒருவரைப் பலமாகக் காதில் அடித்ததில் அவர் மருத்துவ உதவியை நாட வேண்டியதாயிற்று என்னும் விஷயத்தை எதற்காக அவர்கள் கையேட்டில் குறிப்பிட வேண்டும்? இறையன்பைப் பற்றி உரையாற்றி, போதனைகள் அளிக்கும் இந்த மனிதர், இறைத்தூதுவர் பக்தர்களிடம் சினம் கொள்வதைப் போல் பாசாங்கு செய்யும் போது, பக்தர்களின் பாபத்தின் தண்டனை குறைக்கப்படும் என்று வீணான காரணம் காட்டி விளக்குவதைப் பற்றி ஏன் குறிப்பிட்டுள்ளனர்? ''அரன்காஃவில்'' காணாமல் போன ஒரு சீடனைத் தேடி ஒரு குழுவை அனுப்ப, அவர்கள் அவனைக் காணாது பலமணிநேரம் கழித்துத் திரும்பி வந்துவிட்டனர். அதற்கும் மேலாக, அவன் தானாகவே திரும்பி வந்து, பல இரவுகள் தூக்கமின்றிக்

கழித்ததால், ஒரு பாழடைந்த வீட்டில் படுத்து உறங்கி விட்டதாகவும் கூறினான். அந்தக் கட்டிடம், மெஹரின் இருப்பிடத்திற்கு வெகு அருகாமையிலேயே இருந்ததும் விந்தை தானே! நகைப்பூட்டும் இந்த விந்தையான நிகழ்வை ஏன் விவரிக்க வேண்டும்? இறைவனது திருச்சபையில் இடம் பெற்றிருப்பதாகவும், மானுடத்தின் எதிர்காலத்தைப் பற்றி முழுமையாகத் தெரிந்து வைத்திருப்பதாகவும் பெருமிதமாகப் பறை சாற்றிக்கொள்ளும் ஒரு ஆசானுக்குத் தனது அண்டையில் இருந்த 'தொலைந்து' போன ஒரு சீடனைப் பற்றித் தெரியவில்லை!

ஆக, என் மனதில் தேக்கி, அடக்கி வைக்கப்பட்டிருந்த சந்தேகங்களுக்கு உரித்தான பல விஷயங்களை நான் கண்டேன். மெஹர்பாபா பிழைகள் புரியக் கூடிய, இடையறாது மாறிக் கொண்டிருக்கும் மனநிலையைக் கொண்டவர் என்றும், மற்றும் மூளை-மழுங்கச் செய்யப்பட்ட தனது சீடர்கள் தனக்கு முழுமையாக அடிமைப்பட்டுக் கிடக்க வேண்டும் என்று விரும்பும் அகந்தைமிக்கவர் என்றும் கூடப்புரிந்து கொண்டேன். இறுதியாக இவரால் முன்மொழியப்பட்ட கூற்றுகள், நிரூபணமாகாத ஒரு தீர்க்கதரிசி இவர் என்பதையும் அறிந்துகொண்டேன். அகமத் நகரில் நாங்கள் முதல்முதலாகச் சந்தித்தபோது உலகப்போர் நிகழப் போவதாக முன்மொழிந்த இவர், போர் நிகழப்போகும் நாளைக் கூடத் தான் அறிவதாக என்னை நம்ப வைப்பதில் கவனமாக இருந்த போதும் அதை வெளியில் சொல்ல முடியாது என்று மறுத்துவிட்டார். இதே போன்று அவர் பல முறை தனது அந்தரங்க சீடர்களிடம் பலமுறை கூறியுள்ளதை இந்தக் குறிப்பேடுகளிலிருந்து அறிந்து கொண்டேன். ஒவ்வொரு முறையும், அந்த நாசகரமான விளைவு தரும் நிகழ்வுக்காக வெவ்வேறு தேதிகளைத் தரவேண்டியிருந்தது. ஏனெனில், அவர் குறிப்பிட்ட எந்தத் தேதியிலும் போர் மூளவில்லை. ஒருவருடம் ஆசியாவில் தீய அறிகுறிகள் தென்பட்ட போது கிழக்குப்பகுதியில் இந்த அறிவிப்பை விடுத்துள்ளார், மற்றுமோர் வருடம், இங்கிலாந்தில் பாதகமான சூழல் நிலவிய போது, தனது முந்தைய தோல்வியை மறந்த நிலையில், மேற்கிலும் இதே போன்று அறிவித்துள்ளார். அகமத்நகரில் எனக்குத் தேதியைக் குறித்துச் சொல்வதில் தயக்கம் காட்டி, கவனத்துடன் இருந்ததற்கான

காரணம் எனக்கு இப்போது விளங்கியது. அவரது சீடர்களிலேயே மிகவும் புத்திசாலியான ஒருவரைப் பிடித்து வலுக்கட்டாயமாக இது போன்ற தொடரான தீர்க்கதரிசின மொழிகளைப் பற்றிக்கேட்க, அவரும் தனது ஆசானின் பெரும்பாலான முன் மொழியும் கூற்றுகள் தவறாகிவிடுவதாக வெளிப்படையாகக் கூறினார். "ஒருவேளை இந்தப் போர் சாதாரணமானப் போராக அல்லாது, பொருளாதார ரீதியிலான போராக இருக்கக் கூடுமோ என்று கருதுகிறேன்!" என்று மிகவும் சாதாரணமாக, கபடமற்ற முறையில் தெரிவித்தார்.

பிரமிப்பூட்டும் இக்கையேடுகளின் நிறைவுப் பக்கங்களைப் படிக்கும் போது நகைச்சுவை உணர்வு மேலிட்டாலும் மெஹர்பாபா ஒரு சமய ரீதியான மேதாவி என்பதையும் (உன்னதமான) ஆன்மாவை உயர்வடையச் செய்யக்கூடிய சொற்பொழிவுகளின் உரைகளை அவற்றில் படித்துப் பயனுற்றதையும் நான் வெளிப்படையாகவே ஏற்கிறேன். ஆனாலும், இதில் சில பக்கங்களில் பதிவு செய்யப்பட்டுள்ள இவரது கூற்றை என்னால் மறக்க இயலாது. "நன்னயத்தைப் பற்றிப் பிறருக்கு உபதேசிக்கும் ஆற்றல் துறவறத்திற்குக் கட்டியங்கூறுவதாகவோ அல்லது அறிவாண்மையின் அடையாளமாகவோ ஆகாது."

☯ ☯ ☯

எஞ்சிய நாட்களை முன்னெச்சரிக்கையாக மௌனத்தில் கடத்தி விடுவதே சிறந்தது. ஒருவேளை நான், உலகிற்கே அறிவிக்கக்கூடிய மானுடத்தையே உய்விக்கக் கூடிய ஒருவரோடு இருப்பது உண்மையெனில், எனது நல்ல அதிர்ஷ்டத்தைப் பற்றி எனக்குத் தெரிவிக்க வேண்டியதில்லை. கட்டுக் கதைகளை கற்பனையை விட எளிதில் தெளிவுபட இருக்கும் உண்மைகளைப்பற்றியே நான் மிகுதியான ஆர்வம் கொண்டிருப்பதும் இதற்குக் காரணமாக இருக்கக் கூடும். குழந்தைத்தனமான செயல்கள் மற்றும் நிறைவேற்றப்படாத தீர்க்க தரிசன உரைகள் இவற்றின் கற்பனைக் கதைகளையும் தன்னைப் பின்பற்றுபவர்களின் துன்பங்களை அதிகரிக்கும் இறைத் தூதுவர்களின் அறிவுரைகளையும் ஏற்றுக் கொள்ளவும் நான் விரும்பவில்லை.

நான் அங்கு தங்கியிருக்கும் காலம் முடிவு பெறும் நெருக்கத்தில் மெஹர்பாபா என்னுடன் தொடர்பு கொள்வதைத் தவிர்ப்பது போல எனக்குத் தோன்றியது. இது கற்பனையாகவும் இருக்கலாம். நான் அவரைக் காணச் செல்லும் போதெல்லாம், அவர் அதீதமான அவசரத்தில் இருப்பதால், சில நிமிடங்களில் விரைந்து வெளியேறி விடுவார். ஒவ்வொரு நாளும் நான் எனது பொய்யான நிலையை உணர்கிறேன். மெஹர்பாபாவும் என்னைத் துன்புறுத்திக்கொண்டிருக்கும் அசௌகரியத்தைப் பற்றி அறிந்திருக்கலாம்.

அவர் எனக்கு உறுதியளித்துத் தந்திருந்த அற்புதமான அனுபவங்கள் நிகழாது என்று தெரிந்திருந்தும் அதற்காகக் காத்திருந்தேன். எனது எதிர்பார்ப்புகள் முற்றிலுமாக நிறைவேற்றப் பட்டுவிட்டன! அசாதாரணமாக எதுவும் நிகழவில்லை, பிறருக்கும் எதுவும் அசாதாரணமாக நிகழ்ந்ததாகத் தெரியவுமில்லை. நானும் மெஹர்பாபாவை விசாரணைக்கு உட்படுத்தவுமில்லை. ஏனெனில், இது போன்றதொரு செயலின் பயனற்ற விளைவை நான் முழுமையாகப் புரிந்து கொண்டுவிட்டேன். மாதத்தின் இறுதியில் நான் அங்கிருந்து புறப்படவிருப்பதை அறிவித்துப் பின், மெஹர் பாபாவை அவரது தோல்வியை ஒப்புக்கொண்டு அவரது வாக்குறுதிகளை மீட்டுக்கொள்ளச் சொன்னேன். இதற்கு விடையாக, தான் உறுதியளித்த அற்புதங்களைப் பின்னர் ஒரு நாளில் செய்து காட்டுவதாகக் கூறித் தேதியை மாற்றி உரைத்து விட்டு விஷயத்தை அதோடு ஒதுக்கி விட்டார்! எனது முன்னிலையில் அவர் ஒரு விதமாக அமைதியற்று, பொறுமை யிழந்திருப்பதைப் போலவும் உள்ளார்ந்த அச்சமும் நடுக்கமும் அவரைப் பாதிப்பதைப் போலவும் எனக்குத் தோன்றியது. இது தவறாகவும் இருக்கலாம். ஆனால், நான் இதைக் கண்ணால் காண்பதைவிட, மனதால் உணர்ந்தேன் என்று சொன்னால் மிகையாகாது. இருப்பினும், அவரோடு விவாதிக்க நான் முயற்சிக்கவில்லை. எனக்குச் சமநிலையில் இல்லாத, ஏமாற்றக் கூடிய ஒரு கிழக்கத்தியரோடு நேரடியாகக் கேள்வி கேட்டு வாதிடுவதில் பயனில்லை என்று விட்டுவிட்டேன்.

மெஹர்பாபாவிடமிருந்து விடைபெற்றுச் செல்லும் தருணத்திலும், தானே இவ்வுலகின் ஆசான் என்றும், தனக்காகப்

பலரும் எதிர்பார்ப்புடன் காத்திருக்கின்றனர் என்றும் இதை எதிர்த்துக் கேள்வியெழுப்பவே இயலாது என்னும் தோரணையில் பேசினார். மேலும், தான் மேற்கு நாடுகளுக்குச் சென்று தனது பணியை விஸ்தரிக்கும் போது எனக்கு அழைப்பு விடுப்பதாகவும் நான் அவருடன் இணைந்து பயணம் மேற்கொள்ளவேண்டியிருக்கும் என்றும் உறுதிபட உரைத்தார்!

(சிறிது காலம் சென்று அவர் மேலைநாட்டிற்குச் சென்றார். ஆனால் என்னைப் பற்றி அவர் முன்மொழிந்தது பொய்த்துப் போனது.)

இந்த மனிதரின் வார்த்தைகளை நம்பி நான் மேற்கொண்ட முட்டாள்தனமான முயற்சியின் விளைவு இதே! ஆன்மரீதியான பரவசமளிப்பதாக உறுதிமொழியளித்து விட்டுப்பின்னர் அதற்குப் பதிலாக மன எரிச்சலையும் மோசமான நிலையையும் அளிக்கும் ‘‘தெய்வீக ஆசான்கள்’’ ஆகிய இவர்களைப் பற்றி ஒருவரால் என்ன கூற முடியும்?

☯ ☯ ☯

மெஹர் பாபாவின் விசித்திரமான வாழ்க்கையைப் பற்றியும், விநோதமான நடத்தையைப் பற்றியும் ஏற்றுக்கொள்ளும் அளவிற்கு விளக்கம் காண்பது சாத்தியமா? இவரைப்பற்றிய மேலோட்டமான மதிப்பீடு அவரை ஒரு கபடதாரியாகவும் தீயவனாகவும் சித்தரிக்கக்கூடும். இது போல் சொல்வது, அவரது வாழ்க்கையின் பல விஷயங்களைப் பொறுத்தமட்டில் நியாய மற்றதாகிவிடும். இந்த விஷயத்தில் மும்பையில் நான் சந்தித்த முன்னாள் நீதிபதி கண்டாலவாலாவின் கருத்தை ஏற்பதையே உசிதமாகக் கருதுகிறேன். சிறுபிராயத்திலிருந்தே மெஹரை அறிந்த இவர், இந்தப் பாரசீகத் தூதுவர் நேர்மையானவரே ஆனால் தவறாகப் புரிந்து கொள்ளப்பட்டவர் என்றுரைத்தார். இந்த விளக்கம் சரியானதாக இருப்பினும், என்னைப் பொறுத்தவரையில் திருப்திகரமாக இல்லை.

மெஹர்பாபாவின் குணாதிசயத்தைப் பற்றி இன்னும் சிறிதளவு ஆராய்ந்தால், எனது கருத்து இன்னும் தெளிவுபடும். அகமத்நகரில் அவரை நான் முதன்முதலில் சந்தித்தபோது அவரது சாந்தமான

மற்றும் அமைதியான மனோபாவம் என்னை அவர்பால் ஈர்த்தது என்பதை நான் முன்னமே குறிப்பிட்டுள்ளேன். ஆனால் எனது நாசிக் வாசத்தின் போது நிகழ்ந்த அன்றாட நிகழ்வுகளை வைத்துப் பார்க்கும்போது ஸ்திரமற்ற சுபாவத்தினால் அமைதியும், வலுவற்ற உடற்கட்டினால் சாந்தமான குணமும் வெளிப்பட்டதைப் புரிந்து கொண்டேன். பிறமனிதர்களாலும், சூழ்நிலையாலும் பாதிக்கப் படும் இவர் உண்மையில் திடசித்தம் இல்லாதவர் என்பதையும் கண்டுகொண்டேன். இவரது கூர்மையான சிறிய முகவாய்க்கட்டையும் இதை வெளிப்படுத்துகிறது. மேலும், காரணம் கற்பிக்க இயலாது திடீரென எழும் அவசரமான உணர்ச்சி வேகங்களும் தீர்மானங்களும் இவரது பண்பைக் குறிக்கின்றன. இவர் உணர்ச்சியும், உத்வேகமும், மிக்கதொரு மனிதரே. நாடகபாணியில், போலித்தனம் மற்றும் குழந்தைத் தனமான கிழக்கவர்க்கே உரித்தான செயற்கையான, பகட்டான செயல்களின் வெளிப்பாடும் இவர் ஆடம்பரமாகத் தன்னை வெளிப்படுத்திக்கொள்ள விரும்புகிறார் என்பதைத் தெளிவு படுத்துகிறது. மேலும் தனக்காக அல்லாது பார்வையாளர்களுக் காகவே வாழ்வது நிரூபணமாகிறது. வாழ்க்கையில் ஏதோ முக்கியமாக ஒன்றை நிறைவேற்றுவதற்காகத் தான் தோன்றியுள்ளதாக அவர் தற்பெருமையாகப் பேசி ஆழ்ந்த யோசனையில் இருப்பதாகப் பாவனை செய்தாலும், அவரது தோரணையில் பெரும்பாலும் கோமாளித்தனமே வெளிப்படுகிறது!

முகம்மதிய பெண்துறவி முதியவளான ஹஸ்ரத் பப்பாஜான் மெஹர்பாபா சமநிலைப்பாடு இழக்கும் அளவிற்கு, அவருக்கு உத்வேகத்தை ஊட்டியுள்ளார் என்பதும், இதனால் அவரும் அவரைச் சூழ்ந்திருப்பவர்களும் புரிந்து கொள்ள இயலாத ஒரு நிலைக்கு மெஹர் தலைகீழான வீழ்ச்சி நிலையை அடைந்திருக்கலாம் என்றே நான் கருதுகிறேன். எனது சொந்த அனுபவத்தில் தீவிரமான பகுத்தறிவாளிகளைக்கூட திகைக்கச் செய்யும் அளவிற்கு வசீகரச் சக்தி பெற்றவராக இருந்தார், முகம்மதியத் துறவி. ஆனால், ஹஸ்ரத் அவர்கள் திடீரென மெஹரின் வாழ்க்கையில் புகுந்து, அவரை ஆட்கொண்டு, எதற்காக அவரது வாழ்க்கைத் தடத்தையே புரட்டிப் போடும் அளவிற்கு மாறச்செய்தார் என்பது எனக்குப் புலனாகவில்லை.

மேலும், இது மிகவும் முக்கியமான அல்லது மேம்போக்கான கேலிக் கூத்தான விளைவை ஏற்படுத்துமா என்பது இன்னமும் நாம் காண வேண்டியுள்ளது. ஆனால், அந்த முதிய பெண் துறவி, மெஹரது மனநிலையில் பெரியதொரு மாற்றத்தை உருவாக்கிவிட்டார், அவர் பூமியில் கால் பதியாது விண்ணுலகில் பறப்பது போல உணரத் துவங்கினார் என்பது எனது கருத்து.

பெண் துறவியளித்த முத்தம், அவர்களது மன ரீதியான உள்ளார்ந்த அருளைக் குறிப்பாகச் செலுத்தியது. இதன் பாதிப்பினால் மெஹரிடம் ஏற்பட்ட மனநிலை (மூளை பாதிப்பு) நாம் அனைவரும் அறிந்ததே. ‘‘நான் பெற்ற மன அதிர்ச்சி, சிறிது நேரம் எனது மூளையில் மிகத் தீவிரமான அதிர்வலைகளை உருவாக்கியது’’ என்று மெஹரே, இந்த நிகழ்வைப் பற்றிக் குறிப்பிடும்போது தெரிவித்துள்ளார். ஏறத்தாழ, ஒரு யோக நிலைக்கான துவக்கநிலையிலான எவ்வகையான பயிற்சிக்கோ அல்லது இது போன்றதோர் வாழ்க்கைக்கான எவ்விதமான ஒழுங்கான முறைகளுக்கோ பழக்கப்படாது, முற்றிலுமாகத் தயாராகாது இருந்துள்ளார் மெஹர். அவரது சீடர் அப்துல்லாவும், ‘‘நான் எனது இளம்பிராயத்தில் பாபாவின் தோழனாக இருந்த போது அவருக்கு மதத்திலோ அல்லது வேதாந்தத்திலோ ஈடுபாடு இருந்ததைப் பார்த்ததில்லை. விளையாட்டிலும் கேளிக்கைகளிலும் மிகையான ஆர்வம் கொண்ட அவர் பள்ளியில் பட்டிமன்றம் போன்ற பல நிகழ்ச்சிகளில் முக்கியமான பங்கேற்றார். அவரது திடீர் ஆன்மீகப் பிரவேசம் எங்களுக்கு அதிர்ச்சியூட்டியது’’ என்றுரைத்தார்.

எதிர்பாராத இந்த அனுபவத்தால், இளைஞனாகிய மெஹர் சமநிலையை இழந்து விட்டார் என்று எண்ணுகிறேன். ஏறத்தாழ தன்னுணர்வற்று, மதியிழந்த நிலையில் சொல்வதைச் செய்யும் இயந்திரம் போலிருந்துள்ளார் என்பதையே இது நிரூபிக்கிறது. ஆனால் தற்போது அவர் சுய-உணர்வு பெற்றவராகத்தான் தென்படுகிறார். ஆனாலும் இன்னும் முழுமையான சாதாரண நிலைக்கு அவர் வரவில்லை என்பதுதான் எனது கருத்து. சிலருக்கு மதம், யோக நிலை அல்லது பரவசநிலை மிகைப்படும்போது அது சில மருந்துகளை தேவைக்கு மேல் பிரயோகிப்பது போன்ற பாதிப்பை ஏற்படுத்தி விடும். சுருங்கச்சொன்னால் மெஹர்பாபா

தனக்கு முதன் முதலாக ஏற்பட்ட உணர்ச்சியின் உத்வேகத்திலிருந்து, உருவாகிய மயக்கத்திலிருந்து விடுபடவில்லை என்றே நான் கருதுகிறேன். மேலும், மிகச்சிறிய வயதில் அவரது மனஆற்றல்களைத் தீவிரமான குழப்பம் பாதித்தமையால் உருவாகிய, சமநிலைப்பாட்டின் குறைபாடு இன்னமும் நீடிக்கிறது என்றே நான் எண்ணுகிறேன். ஏனெனில் அவ்வப்போது அவரிடம் வெளிப்படும் அசாதாரணமான நடத்தைக்கு வேறு காரணம் கற்பிக்க இயலாது.

ஒருபுறம் அவர் புரிந்துகொள்ள இயலாத அளவிற்கு அன்பு, சாந்தம் மற்றும் மத ரீதியான உள்ளுணர்வையும் மற்றொருபுறம் மனநோயைப் போன்ற, அறிவிழந்த மூடத்தனத்தையும் வெளிப்படுத்துகிறார். தனது சுயத்தைப்பற்றி மிகைப்படுத்திச் சொல்கிறார். ஆனால், இந்நிலை தற்காலிகமான, திடீரெனப் பரவசநிலையை எய்திய பல ஆன்மீக ஆர்வலர்களிடமும் காணப்படுகிறது. தன்னுள் ஏதோ அபரிமிதமாக நிகழ்ந்து விட்டதாக எண்ணிக்கொண்டு விடுகின்றனர். இதற்கு அடுத்த நிலையில் அவர்கள் ஆன்மீகப் பெருநிலையை அடைந்து விட்டதாகத் தற்புகழ்ச்சி செய்து கொண்டு, துரிதகதியில் மத ரீதியான சங்கங்களையும், புதிய மதக்கோட்பாடுகளையும் துவக்கித் தாமே தலைமைப் பதவியேற்கிறார்கள். இறுதியில் தம்மை தாமே மானுடவர்க்கத்தையே உய்விக்க வந்த இறைத்தூதுவர்களாகத் தற்பெருமையுடன் பறைசாற்றிக் கொள்ளும் அசட்டுத் துணிச்சலோடும் திகழ்கின்றனர்.

யோகாவினால் அடையப்பெறும் உயரிய மெய்ஞான உணர்வு நிலையை அடைய விரும்பும், ஆனால், அதற்கான கடினமான பயிற்சியையோ அல்லது நெறிமுறைகளையோ, கட்டுப்பாட்டையோ கடைப்பிடிக்க விரும்பாத பலரை நான் இந்தியாவில் கண்டேன். மாறாக, இந்தப் பரவசநிலையை எய்துவதற்காக அவர்கள் போதை மருந்து உட்கொளஎல், ஹஷீஷ் போன்றவற்றைப் புகைத்தல் போன்ற வேறு தீய வழிகளைக் கடைப்பிடிக்கத் துவங்குகின்றனர். இவ்வாறான போதைக்கு அடிமையானவர்களிடம், பொய்மையை, மெய்போன்று உரைக்கும் வழக்கமும், தனது வாழ்க்கையின் நிகழ்வுகளை மிகைப்படுத்திக் கூறும் இயல்பும் பொதுவாகப் பரவலாக உள்ளது. மேலும், அவர்கள் உண்மை என்னும்

திடமான நம்பிக்கையோடு தான் பொய்மையை உரைக்கின்றனர்! இதனால் தான் முற்றிலுமான ஏமாற்றம் தரக்கூடிய மாயத்தோற்றத்தைத் தரவல்ல மிகைப்படுத்தப்பட்ட தன்னுணர்வு நிலையை அடைந்து சித்தப்பிரமை பிடித்தவர்களைப் போல் ஆகிவிடுகின்றனர்.

போதைப் பழக்கத்திற்கு அடிமைப்பட்டவன் தன்னை ஒரு பெண்மணி தற்செயலாகப் பார்ப்பதைக் கவனித்தால் போதும். உடனேயே அவளைப் பற்றிய காதல் உணர்வை மிகையாகக் கற்பனை செய்து கொண்டு, தன்னைப் பற்றியும் அதி அற்புதமாகக் கற்பனை செய்துகொண்டு, மாய உலகில் சஞ்சரிப்பான். ஏதோ இவனிடம் முழுமையான அற்புதச் சக்திகள் இருக்குமோ என்று பிறரை நம்பச் செய்யும் அளவிற்குத் தனது சக்திகளைப் பற்றிப் பெருமிதமான பொய்யுரைகளை உறுதிபட எடுத்துரைப்பான். மேலும், அவனது செயல்பாடுகளும் அவசரமாகத் தீவிர உத்வேகத்தினால் உந்தப்பட்டவையாகவும் இருக்கும்.

இப்படிப்பட்ட துரதிர்ஷ்டவசமான சில நபர்களின் வாழ்க்கையில் தென்படும் சில சமநிலைப்பாடற்ற தெளிவற்ற இயல்புகள் மெஹர்பாபாவின் வாழ்க்கையிலும் அடையாளம் காணப்படுகின்றன. ஆனால் மெஹர் மேற்கூறியவர்களைப் போலத் தரம் தாழ்ந்து, தீய வழிகளை நாடிச்செல்லவில்லை. ஏனெனில் அவரது அசாதாரண இயல்பிற்கு போதை அல்லது ஆன்மீக மற்றும் அன்பான பண்புமிக்க அனுபவமே காரணமாக இருந்தது. நியட்சேயின் (Nietzsche) கூற்றின்படி, பாரசீகத்தூதுவர் ''மனிதநேயம் மிக்க, முழுமையான மனிதத்துவம் நிறைந்தவர்.''

மெஹர் தன் மௌனத்திரையை விலக்கி, வெளிவரும் நாளைப் பற்றி மிகையாக ஆரவாரமாக இருந்தது. அவர் அவ்வாறு தைரியமாகச் செய்வாரா என்று கூட மக்கள் ஆலோசித்தனர். ஆனால் அப்படியே அவர் வாய்மொழிந்தாலும், அதை உலகத்தார் செவியுற்றாலும், அது பயனற்றது தான் என்பதைப் புரிந்துகொள்ள பெரிதான புத்திநுட்பம் தேவையில்லை. வாய்ஜாலம் அதிசயங்களை நிகழ்த்த முடியாது. அவரது மூர்க்கமான, சிந்தனையற்ற தீர்க்கதரிசனம் உண்மையாகலாம், அல்லாமலும் போகலாம். இறைத்தூதுவரே நம்புதற்குரியவராக இல்லை

அவரளித்த உறுதிமொழிகள் காப்பாற்றப்படவில்லை. அவரது முன்மொழிவுகள் மெய்ப்படவில்லை, மேலும் அவர் அகந்தைமிக்க சுபாவம் கொண்டவராவும், ஒழுங்கற்ற தன்மை கொண்டவராகவும் இருந்தார். தான் பிறருக்கு அளிக்கவிருப்பதாக அவர் பறைசாற்றிக்கொள்ளும் உயரிய தன்மை கொண்ட அறிவுரைகளுக்கேற்ப தன்னை வெளிப்படுத்திக் கொள்ளத் தவறிவிட்டார். ஆனால், இப்படிப்பட்ட ஒரு நபரின் போதனைகள் செவிடர்கள் மற்றும் செவியுற்றும் அலட்சியப் போக்குடன் இருப்பவர்களால் கேட்கப்படுதலே மேலானது.

அவரது தீவிரமான, அபிமான சீடர்களின் நிலை என்ன?

காலம் இவர்களைக் கருணையோடு காத்து, அவர்களது மருள் நீக்குமா? அது சாத்தியமில்லை. இந்திய நம்பகத்தன்மைக்குச் சரியான உதாரணமாக இருக்கும் மெஹரின் சரித்திரம், இந்தியர்களின் சுபாவத்தில் இருக்கக்கூடிய இக்குறையின் வலுவான தன்மைக்கொரு எடுத்துக்காட்டாகவும் விளங்குகிறது. படிப்பறிவில்லாத பாமரமக்கள் மற்றும் மிகையான மதப்பற்று கொண்ட இனத்தவர்கள் இந்தியாவில் நிறைந்து காணப் படுகின்றனர். இவர்கள் கற்பனையிலிருந்து, உண்மையையும் வதந்திகளிலிருந்து உண்மையான வரலாற்றையும் மற்றும் பகுத்தறிவிலிருந்து உணர்ச்சிப் பெருக்கத்தையும் நீக்கிடத் தேவையான அறிவு பூர்வமான வகையில் சிந்திக்காதிருக்கும் குறைபாட்டினால் இந்தியநாடு அல்லலுறுகிறது. உண்மையான ஆர்வம் உடையவர்கள், முட்டாள்தனமான அனுபவமற்ற நபர்கள் அல்லது தன்னைவிட உயரிய நிலையிருப்பதாகவும், அதிர்ஷ்டம் வாய்ந்ததாகவும் கருதுபவரோடு தன்னை இணைத்துக்கொள்ள விரும்பும் நபர்களிலிருந்து சிலரைக் கொண்டு, ஆர்வம் மிக்க சீடர் கூட்டத்தைச் சேர்த்துக் கொள்வது மிகச் சுலபமானது.

மெஹர்பாபா தனது வாழ்க்கையின் ஒவ்வொரு நிலையிலும் பிழைகள் புரிந்துள்ளார் என்பது உண்மை. ஆனால் அதைச் சுட்டிக் காட்டும் அளவிற்கு இடமோ, பொறுமையோ என்னிடம் இல்லை. நானும் தவறுகள் இழைத்துள்ளேன். ஆனால் எனது குறைபாடுகளை அறிந்து வருந்தும் ஒரு சாதாரண மானுடனாக நானிருக்கையில் அவர் தன்னை இறையருள் நிறைந்த இரட்சகராக

இறைத் தூதுவராகப் பிரகடனப்படுத்திக் கொள்கிறாரே, நான் இங்கு முக்கியமாகக் குறிப்பிட விரும்புவது மெஹர்பாபாவின் சீடர்கள் அவர் தவறு புரிகிறார் என்பதை ஒருபோதும் ஏற்றுக் கொள்ள மாட்டார்கள். அவர் சொல்லும், செய்யும் ஒவ்வொரு விஷயத்திலும் ஏதோவொரு பூடகமான, அசாதாரணமான நோக்கம் உள்ளது என்பதையே யதார்த்தமாக சாதுர்யமின்றி அனுமானித்துக்கொள்வர். அவர்களும் குருட்டுத்தனமாக அப்படியே ஏற்றுக்கொள்வதில் திருப்தியடைகின்றனர். அவர்கள் அவ்வாறு செய்துதானாக வேண்டும். ஏனெனில் அவர்கள் வேறுவழியின்றி ஏற்க வேண்டியதை விவேகம் எதிர்த்து நிற்கிறது மெஹருடனான எனது சொந்த அனுபவமும் எனது வாழ்க்கையில் நான் பெருமளவு விசுவாசித்த நம்பிக்கையற்ற தன்மையும் குறை காணும் இயல்பையும் மற்றும் இந்தியநாட்டில் பயணம் மேற்கொள்ளச் செய்த எனது உள்ளுணர்வையே பதுங்கச் செய்த எனது தீவிரமான சமயப் பற்றில்லாத தன்மையையும் மேலும் உறுதிப்படுத்தி வேரூன்றச் செய்துவிட்டது.

கிழக்குப் பகுதி முழுவதிலுமே, பல நூற்றாண்டு காலமாக சரித்திரம் நமக்கு அளித்துள்ள மிக மேன்மையானதொரு விஷயத்தை நிரூபிக்கும் ஒரு நிகழ்வு வரப்போகிறது என்பதைப் பற்றிய குறிப்புகள் தொடர்ந்து வந்த வண்ணம் இருந்தன. ஒன்றின் வருகையைப் பற்றிய முன்மொழிவு இந்தியா, திபெத், சைனா மற்றும் ஆப்பிரிக்க நாட்டு மக்களிடம் எதிர்பார்ப்பை உருவாக்கியது. பக்தி பூர்வமான, ஆர்வம்மிக்க கிழக்கத்தியர்களின் கற்பனைக்குக் காலம் கனிந்து விட்டது, எங்களது அமைதியற்ற காலம் இந்த நிகழ்வின் காலம் நெருங்கி வருவதைத் தீமையை முன்கூட்டியே அறிவிப்பதாகக் கொண்டது. தனது மன ரீதியான மாற்றத்தைத் தன்னை இறைத்தூதுவனாக்க, விதிக்கப்பட்டதைக் குறிக்கிறது என்பதைவிட மெஹர்பாபாவால் வேறு என்ன எதிர்பார்க்க இயலும்? வியப்பில் பீடிக்கப்பட்ட உலகிற்குத் தன்னை வெளிப்படுத்திக் கொள்வதாகக் கூறிய அவரது மனதில் வைத்துப்போற்றிய நம்பிக்கை மெய்ப்படுவதை விட வேறு என்ன எதிர்பார்ப்பு இருக்கக்கூடும்? பணிவான அவரது சீடர் குழாம், தங்களது இரட்சகரின் தோற்றத்தைப் பற்றிய செய்தியைத் தாமே பரப்புவதை விட வேறு என்ன வேண்டும்? எனினும், அவர்

பிரயோகித்த செயற்கை வழி முறைகளை நிந்தனை செய்யத்தான் வேண்டியுள்ளது. மதகுரு என்னும் நற்பெயருக்குத் தகுதியான எந்தவொரு உன்னதமான ஆசானும் இவ்வழிமுறைகளைப் பயன்படுத்தியதில்லை. மேலும் ஆயிரம் நூற்றாண்டுகளாக அனுசரிக்கப்படும் ஆன்மீக-ரீதியான நன்னடத்தைக் கோட்பாட்டை எவரும் சிதைக்கவும் மாட்டார்கள். இந்தப் பகட்டான அதிசயமான ''துறவி''யின் சபலசித்தமும் நாடோடித்தனமான இயல்பும் எதிர்கால வடிவம் எவ்வாறு இருக்கும் என்பதைப் பற்றி எனக்குத் தீவிரமான ஐயப்பாடு எழுந்தது. ஆனால் தற்போதைய எழுத்தாளரைவிட, காலம் இருண்ட திரையை விலக்கி உலகிற்கு வெளிச்சம் போட்டுக் காட்டிவிடும்.

நெடிய இந்த விமர்சனம் முற்றுப் பெறுகையில் மெஹர் பாபாவின் மெல்லிய விரல்களால் பல மேன்மையான மாட்சிமை மிக்க கூற்றுகள் தெரிவிக்கப்பட்டுள்ளதை நான் மறுக்க இயலாது என்பதைப் புரிந்து கொண்டேன். ஆனால் அவர் ஆன்மீக உணர்விலிருந்து வீழ்ச்சியுறும் போது தன்னிலை மறந்து தற்பெருமையையும், தனது சொந்த அதிர்ஷ்டத்தையும் பற்றிப் பேசத் துவங்கும்போது அவரிடமிருந்து விலகி விடத்தான் வேண்டும். ஏனெனில், மானுடத்தின் எதிர்காலத் தலைவர் இரட்சகர் தவறான வழியில் நடத்திச் செல்பவராகி விடும் சாத்தியக்கூறு விளையும்!

☯ ☯ ☯

இதன் பிறகு, மெஹர்பாபா மேற்கு நாட்டிற்குச் சென்றுள்ளார். அங்கு மேற்கத்தியக் கூட்டம் அவரைச் சூழத் தொடங்க, அங்கும் அவர் தனது மௌனத்தைக் கலைக்கும் போது அற்புதங்கள் நிகழும் என்று உறுதியளித்துள்ளார். இவர் பலமுறை இங்கிலாந்து சென்றுள்ளார். ஃபிரான்ஸ், ஸ்பெயின், துருக்கி மற்றும் பாரசீகத்திலும் இவரைப் பின்பற்றுபவர்கள் (சீடர்கள்) இருந்துள்ளனர். ஆண், பெண் பரிவாரங்களோடு அமெரிக்கக் கண்டத்தில் பகட்டான பயணம் மேற்கொண்டுள்ளார். ஹாலிவுட்டிற்குச் சென்ற இவருக்கு ராஜமரியாதையும், ஆடம்பரமான வரவேற்பும் அளிக்கப்பட்டது. மேரிபிக்ஃபோர்டு இவரைத் தனது இல்லத்திற்கு அழைத்து உபசரித்தார். தலுல்லா பேங்க்ஹெட் இவரிடம் ஈடுபாடு

கொண்டார். ஹாலிவுட்டின் ஆடம்பரமான பிரம்மாண்டமான தலைமைப்பதவியில் இருக்கும் ஆயிரக்கணக்கானவர்கள் இவரைச் சந்தித்தனர். மேற்கில், இவரது தலைமையகத்தை நிறுவ ஐக்கியநாடுகளில் பெரியதொரு நிலப்பரப்பு பெறப்பட்டது. இதற்கிடையே அவரது மௌனம் இன்னமும் தொடர, அவர் உணர்ச்சிவேகத்துடன் தேசம் விட்டு தேசம் பயணித்துக் கொண்டிருக்கிறார். இறுதியில் பகிரங்கமாக வெளிப்படுத்தப் பட்டு அபகீர்த்தியடைந்தார்.

அத்தியாயம்-பதினைந்து

விந்தையான சந்திப்பு

இரண்டாவது முறையாக, சாவதானமாக, நிச்சயத்தன்மையின்றி நான் மேற்கிந்தியாவில் சுற்றித் திரிகிறேன். தூசு படிந்த இரயில் பெட்டிகளிலும், உட்காரும் வசதியற்ற மாட்டுவண்டிகளிலும் செய்த பயணங்களால் களைப்படைந்த நான் ஒரு இந்துவின் உறுதியான பழைய காரை எடுத்துக்கொண்டேன். அந்த இந்தியர் ஒருதோழனாக கார் ஓட்டுநராக மற்றும் பணியாளனாக மூன்று பாத்திரங்களிலும் பரிமளித்தார்.

நாங்கள் வேகமாகப் பலமைல் தூரத்தைக் கடந்த போது, பலவிதக் காட்சிகளையும் கண்ணுற்றோம். அருகிலிருக்கும் கிராமத்தை இரவு நேரத்திற்குள் சென்றடைய முடியாவிடில், கார் ஓட்டுநர் காரை வழியிலேயே நிறுத்திவிட்டு, விடியும் வரை தங்கிடுவார். கொடிய வனவிலங்குகள் எங்களை அணுகாதிருக்க இரவு முழுவதும் மரக்கிளைகள் மற்றும் புதர்களையும் கொளுத்தி, தீயை எரியச் செய்தார். காடுகளில் அலைந்து சுற்றித்திரியும் புலிகளும், சிறுத்தைகளும், சற்றுத் தொலைவிலேயே நிற்கும் அளவிற்கு அச்சத்தை, ஒரு சாதாரணத்தீயால் உருவாக்க முடிகிறது. ஆனால், குள்ள நரிகள் இதற்கு விதிவிலக்கு. குன்றுகளுக்கிடையிலும் சில சமயங்களில் நமக்கு வெகு அருகாமையிலும் கூட நரிகளின் ஊளையிடும் ஒலியைக் கேட்கிறோம். பகல் நேரங்களில் சில சமயம் கழுகுகள் தங்களது இருப்பிடத்திலிருந்து பிரகாசமான வானத்தில் பறப்பதைப் பார்க்கிறோம்.

ஒருநாள் நண்பகலின் பிற்பகுதியில், தூசுபடிந்த ஒரு சாலை வழியே மோட்டாரைச் செலுத்திய போது, விந்தையான ஒரு ஜோடியைக் கடந்து சென்றோம். நடுத்தரவயதான ஒரு சாது, தனது தொடைகளை ஆதாரமாக்கி அமர்ந்தவாறு சிறிய இலைகளின் மென்மையான மறைவில் தனது அடி வயிற்றுப் பகுதியை மறைத்தவாறு இருக்க இளவயது சீடராகத் தோற்றமளித்த மற்றொருவர், அவரது சேவகர் போலிருந்தார். வயதானவர் கைகளைக் கூப்பிக் கண்களை மூடித்தியானத்தில் ஆழ்ந்து, நாங்கள் கடந்து செல்வதைச் சற்றும் காணாமலிருந்தார். மந்தகதியில் செல்லும் எங்கள் காரைப் பார்த்ததாலும் அந்த இளவயதுச் சீடரின் பார்வை எங்களை நேருக்குநேராகச் சந்திக்கவில்லை. சாதுவின் முகத்திலுள்ள ஏதோவொன்று என்னைக் கவர்ந்திழுக்க, சற்று தூரம் சென்று என்னை நிறுத்தச் செய்தது. எனது இந்திய நண்பர் அவர்களை விசாரிப்பதற்காக அவர்களை அச்சத்துடன் ஒருவிதமான தயக்கத்துடன் அணுகுவதைக் கண்டேன். ஒரு வழியாக, இளைய சீடருடன் நெடியாதொரு சம்பாஷணையை மேற்கொண்டார்.

திரும்பி வந்த அவர், பலவித சிறிய விவரங்களுக்கிடையே, அவர்களிருவரும் உண்மையிலேயே குருவும், சீடருமாவார்கள் என்றும், முதியவரின் பெயர் சந்தீதாஸ் என்றும், இளையவரின் புகழாரத்தில் முதியவர் அசாதாரணச் சக்தி கொண்ட ஒரு யோகி என்றும் தெரிவித்தார். அவர்கள் தங்களது சொந்த ஊரான வங்காளத்தை விட்டு சுமர்ர் இரண்டாண்டுகளாகக் கிராமம் கிராமமாகச் சில இடங்களைப் புகைவண்டி மூலமும், சில இடங்களில் பாதயாத்திரையாகவும் சுற்றித்திரிந்து வருகின்றனர்.

நான் அவர்களை எங்களோடு வாகனத்தில் வருமாறு அழைப்பு விடுத்ததை, முதியவர் அன்பான பெருந்தன்மையுடனும், இளையவர் நன்றிப்பெருக்கோடும் ஏற்றுக்கொண்டனர். அரைமணி கால அவகாசத்தில், எங்கள் வாகனம், விசித்திரமான ஒரு பயணிகளின் குழுவை அடுத்த கிராமத்தில் இறக்கியது. இரவை அங்கேயே கழித்து விடத்தீர்மானித்தோம்.

கிராமத்திற்கு வரும் பாதையில் எலும்பும் தோலுமாய், வற்றிய மெலிந்த தேகம் கொண்ட பசுக்களை மேய்த்துக்கொண்டிருந்த

ஒரு பையனைத் தவிர வேறு எவரும் தென்படவில்லை. கிணற்றின் அருகில் நின்று, இனம்தெரியாத கலவையான ஒரு பானத்தைப் பருகி சற்றே புத்துணர்வு பெற்ற போது, நண்பகல் விடைபெறும் நேரமாகிவிட்டது. சரியாகப் பூசப்படாத மண்சுவர்கள் மற்றும் கரடு-முரடான மூங்கில் தூண்கள் கொண்ட வீடுகளும், நாற்பது ஐம்பது குடிசைகளும் மற்றும் தாழ்வான குடில்களும் கொண்ட சீரற்ற தெருவின் அசுத்தமான தோற்றம் என்னைச் சோர்வடையச் செய்தன. சில குடில்வாசிகள் தங்களது கவர்ச்சியற்ற வீடுகளின் முன் நிழலில் அமர்ந்துள்ளனர். சாம்பல் நிறமேனி கொண்ட ஒரு பெண்மணி, வருத்தம் தோய்ந்த முகத்துடன், பாதி மூடிய தனது மார்பகங்களுடன் கிணற்றின் அருகில் வந்து, எங்களை முறைத்துப் பார்த்தவாறே, தனது பித்தளைப் பானையில் தண்ணீர் நிரப்பி, இல்லம் திரும்பலானாள்.

எனது இந்திய நண்பர் தேநீர் தயாரிக்கத் தேவையானவற்றைச் சேகரித்து, கிராமத் தலைவனின் இல்லத்தைத் தேடிச் சென்றார். யோகியும் அவரது விசுவாசமான சீடனும் தூசி படிந்தமண் தரையிலேயே அமர்ந்து ஓய்வெடுத்தனர். யோகி ஆங்கிலம் அறியாதவர். ஓரளவு ஆங்கிலம் அறிந்திருந்தாலும் சம்பாஷணையில் ஈடுபடும் அளவிற்குச் சீடருக்கும் ஆங்கிலப் புலமை இல்லை என்பதைக் காரில் பயணிக்கும் போதே அறிந்து கொண்டுவிட்டேன். சில முயற்சிகளுக்குப் பின்னர், மாலையில் நேர்காணலில் சந்திக்கும் வரையிலும் காத்திருப்பது பலனளிக்கும் என்பதை அறிந்தேன். எனது இந்திய நண்பரை மொழி பெயர்ப்பாளராகக் கொள்ள வேண்டும் என்றும் தீர்மானித்தேன்.

இதற்கிடையே, ஆண், பெண் மற்றும் குழந்தைகள் அடங்கிய ஒரு சிறு கூட்டமே எங்களைச் சூழ்ந்து கொண்டது. நகரின் உட்புறப் பகுதிகளில் தங்கிய இம்மக்கள் ஐரோப்பியர்களை மிக அபூர்வமாகவே சந்திக்கின்றனர். இயல்பான, தூய, வெகுளித் தனமான வாழ்க்கையின் கண்ணோட்டத்தை வெளிப்படுத்தும் அவர்களது பேச்சைக் கேட்பதை நான் மிகவும் ஆவலூட்டும் அனுபவமாகக் கருதினேன். குழந்தைகள் முதலில் வெட்கத்துடன் தயங்கிட, நான் சில காசுகளைக் கொடுத்து அவர்களது தயக்கத்தைப் போக்கி என்புறம் ஈர்த்தேன். ஒலியெழுப்பும் எனது கைக்கடிகாரத்தை நான் ஒலிக்க வைக்க, அவர்கள் சந்தேகமான

ஆச்சரியத்துடனும் கள்ளங்கபடமற்ற ஆனந்தத்துடனும் அதைப் பார்க்கின்றனர்.

ஒரு மாது, திறந்த வெளியில், வீதியிலேயே அவரை நமஸ்கரித்து, அவரது பாதங்களைத் தொட்டுத் தனது நெற்றியில் விரல்களால் ஒற்றிக் கொள்கிறாள்.

தேநீர் தயாரானதை அறிவித்தவாறே, எனது இந்தியப் பணியாளன், கிராமத் தலைவருடன் வந்தான். ஒரு கல்லூரிப் பட்டதாரியாக இருந்தும், எனது மேலைநாட்டு அனுபவங்களை ஆழ்ந்து அறிய முற்படுவதாலும், அவனை நான் ஒருநாள் ஐரோப்பாவிற்கு அழைத்துச் செல்வேன் என்று திடமாக நம்புவதாலும், காரோட்டியாகவும், மொழி பெயர்ப்பாளராகவும் இருப்பதிலேயே மனத்திருப்தியோடு இருக்கிறான். அவனது புத்திசாதுர்யமும், நன்னடத்தையையும் கருதி அவனை மதித்து உற்ற நண்பனாகவும், சகமனிதனாகவும் நடத்திப் பெருமைப் படுத்தினேன்.

இதனிடையே, யோகியையும் அவரது சீடனையும் எவரோ ஒருவர் விருந்தளித்து உபசரிக்கத் தனது குடிலுக்கு அழைத்துச் சென்றார். இந்தக் கிராமமக்கள் நகரத்திலுள்ள இவர்களது இனத்தவரை விட அன்பானவர்கள்.

நாங்கள் கிராமத் தலைவனது வீட்டிற்குச் சென்றபோது, மேற்குத் திசையில், தனது செந்நிறக்கதிர்களை விரித்து, தொலைதூர மலைகளின் பின்னே ஒளிந்து பகலவன் விடை பெற்றான். நேர்த்தியான ஒரு குடிலில் நாங்கள் தங்கினோம். உள்ளே சென்ற போது, கிராமத் தலைவனுக்கு எனது நன்றியைத் தெரிவித்துக் கொண்டேன்.

மாறாக, ‘‘உங்களது வருகை எங்களை ஆனந்தமும், பெருமிதமும் கொள்ளச் செய்கிறது’’ என்று எளிமையான பாவனையில் பதிலளித்தார்.

தேநீர் அருந்திய பின்னர் நாங்கள் ஓய்வெடுத்தோம். வயல்களில் அந்திப்பொழுதின் மங்கலான ஒளியின் நிழல் படிய இராப்பொழுதிற்காக ஆடு-மாடுகள் கிராமத்திற்குள் விரட்டப்படும் சத்தம் கேட்டது. எனது பணியாளன் யோகியைக் காணச்

சென்றார். அவரை நான் சந்திக்க ஏற்பாடுகள் செய்து விட்டு, என்னை ஒரு எளிமையான குடிலுக்கு அழைத்துச் சென்றார்.

தாழ்வான மேற்கூரை கொண்ட சதுரவடிவமான அறைக்குள் நுழைந்து, மண்தரையில் என் தடம் பதித்தேன். அங்குமிங்குமாகக் கிடந்த மண்பானையைத் தவிர வேறு மரச்சாமான்களோ, அல்லது வேறு எதுவுமில்லை. சுவற்றில் செருகி வைக்கப்பட்டிருந்த மூங்கில் கம்பில் துணிகள் தொங்க விடப்பட்டிருந்தன. மூலையில் ஒரு வெண்கலத் தண்ணீர் பானை இருந்தது. புராதனமான விளக்கின் ஒளியில் வெறுமையாகத் தென்பட்ட அந்தக் குடில். ஒரு ஏழை விவசாயியின் சந்தோஷமற்ற வசதியற்ற வாழ்க்கையை வெளிச்சமாக்கியது.

யோகியின் சீடன் என்னை அரைகுறை ஆங்கிலத்தில் வரவேற்றான். உடல் நலம் குன்றிய ஒரு தாய்க்கு ஆசிகள் வழங்க யோகி சென்றிருப்பதை அறிந்து, அவரது வருகைக்காகக் காத்திருந்தேன்.

இறுதியில், வீதியில் ஏதோ சத்தம் கேட்க, உயரமானதொரு உருவம் தலைவாயிலில் நிழலாடியது. அறைக்குள் நுழைந்து என்னைப் பார்த்தவுடன் முணுமுணுத்தவாறு ஏதோ உரைத்தார். எனது பணியாளன் மொழிபெயர்த்துக் கூறியது "வணக்கம் ஐயா, இறைவன் உங்களைக் காப்பாற்றுவாராக!"

நான் ஒரு பருத்தியினால் ஆன விரிப்பைக் கொடுத்ததை ஏற்காது, மண்தரையில் கால்களைக் குறுக்கே வைத்து அமர்ந்தார். நாங்கள் ஒருவரையொருவர் பார்த்தவாறு அமர்ந்ததில் கிட்டிய வாய்ப்பில் நான் இன்னும் நெருக்கத்தில் அவரை நன்கு ஆராய்ந்தேன். முரட்டுத்தனமான அவரது தாடி அவருக்கு வயதான தோற்றத்தை அளித்தாலும் இவர் ஏறக்குறைய ஐம்பது வயதானவராக இருக்கக் கூடும். சடைமுடிகள் தோள் புறத்தில் தொங்கிட அதரங்களில் சிரிப்பில்லாத ஆழ்ந்த சிந்தனை வயப்பட்ட தோற்றம் வெளிப்பட்டது. ஆனால் அவரைப் பார்த்த முதல் கணத்தில் தோன்றிய, மனதில் பதிந்த-பளபளக்கும் அவரது கருவிழிகளும், அவற்றில் பளிச்சிட்ட காந்தியும் என்னை மீண்டும் புதிதாக ஈர்த்தன. இது போன்ற அமானுஷ்யமான தெய்வீக ஒளி

வீசும் கண்கள் என்னைப் பல நாட்களுக்கு வாட்டும் என்று அறிவேன்.

''நீங்கள் வெகுதூரம் பயணம் செய்துள்ளீர்களா?'' என்று மெதுவாகக் கேட்க, நான் தலையசைத்து ஆமோதித்தேன்.

''ஆசான் மகாசயாவைப் பற்றி நீங்கள் என்ன நினைக்கிறீர்கள்?'' என்று திடீரெனக் கேட்டார்.

நான் துணுக்குற்றேன். நான் கொல்கத்தா சென்று மகான் மகாசயாவைச் சந்தித்ததைப் பற்றி இவர் எப்படி அறிந்தார்? ஒருகணம், மெய்மறந்து அவரை வெறித்துப் பார்த்து விட்டு, அவரது கேள்விக்குப் பதிலுரைத்தேன்.

''என் மனதில் இடம் பெற்ற நல்ல மனிதர்! ஆனால், எதற்காகக் கேட்கிறீர்கள்?'' என்றேன்.

எனது எதிர்கேள்வியை ஒதுக்கிவிட்டு, மௌனத்தில் ஆழ்ந்தார். சம்பாஷணையைத் தொடர, ''கொல்கத்தாவிற்கு மீண்டும் செல்லும்போது அவரை மீண்டும் சந்திக்க விரும்புகிறேன். அவருக்கு உங்களைத் தெரியுமா? உங்களது வணக்கத்தைச் சொல்லட்டுமா?'' என்று கேட்டேன்.

மறுதலிக்கும் வகையில் தலையை அசைத்து, ''மகாசயாவை உங்களால் மீண்டும் தரிசிக்க முடியாது. இப்போதும் கூட மரணத்திற்கு அதிபதியான யமதர்மன் அவரது ஆன்மாவை விளித்துக் கொண்டிருக்கிறான்.''

மீண்டும் ஒரு இடைவெளிக்குப் பின் நான்,

''யோகிகளின் வாழ்க்கை மற்றும் எண்ணங்களில் நான் ஆர்வம் கொண்டுள்ளேன். நீங்கள் எப்படி ஒரு யோகியாகி, எப்படிப்பட்ட மெய்ஞானம் பெற்றீர்கள்?''என்று கேட்டேன்.

சாந்திதாஸ்தான் அவரைப் பேட்டிக்காண முற்படுவதை ஆதரிக்கவில்லை.

''கடந்த காலம் என்பது ஒரு சாம்பல் குவியல் தான். அதில் விரலை விட்டுக் கிளறி, குறுக்கிட்டு, மாண்டுபோன அனுபவங்களை வெளியில் எடுக்கச் சொல்லாதீர்கள். நான் க்டந்த

காலத்திலோ அல்லது எதிர்காலத்திலோ வாழ்பவனில்லை. மனித ஆன்மாவின் ஆழத்தில் இவை நிஜமல்ல, நிழல்தான். இதுவும் நான் பெற்ற ஞானம் தான்.''

இது குழப்பம் நிறைந்தது. இவரது இறுக்கமான, சமய குருமார்களுக்கு உரிய மனோபாவம் எனது மனஅமைதியைக் குலைத்தது.

''ஆனால் காலத்தின் உலகில் வாழும் நாம் அனைவரும் இதைக் கருத்தில் கொள்ளத் தானே வேண்டும்'' என்று நான் எதிர்த்து வாதம் செய்தேன்.

''காலமா?'' அப்படியொன்று இருப்பதை நீங்கள் உறுதியாக நம்புகிறீர்களா?''

எங்களது சம்பாஷணை விநோதமாகவும், வேடிக்கையாகவும் மாறிக்கொண்டிருப்பதைப் போலத் தோன்றியது. அவரது சீடன் கூறியதைப் போல இந்த மனிதரிடம் அற்புதச் சக்திகள் உள்ளனவா? என்று மனதிற்குள்ளாகவே எண்ணியபடி,

''காலம் என்று ஒன்று இல்லையெனில் முற்காலமும், பிற்காலமும் இப்போது இங்கிருக்கும் அல்லவா? ஆனால், அனுபவம், இதற்கு எதிரிடையாக உரைக்கிறதே'' என்று கூறினேன்.

''அதனால்? உங்களது அனுபவம், உலகின் அனுபவம், இதைச் சொல்கிறது என்கிறீர்கள், அல்லவா!''

''உறுதியாக இவ்விஷயத்தில் மாறுபட்ட அனுபவம் இல்லை என்று நீங்கள் கூறுகிறீர்களா?''

''உங்களது பேச்சில் உண்மை இருக்கிறது'' என்று பதில் கிடைத்தது, விந்தையாக இருந்தது.

''எதிர்காலம் தன்னையே உங்களிடம் வெளிப்படுத்திக் கொள்கிறது என்று நான் புரிந்து கொள்ள வேண்டும் என்கிறீர்களா?''

''நான் அழிவற்ற, ஆதி அந்தமில்லாத முக்காலத்தில் வாழ்கிறேன். எனது வாழ்க்கையில் வரப்போகும் காலத்தில் நடக்கப் போகிற

நிகழ்வுகளைக் கண்டறிய நான் நாட்டம் கொள்வதில்லை'' என்றார் சாந்திதாஸ் அவர்கள்.

''ஆனால், பிறருக்காக அதைச் செய்ய முடியுமா?''

''ஆம்! நான் விரும்பினால்...!''

இதை மனதில் தெளிவுபடுத்திக் கொள்வதில் உறுதி பூண்டேன்.

''அப்போது, நிகழப்போகும் விஷயங்களைப்பற்றி உங்களால் தெளிவு பட உரைக்க முடியுமா?''

''ஒரு பகுதியைத்தான். அனைத்து விஷயங்களும் இறைவனால் முன்னரே தீர்மானிக்கப்பட்டு வைக்கப்படாததால், மனிதனின் வாழ்க்கை அவ்வளவு எளிதாக, இயல்புடன் கடந்தேறுவதில்லை.''

''சரி அப்படியானால் உங்களால் கண்டுகொள்ளச் சாத்தியமான எனது எதிர்கால வாழ்க்கையின் பகுதியை உங்களால் விவரிக்க இயலுமா?''

''இவ்விஷயங்களை நீங்கள் எதற்காக அறிய விரும்புகிறீர்கள்?''

நான் தயங்கினேன்.

''இறைவன் தகுதியான காரணமின்றி வரப்போவதைத் திரையிட்டு மறைக்கவில்லை'' என்று விறைப்பாகப் பதிலுரைத்தார்.

என்னால் என்ன சொல்ல முடியும்? திடீரென எனக்குள் ஒரு உத்வேகம் எழுந்தது.

''கடுமையான பிரச்சினைகள் என் மனதை வாட்டுகின்றன. இந்த இருளை நீக்கும் ஒளியைத் தேடித்தான் உங்கள் நாட்டிற்கு வந்துள்ளேன். நீங்கள் இங்கு சொல்லப்போவது தான் எனக்கு வழிகாட்டியாக இருக்கக்கூடும். அல்லது நான் பயனற்ற வீணானதொரு பணியை சிரமேற்கொண்டு வந்துள்ளேன் என்றாவது தெளிவுறுவேன்'' என்று கூறினேன்.

யோகி பளீரென மின்னும் தனது கருவிழிகளை என்மீது திருப்பினார். தொடர்ந்த மௌனத்தில் இந்த மனிதனின் அதீதமான பெருந்தன்மையில் தாக்கமுற்றேன். இந்த வனாந்திரப் பகுதியின் கிராமத்திலுள்ள ஒரு வறிய குடிலின் மிகச் சாதாரணச்

சூழலை மேம்படுத்தும் அளவிற்கு மடித்து வைத்த கால்களுடன் பின்னப்பட்ட பாதங்களுடன் அவர் அமர்ந்திருந்த தோரணையில் அவர் பூரணத்துவம் மிகுந்தவராகவும் ஆன்மீக-ரீதியான ஞானம் படைத்தவராகவும் தோற்றமளித்தார்.

முதல் முறையாக சுவற்றின் மேற்புறத்திலிருந்து, ஒரு பல்லி எங்களைப் பார்த்துக் கொண்டிருப்பதைக் கண்டேன். உருண்டையான பெரிய அந்த விழிகள் எங்கள் மீதே பதிந்திருக்க அதனுடைய வாயைப் பார்க்க விநோதமாகவும் அது என்னைப் பார்த்து துஷ்டத்தனமாகச் சிரிப்பது போலிருந்தது.

ஒருவழியாக சாந்திதாஸ் வாய் திறந்தார்.

''நான் ஒன்றும் மெத்தப் படித்த மெய்ஞ்ஞானியல்ல. ஆனால் நான் சொல்ல வந்ததைக் கேட்டால், உங்கள் பயணம் பயனற்றுப் போகாது. நீங்கள் உங்களது இந்தியப் பயணத்தை எங்கிருந்து துவக்கினீர்களோ அதே இடத்திற்குச் செல்லுங்கள். அடுத்த அமாவாசை தினத்திற்குள் உங்களது விருப்பம் பூர்த்தி செய்யப்படும்'' என்றார்.

''அப்படியானால் நான் மும்பைக்குத் திரும்பிச் செல்ல வேண்டும் என்கிறீர்களா?''

''ஆம், நீங்கள் சரியாகச் சொன்னீர்கள்.''

நான் திகைப்புற்றேன். மேலை நாட்டு மோகத்தில் ஆழ்ந்துள்ள மேற்க்த்திய கலாச்சாரத்தின் கலவையாகத் தென்படும் இந்த நகரத்தில் எனக்காக என்ன காத்திருக்கிறது?

''ஆனால், எனது தேடலுக்கு உதவிகரமாக எதையும் நான் அங்கு காணவேயில்லையே'' என்று எதிர்த்துக் கூறினேன்.

சாந்திதாஸ் என்னை அமைதியாகப் பார்த்து

''உங்களுக்கு அங்கே பாதை உள்ளது. உங்களால் இயன்ற வரையில் அதை விரைந்து பின்தொடர்ந்து செல்லவும். காலம் கடத்தாமல், உடனடியாக, விரைந்து நாளையே மும்பைக்குச் செல்லுங்கள்'' என்றார்.

''உங்களால் இவ்வளவுதான் கூற முடியுமா?''

''இன்னும் நிறைய உள்ளது. ஆனால் அதை நாடிக் கண்டுகொள்ள நான் சிரமம் கொள்ளவில்லை.''

கண்களில் உணர்வின் வெளிப்பாடின்றி, நிலைகுத்தியிருக்க அவர் மீண்டும் மௌனத்தில் ஆழ்ந்தார். சிறிது நேரம் கழித்து மீண்டும் பேச்சைத் துவக்கினார்.

''அடுத்து சூரியன் பூமத்திய ரேகையின் நேராக வரும் முன்னர், நீங்கள் இந்தியாவிலிருந்து மேலை நாட்டிற்குத் திரும்பி விடுவீர்கள். இந்திய மண்ணை விட்டுச் சென்ற உடனேயே உங்கள் உடல்நலம் பாதிக்கப்படும். ஆன்மா, பாழாய்ப்போன உடலுக்குள் போராடித் தவித்தாலும் அது விடுதலை பெறும் காலம் இன்னும் வரவில்லை. அப்போது ஊழ்வினை வெளிப்பட்டுத் தன் பணியைச் செய்து உங்களை மீண்டும் இந்தியாவிற்கு அனுப்பி வைக்கும். ஆக, மொத்தமாக நீங்கள் மூன்றுமுறை இந்தியாவிற்கு வருகை தருவீர்கள். ஒரு துறவி உங்களுக்காக இப்போதும் காத்திருக்கிறார். உங்களுக்கு அவருடன் முன்வினைப் பந்தம் இருப்பதால் நீங்கள் இந்தியாவில் எங்களோடு வசிக்க வருவீர்கள்!'' என்றார்.

(இந்த முன்மொழிதலின் முதற் பகுதியில் காலம் தன் சாஸனத்தை எழுதிக் கையெழுத்திட்டு விட்டது.)

அவரது குரல் நின்று, கண் இமைகளில் சிறு நடுக்கம் ஏற்பட்டது. சிறிது நேரம் கழித்து அவர் என்னை நேரடியாகப் பார்த்து-

''இனி சொல்வதற்கு எதுவுமில்லை. நீங்கள் அனைத்தையும் செவி மடுத்துவிட்டீர்கள்'' என்றார்.

எஞ்சிய எங்களது சம்பாஷணை இலக்கில்லாமலும், முக்கியமில்லாததாகவும் இருந்தன. சாந்திதாஸ் தன்னைப்பற்றி மேலும் விளக்க மறுத்துவிட்டார். பூடகமான அவரது வார்த்தைகளின் பின்னணியில் இன்னும் நிறைய விஷயங்கள் பொதிந்துள்ளதாக நான் எண்ணியதால், அவற்றை எப்படிப் பெறுவது என்ற சிந்தனையில் ஆழ்ந்தேன்.

அவரது இளவயதுச் சீடனோடு உரையாடிக் கொண்டிருக்கையில் வேடிக்கையாக ஒன்று நிகழ்ந்தது ''இங்கிலாந்தில் உள்ள

யோகிகளிடம் இதுபோன்ற விஷயங்களை நீங்கள் பார்த்த தில்லையா?'' என்று அவன் என்னிடம் கேட்டான்.

சிரிப்பை அடக்கிக்கொண்டே, ''எங்கள் நாட்டில் இதுபோன்ற யோகிகள் இல்லை'' என்று பதிலளித்தேன்.

மற்றவர்கள் அனைவரும் மாலைநேரம் முழுவதும் அமைதியாகச் சலனமின்றி அமர்ந்திருந்தனர். யோகி நேர்காணல் நிறைவு பெற்று விட்டதைக் குறிப்பாக உணர்த்தியவுடன், குடிலின் சொந்தக்காரக் குடியானவன் தங்களோடு விருந்தில் கலந்து கொள்ளுமாறு வேண்டினான். நாங்கள் காரில் உணவு கொண்டு வந்திருப்பதாகவும், கிராமத் தலைவர், நாங்கள் தங்குவதற்காகத் தனது வீட்டில் ஏற்பாடு செய்துள்ளமையால், உணவு தயாரிக்க அங்கு செல்லப் போவதாகவும் தெரிவித்தேன். ஆனால், குடியானவனோ தனது விருந்தோம்பலில் குறைகாணும் நிலை ஏற்படக்கூடாது என்பதில் கவனமாக இருந்தான். நான் இன்று மிகையாகவே உண்டுவிட்டேன் என்பதால் என்னைத் தொந்திரவு செய்ய வேண்டாம் என்று மன்றாடியும், அவன் பிடிவாதமாக இருந்தான் அவனை ஏமாற்றமடையச் செய்ய வேண்டாம் என்பதற்காக ஒப்புக்கொண்டேன்.

எண்ணெயில் பொரிக்கப்பட்ட உணவை என் முன் வைத்தவாறே, ''ஒரு விருந்தாளியை வரவேற்று, உணவளிக்காமல் இருப்பது நன்றாக இல்லை'' என்று கூறினான்.

கம்பிகள் பொருத்தப்பட்ட இடைவெளி வழியே வெளியே பார்த்தபோது, பிறை வடிவநிலா தனது மிதமான ஒளியைப் பொழிந்து கொண்டிருந்தது. இச்சாதாரணமான, எளிய படிப்பறிவில்லாத குடியானவர்களிடம் வெளிப்படும் மேன்மையான இயல்பையும், இரக்கமான, அன்பான குணத்தையும் எண்ணி வியந்தேன். நகரத்து மக்களிடையே காணப்படும் குணக் குறைபாட்டிற்கு ஈடாகக் கல்லூரிக் கல்வியையோ வியாபாரம், தொழில் ரீதியான மதிநுட்பத்தையோ ஈடாகக் கொள்ளவே முடியாது.

சாந்திதாஸ் மற்றும் அவரது சீடரிடம் விடைபெற்றபோது, குடியானவன், கூரையில் தொங்கிய விளக்கைக் கையிலேந்தி

எங்களுடன் வீதி வரையிலும் வந்தான். நான் நம்பிக்கையூட்டும் வகையில் அவனைப் பார்க்க அவனும் வணங்கிவிடை கொடுத்தான்.

மின்கலம் பொருந்திய ஒளிவிளக்கைக் (டார்ச்) கையில் ஏந்திக் கொண்டே, நானும் எனது பணியாளனும் எங்களது தங்குமிடத்திற்குச் சென்றோம். புரியாத புதிரான வங்காள யோகியைப் பற்றிய சிந்தனையினூடே, நரியின் ஊளையிடும் சத்தமும் நாயின் ஓலமும் செவியில் ஒலித்துக்கொண்டிருக்க உறக்கம் என்னைத் தழுவ மறுத்தது.

☯ ☯ ☯

சாந்திதாஸ் அவர்களின் கூற்றை ஏற்று முழுமையாகக் கீழ்ப்படியாவிடினும், மெதுவாக காரைத்திருப்பி மும்பை நகருக்குச் சென்றேன். நகரை அடைந்து, ஒரு விடுதியில் தங்கிய உடனேயே எனக்கு உடல் நலமின்றியும் போனது.

நான்கு சுவர்களுக்குள் அடைந்து, உடலாலும், மனதாலும் களைப்புற்ற நான் முதன்முறையாகத் தீமையே விளையும் என்றும் பிற்போக்கான மனோபாவம் கொண்டேன். இந்தியாவிற்கு வந்து மிகையாகவே அனுபவித்தாகிவிட்டது என்று எண்ணத் துவங்கினேன். இந்நாட்டில் பல்லாயிரக்கணக்கான மைல் தூரம் அதுவும் மோசமான உற்சாகமற்ற நிலையில் பிரயாணித்தாகி விட்டது. மது, விருந்து, நடனம் மற்றும் பல கேளிக்கைகளும் வாழ்க்கை முறையாகிப் போன ஐரோப்பிய வாழ்க்கையில் இந்தியாவில் நான் நாடிச் சென்றது கிட்டாது. இந்திய நகரங்களில் எனது தற்காலவாசம் எனது தேடலில் உதவினாலும் எனது உடல் ஆரோக்கியத்திற்கு நலம் பயக்கவில்லை. புறநகர்ப்பகுதிகளிலும் காட்டுப் பகுதியின் கிராமங்களிலும் எனது தற்காலிகவாசம் தகுதியற்ற உணவு, சுகாதாரமற்ற தண்ணீர் மற்றும் வெப்பத்தின் தாக்கத்தால் தூக்கமின்மை இவற்றால் எனக்கு மிகவும் தீமை விளைந்தன. எனது உடல், வலியின் வேதனைதாங்கிய ஒரு வெற்றுச் சுமைதாங்கியாகிப் போனது.

என்னால் இன்னும் எத்துணை காலம் இந்தச் சீர்குலைவைத் தவிர்க்க முடியும் என்று விளங்கவில்லை. பல மாதங்களாக, இந்த நாட்டில் பயணித்துக்கொண்டிருக்கையில் என்னை விடாது

தொடர்ந்து வரும் உறக்கமற்ற நிலையை நான் சமாளித்து வருகிறேன். மேலும், நான் தொடர்பு கொண்டிருந்த பலதரப்பட்ட விநோதமான மனிதர்களுடன் மிகவும் கவனத்துடன் இருக்க வேண்டியிருந்தது எனது மனோதிடத்தை அழித்தது. இந்தியாவின் இரகசியம் நிறைந்த உட்பகுதிகளில் முன்பின் அறியாத வட்டாரத்திற்குள் நுழையும் போது, ஒரே சமயத்தில் விமர்சனம் செய்யவும், ஏற்றுக் கொள்ளவும் வேண்டியிருந்ததால், உள்ளார்ந்த சமநிலைப்பாட்டை நிலைப்படுத்திக்கொள்ள வேண்டிய கட்டாயத்திற்கு ஆளாக்கப்பட்டேன். இது என் மீது நெடியதொரு மனஉளைச்சலை உருவாக்கியது. மெய்ஞானிகள் மற்றும் தங்களது அகந்தையான கற்பனையால் தான் மெய்ஞ்ஞானத்தைப் பெற்றதாகப் பெருமிதம் கொள்ளும் மூடர்களுக்கிடையிலும், உண்மையான ஆன்மீக மறைவியல்பு மற்றும் மாயவித்தைக் காரர்களுக் கிடையிலும், யோக வழிமுறைகளைப் பின்பற்றும் நேர்மையான யோகிகள் மற்றும் பில்லி-சூனியத்தில் ஈடுபடும் கபட யோகிகளின் இடையிலும் ஊடுருவி, உண்மையைக் கண்டு கொண்டு எனது வழியை நாடக் கற்றுக்கொள்ள வேண்டியதாகியது. மேலும், இந்த ஒரு தேடலில் என் வாழ்நாள் முழுவதையும் செலவிட முடியாது என்பதால் எனது புலன்விசாரணைகளை குறுகிய காலத்தில் செய்து முடிக்க வேண்டிய நெருக்கடி உருவானது.

எனது மனநிலையும், உடல் நிலையும் மோசமாக இருக்கையில், எனது ஆன்மா சற்றே நல்லநிலையில் உள்ளது. தோல்வியின் உணர்வு என்னை மனமிழக்கச் செய்தது. நல்ல பண்புமிக்க, அற்புதமான செயல்களை நிகழ்த்திக்காட்டவல்ல, பிரமிப்பூட்டும் சாதனைகளைப் படைத்த சில மனிதர்களை நான் சந்தித்துள்ளது மெய்யே. இருப்பினும் எனது தேடலுக்கான உன்னதமான ஆன்மீக நபரைக் கண்டு கொள்ளும் அளவிற்குச்சாதகமான உள்ளார்ந்த அறிகுறியை அங்கீகாரத்தைப் பெறவில்லை. மேலும் எனது பகுத்தறிவு மிக்க, விவேகமான மனோபாவத்திற்கேற்ப ஒரு ஆசானையோ அல்லது உற்சாகத்தோடு என்னைப் பிணைத்துக் கொள்ளக்கூடிய ஒரு ஆசானையோ நான் இதுவரை காணவில்லை. ஆர்வத்தின் மேலீட்டில், சில சீடர்கள் தங்களது ஆசான்களைப் பற்றி

மிகைப்படுத்திக் கூறி என்னை அவர்பால் ஈர்க்க முயன்று தோல்வியடைந்துள்ளனர். ஆனால், வாலிபம் தனது முதிர்ச்சியற்ற முதல் அனுபவத்தை அன்பின் இறுதியான அடிக்கோலாகக் கொள்வதைப் போல இவர்கள், தங்களது ஆரம்ப நிலையிலான அனுபவங்களால் உணர்ச்சி வயப்பட்டு, சிலிர்ப்புற்று அதற்கு மேலான உயரிய நிலையை நாடுவதைப் பற்றிச் சிந்திக்கவில்லை. மேலும், எனக்கு மற்றொரு மனிதரின் சித்தாந்தங்களைப் போற்றிப் பாதுகாப்பாக வைத்துக்கொள்ளும் கிடங்காக இருக்க விரும்பவில்லை; எனக்கே முழுமையாகச் சொந்தமான, உரிமையான முதல் தரமான உயிரோட்டம் மிக்கதொரு சுயமான அனுபவத்தை ஆன்மீக மெய்ஞான ஒளியைத்தான் நான் நாடுகிறேன், வேறு ஒருவருடையதை அல்ல.

ஆனால், நான் குறிக்கோள்களை ஒதுக்கி வைத்துவிட்ட, பொறுப்புணர்வில்லாது, கிழக்கு நாடுகளில் அலைந்து கொண்டிருக்கும் ஒரு சாதாரணமான பத்திரிகை எழுத்தாளன் தானே. இது போன்ற சந்திப்புகளை எதிர்பார்க்கும் தகுதியுள்ளவனா? இல்லையே. இச்சிந்தனையில் சோர்வும், மந்தத்தனமும் என் மனதை மூடி மறைக்க நான் உற்சாகமிழந்தேன்.

நடந்து செல்லும் அளவிற்கு எனது உடல்நிலை சரியான பிறகு ஒரு சிற்றுண்டிச் சாலைக்குச் சென்றேன். அங்கு உணவருந்தும் மேசையில் என்னோடு அமர்ந்திருந்த ஒரு இராணுவத்தலைவர், நெடுநாட்களாக உடல் நலம் குன்றிய தனது மனைவியைப் பற்றியும், ரத்து செய்யப்பட்ட தனது விடுப்புகளைப் பற்றியும் கூறித் தனது சோகக் கதையை விவரிக்க எனது ஆரோக்கியமற்ற தன்மை மேலும் மோசமாகியது. உண்டு முடிந்தபின் நாங்கள் வராந்தாவை அடைந்தபோது, ஒரு சிகரெட்டைப் பற்ற வைத்த வாறே "வாழ்க்கையே ஒரு பந்தயம் என்ன?" என்றார்.

"ஆம், ஓரளவு!" என்றேன் சுருக்கமாக.

அரைமணி நேரத்தில் நான் ஹார்ன்பை ரோட்டில், வாடகைக் காரில் பயணித்துக் கொண்டிருந்தேன். கப்பல் நிர்வாகத்துறையின் அலுவலகத்தின் முன்னர் வண்டியை நிறுத்தி பணத்தைக் கொடுத்து பயணத்திற்கான சீட்டைப் பெற்றுக்கொண்டேன். இவ்வாறு திடீரென இந்தியாவை விட்டு வெளியேறுவது தான் எனக்குச் சாத்தியமானது என்று எண்ணிக் கொண்டேன்.

புழுதிபடிந்த குடிசை வீடுகளையும் தூசிபடிந்த கடைகளையும் ஆடம்பரமான மாளிகைகளையும் மற்றும் நேர்த்தியாகத் தோற்றமளிக்கும் அலுவலகக் கட்டிடங்களைக் கொண்ட மும்பை நகரக் காட்சிகளைத் தவிர்த்து நான் தங்கியிருந்த விடுதியின் அறைக்குள் பிரவேசித்தேன். உற்சாகமற்ற, சோகமான நினைவுகளை என் மனம் அசை போடத் துவங்கியது.

மாலை நேரமாக, ருசியும், மணமும்மிக்கதொரு உணவைப் பணியாளன் என் முன்னே வைத்தும் எனக்கு வெறுப்பாக இருந்ததால், குளிர்பானங்களை அருந்தி விட்டு, டாக்சியில் ஏறி நகரத்திற்கு வந்தேன். பழமைமிகுந்த இந்தியாவிற்கு மேற்கின் பரிசான ஆடம்பரமானதொரு திரையரங்கத்தின் முன் நின்று சற்று நேரம் பளிச்சிடும் விளக்குகள் கொண்ட முன் வாயிலையும், கண்ணைப்பறிக்கும் வண்ணம் கொண்ட விளம்பரப்படங்களையும் சுவரொட்டிகளையும் பார்த்துக் கொண்டிருந்தேன்.

திரைப்படங்களில் விருப்பம் இருந்ததால், இவை என்னை வரவேற்பது போலத் தோன்றின. உலகில் வேறெங்கிலுமே காணாத அளவிற்கு ஒரு ரூபாய்க்கு ஒரு திரையரங்கத்தில் அனுமதிச்சீட்டு பெறமுடியும் என்பது வியக்கவைத்தது. மேலும், இந்த அளவிற்கு நான் தாழ்ந்து விட்டேனா என்றும் எண்ணிக்கொண்டேன்.

உள்ளே சென்று அமர்ந்ததும், தவிர்க்க இயலாத அமெரிக்க வாழ்க்கையின் துணுக்குகள் சுருக்கமாக விவரிக்கப்பட்டு, வெண்திரையில் நிழற்படமாய் விரிவதைப் பார்த்தேன். மீண்டும் அதே பழைய கதை மூடத்தனமான மனைவி, நம்பிக்கையற்ற கணவன், இருவரும் ஆடம்பரமான வீடுகளில் உலவுவதைப் போலச் சித்தரிக்கப்பட்டிருந்தது. இதில் கவனத்தைச் செலுத்த முற்பட்டும் மிகவும் சலிப்பாகத் தோன்றியதால், இயலவில்லை. திடீரென எனக்குத் திரைப்படங்களின் மீதான தீவிரமான ஆவல் குறைந்துவிட்டது போலத் தோன்றியது. மனிதனின் அன்பு, இரக்கம், சோகம், நகைச்சுவை போன்ற உணர்வுகளின் கதை எனது மனதில் எவ்வித பாதிப்பையும் ஏற்படுத்தும் சக்தியை இழந்து விட்ட அதிசயத்தை எண்ணி வியந்தேன்.

காட்சியின் இடைப்பகுதியில் நிகழ்ச்சி முற்றிலுமாக நம்பத்தகாத நிலையை எட்டியது. எனது கவனம் சிதறிட, எனது எண்ணங்கள் எனது விநோதமான தேடலை நாடிச் சென்றன. இறைவன் இன்றியே நான் ஒரு யாத்ரிகனாக ஆகிவிட்டதாகவும், மனம் அமைதிபெற ஒவ்வொரு கிராமம் மற்றும் ஒவ்வொரு நகரத்திலும் இடத்தை நாடித் திரிந்தலைந்து எதுவும் கிட்டாத ஒருவனாகிவிட்டேன் என்பதைத் திடீரென உணர்ந்து கொண்டேன். எனது நாட்டிலும், காலத்திலும் காண இயலாத அளவிற்குச்சிந்தனையின் நேர்ப்பாதையை வகுக்கவல்ல மெய்ஞ்ஞானப் பேறுபெற்ற உன்னதமான ஒருவரது பாரம் பரியத்தில் தோன்றிய, வசீகரச்சக்தி உடையவர்களாக இருப்பவர்களை எத்தனை மனிதர்களின் முகங்களில் தேடியுள்ளேன்? எனக்குத் திருப்தியளிக்கக் கூடிய பூடகமான பதிலைப் பிரதிபலிக்கக் கூடிய ஒளிவீசும் கண்களை எத்தனை நபர்களின் பார்வையில் தேடியுள்ளேன்!

இதன் பின்னர் திடீரென எனது மூளையில் விநோதமான இறுக்கம் எழுந்தது. என்னைச் சுற்றியிருக்கும் சூழல் மின் அதிர்வுகளால் தாக்கப்பட்டதைப் போலத் தோன்றியது. எனக்குள்ளாக ஏதோவொரு மனவியல் ரீதியான மாற்றம் நிகழ்வதை என்னால் தெளிவாக உணர முடிந்தது. திடீரென மனதின் குரல் ஒலித்து, என் கவனத்தை ஈர்க்க, அது என்னை இகழ்ந்து பேசுவதைக் கேட்டு நான் திகைப்படைந்தேன்.

"வாழ்க்கையே, தொட்டில் முதல் கல்லறை வரையிலான நிகழ்வுகளைச் சித்தரிக்கும் ஒரு திரைப்படம் தான். கடந்து போன காட்சிக்ளை எங்கே உன்னால் அவற்றை நிறுத்தி வைக்க முடியும்? வரப்போகின்றவை எங்கே அவற்றை உன்னால் பிடித்து விட முடியும்? சாசுவதமான, அழிவற்ற, மெய்ப்பொருளைக் கண்டு கொள்ள முயற்சிப்பதை விட்டு, அகண்டமாயைக்குள்ளிருக்கும் முற்றிலும் கற்பனையாக இருக்கக்கூடிய மாயையை, சாதாரண நிலையை விட மிகவும் மோசமாக இருக்கக்கூடிய ஒன்றில் உனது நேரத்தை வீணடித்துக் கொண்டிருக்கிறாய்."

இதன்பிறகு மானுடக் காதல், சோகம் இவற்றைச் சுற்றிச் சுழலப்பட்ட படத்தின் மீதான ஆர்வத்தை முற்றிலும் இழந்தேன்.

இதற்கும் மேலாக, எனது இருக்கையில் அமர்ந்திருப்பது பாசாங்கு போலாகும் என்பதால், திரையரங்கத்தை விட்டு வெளியேறினேன்.

கிழக்கு நாட்டவரின் வாழ்க்கையில் நெருக்கமாக இயைந்திருக்கும், தேனிறைக்கும் தண்ணிலவின் குளிரொளியில் நனைந்தவாறே வீதியில் உலாவினேன். தெருமுனையில் ஒரு பிச்சைக்காரன் ஏதோ புரியாத மொழியில் பேச, நான் அவனது முகத்தை வெறித்துப் பார்த்தேன். அவன் நோயால் பயங்கரமாகத் தாக்கப்பட்டு, விகாரமாகத் தோற்றமளித்தான். வற்றிப்போன உடலுடன் எலும்பும் தோலுமாகக் காட்சியளித்த அவன் மீது இரக்கப்பட்டு என்னிடம் இருந்த சில்லறைக் காசுகள் அனைத்தையும் அவனது கைகளில் திணித்தேன். வாழ்க்கையில் முதல் முறையாக வெறுப்புக்குப் பதில் கழிவிரக்கம் உணரப்பட்டது!

பின்னர் கடற்கரையை நோக்கி நடைபயின்றேன். இங்கு தான் பலதரப்பட்ட கலவையான மானுடக் கூட்டத்திலிருந்து விடுபட்டு தொந்தரவின்றி அமைதியாக இருக்கலாம். நகரத்திற்குக் கூடாரமிட்டது போல் அழகுடன் மிளிரும் விண்மீன்களை வெறித்து நோக்கியவாறு, நான் ஒரு எதிர்பாராத இக்கட்டான நிலைக்குத் தள்ளப்பட்டு விட்டேன் என்பதை உணர்ந்தேன்.

☯ ☯ ☯

இன்னும் சில நாட்களில் எனது கப்பல் பச்சையும், நீலமும் கலந்த அரபிக் கடலில் நீந்தியவாறு ஐரோப்பாவை நோக்கிச் செல்லும். கப்பலில் ஏறிவிட்டால் அதன் பிறகு தத்துவத்திற்கு விடை கொடுத்துவிட்டு, எனது கிழக்கத்திய தேடலை மறந்து, கடலுக்குள் வீசியெறிந்து விடுவேன். இனி, எனது பொன்னான காலம், எண்ணம், சக்தி, பணம் அனைத்தையும் போலியான ஆசான்களின் தேடுதலுக்கான பணியில் அர்ப்பணிக்க மாட்டேன்.

ஆனாலும், தப்பிக்க முடியாத உள்மனக்குரல் என்னை இடையறாது இம்சித்துக் கொண்டேயிருந்தது.

''மூடனே!'' என்று என்னை இகழ்ந்துரைத்து விட்டுத் தொடர்கிறது. ''பல ஆண்டுகளின் புலன்விசாரணை மற்றும் ஆர்வத்தின் வெறுமையான விளைவு இதுதானா! பிறமனிதர்களைப் போலவே உத்வேகத்திலும், தீவிரமான அகந்தையிலும் உனது

உயரிய உணர்வுகளை மூழ்கச் செய்து கற்றது அனைத்தையும் மறந்து விடத்தான் போகிறாயா? ஆனால் கவனத்துடன் இரு! வாழ்க்கையின் பயிற்சியை நீ அரிதான ஆசான்களிடம் பெற்றுள்ளாய், நிறைவுறாத சிந்தனை போலித்தோற்றத்தையே நிலைபெறவிடாது துகிலுரித்துவிட்டது, இடையறாத செயல்பாடு தனது சாட்டையால் அடித்து உன்னைத் துன்புறுத்தியுள்ளது மற்றும் ஆன்மீகத் தனிமை உன்னை உனது ஆன்மாவை ஒதுக்கி வைத்துள்ளது. இதுபோன்ற இயற்றப்பட்ட ஒப்பந்தத்தின் விளைவுகளிலிருந்து உன்னால் தப்பிக்க முடியும் என்று கருதுகிறாயா? அல்ல, இயலாது! ஏனெனில் அது உன் கால்களைக் கண்ணுக்குப் புலனாகாத சங்கிலியால் பூட்டியுள்ளது!''

எனது மனநிலை மாறிக்கொண்டிருக்க, கிழக்கத்திய வானை நிரப்பி நிற்கும் விண்மீன் கூட்டத்தை மீண்டும் வெறித்து நோக்கினேன். தோல்வியைத் தழுவும் எனது இயலாமையைக் காரணம் காட்டி, அந்தக் கொடிய இரக்கமற்ற அமானுஷ்யமான குரலிடமிருந்து என்னைத் தற்காத்துக் கொள்ள முயன்றேன்.

குரல் பதிலளித்தது.

''நீ இந்தியாவில் சந்தித்த நபர்களில் எவருமே நீ நாடி வந்த ஆசானாக இருக்க முடியாதா?''

நெடிய வரிசையில், முகங்கள் என் மனக்கண்ணின் முன்னர் விரிந்தன-உணர்ச்சிவசப்படும் வடக்கத்திய முகங்கள், சாதுவான தென்னவர்கள், அச்சத்துடனும், மனவெழுச்சியுடனும் திகழும் கிழக்கத்திய முகங்கள், மேற்குப்பகுதியின் மராத்திய முகங்கள், நட்புணர்வு மிக்க முகங்கள், முட்டாள்தனமான முகங்கள் அறிவும், பண்பும் மிக்க முகங்கள், ஆபத்தான முகங்கள், தீய முகங்கள் மற்றும் புரிந்துகொள்ள முடியாத முகங்கள்.

ஒரே ஒருமுகம் மட்டும் தன்னை இந்த அணிவகுப்பிலிருந்து விலக்கி, இடையறாது என் முன்னே வட்டமடித்திட அந்த முகத்தின் கண்கள் என் கண்களை ஊடுருவிப் பார்த்தன. தனது வாழ்நாள் முழுவதையுமே தென்னாட்டில் உள்ள அருணாசலத்தில் (ஆன்மீக ஒளியின் அழகுமலை) கழித்த, எளிதில் புரிந்து கொள்ள இயலாத முகபாவத்துடன், அமைதி தவழும் மகரிஷியின் வதனம் அது. நான் அவரை ஒருபோதும்

மறந்ததேயில்லை. உண்மையில், எனது வாழ்க்கைப் பாதையின் சில தருணங்களில் அவ்வப்போது மகரிஷியைப் பற்றிய நினைவு என்னுள் எழும்பியதுண்டு. ஆனால் எனது திடீர் அனுபவங்களும், மாறி மாறிச் சுழலும் முகத்தோற்றம் மற்றும் நிகழ்வுகளும் எனது தேடலில் ஏற்பட்ட திடீர் மாறுதல்களும், அவருடன் நான் தங்கியிருந்த மிகக் குறுகிய காலத்துப் பதிப்புகளை மறைத்து விட்டது.

இருப்பினும், இருண்டவானில் தனது பிரகாசமான ஒளியுடன் திகழ்ந்து, ஒரு விண்மீனைப் போல் எனது வாழ்க்கையில் ஜொலித்துள்ளார் என்பதை இப்போது உணர்கிறேன். மேலும் எனது உள்மனக் கேள்வியாளருக்குப் பதிலுரைக்க கிழக்கு அல்லது மேற்கு எங்குமே இவரைப் போன்று எனக்குள் தாக்கத்தை உருவாக்கிய மனிதர் வேறு எவரையும் நான் சந்தித்ததில்லை. என்பதை நான் ஏற்றுக்கொள்ளத்தான் வேண்டும். ஆனால் அவர் நான் அவரது சீடனாக ஆகிவிடுவேனா, இல்லையா என்பதில் அவர் அக்கறை கொள்ளவுமில்லை, மிகவும் அலட்சியமான மனப்போக்குடன், விலகியும் நின்றார்.

மௌனமாக இருந்த என் உள்மனக்குரல் என்னை இன்னும் தீவிரமாகப் பீடித்தது.

"அவர் அசிரத்தையாக இருந்ததாக எப்படிக் கூற முடியும்? நீ அதிக நாட்கள் தங்காமல், அவசரமாகக் கிளம்பிவிட்டாயே."

"ஆம்" தானாக வலிய மேற்கொண்ட ஒரு பணிக்காக நான் கிளம்ப வேண்டியதாயிற்று. என்னால் வேறு என்ன செய்ய முடியும்?"

"இப்போது ஒன்று செய்யலாம். மீண்டும் அவரை நாடிச்செல்!"

"என்னால் இதை எப்படி வலுக்கட்டாயமாக ஏற்க முடியும்?"

"இத்தேடலில் பெறும் வெற்றியை விட உனது பிரத்தியேகமான உணர்வுகள் அத்துணை முக்கியத்துவம் வாய்ந்தவையில்லை. மகரிஷியிடம் திரும்பிச் செல்."

"அவர் இந்தியாவின் மற்றுமோர் எல்லையில் உள்ளார். நான் மிகவும் களைப்புற்றிருப்பதால் என்னால் தற்போது, மீண்டும் பயணத்தை ஏற்க முடியாது."

''அதனால் என்ன? உனக்கு ஒரு ஆசான் வேண்டுமானால் அதற்கான விலையை நீ கொடுத்துத்தானாக வேண்டும்.''

''நான் மிகவும் சோர்வடைந்த நிலையில் இருப்பதால் எதையும் விரும்பி ஏற்கும் மனநிலையில் நான் இல்லை. எனக்கு ஒரு ஆசான் வேண்டுமா என்பதே எனக்கு உறுதியாகத் தெளிவாக வில்லை. எவ்வாறாயினும், நான் கப்பலில் பயணிக்க ஏற்பாடுகள் செய்து விட்டேன். இன்னும் மூன்று நாட்களில் நான் செல்லத் தயாராக இருப்பதால், பயணத்தில் மாற்றம் செய்வதற்கான காலம் கடந்து விட்டது'' என்றேன்.

அமானுஷ்ய ஒலி என்னை ஏளனம் செய்தது.

''என்ன, காலம் கடந்து விட்டதா? உனது சீரிய உணர்வுகளுக்கு என்னாயிற்று? இதுவரையிலும் நீ சந்தித்த நபர்களிலேயே அற்புதமான உன்னதமான மனிதராக மகரிஷியை மதிப்பதாகக் கூறுகிறாய். ஆனால் அவரைப்பற்றி அறிய முயற்சி செய்யும் முன்னரே, அவரைவிட்டு விலகி ஓடத் தயாராக இருக்கிறாய். திரும்பிச் செல், அவரிடம்!''

''உனது திட்டங்களை மீண்டும் மாற்றிக்கொள். நீ மகரிஷியிடம் கண்டிப்பாகத் திரும்பிச் செல்ல வேண்டும்.''

அதன்பிறகு எனது உள்ளார்ந்த ஆழத்திலிருந்து ஏதோ இனம் புரியாததொரு உணர்வு, அலைபோல் மேலெழும்பி, தெளிவாக விவரிக்க இயலாத அக்குரலின் ஆணைக்குக் கட்டுப்படுமாறு கேட்டுக்கொண்டது. இந்த உணர்வு என்னை மிகவும் வலிமையாக ஆட்கொண்டதால், விவேகமான எனது எதிர்ப்புகளையும், நலிவுற்ற எனது உடல் நிலையையும் அது அடக்கியாண்டது. நான் அதன் கைகளில் தவழும் குழவிபோலாகினேன். நான் மகரிஷியிடம் திரும்பிச் செல்ல வேண்டும் என்று பணிக்கும் அனைத்து மிகையான சக்திகளினூடே, தவிர்க்க இயலாத மகரிஷியின் தீட்சண்யமான பெருவலி வாய்ந்த அவரது அருட்பார்வை எனக்கு அழைப்பு விடுத்ததை என்னால் தவிர்க்க இயலவில்லை.

இப்போது நான் எதுவும் செய்யமுடியாத நிலையில், இயக்க மற்றுப் போனதால், உள்ளிருப்பின் ஒலியுடன் மேற்கொண்டு

விவாதம் செய்வதை விடுத்தேன். நான் உடனடியாகப் பயணித்து மகரிஷியைத் தஞ்சம் புகுந்து, அவர் என்னை ஏற்றுக்கொண்டால், அவரது சீடனாகி என்னை அவரிடம் முழுமையாக ஒப்படைத்து விடுவேன். மாட்சிமை பொருந்திய அவரது பேராற்றலை நான் உபயோகித்துக் கொள்வேன். எனது பாதைக்கான வழித்தடம் அமைக்கப்பட்டுவிட்டது. இனம்புரியாதவொன்று என்னை வெற்றி கண்டுவிட்டது. ஆனால் இன்னமும் அது எனக்குத் தெளிவுபடவில்லை.

விடுதிக்குத் திரும்பி, முகம்திருத்தி மிதமான சூட்டில் ஒரு கப் தேநீர் அருந்தினேன். அதைப் பருகிய பின் நான் ஒரு மாற்றம் கொண்ட மனிதனாகினேன். இத்தனை காலமும் என் தோளில் நான் சுமந்து கொண்டிருந்த இருண்ட எனது துர்ப்பாக்கியமும், ஐயப்பாடும் என்னை விட்டு விலகி, எனது மனச்சுமை குறைந்தது போலிருந்தது.

மறுநாள் காலைச்சிற்றுண்டிக்காக நான் கீழே வந்த போது, மீண்டும் மும்பை வந்ததிலிருந்து இப்போது தான் நான் மகிழ்ச்சியுடன் இருப்பதைப் புரிந்து கொண்டேன். விடுதிச் சிப்பந்தியாக இருந்த சீருடையணிந்த ஒரு சீக்கியனைப் பார்த்துப் புன்னகைக்க, அவனும் புன்னகையுடன் காலை வணக்கத்தைத் தெரிவித்தான். அதன்பின்.

“உங்களுக்கு ஒரு கடிதம், ஐயா!” என்று ஒரு கவரை நீட்டினான்.

நான் கவரைப் பார்த்தேன். இருமுறை விலாசம் மாற்றி எழுதப்பட்டு என்னைத் தொடர்ந்து பல இடங்களுக்கு அனுப்பப்பட்டுள்ளது. எனது இருக்கையில் அமர்ந்து கவரைப் பிரித்தேன்.

என்னை ஆச்சரியத்திலும் ஆனந்தத்திலும் சிறகடித்துப் பறக்கச் செய்தது. அக்கடிதம் அருணாசலம் ஆன்மீக ஒளியின் அழகு மலை ஆசிரமத்திலிருந்து வந்திருந்தது. கடிதத்தை எழுதியவர் மிகவும் பிரபலமானவர். சென்னை சட்ட சபையின் அங்கத்தினராக இருந்தவர். தனது இல்லத்தில் நிகழ்ந்த ஒரு பேரிழப்பால் மனம் நொந்து உலகவாழ்வைத் துறந்து, மகரிஷியின் சீடனாகி, அவ்வப்போது அவரைத் தரிசிக்க வருவார். நான் அவரை

ஆசிரமத்தில் சந்தித்து, அவரோடு ஒரு குறிக்கோளின்றி உரையாடியுள்ளேன்.

கடிதம் முழுவதும் ஊக்குவிக்கக்கூடிய விஷயங்கள் நிறைந்திருக்க, நான் விரும்பினால் ஆசிரமத்திற்கு மீண்டும் வருகை தரலாம் என்று குறிப்பிடப்பட்டிருந்தது. நான் அதைப் படித்து முடிக்கும்போது, பிறவற்றை அடையாளமின்றி நீக்கி விடுவதைப் போல ஒரு வாக்கியம் தீச்சுடர் போலப் பிரகாசித்து, ஆர்வ மூட்டியது.

''மெய்ஞ்ஞானம் மிக்கதொரு உண்மையான ஆசானைச் சந்திக்கும் நல்ல பாக்கியத்தைப் பெற்றுள்ளீர்கள்'' என்று எழுதப்பட்டிருந்தது.

மகரிஷியிடம் திரும்பிச் செல்லவேண்டும் என்று எனக்கு உதயமாகியுள்ள புதிய தீர்மானத்திற்கு ஆதரவான நல்ல சகுனமாக இந்தக் கடிதத்தைக் கருதினேன். காலை உணவிற்குப் பின்னர் கப்பல் துறைமுக அலுவலகம் சென்று நான் பயணம் செய்யவில்லை என்று தெரிவித்து விட்டேன்.

உடனடியாகவே, காலம் கடத்தாமல் மும்பைக்கு விடை கூறிவிட்டு எனது புதியதிட்டத்தைச் செயல்படுத்தினேன். தக்கண பீடபூமியின் தட்டையான, நிறமற்ற நிலப்பரப்பில் பல நூறு மைல்கள் கடந்தேன். ஆங்காங்கே, தென்பட்ட மூங்கில் மரங்களைத் தவிர வேறு பசுமையைக் காண இயலவில்லை. புகைவண்டி எனது மனோவேகத்திற்கு ஈடுகொடுக்காமல் ஊர்ந்து செல்வது போலத்தோன்றியது. எனக்கோ மகத்தானதொரு நிகழ்வின் தருணத்தை ஆன்மீகப் பேரொளி மெய்ஞ்ஞானப் பேறு மற்றும் நான் இதுவரையிலும் சந்தித்திராத மகத்தான, மாட்சிமை மிக்க பூடகமான ஒரு நபரைச் சந்திக்க விரைந்து செல்வதாக உணர்ந்தேன். ஏனெனில், இரயில் பெட்டியின் திரையிடப்பட்ட சன்னல் வழியே வெளியே காணும்போது, ஒரு ரிஷியை ஆன்மீக மெய்ஞானியைக் கண்டு கொள்ளவேண்டும் என்னும் உறங்கிக் கிடந்த ஆவல் மீண்டும் விழித்தெழுந்தது.

இரண்டாவது நாள் ஆயிரம் மைல்களைக் கடந்த பிறகு, அமைதிப் பூங்காவான தென்னாட்டின் நிலப்பரப்பிற்குள் நுழைந்து, செம்மலைகளையும் கண்ணுற்றதில் எனக்கு

விநோதமான ஆனந்தம் தாண்டவமாடியது. வெப்பமண்டலத்தின் சமவெளிப்பகுதியைத் தாண்டியவுடன் மதராசின் சதுப்பான நீராவி போன்ற வெப்பம் எங்களை வரவேற்றது. அப்படியானால் நான் எனது பிரயாணத்தின் முக்கியமான பகுதியைச் சமாளித்து, வெற்றிகண்டு விட்டேன்.

தென்னிந்திய மராத்தியக்கம்பெனி, இரயில் நிலையத்திலிருந்து தெற்கு இரயில்வேக்கு மாறிச் செல்ல வேண்டியிருந்தது. புகைவண்டி கிளம்புவதற்கு முன்பாக எனக்குச் சற்று நேரம் கிட்டியதால் அத்தியாவசியமான சில பொருட்களை வாங்கிச் சேகரித்துக்கொண்டு என்னைத் தென்னிந்திய ஆன்மீகத் தலைவர் ஜகத்குரு ஸ்ரீசங்கரருக்கு அறிமுகம் செய்து வைத்த இந்திய எழுத்தாளருடன் அவசரமாகப் பேசினேன்.

அன்புடன் என்னை வாழ்த்திய அவரிடம் நான் மகரிஷியைக் காணச் செல்வதாகத் தெரிவித்தவுடன், எழுத்தாளர் மகிழ்ச்சியுடன், ''எனக்கு வியப்பேயில்லை! இதைத்தான் நான் எதிர்பார்த்தேன்.''

ஆனால், அதிர்ச்சியுற்று அவரிடம்,

''ஏன் இப்படிச் சொல்கிறீர்கள்?'' என்று கேட்டேன்.

சிரித்துக்கொண்டே ''நண்பரே! செங்கல்பட்டு நகரத்தில் ஜகத்குரு அவர்களிடமிருந்து விடைபெற்ற சம்பவம் உங்களுக்கு நினைவில்லையா? நாம் விடைபெறுவதற்குச் சற்று முன்பாக முன்னறையில் அவர் என்னிடம் தாழ்வான தொனியில் ஒன்றை உரைக்கவில்லையா?'' என்றார்.

''ஆம், நீங்கள் நினைவுறுத்திய பின்னர் எனக்கும் ஞாபகம் வருகிறது'' என்றேன்.

''ஜகத்குரு அவர்கள் என்னிடம் சொன்னது இதுவே. ''உனது நண்பன் இந்தியா முழுவதும் பயணம் மேற்கொள்வார். அவர் பலயோகிகளைச் சந்தித்து, பல ஆசான்களது உரைகளைச் செவிமடுப்பார். ஆனால், இறுதியில் அவர் மகரிஷியிடம்தான் சரண் புகுவார். ஏனெனில் மகரிஷிதான் அவருக்கேற்ற உகந்த ஆசான்.''

இந்த வார்த்தைகள் என்னுள் வலுவான தாக்கத்தை உருவாக்கின. இவை ஜகத்குரு பரமாச்சாரியார் ஸ்ரீசங்கரர்

அவர்களின் தீர்க்கதரிசனச் சக்தியை வெளிப்படுத்துவதோடு மட்டுமின்றி, நான் சரியான பாதையில் செல்வதையும் உறுதிப்படுத்தியது.

விதி என் மீது சுமத்தியுள்ள வீண் அலைச்சல்தான் எத்துணை விந்தையானது!

அத்தியாயம் பதினாறு

வனாசிரமத்தில்

நமது வாழ்நாளில் பொன்னெழுத்தில் பொறிக்கப்பட வேண்டிய சில நினைவில் நீங்காத் தருணங்கள் நமது கால அட்டவணையை அலங்கரிக்கின்றன. மகரிஷியின் அறைக்குள் செல்லும்போது, அப்படிப்பட்டதொரு பொன்னான தருணம் எனக்கு வாய்த்தது.

அவர் வழக்கம் போல், அவரது சயன இருக்கையில், புலித்தோலினால் ஆன விரிப்பின் மீது அமர்ந்திருந்தார். அவரது அருகிலிருந்த மேசை மீது ஊதுபத்திகள் எரிந்து கொண்டிருக்க, அதன் நறுமணம் அறையை நிறைத்தது. நான் அவரை முதலில் சந்தித்த போது இருந்தாற்போல், மனிதர்களிடமிருந்து ஒதுங்கித் தனிமையில் மோனநிலையில், ஆன்மீகத்தில் உறைந்தவராக இன்று காணப்படவில்லை. உலக நோக்குடன் கண்களை அகலவிரித்து, நான் வணங்கியவுடன், என்னைப் புரிந்து கொண்டது போலப் பார்த்து, புன்முறுவலுடன் அன்போடு என்னை வரவேற்றார்.

தமது ஆசானிடமிருந்து சற்று கண்ணியமான அளவு தொலைவில் சில சீடர்கள் அமர்ந்திருந்தனர், அவ்வாறு இல்லாவிடில் அறையே வெறுமையாகத் தெரியும். ஒருவர், அருகில் அமர்ந்து ஃபங்கா விசிறியை இழுத்துக் கொண்டிருந்தார்.

நான் ஒரு சீடனாக இடம் பெற வேண்டும் என்றும் மகரிஷி என்னை அங்கீகரித்துத் தனது முடிவைத் தெரிவிக்கும் வரையிலும் என் மனம் அமைதி பெறாது என்பதும் என் உள்மனதிற்குள் தெளிவானது. என்னை மும்பையிலிருந்து அவசரமாக வெளியேறச் செய்து இங்கு அனுப்பி வைத்த பரிபூரணத்துவம் நிறைந்த கட்டளை, அசாதாரணமான, தெய்வீக எல்லையிலிருந்து உறுதியான, அதிகார பூர்வமான ஆணையாக இருந்ததால் நான் ஏற்றுக் கொள்ளப்படுவேன் என்னும் பெருத்த நம்பிக்கையோடு இருந்தேன் என்பது மெய்யே. தொடக்க நிலையிலான விவரங்களை சுருக்கமாக எடுத்துரைத்த பின்னர், எனது விண்ணப்பத்தை, பிரார்த்தனையை மகரிஷியிடம் வெளிப்படையாகத் தெரிவித்தேன்.

அவர் என்னைப் பார்த்து சிரித்துக் கொண்டே இருந்தாரே தவிர எதுவுமே சொல்லவில்லை.

சற்றே வலியுறுத்தும் வகையில் நான் எனது கேள்வியை மீண்டும் அவர் முன் வைத்தேன்.

சிறிது நேர மௌனத்திற்குப் பிறகு, மொழிபெயர்ப்பாளரது உதவியை நாடாது, தானே ஆங்கிலத்தில் என்னோடு நேரிடையாக உரையாடினார்.

“ஆசான், சீடன் என்னும் இந்த விவாதம் எதற்கு? ஒரு சீடனது நிலையிலிருந்து மட்டுமே இந்த வேறுபாடுகள் நிலைப்பட்டுள்ளன. மெய்ப்பொருளை, மெய்யான சுயத்தை உணர்ந்து விட்டவனுக்கு ஆசான் என்பதுமில்லை. சீடனுமில்லை. இந்நிலையை எட்டிய ஒருவர் அனைத்து மக்களையும் சமநோக்குடன் காண்பார்.”

தொடக்கத்திலேயே மறுதலிக்கப்பட்டதை ஒருவாறு புரிந்து கொண்டாலும் வேறு வழிகளில் எனது வேண்டுகோளை முன்வைத்தும் மகரிஷி அதற்கு இணங்கவில்லை. இறுதியாக, அவர், நீ உனக்குள், உனது அகத்திலுள்ள, உனது சுயத்தின் ஆசானை நீ கண்டு கொள்ள வேண்டும். உனது ஆசான் தனது

உடலை மதிப்பது போலவே, நீயும் அவரது உடலைப் போற்றிடவேண்டும்; அவரது உடல் அவரது மெய்யான சுயம் அல்ல, என்று கூறினார்.

மகரிஷி எனக்கு நேரிடையாக சாதகமான ஒரு பதிலைக் கூறமாட்டார் என்றும், நான் விரும்பும் பதிலையும், இவர் சூசகமாகக் குறிப்பிடும் நுட்பமான, தெளிவற்ற, மறைவான முறையிலிருந்துதான் தெளிவுபடுத்திக் கொள்ள வேண்டும் என்பதும் எனது அகத்தினுள் ஒலித்துக் கொண்டிருந்தது. இந்த எண்ணத்தில் மேற்கூறிய விஷயத்தை விட்டு எனது வருகைக்கான லோகாயதமான காரணங்களைப் பற்றிய சம்பாஷணையில் ஈடுபட்டோம்.

நீட்டிக்கப்படவுள்ள எனது தங்கலுக்கான ஏற்பாடுகளைச் செய்வதில் பகல் பொழுதைக் கழித்தேன்.

☯ ☯ ☯

தொடர்ந்த வாரம் எனது வாழ்க்கை விநோதமான, அபூர்வமான, எதிர்பாராத நிகழ்வுகளில் என்னை மூழ்கச் செய்தது. பகல் நேரங்களை மகரிஷியின் கூடத்தில் கழித்த எனக்கு, அவரது மெய்ஞானத்தின் சில சிதறல்களைப் புரிந்து கொள்ளவும், எனது தேடலுக்கான மங்கலான குறிப்புகளைப் பெறவும் வாய்ப்புக் கிட்டியது; எனது இரவுகள் வழக்கம் போல உறக்கமற்று, கட்டாந் தரையில் விரிப்பில் படுத்தவாறு, ஒரு ஓலைக்குடிலில் கழிந்தன.

இச்சிறு, எளிய எனது தங்குமிடம், வனாசிரமத்தில் இருந்து ஏறத்தாழ முன்னூறு அடிகள் தொலைவில் இருந்தது. மண்ணால் பூசப்பட்ட சுவரும், பருவமழையிலிருந்து பாதுகாக்கும் அளவிற்கு வேயப்பட்ட கூரையும் உடையதாக இருந்தது. ஏறத்தாழ, காட்டுப் பகுதியின் வரம்பிலிருந்த எனது குடிலைச் சுற்றியிருந்த நிலம், பயிரிடப்படாத நிலமாகப் புதராக இருந்தது. கரடு - முரடான பாறை நிலம் இயற்கையின் கரம்பு நிலம் காட்டுப்பகுதியின் அழகையும், கம்பீரத்தையும் வெளிப்படுத்தியது. ஊசியைப் போன்ற, கூர்மையான முனைகளைக் கொண்ட முட்செடிகளும் கள்ளிச் செடிகளும் இங்கும். அங்குமாகச் சிதறிக் கிடந்தன. இதைத் தாண்டிய காட்டுப் பகுதியில் குட்டையான மரங்களும், புதர்களும் மண்டிக்கிடக்க, வடக்குப் பகுதியில் செந்நிற வண்ணம்

கொண்ட மணற்பாங்குடன், உலோகவர்ணம் கொண்ட பாறைகளினால் ஆன பிரம்மாண்டமான மலை வானோங்கி நின்றது. தென்புறம் நீண்டதொரு தெள்ளிய நீரோடை சலசலத்துக் கொண்டிருக்க, அதன் கரையில் தென்படும் வரிசையான மரங்களின் மீது பழுப்பு மற்றும் கருநிறக் குரங்குகள் தொங்கிக் கொண்டிருந்தன.

ஒவ்வொரு நாளும் முந்தைய நாளின் நகலாக இருந்தது. நான் அதிகாலையில் விழித்தெழுந்து, காட்டுப் பகுதியில் பகலவன் உதயமாகும் எழில்மிகு காட்சியைக் காண்பேன். அடுத்து, நீரோடையில் குதித்து, நீருக்குள் ஊர்ந்து மறைந்து செல்லும் பாம்புகளை விலக்கிட, இயன்றவரையில் சத்தம் எழுப்பிக் கொண்டே நீராடுவேன். அதன் பின்னர், சவரம் செய்து, ஆடையணிந்து, இங்கு கிடைக்கக் கூடிய ஒரே சௌகரியமான புத்துணர்வூட்டும் தேநீரை அருந்துவதே வழக்கம்.

ஐயா! தேநீர் தயாராக உள்ளது! என்று எனது சேவகன் ராஜு ஆங்கிலத்தில் குரல் கொடுத்தான். ஆங்கில மொழியே முற்றிலும் தெரியாதிருந்த அவன் தற்போது நான் அவ்வப்போது சொல்லிக் கொடுத்ததை வைத்து சிறிதளவு கற்றுக் கொண்டுள்ளான். ஒரு சிறந்த சேவகனான ராஜு, தனது மேல்நாட்டு முதலாளிக்குத் தேவையான வித்தியாசமான உணவையும், பொருட்களையும் தேடிச் சென்று வாங்கி வருவதில் சுறுசுறுப்பாக பல முறை நகர்ப்புறம் சென்று வருவான். மேலும், மகரிஷியின் கூடத்தில் தியானத்தில் அமர்ந்திருக்கும் போதும், ஏதேனும் பணிக்காக கட்டளையிடப்படுவானோ என்னும் எண்ணத்தில், அறைக்கு வெளியே அலைந்து கொண்டிருப்பான். ஆனால், ஒரு சமையற்காரனாக அவனால் மேற்கத்திய உணவைப் பக்குவமாகச் சமைக்க இயலவில்லை. சில கடினமான அனுபவங்களுக்குப் பிறகு, சமையல் ஏற்பாட்டில் மாற்றம் செய்து, ஒரு நாளைக்கு ஒரே ஒரு முறை மட்டுமே திட உணவு உட்கொள்ளத் தீர்மானித்தேன். அதற்குப் பதிலாக மூன்று வேளை தேநீர் அருந்தி சக்தியும், மனமகிழ்வும் பெற்றேன். நான் தேநீர் அருந்தும்போது, நான் இந்தப் பானத்திற்கு அடிமைப்பட்டுவிட்டதை ராஜு வியந்து பார்த்துக் கொண்டிருந்தான். பளீரென அடிக்கும் சூரிய ஒளியில் அவன் உடல் மெருகூட்டப்பட்ட கருங்காலி மரம் போல்

தகதகவென மின்னியது. இந்தியாவின் ஆதிவாசிகளான, திராவிடர்களின் வம்சத்தைச் சேர்ந்தவன் தானே!

காலை நேர உணவிற்குப் பின், மூங்கில் வேலிக்குள் இருக்கும் அழகிய ரோஜாச் செடிகளைப் பார்த்தவாறும் அல்லது தொங்கும் ஓலைகளைக் கொண்ட, காய்கள் நிரம்பிய பனை மரத்தடியில் இளைப்பாறியும், மெதுவாக நடந்து ஆசிரமத்தை அடைவேன். சூரியன் முழுமையாக ஆக்கிரமிக்கும் முன்பு இளவெயிலில் பலவிதமான மலர்களின் அழகையும், மணத்தையும் அனுபவித்தவாறு ஆசிரமத்தில் நடை பயில்வது ஓர் அற்புதமான அனுபவம்.

அதன்பின்னர், கூடத்தில் நுழைந்து மகரிஷியை வணங்கிக் கால்களை மடித்துத் தரையில் அமர்ந்தேன். சிறிது நேரம் படித்து அல்லது எழுதிக் கொண்டிருந்து விட்டு அங்கிருக்கும் சிலருடன் உரையாடிக்கொண்டு, சில நேரங்களில் மகரிஷியிடமும் விவாதித்து விட்டுப்பின்னர் மகரிஷியால் உபதேசிக்கப்பட்ட வழிமுறைகளில் தியானத்தில் ஈடுபடுவேன். மாலை நேரங்கள், பொதுவாக தியானத்திற்கென்றே பிரத்தியேகமாக ஒதுக்கப்பட்டுள்ளன. ஆனால் நான் என்ன செய்து கொண்டிருந்தாலும், இந்த இடத்தின் பூடகமான சூழலைப் பற்றி உணர்ந்து கொள்ளவோ மற்றும் எனது மதியை ஊடுருவிச் செல்லும் அன்பான, அருட்பொழிவின் ஒளிக்கதிரின் தாக்கத்தைப் பற்றிய விழிப்புணர்வைப் பெற நான் தவறவில்லை. மகரிஷியின் அருகாமையில் சற்று நேரம் வெறுமே அமர்ந்திருந்தாலே சொல்லில் விவரிக்க இயலாத அமைதியை அனுபவிக்கிறேன். கருத்தான கூர்நோக்கு மற்றும் தொடர் பகுப்பாய்வின் மூலம் நான் சரியான தருணத்தில் பூரண உறுதிப்பாட்டைப் பெற்றதன் மூலம், நாங்கள் ஒருவரை யொருவர் நட்பில் நெருங்கும் போது, எங்களுக்கு இடையிலான பரஸ்பர வசீகரச் சக்தி மிகைப் படுகிறது. இந்த நுட்பமான

விஷயம் தவறாக எடுத்துக் கொள்ள இயலாததும் கூட. பதினோரு மணிக்கு நான் மதிய உணவிற்காகக் குடிலுக்கு வந்து, உணவு உண்டு, சிறிது நேர ஓய்விற்குப் பின்னர் மீண்டும் மகரிஷியின் கூடத்திற்குச் செல்வேன். பொதுவாகக் காலை நிகழ்வுகளே மீண்டும் திரும்பிச் செய்யப்படும் என்றாலும் சில சமயங்களில் தியானம் மற்றும் சம்பாஷணைகளில் ஈடுபடுவதற்குப் பதிலாக உட்பகுதியைச் சுற்றிப் பார்த்தும் அல்லது பிரம்மாண்டமான ஆலயத்தை இன்னும் ஆராய்ந்து பார்த்தும் பொழுதைக் கழிப்பேன்.

பகல் உணவிற்குப் பிறகு மகரிஷி அவ்வப்போது வந்து என்னைக் காணக் குடிலுக்குத் திடீரென வருகை தருவார். வாய்ப்பைப் பயன்படுத்தி நான் அவரைக் கேள்விகள் கேட்டுத் துளைத்தெடுப்பேன். அதற்கு மகரிஷியும் பொறுமையாக, இரத்தினச் சுருக்கமான, கருத்துத் தெளிவுமிக்க முற்றுப் பெறாத வாக்கியங்களில் பதிலளிப்பார். ஆனால், ஒருமுறை ஒரு புதிய பிரச்சினையைப் பிரஸ்தாபிக்கும்போது அவர் பதிலளிக்காது, மலை சூழ்ந்த, வனப்பகுதியை வெறித்து நோக்கியவாறு சலனமற்றிருந்தார். நிமிடங்கள் கடந்தன; ஆனால், அவர் கண்கள் குறிப்பிட்ட இடத்தில் நிலைத்திருக்க அவர் தொலைதூரத்தில் எதிலோ ஆழ்ந்திருந்தார். அவரது கவனம் தொலைதூரத்திலுள்ள, கண்ணுக்குப் புலப்படாத, அமானுஷ்யமான ஏதோவொன்றின் மீது படிந்துள்ளதா அல்லது உள்ளார்ந்த ஏதோ ஒன்றைப் பற்றிய சிந்தனையில் உள்ளதா என்பதை என்னால் பகுத்துணர முடியவில்லை. முதலில், அவர் நான் மொழிந்ததைச் செவிமடுக்க வில்லையோ என்று எண்ணினேன். ஆனால், தொடர்ந்து வந்த இறுக்கமான அமைதிச் சூழலுக்கு ஊறுவிளைக்க எனக்கு மனவிருப்பமும் இல்லை. மேலும், எனது பகுத்தறிவுவாத அறிவுக்குப் புறம்பான ஏதோவொரு புலப்படாத சக்தி என்னை வியப்பில் ஆழ்த்தி ஆட்கொண்டதால் என்னால் இடைமறிக்கவும் முடியவில்லை.

வியந்த மனநிலையிலேயே, எனது கேள்விகள் முடிவற்ற தன்மையை நோக்கிச் சென்று கொண்டிருப்பதையும், எனது சிந்தனைகளும் எல்லையில்லாது இருப்பதையும் நான் உணர்ந்து கொண்டேன். மேலும், எனக்குள்ளார்ந்த ஆழத்தில் எங்கோ ஒரு

மூலையில், எனது தேவைகளைப் பூர்த்தி செய்யவல்ல உறுதிப்பாடு இருப்பதையும்; கேள்விகள் எழுப்புவதைவிட்டு எனக்குள்ளிருக்கும் ஆன்ம - ரீதியான தன்மையின் அபரிமிதமான ஆற்றல்களைப் புரிந்து கொள்ள முயற்சிக்க வேண்டும் என்பதையும் புரிந்துணர்ந்தேன். ஆதலால், அமைதியாகக் காத்திருந்தேன்.

கிட்டத்தட்ட அரைமணிநேரம் மகரிஷியின் கண்கள் ஓரிடத்தில் நிலைகுத்தியிருக்க அசலமான நிலையில் இருந்தார். என்னை மறந்து விட்டது. போல் தோன்றினாலும், பூடகமான ஆற்றல் மிக்க சாந்தமான மனிதனிடமிருந்து பரவிடும் மன ரீதியான கதிர்வீச்சு தான் எனக்குள் பாய்ந்தோடி மாட்சிமை பொருந்திய உணர்வை என்னைப் பெறச் செய்தது என்பதைப் புரிந்து கொண்டு, அமைதியுடன் காத்திருந்தேன்.

மற்றுமோர் முறை அவரைக் காணச் சென்றபோது, நான் நம்பிக்கையற்ற மனநிலையில் இருந்தேன். தான் காட்டிய பாதையில் செல்லும் மனிதரின் அற்புதமான இலட்சியங்களும் மனவிருப்பங்களும் எளிதில் நிறைவேறுவதைப் பற்றி அவர் எனக்கு எடுத்துரைத்தார்.

''ஆனால், இப்பாதை மிகவும் கடினமாக உள்ளது. மேலும், எனது இயலாமையைப் பற்றி நான் நன்குணர்வேனே'' என்று மகரிஷியிடம் பணிவாக உரைத்தேன்.

இது நிச்சயமாக ஒருவரைத் தடை செய்து, பிரதி கூலத்தை உருவாக்கக் கூடிய வழியாகி விடும்' மேலும் தோல்வியின் பயமும், தோல்வியைப் பற்றிய சிந்தனையும் ஒருவரது மனதைச் சுமைதாங்கியாக ஆக்கி விடும், என்று அறிவுறுத்தினார்.

''இருப்பினும், அது உண்மையாக இருக்கும் போது...?'' என்று விடாது அதையே கூற முற்பட,

''அது உண்மையில்லை. மனிதன், தான் இயற்கையிலேயே பலவீனமானவன், தீயவன் என்று சிந்திப்பதுதான் மனிதன் செய்யும் பெருந்தவறு. ஒவ்வொரு மனிதனும் உண்மையிலேயே வலிமைபடைத்தவன், பரிசுத்தமானவன். உண்மையிலேயே பலவீனமாக, தீமை - வாய்ந்ததாக இருப்பது அவனது பழக்கங்களும், சிந்தனைகளும், ஆவல்களும் தானே தவிர,

அவன் இல்லை,'' என்றார் மகரிஷி அவரது வார்த்தைகள் உற்சாகமூட்டும் ஒரு மருந்தாகி எனக்குப் புத்துயிரூட்டி, என்னை ஊக்குவித்தது. ஆனால், இதுவே மகரிஷி அல்லாது வேறு மனிதரின் வாயிலாக இதைக் கேட்டிருந்தால், இத்துணை மதிப்புடன் ஏற்றுக் கொண்டிருக்க மாட்டேன், நிச்சயமாக மறுத்திருப்பேன். ஆனால் தனது தத்துவங்களை யூகத்தின் அடிப்படையில் போதிக்கும் போலியான தத்துவ ஞானிகளைப் போல் அல்லது, மகரிஷி தனது ஆழ்ந்த மெய்ஞான அனுபூதியினால், இவற்றைப் போதிக்கிறார் என்பதை எனக்குள் இருக்கும் ஒரு சக்தி உறுதிப்படுத்திக் கொண்டிருந்தது.

மற்றுமோர் சமயம் மேற்கைப் பற்றிய விவாதத்தில் ஈடுபட்டிருந்த போது, ''இது போன்ற காட்டுப் பகுதியில் வாசம் செய்யும் போது ஆன்ம - ரீதியான அமைதியைப் பெறுவது மிகவும் எளிது. இங்கு உங்களுக்கு ஊறு விளைவிக்கவோ அல்லது மனதைச் சலனப்படுத்தவோ எதுவுமில்லை'' என்று வாதிட்டேன்.

''இலக்கை அடைந்து விட்டபின்னர், எல்லாம் அறிந்தவனை அறிந்து கொண்ட பின்னர், காட்டில் ஏகாந்தமாக வாசம் செய்வதிலோ, லண்டனில் பெரியதொரு இல்லத்தில் இருப்பதோ எந்தவொரு வித்தியாசத்தையும் ஏற்படுத்தாது,'' என்றார்.

ஒருமுறை பொருளாதார முன்னேற்றத்தை நான் அலட்சியப் படுத்துவதற்காக நான் இந்தியர்களைக் குறை கூறியதை மகரிஷி வெளிப்படையாக ஏற்றுக் கொண்டதில் நான் வியப்படைந்தேன்.

''இது மெய்யே, நாங்கள் பின்தங்கியவர்கள்தான். எனினும், எங்களது தேவைகள் மிகக் குறைவே. எங்களது சமுதாயம் முன்னேற வேண்டியது தான். இருந்தாலும், உங்கள் மேலை நாட்டு மக்களைவிட குறைவான விஷயங்களைப் பெற்றுக் கூட மனத்திருப்தியுடன் இருக்கிறோம். ஆதலால், பின்தங்கியிருப் பதால் நாங்கள் மகிழ்ச்சியாக இல்லை என்பதாகாது,'' என்றுரைத்தார்.

☯ ☯ ☯

மகரிஷி இவ்வாறான விசித்திரமான சக்தி மற்றும் கண்ணோட்டத்தை எவ்வாறு அடைந்தார்? சிறிது, சிறிதாக,

அவரிடமிருந்தும், அவரது சீடர்களிடமிருந்தும், அவரது வாழ்க்கைச் சரிதையின் ஒரு பகுதியை அறிந்து கொண்டேன்.

மதுரையிலிருந்து 30 கி.மீ. தொலைவிலுள்ள ஒரு கிராமத்தில் 1879ஆம் ஆண்டு மகிரிஷி அவதரித்தார். மேம்பட்ட பிராமண வகுப்பைச் சார்ந்த இவரது தந்தை சட்டத்துடன் தொடர்புடைய ஒரு தொழிலில் ஈடுபட்டிருந்தார். தயாளகுணம் படைத்த அவர் பல வறியவர்களுக்கு உண்ண உணவும், உடுக்க உடையும் அளித்து உதவினார். பழம்பெருமை மிக்க பிரம்மாண்டமான ஆலயம் அமைந்துள்ள மதுரை மாநகருக்குக் கல்வி பயிலச் சென்ற ரமணர், அங்கிருந்த அமெரிக்க பொதுச்சேவை ஸ்தாபனங்கள் நடத்திய பள்ளிகளில் சிறிது ஆங்கிலம் பயின்றார்.

முதலில் ரமணருக்கு விளையாட்டிலும், கேளிக்கைகளிலும் மிகுதியான ஆர்வம் இருந்தது. அவர் மல்யுத்தம், குத்துச்சண்டை மற்றும் துணிகரமான நீச்சல் விளையாட்டில் ஈடுபட்டார். சமயம் அல்லது தத்துவஞான விஷயங்களில் அவர் ஆர்வம் காட்டவேயில்லை. அவரிடம் விசேஷமாகக் காணப்பட்டது தூக்கத்தில் நடக்கும் மனநிலைமட்டுமே. மேலும், ஆழ்ந்த உறக்கத்திலிருக்கும் போது எந்த வகையான குறுக்கீடுகளும் அவரை விழிக்கச் செய்யாது. உடன்படித்த பள்ளி மாணவர்கள் இதைக் கண்டு கொண்டு இவரைக் கேலி செய்து விளையாடத் துவங்கினர். பகலில் அவரது அடி குத்துக்குப் பயப்படும் அவர்கள், இரவில் அவரை மைதானத்திற்கு எடுத்துச் சென்று நையப்புடைத்து, காதைத்திருகிப் பின் படுக்கையில் கொண்டு வந்து போட்டு விடுவர். இந்த அனுபவங்களைப் பற்றிய உணர்வின்றியும், காலையிலும் இதைப் பற்றிய ஞாபகம் இன்றியும் இருந்தார். ரமணர்.

உறக்கத்தின் இந்நிலையைப் பற்றி சரிவரப் புரிந்து கொண்டுள்ள மனோதத்துவ ஆராய்ச்சி வல்லுநரால், அசாதாரணமான இந்த ஆழ்நிலைக் கவனத்திற்கு, பாலகனது பூடகமான சக்தி, மறைவியல்பு தான் காரணமாக இருக்கக் கூடும் என்பதைக் கண்டு கொள்ள முடியும்.

ஒரு நாள், மதுரைக்கு வந்த உறவினர் ஒருவர், ரமணரிடம் தான் இப்போது தான் யாத்திரை முடித்து அருணாசலர் ஆலயம்

சென்று திரும்பியதாகவும் தெரிவித்தார். அருணாசலம் என்னும் அந்தப் பெயர், பாலகனது செயலற்று, உறங்கிக் கிடக்கும் ஆழ்மனப்பகுதியை கிளர்ந்தெழச் செய்து, அவனால் புரிந்து கொள்ள இயலாத பரவசப்படுத்தும், விநோதமான எதிர்பார்ப்புகளை உருவாக்கியது. இக்கோயிலின் இருப்பிடத்தைப் பற்றி விசாரித்து அறிந்து கொண்டான் பாலகன். பல நாட்கள் இந்த நினைவுகள் அவனைப் பற்றியிருக்க இது பாலகனுக்கு பிரதானமான முக்கியத்துவம் வாய்ந்ததாகத் தோன்றியது. இந்தியா முழுவதும் பல பிரம்மாண்டமான ஆலயங்கள் நிறைந்திருக்க, அருணாசலம் மட்டும் பாலகன் ரமணருக்கு விசேஷமாகத் தென்படுவதற்கான காரணம் அவருக்கே விளங்கவில்லை.

தொடர்ந்து அமெரிக்கப் பள்ளியில் படித்து வந்தாலும், படிப்பில் புத்திசாலித்தனமாக இருந்தாலும் விசேஷமான இயல் பூக்கம் அவரிடம் காணப்படவில்லை. ஆனால், அவர் பதினேழு வயதை அடைந்த போது, விதி தனது தீவிரமான, அவசரமான தாக்கத்தை ஏற்படுத்தியது. இது அவரது இயல்பான வாழ்க்கை ஓட்டத்தைப் பாதித்தது.

அவர் திடீரெனப் பள்ளிக்குச் செல்வதை விடுத்து, படிப்பை நிறுத்தி விட்டார். ஆனால் தனது உறவினர்கள் அல்லது ஆசிரியர்கள் எவரிடமும் அவர் இந்த விஷயத்தைத் தெரிவிக்கவில்லை. அவரது எதிர்கால வளமான வாழ்க்கையையே பாதிக்கக் கூடிய அளவிற்கு நிகழ்ந்த இந்த மாற்றத்திற்குக் காரணம் என்ன?

இதன் காரணம் பிறருக்குக் குழப்பத்தை விளைவித்தாலும் ரமணருக்கு மனச்சமாதானமும், திருப்தியும் அளிக்க வல்லதாகவே இருந்தது. ஏனெனில், அவரது பள்ளி ஆசிரியர்கள் இவருக்கு அமைத்துக் கொடுத்ததை விட மாறுபட்ட ஒரு வழி முறையை மனிதனின் இறுதியான, மூலாதாரமான ஆசான், வாழ்க்கை அவருக்குப் போதித்தது. இந்தத் திடீர்மாற்றம் புதுமையான வழியில் ஆறே வாரங்களில் நிகழ்ந்தது. பாலகன் ரமணன் படிப்பை விடுத்து, நிரந்தரமாக மதுரையை விட்டு விலகினான்.

ஒரு நாள் அவர் அறையில் தனித்திருந்தபோது, விவரிக்க இயலாத மரணபயம் அவரைத் திடீரென ஆட்கொண்டது. புற ரீதியாக ஆரோக்கியமாக இருந்தாலும், தான் இறக்கப் போவதை

அவரால் துல்லியமாக உணரமுடிந்தது. அவர் இறக்க நேரிடுவதற்கான வெளிப்படையான காரணம் எதுவுமில்லை யென்றாலும், இது மனோதத்துவ - ரீதியான, விந்தையான விஷயமாக இருந்தது. இருந்தாலும். அவர் இந்த எண்ணத்தால் ஆக்கிரமிக்கப்பட்டு, எதிர்பார்க்கும் நிகழ்வுக்காக உடனடியாக ஏற்பாடுகள் செய்யத் துவங்கி விட்டார்.

தரையில் தனது உடலைக் கிடத்திப் படுத்தவாறு, கை, கால்களையும் அசைவின்றி, சவம் போன்று இருத்தி, கண்களையும், வாயையும் மூடி, இறுதியில் சுவாசத்தையும் நிறுத்தி விட்டார். "சரி, இந்த உடல் இறந்து விட்டது. இது மயானபூமிக்குக் கொண்டுச் செல்லப்பட்டு எரியூட்டப்பட்டு, சாம்பலாகி விடும். ஆனால், உடல் இறந்த பின்னர் நானும் இறந்து விடுவேனா? இந்த உடல் என்பது நானா? இந்த உடல் இப்போது சலனமற்று, அமைதியாக உள்ளது. ஆனால், அந்த உடலின் நிலையிலிருந்து விலகியும் எனது முழுச் சக்தியையும் என்னால் தொடர்ந்து உணர முடிகிறது," என்று தனது விசித்திரமான அனுபவத்தை வார்த்தைகளில் வடித்தார் மகரிஷி. அடுத்த நிகழ்வைப் புரிந்து கொள்வது கடினமானாலும், விவரிப்பதும் சுலபம். அவர் அப்படியே ஆழ்ந்த உணர்வு நிலையான சமாதி நிலைக்குச் சென்று, தனது உள்ளிருக்கும் உயிர்ப்பான சுயத்துடன் ஒன்றிவிட்டார். உடல் என்பது தனிப்பட்ட ஒன்று என்பதையும், "நான், சுயம்" என்பது மரணத்தால் தீண்டப்படாது இருக்கின்றது என்பதையும் தெளிவாகப் புரிந்து கொண்டார். மெய்யுணர்வு, நிஜமானது. ஆனால், அது மனிதனின் இயல்பில் மிகவும் ஆழமாகப் பொதிந்துள்ளதால், அவன் இதுவரையிலும் அதைப் புறக்கணித்துள்ளான்.

இந்த அதிசய அனுபவத்திலிருந்து வெளி வந்த பிறகு, ரமணர் முற்றிலும் மாறுபட்ட இளைஞனாகினார். அவர் படிப்பு, விளையாட்டு நண்பர்கள் என்ற அனைத்திலும் ஆர்வத்தை இழந்து விட்டார். ஏனெனில், எதிர்பாராத விதமாக அவர் கண்டு கொண்ட மெய்யான சுயத்தின் மேன்மையான உணர்வில் அவரது ஆர்வம் தற்போது மையப்பட்டிருந்தது. மரணபயம், இனம்புரியாத மறைபொருளாக வந்ததைப்போலவே மாயமாய் மறைந்தும் போனது. அவர் உள்ளார்ந்த அமைதியையும்,

மெய்ஞ்ஞானத்தின், ஆன்மபலத்தையும் ஆனந்தமாக அனுபவித்தார். இவ்விரண்டும் அவரிடம் நிரந்தரமாகக் குடியேறின. இதற்கு முன்னர், மற்ற பாலகர்கள் இவரைக் கேலி செய்யும் போது உடனடியாக எதிர்ப்புத் தெரிவிக்கும் ரமணர் தற்போது அனைத்தையும் விடுத்து மிகவும் தன்மையுடன், சாதுவாகி விட்டார். தனக்கு எதிராக இழைக்கப்பட்ட அநீதிகளையும் கூட லட்சியம் செய்யாது, மிகவும் பணிவோடு தன்னை வெளிப்படுத்திக் கொண்டார். பழைய பழக்கங்களைத் தவிர்த்து இயன்றவரையிலும் தனிமையில் இருக்க விரும்பினார். அப்போது தான் அவர் தியானத்தில் ஆழ்ந்து, பேரருளின் பேருணர்விற்குத் தன்னை அர்ப்பணித்துக் கொண்டு அகமுகப்பட்டு, உள்ளார்ந்த சுய உணர்வை இடையறாது பெறமுடியும்.

அவரது குணாதிசயத்தில் ஏற்பட்ட வெளிப்படையான மாற்றங்கள் பிறரால் கவனிக்கப்பட்டன. ஒரு நாள், பாலகன் ரமணர் தனது வீட்டுப் பாடத்தைச் செய்ய வேண்டிய நேரத்தில், அவரது மூத்த சகோதரர் அறைக்குள் வந்தார். புத்தகங்களும், காகிதங்களும் அறையெங்கும் சிதறிக் கிடக்க, ரமணர் கண்களை மூடி தியானத்தில் ஆழ்ந்திருப்பதைக் கண்டார். இவ்வாறு படிப்பைப் புறக்கணிப்பதைக் கண்டு வெகுண்டெழுந்த சகோதரர் கடுமையான வார்த்தைகளால் அவரை ஏசினார்.

உன்னைப் போன்ற பையனுக்கு இங்கு என்ன வேலை? நீ ஒரு யோகியாக வேண்டுமானால், பின்னர் எதற்காகப் படிக்கிறாய்?'' என்று.

இந்தக் கடுமையான வார்த்தைகள் இளவயது ரமணரது மனதில் வலியை உண்டாக்கியது. அவர் தந்தை இறந்து விட்டார். அவரது மாமாவும், மற்ற சகோதரர்களும் தனது தாயைக் கவனித்துக் கொள்வார்கள் என்று அவருக்குத் தெரியும். உண்மையில், அவருக்கு எந்தப் பொறுப்புமில்லை. மேலும் ஒரு வருடகாலமாக அவர் மனதை வலுவாகப் பற்றியிருந்த அந்தப் பெயர், அந்தப் பெயரின் ஒவ்வொரு சொல்லும் வசீகரிக்க, அண்ணாமலையானின் அருளாலயம் அருணாசலத்தின் பெயர் மீண்டும் மனதில் உதயமாகியது. அவ்விடத்திற்கு அவர் செல்ல வேண்டும் என்று தோன்றினாலும், அவர் அத்தலத்தைத் தேர்ந்தெடுத்ததன் காரணத்தை அவரால் விவரிக்க இயலவில்லை.

ஆனால் அவருக்குள் எழுந்த ஒரு உந்தும் சக்தி முன்யோசனை யின்றி அவரைச் சுயமாக முடிவெடுக்க வைத்து விட்டது.

"உண்மையில் நான் இங்கு ஈர்க்கப்பட்டுவிட்டேன்" என்றும், உன்னை மும்பையிலிருந்து இங்கு வரவழைத்த அதே சக்தி தான் என்னையும் மதுரையிலிருந்து என்னை இங்கு ஈர்த்தது என்றும் தெரிவித்தார்.

ஆதலால், இந்த உள்ளுணர்வினால் உந்தப்பட்ட ரமணர் தனது நண்பர்கள், குடும்பம், பள்ளி மற்றும் படிப்பைத் துறந்து அருணாசலத்திற்கு வந்தார். இது அவரை இன்னும் மிகவும் ஆழ்ந்த ஆன்ம அனுபூதியைப் பெறவழி வகுத்தது. அவர் வீட்டை விட்டு வெளியேறும் முன்னர் விடைபெற, இறுதியாக, எழுதிய ஒரு கடிதம் ஆசிரமத்தில் இன்னும் பாதுகாத்து வைக்கப்பட்டுள்ளது. தமிழில் எழுதப்பட்ட அந்த மடலின் வரிகள், இதோ.

"நான் எனது சிருஷ்டிகர்த்தாவைத் தேடியும், அவனது ஆணைக்குக் கட்டுப்பட்டும் இங்கிருந்து புறப்படுகிறேன். இது தூய்மையை நாடிச் செல்லும் துணிகரமான செயலில் இறங்குவதுதான் ஆதலால், இதைப் பற்றி யாரும் வருத்தப்பட வேண்டாம். இதற்காக, பணம் செலவிடப்பட வேண்டாம்."

உலகைப் பற்றி எதுவுமே அறியாமல், பையில் மூன்று ரூபாய் பணத்தை வைத்துக் கொண்டு, தெற்கு நாட்டின் உட்புறப் பகுதியை நோக்கிப் பயணம் மேற்கொண்டார். இப்பயணத்தில் ஏற்பட்ட அற்புத நிகழ்வுகள், ஏதோவொரு அற்புதமான, பூடகமான சக்தி அவரைப் பாதுகாத்து, வழிநடத்தி வருவதைத் திண்ணமாக நிரூபணமாக்கியது. இறுதியில் அவர் தனது இலக்கை அடைந்த போது, முற்றிலும் அறிமுகமில்லாத, புதிய மனிதர்களுக்கிடையில் அவர் ஆதரவற்று அநாதையாக இருந்தார். ஆயினும் முழுமையான துறவறத்தைப் பூண வேண்டும் என்னும் உணர்வு அவருக்குள்ளே கொழுந்து விட்டெரிந்து கொண்டிருந்தது. அந்த நேரத்தில், அந்த இளவயதினருக்கு லோகாயதமான விஷயங்களின் மீது ஏற்பட்ட வெறுப்பு, பற்றறு நிலை அவரைத் தனது உடையைக் கூட களையச் செய்து விட ஆலயத்தில் நிர்வாணமாக தியான நிலையில் அமர்ந்தார். இதைப் பார்த்த ஒரு கோவில் பூசாரி ஆட்சேபித்தும், பலனற்றுப் போனது. அதிர்ச்சியுற்ற

பிற பூசாரிகள் வந்து, அனைவரது தீவிர முயற்சிக்குப் பின்னர் இளைஞன் இடுப்பில் ஒரு சிறு கோவணத் துணி மட்டும் கட்டிக் கொள்ள மனமிசைந்தார்.

ஆறுமாதகாலத்திற்கு வேறு எங்கும் செல்லாமல், ஆலயப் பகுதியின் பல்வேறு இடங்களிலேயே அமர்ந்து கொண்டார். இளைஞரின் வயதிற்கு மிகைப்பட்ட தீட்சண்யத்தைக் கண்ணுற்ற ஒரு பூசாரி அவருக்குத் தினமும் உணவளித்தார். ரமணர் நாள் முழுவதுமே மெய்ஞானத்தைத் தேடி மோன நிலையிலும், ஆன்மீகப் பரவசத்திலும் நிலைப்பட்டிருந்தமையால், தன்னைச் சுற்றியிருந்த புற உலகைப் பற்றிய உணர்வின்றி இருந்தார். ஒரு சமயம் சில முரட்டுத்தனமான இஸ்லாமிய இளைஞர்கள் விஷமத்தனமாக அவர் மீது சேற்றை வாரி இறைத்த போதும், அவர் அதை உணரவில்லை. சில மணி நேரம் கழித்து அதைப் புரிந்து கொண்ட போதும், அவர் மனதில் அவர்களைப் பற்றி மனக்கசப்பு ஏற்படவேயில்லை.

நாளடைவில், ஆலயத்திற்கு வரும் ஓயாத பக்தர் கூட்டத்தினால், அவர் விரும்பிய அளவு ஏகாந்தத்தைப் பெற முடியாது போனதால் அவ்விடத்தை விட்டு அகன்று,

கிராமத்திலிருந்து வெகு தொலைவில் வயல்வெளியில் அமைந்திருந்த ஒரு அமைதியான ஆலயத்தில் சென்று அமர்ந்தார். இங்கு சுமார் ஒன்றரை வருடகாலம் தங்கினார். இக்கோயிலுக்கு வருகை தந்த சிலர் அளித்த உணவிலேயே திருப்தியடைந்தார் இப்பகுதியிலிருந்த காலம் முழுவதிலும், ஏறத்தாழ மூன்று வருடங்களுக்கு அவர் மௌனம் காத்தார். அவர் அமைதியாக இருந்தமைக்குக் காரணம், அவரது முழுமையான சக்தியையும் கவனத்தையும் ஆன்ம வாழ்வில் செலுத்த வேண்டும் என்று அவரது உள்ளுணர்வு உணர்த்தியதால் தானே தவிர, மௌன விரதம் காத்தமையால் அல்ல. அவர் தனது இலக்கான மெய்ஞ்ஞானப் பேரருளை அடைந்தவுடன், மௌனத்திரையை விலக்கி மீண்டும் பேசத் துவங்கினார். பொதுவாகவே, மகரிஷி அதிகம் பேசாத மனிதர்தான்.

ரமணர் தான் இருக்குமிடத்தை இரகசியமாகவே வைத்திருந்தாலும், அவர் வீட்டிலிருந்து வெளியேறிய இரண்டு வருடங்களில் அவரது தாயார் சில எதிர்பாராத இயல்பான நிகழ்வுகளின் மூலம் அவரது இருப்பிடத்தை அறிந்து கொண்டார். தனது மூத்த மகனுடன், ரமணரைத் தேடி வந்து, வீட்டிற்குத் திரும்பி வருமாறு மன்றாடினாள். ஆனால், ரமணர் அவ்விடத்தை விட்டகல மறுத்து விட்டார். அவள் வடித்த கண்ணீருக்கும் அவர் இசையாதிருந்தமையால், அவரது அலட்சிய மனப் போக்கிற்காகத் தயார் அவரை வசைபாடத் துவங்கினாள். உடனடியாக மனிதனின் விதியை உரியதொரு சக்தி தான் கட்டுப்படுத்துகிறது என்றும் அவளது எந்தச் செயலும் அவரது விதியை மாற்றி அமைக்காது என்றும் எழுதிக்காட்டினார். அவரது இந்நிலையை அமைதியாக ஏற்றுக் கொண்டு அதைப்பற்றி விசனப்பட வேண்டாம் என்றும் உபதேசித்து முடித்தார். அவரது பிடிவாத குணத்திற்கு அவளும் இணங்கவேண்டியதாயிற்று.

இந்த நிகழ்ச்சிக்குப் பின்னர் அவரை வேடிக்கை பார்க்க மக்கள் சூழத் துவங்கியது அவரது அமைதிக்கு ஊறு விளைத்தது. ஆதலால், அவர் அந்த இடத்தை விட்டு அகன்று ஆன்மீக ஒளியின் அழகுமலையாம் திருவண்ணாமலைக்குச் சென்று அங்கு ஒரு விசாலமான குகையில் பல வருடங்கள் வாசம் செய்தார். இம்மலையில் யோகிகளும், புனித மனிதர்களும் வாசம் செய்யும்

தனது தாயாருடன் பகவான்

பல குகைகள் உள்ளன. இளவயது ரமணர் வசித்த குகையும், முந்தைய காலத்து சிறந்த மெய்ஞ்ஞானி யான ஒருவரது சமாதியாக இருந்ததால் மிகவும் பிரபலமாக இருந்தது.

மரணமுற்றவர்களின் உடலை எரியூட்டுவது தான் இந்துக்களின் பொதுவான வழக்கம். ஆனால், உயரிய மெய்ஞ்ஞான நிலையை எட்டிய ஒரு துறவியின் நிலையில் இது தடை செய்யப் பட்டுள்ளது. ஏனெனில், அகத்தின் மூலாதார மான ஜீவசக்தி யோகிகளின் உடலில் ஆயிரம் வருடங்களுக்கு நிலைத்திருக்கும் என்பதால் உடல் கெட்டுப் போகாமல் பாதுகாக்கப்படும் என்றும் நம்பப்படுகிறது. இம்மாதிரியான நிலைகளில் யோகியின் உடலைச் சுத்தமாக்கி, புனித அபிஷேகம் செய்வித்துப் பின்னர் தியானம் செய்யும் தோரணையில் சமாதியில் அமர்த்தி வைக்கப் படுகிறது. சமாதியின் வாயில் பெரிய பாறையினால் மூடப்பட்டு, சிமிட்டியினால் பூசப்படுகிறது. பொதுவாக, இவ்வாறான சமாதிகள் புனிதத் தலமாகக் கருதப்படுகின்றன. யோகிகளின் உடல் அவர்களது வாழ்நாள் முழுமையிலுமே புனிதமாக பரிசுத்தமாக வைக்கப்படுவதால், அவர்களது உடலை எரியூட்டிப் பரிசுத்தப்படுத்த வேண்டிய அவசியமில்லை என்பதால், யோகிகளின் உடல் எரிக்கப்படாது, புதைக்கப்படுவதாக மற்றுமோர் ஐதீகம்.

எக்காலத்திலும் குகைகள்தான் யோகிகள் மற்றும் புனித மனிதர்களின் உறைவிடமாக இருந்து வந்துள்ளது என்பது ஆர்வமூட்டவல்லது. பண்டைய காலத்தவர்கள் இவற்றை கடவுளருக்குப் புனிதமான அர்ப்பணமாக்கினர்; ஸொராஸ்தர், பாரசீக மதஸ்தாபகர், ஒரு குகையில்தான் தியானப் பயிற்சியை மேற்கொண்டார். முகம்மது நபிகளும் ஒரு குகையில் தான் தனது சமய - ரீதியான அனுபவங்களைப் பெற்றார். சிறந்த இடங்கள் கிட்டாத போது இந்திய யோகிகள் மலைக் குகைகளையும்,

தரையின் கீழே சுரங்கங்களில், ஏகாந்தமான இடங்களையும் தேர்ந்தெடுக்கச் சரியான, வலுவான காரணங்கள் உள்ளன. ஏனெனில் இந்த மறைவிடங்கள்தான் அவர்களை இயற்கைச் சூழலின் மாற்றங்களிலிருந்தும், சீதோஷ்ண நிலையின் துரிதமான மாற்றங்களிலிருந்தும் பாதுகாக்கிறது. மேலும், இந்த இடங்களில் இவர்களது தியானத்திற்கு இடையூறு விளைவிக்காத அளவிற்கு குறைவான அளவு வெளிச்சமும், அமைதியான சூழலும் நிலவுகிறது. குகையின் ஒடுக்கமான சூழலில் சுவாசிப்பதால், குறிப்பிடக் கூடிய அளவு பசி எடுப்பதில்லை. இதனால், உடலின் தேவைகள் மிகக் குறைவாகி விடுகின்றன.

இவற்றைத் தவிர, மலைக்குகையின் வனப்பு மிக்க தோற்றம், ரமணரை அண்ணாமலையில் அந்தக் குறிப்பிட்ட குகையின் பால் ஈர்த்தது. குகையின் அருகிலுள்ள முகட்டில் நின்றவாறே, சமவெளியில் அமைந்துள்ள சிறிய நகரத்தையும் நகரின் மத்தியில் கம்பீரமாக நிற்கும் பிரம்மாண்டமான ஆலயத்தையும் காணமுடியும். சமவெளியிலிருந்து தொலைதூரத்தில் தென்படும் நெடிய மலைகளின் தொடரும், பரந்த இயற்கையின் வசீகரமான பொலிவும் கண்ணுக்கு விருந்தளிக்கின்றன.

ரமணர் தனது மறைவியல் தியானங்களிலும் ஆழ்ந்த மோனத் தவத்திலும் மூழ்கியவாறு பல வருடங்களை மங்கிய ஒளியில் இக்குகையில் கழித்தார். இவர் எவ்வகையான யோக வழிமுறையையும் அனுசரிக்கவுமில்லை, எந்த ஒரு ஆசானிடமும் முறையாகப் பயிற்சி மேற்கொள்ளவுமில்லை. ஆதலால் இவர் பாரம்பரிய வகையிலான யோகியாக இல்லை. இவர் பின்பற்றிய உள்ளார்ந்த பாதை, சுயமான மெய்ஞ்ஞானப் பாதையாகும்; மேலும் இவரது உள்ளிருக்கும் தெய்வீகமான உபதேசிக்கும் சக்தியால் வழி வகுக்கப்பட்டது இது.

1905ஆம் ஆண்டு, இப்பகுதி ஒரு கொடியதொற்று நோயால் (பிளேக்) தாக்கப்பட்டது. அருணாசலர் ஆலயத்தைத் தரிசிக்க வந்த ஒரு யாத்ரிகரின் மூலம் இந்தக் கொடிய நோய் இப்பகுதியில் பரவியிருக்கக் கூடும். இது மக்களைத் தீவிர வேகத்தில் அழிக்க, பீதியுற்ற மக்கள் நகரை விட்டு வெளியேறி வேறு பாதுகாப்பான கிராமங்களுக்கும், நகரங்களுக்கும் சென்று குடியேறினர். நகரம் பாலைவனமாகிட, அமைதி பரவிய இந்த இடத்தில் குகைகளில் பதுங்கியிருந்த புலி, சிங்கம், சிறுத்தை போன்ற கொடிய காட்டு மிருகங்கள் வீதியில் அலையத் துவங்கின. ஆனால் இவை மலைப்பகுதியைப் பலமுறை சுற்றித் திரிந்தாலும், பலமுறை மகரிஷியின் குகையைக் கடந்து சென்றிருந்தாலும், மகரிஷி எப்போதும் அமைதியாக அசல நிலையில் இருந்தார்.

இந்தக் காலகட்டத்திற்குள்ளாக இளவயது ஆசிரமவாசி ரமணரிடம் தன்னிச்சையாக ஒரு சீடன் வந்து சேர்ந்தான். இவன் ரமணரிடம் மிகையான பற்றுக் கொண்டு, அவரது அருகாமையிலேயே எப்போதும் இருக்க விரும்பினான். அவன் இன்று நம்மிடையே இல்லை; இருப்பினும், பிற சீடர்களின் மூலம் இந்த வரலாறு அறியப்பட்டது. ஆம், ஒவ்வொரு நாள் இரவும் ஒரு புலி வந்து ரமணரின் கைகளை அன்போடு நாக்கால் வருடிக் கொடுத்ததையும், பதிலுக்கு சந்நியாசியும் புலியை வாஞ்சையுடன் தடவிக் கொடுத்ததும் ஆசிரம வரலாற்றில் பதிவாகியுள்ளது. அதுதான் இரவு முழுவதும் அவருடன் கழித்து விட்டு, விடியலில் விலகிச் சென்று விடும்.

காட்டிலும், மலைப்பகுதிகளிலும் வாசம் செய்த யோகிகள் சிங்கம், புலி, பாம்பு போன்ற கொடிய மிருகங்களால்

தாக்கப்படும் பயமான சூழலிலும், போதுமான அளவு யோக சக்தி அடைந்தவர்கள் இவற்றால் பாதிக்கப்படாது அணுகப்படாதிருப்பர் என்னும் கருத்து இந்தியாவில் பரவலாக உள்ளது. ரமணரைப் பற்றிய இன்னொரு கதை - ரமணர் ஒரு முறை நண்பகலில் தனது குகைவாயிலின் வெளியே அமர்ந்திருந்த போது பாறைகளினூடே சரசரத்து வந்த ஒரு நாகம் அவர் முன் படம் விரித்து நின்றதாம் இருப்பினும் மகரிஷி சலனமற்று, அசையாதிருக்க, இரு ஜீவன்களும் மனிதனும், மிருகமும், அடுத்த சில கணங்கள் ஒருவரையொருவர் நேருக்கு நேராகச் சந்தித்தனர். நாகம் அவரை அடித்து விடக் கூடிய அளவு நெருங்கியிருந்த போதும் அவருக்கு எந்தத் தீங்கையும் விளைவிக்காது அவ்விடத்தை விட்டு அகன்றது.

நெறி வழுவாத, இந்த இளவயதுத் துறவியின் ஏகாந்தமான வாழ்க்கையின் முதல் பகுதி அவரை சுயமான ஆன்மாவின் ஆழ்நிலையிலேயே உறுதியாக, நிரந்தரமாக, நிலையாக முற்றுப்பெற்றது.

இனி அவருக்கு ஏகாந்தமான நிலை தேவையல்ல என்னும் போதும், பிரபலமான கணபதி சாஸ்திரி என்னும் பிராமணப் பண்டிதர் வருகை தரும் வரையிலும் தனிமையிலேயே கழித்தார். அவரது வருகை ரமணரது புறவாழ்வில் ஒரு திருப்பு - முனையாக அமைந்தது. பண்டிதர் ஆராய்ச்சிக்காகவும், தியானம் செய்வதற்காகவும் ஆலயத்தின் அருகில் தங்க வந்திருந்தார். மலையில் ஒரு இளவயது யோகி இருப்பதைக் கேள்விப்பட்டு ரமணரைத் தேடி வந்தார். அவ்ர் ரமணரைக் கண்டபோது, அவர் சூரியனின் மீதே தனது பார்வையைப் பதித்தவாறு அமர்ந்திருந்தார். இது யோகிக்கு ஒரு அசாதாரணமான செயலே அல்ல. அவர் இதுபோல் பலநேரங்களில் சூரியன் மறையும் வரையிலும் கூட அமர்ந்திருந்துள்ளார். ஆனால், இந்தியாவில் இவ்வாறு சூரியனின் ஒளிவீசும் கிரகணங்களைப் பார்க்கும் செயலை, ஒரு ஐரோப்பியனால் அனுபவித்துப் போற்ற இயலாது. ஒரு முறை நான் செங்குத்தான மலையை ஏறிச் செல்லத் தவறான நேரத்தைத் தேர்ந்தெடுத்துத், திரும்புகையில் உச்சி வேளைக் கதிரவனின் பிரகாசமாக ஒளிவீசும் கிரணங்களால் அவதியுற்றேன். சிறிது நேரம் மது உண்ட போதையில் உள்ள மனிதனைப் போல் தள்ளாடிக் கிறுகிறுத்துப் போனேன். ஆதலால், தாட்சண்யமின்றிச்

சுட்டெரிக்கும் சூரிய ஒளியை நேருக்கு நேராக, முகத்தை நிமிர்த்தி கண்ணிமைக்காது உற்று நோக்கும் ரமணரின் அற்புதச் செயல் மெச்சத்தக்கதே, சாதனையே.

பண்டிதர் பன்னிரெண்டு வருடகாலமாக இந்துக்களின் மெய்ஞ்ஞானப் பொக்கிஷத்தைப் பற்றிய முக்கியமான நூல்களையும் படித்து, ஆன்மீக ரீதியான திடமான, சாத்தியமான நற்பலன்களைப் பெறுவதற்காக, தீவிரமான தவம் மேற்கொண்டார். ஆயினும் இன்னமும் ஐயங்களும் குழப்பங்களும் அவரை ஆட்டிப் படைத்தன. அவர் ரமணரிடம் ஒரு கேள்வியை எழுப்ப, பதினைந்து நிமிடங்கள் கழித்து அவர் பெற்ற பதிலின் அறிவாண்மை அவரைத் திகைப்புறச் செய்தது. மேலும் சில தத்துவார்த்தமான ஆன்ம - ரீதியான பிரச்சினைகளைப் பற்றிய கேள்விகளைக் கேட்டு ரமணரிடம் விடைபெற்றார். இதனால், இத்தனை ஆண்டுக்காலமாக தன்னை வருந்திய மூடுபனியைப் போன்ற குழப்பங்கள் விலகுவதைக் கண்டு மிகையான பிரமிப்படைந்தார். இதனால், அந்த இளவயதுத் துறவியின் முன் மண்டியிட்டு வணங்கி, அவரைச் சரண்புகுந்து அவரது சீடராகினார். வேலூரில், சாஸ்திரி அவர்களுக்கெனத் தனிப்பட்ட சீடர் குழு இருந்தது. சாஸ்திரி தான் ஒரு உன்னதமான மகரிஷியைக் கண்டதாகவும், உயரிய ஆன்மீக ஞானியாகிய அவரது போதனைகளும் அத்துணை சீரியதாகவும், நம்பகத்தன்மை உடையதாகவும் இருந்ததாகவும், இது போன்று அவர் தான் படித்த புத்தகங்களில் கூட எதையும் கண்டதில்லை என்று தனது சீடர்களிடம் கூறினார். அதிலிருந்து படித்த பண்டிதர்கள் மற்றும் நற்பண்பு - மிக்க மனிதர்களால் ரமணர் மகரிஷி என்ற பெயரால் அழைக்கப்பட்டார். ஆனால், அவரைப் பற்றியும் அவரது சுபாவத்தைப் பற்றியும் நன்கறிந்த சாமானிய மக்கள் அவரைத் தெய்வீகத் தன்மை வாய்ந்தவராகவே கருதி வணங்கினர். ஆனால், தனது முன்னிலையில் இப்படிப்பட்ட எவ்வித வெளிப்பாட்டையும் மகரிஷி உறுதியாகத் தடை செய்தார். ஆனாலும், தனக்குள்ளாகவும் என்னுடன் தனித்துப் பேசும் போதும் அப்பகுதி மக்கள் அவரைத் தெய்வம் என்று அழைப்பதைத் தான் வலியுறுத்துகின்றனர்.

நாளடைவில் ஒரு சிறு சீடர் கூட்டம் மகரிஷியைச் சூழ்ந்தது. மலையின் தாழ்வான பகுதியில் மரத்தாலாகிய ஒரு வீட்டை

அமைத்து அவரை அதில் தங்குமாறு வற்புறுத்தினர். இத்தனை வருடங்களில் அவரது தாயாரும் அவரை வந்து பலமுறை பார்த்து அவர் ஈடுபட்டிருந்த பணியில் சமாதானமடைந்தார். அவரது மூத்த மகனும், பிற உறவினர்களும் மரணமெய்திய பின்னர் தனித்து விடப்பட்ட அவரது தாயார், அவருடன் தங்கியிருக்க அனுமதி கோரிட, ரமணரும் ஒப்புக் கொண்டார். தனது வாழ்நாளின் எஞ்சிய ஆறு வருடத்தை ரமணரோடு கழித்த அவரது தாயார், தனது சொந்த மகனையே ஆசானாகப் போற்றி, ஆசிரமத்தில் உணவு சமைக்கும் பணியை மேற்கொண்டார்.

இந்த வயதான மூதாட்டி இறந்தவுடன், அவரது சாம்பல், மலையடிவாரத்திலே புதைக்கப்பட்டது. மகரிஷியின் பக்தர்கள் இந்த இடத்தில் இவருக்கென ஒரு சிறு ஆலயத்தை எழுப்பினர். இங்கு மானுடத்திற்கு மாட்சிமை மிக்க தொரு துறவியை அளித்த மாதர்குல விளக்கான இப்பெண்மணியின் நினைவாக அணையா தீபங்கள் எரிந்து கொண்டிருக்கின்றன. மேலும் நறுமணம் மிக்க மல்லிகையும், சாமந்திப் பூவும், மாதுவின் சமாதியின் மேடைமீது சமர்ப்பிக்கப்படுகின்றன.

காலப்போக்கில், மகிரிஷியின் புகழ் அப்பகுதி முழுவதிலுமே பரவிட, ஆலயத்திற்கு வந்த யாத்ரிகர் கூட்டம் மலையேறிச் சென்று ரமணரையும் தரிசித்துச் செல்வது வழக்கமானது. மகரிஷி அவர்கள் தன்னிடம் இடையறாது. வைக்கப்பட்ட வேண்டு கோளுக்குச் செவிசாய்த்து, அண்மையில் தான் தற்போது தென்படும் புதிய, விசாலமான கூடம் மலையடிவாரத்தில் கட்டப்பட்டது. இது அவரும், அவரது சீடர்களும் தங்குமிடமாகியது.

மகரிஷி உணவைத் தவிர வேறு எதுவும் பெறுவதில்லை. மற்றும் பணத்தை எப்போதும் ஏற்க மறுத்தார் ஆரம்ப காலத்தில் மெய்ஞ்ஞானச் சக்திகளைப் பெறும் தீவிரத்தில் எவருடனும் பேசாது, மோனத் திரையிட்டு தனித்திருந்த காலகட்டத்தில், பசி உடலை வாட்டும் போது ஒரு கவளம் உணவிற்காகத் திருவோடு ஏந்தி கிராமத்தில் அலையவும் தயங்கியதில்லை. இக்காட்சியைக் கண்டு மனமிரங்கிய ஒரு வயதான விதவைப் பெண்மணி அவருக்குத் தினமும் உணவளிக்கக் குகைக்கு வந்தாள். எனினும், வசதி - மிக்க ஒரு நடுத்தர வாழ்க்கையைத் துறந்து விட்டுத்

தைரியமாக வெளியேறியதற்கு, அவர் நம்பிக்கைக்கு ஏற்ப அவர் சக்திகளையும் பெற்றார். மேலும் சக்திகளின் பயனாக அவருக்கு உணவும், உறைவிடமும் உறுதிப்படுத்தப்பட்டன. அவருக்குப் பல பொருட்கள், பரிசாக அளிக்கப்பட்ட போதும் அவர் அதை ஏற்றுக் கொள்ள மறுத்தார்.

ஒரு நாள், இரவில் கொள்ளைக்காரார்கள் ஆசிரமத்தில் புகுந்து விட்டனர். ஆனால் அவர்களால் அங்கு எதையுமே தேடிக் கண்டு கொள்ள முடியவில்லை. உணவுப் பண்டங்கள் வாங்கும் பொறுப்பேற்ற ஒருவனிடம் இருந்த சிறிதளவு பணத்தைத் தவிர வேறு எதுவுமில்லை. எதுவுமே கிடைக்காது, ஏமாற்றமடைந்த கயவர்கள் எரிச்சலுற்று மகரிஷியைத் கம்புகளால் அடித்துத் துன்புறுத்தினர். மகரிஷி அவர்கள் தாக்குதலைப் பொறுத்துக் கொண்டதோடு மட்டுமின்றி, அங்கிருந்து வெளியேறும் முன்னர் அவர்களை உணவு உண்டுவிட்டுப் போகுமாறும் வேண்டினார். அவர் மனதில், அவர்களது ஆன்ம ரீதியான அறியாமையைப் பற்றிய உணர்வு மேலோங்கியதே தவிர அவர்களிடம் வெறுப்பு ஏற்படவில்லை. மகரிஷி அவர்களைத் தப்பிச் செல்ல விட்டார். ஆனால், ஒரு வருட காலத்திற்குள்ளாக அவர்கள் வேறொரு இடத்தில் குற்றம் புரியும்போது அகப்பட்டு அடிமைகளாகப் பணிபுரிய வேண்டிய கொடூரமான தண்டனையைப் பெற்றார்கள்.

மகரிஷியின் வாழ்க்கையை விரயமாகிப் போனதாக மேற்கத்தியர்கள் கருத மாட்டார்கள். இருப்பினும் ஓயாது இயங்கிக் கொண்டிருக்கும் எங்கள் வாழ்க்கையிலிருந்து சற்று நேரம் ஒதுக்கி, தூரத்திலிருந்து பார்வையாளராக மகரிஷியை ஆராய்வது நன்மை பயக்கும் என நம்புகிறேன். ஒரு பார்வையாளராக இதைப் பற்றி இன்னும் மிகையான மெய்த்தோற்றத்தைக் காணலாம். ஒரு வேளை, வெவ்வேறு சூழலால், இங்குமங்கும் அலைக் கழிக்கப்பட்டு ஊரைச் சுற்றும் ஒரு மூடனைவிட வென்று விட்டதொரு வனத்துறவி மேம்பட்டவர்தானே!

ஒவ்வொரு நாளும் இத்துறவியின் பெருமையைப் பற்றிய குறிப்புகள் வந்த வண்ணமிருந்தன. ஆசிரமத்திற்கு வருகை தந்த பலதரப்பட்ட மனிதர்களில் ஒரு முறை ஒரு தாழ்த்தப்பட்ட குலத்து ஆண்மகன் அறைக்குள் பிரவேசித்துத் தாள முடியாத

துன்பத்தை, மனக்கிலேசத்தை மகரிஷியிடம் வெளிப்படுத்தி அவரது காலடியில் வீழ்ந்தான். வழக்கம் போலத் துறவி, மௌனம் காத்தார். அவர் ஒருநாளில் பேசும் வார்த்தைகளை எண்ணிக் கொண்டு விடும் அளவிற்கு மிகக் குறைவாகவே பேசுவார். அதற்குப் பதிலாக, சொல்லொணாத் துன்பத்தில் உழன்ற மனிதனை அவர் உற்று நோக்கிய வண்ணம் மௌனித்திருக்க அந்த மனிதனின் துயர ஓலம் கொஞ்சம் கொஞ்சமாகக் குறைந்து இரண்டு மணி நேரத்தில் அவன் முற்றிலும் மாறுபட்ட அமைதியுடன் கூடிய மனவுறுதி மிக்க மனிதனாக அறையைவிட்டு வெளியேறினான்.

இந்த வழியில் தான் மகரிஷி பிறருக்கு உதவி புரிந்து வருகிறார் என்பதை நேரிடையாகக் கண்டறிந்து கொண்டேன். இந்தப் படாடோபமான, மௌனமான, விநயமான, துன்பப்பட்டவர்களின் மனதிற்கு ஆறுதலையூட்டும், சமாதானமளிக்கும் அதிர்வுகளின் இடையறாத அருட்பொழிவின் மூலம் பிறருக்கு உதவும் மகிரிஷியின் வழிமுறைகள், பூடகமான, மன ரீதியான செயலுக்கு ஒருநாள் அறிவியல் விளக்கம் காணும் காலகட்டம் வரும்.

ஒரு சமயம் கல்லூரிக் கல்வி பெற்ற, பண்பு மிக்க ஒரு பிராமணர் தனது கேள்விகளோடு ரமணரைத் தரிசிக்க வந்தார். ஆனால் மகரிஷி எப்போதுமே வாய்மொழிவாரா இல்லையா என்பதை நிச்சயமாகக் கூற முடியாது. சில நேரங்களில் மௌனமாகவே இருந்து விடுவார். ஆனால் இன்று அவர் பேசும் மனநிலையில் இருந்ததால், அவரது இயல்பான கருத்தாழம் மிக்க தெளிவான உரைகள் பிராமணருக்குப் பல அரிய சிந்தனைகளின் கண்ணோட்டத்தைப் பெற்றுத் தந்தது.

ஒரு சமயம் பார்வையாளர்கள் மற்றும் பக்தர்கள் கூட்டமும் கூடத்தில் நிரம்பியிருக்க, குடியிருப்புப் பகுதியில் வசித்த, தீய செய்கைகளில் ஈடுபட்டு, குற்றவாளியாகப் பெயர் பெற்ற மனிதன் இறந்த செய்தியை ஒருவர் தெரிவித்தார். உடனடியாக, அவனைப் பற்றிச் சிறிது நேரம் பேசப்பட்டது. மனித இயல்புக்கேற்ப அவன் புரிந்த சில குற்றங்களை நினைவு கூர்ந்தும் அவனது முரட்டுத் தனமான சுபாவத்தைப் பற்றிப் பேசிக் கொண்டுமிருந்தனர். இந்தச் சந்தடியும், சம்பாஷணையும் ஒரு முடிவுக்கு வந்த பின்னர், மகரிஷி முதன் முறையாக வாய் திறந்தார் - ''தீயவனாக

இருக்கலாம். ஆனால் அவன் ஒரு நாளில் இரண்டு அல்லது மூன்று முறை ஸ்நானம் செய்து தன்னைச் சுத்தமாக வைத்திருந்தான்.'' என்றார்.

ஒரு விவசாயி ஏறத்தாழ நூறு மைல்களுக்கு அப்பாலிருந்து மகரிஷியைக் காணத் தனது குடும்பத்தோடு வந்திருந்தான். தனது அன்றாட அலுவல், மதச் சடங்குகள் மற்றும் பாரம்பரிய மூட நம்பிக்கைகளைத் தவிர வேறெதும் அறியாத, முற்றிலும் படிப்பறிவில்லாதவனாகத் தெரிந்தான். திருவண்ணாமலையின் அடிவாரத்தில் கடவுளின் அவதாரமான ஒரு இறை மனிதர் வசிப்பதைக் கேள்வியுற்று மகரிஷியைத் தரிசிக்க வந்துள்ளான். மூன்று முறை வணங்கி விட்டுப் பின் தரையில் அமர்ந்தான். இந்தப் பயணத்தால் அவனுக்கு ஏதோ ஒரு நல்ல பாக்கியம் கிட்டும், அருள் ஆசியைப் பெற முடியும் என்ற நம்பிக்கை கொண்டிருந்தான். தலை முதல் கால்வரையிலும் மூடியிருந்த ஊதா நிற உடையணிந்த அவனது மனைவியும் பணிவுடன் மகரிஷியை வணங்கி அவனருகில் அமர்ந்து கொண்டாள். அவளது மெல்லிய, வழவழப்பான கருமையான எண்ணெய் பூசிய முடி பளபளத்தது. இவர்களுடன் வந்த இவர்களது மகளும், காலில் அணிந்திருந்த கொலுசு ஒலிக்க, அறைக்குள் பிரவேசித்தாள். காதின் பின்புறத்தில் பூவை அணியும் விந்தையான பழக்கத்தை அனுசரித்து வெண்மையான பூவைத் தரித்திருந்தாள்.

அச்சிறு குடும்பம் மகரிஷியையே பணிவுடன், மரியாதையுடன் உற்று நோக்கியவாறு சில மணி நேரம் அமர்ந்திருந்தனர். வெறுமே அவரது முன்னிலையில் இருப்பதே அவர்களுக்கு ஆன்ம ரீதியான உறுதிப்பாட்டையும், உற்சாகமான மன உணர்வையும் மற்றும் அனைத்திற்கும் மேலாக, முரண்படுவதைப் போலத் தோற்றமளித்தாலும், அவர்களது மதக்கோட்பாட்டில், மிகையான, புதுப்பிக்கப்பட்ட நம்பிக்கையையும் அளித்தது. ஏனெனில், மகரிஷி அனைத்து மதங்களையும் வேறுபாடின்றி சமமாகவும், மதிப்புமிக்க, முக்கியத்துவம் வாய்ந்த பேரானுபவத்தின் வெளிப்பாடாகவும் மற்றும் பகவான் கிருஷ்ணருக்கு இணையாக இயேசு நாதரையும் போற்றி மதிக்கிறார்.

எனது இடப்புறத்தில் எழுபத்தி ஐந்து வயதான ஒரு முதியவர் அமர்ந்திருந்தார். வாயில் புகையிலையை அடக்கிக் கொண்டு,

கைகளில் சமஸ்கிருதப் புத்தகத்தைத் தாங்கி, அதில் பெரிய எழுத்துக்களில் அச்சிடப்பட்டவற்றை ஆழ்ந்து படித்துக் கொண்டிருந்தார். சென்னைக்கு அருகில் இரயில் நிலைய அதிகாரியாகப் பணியாற்றிய அவர், அதிலிருந்து ஓய்வு பெற்ற சில மாதங்களிலேயே மனைவியை இழந்தார். தனிமைப்படுத்தப்பட்ட இந்த வாய்ப்பைப் பயன்படுத்தி வெகு நாட்களாகத் தள்ளிப் போட்டு வைத்திருந்த தனது மனவிருப்பங்களை பூர்த்தி செய்து கொள்ளத் துவங்கினார். தேசம் முழுவதிலும் பயணித்துப் பல யோகிகளையும், ரிஷிகளையும் சந்தித்து, இதில் எவரது குணாதிசயமும் போதனைகளும் தனது மனதிற்கு உகந்தவையாக இருக்கும் என்பதைக் கண்டுகொள்ளும் முயற்சியில் பதினான்கு வருடங்களைக் கழித்தார். அவர் இந்தியாவில் மூன்று முறை சுற்றி வந்தும், அவரால் தனக்கென வகுத்துக் கொண்ட தனிப்பட்ட தரமுள்ள ஆசானைக் கண்டு கொள்ள முடியவில்லை. நாங்கள் இருவரும் சந்தித்து, எங்களது குறிப்புகளை ஒப்பிட்டுப் பார்த்தவுடன் அவர் தனது தோல்வியைக் குறித்து மனம் வருந்தினார். அவரது நாகரீகமற்ற, நேர்மையான முகத்தோற்றமும், சுருக்கங்கள் நிறைந்த முகமும் என் மனதைக் கவர்ந்தன புத்தி நுட்பம் மிக்கவராக இல்லாவிடினும் எளிமையாக, உள்ளுணர்வுடன் கூடியவராக இருந்தார். அவரைவிட வயதில் மிகச் சிறியவனாக இருந்ததால், அவருக்கு நல்ல அறிவுரைகள் வழங்கத் தயங்கினேன். அதைச் சுமையாகவும் கருதினேன். ஆனால் அவர் எனது உரைகளைக் கேட்டு என்னைத் தனது ஆசானாக ஆகிவிடும்படி கேட்டுக் கொண்டார்!'' உங்களது ஆசான் வெகு தொலைவில் இல்லை''

என்று கூறி அவரை நேரடியாக மகரிஷியிடம் அழைத்துச் சென்றேன். எனது கருத்தை ஏற்று, மகரிஷியின் தீவிரமான பக்தனாக அவருக்கு வெகுநாட்களாகவில்லை.

கூடத்திலிருந்த மற்றொரு நபர் மூக்குக் கண்ணாடி அணிந்து பட்டாடையுடுத்தி, செல்வச் செழிப்பாகத் தென்பட்டார். அவர் ஒரு நீதிபதி. தனது விடுமுறை நாட்களில் மகரிஷியைக் காண வந்துள்ளார். மகரிஷியின் தீவிரமான பக்தர், சீடராகிய இவர் வருடத்தில் ஒரு முறை அவரைத் தரிசிக்கத் தவறுவதில்லை. இந்த நாகரீகமான பண்பட்ட உயர்கல்வி பெற்ற உயர்பதவியில் இருக்கும் மனிதர், இடுப்பு வரையில் மட்டுமே ஆடையணிந்து,

எண்ணெய் பூசிய உடலுடன் இருக்கும் வறிய மக்களுடன் சமமாகத் தரையில் அமர்ந்து கொண்டார். மேலெழுந்த வாரியான வேற்றுமைகளைக் களைந்து மெய்ஞ்ஞானப்பேற்றை அடைவது மிகவும் சிறந்தது என்னும் ஆழமான தீவிர உணர்வும் புரிந்துணரலும்தான் பண்டைய காலத்து அரசர்களையும், யோகிகளைத் தேடி வனத்திற்கு அழைத்துச் சென்றது; சமயத்தின் வெளிப்புறப் பகட்டை அழித்துத் தற்கால மக்களையும் வேற்றுமைகளை மறந்து ஒன்றாக இணைத்துள்ளது.

ஒரு இளவயதுப் பெண்மணி. பிரகாசமான ஆடை அணிவிக்கப்பட்ட ஒரு குழந்தையுடன் உள்ளே நுழைந்து மகரிஷியின் முன் மண்டியிட்டு வணங்கினாள். வாழ்க்கையின் மிக ஆழ்ந்த, மெய்ஞ்ஞான விஷயங்கள் விவாதிக்கப்பட்டன. அறிவு - நுட்பமிகுதியான இந்த விஷயங்களில் பங்கேற்கும் துணிவில்லாததால் அவள் அமைதியாக அமர்ந்திருந்தாள். இந்தியப் பெண்களுக்குக் கல்வி அத்தியாவசியமாகக் கருதப்படவில்லை. ஆதலால், இப்பெண்மணி சமையல் மற்றும் வீட்டைச் சார்ந்த விஷயங்களின் வட்டத்தைத் தாண்டி மிகக் குறைவாகவே அறிந்திருந்தாள். ஆனால், மறுக்க முடியாத, எல்லையற்ற பேரருட் பிரகாசத்தின் முன்னிலையில் அவள் அதை உணர்கிறாள்.

அந்தி மாலைப் பொழுதில் அனைவருக்கும் பொதுவாகக் கூட்டு தியானம் நடத்தப்படுகிறது. எப்போதுமே மகரிஷி தனது பிரவேசத்தின் மூலம் தியானத்திற்கான நேரத்தைக் குறிப்பிடுவார். பொதுவாக, இது கவனிக்கப்படாமலே இருக்கும். சமாதி நிலையைப் போன்ற இந்த மோனத் தவத்தில் அவர் தனது புலன்களைப் புறஉலகினால் தாக்கப்படாது பாதுகாத்துக் கொள்கிறார் மகரிஷியின் அருகாமையில், அன்றாடம் தியானம் மேற்கொண்டதில் ஆழ்நிலைப்படும் அளவிற்கு எனது எண்ணங்களை உள்முகப்படுத்தும் வழிமுறையை அறிந்து கொண்டேன். அவரது மெய்ஞ்ஞானப் பேரொளியின் வட்டத்திலிருந்து பெறப்பட்ட ஆன்மீக அறிவொளிக்கீற்றிலிருந்து மன - ரீதியான உள்ளார்ந்த ஒளியைப் பெறாத வகையிலும், இவருடன் அடிக்கடி தொடர்பில் இருப்பது சாத்தியமல்ல. இவ்வாறான அமைதியான, ஓய்வான தருணங்களில் அவர் மீண்டும்- மீண்டும் என்னைத் தனது வரம்பிற்குள் இழுத்துக் கொள்கிறார் என்பதைப் புரிந்து

கொண்டேன். மேலும், இம்மாதிரியான தருணங்களில்தான் இவரது சொல்லை விட, இவரது மௌனம் எத்துணை வலிமையானது, முக்கியத்துவம் வாய்ந்தது என்பதை ஒருவரால் புரிந்து கொள்ள முடிகிறது. இவரது நிதானமான மௌனம், பேச்சு அல்லது வெளிப்படையான செயலின் ஊடகமின்றி ஒரு மனிதனிடம் வலுவான பாதிப்பை ஏற்படுத்தவல்ல சக்திவாய்ந்த அறிவாண்மையின் திரையை அமைக்கிறது. அவரது சக்தியைப் பெருமளவில் நான் உணரும் தருணங்களில், என்னைக் கலவரமடையச் செய்யும் மோசமான கட்டளைகள் பிறப்பித்தாலும் உடனடியாக அதற்குக் கீழ்ப் பணியத்தான் எண்ணுவேன். ஆனால் மகரிஷி ஒரு போதும் தனது சீடர்களை அடிமைத்தனமான கீழ்ப்படிதலின் சங்கிலியில் பிணைக்க மாட்டார். அவர் அனைவரையுமே சுதந்திரமாகச் செயலாற்றச் செய்து விடுவார். இவ்வகையில், நான் இந்தியாவில் சந்தித்த பல யோகிகள் மற்றும் ஆசான்களிடமிருந்து இவர் மாறுபட்டவர் மனதுக்கினியவர்.

எனது முதல் சந்திப்பில் அவர் எனக்கு உணர்த்தியிருந்த பாதையில் தான் நான் எனது தியானத்தை மேற்கொள்கிறேன். அப்போது அவர் உரைத்த பதில்களில் தென்பட்ட தெளிவற்ற தன்மை என்னைக் குழப்பத்தில் ஆழ்த்தியது. இப்போது நான் எனக்குள்ளே, எனது சுயத்திற்குள்ளே பார்க்கத் துவங்கி விட்டேன்.

'நான் யார்?'

சதை, இரத்தம், எலும்பு - இவற்றைக் கொண்ட உடலா நான்?

என்னைப் பிறரிடமிருந்து பேதப்படுத்திக் காட்டும், மனம், சிந்தனை மற்றும் உணர்வா நான்?

இதுவரையிலும் இக்கேள்விகளுக்குச் சாதகமான பதில்களையே இயல்பாக, எவ்வித எதிர்ப்புமின்றி ஏற்றுக் கொண்டுள்ளனர். ஆனால், மகரிஷி இவற்றை அப்படியே ஏற்றுக் கொள்ளக் கூடாது என்று என்னை எச்சரித்தார். இருப்பினும், எவ்வகையான முறையான போதனையையும் தெளிவுபடக் கூற அவர் மறுத்து விட்டார்.

''நான் யார்?'' என்னும் ஆன்ம - விசாரணையில் இடையறாது ஈடுபடு. உனது முழுமையான குணாதிசயத்தையும் ஆராய்ந்தறி.

'நான்' - 'சுயம்' என்பதின் சிந்தனையின் மூலாதார நிலையைக் கண்டு பிடிக்க முயற்சி செய். தொடர்ந்து தியானத்தில் ஈடுபட்டு உனது கவனத்தை அறிமுகப்படுத்திவிடு. ஒரு நாள் சிந்தனையின் சுழற்சி நிதானமாகி, பூடகமான, மாயமான ஒரு உள்ளுணர்வு எழும். அந்த உள்ளுணர்வைத் தொடர்ந்து, உனது சிந்தனையை நின்று விடச் செய்; அது இறுதியாக உனது இலக்கை எட்டச் செய்து விடும்.

அனுதினமும் நான் எனது சிந்தனைகளோடு போராடி, எனது உள்மனப்பகுதியின் இடைவெளிகளின் வழியே உட்புகுந்தேன். மகரிஷியின் அருகாமையின் அருளால் எனது தியானங்களும், தானே தனக்குச் சுயமாகப் பேசிக் கொள்ளும் பழக்கமும் அதிகச் சோர்வின்றி, மிகுதியான நற்பலனளிக்கத் துவங்கின. பலமான எதிர்பார்ப்பும், வழிநடத்தப்படும் உணர்வும் எனது இடையறாத முயற்சிகளின் மீது தாக்கத்தை ஏற்படுத்தின. கண்ணுக்குப் புலனாகாத மகரிஷியின் சக்தி, எனது மனோபாவத்தின் மீது வலுவான தாக்கத்தை ஏற்படுத்துவதைப் பற்றி நான் தெளிவாக உணர்ந்து கொள்ளும் விநோதமான தருணங்களையும் நான் கடந்தேன். இதன் விளைவாக மனிதமனத்தைச் சூழ்ந்திருக்கும் உள்ளிருப்பின், திரையிடப் பட்டிருக்கும் எல்லைப் புறத்தையும் தாண்டி இன்னும் ஆழமாக ஊடுருவிச் சென்றேன்.

ஒவ்வொரு நாள் மாலைப் பொழுதின் முடிவிலும், மகரிஷி, அவரது பக்தர்கள் மற்றும் சீடர்களும் இரவு உணவிற்காகச் சென்று விடுவதால் அறையே காலியாகி விடும். எனக்கு அவர்களது உணவு- வகையில் ஆர்வம் இல்லாமையாலும், எனக்காகப் பிரத்தியேகமாகத் தயாரிக்கும் சிரமம் மேற்கொள்ள வேண்டாம் என்பதற்காகவும், நான் பொதுவாகத் தனியே இருந்து கொண்டு, அவர்களது வருகைக்காகக் காத்திருப்பேன். எனினும், ஆசிரமத்தில் நான் ரசித்து உண்ணக்கூடிய ஒன்று 'தயிர்' மட்டுமே எனது விருப்பத்தை அறிந்து கொண்ட மகரிஷி, சமையற்காரரை ஒவ்வொரு நாள் இரவிலும் எனக்கு ஒரு கிண்ணம் நிறையத் தயிர் அளிக்குமாறு கட்டளையிட்டார்.

அரைமணி நேரம் கழித்து, அனைவரும் திரும்பியவுடன் ஆசிரமவாசிகளும் தங்கியிருந்த விருந்தினர்களும், மெல்லிய பருத்தித் துணிவிரிப்புகளைப் போர்த்திக் கொண்டு கூடத்தின்

தரையில் படுத்து உறங்கச் சென்றனர். மகரிஷி தனது திவானிலே (சயன இருக்கை) படுத்துவிட, வெண்ணிறப் போர்வையால், போர்த்திக் கொள்ளும் முன்னர், அவரது அந்தரங்கப் பணியாளன் அவரது கை, கால்களில் தைலம் பூசி நன்றாகத் தேய்த்து விடுகிறான்.

நான் கையில் கண்ணாடி பொருத்தப்பட்ட ஒரு இரும்பு விளக்கை ஏந்தி, அறையை விட்டு வெளியேறித் தனியே எனது குடிலை நோக்கி நடக்கலானேன். எண்ணற்ற மின்மினிப் பூச்சிகள் தோட்டத்தில் பறந்து கொண்டிருந்தன. ஒரு முறை நான் இன்னும் சற்றே இரண்டு அல்லது மூன்று மணி நேரம் கழித்து இப்பாதையில் சென்ற போது, இந்தப் பூச்சிகள் ஒளியை உமிழ்ந்தவாறு பறந்ததைக் கண்டேன். இவை பெரும்பாலும் கள்ளிச் செடிகளினிடையிலும், அடர்த்தியான புதர்களிலும் தான் காணப்படுகின்றன. இருட்டில் பாம்பு அல்லது தேள் போன்ற கொடிய ஜந்துக்களின் மீது இடறாமல் கவனத்துடன் செல்ல வேண்டும். சில சமயங்களில் நான் ஆழ்ந்த தியான நிலையில் இருக்கும்போது அந்தப் பரவச நிலைக்குத் தலையிட முடியாமலும், அதிலிருந்து வெளிவர விருப்பமின்மையாலும் நான் கடந்து செல்லும் வெளிச்சம் மிக்க குறுகிய பாதையில் கவனமின்றிச் செல்வேன். ஒரு வழியாக எனது எளிய குடிலை அடைந்து அழையா விருந்தாளிகளை (விலங்குகள்) தடுத்து நிறுத்த சன்னல் கதவுகளையும், வாயிற் கதவையும் நன்றாக இறுக்கமாகத் தாளிட்டேன். என் கண்ணுக்கு விருந்தாகிய அடர்த்தியான பனைமரங்களின் அணிவகுப்பும், அவற்றின் உச்சிப் பகுதியில் ஒளிவெள்ளமெனப் பாயும் வெண்ணிலவின் ஒளியும் தான் எனக்கு இறுதியாகக் காட்சியளித்தன.

அத்தியாயம் பதினேழு

மறக்கப்பட்ட உண்மைகளின் பட்டயத் தகடு

ஒரு நண்பகலில், கம்பீரமாக நடந்து வந்த ஒரு விருந்தினர் அறைக்குள் பிரவேசித்து, மகரிஷியின் இருக்கையின் வெகு அருகிலேயே அமர்வதைக் கண்டேன். அதீதமான கருமைநிறம் உடையவராக இருப்பினும் நாகரிகமான, பண்பட்ட முகத்தோடு காணப்பட்டார். அவர் பேசுவதற்கு முயற்சிக்காவிட்டாலும், மகரிஷி அவரைப் பார்த்த உடனேயே வரவேற்கும் பாவனையில் புன்னகைத்தார்.

அந்த மனிதரது தோற்றம், என் மீது வலுவான தாக்கத்தை ஏற்படுத்தியது. அவரது முகத்தில் அசாதாரணமான சாந்தம் நிலவிட பார்ப்பதற்குப் புத்தர் சிலையைப் போலிருந்தார். எதிர்பாராதவிதமாக எங்கள் கண்கள் சந்திக்க, நான் அமைதியிழந்து திரும்பும் வரையிலும் அவர் என்னை நெடு நேரம் உற்றுப் பார்த்தார். நண்பகல் முழுவதும் அவர் எதுவும் பேசாது மௌனமாக இருந்தார்.

அடுத்த நாள் சற்றும் எதிர்பாராத வகையில் நான் அவரைச் சந்தித்தேன். நான் தேநீர் தயாரிக்க எனது குடிலுக்குத் திரும்பிய போது, ராஜு எனது சேவகன் சில பொருட்களை வாங்க நகர்ப்புறம் சென்றிருந்தான். கனமான வாயிற்கதவைத் திறந்து வாயிற்படியில் கால் வைக்கச் செல்லுகையில், ஏதோவொன்று தரையில் குறுக்கே சென்று, எனது கால்களுக்குச் சற்றுத் தொலைவில் நின்றது. அது ஊர்ந்து செல்வதையும், அதன் 'உஸ்'

என்று சீறும் சப்தத்தையும் வைத்து அது பாம்பாகத் தான் இருக்கும் என்று அனுமானித்தேன். ஒரு கணம் எனது காலடியில் மரணம் நெருங்கியிருப்பதை உணர்ந்து திகிலுற்றேன். செய்வதறியாது திகைத்து நின்றாலும், அதை உற்றுப்பார்த்தேன். அது என்னை வசீகரித்தாலும், பயம் என்னைக் கவ்வியது. நரம்புகளில் இறுக்கம் ஏற்பட்டு பீதியும், அருவருப்பும் என்னைப் பீடிக்க அழகிய வடிவம் கொண்ட அதன் தலையை உற்றுப் பார்த்தவாறு நின்றேன். திடீரென ஏற்பட்ட இந்த நிகழ்வு என்னை மிகையாகத் தாக்கியது. வன்மம் நிறைந்த அந்தத் தீய ஊர்ந்து செல்லும் பிராணி என்னைத் தீவிரமாக வஞ்சம் தீர்க்கும் விதத்தில் உற்று நோக்கியவாறு தலையைத் தூக்கி படத்தை விரித்தது.

இறுதியில், நான் ஒரு வழியாக விழிப்புணர்வடைந்து வேகமாகப் பின்வாங்கினேன். பாம்பை அடிப்பதற்காகத் கனமான கம்பை எடுக்கச் சென்ற போது, நேற்றைய புதிய விருந்தினரின் உருவம் நிழலாடியது. அவரது நேர்த்தியான பண்பட்ட முகத்தில் இயல்பான நற்பண்பு வெளிப்பட்டதில் நான் சற்றே அமைதியுற்றேன். அவர் எனது குடிலை அணுகி, நிலைமையைக் கண்ணுற்றவுடனேயே தாமதியாது, எனது அறைக்குள் நுழையத் துவங்கினார். நான் உரத்த குரலில் எச்சரிக்கை விடுத்ததையும் அவர் கவனிக்கவில்லை. மீண்டும் நான் எனது மனோதிடத்தை இழந்தேன். ஏனெனில், நிராயுதபாணியான அப்புதிய மனிதர் தனது இருகைகளையும் நாகத்தை நோக்கி விரித்தார்!

பிளவுபட்ட அதன் நாக்கு, திறந்திருந்த வாயின் வழியே அசைந்தாலும், அது புதியவரைத் தாக்க முயற்சிக்கவில்லை. அதற்குள் எனது கூக்குரலைச் செவியுற்று குளத்தில் குளித்துக் கொண்டிருந்த இருமனிதர்கள் எனது குடிலுக்கு விரைந்தனர். அவர்கள் வரும்முன்னர், அறிமுகமில்லாத விருந்தினர் பாம்பை நெருங்கிவிட்டார். பாம்பு அவர் முன்பு தலை வணங்கிட அவர் அதன் வால்பகுதியை மெதுவாகத் தட்டிக் கொடுத்தார்!

பாம்பின் விஷப்பற்கள் அசைவற்று அதன் கொடிய தலைப்பகுதிக்குள் புகுந்து விட்டன. பின்னர், வளைந்து நெளியும் தன்மையுடைய பாம்பின் உடல் திடீரெனத் தன்னுணர்வு பெற்றது போல வளைந்து, முறுக்கிய நெளிவுடன், சரசரவென நகர்ந்து அந்த இருவரும் உள்ளே வரும் போது, குடிலை விட்டு

வெளியேறி காட்டின் பாதுகாப்பான புதர்ப்பகுதிக்குள் மறைந்து கொண்டது.

தாமதமாக வந்தவர்களில் ஒருவர், ''இது நாகப்பாம்பின் குட்டி'' என்றார். இவர் நகரத்தில் உள்ள பிரபலமான வியாபாரி. மகரிஷியை வணங்க அவ்வப்போது ஆசிரமத்திற்கு வரும் இவர் என்னுடனும் அளவளாவுவார்.

அந்தப் புதிய நபர் சிறிதும் அச்சமின்றிப் பாம்பை நடத்திய விதத்தைக் கண்டு நான் அதிசயித்ததைத் தெரிவித்தேன்.

''ஆ அது யோகி ராமையா!'' என்றும் ''அவர் மகரிஷியின் பிரதான சீடர்களில் ஒருவராவார்,'' என்றும் வியாபாரி தெரிவித்தார்.

யோகியுடன் சம்பாஷணையில் ஈடுபடுவது சாத்தியமல்ல ஏனெனில், அவர் தானாக உருவாக்கிக் கொண்ட விதிமுறையின்படி அவர் தீவிர மௌன விரதம் அனுஷ்டித்து வருகிறார். மேலும், அவர் தெலுங்கு மொழி பேசுபவர்; எனது தெலுங்கு மொழிப் புலமையைப் போலவேதான், அவரது ஆங்கில மொழியின்புலமையும். மேலும், இங்கு எவருடனுமே தொடர்பு கொள்ளாமல் அவர் ஏறத்தாழ முழுமையான மௌனவிரதமே பூண்டுள்ளதாகவும் அறிந்து கொண்டேன். குளத்தின் மறுகரையில் பெரும் பாறைகளின் நிழலில், சிறிய கற்களினாலான உறைவிடத்தை அமைத்துக் கொண்டு, அதில் வசிப்பதாகவும், மகரிஷியிடம் பத்து வருடங்களுக்கு மேலாகவும் சீடராக இருப்பதாகவும் அறிந்தேன்.

எனினும், விரைவிலேயே எங்களிடையே இருந்த இடைவெளி நீங்கியது. தண்ணீர் நிரப்ப, பித்தளைப் பானையுடன் அவர் குளத்திற்கு வந்த போது நான் அவரைச் சந்தித்தேன். அவரது பூடகமான, அருள் - நிறைந்த முகத் தோற்றம் என்னை வசீகரிக்க என்கைப்பையில் புகைப்படக் கருவி இருந்ததால் அவரைப் படம் பிடிப்பதற்கான தோரணையில் இருக்குமாறு சைகைகளின் மூலம் வேண்டிக் கொண்டேன். எதிர்ப்பேதும் தெரிவிக்காது, அதற்கிணங்கி அதன் பின்னர் என்னைத் தொடர்ந்து எனது குடிலுக்கு வந்தார். அங்கு எனக்காகக் காத்திருந்த முன்னாள் இரயில் நிலைய அதிகாரியைச் சந்தித்தோம்.

அதிர்ஷ்டவசமாக அந்த முதியவருக்கு ஆங்கிலத்தைப் போலவே தெலுங்கு பாஷையும் பரிச்சயமானதால் எங்களுக்கிடையே மொழிபெயர்ப்பாளராக இருந்திட அவர் சம்மதமும் தெரிவித்தார். வாயால் பேசுவதற்குப் பதிலாக பென்சிலால் குறிப்பெடுத்துக் கொள்ள முடிவு செய்யப்பட்டது. யோகி தகவலளிக்கத் தயாராக இல்லாமலும், பேட்டியளிக்க விரும்பாமலும் இருந்தாலும் நான் அவரைப் பற்றி இன்னும் சில விஷயங்களை வரவழைத்தேன்.

நாற்பது வயதான இராமையா நெல்லூரில் நிலங்களின் சொத்துக்கள் வைத்துள்ளார். உலக வாழ்வை முற்றிலும் துறக்காவிடினும், யோகம் மற்றும் தியானத்தில் அதிக நேரம் செலவிடுவதற்காக, தனது சொத்துக்களைப் பராமரிக்கும் பணியைத் தனது குடும்பத்தாரிடமே ஒப்படைத்து விட்டார். அவருக்கென ஒரு தனிப்பட்ட சீடர் குழு உள்ளது. வருடம் ஒருமுறை மகரிஷியைக் காண வரும் போது, அவருடன் இரண்டு அல்லது மூன்று மாதங்கள் தங்கும் சமயத்தில் அவர்களை அங்கேயே விட்டு வருகிறார்.

யோகி இராமையா -
(தரையில் அமர்ந்திருப்பவர்)

ஒரு ஆசானைத் தேடும் தீவிரமான பணி நிமித்தம் அவர் தென்னிந்தியாவில் பரவலான சுற்றுப் பயணம் மேற்கொண்டுள்ளார். பல்வேறு ஆசான்களிடம் பயின்றதால் தனித்துவம் மிக்க திறன்களைப் பெற்றார். சுவாசப் பயிற்சியும்,

தியானப்பயிற்சியும் அவருக்கு மிகவும் எளிதில் கைவசமாகின. அவரது ஆசான்களையே மிஞ்சக் கூடிய அளவிற்கு, அவர்களால் தெளிவுபட உரைக்க முடியாத அனுபவங்களைக் கூட அவர் சாதகமாக்கினார். இதன் விளைவாகத்தான் அவர் இறுதியில் மகரிஷியை வந்தடைந்துள்ளார். மகரிஷி அவருக்குத் துல்லியமான விளக்கங்களைத் தெளிவுபட உரைத்து, அவர் இனி தொடர்ந்து செல்ல வேண்டிய மார்க்கத்திற்கும் வழிகாட்டி உதவியுள்ளார்.

யோகி ராமையா, தான் இங்கு இரண்டு மாத காலம் தங்கிட வந்திருப்பதாகவும், உதவிக்கு தனது பிரத்தியேகமான பணியாளனையும் உடன் அழைத்து வந்திருப்பதாகவும், ஒரு மேற்கத்தியர் இவ்வாறு கிழக்கத்தியரின் புராதனமான பொக்கிஷத்தில் (ஞானம்) ஆர்வம் கொண்டுள்ளது தனக்கு மகிழ்ச்சியளிப்பதாகவும் தெரிவித்தார். நான் அவரிடம் படங்கள் நிறைந்த ஒரு ஆங்கிலப் பத்திரிகையைக் காட்ட அவர் அதில் ஒரு படத்தை பார்த்து புதுமையாக விமர்சித்தார்.

''உங்கள் நாட்டுப் பகுத்தறிவாளர்கள், அவர்களிடம் முன்னமே இருப்பதைவிடத் துரிதமாக இயங்கக்கூடிய இயந்திரங்களைத் தயாரிப்பதில் முனைவதை விட்டு, தமக்குள் ஆராயத் தொடங்கினால், உங்களது இனத்தவர் மிகையான ஆனந்தம் அடைவர். உங்கள் நாட்டவர், விரைவாகப் பயணிக்கக் கூடியவற்றைக் கண்டுபிடிப்பதன் மூலம் மிகையான திருப்தியும், மகிழ்ச்சியும் பெறுவதாக உங்களால் கூற முடியுமா?'' என்றார்.

அவர் விடை பெற்றுச் செல்லும் முன் நாகப்பாம்பின் நிகழ்வைப் பற்றி அவரிடம் விசாரித்தேன். சிரித்தவாறே,

''நான் எதைக் கண்டு அச்சமுற வேண்டும்? நான் வெறுப்புணர்வைக் களைந்து, அனைத்து உயிர்களிடத்தும் இதயத்தில் இருக்க வேண்டிய அன்பான உணர்வுடன் அதை அணுகினேன்.'' என்றார்.

யோகியின் உணர்ச்சிபூர்வமான விளக்கத்திற்கு அப்பாற்பட்ட ஏதோ ஒன்று இருப்பதாக நான் மனதில் எண்ணினேன். ஆனால், மேலும் அவரைக் கேள்வி கேட்டுத் தொல்லை தராது அவரது ஏகாந்தமான இருப்பிடத்திற்குச் செல்ல விடை கொடுத்தேன் எங்களது முதல் சந்திப்பிற்குப் பின்னர் தொடர்ந்த வாரங்களில்

இராமையாவைப் பற்றி மேலும் அதிகமாகத் தெரிந்து கொண்டேன். நாங்கள் அடிக்கடி எனது குடிலின் முன்புறமுள்ள வெட்ட வெளியிலும், குளக்கரையிலும் அல்லது அவரது இருப்பிடத்தின் வெளிப்புறத்திலும் சந்தித்துக் கொண்டோம். அவரது அகன்ற பெரிய கருவிழிகளின் காருண்யம் என்னை ஈர்த்ததோடு மட்டுமல்லாது, எனது மனநிலைக் கேற்ற மனோபாவத்தையே அவர் கொண்டிருந்ததையும் நான் புரிந்து கொண்டேன். எங்களிடையே மௌனமானதொரு நட்புறவு மலர்ந்தது. இது ஒரு நாள் உச்ச கட்டத்தை அடைந்து அவர் எனது தலையில் கைவைத்து ஆசி வழங்கினார். பிறகு தன் கைகளோடு எனது கைகளப் பிணைத்துக் கொண்டார். ஒரு சில தெலுங்கு மொழியில் வரையப்பட்ட பென்சில் குறிப்புக்களைத் தவிர, எங்களது தொடர்பில் எதுவும் வாய்மொழியப்படவில்லை. இருப்பினும், எனக்கும், இராமையாவிற்கும் இடையிலான நெருக்கமான தொடர்பு, பிரிக்க முடியாதது என்றே கருதுகிறேன். அவ்வப்போது காட்டுப்பகுதிகளில் அவரோடு சேர்ந்து உலாவச் செல்வேன். சில நேரங்களில் கரடு - முரடான, பாறைகள் மிக்க மலையேறிச் செல்வோம். ஆனால் எங்கு சென்றாலும் அவரது சாந்தமான, பண்பட்ட நாகரீக முகத்தோற்றம் என்னை அன்பால் ஈர்த்தது.

அவரது அபரிமிதமான சக்தியைப் பற்றிய மற்றுமோர் தெளிவான வெளிப்பாட்டை விரைவில் கண்டேன். கெட்ட செய்தியைத் தாங்கிய கடிதம் ஒன்று எனக்குக் கிட்டியது. இந்தியாவில் நான் தங்கும் நாட்களைக் குறைத்துக் கொள்ள வேண்டிய அளவிற்கு எனது நிதி நிலை மோசமாகியதை அது தெரிவித்தது. மகரிஷியின் ஆசிரமத்தில் நான் நெடுநாள் தங்கியிருக்கலாம். மற்றும் அவரது சீடர்களும் எனக்கு ஆதரவளிக்கத் தயாராக இருப்பர் என்பதில் ஐயமில்லை. ஆனால், இது எனது இயல்புக்கு ஒவ்வாதது. எனினும் நட்புணர்வின் சில நல்லிதயங்களால் எனக்கு உதவி கிட்டியபோதும் மேற்கில் சென்று எனது பணிகளில் மீண்டும் ஈடுபடும் நிர்ப்பந்தத்திற்கு ஆளாகியுள்ளேன்.

விசனம் தரும் இச்செய்தி எனது ஆன்ம மற்றும் மன ரீதியான பயிற்சிக்கு அபரிமிதமானதொரு சோதனையாக அமைந்தது.

ஆனால் நான் போதுமான அளவு பயிற்சியில் முதிர்வடையாத தால் சோதனையில் மெச்சத்தகுதியான வெற்றி காணாமல், இந்தச் செய்தியால் நிலைகுலைந்து, தடுமாறிப் போனேன். மகரிஷியுடன் எனது இயல்பான நுட்பமான உள்ளார்ந்த தொடர்பைப் பெற இயலாது, அறையை விட்டு வெளியேறினேன். எஞ்சியிருந்த பொழுதையும் விசனம் தோய்ந்த மனச்சோர்வுடன் இங்குமங்கும் அலைந்து கழித்தேன். ஒருவரது அனைத்துத் திட்டங்களையும் ஒரேயடியில் வீழ்த்தி விடவல்ல விதியின் அழிவேற்படுத்தவல்ல சக்தியை எதிர்த்து மனதில் மௌனமாகப் போராடினேன்.

குடிலுக்குள் சென்று சோர்வுற்ற உடலையும், சலிப்புற்ற மனதையும் விரிப்பில் கிடத்தினேன். ஆழ்ந்த சிந்தனையில் இருந்த எனக்கு ஏதோவொரு இனம்புரியாத மாயத்தோற்றம், பகற்கனவு நிகழ்ந்ததைப் போலத் தோன்றியது. ஏனெனில், சிறிது நேரத்தில் கதவு தட்டப்படும் மெல்லிய ஒலி என்னைத் திடீரென எழச் செய்தது. விருந்தினரை உள்ளே வருமாறு நான் அழைப்பு விடுக்க, கதவு மெல்லத் திறக்கப்பட்டு இராமையா உள்ளே நுழைந்தார்.

அவர் உள்ளே வந்து தரையில் அமர்ந்த போது, நான் விரைந்து எழுந்து அவர் எதிரே அமர்ந்தேன். கண்களில் கேள்விக் குறியைத் தேக்கியவாறு என்னைக் கூர்ந்து பார்த்தார். ஒருவரது பாஷையை மற்றொருவர் அறியாத நிலையில், ஆங்கிலம் அறியாத ஒரு நண்பருடன் நான் தனிமையில் விடப்பட்டேன். இருப்பினும் ஏதேவொரு விந்தையான உணர்வு அவருக்கு அந்நியமான ஒரு பாஷையில் அவருடன் பேச என்னைக் கட்டாயப்படுத்தியது. எனது மொழியை இல்லாவிடினும், எனது எண்ணங்களையேனும் அவர் புரிந்து கொள்வார் என்னும் அதீதமான கற்பனை மிக்க எதிர்பார்ப்புடன், சுருக்கமான சொற்றொடர்களாலும், சமிக்ஞைகளாலும், எனக்குத் திடீரென ஏற்பட்டுள்ள வலிய துன்பக் கதையைப் பற்றி விவரித்தேன்.

இராமையா மௌனமாகக் கேள்வியுற்று இரக்கமான பிரதிபலிப்புடன் தலையை அசைத்தார். சிறிது நேரத்தில் அங்கிருந்து எழுந்து, சைகையினால் என்னை வெளியே வருமாறு அழைத்தார். சூரியன் பட்டொளி வீசிப் பிரகாசித்துக் கொண்டிருந்த நிழல் படர்ந்த காட்டுப் பகுதியைக் கடந்து நெடிய தொரு திறந்த வெளியை அடைந்தோம். அரைமணி நேரம்

அவரைப் பின்தொடர்ந்து சென்ற நான், சுட்டெரிக்கும் வெய்யிலின் கடுமை தாளாது, நிழலைத் தேடி ஒரு ஆலமரத்தடிக்குச் சென்றேன். சற்று நேர ஓய்விற்குப் பின்னர் மீண்டும் அரைமணிநேரம் பயணித்து காட்டுப் பகுதியைக் கடந்தோம். இறுதியாக இராமையாவிற்கு நன்கு பரிச்சயமான பாதையில் சென்று பெரியதொரு குளத்தை நோக்கி இறங்கி நடந்தோம். மிருதுவான மணலில் எங்களது கால்கள் புதைய, வண்ணத் தாமரை மலர்கள் நிறைந்த குளக்கரையை அடைந்தோம்.

யோகி மிகவும் குட்டையான மரத்தடியில் அமர, நானும் அவரருகே மணற் தரையில் அமர்ந்தேன். பனைமரத்தின் ஓலைகள் எங்கள் தலைமீது குடைபோல் விரிந்திருந்தது. கண்ணுக்கெட்டிய தூரம் வரையிலும் தென்படும் பாலைவனம் போன்ற மணற்பரப்பையும் அதன் முடிவில் காணப்படும் மலைக்குன்றையும் தவிர வேறெதுவும் இல்லாத ஒரு அமைதியான இடத்தில் நாங்கள் தனித்திருந்தோம்.

இராமையா கால்களை மடித்துத் தனது இயல்பான தியான நிலையில் அமர்ந்தார். விரல்களால் சமிக்ஞை காட்டி என்னைச் சற்றே அருகில் வருமாறு அழைத்தார். அமைதியான, தெளிவான தனது முகத்தை முன்புறம் திருப்பிப் பார்வையை நீரின் மீது பதித்து, ஆழ்நிலை தியானத்தில் மூழ்கினார்.

நிமிடங்கள் நகர, இராமையா சலனமற்றிருந்தார். குளத்தின் நீர்ப்பரப்பைப் போன்ற அமைதியான, சலனமற்ற முகத்துடன், சுற்றியுள்ள இயற்கைப் பரப்பின் அசைவற்ற மரங்களைப் போன்று அசையாத உடலுடன் அமர்ந்திருந்தார். அரைமணி நேரம் கடந்த பின்னரும் அவர் பனைமரத்தடியில் அமைதியான ஆன்ம சோதனையில் மூழ்கியிருந்தார். அவரது முகம் தற்போது இயல்புக்கு மாறாக அமைதியுடன் மேன்மையான பொலிவுடன் திகழ்ந்தது. அவரது சலனமற்ற பார்வையும் வெற்றிடத்தையும் அல்லது தூரத்துக் குன்றுகளின் மீதும் நிலைகுத்தியிருந்தது.

சிறிது நேரத்திலேயே எங்களது ஏகாந்தமான சூழலின் அமைதியையும், எனது கூட்டாளியின் அற்புதமான அமைதியையும் உணரும் சக்தியைப் பெற்றேன். சிறிது, சிறிதாக, உறுதியான, ஊடுருவும் சக்தி கொண்ட நுட்பமான சக்தியால் எனது

ஆன்மாவும் நிரந்தரமான அமைதியில் ஆட்கொள்ளப்பட்டது. தனிப்பட்ட சோகத்தை வெல்லக் கூடிய அமைதியான மனநிலையை இப்போது, முன்பு போல் அல்லாது, எளிதில் என்னால் அடைய முடிந்தது. இதில் தனது பூடகமான வழியில், யோகி எனக்கு உதவி புரிவதில் சிறிதும் சந்தேகமில்லை. ஆழ்ந்த மோனநிலையில் அமர்ந்திருந்த அவரிடமிருந்து மெல்லியதாக சுவாசம் மட்டுமே வெளிவந்து கொண்டிருந்தது. இவரது மேம்பட்ட, பரிசுத்தமான நிலையின் இரகசியம் தான் என்ன? அவரிடமிருந்து வெளியாகும் இந்த நற்பலனளிக்கும் ஒளிப்பெருக்கின் மூலாதாரம் தான் எது?

மாலை நேரம் நெருங்குகையில், வெப்பம் குறைந்து வெய்யிலில் சுட்ட மண்ணும் குளிர்ச்சி அடையத் துவங்கியது. மேற்குத் திசையிலிருந்து மறையத் துவங்கும் கதிரவனின் மஞ்சள் நிற ஒளிக்கதிர்கள் யோகியின் முகத்தில் விழுந்ததில் அசைவற்ற அவரது உடல் தற்போதைக்கு ஒளி பொருந்திய சிலையாகத் தோற்றமளித்தது. எனது மனதின் எண்ணத்திலிருந்து இதை விலக்கி விட்டேன். மீண்டும் எனது உள்ளிருப்பிற்குள் அலையாகப் பாய்ந்து கொண்டிருக்கும் மிகையான ஆனந்தத்தை அனுபவிப்பதற்காக எனது உள்ளார்ந்த நிலைக்குத் தெய்வீகத் தன்மை வாய்ந்த ஆழமான நுண்பகுதிக்குள் நான் நிலைக்கத் தொடங்கியவுடன் இகலோகத்தின் மாற்றங்களும், வாய்ப்புகளும் அவற்றிற்குத் தகுதியானவற்றைப் பெற்றுக் கொள்கின்றன.

ஒரு மனிதன் தனது ஆழமான் சுயத்தின் நோக்கு நிலையைக் கண்டு கொண்டு விட்டால், தனது சோதனைகளைக் கூட அவனால் அமைதியான கண்ணோட்டத்துடன் பார்க்க முடியும் என்பதைத் தெளிவாகப் புரிந்து கொண்டு, திகைப்புற்றேன் உறுதியான நிலைப்பாட்டுடன் கூடிய சாசுவதமான பேராண்மை ஏற்றுக்கொள்ளப்படுவதற்காகக் காத்திருக்கும் போது, லோகாயதமான நம்பிக்கைகளின் மாறுபடும் தன்மையுள்ள சுகங்களின் மீது பற்றுக் கொள்வது முட்டாள்தனமான செயல் என்றும்; ஒரு உன்னதமான சக்தி, பேராண்மை, நாளைய பொழுதின் சிந்தனையை அவர்களுக்காக ஏற்றுக் கொண்டுள்ள தால் நாளைய பொழுதின் சிந்தனையை அவர்கள் ஏற்க வேண்டாம் என்று கலீலியன் காலத்து ஆசான்கள் தனது

சீடர்களிடம் உரைத்த காரணத்தையும் புரிந்து கொண்டேன். தனக்குள்ளே இருக்கும் சுயத்தின் தீர்க்கதரிசனச் சக்தியின் மீது ஒருவன் நம்பிக்கை கொண்டால், அவனால் இப்பூவுலக வாழ்வின் சுக - துக்கச் சூழல்களிலிருந்து அச்சமின்றியும், தடுமாற்றம் இன்றியும் துணிவுடன் நீந்திக் கரையேறி விடலாம் என்பதையும் புரிந்து கொண்டேன். மேலும், வெகு அருகாமையில் தான் எங்கோ வாழ்க்கையின் அடிப்படையான தத்துவம் உள்ளது. இதன் அமைதியான சூழலில், எவ்விதக் கவலையும் இருக்காது. இவ்வாறு ஆன்மீகச் சூழலில் ஏற்பட்ட மாற்றத்தினால் என் மனதிலிருந்து சுமை மறைந்தது.

இந்தப் பூரணமான, அழகிய அனுபவத்தின் போது நேரத்தைப் பற்றிச் சிறிதும் கவலைப்படவில்லை. மேலும், தெய்வீகப் பேரருளின் உள்ளிருப்பைப் பற்றியும், இகலோகத்தின் உணர்வைப் பற்றிய இதன் சுதந்திரத்தைப் பற்றிய இரகசியத்தையும் எவரால் திருப்திகரமான விளக்கத்தை அளிக்க முடியும் என்பது எனக்கு விளங்கவில்லை. உயிர்ப்பு- மிக்க இக்காட்சியை அந்திப் பொழுதின் மங்கலான வெளிச்சம் திரையிட்டது. இப்பகுதிகளில் இரவுப் பொழுது வேகமாகக் கவிழ்ந்து விடும் என்பது திடீரென என் நினைவில் உதித்தது. இருந்தாலும், நான் அதைப் பற்றிக் கவலைப்படவேயில்லை. எனது அருகிலிருக்கும் இந்த மனிதன் என்னை உள்ளார்ந்த பயணத்தில் வழிநடத்திச் சென்று சர்வவல்லமை மிக்க பேரானந்த அமைதியை அடையச் செய்தால் மட்டும் போதும்.

இறுதியாக, அவர் எழ வேண்டும் என்பதைக் குறிப்பாக உணர்த்துவதற்காக என் கைகளை மெதுவாகத் தொட்ட போது இருள் முழுவதுமாகக் கவிழ்ந்து விட்டது. நாங்கள் இருவரும் இந்த அமைதியான, தனிமையான பகுதியில், கையில் விளக்கின்றி, சரியான பாதையும் இல்லாது கையைக் கோர்த்தபடி நடந்து சென்றோம். இந்த இருப்பிடத்தைப் பற்றி யோகி இராமையாவின் இயற்கைக்குப் புறம்பான, அமானுஷ்யமான உணர்வு மட்டுமே எங்களுக்கு வழிகாட்டியாக இருந்தது. வேறு சமயமாக இருப்பின், இந்த இடமும் எனக்கு விரும்பத்தகாத பயத்தை அளித்திருக்கும். ஏனெனில், காட்டுப் பகுதியின் இரவு நேரத்துத் திகிலூட்டும் நினைவுகள் மற்றும் காட்டில் கொடிய வனவிலங்குகளுடன்

பார்க்கப்படாத விண்ணுலக உருவங்கள் தென்படுவதாகப் பிறர் கூறியதும் எனக்குள் பயத்தை ஏற்படுத்தியிருந்தன. ஒரு சில கணங்களுக்கு ஜாக்கியின் உருவம் என் கண்ணில் நிழலாடியது. எனது நாய், ஜாக்கி எப்போதுமே என்னுடன் உலாவவும், எனது உணவை உண்ண எனது குடிலுக்கு வரும். மேலும், சிறுத்தைப் புலியால் கடிபட்டபோது அதன் தொண்டையருகில் ஏற்பட்ட காயத்தின் வடுவும், அதே புலியால் பிடிபட்ட ஜாக்கியின் காணாமலே போன சகோதரனைப் பற்றிய நினைவும் என்னுள் எழுந்தன. தற்செயலாக நானும் பசியுடன் சீறிப்பாயும், பளீரிடும் பச்சை நிறக் கண்களுடன் கூடிய புலியையோ அல்லது சுருண்டு படுத்திருக்கும் நாகத்தை இருட்டில் அறியாமலேயே இடறி விடலாம் அல்லது கொடிய கொட்டும் தேளையும் மிதிக்க நேரிடலாம். ஆனால், உடனடியாக அச்சமற்ற யோகியின் முன்னிலையில் இவ்வாறான சிந்தனைகள் எழும்பியதை எண்ணி வெட்கமுற்றேன். உடனடியாக அவரது பாதுகாப்பான ஒளிவட்டத்திற்குள் முழுமனதுடன் என்னைப் பணித்துக் கொண்டேன். இது என்னைச் சுற்றி பாதுகாப்பான அரண் அமைத்தது போலிருந்தது.

இந்தியாவில் பொதுவாகப் பொழுது விடியும் போது எழும் அதிகாலை நேர இயற்கையின் இன்னிசைக்கு ஈடாக இரவிலும் விநோதமான ஒலிகள் எழுந்தன. தூரத்தில் குள்ள நரிகள் ஊளையிடும் சத்தம் மீண்டும் மீண்டும் ஒலிக்க மற்றுமோர், காட்டு மிருகத்தின் ஓலமும் எங்களது செவிகளை எட்டியது. எங்கள் இருவரது உறைவிடங்களுக்கும் இடையிலுள்ள குளத்தை நெருங்கிய போது தவளை, பல்லி, மற்றும் வௌவால்களின் சத்தமும் காதுகளை நிறைத்தன.

காலையில் சூரிய ஒளி நிரம்பிய உலகில் கண் விழித்த எனது இதயமும் ஒரு பிரகாசமான, உற்சாகமான செய்தியால் நிறைந்தது.

☯ ☯ ☯

எனது சுற்றுப்புறத்திலுள்ள வாழ்க்கையின் கவினுறு காட்சியைப் பற்றியும், மகரிஷியுடன் நான் மேற்கொண்ட சம்பாஷணையின் குறிப்புகளைப் பற்றிய குறிப்பு வரைவதில் எனது எழுதுகோல் மேலும் கோலமிடத் தயாராக இருப்பினும்

காலக்கிரமமாகத் தொகுக்கப்பட்ட இந்நூலை நிறைவு பெறச் செய்யும் காலகட்டம் நெருங்கிவிட்டது.

நான் அவரைத் தீவிரமான ஆவலுடன் ஆராய்ந்தேன். இன்றைய காலகட்டத்தில் தங்கச் சுரங்கத்தின் கண்டுபிடிப்பிற்கு அளிக்கப்படும் மதிப்பைப் போல ஆன்மீக மெய்ஞ்ஞானத்தின் கண்டுபிடிப்பு போற்றப்பட்டதொரு தொலைதூர காலத்தின் பாரம்பரியம் அவருக்குள் பொதிந்திருப்பதைப் படிப்படியாகக் கண்டு கொண்டேன். தென்னிந்தியாவின் இந்த அமைதியான, பலராலும் அறியப்படாத பகுதியில் இந்தியாவின் ஆன்மீகச் சிரேஷ்டர்களில் இறுதியானவரிடம் வழிநடத்திச் செல்லப்பட்டு விட்டேன் என்னும் சிந்தனை மிகையான வலிமையோடு என் மனதில் உதமயானது. வாழும் துறவியான இவரது சாந்தமான தோற்றம் இவரது நாட்டின் வரலாற்று ஏட்டில் பொன்னெழுத்துக்களால் பொறிக்கப்பட்ட காலத்தால் அழியா பண்டை முனிவர்களை என்னை நெருக்கத்தில் காணச் செய்தது. இந்த மாமனிதரின் மிகவும் பொக்கிஷமான, அற்புதமான பகுதி வெளிப்படுத்தப்படாமல் இருப்பது அனைவராலும் உணரப்பட்டுள்ளது. செறிந்த அறிவாண்மை மிக்க அவரது பூடகமான, ஆழ்ந்த ஆன்மா அனைவரையும் தவிர்க்கிறது. சில சமயங்களில் வியத்தகு வகையில் விலகி, ஏகாந்தமாகவும், மற்றும் சில சமயங்களில் அவரது உள்ளார்ந்த கருணையின் அருட்பொழிவும் என்னை அவருடன் உறுதியாகப் பிணைத்தது. நான் அவரது புரியாத புதிரான தன்மைக்கு என்னை அர்ப்பணித்து, அவர் தோன்றுவதைப் போலவே அவரை ஏற்றுக் கொண்டேன். மானுட ரீதியாக அவர் புறத் தொடர்புகளிலிருந்து விடுபட்டுத் தனித்திருக்கிறார். ஆனால், கிரேக்கக் கடவுள், அரியட்னேவின் நுண்ணிழை வழியைக் கண்டறிந்தவர்களால் இவரது உள்ளொளிப் பாதையின் வழியில் நடந்து இவரோடு ஆன்மீகத் தொடர்பு கொள்ள முடியும். இவரைச் சுற்றிலும் ஒரு நம்பகத் தன்மையுடன் கூடிய உறுதியான மேன்மை, எளிதில் புலப்படும் அளவிற்கு நிலவும்போதும் அவர் மிகவும் எளிமையாகவும் நற்பண்புடன் அடக்கமாகவும் இருப்பதாலும், மாயசக்திகளை விரும்பும் சுபாவம் மிக்க தனது நாட்டவரை வசீகரிப்பதற்காக மாயசக்திகளும், மறைவியல்பின் ஞானம்

மிக்கவராகவும் தன்னை பறைசாற்றிக் கொள்வதில்லை என்பதாலும், சற்றும் போலித்தனம் இல்லாததால், தனது ஆயுட்காலத்திலேயே தன்னை மகனாகச் செய்யும் ஒவ்வொரு முயற்சியையும் அவர் வலுவாக எதிர்த்தார் என்பதாலும் எனக்கு அவரை மிகவும் பிடிக்கும்.

மகரிஷியைப் போன்ற மகான்கள் இருப்பதால், நம் அனைவராலும் எளிதில் அடைய முடியாத பகுதியிலிருந்து தெய்வீகத் திருவருளின் போதனை இடையறாது பெறப்படும் உறுதி அளிக்கப்படுகிறதோ என்றே எனக்குத் தோன்றுகிறது. ஒரு துறவி நமக்கு ஒன்றை வெளிப்படுத்தத் தான் வருகிறாரே தவிர, நம்மோடு விவாதிப்பதற்காக அல்ல என்றும் எனக்குத் தோன்றியது. அவரது பிரத்தியேகமான மனோபாவமும் இயல்பான நடைமுறைக்கேற்ற வழிமுறைகளும் சரியாகப் புரிந்து கொள்ளப்பட்டால், அறிவியல் ரீதியானவை என்பதால் அவரது போதனைகள் என்னை வெகுவாகக் கவர்ந்தன. அவர் அமானுஷ்யமான சக்தியைப் பிரயோகிப்பதுமில்லை, கண்மூடித்தனமான மத நம்பிக்கையை வேண்டுவதுமில்லை. மகரிஷியின் சூழலில் உள்ள மேன்மையான ஞானமும், தெய்வீகத் தன்மையும் மற்றும் தத்துவத்தைப் பற்றிய அவரது சுயமான பகுத்தறியும் தன்மையும் தொலை தூரத்திலுள்ள ஆலயத்திலும் மிதமாகப் பிரதிபலிக்கப்படுகின்றன. ''கடவுள்'' என்னும் நாமம் கூட அவரால் அரிதாகத் தான் உச்சரிக்கப்படுகிறது. பலர் நம்பிக்கையுடன் ஈடுபட்டு இறுதியில் பெருத்த தோல்வியைத் தழுவிய சர்ச்சைக்குரிய தெளிவற்ற மாந்திரீகத்தில் அவர் ஈடுபடவேயில்லை, முற்றிலுமாகத் தவிர்த்தார். மனிதனை இறுதியில் உண்மையான சுய புரிந்துணர்தலைப் பெறச் செய்யும் சுய ஆராய்வு முறைகளை முன் வைக்கிறார். இவற்றைப் பண்டைய நம்பிக்கைகள் அல்லது நவீன காலக் கொள்கைகளில் நம்பிக்கை உள்ளவர்களால் மட்டுமே அப்பியாசிக்க முடியும்.

நான் பூரணத்துவத்தைப் பெறும் முயற்சியில் இந்தச் சுய - ஆராய்வின் வழிமுறைகளைப் பின்பற்றுகிறேன். மீண்டும் மீண்டும் எங்களுக்கிடையே வாய்வழிப் பரிவர்த்தனை இல்லாவிடினும் மகரிஷியின் மனம், என் மனதிற்குள் ஏதோவொன்றை செலுத்திக் கொண்டிருப்பதை நான் உணர்கிறேன். எதிர்ப்படும் எனது பிரிவு (புறப்பாடு) எனது முயற்சிகளை அலைக்கழித்தது. இருப்பினும்,

நான் எனது தங்கலை நீட்டித்தேன். இறுதியில் உடல் நலம் குன்றியதால் நான் புறப்பட வேண்டிய கட்டாயத்திற்கு ஆளாகினேன். உண்மையில் என்னை இங்கே ஈர்த்த, இழுத்து வந்த உள்ளுணர்வின் தீவிர ஆவல் தான் எனது சோர்வடைந்த எனது உடல் மற்றும் மனதின் வருத்தத்தைக் களைந்து விடும் மனஉறுதியை எனக்களித்து, சூடான, வெப்பமண்டலத்தின் காற்றையும் சுவாசித்து என்னை இங்கே தங்கச் செய்துள்ளது. ஆனால் இயற்கையை வெகு காலத்திற்கு வெல்ல முடியுமா? உடல் நலம் பாதிக்கப்பட்டு என்னை அச்சுறுத்தியது. ஆன்மீக ரீதியான எனது வாழ்க்கை உச்சக்கட்டத்தை நெருங்குகையில் உடல் - ரீதியாக இதுவரையில் நான் அனுபவித்திராத மோசமான நிலைக்குத் தாழ்த்தப்பட்டேன்- விசித்திரமான முரண்பாடு! மகரிஷியுடனான எனது தொடர்பில் உச்சகட்ட நிலையை அடையும் ஒரு சில மணி நேரங்களுக்கு முன்பாகக் காய்ச்சல் வருவதன் அறிகுறியாக அசாதாரணமாக வியர்த்து, உடல் குளிரில் நடுங்கியது.

பெரிய கோவிலின் வழக்கமாகத் திறக்கப்படாதிருக்கும் சில சன்னதிகளை ஆராய்ச்சி செய்துவிட்டுப் பின்னர், நான் மாலை நேர தியானம், பாதியளவு கடந்த பின்னர், கூட்டத்திற்குள் நுழைந்தேன். தரையில் தியான நிலையில் அமர்ந்து சில நொடிகளில் சிந்தனைகளால் சிதறடிக்கப்பட்ட என் மனதை ஒரு மையத்தில் ஒருமுகப்படுத்தினேன். கண்களை மூடியவுடன் தீவிரமான உள்ளிருப்பின் உணர்வைப் பெற்றேன்.

மகரிஷியின் அமரும் தோரணை என் மனக்கண்ணில் தெளிவாகத் தென்பட்டது. அவர் எனக்குப் பலமுறை அறிவுறுத்தியதைப் போல உருவமற்ற அவரது உள்ளிருப்பை, மெய்ஞ்ஞானம் நிறைந்த சுயத்தை, அவரது ஆன்மாவை ஊடுருவிச் செல்ல முயன்றேன். வியத்தகு வகையில் எனக்கு உடனடியாக வெற்றி கிட்டியது. ஆனால், மீண்டும் அந்த உருவம் மறைந்து, அவரது நெருக்கமான சந்நிதானத்தைத் தவிர வேறெந்த உணர்வுமின்றி இருந்தேன்.

எனது முந்தைய தியானத்தின் போது எழுந்த கேள்விகள் தற்போது மறையத் துவங்கின. எனது உடல், மனம் மற்றும் உணர்வு- பூர்வமான உணர்வுகளில் பலமுறை விசாரணையில்

ஈடுபட்டுள்ளேன். ஆனால் இந்த ஆன்மத் தேடலில், ஆன்ம -விசாரணையில் மனத்திருப்தி இல்லாது அனைத்தையும் விட்டு விட்டேன். அதன் பின்னர் உணர்வு - நிலை மையத்தில் கவனத்தை ஒருமுகப்படுத்தி மூலாதாரத்தைக் கண்டுணர முயற்சித்தேன். உன்னதமான உச்சகட்ட கணம் வந்து விட்டது. இந்த உணர்வு நிலையின் சலனமற்ற அமைதியில், மனம் அகமுகப்பட்டிருக்க, ஒருவருக்குப் பரிச்சயமான புறஉலகம் மெள்ளப் புலனாகாத நிலையில் மறைந்து விடுகிறது. ஒரு கணப் பொழுது ஒன்றுமில்லாத வெறுமையால் சூழப்பட்டு, ஒரு வகையில் மன- ரீதியாகச் சூன்ய நிலையை எய்துகிறது. இந்நிலையில் ஒருவர் தனது நிலையான மன ஒருமைப்பாட்டைப் பெறுவதற்கு இயன்றவரையிலும் தீவிரமாக இருத்தல் அவசியம். ஆனால், மேலோட்டமான நமது வாழ்க்கையின் சுறுசுறுப்பற்ற, ஸ்திரமற்ற தன்மையை விடுத்து உணர்வு -நிலையின் மையத்தை நோக்கி மனதை உள்முகப்படுத்துவது எத்துணை கடினமானது!

என் மனதில் எழும்பும் வழக்கமான இடையறாத சிந்தனைத் தொடருடன் எதிர்த்துப் போராடி இந்த உணர்வு நிலை மையப் பாட்டை அடைந்தேன். எனது அக உலகின் ஏதோவொரு புதிய, வலிமையான சக்தி, தீவிரமாகச் செயல்பட்டு, எதிர்க்க முடியாத வேகத்துடன் என்னை உள்முகப்படுத்தியது. முதல் நிலையிலான போராட்டம் முடிவுற்றது. எவ்விதமான கடின முயற்சியுமின்றி, ஆனந்தமான, இயல்பான உணர்வு, இறுக்கத்தை வென்றது.

அடுத்த நிலையில், அறிவு இயங்குவதை, சிந்திப்பதை உணர்ந்தும், இது வெறும் சாதனமே என்று உள்ளுணர்வு எச்சரிப்பதால் நான் அதிலிருந்து விலகி நிற்கிறேன். நான் எனது மனதில் எழும் இச்சிந்தனைகளை புதுமையான, பற்றற்ற தன்மையோடு கவனிக்கிறேன். இதுவரையிலும் எனது பெருமையாகக் கருதிய எனது சிந்தனைச் சக்தியிடம் உண்மையில் நான் தன்னுணர் வின்றியே சிறைப்பட்டிருப்பதைத் தெளிவுபடப் புரிந்து கொண்டதால், அதிலிருந்து நான் விடுபடவே விரும்புகிறேன். அறிவுத் தளையிலிருந்து விடுபட்டுப் புறத்தே நின்று, வெறும் அற்பமான சுயமாக இருந்திடும் ஆவல் என்னுள் திடீரென எழுந்தது. சிந்தனையை விட ஆழமானதொரு இடத்திற்குள் மூழ்கும் ஆவல் என்னைத் தூண்டியது. நான் எனது முழுமையான

விழிப்புணர்வுடனே எனது மதியின் பந்தத்திலிருந்து விடுபட்டு, அதன் விளைவை அனுபவிக்க விரும்பினேன்.

மதியின் செயல்பாட்டை எவரோ ஒருவருடையதைப் போலப் புறத்தே நின்று ஒரு பார்வையாளரின் நிலையில் காண முடிவதும், எண்ணங்களின் எழுச்சியையும், வீழ்ச்சியையும் பார்வையிட முடிவதும் புதுமையாக உள்ளது. ஆனால் மனித ஆன்மாவின் மிகவும் உள்ளார்ந்த பகுதிகளில் உள்ள பூடகமான விஷயங்களின் உள்ளே ஊடுருவி, உள்ளியல்பு - ரீதியாக உணர்ந்து கொள்ள முடிவது மேலும் விசித்திரமாக உள்ளது. கண்டங்களின் தரைப்படம் இல்லாது, நிலத்தைக் கண்டுபிடிக்க முனைந்த மாலுமியைப் போல் உணர்ந்தேன். பூரணமாகக் கட்டுப்படுத்தப் பட்டு அடக்கப்படும் எதிர்பார்ப்பு என்னைப் பரவசமடையச் செய்தது.

ஆனால் பண்டைய சிந்தனைகள் என்னும் கொடுங் கோன்மையில் இருந்து எவ்வாறு ஒருவரை விலக்க முடியும்? ஆனால், என்னைச் சிந்திப்பதை நிறுத்தி விடும்படி மகரிஷி ஒரு போதும் உரைக்கவில்லை. சிந்தனையைப் பின்தொடர்ந்து அதன் மூலாதாரம் வரை செல். மெய்ப்பொருளாகிய சுயம் தன்னை வெளிப்படுத்திக் கொள்ளும் வரை காத்திருந்தால், பின்னர் உனது எண்ணங்கள் தானே அழிந்து விடும்.

ஆதலால், சிந்தனையின் மூலாதாரத்தைக் கண்டு கொண்டு விட்ட உணர்வில், எனது கவனத்தை இந்த மையப் புள்ளியில் கொணர்ந்த சக்தி வாய்ந்த உறுதியான மனோபாவத்தை விடுத்து, அந்தப் பூரணமான சாத்வீகச் சக்திக்கு என்னை அர்ப்பணித்துக் கொண்டேன். இருப்பினும், ஒரு பாம்பு தன் இரையைக் கவனமாகப் பார்ப்பது போல் மிகத் தீவிரமாக கவனித்து வந்தேன்.

மகரிஷியின் தீர்க்கதரிசன மொழியின் மெய்ப்பாட்டைக் கண்டுகொள்ளும் வரையில் இந்த சமநிலை என்னுள் அமைந்தது. எண்ண அலைகள் குறையத் தொடங்கின. பகுத்தறிவுடன், ஆராய்ந்தறியும் உணர்வு முற்றிலுமாக வீழ்ந்தது. இதுவரையிலும் நான் அனுபவித்திராத புதுமையானதொரு உணர்வு என்னைப் பற்றிக் கொண்டது. காலம் மந்தமாகச் சுழல்வது போலத் தெரிந்தது. கிரகித்துக் கொள்ளும் தன்மைகொண்ட துரிதமாக

விருத்தியடைந்த எனது உள்ளுணர்வு அறியப்படாத எல்லையை நோக்கிச் சென்றது. எனது புலனுணர்வின் குறிப்புகள் என்னால் செவியுறப்பட்டோ, உணரவோ அல்லது நினைவேட்டிலோ பதியவில்லை. எந்த நேரத்திலும் நான் உலக ரீதியானவற்றிலிருந்து புறத்தே, விலகி நிற்கிறேன், பிரபஞ்சத்தின் மாய ரகசியத்தின் எல்லையில்...

இறுதியாக அது நிகழ்ந்து விட்டது. சிந்தனை அணைக்கப்பட்ட மெழுகுவர்த்தி போல் தணிந்தது. மதி தனது கூட்டுக்குள் பதுங்கிட, சிந்தனைகளின் இடையூறின்றி உணர்வு நிலை தனது பணியைச் செய்தது. மனம் மாட்சிமை - மிக்க மூலாதாரத்திலிருந்து எழுச்சி பெறுகிறது என்று மகரிஷி உறுதியாக உரைத்ததையும், சில காலமாக நான் கொண்ட ஐயப்பாட்டையும் தற்போது புரிந்துணர்ந்தேன். மதி (மூளை) ஆழ்ந்த உறக்க நிலையில் உள்ளதைப் போல, முற்றிலுமாக நிறுத்தி வைக்கப் பட்டுள்ளது. இருப்பினும் விழிப்புணர்வுடன் தான் இருக்கிறது. நான் யார் என்பதையும், என்ன நிகழ்கிறது என்பதையும் முழுமையாக உணர்ந்து கொண்டு முற்றிலும் அமைதியில் ஆழ்ந்தேன். ஆயினும், எனது தனித்திருக்கும் குணாதிசயத்தின் குறுகிய எல்லையிலிருந்து பெறப்பட்ட எனது விழிப்புணர்வு, பரிசுத்தமாக, மேன்மையாக, அனைத்தையும் உள்ளடக்கியதாக மாற்றம் பெற்றுள்ளது. சுயம் இன்னும் இருந்தாலும், அது ஒரு மாறுபட்ட பிரகாசமான சுயம். ஏனெனில், முக்கியத்துவமில்லாத "நான் என்னும் குணாதிசயத்திற்கு மேம்பட்டதாக இருந்த 'சுயம்' ஆழ்ந்த தெய்வீகமான உள்ளிருப்பு உணர்வு நிலைக்கு எழுந்து அதுவாகி விடுகிறது. இதன் பிறகு, முழுமையான சுதந்திரத்தின் அற்புதமான புதிய உணர்வு எழுகிறது. ஏனெனில் சிந்தனை என்பது தறிவிசையைப் போல், இங்குமங்குமாக இயங்குவது. இதன் கொடூரமான சலனத்திலிருந்து விடுபடுவது சிறையிலிருந்து விடுதலையாகித் திறந்த வெளியை அடைவது போலாகும்.

நான் புறஉலகின் உணர்வுத் தளையிலிருந்து வெளியே இருப்பதை உணர்கிறேன். இதுவரையிலும் என்னைப் பாதுகாத்த பூமிக்கிரகம், மறைந்து விட்டது. நான் இப்போது பிரகாசமாக ஒளிவீசும் கடலின் நடுவில் உள்ளேன். இந்த மூலப் பொருளான ஒளியிலிருந்து தான் பிரபஞ்சமே உருவாக்கப்பட்டதோ என்று

எண்ணுகிறேன். அல்ல, எண்ணுகிறேன் என்று சொல்வதை விட உணர்கிறேன் என்றே கூறலாம். இது விவரிக்க இயலாத, எல்லையற்ற பரப்பில் நம்பமுடியாத அளவிற்கு வாய்ப்புடன் இருக்கிறது.

விண்ணுலகப் பரப்பில் நிகழ்த்தப்படும் பூடகமான, மாயமான பிரபஞ்சத்தின் மெய்ப்பொருளை ஒரு கணம் தொட்டு விட்டு, மீண்டும் எனது உள்ளிருப்பின் மூலாதாரத்தை வந்தடைந்தேன். 'நான்', புதியதான 'நான்' தற்போது பேரானந்தம் மிக்க பேரருளின் அரவணைப்பில் உள்ளேன். மேலும் நான் ஆன்ம நேயத்தின் அமிர்தத்தைப் பருகியதால் நேற்றைய மனக்கசப்பான நினைவுகளும், வரவிருக்கும் மனவிசாரங்களும் முற்றிலும் மறைந்து விட்டன. நான் தற்போது தெய்வீகமான விடுதலையும், விவரிக்க இயலாத ஆனந்தமும் அடைந்துள்ளேன். அனைத்துயிர்களையும் என் கைகள் ஆழ்ந்த காருண்யத்துடன் அரவணைக்கிறது. ஏனெனில், அனைவரையும் அறிந்து கொள்வது என்பது அனைவரையும் மன்னிப்பது அல்ல, அனைவரிடமும் அன்பு காட்டி இருப்பது தான் என்பதை மிகவும் ஆழமாகப் புரிந்து கொண்டுள்ளேன். எனது இதயம் ஆனந்தப் பரவசத்தில் மூழ்கிப் புதியதாக வார்த்தெடுக்கப்பட்டுள்ளது.

அடுத்து எனக்கு ஏற்பட்ட நுண்மையான அனுபவங்களை என்னால் எப்படி எழுதுகோலால் வடித்துக் குறிப்பேடுகளில் நிரப்ப முடியும்? இருப்பினும் நானறிந்த விண்ணுலக உண்மைகளை மண்ணுலக மொழியில் மொழி பெயர்க்கலாம். அந்த முயற்சி பயனற்றுப் போகாது. ஆதலால், மனிதமனங்களால் அறியப்படாத, வழிகண்டுணரப்படாது விரிந்திருக்கும் அற்புதமான புராதனமான உலகின் சில பொக்கிஷமான நினைவுகளைச் சுமாராக நினைவு கூர முயற்சிக்கிறேன்.

☯ ☯ ☯

1. மனிதன் மேதகு சக்தியோடு தொடர்புடையவன். அவனது தாயைவிட உயரியதொரு சக்தி அவனுக்குப் பாலூட்டியது. விவேகமான தருணத்தில் அவன் இதைப் பற்றி அறியக் கூடும்.

2. முன்பொரு சமயம் தனது கடந்த காலத்தில், மனிதன் பெருமிதமான விசுவாசம் கொள்வதற்காகப் பிரமாணம் எடுத்துக் கொண்டு தெய்வீகப் பேரருளால் பாதுகாக்கப்பட்டு இறைவனுடன் நடைபயின்றான். ஒருவேளை சுறுசுறுப்பான உலகம் அவனை இப்போது அதிகார தோரணையுடன் அழைத்து, அவனும் அதை ஏற்றால், அவனது உறுதிமொழியை மறக்காதவர்களால் சரியான நேரத்தில் அதைப் பற்றி நினைவூட்டப்படுவான்.

3. அழிவற்ற இனத்தைச் சார்ந்த 'அது' மனிதனிடம் உள்ளது. அவன் தனது உண்மையான சுயத்தை முற்றிலுமாகப் புறக்கணிக்கிறான். ஆனால், அவனது புறக்கணிப்பினால் சுயத்தின் மேன்மையில் மாற்றமோ, பாதிப்போ ஏற்படாது. அவன் அதை மறந்து விட்டு உணர்வு ரீதியாக உறக்கத்தில் ஆழ்ந்தாலும் கூட மறுநாள் 'அது' அவனைத் தீண்டும்போது அவன் தான் யார் என்பதை நினைவு கூர்ந்து தனது ஆன்மாவை மீட்டுக் கொள்வான்.

4. மனிதன் இறையுணர்வை இழந்து விட்டதால், தன் மீது உண்மையான மதிப்பு கொள்வதில்லை. ஆதலால், அவன் தனது சுயத்தின் அதிகார பூர்வமான ஆன்மீக மையத்தில் உறுதிப்பாட்டைத் திண்ணமாகக் காணமுடியும் என்னும் போது அவன் பிறரது கருத்துக்களை நாடிச் செல்கிறான். எகிப்திய *'ஸ்பிங்க்ஸ்' சிலை நிலப்பரப்பைப் பார்ப்பதில்லை. இதன் சஞ்சலமற்ற பார்வை எப்போதும் உள்நோக்கியே உள்ளது. புலனுக்கெட்டாத இதன் சிரிப்பின் இரகசியம் தான் ஆன்மஞானம்.

5. தன்னை உள்முகமாக நோக்கி அதிருப்தி, பலவீனம், பயம் மற்றும் இருளை மட்டுமே உணர்பவன் அதே ஐயப்பாட்டுடன் இயக்கமற்றுப் படுத்து விட வேண்டாம். அவனது மனம் சலனமற்று இருக்கையில் எழும் வலுவற்ற அடையாளங்களையும் சுவாசம் போன்ற குறிப்புகளையும் உணரும் வரையில், அவன் ஆழ்ந்து, நெடுங்காலம் கவனித்துப் பார்க்கட்டும்.

* (பெண்ணின் முகமும், சிங்க உடலும் கொண்ட இறக்கைகளோடு கூடிய பிராணி)

அவன் அதில் நன்கு கவனம் செலுத்த வேண்டும். ஏனெனில் அவை உயரிய, மேன்மையான சிந்தனைகளாக உயிர் பெற்று அவனது மனவாயிலைத் தாண்டி விண்ணுலக தேவதைகள் போல, உயரப் பறந்து, பின்னர் அருவமில்லா அசரீரி ஒலிப்பின் முன்னறிவிப்பாக வரும் - அவனது இதயத்தின் மையத்தில் குடிபுகுந்துள்ள மறைவியல்பு மிக்க புரியாத புதிரான, மாயமான ஒன்றின் குரல் - அவனது மெய்யுணர்வு, சுயம்.

6. *இறைத் தன்மை ஒவ்வொரு மானுட வாழ்விலும், தன்னை மீண்டும் புதியதாக வெளிப்படுத்திக் கொள்கிறது. ஆனால், மனிதன் அதை அலட்சியப்படுத்தும் போது, புதியதான அந்த வெளிப்பாடு கட்டாந்தரையில் விதைக்கப்படும் விதை போலாகும். இந்த இறையருட் பேராற்றலின் உணர்விலிருந்து எவரும் விலக்கப்படுவதில்லை; மனிதன்தான் தன்னை விலக்கிக் கொள்கிறான். காலம் முழுவதும் ஒவ்வொரு பசுமரக் கிளையில் அமர்ந்திருக்கும் ஒவ்வொரு பறவையும், பாசமிகு தாயின் கையைப் பற்றியிருக்கும் ஒவ்வொரு குழந்தையும், புரியாத புதிருக்கு விடைகண்டு, விடையைத் தன் முகத்திலேயே வெளிப்படுத்துகின்ற போது மனிதர்கள் வாழ்க்கையின் மறைபொருள் மற்றும் இரகசியத்தைப் பற்றிய போலியான, சம்பிரதாயமான விசாரணையில் ஈடுபடுகின்றனர். உனக்குப் பிறவி அளித்த அந்த உயிர் ஓ! மனிதனே! அது உனது தொலைதூர, வானளாவிய சிந்தனையை விட மேன்மையானது, சிறப்பானது; உன்னிடம் அதற்குள்ள பரிவான உள்நோக்கத்தை விசுவாசி; உனது இதயத்தில் இரகசியமாக ஒலிக்கும் அதன் நுட்பமான கட்டளைகளுக்குக் கீழ்ப்பணிந்து நட.*

7. *ஆழ்ந்த கருத்தில்லாத ஆவல்களால் உந்தப்பட்டு மனம் போன போக்கில் எப்படி வேண்டுமானாலும் வாழலாம் என்று எண்ணி, சீர்தூக்கிப் பார்க்கும் உறுதியைக் கொள்ளாத வரையிலும், தனது வாழ்க்கையைச் சாரமில்லாத கனவோடு பிணைத்துக் கொள்கிறான். தனக்கும், தனது சக உயிர்களுக்கும் எதிராக தீங்கிழைப்பவன் (பாவம்) தனக்குரிய தண்டனையை தானே விதித்துக் கொள்கிறான். அவனால்*

தனது பாபச் செயல்களைப் பிறரது பார்வையிலிருந்து மறைத்து விட முடியும். ஆனால், அனைத்தையும் பதிவு செய்யும் கடவுளிடமிருந்து மறைக்க முடியாது. தர்மம் (நீதி) இன்னமும் தனது இரக்கமற்ற, வலுவான விதிகளால் உலகை ஆண்டு கொண்டு தானிருக்கிறது. இதன் செயல்பாடுகள் வெளியில் புலப்படாது இருப்பினும், நீதிமன்றங்களின் கட்டிடங்களில் தென்படாவிடினும் இதன் தாக்கம் உணரவல்லது. மண்ணுலகில் தனது தவறுகளுக்குச் சட்ட ரீதியான அபராதங்கள் செலுத்தாதவர்கள், இறைவனால் விதிக்கப்படும் நியாயத்தின் அபராதங்களிலிருந்து தப்பிக்கவே முடியாது. வினைப்பயன் - குற்றத்தை மறவாத, இரக்கமில்லாத - பழிவாங்கும் தேவதை - இப்படிப்பட்ட மனிதர்களை ஒவ்வொரு கணமும் கஷ்டத்தில் ஆழ்த்துகிறது.

8. துயரம் என்னும் கடலிலேயே மூழ்கியிருப்பவர்கள், கண்ணீர் சிந்தி சோகத் திரையிலேயே வாழ்க்கையைக் கழித்தவர்கள், வாழ்க்கை எப்போதும் இடையறாது மௌனமாக ஒலித்துக் கொண்டிருக்கும் உண்மையை உணர்ந்து கொள்ள ஓரளவு தயார் நிலையில் இருப்பார்கள். அவர்களால் வேறு எதையும் புரிந்துணர முடியாது எனில், அதிர்ஷ்டத்தின் வருகையில் கவனம் செலுத்தும் தற்காலிகச் சோகத்தை அவர்களால் புரிந்து கொள்ள முடியும். தங்களது மகிழ்ச்சியான நேரங்களால் வஞ்சிக்கப்படுவதை மறுப்பவர்கள் தங்களது விசனமான, சோகமான நேரங்களால் மிகையாக இன்னல்பட மாட்டார்கள். மகிழ்ச்சி, துன்பம் இவ்விரண்டின் ஊடு - பாவைப் போன்ற இயக்கத்தினால் பாதிக்கப்படாத வாழ்க்கையே இல்லை என்றே கூறலாம். ஆதலால், எந்த ஒரு மனிதனும் எவ்வகையான கர்வமோ அல்லது மத - ரீதியான பெருமிதமோ கொள்ளவே இயலாது. இவ்வாறு பெருமிதம் கொள்பவன் தனது வாழ்க்கைப் பயணத்தை பெரும் ஆபத்தில் சிக்க வைத்து விடுவான். ஏனெனில், கண்ணுக்குப் புலனாகாத கடவுளரின் முன்னிலையில் விநயம் தான் தகுதியான ஆடையாகும். ஏனெனில், கடவுளால் மட்டுமே பல வருடங்களாகப் பெறப்பட்டதை வெகு சில நாட்களிலேயே அகற்றி விட முடியும். அனைத்து

விஷயங்களின் விதியும் ஒரு சுழற்சியில்தான் உழல்கின்றது. சிந்தனையற்ற பார்வையாளர் மட்டுமே இதைக் கவனிக்கத் தவறுவான். பிரபஞ்சத்திலும் கோள்கள் சூரியனுக்கு அண்மையில் வருவதும், வெகு தூரத்தில் இருப்பதும் அடுத்தடுத்த நிகழ்வாகத்தான் உள்ளன. ஆதலால், மனிதனது வாழ்க்கையிலும் அதிர்ஷ்டத்திலும் அபரிமிதமான வளமை, வறுமையில் வாடும் இழிநிலையாலும் தொடரப் படலாம். ஆரோக்கியம் நிரந்தரமற்றதாகவும், அன்பும் மீண்டும் சஞ்சரிக்கத் தான் வரும். ஆனால் நெடியதொரு மனக்கிலேசம் என்னும் இரவு மறையும் போது, புதிதாகக் கண்டுணரப்பட்ட அறிவாண்மை என்னும் மங்கலான பொழுது விடியும். இந்த விஷயங்களின் இறுதியான பாடம் இதுவே - மனிதனால் கவனிக்கப்படாமலோ, நாடப்படாமலோ இருக்கக் கூடும் சாசுவதமான புகலிடம், முன்பு போலாகி விட வேண்டும் - அவனது மன ஆறுதல் அல்லது மன ஏமாற்றம் மற்றும் துன்பம் அவ்வப்போது திட்டமிட்டு அவனை அதன் மீது தீவிரமாக இயங்கச் செய்யும் வாழ்க்கைப் பந்தயத்தில் இவ்விரண்டு (இன்பம், துன்பம்) ஆசான்களைத் தவிர்க்க கடவுள் அனுமதிக்கும் அளவிற்கு எந்த மனிதனும் நற்பேறு வாய்த்தவனில்லை.

9. மாட்சிமை மிக்க, ஒளிவீசும் பேரொளியின் சிறகுகள் தன்னை மூடி, அரவணைத்திருப்பதைக் கண்டு கொண்டால் தான், ஒரு மனிதன் பாதுகாப்பாக, பத்திரமாக இரட்சிக்கப்படுவதாக உணர்வான். ஆன்மீக ஞான அறிவொளியைப் பெறாமலிருக்க அவன் உறுதியோடிருக்கும் போது, அவனது புதிய புனைவுகள், மோசமான இடர்பாடு களாக மாறிவிடும். லோகாயதமான விஷயங்களின் அருகில் அவனை ஈர்க்கும் அனைத்தும், அவன் பின்நாளில் அவிழ்க்க வேண்டிய மற்றுமோர் சிக்கலான முடிச்சாகிவிடும். ஏனெனில், அவன் தனது மிகப் பழமையான காலத்தோடு பிரிக்க முடியாதபடி இணைந்துள்ளான், தனது உள்ளார்ந்த தெய்வீகத் தன்மையின் முன்னிலையில்தான் எப்போதும் நிலைத்துள்ளான். இதை அவனால் உதறித் தள்ளிவிட முடியாது. பின் இந்த விஷயத்தைப் பற்றி அவன்

அறியாமலிருக்க வேண்டாம். அவன் தன்னையும், தனது லோகாயதமான கவலைகளையும், இரகசியமான சுமைகளையும் தனது மேம்பட்ட சுயத்தின் உன்னதமான பொறுப்பில் ஒப்படைத்து விடட்டும். அது அவனைக் கைவிடாது. அவன் மேன்மையான அமைதியோடு வாழ்ந்து, அச்சமற்ற கௌரவத்தோடு மடிவதாக இருந்தால் அவன் இதைச் செய்யட்டும்.

10. தனது சுயத்தைப் பார்த்து விட்ட ஒருவன் ஒருபோதும் பிறரை வெறுக்க மாட்டான். வெறுப்பை விட பெரிய பாவமில்லை, வெறுப்பின் விளைவாக நாடுகளின் பாரம்பரியம் குருதியால் வாரி இறைக்கப்படுவதைவிட, மோசமான வருத்தமில்லை, வெறுப்பு காட்டுபவரின் மீதே அது திரும்பவும் பாதிப்பை உருவாக்கும் என்பதை விட நிச்சயமான விளைவில்லை. தனது பார்வையின் வட்டத்தைத் தாண்டி எவரும் செல்ல முடியாது என்றாலும் மனிதனின் பயங்கரமான பணிக்கு மௌனமான சாட்சியாகி இறைவனே மறைந்து நிற்கிறான். அனைவரைச் சுற்றியும் விசனத்தில் ஆழ்ந்த உலகம் துயரத்தில் புலம்புகிறது, ஆயினும், மேன்மை பொருந்திய அமைதி அனைவரது அருகிலும், கைக்கெட்டிய தூரத்தில் உள்ளது; துன்பத்தில் துடித்து ஐயங்களால் மனவாட்டமுற்றுச் சோர்வடைந்த மனிதர்கள், வாழ்க்கையின் இருண்ட பாதையில் தட்டுத்தடுமாறி தங்களது வழியைத் தேடிச் செல்கின்றனர். இருப்பினும், ஆன்மீகப் பேரொளி அவர்களது நடைபாதையில் ஒளியூட்டுகிறது. மனிதன் தனது சக உயிர்களின் முகங்களைப் பகல் நேரத்துச் சாதாரண ஒளியில் மட்டும் பார்க்காமல், தெய்வீகச் சாத்தியக் கூற்றுகளின், உருமாற்றி மேன்மைப்படுத்தும் ஒளியின் வாயிலாகப் பார்க்கக் கற்றுக் கொண்டால் தான் வெறுப்பு இவ்வுலகை விட்டு வெளியேறும். மேலும், மனிதர்கள் 'கடவுள்' என்று குறிப்பிடும் சக்திக்கு இணையானதொரு பொருள் அவர்கள் மனதிலும் குடிகொண்டுள்ளதை அறிந்து, அந்த உயிர்களுக்குத் தகுதியான மதிப்போடு அவர்களை நடத்தும் போதும் வெறுப்பு இவ்வுலகில் தங்காது.

11. *இயற்கையில் உண்மையாகக் கம்பீரமாகவும், கலைகளில் வசீகரிக்கும் தன்மையுடன் மிக அழகாகவும் இருக்கும் அனைத்தும் மனிதனிடம் அவனைப்பற்றியே பேசுகிறது. மதகுரு தனது மக்களுக்கு அளிக்கத் தவறியதை, அவரால் மறக்கப்பட்ட செய்தியையும், ஆன்மாவைப் பற்றிய குறிப்பையும் ஞானஒளிப் பேறு பெற்ற கலைஞன், அளிக்கிறான். எல்லையற்ற பேரழகு ஒருவனை எல்லையற்ற தன்மையின் இடையில் இருக்கச் செய்தபோது, அரிய தருணங்களை முடிந்தவரையிலும் நினைவில் நிறுத்திக் கொள்ள வேண்டும். உலகம் அவனைச் சோர்வடையச் செய்யும் போது, நினைவாற்றலைத் தூண்டுகோலாக்கி, உள்ளுணர்வில் இருக்கும் மையத்தை, கருவறையை நாடிவிடவும். அங்கு சிறிதளவு அமைதி, சக்தியின் வெளிப்பாடு மற்றும் மங்கலான பிரகாசத்தைப் பெறுவதற்குச் சுற்றித் திரிய வேண்டும். அவன் தனது சுயத்தை அடைவதில் வெற்றி பெற்ற உடனேயே, எல்லையற்ற அருளைப் பெற்று, பூரணமான மெய்ஞ்ஞானப் பேற்றை அடையும் நம்பிக்கை வேண்டும். பண்டிதர்கள் நவீனயுக புத்தகங்களின் குவியலில் அகழெலியைப் போலத் தோண்டினாலும், மற்றும் பண்டைய ஏட்டுச் சுவடிகளிலும் தேடி ஆராய்ந்தாலும் இதைவிட பூடகமானதொரு இரகசியத்தை அறியமுடியாது, அதாவது அதி உன்னதமான உண்மை அதாவது, மனிதனது, சுயமே தெய்வீகம் என்னும் உயரிய உண்மையை உணரமுடியாது. காலப் போக்கில் மனிதனது தணியாத ஆவல்கள் குறைந்து போகலாம், ஆனால், அழியாத வாழ்க்கையின் நம்பிக்கை, பூரணமான அன்பு, உறுதியான ஆனந்தத்தின் நம்பிக்கையும் இறுதியில் நிச்சயமாக பூரணத்துவமடையும்; ஏனெனில் இவை எவ்வகையிலும் தவிர்க்க முடியாத ஊழ்வினையின் தீர்க்கதரிசன உள்ளுணர்வுகளை தன்னுள் கொண்டுள்ளன.*

12. *உலகம் தனது உன்னதமான எண்ணங்களுக்காக பண்டைய கால தீர்க்கதரிசிகளை எதிர்நோக்கி, உயர்தரமான நீதி நெறிகளுக்காகத் தூசுபடிந்த சகாப்தங்களிடம் இச்சகம் பேசி நிற்கிறது. ஆனால், ஒரு மனிதன் தனது பிரகாசமான*

இயல்பினால் ஞானஒளிப் பேற்றை அடையும் போது அவன் பெருமிதம் அடைகிறான். தகுதிமிகு தன்மையுள்ள அனைத்து எண்ணங்களும், உணர்வுகளும் அவன் நாடாமலே அவனது காலடியில் வந்து வீழ்கின்றன. அரேபிய மதகுருமார்களான ஹீப்ரூ மற்றும் தீர்க்கதரிசிகளைப் போன்ற புனிதமான மனத்தோற்றம் அவனது உள்ளார்ந்த, அமைதியான மனதிலும் எழும்பிவிடும். இதே போன்ற ஆன்மீக அறிவொளியினால் தான் மகான் புத்தர் பேரருளைப் புரிந்து கொண்டு, மாந்தர்க்கு 'நிர்வாணா' என்னும் ஒரு செய்தியை அளித்தார். இப்படிப்பட்டதொரு அரவணைக்கும் அன்பைத் தான் இந்தப் புரிந்துணர்தல் விழிப்புறச் செய்கிறது. இதனால் தான், மேரி மேக்டாலெனே இயேசு கிறிஸ்த்துவைப் பணிந்து, அவரது காலடிகளில் வீழ்ந்து தனது இழிந்த வாழ்வின் கறையைப் போக்கக் கண்ணீர் வடித்தாள்.

13. *நமது இனத்தின் ஆரம்ப காலத்திலிருந்தே இந்த மெய்ஞ்ஞான உண்மைகள், பாதுகாப்பாக வைக்கப் பட்டிருந்தாலும், இந்தப் பண்டைய மெய்ஞ்ஞானத்தின் மேன்மையான தோற்றத்தின் மீது எவ்விதமான தூசோ, மாசோ நிலைபெற முடியாது. மனிதனுக்கு வெளிப்படையாக இருக்கும் இந்த ஆழமான வாழ்க்கையைப் பற்றி எவரும் அறிவிப்புகளைப் பெற்றது மில்லை. இதை ஏற்றுக் கொள்ளத் தயாராக இருப்பவர்கள், கோள்களுக்கு இடையே பளீரிடும் விண்மீன்களைப்போல, அவனது எண்ணங்களுக்கிடையே இவை மிளிரும் வரையில் தனது புத்திகூர்மையோடு இதைப் புரிந்து கொள்ள வேண்டும். மேலும், இவை அவனை உன்னதமான தெய்வீகச் செயல்பாட்டை நிகழ்த்த ஊக்கப்படுத்தும் வரையிலும், இவற்றைத் தன் இதயத்தோடு தகுதியாகப் பொருத்திவிட வேண்டும்.*

☯ ☯ ☯

எதிர்க்க முடியாத ஒரு சக்தியால் உந்தப்பட்டு நான் இகலோகச் சுழலுக்குத் திரும்பினேன். அவசரமின்றி, இயல்பாக எனது சூழலை உணர்ந்தேன். நான் இன்னமும் மகரிஷியின் கூடத்தில் அமர்ந்துள்ளதையும், அறை ஏறத்தாழ வெற்றிடமாக இருப்பதையும் கண்டேன். ஆசிரமத்திலுள்ள கடிகாரத்தில் நேரத்தைப் பார்த்து,

ஆசிரமவாசிகள் இரவு உணவிற்குச் சென்றிருக்கக் கூடும் என்பதை உணர்ந்தேன். என் அருகில், இடப்புறத்தில் ஒருவர் அமர்ந்திருப்பதையும் உணர்ந்தேன். என்னருகில், என்னையே பார்த்தவாறு அமர்ந்திருந்தவர் வேறு யாருமல்ல, எழுபத்தி ஐந்து வயதான முன்னாள் இரயில்வே அதிகாரியே.

“நீங்கள் இரண்டு மணி நேரமாக ஒரு மெய்ஞ்ஞானப் பரவச நிலையில் இருந்துள்ளீர்கள்” என்று தெரிவித்தார். விசனத்தாலும், வயது முதிர்வினாலும் வருத்தம் தோய்ந்த முகத்துடன் காணப்பட்டாலும், எனது ஆனந்தத்தால், தான் களிப்படைந்து, புன்முறுவலித்தார்.

நான் பதிலிறுக்க முயற்சித்தும், நான் பேசும் சக்தியை இழந்து விட்டதை அறிந்து வியப்புற்றேன். பதினைந்து நிமிடங்களுக்குப் பிறகு நிலை சரியானது. அதற்கிடையே, “மகரிஷி உங்களையே உற்று கவனித்துக் கொண்டிருந்தார். அவரது சிந்தனைகள் உங்களை வழி நடத்திச் சென்றிருக்கும் என்று நான் கருதுகிறேன்” என்று முதியவர் கூறினார்.

மகரிஷி அறைக்குத் திரும்பியவுடன், உறங்கச் செல்லும் முன் சிறிது கால இடைவெளி இருந்ததால், அவரைப் பின் தொடர்ந்து வருபவர்கள், தங்கள் பிரத்தியேக இடங்களில் அமர்ந்தனர். மகரிஷி தனது இயல்பான தோரணையில், கால்களை மடித்து, ஒரு கையை வலது தொடையில் ஊன்றி முகத்தைத் தாங்கியவாறு அமர்ந்து கொண்டிருந்தார். எங்கள் கண்கள் சிந்திக்க, அவர் தொடர்ந்து என்னைக் கூர்ந்து பார்த்துக் கொண்டிருந்தார்.

பணியாளன் அறையின் விளக்குத் திரிகளைத் தாழ்த்தி, வழக்கமான இரவு நேரப் பணிகளைச் செய்ய மங்கிய ஒளியில், மகரிஷியின் கருணை ததும்பும் சாந்தமான விழிகளில் வெளிப்படும் பிரகாசமான காந்தியால் தாக்கப்பட்டேன். இந்தியத் துறவிகளின் பரம்பரையைச் சார்ந்தவர்களில் இறுதியான சந்ததியில் மகரிஷியைத் தவிர வேறு எந்த மனிதரது கண்களிலும் இது போன்ற வசீகரச் சக்தியைக்குறிப்பிட்டுச் சொல்லக் கூடிய அளவில் நான் கண்டதில்லை. மானுட விழிகளில் தெய்வீகச் சக்தி பிரதிபலிக்கப்படும் என்றால் மெய்யாகவே அது மகரிஷியின் விழிகளில் மட்டுமே!

கண்ணிமைக்காத அந்த விழிகளின் நான் எனது பார்வையைப் பதித்திருக்க, சுகந்த மணம் வீசும் ஊதுபத்திப் புகை அறையை நிறைத்தது. அடுத்து வந்த நாற்பது நிமிடங்களில் நானும் அவரிடம் எதுவும் கூறவில்லை, அவரும் என்னுடன் எதுவும் பேசவில்லை. பேசுவதால் என்ன பயன்? இப்போது தான் நாங்கள் ஒருவரையொருவர் நன்கு புரிந்து கொண்டுள்ளோம். ஏனெனில் ஆழமான இந்த அமைதியில் தான் எங்கள் மனம் மேம்பட்ட ஒத்திசைவு நிலையை அடைந்து, விழிகளின் தூது எனக்கு மொழியப்படாத செய்திகளைத் தெளிவுபடுத்தியது. வாழ்க்கையைப் பற்றிய மகரிஷியின் கருத்தின் அற்புதமான, நினைவிலிருந்து அகலமுடியாத கண்ணோட்டத்தைப் பெற்று விட்டதால், எனது உள்ளார்ந்த வாழ்க்கையும் இதனோடு ஒன்றுபட்டு விட்டது.

அடுத்து வந்த இரண்டு நாட்களில் எனக்கு ஏற்படக்கூடிய காய்ச்சலுடன் போராடி, எனது உடல் நிலையை ஒருவாறு குணமாக்கிக் கொண்டேன்.

முதியவர் நண்பகலில் எனது குடிலுக்கு வந்தார். நீங்கள் எங்களுடன் தங்கியிருந்த காலம் நிறைவுறப் போகிறதே. ஆனால், நீங்கள் நிச்சயமாக ஒருநாள் எங்களிடம் திரும்பி வந்து விடுவீர்கள் அல்லவா?' என்றார் வருத்தம் தொனிக்கும் குரலில்.

''நிச்சயமாக!'' என்று நான் நம்பிக்கையாகப் பதிலிறுத்தேன். அவர் என்னிடம் விடைபெற்றுச் சென்றவுடன் நான் வாயிற் படியில் நின்று ''ஆன்மீக ஒளிவீசும் அழகு மலை அருணாசலம் புனிதமான திருவண்ணாமலையைப்'' பார்த்தேன். இந்த மலை எனது வாழ்க்கையில் வண்ணமயமான பின்னணியாகிப் போனது. நான் எந்த பணியில் ஈடுபட்டாலும், உண்டாலும், நடந்தாலும், பேசினாலும் அல்லது தியானத்தில் ஆழ்ந்தாலும், இந்த தட்டை வடிவமான முகப்பைக் கொண்ட மலை புற வெளியிலும், எனது இல்லத்தின் சாளரத்திலிருந்தும் பொலிவுடன், கம்பீரமாகத் தோற்றமளித்தது. மலைமட்டுமல்லாது, அதன் விசித்திரமான வலுவான வசீகரச் சக்தியின் தாக்கத்திலிருந்தும் என்னால் தப்பிக்க இயலவில்லை. மலை முழுவதுமே உட்புறக்குழிவுடன் வெற்றிடமாக இருப்பதாகவும் மானுடக் கண்ணுக்குப் புலனாகாத பல மகான்கள் இதில் உறைவதாகவும் அப்பகுதிவாசிகள்

உரைக்கின்றனர். ஆனால், இதைச் சிறுபிள்ளைத்தனமான கட்டுக்கதையாகக் கருதிப் புறக்கணித்தேன். நான் கண்ட பிறமலைகள் இதைவிட மிகையாக வசீகரிக்கக் கூடியவையாக இருந்தாலும், கம்பீரமாகத் தனித்து நிற்கும் இந்த மலை என்மீது வலுவான பாதிப்பை உருவாக்கி என்னை அடிமைப்படுத்தியது. செந்நிறப் பாறைகள் இங்குமங்குமாக ஒழுங்கற்ற முறையில் சிதறிக் கிடக்க, சூரிய ஒளியில் மங்கலான எரியும் நெருப்பைப் போன்று ஜொலித்துக் கொண்டிருக்கும் இந்தக் கரடு - முரடான கம்பீரமான தோற்றம் கொண்ட மலை வியத்தகு வகையில் தாக்கத்தை வெளிப்படுத்தியது.

அந்தி மாலை நேரம் ஆனதும் மகரிஷியைத் தவிர மற்ற அனைவரிடமும் விடைபெற்றேன். கண்மூடித்தனமான பேதமைக்காக நான் மிகவும் போற்றிப் பாதுகாத்த எனது பகுத்தறிவைத் தியாகம் செய்யாமலே ஆன்மீக உறுதிப்பாட்டை அடையும் போராட்டத்தில் வெற்றி அடைந்தமையால் நான் மிகவும் மனத்திருப்தியடைந்தேன். ஆனால், மகரிஷி வெளித்தாழ்வாரம் வரையிலும் என்னுடன் வந்த போது, எனது மனத் திருப்தி திடீரென மறைந்தது. இந்தப் புனித மனிதர் என்னை வென்றுவிட்டார். அவரை விட்டுப் பிரிவது என்னை வெகுவாகப் பாதிக்கிறது. கண்ணுக்குப் புலன்படாத தூண்டில்களால் அவர் என்னைத் தனது ஆன்மாவோடு இறுகப் பிணைத்துக் கொண்டுவிட்டார். இருப்பினும், அவர் ஒரு மனிதனை மீட்டு அவனுக்கு விடுதலை அளித்துள்ளாரே தவிர அவனை அடிமைப்படுத்தவில்லை. எனது உள்ளார்ந்த சுயத்தோடு, ஆன்ம அனுபவத்துடன், பேரருளின் இருப்புடன் என்னைப் பிணைத்து எனக்கு உதவியுள்ளார். மந்தமான மேற்கத்தியனான எனக்கு அர்த்தமற்றதாகத் தோன்றியதொரு விஷயத்தை, உயிரோட்டம் - மிக்க, பரவசமான அனுபவமாக மாற்றிவிட உதவியது.

எங்களது பிரிவின் சிந்தனையிலேயே உழன்றேன். என்னை இளகச் செய்த உருக்கமான உணர்வுகளை என்னால் வெளிப்படுத்த இயலாது. நீல நிறவானில் எண்ணிலடங்கா விண்மீன்கள் இறைந்து கிடக்க, உதய நிலவின், பிறை ஒளி கீற்றைப் போல் ஒளிர்ந்தது. எங்களது இடப்புறத்தில், மின்மினிப்பூச்சிகள் தங்கள் ஒளியைப்

பரப்பிப் பறந்து கொண்டிருந்தன. அவற்றிற்கு மேலே நெடிய பனைமரங்கள் பழம் - நிறைந்த குலையோடு, கருமையான தனது நிழலைப் படியச் செய்து கொண்டிருந்தன.

எனது முழுமையான சுய - மாற்றத்தின் (உடல், மனம் சார்ந்த) துணிகர முயற்சி முடிவுக்கு வந்தது. ஆனால் காலத்தின் சுழற்சி மீண்டும் என்னை இங்கு அழைத்து வரும் என்பதை நானறிவேன். இந்தியர்களின் பாணியில் கரங்குவித்து, சிரம் தாழ்த்தி வணங்கித் தாழ்வான குரலில் விடைபெறுவதற்கான வந்தன மொழியை உரைத்தேன். மகரிஷி வாய் திறந்து ஒரு வார்த்தை கூட மொழியாது, மலர்ந்த முகத்துடன் என்னை உற்று நோக்கினார்.

இறுதியாக மகரிஷியை ஒரு முறை பார்த்து விட்டு, கையில் விளக்கேந்தி, ஒளி - பொருந்திய மின்னும் கண்களுடன் தென்பட்ட உயரமான, உருவம் கொண்ட மனிதரையும் ஒரு பார்வை பார்த்து விட்டு மீண்டும் விடைபெறும் சைகை காட்டினேன். பதிலுக்கு அவர் தனது வலது கையை உயர்த்தி அசைக்க, நாங்கள் பிரிந்தோம்.

என்னை அழைத்துச் செல்லக் காத்திருந்த மாட்டுவண்டியில் ஏறினேன். வண்டிக்காரன் சாட்டையைச் சுழற்றி, மாட்டை விரட்ட, அது உடனடியாகக் கட்டளைக்குக் கீழ்ப்பணிந்து முற்றத்திலிருந்து, கரடு - முரடான பாதையில் சென்றது. அதன் பின்னர் மல்லிகை மணம் கமழும் வெப்பமண்டலத்தின் இருள் கவிந்த பாதையில் விரைந்தது.

ஓம் நமோ பகவதே ஸ்ரீ ரமணாய!

JA
7.7.2013